जोसेफ लेलिव्हेल्ड यांच्या 'ग्रेट सोल' या पुस्तकाबद्दल प्रथितयश लेखकांनी काढलेले प्रशंसोद्गार : "ग्रेट सोल ही एक अपूर्व कलाकृती आहे : आधुनिक काळातील अतिपरिचित अशा एका व्यक्तिमत्त्वाबाबत हे पुस्तक काही वेगळे सांगते. लेलिव्हेल्ड यांच्या लेखनाची शैली डौलदार, दृष्टिकोन सुस्पष्ट आणि लखलखीत सुवर्णासारखा अस्सल आहे. गांधींच्या सद्सद्विवेकबुद्धीचे हे देदीप्यमान चरित्र आहे."

– टी. जे. स्टाइल्स, पुलित्झर पारितोषिकविजेत्या
'द फर्स्ट टायकून' या पुस्तकाचे लेखक

"गांधींचे जीवनचरित्र हे इतिहासातील एक अत्यंत प्रेरणादायी तर आहेच; पण जोसेफ लेलिव्हेल्ड यांचे कथनदेखील त्याला शोभेल असेच प्रेरणादायी झाले आहे. हे पुस्तक त्या प्रतिभाशाली आणि देदीप्यमान आयुष्याशी तादात्म्य पावणारे झाले आहे; चैतन्याने काठोकाठ भरलेले..."

– निकोलस डी. क्रिस्तॉफ,
'हाफ द स्काय' या पुस्तकाचे सहलेखक

"आपल्या काळातील कदाचित सर्वांत लोभसवाण्या नेत्याचे सखोल वैचारिक विश्लेषण करणारे हे पुस्तक विलक्षण अद्भुत आहे."

– अमर्त्य सेन,
'द आयडिया ऑफ जस्टिस' या पुस्तकाचे लेखक

"मनोहारी प्रांजळपणाने लिहिलेले हे पुस्तक, लेलिव्हेल्ड यांनी गांधींच्या गुंतागुंतीच्या व्यक्तिमत्त्वाच्या केलेल्या कौशल्यपूर्ण चित्रणाने आपल्याला विसाव्या शतकातील या सर्वांत प्रभावशाली व्यक्तीबद्दल असलेल्या भ्रामक कल्पना ओलांडून पलीकडे घेऊन जाते."

– डेव्हिड के. शिप्लर,
'द वर्किंग पुअर' या पुस्तकाचे लेखक

अजून महात्मा झालेले नसताना, १९०६.

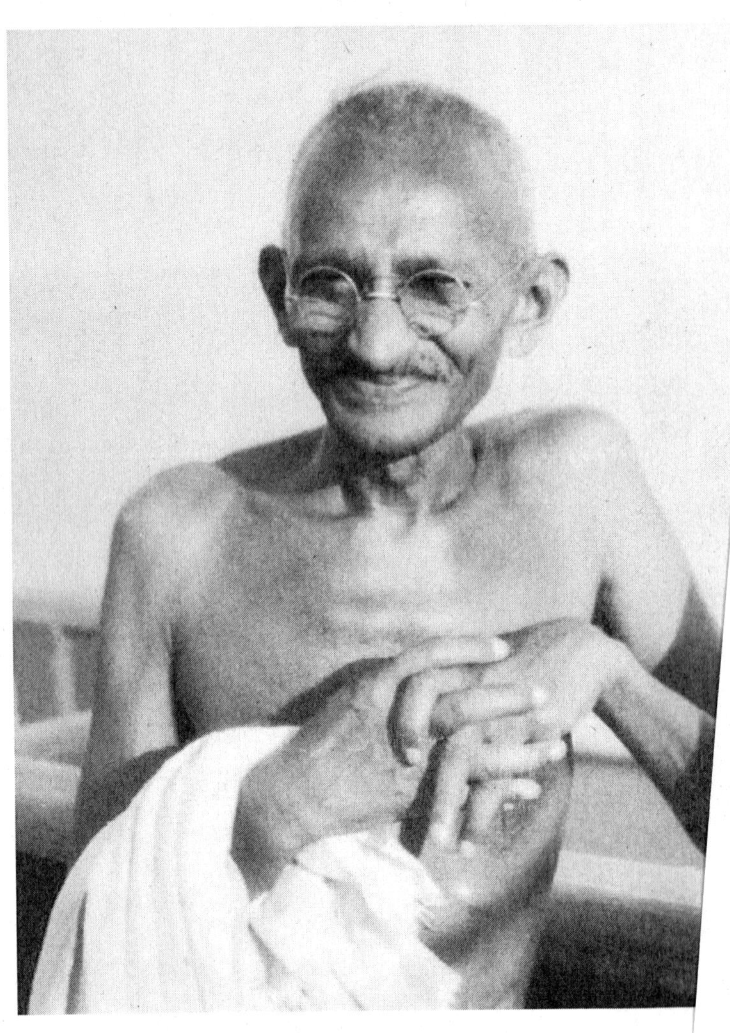

पंचवीस वर्षांनंतर, १९३१.

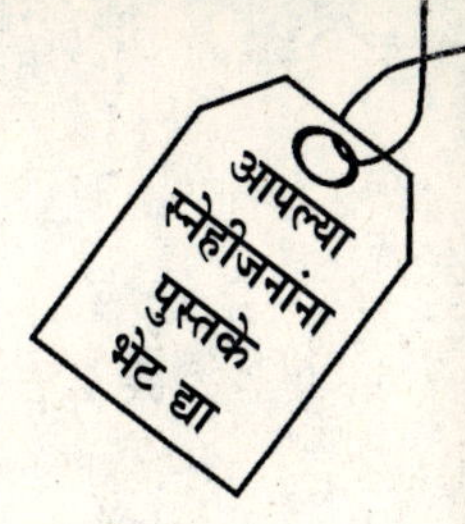

'Great Soul Mahatma Gandhi and His Struggle with India' या इंग्रजी पुस्तकाचा अनुवाद

महात्मा गांधी

आणि त्यांचा भारतीय संघर्ष

जोसेफ लेलिव्हेल्ड
(पुलित्झर पारितोषिक विजेते)

अनुवाद
मुक्ता देशपांडे

मेहता पब्लिशिंग हाऊस

© +91 020-24476924 / 24460313 / Mob. No. 9545000513

Email : production@mehtapublishinghouse.com

Website : www.mehtapublishinghouse.com

GREAT SOUL MAHATMA GANDHI AND HIS STRUGGLE WITH INDIA by Joseph Lelyveld

Translated into Marathi Language by Mukta Deshpande

महात्मा गांधी आणि त्यांचा भारतीय संघर्ष / अनुवादित चरित्र

अनुवाद : मुक्ता देशपांडे

Email : author@mehtapublishinghouse.com

मराठी अनुवादाचे व प्रकाशनाचे हक्क : मेहता पब्लिशिंग हाऊस, पुणे.

प्रकाशक : सुनील अनिल मेहता, मेहता पब्लिशिंग हाऊस,
१९४१, सदाशिव पेठ, माडीवाले कॉलनी, पुणे - ४११०३०.

मुद्रक : ट्रिनिटी अ‍ॅकॅडमी फॉर कॉर्पोरेट ट्रेनिंग लिमिटेड

मुखपृष्ठ : मेहता पब्लिशिंग हाऊस

प्रथमावृत्ती : ऑक्टोबर, २०१९

किंमत : ₹ ४९५

P Book ISBN 9789353173401

जेनीकरिता...

जग प्रत्यक्षात जसे आहे, तसे तुम्ही ते पाहिले आहे की नाही, हे मला माहीत नाही. मी मात्र, प्रत्येक क्षणी या जगातील गंभीर वास्तव पाहतो, असे म्हणता येईल. (१९१८)

मी स्वतः, मी द्रष्टा असल्याचे नाकारतो. संत असल्याचा दावा मी नाकारतो. मी मातीचा आहे, मातीपासून बनलेला... तुमच्याप्रमाणे माझ्यातही दौर्बल्य आहे; पण मी जग पाहिलेले आहे. मी उघड्या डोळ्यांनी या जगात वावरलो आहे. (१९२०)

मी लवकर निराश होत नाही. (१९२२)

माझ्यासारख्या माणसांचे मूल्यमापन त्यांच्या आयुष्यातील महान क्षणांच्या आधारे न करता, आयुष्याच्या प्रवासात त्यांच्या पायांवर किती धूळ जमा झाली आहे यावरून केले पाहिजे. (१९४७)

— **मोहनदास करमचंद गांधी,** १८६९-१९४८

लेखकाची टिप्पणी

दक्षिण आफ्रिकेच्या हिंदी महासागराला लागून असलेल्या किनारपट्टीवरील दरबान शहरालगतच्या फिनिक्स वसाहतीला १९६५ मध्ये मी जेव्हा प्रथम भेट दिली, तेव्हा गांधींना जाऊन अर्धशतकाचा काळ लोटला होता आणि त्या वसाहतीत अजूनही गांधी कुटुंबातील काहीजण राहत होते. गांधींचा पणतू असलेला एक छोटा मुलगा खोलीत बागडत होता. तो त्याच्या आजीबरोबर, म्हणजे मणिलाल गांधींच्या पत्नीबरोबर तेथे राहत होता. आता दिवंगत झालेले मणिलाल हे गांधींच्या चार पुत्रांपैकी दुसरे पुत्र 'इंडियन ओपिनियन'च्या संपादनाचे काम करण्यासाठी दक्षिण आफ्रिकेलाच राहिले होते; हे साप्ताहिक त्यांच्या पिताजींनी सुरू केले होते. या साप्ताहिकाबरोबरच वसाहत आणि तिची मूल्ये जिवंत ठेवण्यासाठी मणिलाल यांनी तेथे स्थायिक होण्याचा निर्णय घेतला होता. मणिलालच्या वडिलांनी सगळ्या समाजाचेच पितृत्व स्वीकारले होते आणि म्हणून या फार्मला त्यांनी अशा एका वसाहतीचे स्वरूप दिले होते, जेथे ते आपल्या अनुयायांचे विस्तारित कुटुंब, मग ते युरोपियन असोत वा भारतीय, भाऊबंद, भाचे-पुतणे आणि इतर सर्वांप्रमाणेच, आपली स्वत:ची पत्नी व मुले यांना एकत्र वसवू इच्छित होते.

मी काही कोणी यात्रिक नव्हतो, एखाद्या कथे (स्टोरी)च्या शोधात असलेला एक वार्ताहर होतो. जेव्हा मी तेथे भेट दिली, तेव्हा गांधींना जाऊन अठरा वर्षे झाली होती, मणिलालना जाऊन नऊ आणि 'इंडियन ओपिनियन' बंद होऊन पाच वर्षे झाली होती. ते राहत असलेल्या साध्यासुध्या इमारती सोडल्या, तर तेथे बाकी काही पाहण्यासारखे नव्हते. त्यांपैकी एका घरावर अजूनही 'एम. के. गांधी' अशी अक्षरे कोरलेली पितळी पाटी होती. वांशिक विभाजनाचे मोठे काम केव्हाच सुरू झाले होते, ज्याला गोऱ्या अधिकाऱ्यांनी 'वर्णभेद' असे नाव दिले होते. छोटे भारतीय जमीनदार, जे एके काळी झुलूंमध्ये राहून शेती करत होते, ते आता वसाहतीच्या शंभर एकरांत दाटीवाटीने राहत होते. या भेटीविषयी मी अत्यंत खेदपूर्वक लिहिले, या देशात गांधींच्या निष्क्रिय प्रतिरोधाने काहीही साध्य करता येणार नाही, असे तेथील भारतीयांना व दक्षिण आफ्रिकन लोकांना ठामपणे वाटत होते, याची मी नोंद

घेतली. फिनिक्स वसाहतीच्या एका विश्वस्ताने सांगितले, ''या सरकारविरुद्ध निष्क्रिय प्रतिरोध काही कामाचा नाही. ते फार निष्ठुर आणि हट्टी आहे.''

विदेशी वार्ताहर म्हणून माझी पुढची कामगिरी भारतात नेमून दिली गेली नसती–जेथे १९६० च्या दशकाच्या उत्तरार्धात काही वर्षे मी राहिलो–तर पुढे मी जो विषय पुन्हा हाती घेणार होतो, त्या विषयाची आठवण म्हणून ही दुपार माझ्या स्मरणात राहिली नसती. माझ्यासाठी दक्षिण आफ्रिकेतील गांधी हे एखाद्या पूर्वजापेक्षा अधिक काहीतरी होते, पूर्ण बहराला आलेल्या गांधींच्या व्यक्तिमत्त्वाला जोडलेली एक विस्तारित तळटीप असावी, तसा त्यांच्या आयुष्यातील तो काळ होता. त्यांच्या घरापुढच्या अंगणात उभे राहून हिरव्यागार टेकड्यांकडे पाहता पाहता एखाद्या वार्ताहराच्याच मनात येऊ शकेल असा विचार माझ्या मनात आला की, ते एक कहाणी होते, त्यांच्या आयुष्यात मला हवी तशी 'स्टोरी' सापडू शकणार होती.

भारतातील उलथापालथींनी ही माझी धारणा धूसर जरूर केली; पण कायमची पुसून टाकली नाही. भारतीय राजकारण जाणून घेण्याचा मी जितका प्रयत्न करू लागलो तितकी सामाजिक प्रश्नांवरील गांधींची शिकवण आणि त्यांचे नाव आदराने मिरवणाऱ्या पुढील पिढीतील नेत्यांचे प्राधान्यक्रम यांतील तफावत मला प्रकर्षाने जाणवू लागली. त्या दिवसांमध्ये, हेच लोक गांधींना नित्यनेमाने भेटणारे आणि त्यांचेच उदाहरण डोळ्यांसमोर ठेवून राष्ट्रीय चळवळीत उतरणारे होते. म्हणून त्यांनी जेव्हा गांधींचे वारस असण्याचा दावा केला, तेव्हा एक राष्ट्रप्रेमाशी निगडित असलेली प्रथा यापेक्षा त्या दाव्याला अधिक अर्थ होता. असे असूनसुद्धा गांधींच्या भोवती असलेल्या प्रभामंडलाच्या बाहेर त्यांचा किती प्रभाव शिल्लक राहिला, हे सांगणे कठीण आहे.

जेव्हा १९६९ मध्ये त्यांची शंभरावी जयंती साजरी करण्याची वेळ आली, तेव्हा असे प्रश्न विचारण्याची संधी मिळाली. गांधींनी उभारलेल्या चळवळीच्या अवशेषांचा मागोवा घेताना मी त्यांचे शेवटचे खरेखुरे वारसदार मानले गेलेले विनोबा भावे यांच्याबरोबर काही काळ घालविला. त्या वेळी विनोबा, आताइतक्याच तेव्हाही भारतातील सर्वांत गरीब समजल्या जाणाऱ्या बिहार राज्यातील आत्यंतिक दरिद्री भागांमध्ये हिंडून भूमिहीनांसाठी जमीनदारांकडून थोडीफार जमीन मिळवावी म्हणून त्यांचे मन वळविण्याचे काम करत होते. विनोबांनी त्यांच्याकडून हजारो एकर पडीक, कसली न गेलेली आणि कसता न येणारी जमीन मिळविली. परिणामशून्य अंताकडे चाललेल्या आपल्या अभिशप्त कार्याकडे महात्माजींचा हा वृद्धत्वाकडे झुकलेला शिष्योत्तम शोकात्म भावनेने नव्हे, तर स्थिरचित्ताने बघत होता.

''त्याचे रूपांतर त्याच्या प्रशंसकांमध्ये झाले.'' ऑडेनने हे यीट्सबद्दल म्हटले होते. गांधींचा प्रभाव ओसरत असताना त्यांच्या आयुष्याच्या उत्तरार्धात जेव्हा ते

सर्वांत जास्त पुजले जात होते, तेव्हाच्या स्थितीचे वर्णन व्ही. एस्. नायपॉल यांनी तीन दशकांपूर्वी काहीसे अशाच शब्दांत केले होते. पूज्यभाव आणि दुर्लक्ष यांचे मिश्रण भारतासाठी काही नवे नव्हते. भारताचे सांस्कृतिक प्रतिबिंब असलेले हे मिश्रण भारताच्या पहिल्या अणुबॉम्बच्या स्फोटानेसुद्धा हादरले नाही.

बराच काळ लोटला आणि भौगोलिक अंतरही वाढले, तरी दक्षिण आफ्रिका आणि भारत या दोन्ही ठिकाणी मला आलेल्या अनुभवांची चलत्‌चित्रे माझ्या मन:पटलावर समांतर धावत होती. गांधी हाच स्वाभाविकपणे त्या दोन्हींमधला दुवा होता. मी फिनिक्स वसाहतीबद्दल विचार करत होतो, तिला मी दोनदा भेट दिली. दुसऱ्या वेळी जेव्हा मी तेथे गेलो, त्याआधी दोन कृष्णवर्णीयांच्या गटांत हिंसाचार होऊन, त्या वसाहतीला आग लागून ती खाक झाली होती; त्याचबरोबर गोऱ्या सत्ताधीशांची हत्या झाली होती. नंतर लोकशाही मार्गाने निवडून आलेल्या आणि नवीन दक्षिण आफ्रिकेच्या संस्थापकपदी गांधींना नेऊन बसविण्यास उत्सुक असणाऱ्या सरकारच्या आशीर्वादाने तिचे पुनर्वसन झाले होते. मग मी गांधींबद्दल विचार करायला लागलो : पुढे जाऊन गांधी जे बनले, त्यासाठी दक्षिण आफ्रिकेने त्यांना कशी मदत केली, दक्षिण आफ्रिकेने जडणघडण केलेल्या गांधींना भारतातील वास्तवाशी कसा संघर्ष करावा लागला, हिंदी महासागराच्या एका तटावर एक राजकीय नेता म्हणून झालेल्या त्यांच्या उदयातच दुसऱ्या तटावरील त्यांच्या मोठ्या निराशांची आणि क्वचित जाणवणाऱ्या अपयशाच्या भावनेची चाहूल कशी लपलेली होती, म्हणजे राजकीय नेता म्हणून त्यांच्या झालेल्या प्रवासाच्या शेवटाची बीजे त्यांच्या या प्रवासाच्या आरंभातच दडलेली होती. असे प्रश्न उपस्थित करणारा मी काही पहिलाच मनुष्य नाही आणि शेवटचाही असणार नाही, याची मला जाणीव आहे; तरी पण अजूनही एक कहाणी उलगडता आणि सांगता येईल, असे मला वाटले. असे विषय मांडता येतील जे दोन्ही ठिकाणी त्यांच्या धूसर होत जाणाऱ्या वारशासह एका देशातील गांधींच्या राजकीय जीवनाच्या प्रारंभापासून ते त्या जीवनाच्या दुसऱ्या देशातील सुवर्णकाळापर्यंत त्यांच्यासोबत राहिले. गांधींच्या पदचिन्हांचा मागोवा घेत घेत माझा स्वत:चा प्रवास तपासण्याची इच्छा मग अनिवार होत गेली.

ठाशीवपणे गांधीकथा पुन्हा सांगण्याचा या पुस्तकाचा हेतू नाही. महत्त्वाचे कालखंड आणि घटना यांना मी काही वेळा केवळ स्पर्श केला आहे किंवा काही वेळा टाळलेही आहे–गुजरात राज्यातील काठियावाड संस्थानात गेलेले गांधींचे बालपण, लंडनमधील तीन महत्त्वाच्या वर्षांमध्ये त्यांची झालेली जडणघडण, तीन खंडांमध्ये नंतर ब्रिटिश अधिकाऱ्यांसोबत झालेला परस्पर-संवाद, चळवळीचे राजकारणाशी असलेले व नसलेले संबंध, त्यांच्या सतरा उपवासांचे तपशील– मी निवडलेल्या चौकटीत हा निबंध बसविण्यासाठी या गोष्टींचे उल्लेख मी टाळले आहेत. ही चौकट

समाजसुधारक गांधींची तसबीर चितारण्यासाठी तयार केलेली आहे; देशाच्या आणि समाजाच्या विकासाचे स्वप्न डोळ्यांत घेऊन प्रवास करणाऱ्या गांधींच्या या कहाणीला स्वातंत्र्यलढ्याच्या तुलनेत नेहमीच दुय्यम स्थान मिळत आले आहे. मी ज्या गांधींचा मागोवा घेतला आहे, त्या गांधींनी एकदा 'सर्वांत अज्ञानी आणि पददलितांशी तादात्म्य पावण्याचा मी आयुष्यभर प्रयत्न करत आहे,' असा दावा केला होता. एक राजकीय मुत्सद्दी, अहिंसक प्रतिरोधाच्या लढ्यातील सेनानी किंवा एक धार्मिक विचारवंत आणि प्रतिरूप या त्यांच्या भूमिका थोड्या बाजूला सारण्याचा धोका पत्करून, मी त्यांच्या मूळ प्रवृत्तीचा मागोवा घेण्याचा प्रयत्न केला आहे. मी त्या गांधींना जाणून घेण्याचा प्रयत्न केला आहे, ज्यांना हटवादी भारताच्या गळी आपले स्वप्न उतरविण्यासाठी संघर्ष करावा लागला. अस्पृश्यता या 'अभिशापा'बद्दलचे, 'गुन्ह्या'बद्दलचे आपले उग्र विचार किंवा बहुसंख्येने असलेल्या मुस्लीम अल्पसंख्याकांना हिंदू बहुसंख्याकांनी सामावून घेण्याची गरज कठोरपणे त्यांनी भारतासमोर मांडून त्याच्या संयमाची आणि स्वत:बद्दल असलेल्या पूज्यभावाची परीक्षा घेतली; तेव्हा भारताच्या हटवादीपणाचा त्यांना प्रत्यय आला.

असे दिसून आले की, कोणताही विषय त्यांच्या दक्षिण आफ्रिकेतील प्रदीर्घ प्रशिक्षणकाळाच्या संदर्भाविना पूर्णपणे स्पष्ट करून मांडता येत नाही, कारण तेथेच एखाद्या सामूहिक चळवळीचा पुढारी म्हणून त्यांना स्वत:ची ओळख पटली. फारशा प्रकाशात न आलेल्या घटनांवर आणि विषयांवर प्रकाश टाकून दोन्ही खंडांमध्ये व्यतीत झालेल्या गांधींच्या जीवनपटावर अधिक प्रखर प्रकाशझोत टाकण्याचे माझे उद्दिष्ट आहे; त्या कहाणीच्या जागी दुसरेच कथानक उभे करणे, हा माझा हेतू नाही. एक आध्यात्मिक साधक आणि धर्मनिरपेक्ष संत म्हणून सर्वमान्य असलेल्या या व्यक्तिमत्त्वाची प्रभा पुसट करण्याचा माझा मुळीच हेतू नाही. एका ताज्या, नवीन दृष्टिकोनातून त्यांनी घालविलेल्या आयुष्याला समजून घेण्याचा हा प्रयत्न आहे. त्यांनी मांडलेल्या कोणत्याही सिद्धान्तापेक्षा या माणसाने आणि त्याच्या कष्टसाध्य आयुष्याच्या परिघाने मला झपाटून टाकले आहे.

गांधींनी त्यांच्या उच्चतम ध्येयाच्या अनेक परस्परव्याप्त आणि मुक्त व्याख्या केल्या; त्या ध्येयाला ते काही वेळा 'पूर्ण स्वराज्य' म्हणायचे. राजकीय शब्दकोशात 'स्वराज्य' या शब्दाचा समावेश गांधींनी केला नव्हता. गांधी दक्षिण आफ्रिकेत असताना, या शब्दाचे भाषांतर सामान्यत: 'स्व-शासन' असे केले जायचे. नंतर त्याच्या अर्थाची व्याप्ती वाढून तो 'स्वातंत्र्य' असा झाला. गांधींनी जो 'पूर्ण स्वराज्य' शब्द वापरला, त्याने ते ध्येय आणखी उंचीवर नेऊन ठेवले. गांधींच्या आदर्शवादानुसार, हे ध्येय केवळ भारतासाठी नव्हते, तर प्रत्येक भारतीयासाठी होते; मगच ते 'पूर्ण' होणार होते. याचा अर्थ केवळ ब्रिटिश सत्ता भारतातून उखडून टाकणे असा नव्हता,

तर ब्रिटिश आचारविचारांचे भारतीय मनांमधून उच्चाटन करणे असा होता. भारतीय समाजाच्या तळागाळापासून त्याचे पुनरुत्थान करताना आधुनिक औद्योगिकीकरणाला बळी पडण्यापासून त्याला वाचविणे, असा त्याचा अर्थ होता. हे पुनरुत्थान खेड्यांपासून करणे आवश्यक होते, ज्यांची संख्या १९४७च्या आधीच्या भारतात गांधींच्या गणनेनुसार सात लाख इतकी होती. अशा प्रकारे राजकीय नेत्याबरोबरच गांधी एक पुनरुत्थानवादीसुद्धा होते; अशा अर्थी की, भारताच्या सर्वाधिक कट्टर, हटवादी, दरिद्री समाजस्तरांत सामाजिक न्याय, स्वयंपूर्णता आणि सार्वजनिक स्वच्छता ही सामाजिक मूल्ये रुजविण्यासाठी त्यांनी कंबर कसली होती. ही मूल्ये एकत्रितपणे पाळली गेल्यानंतर राष्ट्रीय स्तरावर देशाचे भौतिक व आध्यात्मिक पुनर्निर्माण होईल, असा त्यांचा विश्वास होता.

अनेक स्वप्ने, ध्येये डोळ्यांत साठवून निघालेल्या या माणसाच्या दृष्टीने स्वराज्य हे एखाद्या वटवृक्षासारखे होते, ज्याला 'असंख्य खोडे होती, जी त्या झाडाच्या मूळ खोडाइतकीच त्याच्यासाठी महत्त्वाची होती.' त्यांना असे म्हणायचे होते की, हा संघर्ष केवळ स्वातंत्र्य मिळविण्यापुरता मर्यादित नव्हता, तर त्याहीपेक्षा खूप मोठा होता.

"एक राजकीय पुढारी म्हणून हळूहळू त्यांचं महत्त्व कमी होत गेलं," एका प्रमुख ब्रिटिश अभ्यासकाने आपले मत नोंदविले आहे. १९३४ मध्ये औपचारिकपणे भारतीय राष्ट्रीय काँग्रेसचा राजीनामा दिलेल्या आणि पुन्हा कधीही त्यात प्रवेश न केलेल्या गांधींनी कदाचित या मताशी सहमती दर्शविली असती.

एक नेता म्हणून ते वसाहतवाद्यांना देशाबाहेर काढण्यात यशस्वी झाले असले, तरी सामाजिक पुनरुत्थानात त्यांना आलेल्या अपयशामुळे ते बहुधा स्वत:लाच दोषी मानत असावेत. स्वराज्य हे सगळ्या भारतीयांसाठी असले, तरी त्यांच्या सर्वांत आव्हानात्मक निरुपणात त्यांनी म्हटले की, स्वराज्य हे विशेषत्वाने 'लाखो भुकेल्या श्रमजीवीं'साठी असायला हवे.

हाच धागा पकडून त्यांनी एकदा म्हटले होते की, स्वराज्य म्हणजे 'भारताच्या अस्थिपंजर झालेल्या लाखो लोकांचा उद्धार' होय किंवा पुन्हा : 'पूर्ण स्वराज्य म्हणजे अशी स्थिती, ज्यामध्ये मुका बोलायला लागतो आणि पांगळा चालायला लागतो.'

अशा प्रकारच्या उच्चस्तरीय सामाजिक न्यायाचे उद्दिष्ट उराशी बाळगणाऱ्या गांधींचे सिद्धान्त आणि मोहिमा आपल्याशा करणे, ही सोपी गोष्ट नव्हती आणि ते स्वत:ही याबाबतीत ठाम नव्हते. पण, ते हेच गांधी आहेत, ज्यांचे बोल आजही भारतभर घुमत आहेत आणि त्यांची ही स्वप्ने, जी त्यांच्यासाठी कायम अपूर्णच राहिली, प्रथमत: दक्षिण आफ्रिकेत असताना उदयाला आली.

आज, जगभरातील अनेक लोकांप्रमाणेच बहुतांश दक्षिण आफ्रिकन व भारतीय लोक महात्म्याची पूजा करतात; पण पुनरुज्जीवित फिनिक्स वसाहतीप्रमाणेच आपल्या मनातील गांधींच्या विविध रूपांना आपण प्रतिकृतींच्या स्वरूपात आपल्या सभोवतालापासून आणि त्यांच्या काळापासून एका कुंपणाआड बंदिस्त करून ठेवले आहे. त्यांचा विक्षिप्तपणा, दुष्प्राप्यता आणि त्यांच्यात असलेली पुनर्निर्माणाची प्रतिभा, क्वचितप्रसंगी दिसलेली त्यांची निष्ठुरता आणि त्यांच्या व्यक्तिमत्त्वाचे अविभाज्य अंग असलेली प्रगाढ मानवता व सहृदयता वैशिष्ट्यांसह या अस्सल गांधींचा मागोवा घेणे नेहमीच मौलिक ठरेल. त्यांनी स्वत: कधीही मूर्तिपूजा केली नाही आणि त्यांच्याभोवती सुरू असणाऱ्या उदोउदोच्या बाबतीत ते स्वत:सुद्धा प्राय: उदासीनच राहिले. त्यांनी नेहमीच जीवनातील बदलांच्या स्वरूपात लोकांकडून प्रतिसादाची अपेक्षा केली. आजसुद्धा ते भारतीयांना–किंवा असे म्हणू या की, आपल्यासारख्या इतर सगळ्यांना–सहजासहजी सोडून द्यायला तयार नाहीत.

अनुक्रमणिका

विभाग १
दक्षिण आफ्रिका

विभाग २
भारत

विभाग १

दक्षिण आफ्रिका

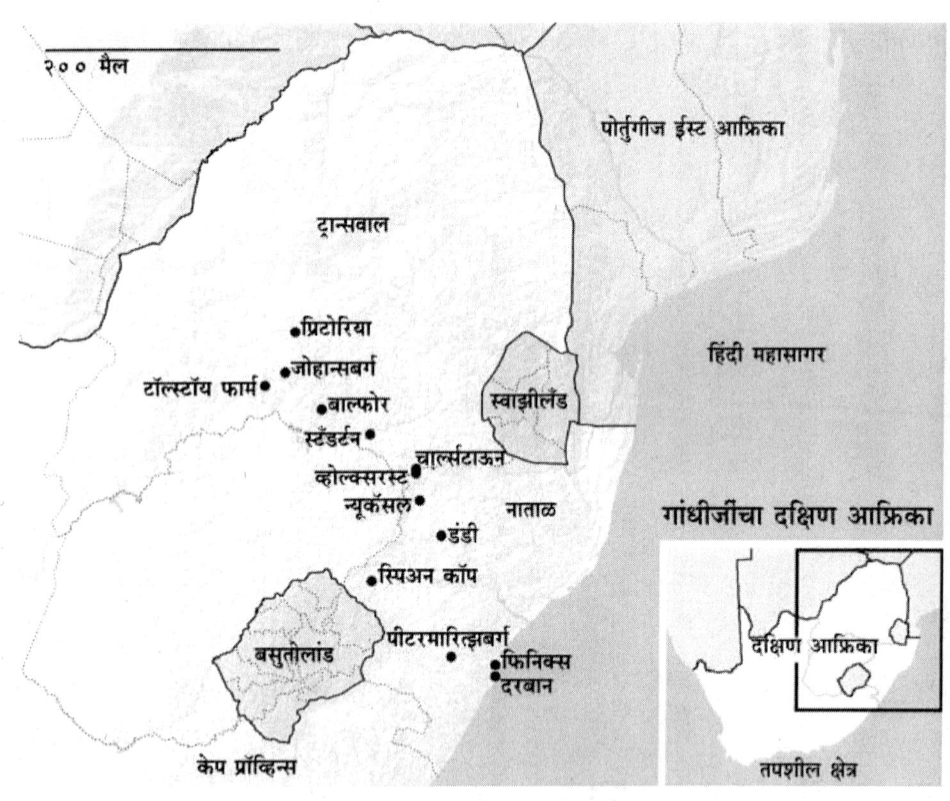

गांधीजी दक्षिण आफ्रिकेत

आगंतुक पाहुणा

ते अल्पावधीसाठीचे एक असे काम होते, जे फक्त एखाद्या बेरोजगार वकिलानेच स्वीकारले असते. मुंबईत वर्षभरापेक्षा अधिक काळ वकिली व्यवसाय केल्यानंतरसुद्धा ज्यांच्या नशिबी केवळ अपयशच आले अशा तेवीस वर्षीय मोहनदास गांधी यांना एक अननुभवी आणि अनोळखी वकिली कारकून म्हणून दक्षिण आफ्रिकेत आणले गेले. या देशात त्यांचे वास्तव्य अल्पकाळासाठी असणार होते; फारतर वर्षभरासाठी. त्याऐवजी, तब्बल एकवीस वर्षांच्या वास्तव्यानंतर १४ जुलै १९१४ रोजी त्यांनी तो देश सोडला. तोपर्यंत ते चव्वेचाळीस वर्षांचे झाले होते. ते आता एक मुत्सद्दी व अनुभवी राजकारणी, नुकत्याच झालेल्या एका सामूहिक चळवळीचा नेता, अशा संघर्षांसाठीचे सिद्धान्त मांडणारा लेखक, एक तेजस्वी व कल्पक राजकीय वृत्तपत्रकार आणि त्याहूनही अधिक–आध्यात्मिक, आहारविषयक आणि अगदी वैद्यकीय बाबींवर बोलणारा एक स्वशिक्षित भाष्यकार बनले होते. थोडक्यात काय, तर ते असा गांधी बनण्याच्या मार्गावर होते ज्यांच्यापुढे आता संपूर्ण भारत आदरपूर्वक झुकणार होता आणि कधी-कधी त्यांचा अनुनयही करणार होता.

कामाच्या मूळ स्वरूपाचा तो भाग नव्हता. सुरुवातीला त्यांचे काम, त्यांच्याच मूळच्या पोरबंदर येथील दोन मुस्लीम व्यापारी कुटुंबांतील एका कटू दिवाणी खटल्यात मदत करणे हे होते. पोरबंदर हे भारताच्या वायव्य कोपऱ्यात असलेले अरबी समुद्रावरील एक छोटे बंदर असून, गांधींचा जन्म तेथेच झाला होता. या तरुण वकिलाला या खटल्यात मदत करायला बोलविण्यामागे जी कारणे होती, ती म्हणजे, त्याचे इंग्रजी व गुजराती या भाषांवर, जी त्याची मातृभाषा होती, असलेले प्रभुत्व आणि लंडनमधील इनर टेम्पलमध्ये त्याचे नुकतेच झालेले प्रशिक्षण. या खटल्यात त्यांची भूमिका त्यांना काम देणारा व्यापारी व त्या व्यापाऱ्याचा इंग्लिश वकील यांच्यादरम्यान सांस्कृतिक व भाषिक दुवा साधणारा मध्यस्थ एवढीच होती.

या वेळेपर्यंत त्यांचे स्वतःचे राजकारणविषयक काही उत्स्फूर्त विचार असतील, याचा पुरावा सापडत नाही. लंडनमधील तीन वर्षांचे वास्तव्य आणि त्यानंतर भारतात स्वतःच्या पायावर उभे राहण्याच्या प्रयत्नात व्यतीत केलेला सुमारे दोन वर्षांचा कालावधी या दरम्यान त्यांची उद्दिष्टे आहारशास्त्रविषयक व धर्मविषयक होती : शाकाहारवाद आणि 'ब्रह्मविद्या' नावाची एक गूढ उपासना. परदेशी किनाऱ्यावर

पाय रोवू पाहणाऱ्या गांधींना त्यांच्या स्वत:पाशी असणाऱ्या पुराणाच्या ज्ञानापेक्षा पूर्वेकडील ज्ञानभांडाराचे विशेषत: हिंदू धर्माचे सार आत्मसात करण्याचा दावा करणाऱ्या या उपासनेबद्दल अधिक जिज्ञासा होती. स्वत: कधीही गूढ नसणाऱ्या गांधींना लंडनमध्ये शिष्यवृत्तीच्या सह-उपासकांची साथ मिळाली आणि रूपकात्मक भाषेत सांगायचे तर, बागेच्या कडेने उगवणारे तण संपूर्ण बागेत पसरून एकरूप होते तशा या दोन संस्कृती एकमेकीत मिसळून गेल्या. त्या उपासनेने गांधींना ते दोन संस्कृतींना जोडणाऱ्या धाग्यासमान भासले.

दक्षिण आफ्रिकेत त्यांना याच्या उलट अनुभव आला. ते आपली तपकिरी कातडी घेऊन दक्षिण आफ्रिकेत काय करत आहेत याचे स्पष्टीकरण त्यांना प्रारंभापासून वेळोवेळी तेथे मागण्यात आले. किंवा, अधिक तपशिलाने सांगायचे तर, त्यांच्या कातडीचा तपकिरी रंग, स्वच्छ फ्रॉक कोट, पट्टे-पट्टे असलेली विजार आणि त्यांच्या काठियावाड प्रदेशाची खासियत असलेला काळा फेटा अशा वेषात दक्षिण आफ्रिकेत पाऊल ठेवल्याच्या दुसऱ्याच दिवशी, म्हणजे २३ मे १८९३ रोजी ते दरबानमधील न्यायदंडाधिकाऱ्याच्या न्यायालयात हजर झाले. डोक्याचा फेटा हे अनादर दर्शविण्याचे लक्षण आहे, असा आक्षेप न्यायदंडाधिकाऱ्याने घेतला व त्या अनोळखी वकिलाने तो काढून ठेवावा, असा आदेश दिला; त्याऐवजी गांधीच स्वत:हून न्यायालयाबाहेर निघून गेले. या छोट्याशा संघर्षाची दखल दुसऱ्या दिवशी 'द नाताळ ॲडव्हर्टायझर'मध्ये एका उपहासात्मक लेखात घेतली गेली; ज्याचे शीर्षक होते, 'अवांछित पाहुणा'. गांधींनी ताबडतोब त्या वृत्तपत्राला पत्र लिहिले; पुढे पांढऱ्या कातडीला झुकविण्यासाठी किंवा तिची मानखंडना करण्यासाठी त्यांनी जी डझनभर पत्रे लिहिली, त्यातील हे पहिले पत्र. 'ज्याप्रमाणे हॅट काढणे ही युरोपियनांची आदर व्यक्त करण्याची एक पद्धत आहे, त्याचप्रमाणे एक भारतीय आदर दर्शविण्यासाठी त्याचे डोके झाकतो,' त्यांनी लिहिले. 'इंग्लंडमध्ये, दिवाणखान्यातील भेटीगाठींदरम्यान आणि संध्याकाळच्या समारंभांमध्ये भारतीय नेहमीच आपले डोके झाकणारा पोशाख करतात आणि इंग्लिश सभ्य स्त्री-पुरुष आम्ही दाखवत असलेल्या आदरभावाचे नेहमीच कौतुक करताना दिसतात.'

त्या अस्तित्वहीन तरुणाने त्या प्रदेशात पाय ठेवल्यानंतरच्या केवळ चौथ्याच दिवशी त्याने पाठविलेले पत्र छापले गेले. ही बाब दखल घेण्यासारखी आहे, कारण ही घटना वांशिक अपमानाच्या त्या तापदायक अनुभवाच्या दोन आठवडे आधी घडली; तो अनुभव जो गांधींना किनारी प्रदेशाकडून अंतर्गत प्रदेशाकडे जाणाऱ्या ट्रेनमध्ये आला आणि जो त्यांच्यात प्रतिकाराची भावना जागविण्यास कारणीभूत ठरला, असा सार्वत्रिक समज आहे. 'ॲडव्हर्टायझर'ला पाठविलेल्या पत्रामुळे हे दिसून येते की, गांधींमधील ती भावना चेतविण्याची काहीएक गरज नव्हती; त्या

पत्रामधील खिजविण्याचा प्रछन्न भाव, खिलाडूवृत्तीने खेळलेली लढाई ही पुढे जाऊन त्यांच्या लिखाणाची वैशिष्ट्ये बनली. तरीसुद्धा, ट्रेनमधील तो प्रसंग परिवर्तन घडविण्यास कारणीभूत ठरला, असे मानले जाते; फक्त रिचर्ड अटेन्बरोंच्या 'गांधी' चित्रपटातच नव्हे किंवा फिलिप ग्लासच्या 'सत्याग्रह' या ऑपेरातच नव्हे, तर खुद्द गांधींनीच त्या प्रसंगानंतर तीन दशकांनी लिहिलेल्या 'आत्मचरित्रा'तही असाच उल्लेख आहे.

जर ते व्यक्तिमत्त्व घडविणे नव्हते, तर ते नक्कीच व्यक्तिमत्त्व जागविणे (किंवा त्याला खोली प्राप्त करून देणारे, असे म्हणू या) होते; कारण गांधी पीटरमारित्झबर्गला असताना, एका गोऱ्या प्रवाशाने 'कूली'बरोबर एकाच डब्यात बसण्यास नकार दिल्याने त्यांना त्या प्रथम वर्गाच्या डब्यातून बाहेर काढण्यात आले. या ट्रेनच्या प्रसंगाचा उल्लेख करताना एक बाब नेहमीच दृष्टिआड होते, ती म्हणजे, शेवटी त्या तरुण वकिलाने मारलेली बाजी. दुसऱ्या दिवशी सकाळी त्यांनी रेल्वेच्या जनरल मॅनेजरला आणि दरबानमधील त्याच्या प्रायोजकाला तारा धाडल्या. त्याने खूप खळबळ माजविली, ज्यामुळे त्यांना अखेरीस दुसऱ्या दिवशी रात्री त्याच ट्रेनमध्ये, त्याच स्टेशनवरून स्टेशनमास्तरच्या संरक्षणाखाली प्रथम वर्गाच्या बर्थने प्रवास करण्याची परवानगी मिळाली.

त्या काळी थेट जोहान्सबर्गपर्यंत रेल्वे जात नव्हती; त्यामुळे त्यांना प्रवासाचा शेवटचा टप्पा घोडागाडीने पार करावा लागला. त्या प्रवासात पुन्हा एकदा त्यांना संघर्षाला तोंड द्यावे लागले, जो उघडपणे वर्णभेदामुळे झाला. कोच बॉक्सच्या बाहेर घोडागाडी हाकणाऱ्याच्या शेजारी बसावे लागले म्हणून बखेडा उभा करण्यापासून स्वत:ला रोखणाऱ्या गांधींना एका विश्रांतिथांब्यावर एका खलाशाने तेथून ओढून बाहेर काढले, कारण त्याला तेथे बसायचे होते. गांधींनी प्रतिकार केला तेव्हा त्याने त्यांना 'सामी' असे म्हटले–दक्षिण आफ्रिकेत भारतीयांसाठी वापरण्यात येणारा एक उपमर्दकारक अपशब्द–आणि मारायला सुरुवात केली (असे म्हणतात की, 'स्वामी'वरून 'सामी' हा शब्द आला आहे). गांधींच्या पुनर्कथनात, त्यांच्या प्रतिकाराचा एक आश्चर्यकारक परिणाम झाला; त्यांच्या वतीने हस्तक्षेप करण्यासाठी सहानुभूती दाखविणारे काही गोरे प्रवासी पुढे येतात. गांधी त्यांचे आसन राखण्यात यशस्वी ठरतात आणि जेव्हा घोडागाडी रात्री मुक्कामाला थांबते तेव्हा घोडागाडीची मालकी असणाऱ्या कंपनीच्या स्थानिक पर्यवेक्षकाला एक पत्र पाठवितात; तो मग या परदेशी तरुणाची उर्वरित प्रवासासाठी आतमध्ये बसण्याची व्यवस्था करतो.

या नवागताने पत्रे आणि तारा यांच्या माध्यमातून ताबडतोब व्यक्त केलेला प्रतिकार आपल्याला हेच सांगतो की, त्यांना आता तरुण मोहन याच नावाने संबोधले जाणार होते. दक्षिण आफ्रिकेत येताना हा तरुण आपल्या स्वत:सोबत प्रतिकाराची

सहजप्रवृत्ती घेऊन आला होता (जिला मनोविश्लेषक एरिक एरिक्सन यांनी 'सदा-नकारात्मक' असे म्हटले). ती प्रवृत्ती फुलण्यासाठी हे अपरिचित वातावरण अगदी योग्य ठरणार होते. अजूनही सीमावर्ती असलेल्या समाजात गोऱ्या वर्चस्वाच्या इच्छेने अद्याप वर्णावर आधारित उतरंड निर्माण केली नव्हती. (खरेतर ती कधी झालीही नसती पण पद्धतशीर प्रयत्न केले गेले असते). गांधींना संघर्ष शोधत बसण्याची गरज भासणार नव्हती; संघर्षच त्यांना शोधत येणार होता.

या नवीन प्रदेशातील त्यांचे सुरुवातीचे दिवस अतिशय खडतर होते. याच काळातील प्रारंभीच्या घटनांमध्ये मोहन गांधी मृदुभाषी; पण मितभाषी मुळीच नसलेला एक मजबूत, आकर्षक देहयष्टीचा तरुण म्हणून पुढे येतो. त्यांचे इंग्रजी अचूकतेच्या मार्गावर होते. त्यांना भेटणाऱ्या बहुतेक गोऱ्यांइतकाच त्यांचा पेहराव ब्रिटिश पद्धतीचा व सुव्यवस्थित होता. आपल्या मतांशी एकनिष्ठ राहू शकणारे पण त्यावर ठाम नसणारे आणि अस्थिर वाटण्याजोगे अस्वस्थही नसणारे हा स्वभावगुणही होता. आयुष्याच्या या टप्प्यावर आपण लाजरेबुजरे असल्याचे गांधींनी नंतर लिहिले; पण वास्तविक त्यांच्यात सातत्याने एक संतुलन आणि आत्मविश्वास दिसून येत असे, जो कदाचित वारशाने त्यांना मिळाला असावा : ते 'दिवाणां'चे पुत्र आणि नातू होते. ते ज्या प्रदेशात वाढले, त्या प्रदेशात मोठ्या संख्येने छोटी-छोटी संस्थाने होती. याच संस्थानांतील दरबारात त्यांचे पूर्वज नागरी सेवेतील उच्च पदांवर दिवाण म्हणून होते. दिवाण म्हणजे मुख्यमंत्री आणि जहागीरदार यांच्यामधले मानले जायचे. गांधींच्या वडिलांनी आपल्या राजाच्या खजिन्यात स्वतःच्या फायद्यासाठी कधी हात धुऊन घेतले नाहीत. आयुष्यभर ते साधेच राहिले. पण वारशात देण्यासाठी त्यांच्याकडे प्रतिष्ठा, आत्मसन्मान आणि विश्वासार्हता होती. या वारसाहक्काने मिळालेल्या गुणांबरोबरच तपकिरी कातडी आणि लंडनहून शिक्षण घेऊन बॅरिस्टर म्हणून मिळविलेली पदवी यांचा संगम ज्याच्या ठायी झाला होता; असा तो मुलगा त्या काळी व त्या ठिकाणी दक्षिण आफ्रिकेत चारचौघांपेक्षा वेगळा ठरला : किमान काहीजणांसाठी तो एक सहानुभूती असणारी आणि आकर्षक व्यक्ती ठरला.

तो नैतिकतेला आवाहन करणाऱ्या भावना आणि सुधारकी सिद्धान्तांकडे आकर्षित होणारा आहे; पण त्याच्या नवीन सभोवतालाबद्दल किंवा नवीन प्रदेशातील आसमंताइतकाच महत्त्वाचा भाग असणाऱ्या नैतिक प्रश्नांबाबत मात्र त्याला खास कुतूहल किंवा जिज्ञासा वाटत नाही. तो त्याची पत्नी व दोन मुलांना मागे भारतातच सोडून आला आहे आणि त्याच्या मागे नंतर जी भाच्या-पुतण्यांची फौज दक्षिण आफ्रिकेत आली, ती अजून यायची आहे; म्हणजे आता तो अगदी एकटा, स्वतंत्र आहे. मुंबईमध्ये स्वतःला वकील म्हणून सुस्थापित करण्यात अपयश आल्यामुळे त्याचे हे तात्पुरते कामच त्याच्या आणि त्याच्या कुटुंबीयांच्या चरितार्थाचे साधन

बनले; त्यामुळे तो आपली उपजीविका त्वरेने सुरू करण्यासाठी इच्छुक असणार हे ओघाने आलेच. आपल्या जीवनाला अर्थ प्राप्त करून देण्याची त्याची इच्छा आहे; पण कुठे आणि कसे याबद्दल तो अनभिज्ञ आहे; याचाच अर्थ बहुतेक तेवीस वर्षीय तरुणांसारखाच तोसुद्धा अतिसंवेदनशील आणि अपरिपक्व आहे. तो अशा कशाच्या तरी शोधात आहे–एक करिअर, जीवन व्यतीत करण्याचा एखादा पुण्यकर मार्ग, किंबहुना दोन्हीही–जिथे त्याची जीवनरूपी नौका बांधून स्थिर करता येईल. त्याच्या आत्मचरित्रावरून आपण हे सांगू शकत नाही की, तीन दशकांनंतर तो साप्ताहिकांमध्ये लिहिण्याचा धडाका लावणार होता; पण आयुष्याच्या या टप्प्यावर तो त्याने रेखाटले आहे त्याप्रमाणे महात्मा बनण्याच्या तयारीत असलेला न दिसता, एखाद्या पूर्व-पश्चिमेच्या अजून प्रकाशझोतात न आलेल्या चरित्रनायकासारखा भासतो. असा विशीच्या आतील चरित्रनायक, ज्याला लंडनमधील त्याच्या वास्तव्याच्या सुरुवातीच्या काही आठवड्यांनंतर अगदी थोडे संदेह व विकृती अनुभवाला आल्या. जे गांधी दक्षिण आफ्रिकेत उतरले, ते 'महात्मा' म्हणजे 'महान आत्मा' ही आध्यात्मिक उपाधी प्रदान करण्यायोग्य त्या वेळी तरी नव्हते. ही उपाधी कवी रवींद्रनाथ टागोर यांनी त्यांना अनेक वर्षांनी - म्हणजे गांधी भारतात परत आल्यानंतर चार वर्षांनी प्रदान केली. त्यांची कायापालट होण्याची किंवा स्वत:चा शोध घेण्याची प्रक्रिया ही जेवढी आत खोलवर जाणारी होती तेवढीच बाहेरपर्यंतही होती. ती अनेक वर्षे चालली; पण जेव्हा ती सुरू झाली तेव्हापासून गांधी कधीही अचल किंवा साचेबद्ध राहिले नाहीत.

त्यांच्या आयुष्याच्या अखेरच्या टप्प्यात, जेव्हा त्यांनी नेतृत्व केलेल्या भारतातील चळवळीवरील त्यांची पकड सुटली, तेव्हा ही नकोशी असलेली एकाकीपणाची भावना टागोरांच्या एका काव्यात व्यक्त झालेली त्यांना दिसली : 'मी एकटं चालण्यावरच विश्वास ठेवतो. मी या जगात एकटा आलो, मृत्यूची सावली असलेल्या खाईत एकटाच चालत आलो आणि वेळ आली की, मी एकटाच निघून जाईन.' गांधी ज्या वेळी दक्षिण आफ्रिकेत आले, त्या वेळी त्यांनी इतक्या उघडपणे हे विचार मांडले नसते. विशेषत: ते त्यांच्या विस्तारित भारतीय कुटुंबाच्या उबदार घरट्यात राहिले असते तर अशा प्रकारे एकट्याने प्रवास करण्याची वेळ आपल्यावर येईल याची त्यांनी कल्पनाही केली नसती.

जेथे फक्त गोऱ्यांचीच सत्ता चालत असे, अशा दक्षिण आफ्रिकेतील तात्पुरत्या वास्तव्यात त्यांना अनेक त्रासदायक वांशिक संघर्षांना तोंड द्यावे लागणार होते : जोहान्सबर्गमध्ये ग्रँड नॅशनल हॉटेलच्या व्यवस्थापकाने त्यांना आपादमस्तक न्याहाळले आणि मग त्याला आपल्याकडे एकही खोली रिकामी नसल्याचा साक्षात्कार झाला! प्रिटोरियात फक्त गोऱ्या लोकांनीच चालण्यासाठी रस्त्याच्या कडेला पदपथ होते.

त्या पदपथावरून चालणाऱ्या या नवागताला बेड्या ठोकण्याची धमकी अध्यक्ष पॉल क्रूगर यांच्या घरासमोरील पहाऱ्यावर असणाऱ्या पोलिसाने दिली; तेथील गोऱ्या न्हाव्याने त्यांचे केस कापण्यास नकार दिला; दरबानमधील लॉ सोसायटीने त्यांच्या वकील म्हणून असलेल्या नोंदणीलाच हरकत घेतली, कारण हा दर्जा तोपर्यंत केवळ गोऱ्यांसाठीच राखीव होता. एका अँग्लिकन चर्चमध्ये प्रार्थनेसाठी गेले असता त्यांना प्रवेश नाकारण्यात आला.

दक्षिण आफ्रिकेतील या पद्धती पूर्णपणे थांबविण्यासाठी आणि गोऱ्या राजवटीचा अटळ व उचित शेवट होण्यासाठी संपूर्ण एका शतकाचा काळ लोटावा लागला. आता गांधींची नवीन स्मारके त्या प्रदेशात विविध ठिकाणी विखुरलेली आहेत; ज्यात त्या देशाच्या पुनर्लिखित इतिहासातील त्यांना देण्यात आलेले नायकाचे स्थान प्रतिबिंबित होते. मी अशी स्मारके केवळ फिनिक्स वस्तीवरच नव्हे, तर दरबान, पीटरमारित्झबर्ग, लेडीस्मिथ आणि डंडी येथेही पाहिली. जवळजवळ प्रत्येक ठिकाणी त्यांची दक्षिण आफ्रिकेतील वकिली पोशाखातील नव्हे, तर वयोवृद्ध मूर्ती दिसून येते, जिला विन्स्टन चर्चिल तिरस्काराने, 'मिडल टेम्पल येथील राजद्रोही वकील, जो आता अर्धनग्न अवस्थेतील फकीर बनला आहे,' असे म्हणत असत. (कदाचित हे बहुतेक सर्व पुतळे आणि अर्धपुतळे भारतीय सरकारने पाठविलेले आहेत, म्हणून असे असावेत). मात्र जोहान्सबर्गमध्ये, एका विस्तृत शहरी क्षेत्रात गांधी चौक आहे–त्याआधी त्या ठिकाणाला एका आफ्रिकन नोकरशहाचे नाव दिलेले होते–तेथील दक्षिण आफ्रिकन गांधी साध्या पोशाखात दाखविलेले असून, ब्रॉन्झच्या पाश्चिमात्य सुटावर त्यांचा ब्रॉन्झचा वकिली अंगरखा फडफडत आहे, ते आता पाडलेल्या न्यायालयाच्या दिशेने पाऊल टाकून निघाले आहेत, ज्या न्यायालयात ते एक वकील म्हणून आणि एक कैदी म्हणून हजर राहिले होते. गांधी चौक हा त्यांच्या जुन्या कचेरीजवळील रिसिक व अँडरसन पथ जेथे मिळतात त्या कोपऱ्याजवळ आहे; ही ती जागा आहे जेथे ख्रिस्ताच्या रंगीत प्रतिमेखाली बसून ते लोकांच्या भेटी घेत. तेथून काही पावलांवर एक शाकाहारी उपाहारगृह होते, जेथे त्यांनी त्यांच्या अत्यंत जवळच्या गोऱ्या मित्रांची प्रथम भेट घेतली होती; ते आता अस्तित्वात नाही. त्याच्या जागी किंवा कदाचित अगदी त्या जागेला लागून मॅक्डोनल्ड मांसाहारी व्यंजने विकण्यात व्यग्र आहे. पुनर्जन्म झालेल्या दक्षिण आफ्रिकेने गांधी त्यांचे असल्याचा दावा फार कपोलकल्पित किंवा ओढूनताणून केलेला नाही. गांधींनी त्या देशातील वास्तव्यादरम्यान या गोष्टीची कल्पनाही केलेली नसावी. दक्षिण आफ्रिकेत जम बसविताना त्यांचे जे व्यक्तित्व घडले, ते घेऊन भारतात आपल्या आयुष्याची उर्वरित तेहतीस वर्षे ते व्यतीत करणार होते; त्या काळात त्यांनी दक्षिण आफ्रिकेसह जगभरातील वसाहतींमधील लोकांना जे उदाहरण घालून दिले, ते त्यांच्यासाठी प्रेरणादायी ठरणार होते.

गांधींच्या नव्या स्मारकांपैकी एक पीटरमारित्झबर्ग–संक्षिप्त रूप मारित्झबर्ग / येथील दिमाखदार फलाटावर आहे. ज्या ठिकाणी त्या नवागताला ट्रेनमधून बाहेर काढले होते, त्याच्याजवळच हे स्मारक आहे. या स्मारकावर लोखंडी पन्हाळीचे छत असून, त्याला मूळ व्हिक्टोरियन पद्धतीची जाळीदार नक्षी असलेली झालर लावलेली आहे. तेथील कोनशिलेवर ट्रेनमधून बाहेर काढल्यामुळे गांधींच्या आयुष्याची 'दिशा बदलली', 'वांशिक दडपशाहीविरुद्ध त्यांनी लढा उभारला', 'त्या दिवसापासून त्यांची कृतिशील अहिंसा सुरू झाली,' असे लिहिले आहे.

हा गांधींच्या 'आत्मचरित्रा'चा प्रेरणात्मक अर्थानुवाद आहे; पण तो इतिहासाचा विपर्यास आहे. गांधी आपल्या 'आत्मचरित्रा'त असा दावा करतात की, प्रिटोरियात आल्यावर वंशभेदाच्या परिस्थितीला तोंड देण्यासाठी स्थानिक भारतीयांना प्रोत्साहन मिळावे म्हणून त्यांना एकत्र केले. जर त्यांनी असे केले असेल तर त्यातून विशेष काही निष्पन्न झाले नाही. त्या पहिल्या वर्षात, त्यांनी अजून नेतृत्वाचा अंगरखा पांघरला नव्हता; ते तेथील नागरिकही नव्हते, केवळ तात्पुरत्या कामगिरीसाठी मुंबईहून आणण्यात आलेले एक कनिष्ठ वकील होते; त्यामुळे न्यायालयीन कामकाजात त्यांचा खूप वेळ खर्च होत नसे. हा दिवसभरातील उरलेला वेळ ते राजकारणाऐवजी धार्मिक कामात व्यतीत करत होते. या नवीन वातावरणात, ते लंडनला होते त्यापेक्षाही अधिक गंभीर व ग्रहणशील आध्यात्मिक अन्वेषक बनले. ही बाब संधी व इच्छा यांच्याशी निगडित होती. ज्या वकिलाची मदत करण्यासाठी गांधी गेले होते, तो एक कट्टर ख्रिश्चन होता; ते दोघे काम करत असलेल्या व्यावसायिक खटल्यापेक्षा त्याला गांधींच्या आत्म्यातच अधिक रुची होती. गांधी आपला बराचसा वेळ गोऱ्या कट्टरधर्मीयांबरोबर दीर्घ चर्चांमध्ये घालवत, ज्यांना गांधींमध्ये एक संभाव्य धर्मांतर करणारी व्यक्ती दिसत होती. ते दैनंदिन प्रार्थनासभांमध्येही सामील होत, ज्यामध्ये प्रकाश त्यांचे जीवन उजळून टाकेल, अशा प्रार्थनांचा समावेश होता.

त्यांनी आपल्या सर्व गोऱ्या नवीन मित्रांना सांगितले की, ते आध्यात्मिकदृष्ट्या स्वतंत्र होते; पण त्यानंतर आपण धर्मांतराचा गंभीरपणे विचार केल्याचा त्यांनी सातत्याने इन्कार केला. मात्र, गांधींच्या धर्मप्रसारकांबरोबर असलेल्या संबंधांबाबत सर्वांत जवळून अभ्यास केलेल्या एका विद्वानाच्या मते, मनातल्या मनात या प्रश्नातून मार्ग काढण्यासाठी, निर्णयाप्रत येण्यासाठी गांधींना दोन वर्षे लागली. दक्षिण आफ्रिकेतील वास्तव्याच्या शेवटच्या दहा वर्षांत त्यांच्या निकटवर्ती वर्तुळातील एका ब्रिटिश वकिलाची पत्नी मिली पोलॉक हिच्याजवळ एका प्रसंगी गांधींनी कबुली दिली. ''मी एकदा ख्रिश्चन धर्म स्वीकारण्याबाबत गंभीरपणे विचार केला होता,'' गांधी तिला म्हणाले, (तिच्या म्हणण्यानुसार). ''मी ख्रिश्चन धर्माकडे अतिशय आकर्षित झालो होतो; पण अखेरीस मी अशा निष्कर्षाप्रत आलो की, जे तुमच्या

धर्मग्रंथांमध्ये आहे, तेच सगळं आमच्या धर्मग्रंथांत आहे आणि एक चांगला हिंदू असणं हे एक चांगला ख्रिश्चन असण्यासारखंच आहे.''

१८९४ च्या अखेरीस, आपल्याला विविध धार्मिक प्रवाहांविषयी चाललेले मुक्त, नवदीक्षित चिंतन, मंथन दिसून येते किंवा अशा कल्पना डोक्यात घोळत आहेत, असे वाटते. सर्व श्रद्धांचा समन्वय साधण्याचा प्रयत्न करणाऱ्या एसोटेरिक (गूढ) ख्रिश्चन युनियन नावाच्या चळवळीच्या वतीने 'द नाताळ मर्क्युरी'ला लिहिताना त्यांनी हे स्पष्ट केले की, ही चळवळ, प्रत्येक धर्म एकाच शाश्वत सत्याचे प्रतिपादन करतो हे दाखवून सर्व धर्मांचा समन्वय साधण्याचा प्रयत्न करते. (गांधी त्यांच्या आयुष्याच्या अखेरच्या काही वर्षांत व महिन्यांत, अर्धशतकाहूनही जास्त कालावधीनंतर प्रार्थनासभांमध्ये या संकल्पनेचा पुनरुच्चार करणार होते, त्यांचं मन सर्वधर्मसमभावाच्या रंगात इतकं रंगलं होतं की, 'ओ गॉड अवर हेल्प इन एजेस् पास्ट' या ओल्ड टेस्टामेंटमधल्या प्रार्थनेला दैनंदिन प्रार्थनेत स्थान देण्यात आलं). १८९४ मध्ये संपादकांना लिहिलेल्या पत्रासोबत देण्यासाठी प्रचारपुस्तिकांच्या निवडीच्या जाहिरातीत त्यांनी स्वत:ची ओळख अभिमानाने, 'एसोटेरिक ख्रिश्चन युनियन आणि लंडन व्हेजिटेरियन सोसायटीचा दूत' अशी दिली होती.

'आत्मचरित्रा'तील लिखाणावरून मत बनवायचे तर हे शक्य वाटते किंवा प्रिटोरियात गांधींनी मुस्लीम धर्मरक्षकांपेक्षा जास्त वेळ त्यांच्या कट्टर ख्रिश्चन हितचिंतकांबरोबर घालविला असावा असे वाटते. काहीही असो. हे त्यांचे दोन गोतावळे होते आणि ते एकमेकांवर कधी हावी झाले नाहीत किंवा दक्षिण आफ्रिकेचे जलदगतीने ज्या प्रकारच्या देशात रूपांतर होत होते, त्याच्या लघुरूपाचे प्रतिनिधित्व त्यांनी कधी केले नाही. निकड म्हणून असेल किंवा निवड म्हणून असेल, गांधी नेहमीच त्या वर्तुळांच्या बाहेर राहिले, तटस्थ राहिले. गोऱ्यांबरोबर झालेल्या प्राथमिक संघर्षामुळे जे चरे पडले होते; त्यामुळे या नवीन प्रदेशात उभे राहताना त्यांना समस्यांना तोंड द्यावे लागणार होते, ते स्वाभाविकच म्हणावे लागेल. सामान्य नागरिकत्वासाठी दावा दाखल करणे म्हणजे राजकारणात शिरण्यासाठी सीमा पार करण्यासारखेच होते. प्रिटोरियात स्थिरस्थावर झाल्यानंतर दोनच महिन्यांच्या आत गांधी इंग्रजी-भाषिक वृत्तपत्रांना राजकीय विषयांवरील पत्रे लिहिण्यात गढून गेले; स्वत:ची मते मांडत गेले; पण त्या वेळेपुरते तरी ते केवळ स्वत:चेच प्रतिनिधित्व करत होते.

या देशात पाय ठेवल्यानंतर केवळ तीन महिन्यांत ५ सप्टेंबर रोजी यापैकी एक दीर्घ लेख 'ट्रान्सवाल ॲडव्हर्टायझर'मध्ये छापून आला; त्यात गांधी त्या संघटनेचा प्रवक्ता म्हणून जे राजकीय युक्तिवाद नंतर भविष्यात करणार होते, ते अव्यक्त रूपाने दिसून आले. या ठिकाणी, ब्रिटिश भारतातून स्थलांतरित झालेल्या तपकिरी कातडीच्या सर्व लोकांसाठी वापरण्यात येणाऱ्या 'कूली' या अपशब्दाच्या वापरासंबंधी

त्यांनी आपली प्रतिक्रिया दिली होती. कंत्राटावर आणलेल्या कामगारांसाठी हा शब्द वापरण्याला त्यांची हरकत नव्हती; सामान्यपणे ऊसतोडणीसाठी गरीब भारतीयांना मोठ्या संख्येने कंत्राटी पद्धतीने गुलाम म्हणून आणले जाई. १८६० सालापासून याच मार्गाने बहुतांश भारतीय या देशात आले होते; मानवी वाहतुकीचा हा एक भाग होता, गुलामगिरीच्या एक पायरी वर असलेला. याच प्रकारे हजारो मजूर मॉरिशस, फिजी आणि वेस्ट इंडीजला गेले होते. 'कूली' हा शब्द, भारताच्या पश्चिम प्रदेशातील एका शेतकरी गटाच्या नावावरून, म्हणजे 'कोळी' या नावावरून आला होता; कायदे न पाळण्याविषयी कुख्यात असलेला हा समाज संख्येने खूप मोठा असल्यामुळे त्याला पोटजातीचा दर्जा दिला गेला. गांधी असा युक्तिवाद करतात की, पूर्वी गुलाम म्हणून आणले गेलेले भारतीय जे कंत्राट संपल्यावर भारतात परत जात नाहीत, पण आपल्या स्वत:च्या पायांवर उभे राहतात; तसेच भारतीय व्यापारी, ज्यांनी स्वखर्चाने या देशात प्रवेश केला आहे, अशांना त्या नावाने संबोधले जाऊ नये. 'दोन्ही वर्गांसाठी 'भारतीय' हाच अधिक योग्य शब्द आहे, हे स्पष्टच आहे,' ते लिहितात. 'कोणीही भारतीय जन्माने 'कूली' नसतो.'

ते भारतातच राहिले असते, तर ही कल्पना एवढ्या सहजपणे त्यांच्या मनात आली नसती. परक्या वातावरणात, समाजाच्या वर्तुळाबाहेर उभे राहून स्पष्टीकरण देण्याची ऊर्मी त्यांच्यात जागली असावी, असा अंदाज करणे अनुचित ठरू नये. त्यांच्या आयुष्यातील या पहिल्या राष्ट्रवादी विधानात दर्जात्मक गुणवत्ता लपलेली आहे, हे निश्चित. ते भारतीयांच्या वतीने येथे बोलतात; पण कूलींच्या वतीने नाही. त्यांच्या म्हणण्यातील गर्भितार्थ लक्षात घेतला तर असे दिसते की, या गुलामांबाबत जास्तीतजास्त चांगली बाब अशी म्हणता येईल की, त्यांचा हा दर्जा कायमस्वरूपी असाच राहील असे नाही. त्या पत्रात कुठेही त्यांच्या मोलमजुरीतील कठोर अटींची वाच्यता केलेली नाही.

गांधी हे मान्य करतात की, कूली काही वेळा अव्यवस्थितपणे वागत असतील, अगदी चोरीही करत असतील. ज्यांना कूली संबोधण्यास त्यांची मान्यता आहे, त्यातील बहुतेकजण हे निम्नजातीची पार्श्वभूमी असलेले आहेत, हे त्यांना माहीत आहे; पण तसे ते नमूद करत नाहीत. काहीही असो. जात हा विषय ते टाळतात. कूली मूलत:च अन्य भारतीयांपेक्षा वेगळे आहेत, असे ते म्हणत नाहीत. त्यांचा कंत्राटाचा कालावधी संपल्यावर ते चांगले नागरिक बनू शकतात. मात्र, सध्यापुरती त्यांची गरिबी आणि निकड उघडपणे गांधींची सहानुभूती मिळवू शकत नाही. तात्पुरते का होईना; पण ते स्वत:ला त्यांच्या जागी कल्पू शकत नाहीत.

तरुण मोहनची गाठ ज्या दक्षिण आफ्रिकेशी पडली, तो देश चार वेगवेगळ्या

राज्यांचा किंवा प्रदेशांचा मिळून बनला होता. हे स्वरूप त्याच्या गोऱ्या रहिवाशांनी आणि लंडनमधील वसाहत कार्यालयाने दिले होते. (त्यामध्ये झुलूलँडही होता, जो अजूनही ब्रिटिश आधिपत्याखाली होता आणि नाताळमध्ये पूर्णत: समाविष्ट झाला नव्हता. नाताळ हा त्याभोवती वसलेला स्वयंशासित प्रदेश होता. गोरे, स्थायिक झालेले आणि वसाहत अधिकाऱ्यांचे यावर एकमत होते की, उपखंडातील तग धरून असलेल्या आफ्रिकन राजवटी केवळ सहनशीलतेच्या जोरावर टिकून होत्या; व्यापाराच्या मुख्य प्रवाहापासून कोसो दूर असलेल्या या राजवटी सार्वभौमत्वाचा दर्जा प्राप्त करणे शक्य नव्हते). गोऱ्यांच्या प्रशासनाखालील राज्यांचीच केवळ गणना केली जात होती. दोन किनारी प्रदेश म्हणजे ब्रिटिश राजवटीखाली असलेल्या वसाहती होत्या : केप हा आफ्रिकेच्या अगदी टोकावर वसलेला प्रदेश; जेथे हिंदी व अटलांटिक या दोन महासागरांचा संगम होतो आणि सतराव्या शतकात ज्या ठिकाणी गोऱ्यांनी प्रथम आपले बस्तान बसविले, ते ठिकाण आणि नाताळ खंडाच्या पूर्व किनाऱ्यावरील हिरवागार प्रदेश. अंतर्भागात स्थलरुद्ध (चारी बाजूंनी भूप्रदेशाने वेढलेले),. अर्ध-स्वतंत्र बोअर (म्हणजे आफ्रिकानेर) प्रजासत्ताक प्रदेश होते; एक म्हणजे ऑरेंज फ्री स्टेट आणि दुसरा दक्षिण आफ्रिकन प्रजासत्ताक (रिपब्लिक) म्हणून ओळखला जायचा; हे दुसरे राज्य म्हणजे ट्रान्सवाल नावाच्या प्रदेशात वसलेले सीमावर्ती, सांस्कृतिकदृष्ट्या संपन्न असलेले राज्य. ते प्रजासत्ताक, जे 'ट्रेकबोअर्स' या मूलनिवासी लोकांसाठी एक आदर्श राज्य म्हणून निर्माण केले गेले होते, ते बहुतांश परकीय ब्रिटिशांच्या नुकत्याच सुरू झालेल्या ओघाने त्रासले होते. ट्रेकबोअर्स म्हणजे डच आणि ह्यूजिनॉट वंशांचे शेतकरी जे ब्रिटिश अमलाखालील दोन वसाहतींमधून पळून आले होते (सोप्या डच बोलीभाषेत परकीयांना युइटलँडर्स (Uitlanders) म्हणून संबोधतात; ही भाषा त्या वेळी नुकतीच मान्यता प्राप्त करू लागली होती; तोपर्यंत ती आफ्रिकान्स म्हणून ओळखली जायची). कारण ट्रान्सवालमध्ये, ब्रिटिश राजवटीपासून दूर पण भौगोलिकदृष्ट्या जवळ असलेली एक बाब त्यांना खुणावत होती आणि ती म्हणजे, १८८६ मध्ये जगातील सर्वांत समृद्ध सोन्याची खाण तेथे सापडली होती. हे संशोधन त्या नवख्या भारतीय वकिलाने आपली अशुभसूचक पदचिन्हे दरबानच्या भूमीवर उमटविण्यापूर्वी फक्त सात वर्षे आधी झाले होते.

अनेक वर्षांनी गांधी जेव्हा दक्षिण आफ्रिकेहून परत निघाले तेव्हा तो एक भौगोलिक खूण म्हणून वसाहती, राजवटी आणि प्रजासत्ताक यांचा यादृच्छिक समूह राहिला नव्हता. ते आता एक सार्वभौम राज्य म्हणून नावारूपाला आले होते. वसाहत राहिले नव्हते, स्वत:ला युनियन ऑफ साउथ आफ्रिका म्हणवून घेत होते आणि ते आता पूर्णपणे गोऱ्या मूलवंशीयांच्या अमलाखाली होते. परिणामस्वरूप

गौरेतर स्थलांतरित समाजाचा वकिली दर्जा प्राप्त केलेल्या प्रवक्त्याला–गांधी आता त्याच पदाला पोहोचले होते–याचिकांची उत्तरे देऊन किंवा व्हाइटहॉलला एखादी चळवळ घेऊन जाऊन काही साध्य करण्याची अपेक्षा उरली नव्हती. या मोठ्या राजकीय घडामोडींमध्ये त्यांची भूमिका एखाद्या बघ्यापेक्षा थोडी अधिक होती; परंतु भारतीयांसाठी समान अधिकारांची मागणी करणारा त्यांचा युक्तिवाद आता निराधार ठरला होता. मुळात, गांधींनी आपली केस राणी व्हिक्टोरियाच्या १८५८ सालच्या जाहीरनाम्याच्या त्यांनी स्वत: केलेल्या आदर्शवादी वाचनावर आधारलेली होती; या जाहीरनाम्यानुसारच पूर्वी भारतावर ब्रिटिशांची सार्वभौम सत्ता प्रस्थापित केली गेली होती. त्यात राणीच्या सर्व प्रजाजनांप्रमाणेच तेथील जनतेला संरक्षण व विशेष अधिकार देण्याचे वचन देण्यात आले होते. गांधींनी त्याला 'भारतीयांचा मॅग्ना चार्टा' असे संबोधले होते आणि त्यातील एक परिच्छेद उद्धृत केला ज्यात त्या दूरवर असलेल्या राणीने आपली इच्छा जाहीर केली होती की, तिचे भारतीय प्रजाजन, 'मग ते कोणत्याही वंशाचे वा जातीचे असोत, त्यांना आमच्या कार्यालयीन सेवांमध्ये मुक्तपणे आणि निष्पक्षपातीपणे समाविष्ट केले जाईल.' गांधींचा युक्तिवाद असा होता की, हे अधिकार त्या 'ब्रिटिश भारतीयांना'ही मिळावेत जे त्यांची मायभूमी सोडून ब्रिटिश राजसत्तेच्या जगातील इतर वसाहतींमध्ये–जसे दक्षिण आफ्रिकेतील ब्रिटिशांचा अंमल असणारे प्रदेश–वास्तव्य करून राहतात. राणीच्या सल्लागारांच्या मनात मात्र ही गोष्ट नक्कीच नव्हती; परंतु या युक्तिवादावर काम करणे अवघडल्यासारखे होते. १९१० मध्ये अस्तित्वात आलेल्या नवीन दक्षिण आफ्रिकेत त्याची किंमत शून्य होती. दोन दशकांच्या कालखंडात गांधींच्या असे लक्षात आले की, अगदी कमीतकमी साध्य करण्यासाठीसुद्धा त्यांना अधिकाधिक संघर्षमय डावपेच लढवावे लागत होते.

हा बदल आणि दक्षिण आफ्रिकेशी निगडित अगदी प्रत्येक गोष्ट जी त्यांच्या अगदी सुरुवातीच्या राजकीय उपक्रमांशी जोडली गेली होती, ती अखेरीस सोने व त्या नव्या खाणींबरोबर येणाऱ्या नवीन गोष्टींच्या मागे गेली–अधिक पैसा, औद्योगिक संघर्ष आणि विसाव्या शतकातील तो पहिला महायुद्धाचा अनुभव; अशा प्रकारचे युद्ध जे वसाहतविरोधी होते किंवा बंडखोरांनी शासनाविरुद्ध पुकारलेले नव्हते, जरी दोन्ही गटांतील लढवय्ये मुख्यत: गोरे असले तरी. हे होते अँग्लो-बोअर युद्ध, जे १८९९ ते १९०२ या काळादरम्यान दक्षिण आफ्रिकेच्या वृक्षहीन गवताळ आणि डोंगराळ भागातून एक चरचरीत ओरखडा उमटवून गेले. या युद्धात चार लाख ५० हजार सैनिकांनी (त्यात हजारो ब्रिटिश व भारतीय होते, जे हिंदी महासागर ओलांडून भारतातील ब्रिटिश राजवटीतून आणण्यात आले होते). अखेरीस ज्यांची संख्या ७५ हजारांपेक्षा जास्त नव्हती अशा बोअर सैनिकांना नामोहरम केले. दोन्ही बाजूंचे सुमारे

४७ हजार सैनिक कामी आले; त्यात भर म्हणून, प्रामुख्याने आफ्रिकानेर मुलांचा व स्त्रियांचा भरणा असलेले सुमारे ४० हजार लोक आणि त्यांच्याकडे काम करणारे शेतमजूर व नोकर–जे सैन्याने जबरदस्तीने जागा मोकळी करण्यासाठी म्हणून वेगवेगळ्या शिबिरांमध्ये डांबले होते ते–गोवरासारख्या संसर्गजन्य रोगांमुळे आणि संग्रहणी झाल्यामुळे मरण पावले. ब्रिटिशांनी या उघड्यावरील दु:खित जमावाला 'एकत्रीकरण छावण्या' असे साजेसे नाव दिले.

गांधींनी त्यात छोटी भूमिका निभावली. हा माणूस, जो पुढच्या दोन दशकांमध्ये अहिंसेचा सर्वांत मोठा पुरस्कर्ता म्हणून प्रख्यात होणार होता, त्याने युद्धाच्या प्रारंभीच्या टप्प्यात प्रत्यक्ष युद्धभूमीवर काम केले. सुमारे अकराशे न लढणाऱ्या भारतीयांच्या रुग्णवाहक पथकाचे त्यांनी सहा आठवडे नेतृत्व केले, ते गणवेशधारी बिनकंत्राटी अधिकारी म्हणून. त्या वेळी तीस वर्षांचे असलेले आणि नाताळच्या आकाराने छोट्या पण वाढत्या भारतीय समाजगटाचा प्रवक्ता म्हणून ओळखले जाणारे गांधी–या समाजात त्या वेळी केवळ एक लाख लोक होते, पण नंतर ही संख्या वाढत जाऊन वसाहतीमधील गोऱ्यांच्या संख्येपेक्षा जास्त झाली–युद्धावर गेले ते वसाहतीच्या गोऱ्या नेतृत्वाविरुद्ध आपला स्थानीय मुद्दा सर करण्यासाठी; भारतीयांच्या कातडीचा रंग कोणताही असला, तरी ते स्वत:कडे ब्रिटिश राजवटीचे पूर्ण नागरिक म्हणूनच बघत होते आणि त्यांच्याकडे तसेच पाहिले गेले पाहिजे; त्यामुळे येणारी जबाबदारी पेलण्याची तयारी असलेले व जे काही हक्क आहेत ते मिळविण्यासाठी पात्र असलेले हे लोक होते, हा त्यांचा मुद्दा योग्य असल्याचे त्यांना याद्वारे सिद्ध करायचे होते.

नाताळमध्ये ब्रिटिशांची सरशी झाल्यावर व युद्ध अंतर्भागाकडे सरकल्यावर, भारतीय रुग्णवाहक पथक बरखास्त करण्यात आले आणि गांधींपुरते ते युद्ध समाप्त झाले. त्यांचा मुद्दा मांडून झाला होता; पण ज्या गोऱ्यांना प्रभावित करण्याची आशा ते बाळगून होते, त्या गोऱ्यांनी वेळ न दवडता तो मुद्दा बाजूला सारला. नाताळच्या वंशवादी उच्चपदस्थांनी भारतीयांच्या मालमत्ता हक्कांवर निर्बंध आणण्यासाठी कायदे करण्याचा आग्रह धरला आणि मतदारयाद्यांमध्ये ज्या काहीशा भारतीयांना आपली नावे नोंदविण्यात यश मिळाले होते, त्यांची नावे काढून टाकण्याचा निर्णय घेतला. ट्रान्सवालने हा रस्ता दाखविला असे म्हटले पाहिजे. 'साउथ आफ्रिकन रिपब्लिक' या नावाने सार्वभौमत्वाचा दावा करणाऱ्या या राज्याने १८८५ मध्ये भारतीयांना मूलभूत नागरिकत्वाचे अधिकार मिळू नयेत, असा कायदा केला होता; ही घटना गांधी त्यांच्या राजधानी, प्रिटोरियात पाऊल ठेवण्याच्या आठ वर्षे आधी घडली.

सुरुवातीला गांधींनी अशी कल्पना केली की, दोन वसाहतींना व बोअर रिपब्लिकला राजवटीखाली एकत्रित करणारा, मोठ्या कष्टाने मिळविलेला हा विजय

'ब्रिटिश भारतीयां'साठी फायद्याचा ठरेल. जे घडले ते त्यांच्या कल्पनेविरुद्ध होते. आठ वर्षांतच एक राष्ट्रीय सरकार स्थापन झाले, त्याचे नेतृत्व पराभूत बोअर जनरल्सकडे होते; ज्यांनी वाटाघाटी करताना त्यांची युद्धासाठीची बहुतेक महत्त्वाची उद्दिष्टे साध्य करून घेतली. 'युनियन ऑफ साउथ आफ्रिका'चे नवीन राजकीय आणि वांशिक भविष्य आखण्यासाठी केवळ गोरेच काम करतील या हमीच्या बदल्यात त्यांनी परराष्ट्र व्यवहारात संपूर्णपेक्षा थोडे कमी सार्वभौमत्व स्वीकारले. काही 'स्थानिक' (Native) लोकांनी व इतर गोरेतरांनी त्याचा प्रतिकार केला. अजूनही भारतीयांसाठी तडजोडीचा सौदा होण्याची आशा असलेले गांधी 'इंडियन ओपिनियन'च्या पानांवर संक्षिप्त टिप्पणी देण्याव्यतिरिक्त गप्प राहिले. हे साप्ताहिक वार्तापत्र त्यांनी १९०३ मध्ये आपले मुखपत्र म्हणून सुरू केले होते. आपल्या संकल्पना मांडण्याचे, समाजाला एकत्र बांधून ठेवण्याचे त्यांचे ते एक साधन होते. सरकारच्या नवीन रचनेवर त्यांनी त्यात केलेल्या काही भाष्यांवरून असे दिसून येते की, खरोखर जे घडत होते ते त्यांना दिसत होते. सर्वसाधारणपणे बोलायचे तर, त्यामागे असलेला मोठा दक्षिण आफ्रिकन संदर्भ आणि त्यातून ध्वनित होणारा अर्थ–देशाच्या काळ्या बहुसंख्याकांबरोबर तडजोड करण्याचा कोणताही विचार, कोणतीही शक्यता अनिश्चित काळापर्यंत पुढे ढकलण्याचा उघडउघड प्रयत्न–यांचा गांधींच्या उद्दिष्टांशी कमीतकमी संबंध होता; आपल्या अभिज्ञतेवर त्यांनी त्याचा परिणाम होऊ दिला नाही. दक्षिण आफ्रिकेत त्यांनी लिहिलेल्या आणि उच्चारलेल्या हजारो शब्दांपैकी काही शब्द येणाऱ्या वांशिक संघर्षाविषयी किंवा त्याच्या परिणामांविषयी चिंता व्यक्त करतात.

तरीही, जागतिक महायुद्ध सुरू होण्याआधी केपटाउनहून साउदम्पटनला नंतर गेलेले चव्वेचाळीस वर्षीय गांधी, ज्या देशात त्यांनी आतापर्यंत आपली उमेदीची वर्षे घालविली त्या देशातील बदलांविषयी जरी अनभिज्ञ असले, तरी कदाचित इतक्या वर्षांत त्या देशातील कोणताही माणूस जेवढा बदलला नसेल, तेवढे ते बदलले होते. या नवख्या वकिलाने आधी दरबानमध्ये आणि भारतात परत जाण्याचा प्रयत्न लवकर आवरता घेऊन मग जोहान्सबर्गमध्ये आपला चांगला जम बसविला होता. या सर्व प्रक्रियेत त्यांनी आपले कुटुंब भारतातून दक्षिण आफ्रिकेत हलविले होते, मग परत भारतात नेले, मग पुन्हा दक्षिण आफ्रिकेत आणि मग अखेरीस दरबानबाहेरील फिनिक्स वसाहतीत हलविले, जी त्यांनी टॉलस्टॉय आणि रस्किन यांच्या पुस्तकांवरून अंगीकारलेल्या ग्रामीण स्वयंपूर्णतेच्या तत्त्वांवर आधारलेली होती. त्या दोघांच्या शिकवणीचा गांधींनी जो अर्थ लावला होता, त्याचे रूपांतर त्यांनी एका शपथसूचीत केले; त्या शपथा एक मिताहारी, शाकाहारी, ब्रह्मचर्य, प्रार्थनेवर विश्वास असलेले, मातृभूमीकडे परत जाणारे, स्वयंपूर्ण अशा प्रकारचे आयुष्य व्यतीत करण्याविषयीच्या होत्या. त्यानंतर, आपली पत्नी व मुलांना फिनिक्सला सोडून गांधी सहा वर्षांपेक्षा

जास्त काळ जोहान्सबर्गला राहिले.

दक्षिण आफ्रिका सोडेपर्यंतच्या एकूण एकवीस वर्षांच्या काळातील फक्त नऊ वर्षे त्यांनी पत्नी व कुटुंबीयांबरोबर एकाच घरात वास्तव्य केले. त्यांनी स्वत:हून पुनर्रचित केलेल्या मानकांनुसार व्यापक समाजाच्या आधी कुटुंबाचा विचार करणे त्यांना अपेक्षित नव्हते. फिनिक्सवरच सर्व लक्ष केंद्रित करण्याऐवजी, गांधींनी जोहान्सबर्गच्या नैर्ऋत्येला असलेल्या खडकाळ 'कोप्पी' किंवा टेकडीच्या उघड्या बाजूला १९१० मध्ये टॉलस्टॉय फार्म नावाने आणखी एक सामूहिक वसाहत स्थापन केली. या संपूर्ण वेळेत त्यांची भारतीयविरोधी कायदे व निर्बंधांविरोधी अथक लढाई सुरूच होती. प्रशासनाच्या सर्व स्तरांवर–स्थानिक, प्रादेशिक व राष्ट्रीय– दक्षिण आफ्रिकेचे सरकार त्यांच्या लोकांवर निर्बंध लादतच होते. हे निर्बंध लादण्यामागे एक भीती होती, जी तर्काला धरून नसली, तरी अगदीच बिनबुडाची होती, असे म्हणता येणार नाही; भारतातील वाढत्या लोकसंख्येमुळे राज्य करणे अवघड झाल्याने ब्रिटिश राजवटीच्या पाठिंब्याने लोकांचे प्रचंड लोंढे हिंदी महासागर पार करून एका खंडातून दुसऱ्या खंडात स्थलांतरित होतील, ही ती भीती होती.

संत, प्रवक्ता, वाद घालणारा, याचिकाकर्ता, आंदोलक, दूरदृष्टी असलेला, यात्रिक, आहारतज्ज्ञ, परिचारक आणि खरडपट्टी काढणारा–यांपैकी प्रत्येक भूमिका गांधी अथकपणे निभावत होते; या भूमिका निभावता-निभावता अखेरीस एकमेकींमध्ये मिसळून त्या ओळखू न येण्याजोग्या एकजीव झाल्या. समाजाचा अनधिकृत नेता म्हणून त्यांचे स्थान हे त्यांच्या स्वत:च्या चाललेल्या शोधाच्या समांतर जात होते. सुरुवातीला ते त्यांना काम देणाऱ्या मुस्लीम व्यावसायिकाच्या हिताच्या बाजूने बोलायचे; हा समाज म्हणजे संघर्ष करणाऱ्या स्थलांतरित समूहाचा वरचा एक पापुद्रा होता; किमान गांधींच्या पोशिंद्यांपैकी एक असलेले जमीन व मालमत्ताधारक दावद महम्मद हे तर नक्कीच होते, ते मजुरांना कंत्राटाने कामावर ठेवायचे आणि त्यांच्या गोऱ्या मालकांइतक्याच जाचक अटी घालायचे. गांधी स्वत: एका हिंदू वैश्य (व्यापारी), मोढ बनिया या उपजातीतून आले होते. भारतातील अनेक बनियांपैकी एक समृद्ध गट किंवा व्यापारी असे त्या उपजातीचे स्वरूप होते. गांधी जेव्हा प्रथम लंडनला गेले, तेव्हा त्यांना ही गोष्ट दिसून आली की, मोढ बनिया अजूनही 'काळ्या पाण्या'पलीकडे किंवा विदेशी किनाऱ्यावर जाण्यासाठी आडकाठी करायचे किंवा काही वेळा बंदीही आणायचे. या जातीतील सदस्य तेथे जाऊन सामिष भोजन व लैंगिक सुखाच्या जाळ्यात अडकतील, अशी भीती त्यांना वाटत असे. म्हणूनच हिंदी महासागराच्या या किनाऱ्यावर मोढ बनियांची संख्या फार नव्हती. दक्षिण आफ्रिकेत व्यापारानिमित्त येणाऱ्या गुजराती व्यापाऱ्यांमध्ये मुस्लिमांची संख्या जास्त का होती, हेही यामुळे स्पष्ट होण्यास मदत होते. म्हणून गांधींच्या आयुष्यातील

सुरुवातीची राजकीय भाषणे दक्षिण आफ्रिकेतील मशिदींमध्ये झाली; या बाबीचा नंतर भारतात गेल्यावर धर्मावर आधारित भेदाभेद करण्यास गांधींनी दिलेल्या ठाम नकाराशी खूप मोठा आणि स्वाभाविक संबंध आहे. गांधींच्या दक्षिण आफ्रिकेतील कारकिर्दीची एक सर्वोच्च घटना जोहान्सबर्गच्या व्यापारी क्षेत्राच्या जवळ वसलेल्या फोर्डस्‌बर्ग येथील हमिदिया मशिदीबाहेर घडली, जेथे भारतीय स्थायिक झाले होते. तेथे १६ ऑगस्ट १९०८ रोजी त्यांचे भाषण ऐकण्यासाठी जमलेल्या तीन हजारांहून अधिक भारतीयांसमोर त्यांनी एका मोठ्या धातूच्या कढईत ट्रान्सवालमध्ये वास्तव्यासाठी मिळालेले आपले परवाने जाळून टाकले. भविष्यात होणारे भारतीयांचे स्थलांतर रोखण्यासाठी जो नवा वंशभेद करणारा कायदा केला होता, त्याच्या निषेधार्थ हा अहिंसक प्रतिकार होता. (अर्धशतकानंतर, वांशिक पृथक्‌वासन काळात काळ्या राष्ट्रवाद्यांनी याच स्वरूपाचा प्रतिकार केला; त्यांना अनिवार्य असलेली अंतर्गत पारपत्रे, परवाने जाळून टाकले. गांधींच्या उदाहरणामुळे त्यांना ही प्रेरणा मिळाली का, याचा शोध घेण्यासाठी इतिहासकारांनी नोंदींची छाननी केली. आजवर त्यांना तशी नोंद आढळली नाही). आज, नवीन दक्षिण आफ्रिकेत, वांशिक पृथक्‌वासन काळात 'गोऱ्या' गणल्या गेलेल्या फोर्डस्‌बर्गमध्ये एकंदर गलिच्छ व ऱ्हास झालेल्या सभोवतालामध्ये सजविलेली मशीद उठून दिसते. बाहेर एका तिपाईवर गांधींच्या प्रतिकाराची आठवण करून देत लोहशिल्प स्वरूपातील एक कढई ठेवलेली दिसते.

अशा खुणा नंतरच्या दक्षिण आफ्रिकन संघर्षाचीच फक्त आठवण करून देतात असे नाही, तर गांधींच्या भारतातील मोहिमेचीही त्या आठवण करून देतात. अजूनही कॉन्स्टंटिनोपल असलेल्या देशाच्या नवीन ऑटोमन राजाला जेव्हा जोहान्सबर्गमधील मुस्लीम अभिनंदनाचे पत्र पाठवू इच्छित होते, तेव्हा त्या पत्राचा मसुदा तयार करण्याची आणि लंडनमधील योग्य राजनैतिक मार्गाद्वारे पोहोचविण्याची जबाबदारी त्यांनी त्यांच्या हिंदू या मुखपत्रावर टाकली. ऑटोमन राजवट ज्या महायुद्धात हरणाऱ्या गटाकडून लढली, त्या महायुद्धाचा परिणाम असा झाला की, गांधींनी एक राष्ट्रीय ध्येय म्हणून सगळ्या भारतीय मुस्लिमांना एकत्र करून मोर्चेबांधणी केली आणि ऑटोमन राजाची खलिफा म्हणून आणि मुस्लीम धार्मिक स्थळांचा संरक्षक म्हणून भूमिका टिकून राहावी, अशी मागणी केली; हे भारतीय राष्ट्रीय लढ्यातील एक तातडीचे ध्येय होते. एका पातळीवर, मुस्लीम समाजात आलेल्या त्या भावनिक लाटेला संवेदनशीलतेने हेरणे होते, तर दुसऱ्या पातळीवर राजकीय संधिसाधूपणाचे श्वास रोखून धरायला लावणारे उदाहरण होते. दोन्हीही बाबतींत, कोणाही हिंदू राजकारण्याच्या डोक्यात हा विचार आला नसता, कारण एकमेकांपासून तुटू पाहणाऱ्या छोट्या व वैविध्यपूर्ण भारतीय समूहगटांना परक्या भूमीवर एकत्र

बांधून ठेवण्याचा अनुभव जसा गांधींना होता, तसा अन्य कोणाला नव्हता.

जर जोहान्सबर्गमधील गांधी मुस्लिमांसाठी आरामात बोलू शकले, तर सगळ्या भारतीयांसाठीही ते बोलू शकतील, असा निष्कर्ष त्यांनी काढला. "आपण तमिळ किंवा कलकत्त्याचे लोक नाही आणि असूही नये, मोमेडियन्स किंवा हिंदूही नाही, ब्राह्मण किंवा बनियाही नाही, फक्त आणि फक्त ब्रिटिश भारतीयच आहोत," त्यांच्यात उघडपणे दिसणारा अलगतावाद सांधण्याचा प्रयत्न करताना त्यांनी लोकांना सुरुवातीपासून सुनावले. भारतात १९०६ मध्ये गांधींनी निरीक्षण केले, वसाहतीतील अधिकारी हिंदू-मुस्लीम, प्रादेशिक आणि भाषिक विविधतांचा फायदा उठविण्याचा प्रयत्न करत. "इथे दक्षिण आफ्रिकेत, हे गट संख्येने कमी आहेत. आम्हाला एकाच प्रकारच्या असुविधांना तोंड द्यावं लागतं. भारतात आमच्या लोकांवर जी विशिष्ट बंधनं आहेत, त्यापासून आम्ही काही बाबतींत मुक्त आहोत. म्हणून आम्ही ऐक्य गाठण्याचे प्रयोग सहजपणे करू शकतो," ते म्हणाले. अनेक वर्षांनंतर त्यांनी तातडीने असा दावा केला की, ऐक्याचा अमृतकुंभ जिंकला गेला आहे : 'दक्षिण आफ्रिकेतील हिंदू-मोमेडियन समस्या सोडवली गेली आहे. आम्ही एकमेकांशिवाय राहू शकत नाही, हे आम्हाला कळलं आहे.'

दुसऱ्या शब्दांत सांगायचे तर, दक्षिण आफ्रिकेतील भारतीयांनी जे साध्य केले होते, ते भारताचे प्रारूप आता एक यशस्वी प्रकल्प म्हणून सादर करता येणार होते. ब्रिटिश भारताच्या सर्वांत लांबच्या सीमेपासूनही पलीकडे दुसऱ्या खंडात राहणाऱ्या एका नवख्या, अप्रसिद्ध व्यक्तीने केलेला हा दावा धाडसी आणि अतिरंजित म्हणावा असाच होता. सुरुवातीला ज्या सभागृहात प्रत्यक्षात तो केला गेला, त्याच्याबाहेर त्याचा म्हणावा तसा लक्षणीय प्रभाव पडला नाही; नंतर जेव्हा गांधी भारतातील राष्ट्रीय चळवळीत प्रमुख भूमिकेत शिरले, तेव्हा ही त्यांची एक महत्त्वाची संकल्पना ठरणार होती. काही काळासाठी का होईना मुस्लिमांचा आधार हा गांधींसाठी विजय आणि दुसऱ्या फळीचे नेते यामध्ये फरक करणारा ठरणार होता; त्याने त्यांचा भारतात उत्कर्ष नक्की होणार होता.

पण, हे कदाचित तरीही गांधींच्या कल्पनेपलीकडचे होते. दक्षिण आफ्रिकेत घडलेल्या काही घटनांनी लवकरच असे दाखवून दिले की, तेथेही हे आदर्श ऐक्य सहजसाध्य नव्हते. भारतातून येणाऱ्या धार्मिक पुनरुत्थानवादी हिंदू-मुस्लिमांनी आणलेल्या संदेशांनी हे दोन समाज अलग करण्याचा प्रयत्न केला व गांधींचा ऐक्याचा आग्रह कमजोर बनविला. केवळ आपल्या व्यक्तिमत्त्वाच्या ताकदीवर या देशातील अखेरच्या काही महिन्यांत ही दरी बुजविण्याचा गांधींनी प्रयत्न केला– ती एक तात्पुरती मलमपट्टी होती; ज्यामुळे त्यांना असा अतिरंजित तरीही क्षम्य दावा करता आला, जो ते नंतरही अनेक वर्षे करणार होते. त्यांचा दक्षिण आफ्रिकेतील

ऐक्याचा प्रयोग ही भारताने अनुकरण करावी अशी कामगिरी होती. अर्थात, ती त्यांचीही स्वत:ची परक्या भूमीवरील एक परीक्षा व फार मोठी रंगीत तालीम होती.

गांधींची खरोखर महान असलेली एक कल्पना–जी सुरुवातीला 'निष्क्रिय प्रतिरोध' म्हणून ओळखली गेली–१९०६ मध्ये प्रत्यक्षात आली. भारतीयविरोधी एका नवीन कायद्याच्या निषेधार्थ हा प्रतिरोध केला गेला. ट्रान्सवालमधील एशियाटिक लॉ अमेंडमेंट ऑर्डिनन्स नावाच्या या कायद्याला गांधींनी 'काळा कायदा', असे कडवटपणे संबोधले. त्यानुसार भारतीयांना–फक्त भारतीयांना–ट्रान्सवालमध्ये नावनोंदणी बंधनकारक करण्यात आली, तेथे त्यांची संख्या तुलनेने अल्प म्हणजे दहा हजारांहून कमी होती. दुसऱ्या शब्दांत सांगायचे तर निवासाच्या अधिकारासाठी, जो आपल्याला 'ब्रिटिश भारतीय' म्हणून आहे, असे ते समजत होते, त्यांना अर्ज करणे भाग होते. नुकत्याच संपलेल्या युद्धानंतर त्या प्रदेशात ब्रिटिश कायदा लागू झाला होता. या भेदभाव करणाऱ्या कायद्यांतर्गत नोंदणी करताना आठ वर्षे वयावरील मुले, पुरुष, स्त्रिया यांच्या दहाही बोटांचे ठसे घेणे सक्तीचे केले गेले. त्यानंतर पोलीस तपासणी झाल्यावर नोंदणी प्रमाणपत्रे असणे आवश्यक होते. पोलिसांना चौकशीसाठी कोणाच्याही घरात घुसण्याचे अधिकार देण्यात आले होते. गांधींनी नंतर लिहिले, 'मला यात भारतीयांबद्दल फक्त आणि फक्त द्वेष दिसून आला.' भारतीय समाजाला प्रतिकारासाठी ललकारताना त्यांनी म्हटले की, 'हा कायदा दक्षिण आफ्रिकेतील आपल्या अस्तित्वाच्या मुळावर घाव घालण्यासाठी तयार केला गेलाय.' आणि, अर्थात, ते तसेच होते.

त्यांच्या मनात असलेला प्रतिकार होता तो त्या कायद्याखाली नोंदणी करायला नकार देणे हा. जोहान्सबर्ग येथे ११ सप्टेंबर १९०६ रोजी खचाखच भरलेल्या एम्पायर थिएटरमधील सभेत त्यांनी हेच सांगितले (ही पूर्वीची ९/११ ची घटना होती, जिचा अर्थ आपल्याला माहीत असलेल्या ९/११ पेक्षा अगदी उलट होता). सर्व पुरुष असलेली गर्दी कदाचित त्या निष्काळजी पुनरावृत्तीने मुक्ती दिलेल्या तीन हजारांपेक्षा कमी होती; त्याच रात्री सर्व भारतीय पांगल्यानंतर आगीच्या भक्ष्यस्थानी पडलेले एम्पायर इतकी मोठी संख्या सामावून घेऊ शकले नसते. गांधींनी गुजराती व हिंदीतून भाषण केले; दक्षिण भारतीयांच्या सोईसाठी दुभाष्यांनी त्याचे तमिळ व तेलुगूत भाषांतर केले. त्यानंतरचा वक्ता होता, हादजी हबीब नावाचा व्यापारी; जो गांधींप्रमाणेच मूळचा पोरबंदरचा होता. आपण या कायद्यापुढे झुकणार नाही अशी अल्लाला स्मरून शपथ घेतो, असे तो म्हणाला.

"या आडमुठ्या परिस्थितीने आपल्यातला वकील अचानक सावध आणि चकित झाला," गांधी नंतर म्हणाले. ही परिस्थिती वरवर पाहता त्यांच्या स्वत:च्या परिस्थितीपेक्षा वेगळी नव्हती; पण एक आध्यात्मिक साधकही असलेले गांधी अशा

प्रकारच्या शपथेचा केवळ राजकीय दृष्टीने विचार करू शकत नव्हते. शपथा, त्यांचे वजन आणि मूल्य हा संपूर्ण विषय त्यांच्या विचारांमध्ये अगदी अग्रभागी होता. गेल्याच महिन्यात गांधींनी स्वत: ब्रह्मचर्याची शपथ घेतली होती, म्हणजे हा चार मुलांचा बाप आता उर्वरित आयुष्यात ब्रह्मचर्यपालन करणार होता (लंडनमध्ये आणि दक्षिण आफ्रिकेत असताना इतकी वर्षे पत्नीपासून दूर राहिल्यामुळे तसेही त्यांचे ब्रह्मचर्यपालन झालेच होते). या आपल्या शपथेविषयी गांधी फिनिक्समधील आपल्या काही सहकाऱ्यांशी बोलले होते; पण जाहीररीत्या याबाबत काही वाच्यता केली नव्हती. त्यांनी आपली पत्नी कस्तुरबा यांना याबाबत सांगितले होते; त्यामुळे त्यांच्या बाजूने या बाबतीत कोणताही त्याग करण्याचा प्रश्न नव्हता, असे त्यांनी गृहीत धरले. त्यांच्या मनात एक पुण्यवान माणूस, ज्याने सगळे भौतिक बंध तोडून टाकले आहेत अशा भारतीय संन्याशाप्रमाणे ध्यान व गरिबी यातच आयुष्य व्यतीत करावे ही इच्छा होती. या संकल्पनेला गांधींनी एकच अपारंपरिक वळण दिले होते, ते म्हणजे, लोकांची सेवा करण्यासाठी गांधी या जगातच राहणार होते. ''आपल्या सहकारी बांधवांच्या सेवेसाठी एखाद्याने आपलं आयुष्य वेचणं म्हणजे गुहेत राहण्यासारखंच चांगलं काम आहे,'' ते नंतर म्हणाले. आता, त्यांच्या दृष्टीने हादजी हबीब अचानक त्यांच्या पुढे गेला होता. नोंदणी कायद्याचा विरोध करण्यासाठी त्याच पातळीवर

मशिदीजवळ प्रमाणपत्रांची होळी.

त्याने शपथ घेतली होती. म्हणून आता ही बाब डावपेचांची किंवा अगदी सदसद्विवेकबुद्धीची न राहता ती एक पवित्र कर्तव्य झाली होती.

एम्पायरमध्ये त्या संध्याकाळी दुसऱ्यांदा बोलताना गांधींनी इशारा दिला की, ते सगळे तुरुंगात जाऊ शकतात, त्यांना सक्तमजुरीची शिक्षा भोगावी लागू शकते, 'निष्ठुर अधिकाऱ्यांकडून मार खावा लागेल,' 'त्यांची सर्व मालमत्ता जप्त होऊ शकते', 'तडीपारीची शिक्षा होऊ शकते', 'आज श्रीमंत असलेले आपण उद्या दारिद्र्यात खितपत पडलेले असू शकतो,' ते म्हणाले. त्यांनी वचन दिले की, ते दिलेला शब्द पाळतील, 'जरी परिस्थितीला तोंड देण्यासाठी मला एकट्याला पुढे करून प्रत्येकाने पळ काढला तरी.' ते म्हणाले, "इतरांना काहीही करू दे; पण आपल्यातल्या प्रत्येकासाठी मरण आलं तरी शब्द मोडायचा नाही, हेच आपलं धोरण असलं पाहिजे." येथे गांधींचा आवेश बघून एखाद्या धर्मनिरपेक्ष पाश्चिमात्याला तो धार्मिक भावनांना हात घालणारा वाटू शकतो. व्हाइट हॉलमधील त्यांची वक्तव्ये ऐकणाऱ्या सहानुभूतिशून्य ब्रिटिश अधिकाऱ्यांनी नंतर गांधी कट्टरपंथी असल्याचे चित्र रंगविले. गांधींचा एक आघाडीचा विद्वान चरित्रकार या मताला पुष्टी देण्याच्या अगदी जवळ आला होता; पण त्या रात्री गांधी धर्मनिरपेक्ष पाश्चिमात्यांच्या जमावाला संबोधित करत नव्हते. त्यांच्या ब्रह्मचर्यविषयक हिंदू शपथेची हादजी हबीब किंवा मोठ्या संख्येने उपस्थित असलेल्या उत्साही जमावाला यत्किंचितही कल्पना असेल असे वाटत नाही. सभ्यपणे निषेध व्यक्त करण्याची ती कल्पना त्यांपैकी कोणाच्याही मनात येणे शक्य नव्हते. ती प्रत्यक्षात आणण्याचा प्रयत्न लंडनमधील स्त्रियांनी, मतदान करण्याविषयी आग्रह धरणाऱ्यांनी केला होता. त्यासाठी पावित्र्याची गरज लागेल अशी गांधींची स्वतःची कल्पना होती.

या त्यांच्या दोन्हीही शपथा कधीही न तुटण्यासाठी आता त्यांच्या मनात एकत्र जोडल्या गेल्या होत्या. वीर्यनाशामुळे पुरुषाची ताकद कमी होते, ही पारंपरिक हिंदू कल्पना गांधींच्या मनात रुजलेली होती–उदयोन्मुख बॉक्सर्स आणि त्यांचे प्रशिक्षक काही वेळा हा दृष्टिकोन बाळगतात, असे म्हणतात–आणि म्हणून त्यांच्या शपथा या प्रथमपासूनच शिस्तपालनाशी आणि ताकदीशी निगडित होत्या. "एखादा माणूस जेव्हा जाणीवपूर्वक आणि विचारपूर्वक शपथ घेतो आणि नंतर ती मोडतो, तेव्हा तो त्याचं पुरुषत्व घालवून बसतो," त्या रात्री एम्पायर थिएटरमध्ये त्यांनी सांगितले. "असा पुरुष 'शक्तिहीन' होतो," ते पुढे म्हणाले. काही वर्षांनी त्यांचा मुलगा हरिलाल याची पत्नी पुन्हा गर्भवती आहे हे कळले, तेव्हा गांधींनी तो 'या दुर्बल करणाऱ्या वासनेला' बळी पडला, अशी टीका केली. जर तो त्यावर मात करू शकला तर 'त्याला नवी शक्ती प्राप्त होईल,' असे वडिलांनी ठाम प्रतिपादन केले. त्यानंतरही, जेव्हा गांधी भारतीय राष्ट्रीय चळवळीचे मान्यताप्राप्त पुढारी झाले, तेव्हा

ते लिहीत असत की, लैंगिक सुखोपभोगामुळे 'महत्त्वाचा द्रव वाया घालविण्याचा गुन्हा घडतो' आणि 'त्याबरोबरच मूल्यवान ऊर्जा वाया घालविण्याचाही गुन्हा घडतो, जी ऊर्जा अत्यंत उच्च दर्जाच्या शक्तीत रूपांतरित होऊन समाजाच्या भल्यासाठी उपयोगात आणता येते.'

काही काळानंतर 'निष्क्रिय प्रतिरोधा'साठी त्यांनी एक भारतीय शब्द शोधून काढला. त्यांना 'निष्क्रिय' हे विशेषण आवडले नाही कारण त्यातून दुर्बलता ध्वनित होत होती. 'इंडियन ओपिनियन'ने एक स्पर्धा आयोजित केली. गांधींच्या एका भाच्याने नाव सुचविले 'सदाग्रह' म्हणजे 'सातत्यपूर्ण आग्रह'. अखेर गांधींनी 'सत्याग्रह' या शब्दावर शिक्कामोर्तब केले. काही वेळा त्याचा अर्थ होतो 'सत्याचा ठामपणा' किंवा 'सत्याला चिकटून राहणे'. सत्याची बाजू घेणे म्हणजे न्यायाची बाजू घेणे आणि हे करण्यासाठी अहिंसक मार्गाने असा प्रतिकार करायचा की, दडपशाही करणाऱ्याला त्याची स्थिती अगदी विरुद्ध, असत्य आणि बळाच्या आधारावर टिकून असल्याची जाणीव व्हावी. त्यानंतर या चळवळीला एक नाव मिळाले, एक डावपेच मिळाला आणि एक सिद्धान्तही मिळाला. या सगळ्या गोष्टीही ते परत येताना मायभूमीत आणणार होते.

गांधी बदलत राहिले, दर दोन-दोन वर्षांनी एका नवीन अभिव्यक्तीचा अनुभव घेत राहिले–फिनिक्स (१९०४), ब्रह्मचर्य (१९०६), सत्याग्रह (१९०८), टॉलस्टॉय फार्म (१९१०)–स्वत:साठी ते जो मार्ग तयार करत चालले होते, त्यावरील प्रत्येक टप्प्यासाठी हे मैलाचे दगड ठरले. त्यांच्या 'आत्मचरित्रा'ला त्यांनी नंतर जे 'माझे सत्याचे प्रयोग' हे उपशीर्षक दिले; त्यासाठीची दक्षिण आफ्रिका ही एक प्रयोगशाळा ठरली होती. 'सत्याचे प्रयोग' हा असा दुर्बोध शब्दबंध आहे, जो माझ्या दृष्टीने असे सुचवितो की, 'सत्या'चा मागोवा घेणारे गांधी हे स्वत:च त्यामध्ये परीक्षेचा विषय आहेत. कुटुंबाचा त्याग करणारा एक कुटुंबवत्सल माणूस; वकिली पेशाचा त्याग करणारा एक वकील. गांधी पुढे जाऊन जो वेष परिधान करणार होते, तो एकट्यानेच यात्रेला निघालेल्या एखाद्या भटक्या हिंदू साधूसारखाच असणार होता, पण ते काही समाजाने वाळीत टाकलेल्या एकाकी माणसाप्रमाणे नव्हते; त्याच्या अगदी उलट होते. त्यांनी परिधान केलेला व हाताने विणलेला सुती पंचा हा त्यांच्यासाठी पावित्र्याचे प्रतीक कधीच नव्हता, तर भारतातील गरिबांच्या दयनीय स्थितीबद्दल सहवेदना व्यक्त करण्याची ती एक खूण होती. त्यांनी नंतर लिहिले, 'केवळ एक वेष घातल्याने मी गरिबांशी तादात्म्य पावू शकतो, असे मला अजिबात सुचवायचे नव्हते; पण या छोट्याशा गोष्टीलाही काहीतरी अर्थ आहे, असे मी नक्कीच म्हणेन.' अर्थात, एक राजकारणी असल्यामुळे त्यांना ही जाणीव होती की,

या त्यांच्या वागण्याचे अनेक अर्थ लावले गेले असते. सेवेसाठी आयुष्य व्यतीत करण्याच्या त्यांच्या कल्पनेचा अर्थ होता, जगात राहून ध्येयामागे जाणे; मग ती सामान्यत: एकाच वेळी अनेक उद्दिष्टे असायची.

तो कुलपती एक क्षेत्र निवडतो आणि तेथे स्थायिक होतो. 'अगदी दरिद्री लोकांचे आयुष्य जगायचे, ही आमची महत्त्वाकांक्षा आहे,' त्यांचा एक सहकारी स्पष्ट करतो. गांधी एक राजकारणी व्यक्ती होते; पण आफ्रिकेत ते आश्चर्यकारकरीत्या स्वतंत्र होते, तसे ते भारतात राहून आपल्या मार्गाने मुक्तपणे जाऊ शकले नसते. या नवीन वातावरणात जरी कौटुंबिक व सामाजिक बंध पुन्हा नव्याने शोधावे लागले असले, तरी ते तितकेसे जाचक नव्हते; त्यांना 'प्रयोग' करायला वाव होता आणि अर्थातच, येथे कोणती अधिकारपदे मिळविण्याचा आणि शोध घेण्याचा प्रश्नच नव्हता. तेथे सर्वत्र गोऱ्यांचेच राज्य होते.

पुढे महात्मा म्हणून नावारूपाला आलेल्या या महत्त्वाकांक्षी, पुनर्स्थापित बॅरिस्टरची गांधी म्हणून ओळख दक्षिण आफ्रिकेत नेमकी केव्हा निर्माण झाली हे सांगणे अवघड आहे. पण, या भूमीत आल्यानंतर पंधरा वर्षांनी, म्हणजे १९०८ पर्यंत ती झाली होती. अजून 'भाई' असे संबोधले जाणाऱ्या गांधींनी त्या वर्षी त्यांच्या पहिल्या चरित्रकाराला मुलाखतींची एक मालिकाच सादर केली. जोहान्सबर्गमधील एक गोरे बाप्तिस्त प्रवचनकार असलेले जोसेफ डोक हे ते पहिले चरित्रकार होत, जे गांधींचे धर्मांतराच्या बाजूने मन वळविण्याची महत्त्वाकांक्षा बाळगून होते. डोक यांनी उत्तमरीत्या लिहिलेल्या त्या पुस्तकाला 'संतचरित्र' म्हणणे हे त्याला साजेसेच आहे. कारण ते पुस्तक त्याच प्रकारातील आहे. त्यातील मुख्य पात्र हे संतांचे गुणधर्म असलेले आहे. डोक लिहितात, 'इतर बहुतांश सर्वसामान्य लोकांपेक्षा आपला भारतीय मित्र एका वेगळ्याच उंचीवर राहतो. अन्य भारतीय त्याच्याकडे चकित होऊन पाहतात, त्याच्या विचित्र नि:स्वार्थीपणाकडे क्रोधाने बघतात.' गांधींनी स्वत:च त्या पुस्तकाचा खप वाढविण्याचे काम हाती घेतले, या बाबीची नोंद केल्याने डोक यांची प्रतिष्ठा कमी होत नाही. डोक यांना 'फजिती'पासून वाचविण्यासाठी आपण पुस्तकाची ती संपूर्ण आवृत्ती लंडनला आणली, असे गांधींनी खोट्या नम्रतेने सांगितले असले, तरी प्रत्यक्षात संसदसदस्यांना वाटण्यासाठी आणि भारतात पाठविण्यासाठी त्या प्रती आणल्या गेल्या होत्या. त्यानंतर त्यांनी त्यांचे मित्र मद्रासचे संपादक जी.ए. नेटसन यांच्याद्वारा भारतीय आवृत्ती प्रकाशित करण्याची व्यवस्था केली आणि अनेक वर्षे दर आठवड्याला 'इंडियन ओपिनियन'मध्ये पुस्तक टपालाद्वारा पाठविण्यासाठी नियमितपणे जाहिराती दिल्या. गांधींच्या हाती डोक यांचे पुस्तक एका अद्याप सुरू न झालेल्या मोहिमेचे चरित्र म्हणून नावारूपाला आले.

दक्षिण आफ्रिकेतील त्यांच्या अखेरच्या दिवशी केपटाउन बंदरातील एका

समूहचित्रात गळ्यात हार घातलेले गांधी आणि कस्तुरबा दिसतात. त्यात गांधी अजूनही नेकटाय व पाश्चिमात्य सूट या पेहरावात उभे असलेले दिसतात; पण आपण जर निरखून पाहिले तर त्यांचे हजामत केलेले डोके दिसते व पायात हाताने बनविलेल्या चपला दिसतात. अनेक प्रसंगी पेहरावात त्यांनी केलेल्या बदलाच्या प्रयोगाची ही एक झलक होती; जो बदल सहा महिन्यांनी ते मुंबईत पोहोचल्यावर दिसणार होता. त्यानंतर सहा वर्षे त्यांनी तो पेहराव केला आणि मग हाताने घरी विणलेला एक पंचा व शाल इतक्या साध्या पोशाखात ते दिसू लागले. मुंबईत आल्यानंतरच्या छायाचित्रात सूट आणि टाय दिसत नाही; त्यांनी फेटा बांधला आहे, अंगात कुर्ता घातला आहे आणि त्याखाली लुंगी नेसली आहे. लुंगीची जागा नंतर धोतराने घेतली आणि काही वर्षांनंतर त्या धोतराचे लघुरूप म्हणून ते केवळ एक पंचा गुंडाळत. चर्चिलच्या उपहासात्मक टीकेला प्रत्युत्तर म्हणून ते म्हणत की, 'मला जेवढे शक्य तेवढे नग्न राहायला आवडते.'

या परिवर्तनाकडे एका डिजिटल पद्धतीने (चलत्‌चित्र कॅमेऱ्याने) घेतलेल्या शॉटच्या रूपाने एकत्रितपणे पाहिले, तर दक्षिण आफ्रिकेत वकील असलेल्या गांधींचे भविष्यातील भारतीय महात्म्यात सहजगत्या रूपांतर होताना दिसते. या चित्राकडे लांबून पाहिले तर एक असामान्य, साहसपूर्ण कहाणी आपल्यासमोर उलगडली जाते : आपल्या विस्तृत मायभूमीवर पाय ठेवल्यानंतर साडेपाच वर्षांच्या अल्प कालावधीत, आधुनिक राजकारणाची चव न चाखलेल्या, संख्येने मोठ्या असलेल्या जनतेला अजून अनोळखी असलेल्या गांधींनी इंग्रजाळलेल्या उच्चभ्रू लोकांच्या, बहुतांश वकिली व्यवसाय करणाऱ्या लोकांच्या आकांक्षांनी तयार झालेल्या, एका छोट्या, शांत वादविवाद मंडळाचे स्वरूप असलेल्या राष्ट्रीय काँग्रेस पक्षाचा ताबा घेतला आणि तिचे रूपांतर शतकातील पहिल्या वसाहतविरोधी सामूहिक चळवळीत केले. स्वतंत्र भारत या तुलनेने अपरिचित संकल्पनेच्या बाजूने मोठे जनमत तयार केले. अज्ञानरूपी अडथळे आणि फाळणीपूर्वीच्या भारतात सात लाख खेड्यांमध्ये राहत असलेल्या लोकांशी संपर्क साधण्यासाठी आधुनिक संपर्क साधनांचा अभाव असतानाही गांधींना लोकांनी स्वीकारले. काही काळापुरते का होईना; पण राष्ट्रीय उत्थान आणि ऐक्य यांचा आदर्श म्हणून त्यांना मान्यता दिली.

हा परिणाम अर्थातच, पूर्वनिर्धारित नव्हता. जर पूर्वीची प्रतिमा पुसली आणि दक्षिण आफ्रिकेतील गांधींचे जवळून निरीक्षण केले, तर असे दिसते की, त्यांच्या आफ्रिकेतील कारकिर्दीच्या अखेरीच्या आधीची एक-दोन वर्षे ते महात्मा म्हणून प्रकाशझोतात आले नाहीत, तर एक पूर्वाश्रमीचा वकील, राजकीय प्रवक्ता आणि एक आदर्शवादी साधक म्हणून ते लोकांसमोर आले. या दृष्टिकोनातून बघितले तर गांधी एक विलक्षण प्रभावी व्यक्तिमत्त्व म्हणून पुढे येते; पण राजकारणाच्या

रिंगणात बघितले तर ते केवळ एक स्थानिक पुढारी म्हणून आपल्याला दिसतात; एक असा पुढारी ज्याची स्थलांतरित छोट्या मानवसमूहावरील पकड ढिली होत चालली आहे आणि ज्याला अडथळ्यांना, टीकाकारांना आणि विरोधकांना सामोरे जावे लागत आहे. अशा पार्श्वभूमीवर जर आपण तर्क केला तर असे वाटू शकते की, त्यांची उडी फार फार तर एखादी लहानशी वस्ती स्थापण्यापर्यंत किंवा आश्रम काढण्यापर्यंत जाऊ शकली असती, जसे फिनिक्स वसाहतीची पुनर्स्थापना. असा आश्रम जो भव्य भारतात कुठेतरी हरवून गेला असता; तेथे त्यांच्याभोवती कुटुंबीयांचा आणि अनुयायांचा गराडा पडला असता आणि ते जो धार्मिक आहे, तेवढाच राजकारणाशी संबंधितही आहे अशा एका शोधात रमले असते. दुसऱ्या शब्दात सांगायचे तर, राष्ट्रपिता (Father Of Nation) म्हणून भारताच्या सर्वोच्चस्थानी विराजमान होण्याऐवजी; राष्ट्रीय महाकाव्याचा महानायक म्हणून स्थान मिळविण्याऐवजी; ज्यांनी त्यांना गेल्या शतकात जिच्यावर सर्वांत जास्त लेखन झाले अशी व्यक्ती बनविले अशा चरित्रकार, विद्वान आणि विचारवंत यांच्या लेखणीचा विषय होण्याऐवजी; दक्षिण आफ्रिकन गांधी भारतीय गुरूंच्या रांगेतील आणखी एक गुरू बनून राहिले असते, ज्यांच्या शिष्यांनी व त्यानंतरच्या फार तर एक-दोन पिढ्यांनी त्यांचे स्मरण ठेवले असते. आज दक्षिण आफ्रिका, लोकशाहीच्या उदयानंतर आणि वर्णभेदविरोधी सरकार आल्यानंतर जशी त्यांची पूजा करते, तशी न करता त्यांच्यावर अपयशाचा शिक्का मारला गेला असता.

खरेतर, गांधींच्या 'इंडियन ओपिनियन'शी काही वेळा आदरयुक्त, काही वेळा द्वेषयुक्त स्पर्धा करणाऱ्या, भारतीय वाचकांसाठी असलेल्या दरबानमधील एका साप्ताहिक वृत्तपत्राच्या चिडखोर संपादकाने गांधींवर स्पष्टपणे अपयशाचा शिक्का मारला होता. ही गोष्ट आहे त्यांनी दक्षिण आफ्रिका सोडण्याच्या एक वर्ष आधीची. 'आफ्रिकन क्रॉनिकल' मुख्यत: तमिळ वंशाच्या वाचकांना नजरेसमोर ठेवून काढले गेले होते, त्या वाचकांमध्ये गांधींचे बहुतांश कट्टर समर्थक होते. अंदाधुंद टीकास्त्रांची मालिकाच सोडताना पी.एस. अय्यर फूत्कारले होते, "मि. गांधींची क्षणभंगुर कीर्ती आणि भारतातील व इतर ठिकाणची लोकप्रियता त्यांच्या देशबांधवांसाठी त्यांनी केलेल्या कोणत्याही देदीप्यमान कामगिरीवर आधारलेली नाही, तर अपयशाच्या मालिकेवर आधारित आहे, जी न संपणाऱ्या दुःखांना, मालमत्तेच्या हानीला आणि अस्तित्वात असलेले हक्क हिरावून घेण्याला कारणीभूत ठरली आहे. त्यांच्या वीस वर्षांच्या नेतृत्वाने कुणाचंही भलं झालं नाही. ते आणि त्यांचे सहकारी दक्षिण आफ्रिकेतल्या समाजाच्या सर्व घटकांच्या चेष्टेचा व तिरस्काराचा विषय बनले आहेत."

अय्यरांनी केलेल्या या कडवट टीकेला काहीएक आधार होता. गांधींना

असलेला पाठिंबा काही काळ डळमळीत झाला होता. सत्याग्रही म्हणून सेवा देण्यास इच्छुक आणि 'आत्मक्लेशा'ला सामोरी जायला तयार असलेली भारतीय अहिंसक फौज अशा एका वळणावर येऊन पोहोचली होती की, त्या फौजेत फक्त त्यांचे कुटुंब आणि 'तमिळ बेनिफिट सोसायटी' या नावाच्या संस्थेतील जोहान्सबर्गमधील काही निष्ठावंत तमिळ अनुयायी उरले होते. गांधींच्या वंशभेद करणाऱ्या कायद्याविरुद्धच्या सविनय कायदेभंगाच्या मोहिमेत सहभागी होऊन अटक करवून घेणे, कारावास भोगणे, त्यामुळे नोकऱ्या गमावणे, व्यवसाय-धंदा बुडणे अशा पद्धतीने स्वतःचा बळी देण्यास सिद्ध असलेले लोक फार थोडे उरले होते. या मोहिमांनी सरकारला तडजोडी करणे भाग पाडले असले, तरी ज्या भारतीयांनी संपूर्ण नागरिकत्वाची धाडसी मागणी केली होती, त्यांच्या आकांक्षा पूर्ण करण्यात त्या मोहिमा कमी पडल्या आणि अधिकाऱ्यांनी त्यांनी दिलेली वचने पाळण्यात टाळाटाळ केली व नकार दिला.

या सगळ्यात, १९१३ हे वर्ष क्रांतिकारी बदलाचे ठरणार होते. गांधींच्या आयुष्याअंतर्गत दक्षिण आफ्रिकेतील दोन दशकांपेक्षा जास्त झालेल्या वास्तव्यादरम्यान अनेक क्रांतिकारी बदल घडले; पण हा बदल त्यांच्या सार्वजनिक आयुष्यातील होता. राजकीय क्षेत्रामधील हा बदल त्यांच्या भविष्यातील भारताचे राष्ट्रीय नेतृत्व करण्याची त्यांची क्षमता आणि तयारी दाखविणारा ठरला. जर ते १९१२ मध्ये भारतात परतले असते, तर कदाचित विस्मरणात गेले असते. दक्षिण आफ्रिकेतील त्यांचे अखेरचे दहा महिने, ते स्वतः काय करू शकतात आणि त्यांचे अनुयायी कशा प्रकारे साथ देऊ शकतात, याविषयीची जाणीव बदलून टाकणारे सिद्ध झाले.

त्या दहा महिन्यांत त्यांनी 'कूली'विषयीच्या प्रश्नांना थेट हात घातला. या 'कूली'चे वर्णन गांधींनी प्रिटोरियात असताना वीस वर्षांपूर्वी वर्तमानपत्राला लिहिलेल्या पहिल्या पत्रात केले होते. हे 'कूली' म्हणजे उसाच्या मळ्यात, कोळशाच्या खाणीत आणि रेल्वेरुळांवर काम करणारे सर्वांत पिचलेले भारतीय होते, जे पाच वर्षांच्या नवीनीकरण करता येण्याजोग्या मजुरीच्या कंत्राटावर आले होते; त्यांना मिळणाऱ्या सुविधा व हक्क गुलामांना मिळणाऱ्या अधिकारांपेक्षा थोडे कमी तुच्छ होते. गांधी त्यांना 'अर्ध-गुलाम' म्हणत. त्यांच्या करारपत्राचा भंग करून त्यांच्याकडून जास्त काम तर करवून घेतले जात नाही ना किंवा त्यांना अर्धपोटी ठेवले जात आहे का, हे पाहण्याचे काम 'स्थलांतरितांचा रक्षक' अशी बिरुदावली मिरविणाऱ्या वसाहतीच्या अधिकाऱ्याकडे होते; पण नोंदींवरून असे दिसते की, हा तथाकथित रक्षक सामान्यतः मळेवाल्यांतर्फे आणि इतर कंत्राटदारांतर्फे अंमलबजावणी करत असे. ठेका पद्धतीमध्ये एखाद्या मजुराने त्याच्या कामाची जागा परवानगीशिवाय सोडणे, हा गुन्हा समजला जाई : त्याचे काम काढून घेतले जात असे, एवढेच नव्हे तर त्याला तुरुंगात टाकले

जाई आणि फटकेही मारले जात. असे असतानाही, १९१३ च्या नोव्हेंबरमध्ये काही आठवड्यांच्या काळात, आशा-निराशेच्या एकत्रित हिंदोळ्यात एक कल्पनातीत गोष्ट घडली : हे हजारो भारतीय मजूर मळ्यांमधून, खाणींमधून आणि रेल्वेमार्गांवरून निघून बाहेर आले आणि गांधींच्या दक्षिण आफ्रिकेतील सर्वांत मोठ्या आणि शेवटच्या अहिंसक प्रतिकाराच्या मोहिमेत त्यांच्या मागे गेले.

त्यांच्या नेत्यासाठी हा डावपेचातील मूलभूत आणि अचानक झालेला बदल होता, तोलूनमापून स्वीकारलेली जोखीम होती : काही अंशी घटनांचे परिणाम वेगाने त्यांच्या नियंत्रणाबाहेर चालले होते, त्यांच्या मतदारवर्गाविषयीची जाणीव बदलत होती आणि नव्याने निर्माण होत होती, ते खरोखर कोणासाठी बोलत होते, कोणाचे प्रतिनिधित्व करत होते याची जाणीव त्यांना होत होती. त्या वर्षाच्या आरंभी, ज्याप्रमाणे त्यांनी ठरविले होते त्याप्रमाणे गांधी मायभूमीला परत गेले असते, तर प्रत्यक्षात आणणे तर दूरच पण अशा प्रकारच्या सामूहिक चळवळीची कल्पना तरी ते करू शकले असते का, याबद्दल शंकाच आहे. त्याऐवजी ते १९१५ मध्ये भारतात परतले तो असा अनुभव गाठीशी बांधून ज्याविषयी अन्य भारतीय पुढारी अजून अनभिज्ञ होते.

त्यांनाही त्याची पूर्वकल्पना आली नव्हती. या शेवटच्या संघर्षाविषयी त्यांच्या असलेल्या अपेक्षा गांधींनी गोपाळ कृष्ण गोखले यांना पत्राने कळविल्या होत्या; गोखले हे राजनीतिज्ञ आणि एक मवाळ भारतीय पुढारी होते, ज्यांना गांधी अनेक वर्षांपासून आपला गुरू मानत आले होते आणि भारतात परत आल्यावर ते आपल्याला मार्गदर्शन करतील, अशी गांधींना आशा होती. गोखले नुकतेच दक्षिण आफ्रिकेच्या भेटीवर येऊन गेले होते; तेथे त्यांचे गोऱ्यांनी, तसेच भारतीयांनीही ब्रिटिश राजवटीचा एक प्रवक्ता म्हणून स्वागत केले होते. 'सद्य:स्थितीत १०० पुरुष आणि ३० स्त्रिया लढा सुरू करतील असे मला वाटते,' गांधींनी लिहिले. 'जसजसे दिवस जातील, तसतशी ही संख्या वाढेल.' (अनेक वर्षांनंतर ही आठवण सांगताना गांधी म्हणाले की, त्यांनी प्रारंभ केला तेव्हा ही संख्या केवळ १६ होती). उशिरा म्हणजे १९१३ च्या ऑक्टोबर महिन्यात 'इंडियन ओपिनियन'ने सरळ जाहीर केले : 'सर्वसाधारण संघर्षात भारतीय मजुरांना बोलावले जाणार नाही.'

हा अंक प्रकाशित झाल्यावर केवळ दोनच दिवसांनंतर उत्तर नाताळमधील न्यूकॅसल या कोळशाची खाण असलेल्या गावात खाण सोडून जाणाऱ्या मजुरांना संबोधित करण्यासाठी गांधी दाखल झाले. त्यांनी आपल्या डोक्यावरील केस काढून टाकले होते आणि दक्षिण आफ्रिकेतील राजकीय घटनेत प्रथमच हा माजी वकील भारतीय वेषात दिसला; मजुरांसारखाच पोशाख परिधान करून त्यांनी त्या मजुरांप्रति

आपली सहवेदना दर्शविली.

'हे एक धाडसी, जोखमीचे आणि महत्त्वपूर्ण पाऊल होते,' 'इंडियन ओपिनियन'ने एक आठवड्याने लिहिले. 'अज्ञानी, अशिक्षित लोकांना बरोबर घेऊन अशी सामूहिक कृती याआधी कोणी केली नव्हती; परंतु निष्क्रिय प्रतिरोधात जोपर्यंत लोक स्वत:लाच त्रास करून घेतात तोपर्यंत आणि त्यात शारीरिक बळाचाही वापर केला जात नाही तोपर्यंत काहीही अति धोकादायक आणि अति धाडसी नसते.' चळवळ जोशात असताना हा संपूर्ण परिच्छेद स्वत: गांधींनीच सांगितला असावा, असे वाटते. संपकऱ्यांच्या अज्ञानाचा संदर्भ ही सातत्याने त्या लोकांचा कमीपणा दाखविणारी गांधींची भाषा होती. नंतर, भारतात आल्यावर ते नेहमी 'हजारो अडाणी' लोकांना चळवळीत सामील करून घेऊन गरिबातील गरीब लोकांसाठी काम करायचे आहे, असे म्हणत किंवा एकदा त्यांच्या प्रभावाच्या व्याप्तीविषयी उपरोधाने बोलताना ते म्हणाले की, 'असंख्य स्त्री-पुरुषांची माझ्या शहाणपणावर लहान मुलासारखी निरागस श्रद्धा आहे.' भारतातील ब्रिटिश सत्तेविरुद्ध असहकाराची उभारलेली राष्ट्रीय चळवळ जेव्हा दंगे व मारामारीत रूपांतरित झाली, तेव्हा गांधींनी जे लिहिले, त्यावर दक्षिण आफ्रिकेतील सत्याग्रहाच्या केलेल्या चाचणी परीक्षेत हे अडाणी व बालिश लोक हिंसा करण्यास उद्युक्त होतात का याची त्यांना चिंता होती आणि त्याच चिंतेचे पडसाद दिसून येतात, "माझ्या मागे येणाऱ्या प्रचंड बहुमताची एकमेव भीती सरकारला भेडसावते. त्यांना हे माहीत नाही की त्यांच्यापेक्षा ती भीती मला जास्त भेडसावते."

अर्थात, दक्षिण आफ्रिकेत त्यांनी मोठ्या समूहाचे नेतृत्व केले नाही. येथे हे प्रचंड बहुमत काळे होते. ब्रिटिश साम्राज्याचे नागरिक म्हणून भारतीयांना त्यांचे अधिकार मिळवून देताना त्यांनी या बहुमताचे चळवळीत कसे व कधी रूपांतर करायचे हा प्रश्न उपस्थित केला नाही. १९१३ मध्ये नाताळात भारतीय मजुरांना हाक देताना त्यांची स्वत:च्या विचारांवर किती श्रद्धा होती याचा विचार करता; हे स्पष्टच आहे की, सामूहिक चळवळ हे त्यांच्यासाठी कायम एक धोकादायक राजकीय शस्त्र होते, चालवावेसे वाटणारे पण धोकादायक! भारतात त्यांनी हे शस्त्र राष्ट्रीय स्तरावर सुमारे दर दहा वर्षांनी वापरले–१९२१, १९३० व १९४२ मध्ये– जणू काही त्यांना स्वत:ला आणि देशाला प्रत्येक चळवळीनंतर श्वास घेण्यासाठी, पुन्हा नव्याने उभे राहण्यासाठी ही मधली वर्षे आवश्यक होती. गांधींच्या समर्थकांचे समर्थन डळमळीत झाले त्या वेळी अहिंसक प्रतिकाराच्या आघाडीवर त्यांना तातडीची कुमक हवी होती, शिस्तबद्ध प्रतिकाराचे प्रशिक्षण दिलेले त्यांचे सगळ्यात निष्ठावंत अनुयायी संधीचा फायदा उठविण्यासाठी आग्रह धरत होते. म्हणून या वेळी दक्षिण आफ्रिकेत या भावी महात्म्याने हे शस्त्र वापरण्यासाठी स्वत:चे धैर्य एकवटून

राजकीय इच्छाशक्ती पणाला लावली. गांधी जसे त्यांच्या लोकांसाठी लढत होते, तसेच ते स्वत:च्या अस्तित्वासाठीही लढत होते. एका थकलेल्या, हरलेल्या चळवळीचा निवृत्त होणारा नेता म्हणून भारतात परत येणे, हे चित्र काही फारसे आश्वासक नव्हते. कदाचित ही भावनाही कृती करण्यासाठी प्रेरणादायी ठरली असावी. आलेली संधी अचूकपणे न हेरणे याचा अर्थ राजकीय पटलावरून त्यांचा संभाव्य अस्त, असाही होऊ शकला असता. त्यांनी व त्यांच्या सहकाऱ्यांनी ठिणगी टाकल्यावर नाताळभर जो संपाचा वणवा पसरला, त्याकडे मागे वळून पाहताना गांधी नंतर म्हणाले, ''गरिबांना कसलंही भय नसतं.'' हा एक महत्त्वाचा शोध होता.

त्यांना कंत्राटाने आणलेल्या मजुरांविषयी काय माहिती होती? मॉरीन स्वान, ज्यांनी गांधींच्या दक्षिण आफ्रिकेतील कार्याचा पथदर्शक अभ्यास केला आणि ज्यामुळे गांधींनी स्वत: कथन केलेल्या अनुभवांना पूर्तता व यथार्थता प्राप्त झाली, त्यांनी अर्थपूर्ण रीतीने असे नमूद केले आहे की, गांधींनी यापूर्वी या मजुरांना कधी एकत्र करण्याचा प्रयत्न केला नव्हता. त्यांनी 'नाताळच्या निम्नवर्गा'तील लोकांच्या दु:खाला वाचा फोडण्यासाठी १९१३ सालापर्यंत वाट पाहिली. स्वान यांच्याकडे असलेले कथन गांधींचे स्वत:चे होते आणि ते भारतात स्थायिक झाल्यानंतरच्या संस्मरणांवर आधारित होते. भारतात ते त्यांच्याच आश्रमातून प्रकाशित होणाऱ्या वृत्तपत्रातून दर आठवड्याला मालिकेच्या रूपाने प्रसिद्ध केले जात होते. सत्याग्रहापासून मिळालेले धडे, या स्वरूपातील हे लेखन नंतर आत्मचरित्राच्या रूपाने एकत्रित करण्यात आले. विद्वान स्वान उच्चवर्गीयांच्या भाषेत बोलतात आणि काम करतात. दक्षिण आफ्रिकेत आलेले भारतीय स्वत:कडे ज्या दृष्टिकोनातून बघण्यासाठी सरावलेले आहेत, त्या जातींनुसार केल्या जाणाऱ्या भेदांना स्वान यांचे सामाजिक विश्लेषण स्पर्श करत नाही. माझ्या म्हणण्याचा अर्थ प्रादेशिक आणि जातीय भेदाभेद, जाती व उपजाती; असे गट ज्यानुसार गरीब भारतीय स्वत:ला ओळखतात. आणखी स्पष्ट सांगायचे तर समानार्थी नसलेले आणि एकमेकांत गुंतलेले सामाजिक गट यांच्या गुंत्यात न शिरता त्यांनी विश्लेषण केले आहे. स्वान यांनी उल्लेख केलेला 'निम्नवर्ग' हा अगदी खालच्या जातीचा होता असे म्हणणे त्यांच्या तर्काशी सुसंगत नव्हते; पण गांधी त्या लोकांकडे कोणत्या दृष्टीने बघायचे याच्याशी ते काही प्रमाणात सुसंगत असू शकते; कारण ते दक्षिण आफ्रिकेतील त्यांच्या सुरुवातीच्या काळात, त्यांच्या पद्धतीच्या वैशिष्ट्यपूर्ण मार्गाने अशा स्थितीत आले होते की, भारतीय, विशेषत: तथाकथित अस्पृश्य गणल्या गेलेल्यांविरुद्ध करत असलेल्या जातीय भेदभावाविषयी त्यांना सात्त्विक संताप यावा.

दक्षिण आफ्रिकेतील वास्तव्यादरम्यान आणि नंतर भारतात अनागोंदी परिस्थितीचा

सामना केल्यावर, गांधींच्या सामाजिक समतेविषयीच्या कल्पना विकसित होत गेल्या. भारतीयांना व गोऱ्यांना कायदेशीर समानता मिळावी यासाठी त्यांनी संघर्ष केला होता. त्या संघर्षाने अटळपणे त्यांना भारतीय आणि भारतीय यांच्यातील समानतेच्या प्रश्नापर्यंत नेले. त्यांनी वर्गांची सीमा पार करण्यापूर्वीच जातींची सीमा पार केली; पण लवकरच हे सगळे वर्ग धूसर होऊन त्यांच्या मनात एकमेकात मिसळून जाणार होते; त्यामुळे १९२७ मध्ये अस्पृश्यतेविरोधात भारतात मोहीम उघडताना त्यांनी दक्षिण आफ्रिकेतील संघर्षाचा संदर्भ घेणे स्वाभाविक होते : ''सगळी माणसे जन्माने सारखीच असतात, असा माझा ठाम विश्वास आहे... मी या वर्चस्वाच्या सिद्धान्ताविरुद्ध दक्षिण आफ्रिकेत इंच इंच लढलो आहे आणि या अंतर्गत विश्वासामुळेच मला स्वत:ला अपमार्जक, कातणारा, विणकर, शेतकरी आणि मजूर म्हणवून घेण्यात आनंद वाटतो.'' आपल्या चरित्रकाराला, डोक यांना गांधी वीस वर्षांपूर्वी जोहान्सबर्ग येथे विनोदाने सुचवितात की, त्यांच्या जीवनाच्या पहिल्या खंडाला 'अपमार्जक' असे शीर्षक योग्य ठरले असते. दुसऱ्या एका प्रसंगी ते म्हणाले की, 'हरिजनांचा उद्धार'–अस्पृश्यांकरिता 'हरिजन' हे संबोधन त्यांनी लोकप्रिय करण्याचा प्रयत्न केला–ही एक कल्पना म्हणून आणि ध्येय म्हणून त्यांना सर्वप्रथम दक्षिण आफ्रिकेत सुचले. ''ही कल्पना दक्षिण आफ्रिकेत असताना तिथल्या वातावरणात माझ्या मनात आली,'' त्यांनी आपले निष्ठावान सचिव महादेव देसाई यांना सांगितले. जर ते त्यांच्या राजकीय जीवनाविषयी बोलत असतील–त्यांनी तेथे ज्या कृती केल्या त्यांना उद्देशून म्हणाले असतील आणि फक्त त्यांच्या मनात त्यांनी जी मूल्ये जपली होती, त्या संदर्भात म्हणाले नसतील– तर १९१३ ची मोहीम वगळता गांधींच्या दक्षिण आफ्रिकेतील अनुभवांमध्ये फार थोडे प्रसंग असे आहेत की ज्यांच्या आधारे ते असे विधान करतात.

माओ झेडाँगसारख्या क्रांतिकारकाने केलेल्या वर्गसंघर्षाची कहाणी अपमार्जक किंवा अस्पृश्य यांच्याबद्दल सांगत नाही; पण हा संदर्भ कायापालट करणारा आहे– भारतीयांसाठी तरी नक्कीच आहे–आणि गांधींनी नंतर अस्पृश्यतेविरोधात भारतात जो लढा उभारला त्यामध्ये आणि त्यांनी नेतृत्व केलेल्या मजुरांच्या संपामध्ये–जो १९१३ मध्ये उत्तर नाताळच्या कोळशाच्या खाणी असलेल्या जिल्ह्यात झाला होता–काही स्वाभाविक गैरसमज वगळता, तो दुवा सांधतो.

मजुरांना आपल्या लढ्यासाठी वापरण्याचा विचार मनात येण्याआधी बराच काळ गांधींना त्यांच्यावरील अत्याचारांची जाणीव होती. जेव्हा त्यांनी या गोष्टीला आपले ध्येय बनविले, तेव्हा त्यांनी मजूर व अस्पृश्य यांच्यातील संबंध, गुंतागुंत स्पष्ट केली नाही. तरीही, त्यांना त्याबाबत जागरूक राहावे लागले. हा विषय सामान्यत: टाळण्याचा होता; पण दक्षिण आफ्रिकेतील भारतीयांना हे माहीत होते

की, या नवीन जगात कुठेतरी हा विषय दबा धरून बसला होता. ते बहुतेक सर्व कंत्राटाने आलेले मजूर होते किंवा अशा मजुरांच्या पोटी जन्म घेतलेले लोक होते. बहुतांश मजूर हे निम्नजातीतील होते. ज्यांना अस्पृश्य म्हटले जायचे त्यांचे प्रमाण निश्चितच भारतापेक्षा दक्षिण आफ्रिकेत जास्त होते. दक्षिण आफ्रिकेत ते अंदाजे एकूण १२ टक्के होते आणि इतर देशांत त्याहून जास्त म्हणजे २० टक्के होते. ठेकेदारांनी दक्षिण भारतात आणि गंगेच्या खोऱ्यात मजूर शोधताना, वाळीत टाकलेल्या, निम्नजातीतील पिचलेल्या मजुरांच्या डोक्यावरील ओझे त्यामुळे कमी होईल, अशी ग्वाही दिली होती; त्यामुळे कंत्राटी मजुरीवर गेले असतानाही, सातासमुद्रापार एखाद्याचे नाव, धर्म किंवा व्यवसाय बदलणे तुलनेने सोपे जाणार होते. आणि जरी हे बदलले नाही, तरी या नवीन देशात एक मानदंड म्हणून किंवा सामाजिक अनिवार्यता म्हणून जात हा घटक बिनमहत्त्वाचा ठरणार होता. तरीही, ती तेथे होती. गांधी या जातीच्या प्रश्नापासून मुक्त असल्यामुळेच अखेरीस मजुरांचे नेतृत्व करण्याचा विचार करू शकले. ज्याप्रमाणे एका स्थलांतरित समाजात हिंदू व मुस्लीम आणि तमिळ व गुजराती हे सगळे एकच असल्याचा विचार करणे सोपे होते, त्याप्रमाणेच मजुरांच्या बाबतीतही असा विचार करणे तेथे सोपे होते; कारण ते सगळे तेथे एकत्र राहत होते. भारतात असे क्वचितच घडले असते.

दक्षिण आफ्रिकेत त्या क्षणी राजकीय गांधी आणि धार्मिक गांधी एकमेकांत मिसळले; पण पहिल्यांदाच किंवा शेवटचे नाही. त्यांच्या आयुष्याच्या अखेरीस, भारताच्या स्वातंत्र्याच्या आणि त्यानंतरच्या परिणामांच्या अगदी थोडे आधी, खिन्न झालेले गांधी स्वत:ला अपयशी मानायला लागले होते. एकमेकांची कत्तल करण्याच्या वेडाने झपाटलेले हिंदू आणि मुस्लीम त्यांनी पाहिले; त्याला आम्ही 'जाति-संहार' म्हणायला नंतर शिकलो. खेड्यांमध्ये–जेथे ते मोठ्या संख्येने होते–अस्पृश्य हे अस्पृश्यच राहिले. त्यांना मुक्त करण्याची जबाबदारी, जी स्वातंत्र्य मिळविण्याचा एक भाग होती आणि जिला गांधींनी हिंदूंमध्ये बिंबविण्याचा प्रयत्न केला होता, ती केवळ एक तोंडाने बोलून दाखविण्याची गोष्ट राहिली; मग नवीन कायदे काहीही सांगोत. कोणतीही व्यक्ती, मग ती कितीही प्रेरणादायी आणि संतपरंपरेतील असली, तरी भारताचे संपूर्ण पुनर्निर्माण अवघ्या दोन पिढ्यांमध्ये करणे शक्य नव्हते; दक्षिण आफ्रिकेत असताना या कामगिरीचा विचार गांधींच्या मनात येऊ लागला होता, त्याला आता दोन पिढ्यांचा काळ लोटला होता. 'दक्षिण आफ्रिकेतील सत्याग्रह'च्या शेवटच्या भागाचे लेखन करताना, 'मला माझ्या जीवनकार्याची जाणीव झाली,' असे त्यांनी नंतर लिहिले.

त्या पुस्तकाच्या शेवटच्या ओळीत त्यांनी दावा केला की, जे त्यांनी नाव

दिलेल्या 'सत्य शक्ती'वर अवलंबून असतात, त्यांना 'निराशा व पराभव माहीत नसतो.' तरीही, आता आयुष्याच्या अखेरीस, ते दीर्घकालीन निराशा व्यक्त करताना आणि काही वेळा पराभवाची जाणीव झाल्यासारखे दिसतात. इतर कोणत्याही व्यक्तीपेक्षा भारतीय स्वातंत्र्याची आस त्यांना जास्त होती–ध्येयाची घोषणा करणे आणि ते गाठले जाऊ शकते अशी आश्वासकता त्याला प्रदान करणे, त्या राष्ट्राला आपण एक राष्ट्र आहोत असे वाटायला लावणे याबाबतीत–पण त्या दिवशी स्वातंत्र्याचा उत्सव साजरा करणाऱ्यांमध्ये ते नव्हते. त्याऐवजी त्यांनी उपवास केला. हा उत्सव म्हणजे, 'एक खेदजनक बाब' होती, ते म्हणाले.

आपल्या काळात आपण कोणत्याही आपत्कालीन प्रसंगाला 'शोकांतिका' म्हणून मोकळे होतो. महामार्गावर वाहतुकीचा झालेला खोळंबा किंवा जीवघेणे चक्रीवादळ, एखाद्या पोस्ट ऑफिसमध्ये झालेला अंदाधुंद गोळीबार किंवा एखादे दहशतवादी कृत्य–या सगळ्याला आपण संध्याकाळच्या बातम्यांमध्ये 'शोककारक' असे लेबल चिकटवतो, जणू काही शोकांतिका हा फक्त एखाद्या संकटाचा किंवा दुर्भाग्याचा समानार्थी शब्द आहे. नायपॉल यांनी एकदा लिहिले होते की, भारतीयांमध्ये शोकप्रदतेच्या जाणिवेचा अभाव आहे; या संदर्भात त्यांनी गांधींचा विशेष उल्लेख केला नाही; पण त्यांना विचारले असते तर कदाचित तो केला असता. तरीही, त्या शब्दाचा खोल अर्थ जर बघितला–त्याला दैव म्हणण्यापेक्षा व्यक्तिमत्त्वाला किंवा अपरिहार्य नश्वरतेला जोडला–तर गांधींच्या जीवनात एक दु:खजनक अंश आहे, त्यांचा खून झाला म्हणून नाही आणि त्यांच्या अत्यंत उमद्या गुणांनी मारेकऱ्याच्या हृदयात त्यांच्याबद्दल तिरस्कार उत्पन्न केला म्हणूनही नाही. तो दु:खकारक अंश असा आहे की, लिअरप्रमाणेच या जगाचे पुनर्निर्माण करण्याच्या त्यांच्या आकांक्षेला मर्यादा आहेत हे पाहणे अखेरीस त्यांच्या नशिबात होते, १९१४ मध्ये केपटाउनला ते बोटीत बसले तेव्हाच नाटक लिहून झाले होते.

'हा संत आपला किनारा सोडून गेला आहे, मला खरोखर अशी आशा आहे की, कायमचाच!' आघाडीचा दक्षिण आफ्रिकन प्रतिद्वंद्वी आणि क्वचित काही वेळा वाटाघाटी करणारे तेव्हाचे संरक्षणमंत्री जॅन ख्रिस्तियन स्मट्स यांनी लिहिले. त्याच्या दीर्घकालीन वास्तव्याच्या प्रारंभी 'आगंतुक' असलेला हा 'पाहुणा' आणि शेवटी 'संत' झालेला; पण तरीही 'आगंतुक'च, 'नकोसा' असलेला पाहुणा. त्यांच्या विलक्षण स्वनिर्माणापलीकडे आणि त्यांनी जे उदाहरण घालून दिले त्यापलीकडे जाऊन गांधींनी काय साध्य केले हे सांगणे तितकेसे सोपे नाही. एका वरिष्ठ ब्रिटिश अधिकाऱ्याने चिंता व्यक्त केली की, गांधींनी दक्षिण आफ्रिकेच्या काळ्या लोकांना हे दाखवून दिले की, 'त्यांच्या हातात एक शस्त्र आहे–ते म्हणजे एकत्र होणे आणि निष्क्रिय प्रतिरोध–ज्याबद्दल त्यांनी पूर्वी कधी विचारही केला नव्हता.' या सिद्धान्ताची

गंभीरपणे परीक्षा घेण्यासाठी अनेक वर्षे जावी लागली.

पण गांधींसाठी दक्षिण आफ्रिका ही केवळ झलक नव्हती किंवा एखाद्या गीताचे धृपद नव्हते. त्यांचे आफ्रिकेत आगमन व प्रस्थानाच्या मध्ये त्यांनी काही कल्पना केल्या होत्या, ज्यांना ते बांधील होते आणि काही कल्पना प्रत्यक्षात आणण्यास त्यांनी सुरुवात केली होती. एक राष्ट्रीय ध्येय गाठण्यासाठी कराव्या लागणाऱ्या कृतिशील संघर्षाचे एक साधन म्हणून सत्याग्रह करणे ही कल्पना पहिल्या वर्गात मोडणारी होती; गरिबातील गरिबाला सत्याग्रहात सामील करून घ्यायचे ही दुसऱ्या वर्गात बसणारी कल्पना होती. अखेरीस दक्षिण आफ्रिका सोडताना त्यांच्या मोजक्या सामानात त्यांनी या कल्पना भरून आणल्या होत्या!

गरिबांना लढ्यात केवळ सामावूनच घ्यायचे नाही, तर त्यांच्याच भल्यासाठी संघर्ष करायचा हे या संकल्पनेचे दुसरे, एक विचार करण्यासारखे वैविध्य दक्षिण आफ्रिकेत प्रत्यक्षात येऊ शकले नाही. ज्या भारतात ते परत आले, तेथे तर ते प्रत्यक्षात आणणे आणखी कठीण होते.

गांधींनी दक्षिण आफ्रिकेत घालविलेला काळ त्यांना त्यांनीच शोधलेल्या नवीन व लक्षवेधक, अस्सल आणि तितक्याच बिकट मार्गाने जाण्यासाठी आरंभबिंदू कसा ठरला, हे समजण्यासाठी ही दीर्घ कसोटी ज्या प्रसंगांनी बनली त्यांचा खोलवर अभ्यास करणे गरजेचे आहे; त्यांच्या अनुभवांनी त्यांच्या विचारांना कशी धार दिली, त्या विचारांनी त्यांच्या ध्येयाला आणि त्यांना स्वत:ला कसा आकार दिला, ज्यामुळे मायभूमीकडे परतेपर्यंत ते पूर्ण तयार झाले होते, हे जाणून घेणे गरजेचे आहे.

स्पृश्यास्पृश्यतेला नकार

“...भारतीय नेत्यांमधला सर्वांत कमी भारतीयपण असलेला.”

व्ही.एस. नायपॉल यांचे शब्द हेतुपूर्वक चकित करणारे, अगदी धक्कादायक होते. पंचा नेसणाऱ्या त्या प्रतिष्ठित व्यक्तिमत्त्वाचे–ज्याला केंब्रिज-शिक्षित नेहरू, भारतरूपी खेड्याच्या ‘समूर्त व अमूर्त इच्छाशक्तीचे सार’ असे संबोधत–वर्णन करण्याची काय ही पद्धत! गांधी एकाच वेळी ‘कमीतकमी भारतीयत्व असलेले’ आणि देशाच्या खोलवर रुजलेल्या प्रेरणांचे ‘सार’ कसे असू शकतात? १९६६ च्या अखेरीस मी नुकताच भारतात आलो होतो, तेव्हा नायपॉल यांनी लिहिलेली ही ओळ माझ्या वाचनात आली. १९६४ मध्ये प्रकाशित झालेले भारतावरील त्यांचे पहिले पुस्तक ‘ॲन एरिया ऑफ डार्कनेस’ त्याच्या काही वेळा जळजळीत, तर काही वेळा हास्यप्रद असलेल्या शैलीमुळे माझ्यासाठी सर्वांत संस्मरणीय ठरले. हे पुस्तक गांधींच्या दक्षिण आफ्रिकेतील वास्तव्यासंबंधी आणि त्यामुळे त्यांच्या आयुष्याला कसा आकार मिळाला यासंबंधी आहे.

मी स्वत: दक्षिण आफ्रिकेतून लंडनमार्गे नवी दिल्लीत एक वृत्तप्रतिनिधी म्हणून दाखल झालो होतो, जसे गांधी १९१५ मध्ये आले होते, अगदी तसाच; त्यामुळे हे शक्य आहे की, देशातील सर्वांत प्रतिष्ठित रहिवाशांपेक्षा बाहेरून आलेले लोक त्या देशाकडे अधिक स्पष्टपणे पाहू शकतात हा प्रशंसादर्शक दावा माझ्यासाठी योग्य होता. स्वातंत्र्यानंतरच्या पहिल्या पिढीत, कोणत्याही भारतीयासाठी, विशेषत: त्रिनिदादला जन्मलेल्या आणि लंडनला राहणाऱ्या व्यक्तीसाठी हा दावा करणे हे अश्रद्धेचे नसले तरी अनादराचे होते. भारताचे राष्ट्रपिता, त्याचे लाडके बापू–यांच्या आश्रमात व आसपास त्यांना असे संबोधत–आफ्रिकेला आल्यावर इतर ठिकाणे सोडून त्यांना स्वत:ची ओळख पटली होती आणि आपल्या मायभूमीकडे परक्या नजरेने बघितल्यावर त्यांना आलेल्या मनोविघातक पण अटळ अनुभवांनी ते कायमचे बदलले होते. दुसऱ्या शब्दांत सांगायचे तर नायपॉल यांनी स्वत: भारताकडे ज्या पद्धतीने बघितले, अगदी त्याच पद्धतीने. हा लेखक निर्भीड होता. त्याने आपले शब्द कधी वाया घालविले नाहीत. हा त्याच्या प्रतिभेचा महत्त्वाचा गुणधर्म होता. ज्या देशाची मुक्तता करण्याचे श्रेय कालांतराने गांधींना मिळणार होते, त्या देशाने गांधींना मोठा धक्का दिला, असे नायपॉल म्हणत होते, तो म्हणजे भारतातील

सामाजिक अत्याचार आणि गलिच्छपणा. लोक आपले पोट साफ करण्यासाठी अगदी प्रसन्नपणे सार्वजनिक ठिकाणी उघड्यावर बसत आहेत आणि नंतर तेवढ्याच प्रसन्नपणे ती घाण भंग्यांना उचलण्यासाठी तेथेच टाकून निघून जात आहेत, हे दृश्य भावी महात्म्याच्या सुधारणा कार्यक्रमांमागील प्रेरणास्रोत ठरले. 'त्यांनी भारताकडे बघितले, तसे कोणाही भारतीयाला जमले नाही,' तरुण नायपॉल यांनी लिहिले, 'त्यांची दूरदृष्टी थेट होती आणि हा थेटपणाच क्रांतिकारी होता आणि आहे.'

त्यांच्या म्हणण्याला पुष्टी देणारा पुरावा नायपॉल यांना 'आत्मचरित्रा'त सापडला; 'बहुआयामी गांधीं'चा नव्याने शोध घेण्यासाठी प्रत्येक दशकात नायपॉल या पुस्तकाचे उत्खनन करत राहिले. त्यांच्या अगदी सुरुवातीच्या उत्खननात नायपॉल यांनी १९०१ सालच्या गांधींच्या कलकत्ता भेटीवर लक्ष केंद्रित केले; त्या वर्षी कायमचे परत येण्याच्या विचाराने गांधी मायभूमीत आले होते. गांधींना त्या वेळी हे माहीत नव्हते की दक्षिण आफ्रिकेत त्यांना आणखी एक डझन वर्षे काढायची होती. एक वर्षाच्या आत त्यांना तिकडे परत बोलविण्यात येणार होते. हे सत्याग्रहापूर्वीचे गांधी होते, फक्त बत्तीस वर्षांचे, दूरवर असलेल्या अधिकाऱ्यांना कायदेशीर याचिका लिहिणारे, सामूहिक प्रतिकाराचे नेतृत्व न केलेले. गांधी कलकत्त्याला–आता कोलकता–भारतीय राष्ट्रीय काँग्रेसच्या त्यांच्या पहिल्या वार्षिक सभेला हजेरी लावायला आले होते, एक अशी चळवळ जी ते एक दिवस बदलणार होते आणि काबीज करणार होते; परंतु त्या वेळी तेथे कोणाला त्यांचे नावदेखील माहीत नव्हते.

नायपॉल संदर्भ देण्यात त्यांचे शब्द वाया घालवत नाहीत; पण थोडेच शब्द मदत करतात. गेल्या शतकाच्या आरंभीचे कलकत्ता हे किपलिंगने वर्णन केल्याप्रमाणे एक 'गर्दीने खचाखच भरलेले आणि गलिच्छ' शहर होते; पण त्या काळी ते व्हाइसरॉयचे मुख्य ठिकाण, ब्रिटिश साम्राज्याची राजधानी होती; साम्राज्याचे 'द्वितीय क्रमांका'चे शहर होते, तसेच अविभाजित बंगालच्याही राजधानीचे शहर होते (थोड्या फरकाने मुस्लिमांचे अधिक्य असणारा प्रदेश, गंगेचा संपूर्ण त्रिभुज प्रदेश ज्यात सध्याचा बांगलादेश आणि पश्चिम बंगाल हे भारतीय राज्यही समाविष्ट होते). एवढेच नाही, तर ते हिंदू सुधारकी चळवळींचे महत्त्वाचे बीजक्षेत्र होते आणि आता उलथापालथीच्या काळाच्या उंबरठ्यावर उभे होते, ज्याला क्रांतिपूर्व काळ असे म्हणावे लागेल. या संदर्भात ते भारताचे सेंट पीटर्सबर्ग होते. राजकारणात नवखे असल्याने दूरवरच्या दक्षिण आफ्रिकेतील भारतीयांना भोगाव्या लागणाऱ्या परिस्थितीबद्दल बोलायला गांधींना फक्त पाच मिनिटांचा अवधी देण्यात आला होता. इतर कोणासाठी नाही, पण त्यांच्या स्वत:साठी या दरबानहून आलेल्या वकिलाचे आगमन ही मोठी गोष्ट होती. त्या सर्व कार्यक्रमात त्यांचे स्थान एखाद्या अमेरिकन राजकीय परिषदेतील गुआम किंवा समोआ येथून आलेल्या प्रतिनिधींइतकेच महत्त्वाचे होते.

पण पाहा, काय घडते. 'आत्मचरित्रा'तील तीन परिच्छेद नायपॉल नेमके हेरतात. त्यांना मुद्दाम स्पष्ट करून दाखविण्याची गरज नाही. पंचवीस वर्षांनंतर जेव्हा गांधींनी काँग्रेसबरोबर आलेल्या या पहिल्या अनुभवाविषयी लिहिले, तेव्हा त्या वेळीही ते तेवढेच चकित झालेले होते, अगदी अवाक् झाले होते. "मी अस्पृश्यतेला अगदी समोरून बघत होतो," ते म्हणाले. त्यांचा रोख दक्षिण भारतातून आलेल्या उच्चवर्णीय हिंदूंकडे होता, ज्यांनी जेवताना इतरांच्या नजरांमुळे आपण दूषित होऊ नये म्हणून कलकत्त्याला विशेष काळजी घेतली होती. त्याचे वर्णन करताना गांधींनी लिहिले, 'त्यांच्यासाठी एक वेगळे स्वयंपाकघर तयार करावे लागले... त्याला बांबूच्या तट्ट्यांच्या भिंती होत्या... स्वयंपाकघर, भोजनगृह, स्वच्छतागृह, सर्व एकाच ठिकाणी–बाहेरून प्रवेश नसलेली एक बंदिस्त तिजोरीच जणू... मी मनाशी म्हणालो, जर काँग्रेसच्या प्रतिनिधींमध्ये अशी अस्पृश्यता असेल, तर त्यांच्या मतदारांमध्ये ती किती प्रमाणात असेल याची आपण कल्पना करू शकतो.'

आणि मग विष्ठेचाही प्रश्न होता; तोही या बाबीशी संबंधित होता, कारण झाडूवाले, अपमार्जक, भंगी, तुम्ही त्यांना कोणतेही नाव द्या, त्यांना अगदी खालच्या जातीचे मानले जाई. सगळ्या जातिबाह्य लोकांमध्ये सगळ्यात जास्त अस्पृश्य असलेले लोक ते होते. गांधी पुन्हा काय म्हणतात ते बघू :

> तेथे अगदी थोडी स्वच्छतागृहे होती आणि त्यातून येणारी दुर्गंधी आठवली की, अजूनही मी अस्वस्थ होतो. मी ही गोष्ट स्वयंसेवकांच्या लक्षात आणून दिली. त्यांनी सरळ सांगून टाकले, 'हे आमचं काम नाही, हे काम भंग्यांचं आहे.' मी एक झाडू मागितला. तो माणूस माझ्याकडे आश्चर्याने बघू लागला. मी एक झाडू मिळवला आणि स्वच्छतागृह साफ केले... रात्रीच्या वेळी निसर्गाच्या हाकेला ओ देताना काही प्रतिनिधी त्यांच्या खोलीबाहेरील व्हरांड्याचा वापर करायलाही मागे-पुढे पाहत नसत... त्याची स्वच्छता कोणी करत नसे आणि ती करण्याचा सन्मान माझ्याबरोबर वाटून घ्यायलाही कोणी पुढे येत नसे.

जर काँग्रेसचे अधिवेशन असेच चालू राहिले असते, तर 'साथीचे रोग पसरवण्यासाठी परिस्थिती अगदी योग्य होती,' गांधी समारोप करताना तिखटपणे लिहितात. ही कलकत्त्याची सभा आणि गांधींनी लिहिलेली ही आठवण या दोहोंमध्ये पंचवीस वर्षांचे अंतर होते. परिस्थिती सुधारली आहे; पण पुरेशी नाही. 'आजही', ते त्यांच्या आग्रही, दरडावणीच्या स्वरात म्हणतात, "त्यांना वाटेल तेव्हा काँग्रेस अधिवेशन

विद्रूप करणाऱ्या अविचारी प्रतिनिधींची काही कमतरता नाही.'' (चाळीस वर्षांनंतर, जेव्हा मी अखिल भारतीय काँग्रेस समितीच्या अधिवेशनाला उपस्थित राहिलो तेव्हा एका पिढीहून जास्त काळ सत्तेत असलेल्या काँग्रेसने तेथे मलमूत्र वाहून नेता येणाऱ्या संडासांची भारतीय सोय उपलब्ध करून दिली होती).

गांधींच्या स्वच्छतेच्या आणि जातीविषयक तीव्र भावना, ही त्यांच्या दक्षिण आफ्रिकेतील वास्तव्यामुळे निर्माण झालेली स्वाभाविक उपोत्पादने असल्याचा विचार नायपॉल मांडतात. त्यांच्या उत्पत्तीच्या शोधात ते आणखी पुढे जात नाहीत. गांधी दुसरीच कथा सांगतात, पण ती अपूर्ण आहे; कलकत्त्याच्या संडासात भंगीकाम करण्याच्या त्यांच्या तयारीची सुरुवात कोठून झाली किंवा हे काम त्यांच्या मुख्य उद्दिष्टांपैकी एक कसे बनले याचे स्पष्टीकरण त्यातून मिळत नाही. गांधी सांगतात की, वयाच्या बाराव्या वर्षापासून ते अस्पृश्यतेच्या विरोधात होते, जेव्हा एका तरुण भंगी मुलाच्या, उकाच्या खांद्याला खांदा लावून ते उभे होते, तेव्हा त्यांची आई त्यांना रागावली होती आणि त्यांनी 'शुद्धीकरण' करून घ्यावे, असा तिने आग्रह धरला होता. वय लहान असूनही, या प्रसंगाच्या वेगवेगळ्या वेळी केलेल्या अनेक कथनांमध्ये, त्यांना आपल्या आईच्या वागण्याची तर्कसंगती लागली नव्हती. तरीसुद्धा ते पुढे लिहितात, त्यांनी 'स्वाभाविकपणे तिची आज्ञा पाळली.'

ही आठवण गांधींसाठी किंवा त्या काळासाठी एकमेव किंवा वेगळी नाही. आता अस्पृश्यतापालनाला कायद्याने बंदी घालून साठपेक्षा जास्त वर्षे झाली आहेत आणि थोड्याफार प्रमाणात बहुतांश सुशिक्षित भारतीय अस्पृश्यता पाळत नाहीत; तरी आजच्या भारतीयांना त्यांच्या लहानपणीचे असेच काही प्रसंग स्मरत असतील. दक्षिण आफ्रिकेतही, जेथे अस्पृश्यतेचे अस्तित्व क्वचितच मान्य केले गेले आणि तो कधीही चर्चेचा विषय ठरला नाही. मात्र, भारतीयांच्या बाबतीत ही गोष्ट खरी आहे. मी नुकतीच दरबानला भेट दिली, तेव्हा गांधींच्या या कहाणीसारखीच कहाणी एका वयस्कर वकील मित्राकडून ऐकली. त्याने आठवण सांगितली की, त्याच्या शाळेतील एका मित्राला चहा द्यायला त्याच्या आईने नकार दिला होता, कारण तो मित्र 'परिआ' (Pariah) होता. (होय, एका बहिष्कृत दक्षिण भारतीय गटाने आम्हाला हा इंग्रजी शब्द दिला). पण गांधींचा लहान असतानाचा अनुभव त्यांच्या कलकत्त्याच्या वर्तनाचे स्पष्टीकरण करत नाही. गांधी कुटुंबाचा संडास साफ करण्यात उकाची मदत करण्याचे वयाच्या बाराव्या वर्षी गांधींच्या मनातही आले नसेल आणि अस्पृश्यता झटकून टाकण्याची त्यांची तयारी लगेच अस्पृश्यतानिवारणाची तळमळ जागवणारीही ठरली नसेल. कलकत्त्याच्या सभेला त्यांना नेणारा मार्ग हा अनेक वळणावळणांचा आहे आणि तो अपरिहार्यपणे दक्षिण आफ्रिकेतून गेला आहे; पण तो सुरू मात्र भारतातून होतो, जेथे गांधींनी या विषयाला वाचा फोडण्याआधी बराच काळ,

अस्पृश्यता हा प्रबुद्ध हिंदूंच्या टीकेचा विषय झाला होता. टीकेचा विषय अशा मूठभर इंग्रजाळलेल्या उच्चभ्रू वर्गात झाला होता जे काही प्रमाणात इंग्रजी शिकले होते. त्याच वेळी, अलीकडे केलेल्या विद्वत्तापूर्ण ठोस अभ्यासानुसार, प्रत्यक्ष खेड्यांमध्ये अस्पृश्यतापालन अधिक कठोर आणि अन्यायकारक होत होते, जेथे ही मूठभर उच्चभ्रू मंडळी क्वचितच जात असत. हे असे घडले कारण सामाजिक उतरंडीत सातत्याने वर येणाऱ्या उपजातींनी त्यांची स्वत:ची स्थिती सुरक्षित करण्यासाठी आणि सोयी-सुविधा मिळविण्यासाठी आपल्या स्वत:मध्ये आणि 'अस्वच्छ' असा ठपका ठेवलेल्यांमध्ये सोईस्कररीत्या एक ठळक सीमारेषा आखली होती आणि दुसरीकडे ही वरच्या जातीतील मंडळी त्यांचे पद्धतशीर शोषण करत होतीच. ज्याप्रमाणे, अमेरिकेत दक्षिणेकडे जिम क्रोच्या युगात आणि दक्षिण आफ्रिकेतील वर्णभेदाच्या वर्षांमध्ये वांशिक विभक्तता अधिक कडक आणि संहिताबद्ध झाली, तसेच भारतीय वसाहतीत अस्पृश्यतेच्या कक्षा सर्वसाधारणपणे खाली उतरविल्या न जाता अधिक उंचावल्या गेल्या.

अनेक भारतीय व बाहेरचे लोक अस्पृश्यता व जातिव्यवस्थेबाबत जे जाणतात आणि समजतात ते केवळ वसाहतीच्या वर्गीकरणामुळे शक्य झाले : ब्रिटिश वर्गीकरण करणाऱ्यांनी उपगटांचे वर्गीकरण केले, याद्या बनविल्या आणि लिनिअसने ज्याप्रमाणे वनस्पतींचा क्रम लावला त्याप्रमाणे जातिव्यवस्थेची उतरंड नक्की केली. ज्यांना आयुक्त म्हणतात ते जिल्हा अधिकारी, शिरगणना करणारे आणि विद्वान यांच्या अथक प्रयत्नांमुळे हे शक्य झाले. एकंदर व्यवस्थेचा आराखडा तयार झाल्यावर, त्यांनी तो पक्का केला. त्यांना असे वाटले की, एकमेकांशी भिडणाऱ्या भारतीय सामाजिक गटांमध्ये व विभागांमध्ये जी सततची उलथापालथ होते, घुसळण व मिसळण होते, त्याचे स्पष्टीकरण करणारी प्राचीन रचना आपण अखेरीस उघड केली आहे; पण त्यांना जशी ती एक कायमस्वरूपी प्रणाली वाटली होती, तशी ती स्थिर ठेवणे कठीण होते. खऱ्या भारतातील विसंगती, संदिग्धता आणि ईर्षांचा होणारा संघर्ष याबरोबरच त्याच्या त्रिकालाबाधित दडपशाहीतून मार्ग काढून ही प्रणाली कायम राखणे शक्य नव्हते; ती सतत बदलत राहिली; अस्थिर राहिली. सगळे गरीब भारतीय अस्पृश्य मानले जात नव्हते; पण जे अस्पृश्य मानले जात ते जवळजवळ सर्व भारतीय गरीब होते. शूद्र, जातिव्यवस्थेतील सर्वांत निम्नस्तरातील शेतकऱ्यांकडे नेहमी खालच्या दर्जाचे म्हणून पाहिले जाई, त्यांचे शोषण केले जाई. सामाजिक समारंभात त्यांना प्रवेश नसे. त्यांची शिवाशीव होत आहे किंवा नाही याचा विचार त्यांच्यापेक्षा उच्च स्तरावर असलेले करत नसत. काही अस्पृश्य गटच दुसऱ्या गटांना अस्पृश्य मानत असत. जर एक गट दुसऱ्या गटापेक्षा जास्त विटाळ पसरवू शकला असता, तर अस्पृश्यताही कमी-जास्त प्रमाणावर ठरवावी लागली

असती. तरीही, एक अस्पृश्य म्हणून जन्माला येणे म्हणजे खात्रीने जन्मठेपेची शिक्षा, तीही समाजाने आखून दिलेल्या कक्षेच्या बाहेर आणि आयुष्यभर भोगणे असाच त्याचा अर्थ होता. अर्थात, एक अभ्यासक सुझान बेली यांनी 'विटाळ अडसर' असे ज्याला संबोधले आहे तो म्हणजे 'स्वच्छ' हिंदू गट आणि तथाकथित 'अस्वच्छ' किंवा 'अशुद्ध' हिंदू गट यांच्यातील भेदरेषा होय आणि तो स्थानानुसार व काळानुसार बदलू शकतो. काही प्रदेशांमध्ये, विशेषत: दक्षिण भारतात, अस्पृश्य माणसाची सावली पडली तरी विटाळ झाला, असे समजतात. काही प्रदेशात मात्र तथाकथित अस्पृश्य स्त्रियांचा तथाकथित 'स्वच्छ' उच्चवर्णीय पुरुषांकडून लैंगिक शोषण होण्यापासून बचाव व्हायचा.

काही बहिष्कृत गट अनेक पिढ्यांपासून असलेल्या अस्पृश्यतेच्या विळख्यातून स्वत:ची सुटका करून घेण्यासाठी जी अस्वच्छ कामे मानली जायची, ती बंद करण्यात यशस्वी झाले. जसे विष्ठा उचलणे किंवा मृत शरीरे हाताळणे (जनावरांची) किंवा चामडी कमावणे. इतरांनी ख्रिश्चन किंवा इस्लाम धर्म स्वीकारून आपल्या निम्नजातीतील जन्माच्या खुणा पुसण्याचा प्रयत्न केला. (ख्रिश्चनांमध्ये, रहस्यपूर्ण खोट्या मिशनरी वचनांखाली, 'सर्मन ऑन द माउंट'च्या शिकवणीकडे दुर्लक्ष करून, काही भारतीय ख्रिश्चन इतरांना अस्पृश्य मानतच असत). प्रत्येक प्रदेशानुसार आचरणात फरक होता, त्याचप्रमाणे उच्चवर्णीय ब्राह्मणांच्या अधिकारातही फरक होता. ब्राह्मण हे पौरोहित्य करायचे, त्यांनीच या व्यवस्थेचे लंगडे समर्थन केले आणि त्यापासून फायदा मिळणारेही तेच मुख्य होते. समाजात त्यांच्याबरोबर असणाऱ्या ब्रिटिशांनी आणि मिशनऱ्यांनी या एकमेकांत गुंतलेल्या विविध जाति-उपजातींच्या सदस्यांना–जे विविध देवांची पूजा करायचे, ते एका मोठ्या सर्वसमावेशक समूहाचे, हिंदुत्वाचे भाग आहेत, असे शिकविले. त्याचबरोबर आणि महत्त्वाचे म्हणजे भारतीय हे स्वत:हून शोधून काढत होते. (प्राचीन पर्शियन्सनी ब्रिटिश येण्यापूर्वी दोन हजार वर्षे हिंदूंचे वर्णन केले होते आणि अलीकडील अभ्यास असे सुचवितो की, 'हिंदुत्व' हा शब्द प्रथम एका भारतीयाने १९ व्या शतकात निर्माण केला). त्याचप्रमाणे, जे अस्पृश्यतेचे शिकार बनले अशा गटांना–चांभार, महार, दुसाध, भंगी, डोंब, धेड आणि बरेच–हे कळले की, ते सगळे 'अस्पृश्य' या मोठ्या गटाचे सदस्य आहेत. थोडक्यात काय, तर त्यातील काहींनी असा निष्कर्ष काढला की, ते स्वत:च्या प्रगतीसाठी एक समान ध्येय ठरवू शकतात.

गांधी कायमचे दक्षिण आफ्रिका सोडून भारतात आले त्यापूर्वी, महाराष्ट्रात ब्राह्मणांनी अस्पृश्यांच्या शिक्षणासाठी शाळा सुरू केल्या होत्या. ज्यांचा ते उद्धार करत होते, त्यांच्याबरोबर एकाच पंगतीला बसून जेवण करण्याचा विचार मात्र त्यांनी केला नव्हता. आर्य समाज नावाच्या चळवळीने त्या वेळी केवळ कागदावरच

राहण्याची शक्यता असलेल्या संभाव्यतेला, म्हणजे भारतात कधीतरी मतमोजणी होऊ शकते हे गृहीत धरून–ख्रिस्ती धर्म स्वीकारणाऱ्या व त्याहूनही जास्त संख्येने इस्लाम धर्म स्वीकारणाऱ्या अस्पृश्यांच्या संख्येने चिंतित होऊन अस्पृश्यांना पुन्हा 'हिंदू घेऱ्या'त सामावून घेण्यासाठी 'शुद्धी' करण्याचा धार्मिक संस्कार शोधून काढला (असे वर्णन गांधींनी पुढे केले). या ठिकाणी पुन्हा, त्यांनी (आर्य समाजवाद्यांनी) देऊ केलेली समानता मर्यादित होती; या प्रश्नाबाबतही या चळवळीच्या अनुयायांच्या मनात सातत्य नव्हते. 'शुद्ध झालेल्या' किंवा पुन्हा धर्मांतर केलेल्या अस्पृश्यांनी उच्चवर्गीय वापरत असलेल्या विहिरीतून पाणी काढावे की नाही, कदाचित त्यांना त्यांच्या स्वतंत्र पण तेवढ्याच विहिरी दिल्या गेल्या असत्या तर हा प्रश्न सुटला असता. विटाळाची कामे करणारे विटाळ करत नाहीत, असा विचार फक्त त्यांच्यासाठी पुरेसा होता. उच्चवर्णीय सुधारकांना स्वत: अशी घाणेरडी कामे करण्याची गरज वाटली नाही.

काही वर्षांनंतर, या सुधारकी इतिहासाचा गांधी ओझरता उल्लेख करतात; पण त्याने आपल्या विचारांवर प्रभाव पडला, असे ते कधीही सांगत नाहीत. 'माझ्या सत्याच्या प्रयोगांची कहाणी' असे उपशीर्षक असलेल्या संस्मरणिकेची संकल्पना–वाङ्मयीन अर्थाने त्यातील अहंभाव–अशी आहे की, ते नेहमीच एक स्वतंत्र परिचालक राहिले आहेत, पूर्णपणे स्वत:च्या अनुभवावर आधारित निर्भयपणे स्वत:च शोध लावत आले आहेत. राजकीय क्षेत्रात त्यांनी स्वत:ला कधीही अनुयायी म्हणवून घेतले नाही. ज्या गोखल्यांनी त्यांचा भारतात परत येण्याचा मार्ग प्रशस्त केला, गांधींकडे एक संभाव्य वारस म्हणून बघितले आणि ज्यांना गांधींनी राजकीय गुरू म्हटले; त्यांच्याविषयी लिहितानासुद्धा नाही. धार्मिक बाबतीत त्यांनी मुंबईतील एक चिंतनशील जैन कवी (आणि हिऱ्यांचे व्यापारी) श्रीमद् राजचंद्र यांचा गुरू म्हणून उल्लेख केला. प्रिटोरियात असताना गांधींना ख्रिश्चन मिशनऱ्यांचा दबाव जाणवत होता, त्या वेळी गांधींनी त्यांचा सल्ला घेतला होता; पण १९०१ मध्ये निधन पावलेले राजचंद्र समाजसुधारक नव्हते. या साधूसमोर गांधींनी प्रश्नांची एक मालिकाच सादर केली. त्यावरील उत्तरात जातींमधील योग्य वर्तन कसे असावे याबद्दल 'वर्णाश्रम धर्मा'वरही उपदेश केला होता. त्या वेळी, वेगळ्या जातींच्या लोकांबरोबर जेवण करू नये, असा इशारा गांधींना दिला गेला होता आणि विशेषत: जेवताना मुस्लिमांची सोबत टाळावी, असाही सल्ला दिला गेला होता.

राजचंद्र हे गांधींना जरी आवडत असले, पूजनीय असले, तरी जातिबाह्य लोकांबरोबर अन्नग्रहण न करण्याचे हे बंधन गांधींना अडवू शकले नाही. कट्टर सनातनी असलेल्या गांधींच्या स्वत:च्या कुटुंबातील सदस्यांना या गोष्टीची सवय व्हायला काही वर्षे जावी लागली. "माझी आई आणि काकू गांधीजींच्या मुस्लीम

मित्रांनी वापरलेली पितळेची भांडी आगीत टाकून 'शुद्ध' करून घेत असत,'' फिनिक्स वसाहतीत लहानाचा मोठा झालेला गांधींचा एक (चुलत) भाऊ आठवण सांगतो. ''माझ्या वडिलांनाही मुस्लिमांबरोबर जेवणं जड जात असे.'' नंतर भारतात परतल्यावर, गांधी काही वेळा वाद घालायचे की, मुस्लिमांबरोबर जेवणासाठी हिंदू जे आढेवेढे घेत, ते म्हणजे, अस्पृश्यतेचेच एक अपत्य होते. १९३४ मध्ये त्यांनी विचारले, ''मुसलमानांमध्ये आणि ख्रिश्चनांमध्ये मिसळण्यात हिंदूंना काय अडचण आहे? अस्पृश्यता केवळ हिंदूहिंदूंमध्येच भिंत उभी करत नाही, तर माणसामाणसांतही करते.''

गांधींचा स्वत:चा स्वतंत्र दृष्टिकोन कसा तयार झाला, या प्रश्नाची उकल करणे गरजेचे आहे. गांधींच्या स्वत:च्या कथनानुसार, ते बारा वर्षांचे असताना उकाला शिवल्याबद्दल ताकीद मिळाल्यानंतर लंडनला कायद्याचा अभ्यास करायला जाण्याचा निर्णय घेईपर्यंत मधल्या काळात जात या प्रश्नाशी त्यांचा सामना झाला नाही. त्यानंतर 'महाजनां'नी किंवा मोढ बनिया जातीतील वरिष्ठांनी–मोढ बनिया या उपजातीत सर्व हिंदू गांधींचा समावेश होतो–त्यांना औपचारिक सुनावणीसाठी मुंबईला (तेव्हाची बॉम्बे) बोलावून घेतले; तेथे ते सर्व गांधींशी कठोरपणे बोलले आणि असा इशारा दिला की, जर त्यांनी 'काळे पाणी' पार करून जाण्याचा हट्ट केला तर त्यांना जातीतून बहिष्कृत करण्यात येईल. काळे पाणी पार करणे म्हणजे स्वत:ला सर्व प्रकारच्या भौतिक लालसांच्या तोंडी ढकलणे असा त्या काळी अर्थ होता. मुख्यत: मांस, मदिरा व मदिराक्षी या सर्व गोष्टी परदेशात गेल्यावर खुणावतातच, अशी अटकळ बांधली जायची. जर ते गेले तर, ही बंदी धुडकावणारे या उपजातीतील ते पहिले सदस्य असतील, असे त्यांना सांगण्यात आले.

आपण असा अंदाज बांधू शकतो की, महाजनांची अवस्था आधीच दात पडलेल्या सिंहासारखी झाली असावी, कारण गांधींची पारंपरिक विचारांची आई आणि थोरले बंधू लक्ष्मीदास यांचा त्यांना पाठिंबा होता. काही अंशी होता, कारण गांधींनी जैन धर्मगुरूंसमोर घरी राहत असल्याप्रमाणेच विदेशातही बनिया बनून राहीन, अशा तीन शपथा घेतल्या होत्या. काही अंशी, कारण गांधींच्या कायद्याच्या शिक्षणाकडे विस्तारित कुटुंबाच्या आर्थिक सुरक्षिततेची गुरुकिल्ली म्हणून पाहिले जात होते. आपण काय करू शकत नाही; तर जातिव्यवस्थेविरोधात तरुण गांधींनी बंड पुकारले होते, असा निष्कर्ष काढू शकत नाही. आपल्या स्वातंत्र्याचा पुनरुच्चार करताना, ज्या जातीने त्यांना अस्पृश्य ठरविले होते आणि त्यांच्याशी निकटचा संबंध ठेवणे किंवा त्यांच्याबरोबर जेवणे हा विटाळ ठरू शकतो, असे ज्यांनी त्या जातीच्या सदस्यांना बजावले होते, त्या जातीचा धिक्कार करण्यापासून गांधी चार पावले लांबच राहिले. तीन वर्षांनंतर लंडनहून परत आल्यावर, आज्ञाधारक गांधी लक्ष्मीदास

यांच्याबरोबर महाराष्ट्रातील एक तीर्थक्षेत्र, नाशिक येथे गेले. तेथे एका पुरोहिताच्या मार्गदर्शनाखाली त्यांनी गोदावरीत स्नान केले आणि 'शुद्धी' करून घेतली; त्या पुरोहिताने नंतर शुद्धी झाली असल्याची प्रमाणपत्रेही दिली, जी गांधींनी जपून ठेवली आणि म्हटले की, आपण आपले प्रायश्चित्त घेतले. गांधींमधील बनियाने, जो नेहमी आवक आणि जावक यावर बारीक नजर ठेवून असायचा, त्यांचे पहिले चरित्रकार डोक यांच्याकडे सुमारे दोन दशकांनंतर तक्रार केली की, त्या पुरोहिताने पन्नास रुपये दक्षिणा घेतली होती.

त्यांचे शुद्धीकरण येथेच संपले नाही. गांधी कुटुंबीयांना मग राजकोट या गुजरातमधील शहरात जातीच्या सदस्यांसाठी मेजवानीचे आयोजन करावे लागले. राजकोटला गांधींनी आपल्या बालपणाचा बहुतेक काळ घालविला होता आणि ते विदेशात असताना त्यांची पत्नी व मुलगा तेथेच वास्तव्य करून होते. त्या मेजवानीतही एक आत्मसमर्पणाचा विधी समाविष्ट होता. त्या उधळ्या मुलाने कंबरेपर्यंत उघडे राहून स्वत: पाहुण्यांना जेवण वाढणे अपेक्षित होते. ज्यांचे कंबरेपासून वरचे शरीर पुढच्या आयुष्यात उघडेच राहणार होते अशा गांधींनी आत्मसमर्पण केले. त्यांच्या जातीच्या बहुतेक सदस्यांचा राग शांत झाला होता; पण काहींनी, त्यात त्यांच्या पत्नीच्या माहेरचे लोकही होते, पुन्हा एवढ्या भरकटलेल्या माणसाच्या उपस्थितीत जेवण घेण्याचा धोका पत्करला नाही, तो माणूस पुढे जाऊन देशाचा नेता बनला तरीही नाही. द्विधा मन:स्थितीत असलेल्यांना लज्जित करण्याचा आततायीपणा गांधींनी केला नाही; त्यातील काहींनी त्यांच्या घरांवरील बंदीकडे दुर्लक्ष केले जाईल असे संकेत दिले. त्यांना मात्र गांधींनी शरमिंदा केले. ''मी त्यांच्या घरी साधं पाणीही प्यायलो नाही,'' ते आपल्याला सांगतात आणि त्यांच्या स्वत:च्या 'प्रतिरोध न करण्यावर' स्वत:लाच शाबासकी देतात, ज्यामुळे त्यांनी अशा बनियांचे प्रेम आणि राजकीय पाठिंबा मिळविला, जे त्यांना अजूनही बहिष्कृत समजत होते.

किंवा त्यांचा असा दावा आहे. नम्रता आणि दिखाऊ नैतिकता यांच्यातील सीमारेषा धूसर असू शकते आणि गांधी कधीतरी ती पार करत. असे दिसून येते की, त्यांच्या आयुष्याचे बोधकथांच्या मालिकेत रूपांतर करण्याची त्यांची प्रवृत्ती आहे, कारण त्यांची स्मरणे १९२० मध्येच घाईघाईने प्रसिद्ध केली आणि जसजसे वय वाढत गेले, तसतसे रोजच्या प्रवचनात ते ती सांगत गेले. खरी गोष्ट अशी आहे की, त्यांनी जातीतील वरिष्ठांचा आदेश धुडकावला होता आणि मग, शुद्धीकरण समारंभ केल्यानंतरही, पारंपरिक प्रतिबंध अजून वैध असल्याची चिंता ज्यांना वाटत होती, त्यांच्याशी संगनमत करून ती बंदी टाळण्यास वरवर नकार दिला. हे प्रकरण हाताळण्याचा त्यांचा मार्ग निष्क्रिय-आक्रमक म्हटला जाऊ शकतो : कौटुंबिक वर्तुळातील सत्याग्रहाचे पूर्वलक्षण, उच्च स्थान ग्रहण करण्याचा हा गांधींचा मार्ग

आहे. हे सर्व नंतर आले. लंडनहून परत आल्यावर आपल्या जातीतील लोकांशी सलोखा निर्माण करण्यामागे सबळ कारणे होती. वकील म्हणून त्यांची कारकीर्द फुलण्यासाठी मोढ बनियांसोबत असलेले चांगले संबंध साहाय्यभूत ठरणार होते; कारण त्यांचे बहुतांश अशील त्यांना या लोकांमधूनच मिळणार होते.

नाशिक येथील शुद्धीकरण समारंभ आणि राजकोट येथील मेजवानीच्या कार्यक्रमातून हेच दिसते की, जातीच्या बंधनांविरुद्ध बंड पुकारण्यापासून ते बरेच दूर होते, किमान लंडनहून आल्यानंतरच्या आणि दक्षिण आफ्रिकेला प्रस्थान ठेवण्याच्या मधल्या काळात तरी! गांधींची खासगी मते काहीही असोत, या नव्याने बॅरिस्टर होऊन आलेल्या तरुणाचा जातीविषयक व तिच्या भारतीय समाजातील स्थानाविषयीचा पवित्रा अजून तरी एखाद्या अनुसारकाचा होता. त्यांच्या स्वत:च्या तुलनेने सुदैवी असलेल्या उपजातीत अस्पृश्य ठरविले जाणाऱ्या अनुभवाने गांधींना खरोखर दुर्दैवी व पिचलेल्या जातीतील लोकांच्या दु:खाची अनुभूती दिली नाही. जास्तीतजास्त काय झाले, तर जात ही काही अभेद्य अडथळा नाही ही धारणा त्यांच्यात जागवली गेली. तर मग, १९०१ मधील कलकत्त्याला जाणाऱ्या मार्गावरील हे एक केवळ पाऊल होते. नायपॉल हे निश्चितच बरोबर आहेत : ते जर दक्षिण आफ्रिकेला गेले नसते तर ज्या प्रकारे कलकत्त्याचा प्रसंग घडला, तो तसा कधीच घडला नसता. तेथील गांधींचे आधीचे अनुभव पाहिले, तर जाणिवा प्रगल्भ करणारे कितीतरी महत्त्वाचे क्षण सुरुवातीच्या अर्ध्या वर्षात आलेले दिसतात, दरबानला वकिलीत स्थिरस्थावर होत असताना १८९४ च्या उत्तरार्धात ते प्रसंग घडायला सुरुवात झाली असे दिसून येते.

या काळात ख्रिश्चन मिशनऱ्यांशी होत असलेल्या त्यांच्या भेटीगाठींशी गांधींच्या मनात निर्माण झालेल्या सामाजिक विवेकबुद्धीचा संबंध असू शकेल का? हे तर स्पष्ट आहे की, ब्रिटिश आणि अमेरिकन मिशनऱ्यांनी भारतीय विचारधारेत सामाजिक समतेची ही संकल्पना अस्पष्टपणे रुजविली. त्यांनी भारतीयांमध्ये मारलेल्या या पाचरीची पातळ कडा नेहमीच अस्पष्ट होती आणि काही वेळा, त्यांना दुष्टपणाची वाटत असलेली सामाजिक उतरंडीवरील व विशेषत: ब्राह्मणांच्या अधिकारांवरील टीका स्पष्ट होती. ही पौरोहित्य करणारी जात स्वार्थ जपणारी आणि भ्रष्ट असल्याचे चित्र ख्रिश्चन धर्मग्रंथांमध्ये रंगविले गेले होते. ('जेथे जेथे तुम्ही माणसे बघाल, तेथे तेथे त्यांना दोन हात, दोन पाय, दोन डोळे, दोन कान, एक नाक व एक तोंड असते; मग ती कोणत्याही प्रकारची असोत वा देशाची असोत,' गांधी जन्मण्याआधी सुमारे तीन दशके आधी एका मिशनरी वृत्तपत्रातील पत्रात नमूद केले होते. 'म्हणजेच माणसांमध्ये अनेक जाती निर्माण करण्याची कल्पना देवाच्या मनात असणे शक्यच नव्हते आणि फक्त भारतातच पाळली जाणारी जातिव्यवस्था ब्राह्मणांनी आपले

वर्चस्व कायम ठेवण्यासाठीच सुरू केली असावी.') गांधींचे मन जिंकण्याची प्रिटोरिया व दरबानमधील मिशनऱ्यांमध्ये जी स्पर्धा चालली होती, त्यादरम्यान झालेल्या चर्चांमध्ये जाती आणि सामाजिक समतेचा हा विषय चर्चिला गेला किंवा कसे, हे मात्र स्पष्ट होत नाही. तेथे तयार होत असलेल्या वांशिक उतरंडीचा त्या नवागताने घेतलेला पहिला अनुभव असे सुचवितो की, असे विषय चर्चेला आलेच असले पाहिजेत किंवा कदाचित आले असतील. या ख्रिस्ती धर्मप्रचारकांच्या मनात सामाजिक सुधारणा नव्हत्या, तर मोक्ष मिळवून देण्याचे विचार होते. त्यांच्या गांधींबरोबर झालेल्या संभाषणांची आपल्याला जी माहिती आहे, त्यावरून त्यांच्या बोलण्यात सातत्याने त्या परलोकाचेच विषय असायचे.

आता या कहाणीत 'स्टेप्स' प्रदेशातल्या टॉलस्टॉय यांचा प्रवेश होतो. १८९४ मध्ये केव्हातरी, बहुधा गांधींच्या प्रिटोरियातील शेवटच्या आठवड्यांमध्ये त्यांना टपालाने एक पाकीट आले, जे त्यांच्या ब्रिटनमधील हितचिंतकांनी पाठविले होते. तो होता एडवर्ड मेटलँड, एका छोट्या गूढ ख्रिस्तवादी गटाचा नेता, जो गट थिऑसॉफिस्ट चळवळीचीच (ब्रह्मविद्याविषयक) एक उपशाखा होता. त्या पाकिटात नव्यानेच प्रकाशित झालेले 'द किंग्डम ऑफ गॉड इज विदिन यू' या पुस्तकाचे कॉन्स्टन्स गार्नेट यांनी केलेले भाषांतर होते. हे पुस्तक म्हणजे त्या महान कादंबरीकाराने (टॉलस्टॉय) आपल्या उतारवयात केलेले एका आवेशपूर्ण ख्रिश्चन पंथाचे अनुसरण केल्याची कबुली होती; ते पुस्तक वैयक्तिक सदसद्विवेकबुद्धी आणि संपूर्ण अहिंसेच्या सिद्धान्तावर आधारित होते. दहा वर्षांनंतर गांधींनी रस्किनचा अभ्यास केला आणि त्यानंतर काही वर्षांनी थोरोचा. त्यांनी लगोलग खुद्द टॉलस्टॉयशी संपर्क साधला; पण त्यांच्या बौद्धिक विकासातील एकमेव महत्त्वाचा बदल घडवून आणणारा अनुभव निवडायचा ठरला, तर तो प्रिटोरियात ते पाकीट उघडल्यानंतर सुरू झाला. त्या तरुण वकिलाला फारसे आकर्षक न वाटलेल्या पुस्तकाच्या - 'वॉर ॲन्ड पीस'च्या लेखकाने त्या पुस्तकात सुशिक्षित वर्गांच्या उच्चभ्रू संस्कृतीला उघडे पाडले आहे; त्या ओघात त्यांनी झारच्या रशियातील चर्च व राज्य या संस्थांची निर्भर्त्सना केली आहे. त्यांच्यात समान दुवा काय आहे, तर त्यांच्या मुळाशी असलेली दांभिकता; लेखक फूत्कारतो. त्या संस्था जेव्हा बंधुभावाविषयी आक्षेप घेतात, तेव्हा ती दांभिकता सर्वांत जास्त प्रकर्षाने उठून दिसते :

> आपण सगळे बंधू आहोत; पण मला चोरावर किंवा अभिसारिकेवर खटला चालविण्यासाठी, त्यांचा निवाडा करण्यासाठी आणि त्यांना शिक्षा देण्यासाठी पगार मिळतो, ज्यांचे अस्तित्व माझ्या जीवनातील प्रवृत्तींमुळे निर्माण झाले आहे... आपण सगळे बंधू आहोत; पण

> श्रीमंत व ऐदी लोकांच्या चैनीवर उधळण्यासाठी गरजू मजुरांकडून कर गोळा केल्यामुळे मला जो पगार मिळतो, त्यावर मी जगतो... आपण सगळे बंधू आहोत; पण ज्या धर्मावर माझा विश्वास नाही आणि जो धर्म माणसांना खरा ख्रिस्ती धर्म समजून घेण्यात आडकाठी करतो, त्या खोट्या ख्रिस्ती धर्मावर प्रवचन देण्यासाठी मला वेतन मिळते.

आणि हे : ''आपण सगळे बंधू आहोत–आणि तरीही रोज सकाळी एखाद्या भावाला किंवा बहिणीला शयनकक्षातील मैला माझ्यासाठी साफ करावाच लागतो.''

या ठिकाणी आपल्याला स्पष्टपणे दिसू लागते की, १९०१ मध्ये कलकत्त्याला गांधी जी सामाजिक विवेकबुद्धी घेऊन येणार होते, ती कशी तयार झाली. केवळ दक्षिण आफ्रिकेत राहिल्याने तिची प्रेरणा मिळाली नाही. तेथे राहत असताना भारताबद्दल विचार केल्याने आणि टॉलस्टॉय यांच्या पुस्तकांच्या वाचनाने ती तयार झाली; पुढील काही वर्षे ते वाचन चालू राहिले. कलकत्त्याच्या सभेला जाईपर्यंत गांधींनी टॉलस्टॉय यांच्या पाठोपाठ आलेल्या विलापिकेचे, 'व्हॉट इज टू बी डन?'चे वाचन केले होते. येथे टॉलस्टॉय यांचा उपदेशाचा सूर कायम होता. तर भौतिकतेला संपूर्ण नाकारून, साधेपणाचे आयुष्य व्यतीत करून आणि स्वत:च्या गरजा भागविण्यासाठी शारीरिक श्रम करून स्वत:ला वाचवता येईल, असे त्यांनी सुशिक्षित वर्गाला सांगितले. (त्याला ते 'शरीरश्रम' आणि 'अन्न मिळविण्यासाठी श्रम' असे संबोधतात, गांधींनी ही भाषा स्वत:साठी वापरली). आता एका रशियन उमरावाला मिळणाऱ्या सर्व सुविधा झिडकारण्याचा निश्चय केलेले टॉलस्टॉय पुन्हा मानवी विष्ठेच्या प्रश्नाकडे वळतात. ते लिहितात, 'जेव्हा आपल्या वर्तुळातील लोक आणि त्यानंतर कामगार वर्गातील बहुसंख्य लोक शौचालयांची स्वच्छता करण्यात लाज बाळगणार नाहीत, तसेच आपल्या भाऊबंदांनी तेथील घाण उचलून न्यावी अशी अपेक्षा करताना लाज बाळगतील, तेव्हा देवाने केलेले कायदे पाळले जातात, असे म्हणता येईल.'

टॉलस्टॉय यांनी गांधींच्या आत्म्यावर उमटविलेला खोल ठसा पुरेसा उठून दिसणारा होता आणि काही वर्षांनी त्यांच्या एका टीकाकाराने त्यांच्या मूलत: विदेशीपणाचा पुरावा म्हणून त्यावर बोट ठेवले. हा टीकाकार म्हणजे श्री. अरविंदो, एक तेजस्वी बंगाली क्रांतिकारक ज्याने अरविंदो घोष या नावाने दहशतवादाचा पुरस्कार केला. नंतरचे आपले दीर्घायुष्य एक आश्रमीच साधू आणि गुरू म्हणून दक्षिण भारतातील पाँडिचेरी या छोट्याशा फ्रेंच वसाहतीत व्यतीत केले. १९२६ मध्ये अरविंदो घोष म्हणाले, ''गांधी हे एक युरोपियन आहेत–खरंतर भारतीय

शरीरात वास करून असलेले एक रशियन ख्रिश्चन.'' त्या वेळी भारतातील राष्ट्रीय चळवळीचे निर्विवाद पुढारी न बनलेल्या गांधींनी कदाचित, अरविंदो हे भारतीय शरीरात वास करणारे एक रशियन अराजकतावादी असल्याचा पलटवार केलाही असता; पण त्या बंगाल्याची ही टिप्पणी त्यांनी ऐकली नाही किंवा त्यांच्या निदर्शनास आली नाही.

दक्षिण आफ्रिकेतील वकील व आवेदक असलेल्या तरुण गांधींना टॉलस्टॉय यांच्या द्रष्ट्या शिकवणीमधील आणि त्यांच्या बरोबरीच्या भारतीयांमध्ये असलेल्या मूल्यांमधील विरोधाभास त्वरित दिसला. ते मुळापासून हादरले होते, याचा पुरावा दिसू लागला होता. मे १८९४ मध्ये ते बहुधा दक्षिण आफ्रिकेतील त्यांचा कारभार गुंडाळायला आणि भारताकडे येणाऱ्या जहाजावर चढायला दरबानला गेले. त्या वेळी काय घडले याबाबतच्या गांधींच्या आठवणी बहुतेक सर्व चरित्रकारांनी स्वीकारल्या आहेत : एका निरोप समारंभाला गेले असता, नाताळमधील भारतीयांना मतदानाच्या हक्कांपासून वंचित ठेवण्यासाठी एक विधेयक तयार करण्याची प्रक्रिया सुरू असल्याच्या एका छोट्या बातमीवर गांधींची नजर कशी पडली, तेथे जमलेल्या समुदायाचे लक्ष त्यांनी त्या बातमीकडे कसे वेधले आणि त्या विधेयकाविरुद्ध लढण्यासाठी त्यांना नेतृत्व करण्याची व तेथेच थांबण्याची गळ कशी घातली गेली या आठवणींचा त्यात समावेश आहे. परंतु भारतातील एक विद्वान व गांधीसमर्थक असलेले टी.के. महादेवन यांनी असे नमूद केले आहे की, ते विधेयक सहा महिन्यांपासून वसाहतींच्या विधिमंडळात वेगवेगळ्या टप्प्यांमधून जात होते. महादेवन यांनी या पुस्तकात गांधींनी त्यांच्या 'आत्मचरित्रा'त ही घटना सांगताना 'कहाणी रचली' आणि 'मिथ्यावदन' केले, असे उघड केले आहे. ज्यूरींसमोर आरोपीची बाजू मांडताना ज्या आवेशात एखादा वकील बोलेल, त्या आवेशात या विद्वानाने असा निष्कर्ष काढला आहे की, त्या वेळी तो तरुण बॅरिस्टर स्वत:साठी काहीतरी उद्दिष्ट शोधत होता (तेथे राहण्यासाठी काहीतरी कारण शोधत होता). महादेवन यांच्या म्हणण्यानुसार, भारतातील अनिश्चित भविष्यासाठी परत येण्यापेक्षा गांधींना दरबानमध्ये वकिली सुरू करण्यात रस होता.

मायभूमीला परतण्याचा विचार रद्द करण्यामागे परोपकाराची भावना आणि महत्त्वाकांक्षा यांचा बरोबरीने वाटा असणे शक्य होते, असे म्हणणे अधिक सयुक्तिक व अचूक ठरेल. काहीही असले, तरी १८९४ च्या ऑगस्ट महिन्यापर्यंत गांधींनी स्वत:ला सार्वजनिक सेवेत झोकून दिले होते. याचिकांचे मसुदे तयार करणे आणि सुखवस्तू भारतीयांना एकत्र आणून नव्यानेच स्थापन झालेल्या नाताळ इंडियन काँग्रेसच्या घटनेचा मसुदा तयार करणे या कामांमध्ये ते गढले होते. या काँग्रेसमध्ये दरबानमधील बहुतांश व्यापारी व दुकानदार होते आणि त्या काळी बहुतेक सगळे

१८९५ मध्ये बहुतांश मुस्लीम व्यापारी संस्थापक असलेल्या नाताळ इंडियन काँग्रेसमध्ये.

मुस्लीम होते आणि या ठिकाणी प्रथमच, आपल्या राजकीय कारकिर्दीच्या प्रारंभी गांधी गरीब भारतीयांचा उल्लेख करतात आणि त्याकडे लक्ष वेधतात. त्यांचे विचार त्या वेळी टॉलस्टॉय यांच्याभोवती फिरत असल्यामुळे आपण असे म्हणू शकतो की, नवीन काँग्रेसच्या सात 'उद्दिष्टां'पैकी दोन उद्दिष्टे अशी होती की, ज्यांचे उगमस्थान गांधींच्या वाचनात किंवा अनुभवात होते. दुसरे कोणतेही स्पष्टीकरण त्यासाठी सापडणे कठीण आहे : 'ठेक्याने आणलेल्या भारतीय कंत्राटी मजुरांच्या स्थितीची चौकशी करणे आणि त्यांचा त्रास कमी करण्यासाठी पावले उचलणे... (आणि) गरीब व असहाय लोकाना सर्वतोपरी मदत करणे.' दक्षिण आफ्रिकेमधील वास्तव्यातील उत्तरार्धापर्यंत या मजुरांसाठी किंवा त्यांच्याबरोबर गांधींनी फारसे काम केले नसेलही; पण राजकारणात प्रवेश केल्यापासून त्यांच्या मनात व सदसद्विवेकबुद्धीत त्यांच्याबद्दल सतत विचार येत होते, हे मात्र नक्की.

ही 'उद्दिष्टे' काही वर्षे केवळ शब्द बनून राहिली, उंच उंच जाणाऱ्या आकांक्षांच्या पसाऱ्यात त्यांचे रूपांतर कार्यक्रमात होऊ शकले नाही. गांधी लगेचच त्यांची चौकशी करण्यासाठी उसाच्या मळ्यांमध्ये किंवा खाणींमध्ये गेले नाहीत. भारतात आल्यानंतर अनेक वर्षांनी, या विलंबामागे त्यांच्या मनातील सामाजिक साशंकता होती, असे त्यांनी स्पष्ट केले. ''मी दक्षिण आफ्रिकेत २० वर्षं राहिलो,'' ते नंतर

म्हणाले, ''पण, तिथल्या हिऱ्यांच्या खाणी बघायला जाण्याचा विचार एकदाही माझ्या मनात आला नाही, एक 'अस्पृश्य' म्हणून मला तिथे प्रवेश नाकारला जाईल आणि माझा अपमान होईल ही भीती त्याला काही प्रमाणात कारणीभूत होती.'' तोपर्यंत, ब्रिटिशांचा वंशवाद आणि भारतीयांचा जातिवाद–ब्रिटिशांच्या नजरेत सगळे भारतीय अस्पृश्य असल्याची धारणा–हा एक समाजसुधारक म्हणून, आलंकारिक भाषेत सांगायचे तर, त्यांच्या युक्तिवादाचे केंद्रस्थान बनले होते. एक राष्ट्रवादी म्हणूनसुद्धा ते त्यांच्या उपयोगी पडले.

पण, या ठिकाणी त्यांनी सुरुवात केली नाही. साम्राज्यांतर्गत त्यांचे अशील, हितकर्ते व उच्चवर्गीय भारतीय व्यापारी यांच्यासाठी सामाजिक समता प्रस्थापित करणे हे सुरुवातीला त्यांचे ध्येय होते. म्हणून कंत्राटी मजुरांना नाताळ इंडियन काँग्रेसमध्ये सामील होण्याचे आमंत्रण नव्हते. तिचे तीन पौंडांचे वार्षिक सभासदत्वासाठीचे शुल्क त्यांच्या आवाक्याबाहेरचे होते. त्यांच्या हालअपेष्टा कमी झाल्या नाहीत; पण अनेक महिने लोटल्यावर गांधींचा पहिला निकटचा संबंध एका कंत्राटी मजुराशी आला; वास्तवाची जळजळीत जाणीव घडविणारा तो प्रसंग होता. दरबानच्या एका प्रख्यात गोऱ्या माणसाकडे माळ्याचे काम करणारा बालसुंदरम नावाचा एक तमिळ मजूर गांधींच्या नवीनच उघडलेल्या वकिली कचेरीत आला; तेथे एका तमिळ कारकुनाने दुभाष्याचे काम करत त्याची कथा गांधींना ऐकवली. तो मजूर रडत होता, त्याच्या तोंडातून रक्त येत होते, त्याचे दोन दात तुटले होते. त्याच्या मालकाने त्याला मारले होते, असे तो म्हणाला. गांधींनी त्याला डॉक्टरकडे पाठविले आणि मग एका न्यायदंडाधिकाऱ्याकडे नेले.

गांधींनी 'आत्मचरित्रा'त त्या घटनेचे अशा प्रकारे वर्णन केले आहे. एखाद्या सिनेमात घडावा तसा हा प्रसंग रंगविला असल्यामुळे त्याकडे विशेष लक्ष देण्याची गरज नाही. त्या प्रसंगानंतर फक्त दोन वर्षांनी त्यांनीच लिहिलेल्या वर्णनापासून हे तीन दशकांनंतर लिहिलेले वर्णन किती फटकून आहे, हे त्यांच्या चरित्रकारांपैकी एकाच्याही लक्षात आले नाही. आधी लिहिलेल्या मजकुरात, तो मजूर आधीच स्थलांतरितांचा रक्षक म्हणून ओळखल्या जाणाऱ्या अधिकाऱ्याकडे गेला. त्याने या मजुराला न्यायदंडाधिकाऱ्याकडे पाठविले, ज्याने 'काही दिवसांसाठी' त्याला हॉस्पिटलमध्ये ठेवण्याची व्यवस्था केली होती. त्यानंतर तो गांधींच्या कचेरीत आला. त्याच्या जखमांवर उपचार झाले होते. तोंडातून रक्तस्राव होत नव्हता; पण त्याच्या तोंडात इतक्या वेदना होत होत्या की, तो बोलू शकत नव्हता. आश्चर्य म्हणजे, त्याने त्याचे विनंतीपत्र तमिळमध्ये लिहिले. आपले कंत्राट रद्द करण्यासाठी वकिलाने मदत करावी, अशी त्याची इच्छा होती. जर ते रद्द होऊ शकले नाही, तर त्याच्या मालकाखेरीज दुसऱ्या कोणाकडे ते हस्तांतरित केले तर चालेल का, असे गांधींनी

त्याला विचारले. हे करण्यात अर्धे वर्ष गेले; पण अखेरीस गांधींनी त्यांच्या ओळखीच्या एका वेस्लियन पाद्र्याकडे बालसुंदरमला काम मिळवून दिले. त्या पाद्र्याच्या प्रवचनांना बहुतेक रविवारी गांधी जात असत.

बालसुंदरम हा खरोखर कंत्राटी मजूर नव्हता. उसाच्या मळ्यात किंवा एखाद्या खाणीत कुंपणामध्ये बंदिस्त राहून श्रमण्याऐवजी तो शहरात राहत होता, जेथे संरक्षकाकडे आणि दरबानच्या एका भारतीय वकिलाकडे स्वत: होऊन जाण्याएवढी रस्त्यांची माहिती त्याला होती. तो अर्धशिक्षित असल्यामुळे कदाचित अस्पृश्यही नसावा असे दिसते. गांधी नंतर गरजेपेक्षा जास्त श्रेय स्वत:कडे घेताना त्या घटनेला, आयुष्याला वेगळे वळण देणारी घटना, असे म्हणतात. 'हे प्रत्येक मजुराच्या कानावर गेले आणि ते मला त्यांचा मित्र मानायला लागले,' ते 'आत्मचरित्रा'त लिहितात. 'माझ्या कचेरीत नियमितपणे येणाऱ्या मजुरांची रांग लागली.' त्यांची 'सुख-दु:खे' आपल्याला माहीत झाल्याचा दावा ते करतात. हे दावे सर्वत्र स्वीकारले गेले. ('या गरीब भारतीयांसाठी ते एक कायदेशीर साहाय्य संस्था बनून राहिले,' एक भारतीय विद्वान, नगीनदास संघवी लिहितात). या काळातील पुरावा पाहता या दाव्यांचे समर्थन करायला तो फार तोकडा पडतो. गांधी स्वत: अशा मजुरांशी संबंधित कोणत्याही केसेसचा उल्लेख करत नाहीत; जर अशा केसेसची नोंद असेल, तर ती केव्हाच अदृश्य झाली आहे. नाताळ इंडियन काँग्रेसकरिता देणगी गोळा करण्यासाठी दोन वेळा आठवड्याच्या शेवटी गांधींनी कंत्राटी मजुरांची भेट घेतल्याच्या संक्षिप्त अहवालांव्यतिरिक्त दरबानच्या वास्तव्यादरम्यान गांधींनी त्या लोकांच्या भेटी घेतल्याची कोठेही नोंद नाही.

२६ ऑक्टोबर १८९५ रोजी त्यांनी पॉइंट रोडजवळील भारतीय गोदी कामगार व मच्छीमार राहत असलेल्या झोपड्यांना भेटी दिल्या, असे म्हणतात; तेथे फक्त पाच पौंड जमा झाले. (गांधी दरबानच्या किनाऱ्यावर उतरल्यानंतर सर्वप्रथम ज्या मार्गाने गेले त्या पॉइंट रोडचे आता नवीन दक्षिण आफ्रिकेत 'महात्मा गांधी मार्ग' असे नामकरण केले गेले. हा चांगल्या उद्देशाने केला गेलेला सन्मान स्थानिक भारतीयांना त्रस्त करतो; कारण तो भाग वेश्याव्यवसायासाठी कुप्रसिद्ध आहे). पुढच्याच आठवड्यात काही काँग्रेस सदस्यांबरोबर गांधी उत्तरेला उसाच्या प्रदेशात गेले, पण टोंगाट इस्टेट येथे मजुरांशी बोलण्यास परवानगी न मिळाल्याने त्यांनी आपले लक्ष स्थानिक भारतीय व्यापाऱ्यांकडे वळविले. एका इस्टेटीच्या ब्रिटिश मालकाला दरबानमधील न्यायदंडाधिकाऱ्याने गांधींच्या हालचालींवर लक्ष ठेवायला सांगितले होते. तो माणूस काही अंतर्ज्ञानी नव्हता. त्याने काय लिहिले बघा : 'ते थोडे त्रासदायक ठरतील यात शंका नाही; पण एखाद्या मोठ्या चळवळीचे नेतृत्व करू शकणारा हा माणूस नाही. त्यांना स्वत:चा चेहरा नाही.'

या काळातील गांधींचा या मजुरांप्रति असलेला खरा दृष्टिकोन दक्षिण आफ्रिकेत त्यांची उद्दिष्टे गाठण्यात आलेल्या पहिल्या अपयशाच्या वेळी त्यांनी केलेल्या युक्तिवादादरम्यान स्पष्ट दिसून येतो : ते उद्दिष्ट म्हणजे सुशिक्षित, सधन भारतीयांच्या मतदानाच्या हक्कांचे रक्षण करणे. त्या वर्षी डिसेंबरमध्ये त्यांनी लिहिले की, अशा भारतीयांची, 'अडाणी भारतीय लोकांची नावे मतदारयाद्यांमध्ये समाविष्ट झालेली पाहण्याची इच्छा नाही, कारण त्या लोकांना मतदानाचे महत्त्व समजते, अशी अपेक्षा करणे फोल ठरेल.'

नाताळच्या उत्तर किनाऱ्यावरील उसाच्या मळ्याला दिलेल्या धावत्या भेटीत टॉलस्टॉयच्या शिकवणीचे अनुसरण करण्याचा विचार गांधींच्या मनाला शिवला असूनही आपण स्वत: स्वत:च्या हातांनी शारीरिक श्रम करावेत या निष्कर्षाप्रत ती शिकवण त्यांना अजून घेऊन आली नव्हती. सुरुवातीला अपयश आल्यानंतर पुन्हा त्या मळ्यांमध्ये जाण्याचा प्रयत्न त्यांनी केला नाही; त्यामुळे त्यांच्या अस्पृश्यतेविषयीच्या तळमळीचे मूळ शोधण्याचा कोणी प्रयत्न करत असेल–जी तळमळ ते १९०१ मध्ये कलकत्त्याला पोहोचेपर्यंत दिसू लागली होती–तर बालसुंदरम याच्याबाबत घडलेली घटना त्यावर फारसा प्रकाश टाकू शकत नाही. त्यांच्या पुढच्या साक्षात्कारासाठी व्यासपीठ तयार करण्याचे काम त्या घटनेने केले असेल, असे फार तर आपण म्हणू शकतो; जो साक्षात्कार गरीब भारतीयांच्या प्रत्यक्ष भेटीमुळे नाही, तर गोऱ्यांबरोबरच्या युक्तिवादात आपण तोकडे पडतो हे दिसल्यामुळे झाला. जवळजवळ त्याच वेळी, म्हणजे तो माळी गांधींच्या कचेरीत आला त्यानंतर काहीच आठवड्यांत, जोहान्सबर्गच्या 'द क्रिटिक' या वृत्तपत्रातील संपादकीयाने वकील व आवेदक गांधींना अर्ध्यातच थांबविले.

गांधींनी १८९४ च्या अखेरीस नाताळमधील वसाहतीच्या विधिमंडळ सभासदांना उद्देशून एक अनावृत पत्र लिहिले होते. राजकीय पत्रकारितेतील हा त्यांचा पहिलाच प्रयास होता. त्या संपादकीयात या पत्राची गांभीर्याने दखल घेतली होती. त्या पत्रात गांधींनी 'भारतीयांच्या प्रश्नाला व्यापकपणे हात घातला' होता. या देशात भारतीयांचा एवढा द्वेष का केला जातो, असा सवाल त्यांनी विचारला. 'जर हा द्वेष केवळ त्यांच्या रंगावर आधारित असेल,' त्या पंचवीस वर्षांच्या नवदीक्षिताने लिहिले, 'तर मग आशेला काहीच जागा नाही. ते (भारतीय) जेवढे लवकर वसाहत सोडून निघून जातील तेवढे चांगले. त्यांनी काहीही केले तरी गोरी कातडी मिळविणे शक्य नाही.' पण जर हा द्वेष गैरसमजामुळे असेल, तर कदाचित त्यांच्या पत्राद्वारे भारतीय संस्कृतीची वैभवशाली परंपरा आणि भारतीय नागरिकांना एवढे उपयुक्त बनविणारी त्यांची श्रम करण्याची तयारी लोकांपर्यंत पोहोचेल, असे गांधींनी लिहिले. कंत्राटी मजुरांच्या बाबतीत गोष्ट वेगळी होती; त्यांना हजारोंच्या संख्येने तोकड्या मजुरीवर

आणून, बंदिवासात ठेवले जात होते, तसेच त्यांच्यात 'नैतिक शिक्षणाचा' अभाव होता. उपरोधिक स्वरात केलेल्या सौम्य विधानामुळे त्यातील खोचक अर्थ बहुतेक सर्व गोऱ्यांच्या डोक्यावरून गेला. गांधी लिहितात : 'ते माणसापेक्षा काहीतरी अधिक आहेत हे सिद्ध करण्यातील माझी असमर्थता मी मान्य करतो.' खरेतर ते म्हणत आहेत : अर्थात, ते अस्वच्छ आहेत आणि निम्नदर्जाचे आहेत, मान्य आहे; पण त्यांना ज्या स्थितीत तुम्ही बंदिवासात ठेवता, त्या स्थितीत त्यांच्याकडून आणखी काय अपेक्षा करणार? कदाचित, तोपर्यंत त्यांना भेटलेल्या बालसुंदरम या एकमेव कंत्राटी मजुराची प्रतिमा त्यांच्या नजरेसमोर असेल.

'द क्रिटिक'ने गांधींचा तो युक्तिवाद नेमका उचलला आणि उलटा फिरविला. भारतीय मजुरांना 'गुलामगिरी'त ढकलण्यासाठी नाताळचे कायदे नव्हे, तर जातिव्यवस्था कारणीभूत होती, त्यात म्हटले होते. 'नाताळमध्ये व अन्यत्र, हा जो हिंदूंचा वर्ग मोठ्या प्रमाणावर दिसतो तो खालच्या जातीचाच आहे आणि या परिस्थितीत, त्यांनी काहीही केले तरी ते स्वत:साठी आदराचे स्थान निर्माण करू शकणार नाहीत, त्यांच्या सहकाऱ्यांकडूनदेखील आदर प्राप्त करू शकणार नाहीत.' त्या वृत्तपत्राने म्हटले, 'गांधींनी स्वत:च्या घरापासून हे काम हाती घेतले पाहिजे.'

गांधींचे अधिकृत चरित्रकार आणि दीर्घकाळ असलेले सचिव, प्यारेलाल या परिच्छेदाकडे आपले लक्ष वेधतात. याचा अर्थ असाही असू शकतो की, गांधींनी दक्षिण आफ्रिकेच्या दिवसांच्या सांभाळून ठेवलेल्या कात्रणांवर त्यांची नजर पडली– गांधी आयुष्यभर कात्रणे गोळा करून ती संगतवार लावत असत किंवा प्यारेलाल गांधींबरोबर बालपणापासून जवळजवळ तीस वर्षे होते; त्यामुळे त्यांनी गांधींशी– ज्यांना ते 'मालक' म्हणत–या संपादकीयाविषयी चर्चा केली असेल. प्यारेलालना आलंकारिक आणि अतिशयोक्तिपूर्ण भाषा वापरण्याची सवय होती; पण 'द क्रिटिक'मधील संपादकीयाबद्दल लिहिताना एखाद्या साक्षात्काराचे वर्णन केल्याप्रमाणे ते खात्रीपूर्वक लिहितात :

> तो काटेरी बाण गांधीजींच्या काळजात खोल रुतला. एखादा साक्षात्कार व्हावा तितक्या तीव्रतेने ते सत्य त्यांच्या हृदयावर आदळले की, जोपर्यंत भारत आपल्याच लोकांमधील एका गटाला अस्पृश्यांप्रमाणे वागणूक देत राहील, तोपर्यंत भारतमातेच्या सुपुत्रांना परदेशात अस्पृश्यांप्रमाणे वागणूक मिळण्याची तयारी ठेवावी लागेल.

जोहान्सबर्गमधील एका इंग्रजी संपादकाने जो बाण फेकला होता, तो गांधीजींच्या स्वत:च्या युक्तिवादांच्या भात्यातील एक अस्त्र होऊन राहणार होता. (''अस्पृश्यतेच्या

गुन्ह्याबद्दल आपल्याला न्याय्य शिक्षा भोगावी लागली नाही का?'' त्यांनी १९३१ मध्ये विचारले. ''आपण जे पेरलं तेच उगवलं नाही का?... आपण 'अस्पृश्यां'ना वेगळं काढलं आणि परिणामी, आपण ब्रिटिश वसाहतींमध्ये वेगळे काढले गेलो... असा कोणताही आरोप नाही जो 'अस्पृश्य' आपल्या तोंडावर फेकू शकत नाहीत आणि जो आपण इंग्रजांच्या तोंडावर फेकत नाही.'')

गांधींनी दुजोरा दिला की, जोहान्सबर्गमधील संपादकीय लिहिणाऱ्याने जो मुद्दा मांडला, त्याचा सामना आपल्याला नेहमी करावा लागला. ''दक्षिण आफ्रिकेतल्या माझ्या चळवळींदरम्यान गोरे मला नेहमी विचारत की, तुम्ही तुमच्याकडे अस्पृश्यांना इतकी वाईट वागणूक देता तर त्यांच्याकडून चांगल्या वागणुकीची अपेक्षा करण्याचा तुम्हाला काय अधिकार आहे?'' हा मुद्दा नेहमी उपस्थित केला गेला असेल किंवा फक्त एकदा; पण त्याचा ठसा मात्र कायमचा उमटला.

शेवटी, टॉलस्टॉय यांच्या म्हणण्यानुसार जर त्यांनी 'आपल्या कामा'अंतर्गत स्वच्छतेचा आणि शौचालय साफ करण्याचा समावेश केला असेल, तर त्यांनी 'घरी आपले काम सुरू केले' असेच म्हणावे लागेल. १८९६ मध्ये ते भारतात आले ते आपल्या कुटुंबीयांना जमा करून पुन्हा त्यांना दरबानला घेऊन जाण्यासाठी. ते राजकोटला आल्यावर लगेचच मुंबईत प्लेगची साथ पसरली. राजकोटमधील स्वच्छता समितीचे सदस्य बनविल्यावर गांधींनी संडासांची तपासणी आपली विशेष कामगिरी म्हणून हाती घेतली. श्रीमंतांच्या घरात–आणि अगदी हिंदूंच्या मंदिरातही– ते 'अंधार व दुर्गंधीयुक्त तसेच घाण व किडे यांनी भरलेले' होते. नंतर गांधी अस्पृश्यांच्या वस्तीत गेले : ''अशा प्रकारच्या वस्तीला ही माझी पहिलीच भेट होती,'' त्यांनी कबूल केले. त्या समितीतील फक्त एकच सदस्य त्यांच्याबरोबर जाण्यास तयार झाला. तेथे गेल्यावर असे लक्षात आले की, अस्पृश्यांना संडासच नव्हते. ''संडास फक्त मोठ्या लोकांकडे असतात,'' तेथील लोकांनी सांगितले किंवा तसे सांगितल्याचे गांधींना आठवते. ते लोक उघड्यावर प्रातर्विधी करत; पण आश्चर्याची गोष्ट म्हणजे, त्या वस्तीतील मोडकीतोडकी घरे त्यांच्यापेक्षा समाजात उच्च दर्जाची वागणूक मिळणाऱ्या लोकांच्या मोठ्या घरांपेक्षाही स्वच्छ होती असे चित्र गांधींना दिसले. म्हणून यापुढे, स्वच्छता आणि आरोग्य हे विषय गांधींच्या सुधारणा कार्यक्रमात अग्रभागी राहिले.

संडाससफाईची गांधींना असलेली तीव्र इच्छा ते कुठेतरी अस्पृश्यतेबाबतच्या निश्चित भावनेशी जोडू पाहत असल्याची पहिली उघड खूण दरबानला परत गेल्यावर एक-दोन वर्षांनी दिसू लागली. एक चेंबर पॉट रिकामा करण्यावरून आपली सहनशील पत्नी कस्तुरबा हिच्याबरोबर वाद घालताना गांधींनी रुद्रावतार

धारण केला, अशी आठवण त्यांनी स्वत:च सांगितली आहे. या ठिकाणी प्रथमच आपल्याला असे दिसते की, टॉलस्टॉय यांच्या म्हणण्यानुसार 'शरीरश्रम', अस्पृश्यतेबाबत भारतीयांच्या वागणुकीच्या विरोधात प्रत्यक्षात आणले गेले. गांधी आता अशा वागणुकीचा धिक्कार करायला शिकले होते, कारण दक्षिण आफ्रिकेत भारतीयांना समान वागणूक मिळावी म्हणून ते जो लढा देत होते त्याला ही अस्पृश्यता पाळणारी प्रवृत्ती मारक ठरत होती. या प्रसंगातील चेंबर पॉट व्हिन्सेंट लॉरेन्स नावाच्या गांधींच्या कचेरीतील कारकुनाने वापरला होता, ज्याचे वर्णन ते 'पंचमा - आई-बापांच्या पोटी जन्मलेला ख्रिश्चन,' असे करतात. 'पंचमा' हे अस्पृश्य समजले जायचे. लॉरेन्स त्या काळात या वकिलाच्या 'बीच ग्रोव्ह' या दरबानच्या किनाऱ्याजवळील दुमजली घरात पाहुणा म्हणून राहत होता. त्यांच्या पतीने वर्णन केल्याप्रमाणे, एक आज्ञाधारक हिंदू पत्नी असलेल्या अशिक्षित कस्तुरबांनी–ज्यांना नुसते 'बा' म्हणून ओळखत–काहीशा नाखुशीने अबोलपणे चेंबर पॉट साफ करण्यात आपल्या पतीबरोबर वाटा उचलला होता. 'पण एका पंचमाने वापरलेला चेंबर पॉट साफ करणे ही तिच्या दृष्टीने परिसीमा झाली होती,' गांधी म्हणतात. त्या कारकुनाचा पॉट त्यांनी प्रचंड विरोध करत आणि पतीवर रागावत उचलला, त्यावर पतीने त्यांना त्यांचे कर्तव्य बिनतक्रार पार पाडण्याचे फरमान सोडले.

"माझ्या घरात हा असला मूर्खपणा मी खपवून घेणार नाही," ते ओरडले, असे ते स्वत:च लिहितात.

"मग तुमचं घर तुमच्यापाशीच ठेवा आणि मला जाऊ द्या," पत्नी उत्तरली.

त्या भावी महात्म्याच्या संतापाचा उद्रेक झाला. "मी तिला हाताला धरलं, त्या असहाय स्त्रीला फाटकाकडे ओढत नेलं... आणि तिला बाहेर ढकलण्याच्या उद्देशाने ते उघडायला लागलो." नंतर बांनी तडजोडीची याचना केली आणि गांधींनी खेद प्रकट केला. तीस वर्षांनंतर गांधींना एकतर आठवत नाही किंवा त्यांना सांगायचे नाही की, अखेरीस तो चेंबर पॉट कोणी साफ केला.

नायपॉल यांनी वर्णन केलेल्या कलकत्त्याच्या प्रसंगाची नांदी येथे आपल्याला स्पष्ट दिसते. समाजाला घट्ट चिकटलेल्या अस्पृश्यतेचा सामना करण्यासाठी गांधींना परत भारतात येण्याची गरज नव्हती, हेच यातून दिसते. त्या गोष्टीसाठी ते त्यांच्या पत्नीवर जबरदस्ती करू शकत होते; पण आपण तिला अजून बदलू शकलो नाही याची जाणीव त्यांना नक्की झाली असेल. त्यानंतर उशिरा, म्हणजे १९३८ मध्ये पुन्हा एकदा गांधींच्या संतापाचा उद्रेक झाला. पुरीमधील ज्या मंदिरात अजूनही अस्पृश्यांना प्रवेशबंदी होती, त्या मंदिरात बा गेल्या होत्या हे जेव्हा गांधींना कळले, तेव्हा त्यांची नाराजी उपोषणात प्रतिबिंबित झाली आणि त्यांचे वजन पाच पौंडांनी घटले. दरबानमधील पहिल्या प्रसंगानंतर एक गोष्ट समजत नाही, ती ही की, ज्या

आचरणाचा ते धिक्कार करत होते, त्या आचरणामुळे दबलेल्या, पिचलेल्या अत्यंत गरीब, पंचमा व इतर निम्नजातीतील लोकांविषयी त्यांचा स्वतःचा दृष्टिकोन कसा होता? त्यांचा ख्रिश्चन कारकून हे उदाहरण पुरेसे नाही. तो कारकून सुशिक्षित होता, कडक कॉलर असलेला सुखवस्तू नागरिक होता. ज्यांच्यात ते मिसळायचे नाहीत, ज्यांच्याबद्दल ते काही वेळा खेद व्यक्त करत आणि ज्यांना गोऱ्या लोकांनी केलेले 'गुलाम वंशा'चे वर्णन तंतोतंत लागू पडते त्या उसाच्या मळ्यातील कंत्राटी कामगारांचे काय? त्यांच्याबद्दल गांधींना जी सहानुभूती वाटे ती काल्पनिक, आत्मसन्मानाला धक्का न लावणारी होती, कारण त्या लोकांमुळे भारतीयांविषयीचे मत कलुषित होते हा आक्षेप त्यांना होता? किंवा त्यांना खरेच त्या लोकांची काळजी होती?

'आत्मचरित्रा'तील काही ओळी असे सुचवितात की, याचे सकारात्मक उत्तर दरबानच्या वास्तव्यादरम्यान मिळाले. राजकोटला मरणासन्न अवस्थेतील आपल्या मेहुण्याची शुश्रूषा करताना रुग्णसेवेची 'आवड' आपल्यात निर्माण झाली, असे वर्णन गांधी करतात. त्यानंतर दरबानला एका छोट्याशा धर्मादाय हॉस्पिटलमध्ये रोज सकाळी एक-दोन तास गांधी स्वेच्छेने रुग्णसेवेसाठी देऊ लागले; 'त्यामुळे आपण आजारी भारतीयांच्या जवळून संपर्कात आलो, ज्यांपैकी बहुतेक रुग्ण हे तमिळ, तेलुगू, उत्तर भारतीय कंत्राटी मजूर होते,' असे गांधी लिहितात; पण ते एवढेच लिहितात. हा जाता-जाता मारलेला शेरा आहे. ही ऐच्छिक रुग्णसेवा किती काळ चालली हे आपल्याला माहीत नाही, फक्त ती गांधींच्या मते बोअर युद्धासाठी चांगली उपयोगी पडली; जेव्हा त्यांच्या नेतृत्वाखाली रुग्णसेवा पथकाने जखमी ब्रिटिश सैन्याची काही वेळा शुश्रूषा केली. ब्रिटिश सैनिक ज्यांना 'बॉडी स्नॅचर्स' म्हणत, त्यांच्यापैकी बहुतेक लोक हे कंत्राटी मजूर होते. दक्षिण आफ्रिकेतील अखेरच्या वर्षात केलेल्या शेवटच्या सत्याग्रह चळवळीपूर्वी अति-गरीब भारतीयांशी त्यांचा निकटचा संबंध आला तो ऐच्छिक रुग्णसेवेमुळे नाही, तर युद्धामुळे!

त्यांच्या नेतृत्वाखालील अकराशे रुग्णवाहकांपैकी आठशे कंत्राटी मजूर होते, जे उसाच्या मळ्यांमधून आठवड्याला एक पौंड वेतनावर आणले गेले होते (त्यांच्या एरवीच्या मिळकतीपेक्षा ही रक्कम दुप्पट होती). हे मजूर 'इंग्रज सर्वेक्षकांच्या हाताखाली' राहिले, गांधी स्पष्ट करतात. तांत्रिकदृष्ट्या ते स्वयंसेवक होते; पण प्रत्यक्षात सरकारने अधिकृतपणे त्यांच्या मालकांकडे विनंती केल्यानंतर तथाकथित स्थलांतरितांच्या रक्षक अधिकाऱ्याच्या परवानगीने त्यांना या कामावर पाठविण्यात आले होते. ज्या मळ्यांमध्ये ते ठेक्याने काम करायचे, तेथे त्यांची हजेरी घेतल्यावर त्या 'अर्ध-गुलामां'ना–असे गांधी त्यांना संबोधत–त्यांच्या नेहमीच्या सर्वेक्षकाच्या आधिपत्याखाली पायी-पायी नेण्यात आले. या व्यवहारात गांधींची भूमिका सोईस्करपणे महत्त्वाची राहिली, असे म्हणणे कदाचित अतिशयोक्तिपूर्ण होईल; पण ते पूर्णपणे

चुकीचेही नाही. त्यांनी नंतर हे कबूल केले की, बहुतांश रुग्णवाहकांच्या भरतीशी आपला काही संबंध नव्हता : 'त्या पथकात कंत्राटी मजुरांचा समावेश करण्याचे श्रेय घेण्याचे भारतीयांना काही कारण नव्हते, ते श्रेय मळेवाल्यांना जाणेच योग्य ठरले असते; पण पथकाचे उत्कृष्ट व्यवस्थापन करण्याचे श्रेय मात्र निश्चितपणे स्वतंत्र भारतीयांना म्हणजेच भारतीय समाजाकडे जाते.'

या ठिकाणी ते पुन्हा असे म्हणत आहेत की, 'स्वतंत्र भारतीय' हे समाजाचे सदस्य आहेत; भारतीय कंत्राटी मजूर मात्र नाहीत. म्हणून जेव्हा ते 'आत्मचरित्रा'च्या पानांमध्ये आपल्याला सांगतात की, त्यांना आता 'मित्र' म्हणून ओळखले जाऊ लागले, 'त्यांची सुख-दुःखे' माहीत असलेला माणूस म्हणजे गांधी; मजुरांच्या, ज्यांच्याबरोबर त्यांनी बोअर युद्धाच्या सीमेवर सेवा दिली, ही सर्व विधाने काहीशी पोकळ वाटू लागतात. ते कोणत्याही व्यक्तीविषयी (नाव घेऊन) बोलत नाहीत, प्रसंगाविषयी बोलत नाहीत; फक्त 'त्यांच्यात अधिक जागृती निर्माण झाली,' 'हिंदू, मुस्लीम, ख्रिश्चन, तमिळ, गुजराती आणि सिंधी सगळे भारतीय होते आणि ती एकाच मायभूमीची लेकरे होती,' हा साक्षात्कार; याबद्दल लिहितात. जागृती 'त्यांच्यात' निर्माण झाली. त्यांच्या अधीन असलेले श्रोते ते बोलत असताना मान डोलवत आहेत, असे चित्र जवळजवळ आपल्या डोळ्यांपुढे उभे राहते, जरी त्यांच्यातील बहुतेकांना–विशेषतः तमिळ–त्यांची भाषा कळत नाही; पण खरेतर त्या वेळी त्यांनी अशी भाषणे दिली किंवा नाही हे आपल्याला माहीत नाही. अशीच शक्यता अधिक आहे की, हे शब्द वेगळ्या श्रोत्यांपुढे, वेगळ्या ठिकाणी आणि नंतरच्या काळात बोलले गेले असतील : त्यांच्या वृत्तपत्रांच्या साप्ताहिक आवृत्त्यांमधील त्यांच्या संस्मरणांचे वाचन करणारे भारतातील गांधीभक्त असतील. घटना घडल्यानंतर फार मोठ्या काळानंतर दक्षिण आफ्रिकेतील वकील गांधींच्या अनुभवांना भारतीय राजकारणी गांधी पुनःपुन्हा आकार देतात, त्यांची पुनर्रचना करतात, जेणेकरून त्यांचा राष्ट्रवादी कार्यक्रम आणि मूल्ये घरच्या भूमीतील लोकांसमोर ठेवता यावीत.

संकटसमयी स्वतः दाखविलेल्या शौर्याचाही समावेश या पुनर्रचनेत होतो. मूळ समझोत्याप्रमाणे भारतीयांना कोणत्याही प्रकारच्या गोळीबाराला आणि धोक्यांना युद्धभूमीवर सामोरे जायला लागणार नव्हते; पण जेव्हा ब्रिटिशांना आपली पिछेहाट होत आहे असे दिसले, तेव्हा गांधींच्या म्हणण्यानुसार, त्यांच्या कमांडरने हा प्रश्न भारतीयांसोबत मोठ्या खुबीने आणि संवेदनशील पद्धतीने चर्चेला आणला. 'आम्ही जर धोक्यांना सामोरे जायला तयार नसू तर जनरल बुलर यांचा आम्हाला जबरदस्तीने गोळीबाराचा सामना करायला लावण्याचा मुळीच इरादा नव्हता,' त्यांनी लिहिले, 'परंतु जर आम्ही स्वतःच्या इच्छेने ते काम स्वीकारले असते, तर त्याचे खूप कौतुक झाले असते. त्या धोकादायक क्षेत्रात प्रवेश करायला आम्ही खूप उत्सुक होतो.'

नंतरच्या काळात, आपल्या अहिंसक प्रतिरोधातील स्वयंसेवकांना सूचना देताना ते सवयीने सैनिकी रूपके वापरत असत. वरील परिच्छेदातही ते हेच करत असावेत; पण त्यातून जो अर्थ प्रकट होतो, तो अतिशयोक्तिपूर्ण आहे. ते जनरल रेडव्हर्स बुलरना कधीच भेटले नाहीत आणि जनरलला त्यांचे नाव माहीत होते की नाही, हे स्पष्ट होत नाही. कमांडिंग ऑफिसरच्या नावे जे आदेश आणि निरोप जारी होत होते, त्याविषयी गांधी बोलत आहेत आणि त्यांच्या रुग्णवाहक पथकाने कधीही प्रत्यक्ष युद्धभूमीवर काम केले नाही. ज्या वेळी रुग्णवाहक पथकाला त्यांचा बोजा घेऊन बोअर सैन्याच्या गोळीबार क्षेत्रातून पंटून पूल (नावांचा तात्पुरता पूल) आणि रस्ते पार करून जायला सांगण्यात आले, तेव्हा ते मोठ्या संकटात सापडले; पण बंदुका शांत होत्या आणि एकही भारतीय जखमी झाला नाही किंवा मारला गेला नाही. ज्या नाताळच्या युद्धांवर यापूर्वी त्यांना पाठविले गेले होते–१८९९ च्या डिसेंबर महिन्याच्या मध्यावर कोलेन्सो युद्ध आणि स्पिऑन कॉपचे एक महिन्यानंतरचे युद्ध–त्या युद्धभूमी ब्रिटिशांसाठी शवागारे सिद्ध झाली होती. जखमी, मृत व पकडले गेलेल्यांची एकूण संख्या पहिल्या वेळी एक हजार १२७, तर दुसऱ्या वेळी एक हजार ७३३ होती. बोअर सैनिकांच्या गोळ्यांना एकही रुग्णवाहक बळी पडला नाही. यावरून हेच स्पष्ट होते की, पथकाला 'धोकादायक क्षेत्रा'त करावे लागलेले जिकिरीचे आणि तणावपूर्ण काम तितकेसे धोकादायक नसावे.

या घटनांचे वर्णन करताना गांधी एखाद्या नेत्याप्रमाणे गंभीर, विनम्र स्वर लावतात, ज्याला फुशारक्या मारण्याची इच्छा नसते. ते वर्णन पुन्हा वाचताना त्या स्वराला शूरपणाचा आव आणल्याचा स्पर्श झाल्यासारखा वाटतो; त्यांनी निर्माण केलेल्या छोट्या छोट्या संदिग्धता निष्काळजीपणामुळे नाही तर हिशेबीपणाने निर्माण केल्यासारख्या वाटतात. तरीही, चरित्रकारांनी त्यांचा भरपूर फायदा उठविला. एक अगदी सुरुवातीच्या काळातील आणि अजूनही वाचनीय असलेला लुइस फिशर हा चरित्रकार रुग्णवाहक पथकाबद्दल काय म्हणतो पाहा : 'शत्रूच्या बंदुकींच्या माऱ्यापुढे त्यांनी अनेक दिवस काम केले.' चरित्रकाराचे प्रेषितात रूपांतर झालेले प्यारेलाल, स्पिऑन कॉपच्या लढाईत गंभीर जखमी झालेले जनरल एडवर्ड वूडगेट यांना बेस हॉस्पिटलला घेऊन जाण्यात गांधींनी बजावलेल्या भूमिकेचे वर्णन करताना म्हणतात, "जनरलना घेऊन जात असताना ते तीव्र वेदनांनी विव्हळत होते आणि रुग्णवाहकांना घाईघाईने उन्हातून आणि धुळीतून त्यांना घेऊन जावं लागलं." जखमा बऱ्या न झाल्याने अखेरीस दोन महिन्यांनी वूडगेट मरण पावले. हे शक्य आहे की, स्ट्रेचरवरून किंवा जास्त शक्यता ही आहे की, पडदे लावलेल्या मेण्यातून नेले जात असता वूडगेट हे शुद्धीत होते. त्यांना घेऊन खड्ड्यांमधून तुगेला नदीचे खोरे पार करून चार मैलांपेक्षा जरा जास्त अंतरावरील स्पिअरमन्स कॅम्प येथे बेस हॉस्पिटलला

नेण्यात आले, जेथे जनरल बुलर यांचे मुख्यालय होते. गांधींच्या कथनात या स्थलांतराचे प्रत्यक्ष वर्णन तुटकपणे केलेले आहे. त्या जखमी कमांडरसोबत ते स्वत: पूर्ण अंतर गेले का, हे पूर्णपणे कधीच स्पष्ट झाले नाही.

स्पिऑन कॉप हा एक व्यूहरचनात्मक डोंगरमाथा होता, जो सर करण्यासाठी वूडगेट यांनी आपली तुकडी मध्यरात्रीच्या सुमारास तेथे नेली होती; पण ते उंचीवरचे ठिकाण सुरक्षित करण्यात त्यांनी निष्काळजीपणा केला होता, हे त्यांना सकाळी समजले. बोअर सैनिकांनी गोळीबार सुरू केला, तेव्हा खंदक अर्धवट खणून झाले होते. खंदकांच्या बाहेर बेपर्वाईने उभ्या असलेल्या वूडगेटच्या डोक्यात सकाळचे धुके विरल्याविरल्याच गोळी घुसली. त्यांना मृतदेहांनी आणि मरणासन्न लँकेशायर बंदूकधारी सैनिकांनी भरलेल्या खंदकात ओढत नेले गेले आणि मग त्यांच्याच सैन्यातील तुकडीने 'पहिल्या शुश्रूषा स्थानका'कडे नेले, मग ब्रिटिश रुग्णवाहक पथकाने डोंगर उतरून 'फील्ड हॉस्पिटल'मध्ये नेले आणि नंतर त्यांचे मृत शरीर भारतीयांकडे सोपविण्यात आले. या घटनांचे तपशीलवार वर्णन, तत्कालीन 'टाइम्स' 'दक्षिण आफ्रिकेतील युद्धाचा इतिहास,' यात केले गेले आहे; त्यात वूडगेटचे मृत शरीर डोंगरावरून खाली आणणाऱ्या पथकाचा प्रमुख म्हणून लेफ्टनंट स्टॅनफील्ड यांचे नाव दिले आहे. या वर्णनात, भारतीयांचा उल्लेख नाही आणि एका तरुण ब्रिटिश पत्रकाराच्या वृत्तान्तातही नाही, जो त्या दिवशी उशिरा 'खूप तास चाललेला भयंकर गोळीबार' थांबल्यावर डोंगर चढून गेला होता.

'द मॉर्निंग पोस्ट'ला पाठविलेल्या बातमीत विन्स्टन चर्चिल यांनी लिहिले : 'जखमींचे लोंढे आम्हाला भेटले आणि त्यांच्यामुळे रस्त्यात अडथळा निर्माण झाला होता. प्रेते इतस्तत: पडली होती. अनेक जखमा भयंकर स्वरूपाच्या होत्या.' डोंगराच्या पायथ्याशी, 'रुग्णवाहिका गाड्यांचे एक गावच उभे राहिले होते.' गांधी आणि चर्चिल पुन्हा क्वचितच एका बाजूला राहिले. १९०६ मध्ये लंडनला एका छोट्या अधिकृत भेटीपर्यंत ते एकमेकांना भेटले नाहीत, ती त्यांची एकमेव भेट ठरली. स्पिऑन कॉप या ठिकाणी ते एकमेकांसमोर आले असतील का, हा विचार कुतूहल जागवणारा आहे. चर्चिल यांनी ज्या दृश्याचे वर्णन केले त्या वर्णनाचा गांधींच्या कथनात संपूर्ण अभाव दिसतो, ही बाब विशेष लक्षणीय आहे. एकतर त्यांनी तेथे फार थोड्या गोष्टी पाहिल्या किंवा कसे माहीत नाही; पण त्यांच्या आठवणीवरील ठसा लवकरच पुसट झाला.

दरबानमधील तीस सुशिक्षित भारतीयांना 'पुढारी' म्हणून नेमण्यात आले आणि त्यांना गणवेश देण्यात आले (त्यांचे पैसे मुस्लीम व्यापाऱ्यांनी दिले, त्यातील कोणीही (व्यापाऱ्यांपैकी) स्वयंसेवक म्हणून काम केले नाही). पुढाऱ्यांना तंबूही मिळाले. सुरुवातीच्या काही आठवड्यांमध्ये, कंत्राटी मजुरांमधून भरती झालेले लोक

उघड्या मैदानावर झोपत असत, बरेचदा त्यांना पांघरूणही नसे. गांधी सगळ्या 'पुढाऱ्यां'चे पुढारी होते. सर्व पुढाऱ्यांना प्रत्यक्षात रुग्णवहनाचे काम करावे लागले का, हे स्पष्ट होत नाही. गांधींनी त्या वेळी केलेल्या अनेक वर्णनांमध्ये हा मुद्दा संदिग्धच ठेवला आहे. किमान हे शक्य आहे की, ते पुढारी कामावर देखरेख करत असावेत, रुग्णवाहकांबरोबर चालत जाऊन त्यांचा वेग कायम राखण्यात मदत करत असावेत. (अर्थात, गांधींचे पहिले चरित्रकार, डोक यांनी गांधींच्या ज्या मुलाखती घेतल्या त्यातून असे चित्र उभे राहते की, गांधींनी प्रत्यक्ष रुग्णवहनाचे काम केले होते). जेव्हा युद्ध संपले, तेव्हा वसाहतींच्या सचिवांना विनंतीपूर्वक एक पत्र लिहिले. त्यात नमूद केले होते की, 'राणीच्या चॉकलेट'ची भेट–जी भेटीपेक्षाही जास्त मोलाची म्हणजे राजाने केलेला गौरव समजली जायची–नाताळमधील ब्रिटिश सैन्यात वाटली गेली. त्यांनी विचारणा केली की, ज्या रुग्णवाहक पथकाने युद्धात कोणतेही वेतन न घेता खारीचा वाटा उचलला, त्यांच्या गणवेशधारी पुढाऱ्यांनाही ते चॉकलेट दिले जावे का? ज्या मोठ्या संख्येने असलेल्या कंत्राटी मजुरांना त्यांनी स्वत: भरती केले नव्हते, त्यांच्या वतीने गांधींनी विनंती केली नाही. त्याप्रसंगी कोणाही भारतीयाला 'राणीची चॉकलेट्स' मिळाली नाहीत. या देवाणघेवाणीची समाप्ती करुणाजनक झाली. त्या अधिकाऱ्याने कठोरपणे उत्तर दिले. ते चॉकलेट फक्त सैन्यात भरती झालेल्यांसाठी आणि अनायुक्त अधिकाऱ्यांसाठी होते, त्याने सांगितले; फक्त गोऱ्यांसाठी, तो कदाचित म्हणाला असता; कारण गांधींनी–जे अगदी प्रतीकात्मक का होईना समान नागरिकत्वाला थोडी तरी मान्यता मिळावी, यासाठी धडपडत होते–हाच अर्थ वाचला असेल. गांधींसह आठ भारतीयांना सुवर्णपदके मिळाली. इतर रुग्णवाहकांना फक्त स्वत: गांधींकडून एक पत्र आणि सोबत एक छोटीशी भेटवस्तू (कोणती ते नमूद केलेले नाही) मिळाली.

व्हिन्सेंट लॉरेन्स या जातिबाह्य कारकुनाला–ज्याच्या चेंबर पॉटची कस्तुरबा गांधींना किळस आली होती–इतर 'नेत्यां'बरोबर झोपायला तंबू मिळाला होता. यातून हे दिसून येते की, गांधींसाठी ही महान सामाजिक विषमता ही वर्गासंबंधीची बाब होती, जातीसंबंधीची नव्हती. ही विषमता पार करून जाण्याची कल्पना भूतकाळाकडे वळून पाहतानाच समोर आली. त्याच वेळी त्यांना ही बाबही लक्षणीय वाटते की, कंत्राटी कामगार 'उद्धटासारखे' वागत असूनही त्यांचे ब्रिटिश सैनिकांशी चांगले जमले.

हा चिकित्सकपणा गांधींचा आहे. ते पुढे कधी असे अप्रसन्नपणे वागले नाहीत, छोट्या छोट्या गोष्टींना नाक मुरडले नाही. खूप वर्षांनंतर भारतात सामाजिक दरी पार केल्यानंतर गांधींनी एका अस्पृश्य मुलीला आपली मुलगी म्हणून दत्तक घेतले. तिचे नाव लक्ष्मी ठेवले. गांधींच्या निधनानंतर बऱ्याच वर्षांनी लेखक वेद मेहता तिला

भेटायला गेले, तेव्हा लक्ष्मीने गांधी त्यांच्या आश्रमात सांडपाण्याच्या केलेल्या व्यवस्थेबाबत किती मोठा विचार करायचे याचे वर्णन केले : त्यांच्या अनुयायांना दोन वेगवेगळ्या पांढऱ्या रंगांच्या बादल्यांमध्ये, पांढऱ्याशुभ्र स्वच्छतागृहात शौच व लघवी करण्याचे प्रशिक्षण कसे दिले होते, मग माती टाकून शौच झाकणे, लांबवर खोदलेल्या चरांमध्ये ती बादली रिकामी करणे; त्यावर कापलेले गवत टाकून ते झाकणे आणि ती बादली विसळण्यासाठी मूत्राचा वापर करणे याचेही प्रशिक्षण कसे दिले होते. ''बापूंनी मूत्राचा वापर करण्याचाही मार्ग शोधून काढला होता,'' लक्ष्मी म्हणाली. ती हे अभिमानाने म्हणाली की उपरोधाने किंवा दोन्हींच्या मिश्रणाने, हे वेद मेहता नमूद करत नाहीत. कदाचित, वस्तुस्थिती कथन करून ज्यांना कोणाला गांधींचे अशा बाबतीतील विचार समजून घ्यायचे असतील, त्यांच्यासाठी उदाहरण घालून देण्याचा तिचा उद्देश असावा.

गांधी १९०१ मध्ये कलकत्त्याला पोहोचले तेव्हा त्यांचा आश्रम आणि सुधारित स्वच्छता व्यवस्था अजून अस्तित्वात यायची होती. पण, ज्याप्रमाणे टॉलस्टॉय यांना त्यांचे पूर्वज राहत असलेला रशिया अनुभवायचा होता, त्याचप्रमाणे भारत हा ग्रामीण जनतेने भरलेला पाहण्याची गांधींची इच्छा आता डोके वर काढत होती. कदाचित, बांबूंच्या तट्ट्यांमागे स्वत:ला अस्वच्छ लोकांपासून सुरक्षित ठेवू पाहणाऱ्या दक्षिण भारतीय ब्राह्मणांकडे बघून ही इच्छा जागृत झाली असावी. दक्षिण आफ्रिकेपेक्षा भारतात जातींमधील सीमारेषा अधिक ठळकपणे आखलेल्या होत्या, अगदी भारतीय राष्ट्रीय काँग्रेसच्या झेंड्याखालीही त्या पुसल्या गेल्या नाहीत. दक्षिण आफ्रिकेत, कंत्राटी मजुरांमध्ये तरी आंतरजातीय संबंध, काही वेळा लग्न करून ते संबंध अधिकृत करणे ही असामान्य बाब नव्हती. प्रत्येक तीन माणसांमागे दोन स्त्रियांना देशात प्रवेश देण्याच्या वसाहत अधिकाऱ्यांच्या निर्णयामुळे स्त्रियांची कमतरता भरून काढण्यासाठी हा मार्ग अवलंबला जायचा. एखाद्या विशिष्ट मळ्यातील एखाद्या मजुराला त्याच्याच उपजातीची आणि प्रदेशातील मुलगी साथीदार म्हणून मिळेल, याची खात्री नसायची. तो या वर्गवारीची बहुधा पर्वाच करत नसावा. अलीकडील काळात दूरवरच्या वसाहतींमध्ये भारतातील अतिशय मागास भागांतून कामगारभरती करताना, 'गोडबोल्या' एजंट त्यांना शब्द देतो की, तेथे गेल्यावर जातींची बंधने सैल होतील किंवा नष्ट होतील. या किंचित विडंबनात्मक वर्णनात, एजंट जास्त पगार, कमी काम आणि 'जाती-परंपरांचे पालन करण्याचे बंधन घालणारा' पुजारी नसल्याचे वचन देतो. तो कामगार मजेत खाऊ-पिऊ शकेल किंवा 'आवडेल त्या स्त्रीसोबत झोपू शकेल आणि कोणीही तुमच्या अधिकारांना आव्हान देऊ शकणार नाही.'

वास्तविक, नाताळमधील ऊसमळ्यांच्या स्थितीची पाहणी करणाऱ्या एका

न्यायालयीन आयोगाला 'उच्चवर्गीय पुरुषांनी निम्नवर्गीय स्त्रियांशी, मुस्लिमांनी हिंदूंशी, तर उत्तर भारतीय पुरुषांनी दक्षिणेतील तमिळ स्त्रियांशी' विवाह केल्याचे आढळले. नंतर, पुढे जेव्हा मजुरांची कंत्राटांची मुदत संपली, तेव्हा वरच्या जातीच्या माजी कंत्राटी मजुरांनी–ज्यांनी दक्षिण आफ्रिकेत राहून पुढील आयुष्य घालविण्याचे ठरविले–लवकरच जातीची बंधने जी सैलावली होती ती घट्ट करण्यास सुरुवात केली. गांधींनी नाताळमधील भारतीयांच्या प्रवक्तेपदाची सूत्रे हाती घेतल्यानंतर पंधरा वर्षांनी, १९०९ मध्ये एकोणतीस हिंदूंनी स्थलांतरितांच्या रक्षकाकडे एक याचिका दाखल करून, त्यांच्या समाजातील ज्या दोन 'परिआं'ना कॉन्स्टेबल करण्यात आले होते, त्यांना त्या पदावरून काढून टाकण्याची विनंती केली. 'या दोन भारतीयांना आज्ञापत्राची अंमलबजावणी करण्यासाठी पाठविले जाते आणि इतर वेळी घराची झडती घेण्यासाठी पाठविले जाते... आम्हाला एवढेच सांगायचे आहे, जेव्हा एखाद्या अस्पृश्याने आमच्या वस्तूंना हात लावला किंवा आम्हाला अटक केली, तेव्हा आम्ही दूषित होतो. ते आमच्याशी उद्धटपणे वागतात.'

आज, पाच-सहा पिढ्यांनंतर, दक्षिण व उत्तर भारतीयांच्या विवाहातून झालेल्या संतानांच्या विवाहांमुळे–हिंदू आणि मुस्लिमांमधील विवाहांचा तर येथे विचारही केलेला नाही–अजूनही दक्षिण आफ्रिकेत कौटुंबिक ताणतणाव निर्माण होतात. विवाहविषयक वेबसाइटवर जातीविषयक माहिती मागविण्याचे प्रमाण भारतापेक्षा कमी आहे; पण काही वेळा छुप्या पद्धतीने तसे सुचविले जाते. भारतातील विवाहविषयक जाहिरातींमध्ये आज, काही वेळा दलितांचा स्पष्टपणे उल्लेख असतो; अलीकडील दशकांपासून अस्पृश्यांना 'दलित' म्हणून संबोधले जाते. आज दक्षिण आफ्रिकेत, अशा प्रकारचे अस्पृश्यतेसंबंधी उघड-उघड निर्लज्जपणे केलेले उल्लेख भारतीय अल्पसंख्याकांसाठीच्या विवाहविषयक जाहिरातींमध्ये केले जात नाहीत. क्वचित एखाद्या संशोधनपर अभ्यासात आलेल्या उल्लेखाव्यतिरिक्त अस्पृश्यतेचा उल्लेख कधीही केला जात नाही. खूप वर्षांपूर्वी जोहान्सबर्गमधील 'द स्टार'मध्ये झालेल्या उल्लेखानंतर वृत्तपत्रात कधीही ही बाब लिहिली गेली नाही. १८ जून १९३३ रोजी, म्हणजे गांधींनी दक्षिण आफ्रिका सोडल्यानंतर दोन दशकांनी एका छोट्या लेखाचे शीर्षक असे होते : 'जोहान्सबर्गमधील अस्पृश्यता नष्ट.' जवळच्याच मेलरोजमधील एका हिंदू मंदिरातील वरिष्ठांनी अस्पृश्यांना तेथे येऊन पूजा करू देण्याचा निर्णय घेतला आहे, असे त्या लेखात म्हटले होते. तीन आठवडे आधी याच कारणासाठी, म्हणजे अस्पृश्यतेच्या विरोधात महात्माजींनी केलेले उपोषण संपले होते, त्याला प्रतिसाद म्हणून हा निर्णय घेण्यात आला होता. या मुद्द्यासाठी फार शब्द खर्ची न घालता त्यात असे म्हटले होते की, दक्षिण आफ्रिकेतील काही भारतीयांना इतर भारतीय अस्पृश्य मानत होते आणि गांधी ज्या काळात आफ्रिकेत

होते, त्या काळात अस्पृश्यांना मंदिरप्रवेशाला बंदी होती.

गांधींना हे नक्कीच माहीत असले पाहिजे; पण त्याबद्दल उघड चर्चा होत नसल्यामुळे त्यांच्या सुधारणा कार्यक्रमांमध्ये अस्पृश्यतेचा उल्लेख त्यांच्या मनात त्या प्रथेबद्दल कितीही तिरस्कार असला, तरी एक विशिष्ट उद्दिष्ट म्हणून कधीच केला गेला नाही. त्याविरुद्ध दक्षिण आफ्रिकेतील भारतीयांना बरोबर घेऊन एखादी चळवळ सुरू करण्याची त्यांची कितीही इच्छा असली, तरी गोऱ्यांच्या मनात भारतविरोधी भावना जागृत न होऊ देता किंवा तुलनेने छोट्या असलेल्या समाजात फूट पाडून ते हे काम कसे करू शकणार होते? १९०१ च्या अखेरचे कलकत्ता ही वेगळी गोष्ट होती. काँग्रेसच्या अधिवेशनात एक निर्विवाद प्रथा म्हणून अस्पृश्यता उघडपणे पुढे आली होती. गांधींनी एका विदेशी व्यक्तीच्या नजरेने त्याकडे पाहिले आणि शिवाय त्यावर प्रतिक्रियाही दिली.

अधिवेशन संपल्यावर, गांधी कलकत्त्यात एक महिना राहिले. बहुतेक वेळा ते त्यांचे राजकीय गुरू, गोखले यांच्याबरोबर राहिले आणि काही नामवंत व्यक्तींना भेटले, ज्यामध्ये स्वामी विवेकानंद होते. एक हिंदू समाजसुधारक असलेले विवेकानंद त्यांच्या अनुयायांमध्ये 'अलौकिक गुरू' म्हणून ओळखले जात. शिकागो येथे १८९३ मध्ये 'वर्ल्ड फेअर'ला जोडून झालेल्या जागतिक धर्म परिषदेत केवळ तीस वर्षांच्या विवेकानंदांनी एका रात्रीत जगभरात कीर्ती मिळविली. पश्चिमेतील काही धार्मिक वर्तुळांत त्यांना एक चमत्कार किंवा प्रेषित मानले जायचे; पण जेव्हा वसाहतीतील हा वकील त्यांना भेटायला गेला, तेव्हा एकोणचाळीस वर्षांचे विवेकानंद मृत्युशय्येवर होते आणि कोणालाच भेटत नव्हते. भारताविषयी किंवा धर्माविषयी गांधींना त्यांच्याशी बोलायचे होते का, हे समजण्यास वाव नाही. दोघांसाठी हे दोन्ही विषय असंबद्ध कधीच नव्हते. योगसाधनेच्या पायऱ्या चढत-चढत समाधी अवस्था प्राप्त करून आत्म्याला मुक्ती मिळवून देणे ही विवेकानंदांची मध्यवर्ती कल्पना होती. त्यातील प्रारंभीच्या पायऱ्यांचा प्रचार गांधींनी नंतर केला : अहिंसा, ब्रह्मचर्य आणि ऐच्छिक दारिद्र्य. लाखो भारतीयांवर जे इच्छेविरुद्ध दारिद्र्य लादले गेले होते, त्याविषयी ते कठोरपणे बोलायचे आणि 'प्रथम त्यांची गरिबी आणि वेदना दूर केल्याशिवाय' धर्माची शिकवण त्यांना देण्यात काहीच अर्थ नाही, असेही म्हणायचे. नंतर जेव्हा जेव्हा गांधी आपल्या भाषणात विवेकानंदांचा उल्लेख करायचे, तेव्हा तेव्हा अस्पृश्यतेच्या शापाबद्दल त्यांचे प्रसिद्ध विचार उद्धृत करायचे. स्वामी नेहमी जमिनीवर असायचे, तसेच ते रहस्यमयही असायचे. त्यांनी भारतातील 'विकृत अस्पृश्यते'चा नेहमीच धिक्कार केला आणि गांधी भारतातील अतिशय निम्न व अत्यंत गरीब वर्गातील लोकांसाठी जो शब्द वापरायचे, जी त्या वर्गाची अधिकृत उपाधी होती - 'पददलित'; त्या शब्दाची फोड करताना विवेकानंद गांधींआधी

म्हणाले होते की, या लोकांना 'दडपलेला वर्ग' म्हणायला हवे. त्यांचे दमन सर्व भारतीयांना खिन्न करते, गांधी नेहमी म्हणायचे.

जानेवारी १९०२ च्या अखेरीस कलकत्ता सोडताना गांधींनी भारतभर एकट्यानेच ट्रेनचे तिसऱ्या वर्गाचे तिकीट काढून फिरण्याचे निश्चित केले. लोकांची गर्दी, अव्यवस्था आणि घाण या गरिबातील गरीब प्रवाशांना येणाऱ्या अनुभवांचा स्वत: प्रत्यक्ष अनुभव घ्यावा, अशी त्यांची इच्छा होती. आलंकारिक शब्दांचा फुलोरा फुलवून पण आपले मालक त्या वेळी आणि नंतर काय बोलले हे प्रत्यक्ष न सांगता प्यारेलाल यांनी लिहिले की, गांधींना स्वत:ला असे वाटत होते की, 'भारतीय जनतेच्या सर्व स्तरांवर व्यापक संपर्कात यावे; ज्यांच्यासोबत स्वत:ला एकरूप करण्याची त्यांची महत्त्वाकांक्षा होती.' त्यांनी एक ब्लँकेट, एक जाडाभरडा लोकरीचा कोट आणि कॅनव्हासची एक छोटी बॅग व पाण्याचा जग प्रवासासाठी विकत घेतला.

कलकत्त्याहून तिसऱ्या वर्गाने प्रवास करण्याच्या त्यांच्या निर्धाराला तितकीशी प्रसिद्धी मिळाली नसेल, जितकी सुमारे नऊ वर्षांपूर्वी हिंदी महासागराच्या पलीकडील किनाऱ्यावर प्रथम वर्गाच्या डब्यातून त्यांना बाहेर काढले, त्या घटनेला मिळाली असेल. तेवढ्याच आश्चर्यांनी भरलेले हेसुद्धा एक क्रांतिकारक वळण होते, असे म्हटले तर अतिशयोक्ती होणार नाही. गांधींनी जर यापूर्वी स्वत:च्या मनात आणि हृदयात सामाजिक दरी पार केली नसेल, तर ती आता केली. ती कोणत्याही प्रकारची राजकीय खेळी नव्हती, कोणालाही आकर्षून घेण्याचा हेतू त्यामागे नव्हता, कारण त्यासाठी गोखले सोडले तर कोणीही आर्थिक मदत देऊ केली नव्हती. एक उच्चवर्गीय वकील तिसऱ्या वर्गाने प्रवास करणार या कधीही न ऐकलेल्या प्रकाराने अचंबित झालेले गोखले अखेरीस गांधींच्या तळमळीने प्रभावित झाले. इतके हेलावून गेले की, आपल्या शिष्याला निरोप द्यायला ते रेल्वे स्थानकावर गेले; त्यांच्यासाठी काही खाण्याचे पदार्थ दिले आणि म्हणाले, ''तुम्ही प्रथम वर्गाने जाणार असता तर मी यायला नको होते; पण आता मला यावंच लागलं.'' अशा प्रकारे निरोप समारंभ झाला, असे गांधींना आठवते. आपल्या होणाऱ्या वारसदाराविषयीचे गोखल्यांचे कौतुक पुढे आदरात परिवर्तित झाले. गांधी दक्षिण आफ्रिकेत असताना १९०९ मध्ये पंजाबी जनतेसमोर बोलताना गोखले म्हणाले, ''या पृथ्वीवर यापेक्षा जास्त पवित्र, उमद्या, शूर आणि श्रेष्ठ आत्म्याने जन्म घेतलेला नाही.''

१९०२ च्या प्रारंभी केलेल्या भारताच्या दौऱ्यानंतर गांधींनी तिसऱ्या वर्गाने प्रवास करण्याचा जणू नेमच केला–कदाचित त्याला वेड म्हणता येईल (ज्या वेळी, म्हणजे गांधींच्या उतारवयात काही वेळा रेल्वे त्यांच्यासाठी संपूर्ण डबा किंवा अगदी पूर्ण गाडीही उपलब्ध करून देत असे, तेव्हाही ते तिसऱ्या वर्गानेच प्रवास करायचे; त्यामुळे प्रेरित होऊन कवयित्री सरोजिनी नायडू यांनी या त्यांच्या आवडत्या ओळी

लिहिल्या : 'त्या संताला, त्या गोड वृद्धाला गरिबीत ठेवण्यासाठी आम्हाला किती खर्च येतो हे तुम्हाला कधीच कळणार नाही.'). गांधींच्या या पहिल्या प्रवासात त्यांना आजूबाजूचा गोंगाट असह्य झाला, प्रवाशांच्या सवयी उबग आणणाऱ्या व त्यांची भाषा ओंगळवाणी वाटली. तंबाखू खाऊन खाऊन 'त्यांनी संपूर्ण डब्याचे एका पिंकदाणीत रूपांतर केले,' ते म्हणाले. भारतीय जनतेच्या 'जवळून संपर्कात येणे' हा एक भयंकर अनुभव ठरला; पण प्यारेलाल यांनी लिहिले, 'मागे वळून पाहताना, गांधींनी त्याही अनुभवाची मजा घेतली.' कदाचित त्यांना असे म्हणायचे असेल की, एक उगवता राजकारणी असे काहीतरी पूर्णपणे अस्सल करत आहे, या विचाराने गांधींना प्रोत्साहन मिळाले. त्यांनी निरीक्षण नोंदवले की, दक्षिण आफ्रिकेत मुख्यत: काळ्या लोकांसाठी असलेल्या तिसऱ्या वर्गाच्या आसनांना नुसती लाकडी बाके नसून गाद्या असत आणि भारताप्रमाणे डब्यातील गर्दीकडे रेल्वे अधिकारी पूर्णपणे दुर्लक्ष करत नसत; पण तोपर्यंत दक्षिण आफ्रिकेत बहुतेक वेळा त्यांनी प्रथम वर्गानेच प्रवास केला होता. तेथील कंत्राटी मजुरांमध्ये मिसळणे हा त्यांच्या कार्यक्रमाचा भाग अजून झाला नव्हता आणि तेही (मजूर) नेहमी ट्रेनमध्ये नसायचे; काळ्या लोकांमध्ये मिसळण्याचा विचार गांधींच्या मनात कधीच आला नाही.

झुलूंच्या सहवासात

दक्षिण आफ्रिकेतील त्यांच्या सुरुवातीच्या महिन्यांपासून तरुण मोहनदास गांधींना 'कूली' या उपाधीतून ठिबकणारा आणि पाझरणारा वंशभेद खटकायचा. तेथील सरकारी कागदपत्रांमध्ये किंवा न्यायालयीन प्रक्रियांमध्ये तो शब्द 'भारतीय' या शब्दाला समानार्थी म्हणून वापरला जातो, यामुळे बसलेल्या धक्क्यातून ते बाहेर पडू शकले नाहीत; या शब्दाचे उलटे भाषांतर करणे, म्हणजेच सर्व समाजाच्या वतीने स्वत:ला हिंदू, गुजराती किंवा बनिया म्हणवून घेण्याऐवजी भारतीय म्हणवून घेणे ही त्यांची पहिली राष्ट्रवादाच्या दिशेकडे नेणारी प्रेरणा होती. आपल्याला त्या वेळी 'कूली वकील' असे संबोधले जायचे याचे अनेक वर्षांनंतर जेव्हा त्यांना स्मरण होई, तेव्हासुद्धा त्यांना अपमान झाल्यासारखे वाटायचे. ज्यांना ते एरवी 'मूळ रहिवासी' (नेटिव्ह) म्हणायचे, त्या आफ्रिकन किंवा काळ्या लोकांसाठी 'काफिर' या शब्दातूनही तसाच अर्थ सूचित होतो, हे कळायला त्यांना पंधराहून अधिक वर्षे लागली.

हा शब्द गांधींनी भारतात ऐकला असण्याची शक्यता आहे. 'विश्वासघातकी' किंवा 'नास्तिक' या अर्थी मूळ अरबी भाषेत वापरला जाणारा हा शब्द मुस्लीम हिंदूंचे वर्णन करण्यासाठी वापरत. गोऱ्या दक्षिण आफ्रिकन लोकांच्या बोलण्यात त्या शब्दाचे इतके विविध अर्थ निघत असतील, हे त्यांच्यासाठी नवीन होते. आफ्रिकान्स आणि इंग्रजीमध्ये गोरे 'काफिर' हा शब्द वेगवेगळ्या अर्थांनी आणि संदर्भात वापरत असत. एकोणिसाव्या शतकाच्या पूर्वार्धात जी काफिर युद्धे झाली, त्यात गोरे वसाहतवादी आणि काफिरलँड किंवा काफ्रेरिया या नावाच्या प्रदेशातील काळे आदिवासी एकमेकांविरोधात उभे ठाकले होते. त्यांची खीर आणि बिअर काफिर मका या धान्यापासून बनविली जायची. हा शब्द ज्याच्याशी जोडला जायचा ते खालच्या दर्जाचे, मागासलेले किंवा असंस्कृत मानले जायचे. त्या शब्दाचा अतिशय सभ्यतेने वापर करताना, एक नाम म्हणून एक आदिम माणूस, असा अर्थ निघायचा. तो जेव्हा कुत्सितपणे वापरला जायचा तेव्हा त्याचा अर्थ 'निग्रो' असाही निघायचा. काफरबोयटी (Kafferboetie) ही आफ्रिकान्स भाषेतील एक प्रकारची शिवी होती, जी काळ्यांबद्दल सहानुभूती दर्शविणाऱ्याला दिली जायची; त्याचा खरा अर्थ 'निग्रोप्रेमी' असा असायचा. मात्र, हा शब्द गांधींसाठी कधी वापरला गेला नाही.

१९०८ च्या सुरुवातीला एक कैदी म्हणून गांधी स्वत:चे अनुभव नोंदतात :

> आम्हाला मग काफिरांसाठी वापरल्या जाणाऱ्या तुरुंगात नेण्यात आले... गोऱ्यांबरोबर आम्हाला ठेवले गेले नाही, ही गोष्ट एकवेळ आम्ही समजू शकतो; पण 'नेटिव्ह' लोकांबरोबर एकाच स्तरावर आम्हाला ठेवणे, हे सहन करण्यापलीकडचे होते. भारतीयांसाठी वेगळ्या कोठड्या पाहिजेत, हे निर्विवादपणे खरे आहे. काफिर असंस्कृत असले पाहिजेत असा जणू नियमच आहे– त्यात गुन्हेगार तर जास्तच. ते फार त्रासदायक, अत्यंत गलिच्छ आहेत आणि अगदी जनावरांप्रमाणे राहतात.

सश्रम कारावासाची शिक्षा झालेल्या भारतीयांना काळ्यांबरोबर नेहमीच एका कोठडीत ठेवले जायचे. त्याच वर्षी शेवटी गांधींना स्वत: तुरुंगात गेल्यावर हा अनुभव येणार होता.

तुरुंगातील दोन अनुभवांच्या दरम्यान बरेच काही घडले. सुरुवातीला त्यांनी 'काळ्या कायद्या'च्या गरजेनुसार ट्रान्सवालच्या नोंदणी पुस्तकात नोंदणी करण्यास नकार द्यावा, अशी गळ भारतीयांना घातली होती; नंतर मोठ्या कल्पकतेने त्यांनी स्मट्सबरोबर एक समझोता केला, ज्यानुसार त्यांना असे समजले होते की, भारतीय 'ऐच्छिकपणे' नोंदणी करतील आणि मग त्यांनी सहजपणे केलेल्या या सहकार्याबद्दल त्यांना असे करायला लावणारा कायदा रद्द केला जाईल. गांधींच्या दृष्टीने, कायद्याच्या पुस्तकातून भारतीयांना द्वितीय श्रेणी नागरिकांचा दर्जा देणारा वंशभेदाचा कायदा काढून टाकण्याचे स्वागत करायला पाहिजे होते, जरी त्यामुळे त्यांच्या प्रत्यक्ष आयुष्यात काही बदल होणार नव्हता किंवा अगदी थोडा बदल होणार होता. त्याचप्रमाणे, त्यांनी पुढे एशियाटिक ॲक्ट नावाच्या कायद्यात बदल करण्याची मागणी केली (पूर्वीच्या साउथ आफ्रिकन रिपब्लिककडे पुन्हा सत्ता आल्यावर सर्व - गोऱ्या लोकांसाठी नवीन प्रादेशिक विधिमंडळाने १९०७ मध्ये हा कायदा आणला होता). त्यानुसार पूर्वी ट्रान्सवालचे रहिवासी नसलेल्या भारतीय स्थलांतरितांना तेथे प्रवेशबंदी करण्यात आली. गांधींची इच्छा होती की, दरवर्षी फक्त सहा उच्चशिक्षित भारतीयांना जरी त्यांचा त्या प्रदेशाशी पूर्वी काहीही संबंध नसला तरी तेथे कायमस्वरूपी नागरिकत्व द्यावे. गांधींच्या गोंधळात टाकणाऱ्या कायदेशीर मानकांनुसार, दरवर्षी अर्धा डझन भारतीयांना प्रवेश दिल्यामुळे ते मुळात असमान आहेत आणि नागरिकत्व मिळण्यास अपात्र आहेत, हा दावाच निकालात निघेल. त्याचा अर्थ असा काढला जाऊ शकत होता की, गोरे सरकार ज्या कारणासाठी मागणीला विरोध करत होते, नेमके त्याच कारणासाठी किंवा ते कारण प्रस्थापित करण्यासाठी म्हणजेच तो अधिकार समाविष्ट करण्यासाठी ही धूर्त, चतुर युक्ती काढली गेली होती. 'भारतीय

समाजाच्या काही भागांत कट्टर प्रवृत्ती वास करत असल्यानेच' ही गोष्ट करणे हितावह नसल्याचे स्पष्टीकरण पंतप्रधान लुइस बोथा यांनी ब्रिटिश अधिकाऱ्यांना दिले; त्यामुळे गांधींच्या प्रतिरोधाला आणखी आमंत्रण देण्यासारखे होईल, असे त्यांनी सुचविले. पंतप्रधानांच्या म्हणण्याचा खरा अर्थ हा होता की, जर वर्षाला सहा म्हणजे दर दोन महिन्यांना एक या प्रमाणात भारतीय आले तर संख्येनुसार कोटा किंवा शैक्षणिक प्रमाणके नसलेल्या गोऱ्यांच्या रागाचा भडका उडू शकेल. गोरे नियमितपणे करत असलेल्या एका मागणीला डावलल्यासारखे होईल, ती म्हणजे : भारतीयांच्या संख्येवर पूर्णपणे निर्बंध घातले पाहिजेत. खूप पूर्वी, म्हणजे १९०३ मध्ये स्वत:ला 'व्हाइट लीग' म्हणविणाऱ्या एका गटाने अधिकृतपणे जाहीर केले होते की, ''सर्व आशियाई लोकांना ट्रान्सवालमध्ये येण्यापासून रोखले पाहिजे, असा आम्ही निर्णय घेतला.'' बोथांच्या दृष्टीने हा तर्कशुद्धपणा होता, 'कट्टरपणा' नव्हता.

नोंदणीचा मुद्दा प्रथम उपस्थित झाला आणि प्रथमच पण अखेरचा नाही. गांधींना तडजोडीसाठी झालेली अंत:प्रेरणा, एखाद्या तत्त्वापासून प्रत्यक्षात कितीही कमी फायदा झाला तरी त्याला चिकटून राहण्याची वृत्ती त्यांच्या अनुयायांना गोंधळात टाकून गेली आणि अस्वस्थ करून गेली. ती इतकी की, ज्या दिवशी ते स्वत: नोंदणी करायला गेले, त्या दिवशी त्यांना बाजूला नेऊन दांडग्या पठाणांनी बेदम मारले. हे पठाण आता पाकिस्तान झालेल्या सीमावर्ती भागातील होते आणि त्यांना युद्धकाळात युद्धेतर कामे करण्यासाठी येथे आणण्यात आले होते. गांधींचा तथाकथित समझोता म्हणजे विश्वासघात होता, असा निष्कर्ष पठाणांनी लगेच काढला. स्वेच्छेने बोटांचे ठसे देणे आणि जबरदस्तीने बोटांचे ठसे देणे, यातील फरक त्यांना कळला नाही. जो आता एक आध्यात्मिक साधक, तसेच वकील व प्रवक्ता म्हणून ओळखला जात होता, अशा आपल्या नेत्यावर झालेल्या हल्ल्यामुळे भयचकित होऊन भारतीय समाजातील मोठ्या गटाने प्रतिक्रिया म्हणून अखेर गांधींच्या आवाहनाला प्रतिसाद दिला आणि नोंदणी केली. पण, गांधींनी लोकांना खात्रीपूर्वक सांगितल्याप्रमाणे 'काळा कायदा' रद्द न झाल्यामुळे पुढे या प्रकरणाला आणखी एक वळण मिळाले. आपली दोन्ही बाजूंनी फसवणूक झाली, असे संभ्रमित झालेले गांधी म्हणाले. त्यांचे नातू व चरित्रकार राजमोहन गांधी असे निरीक्षण नोंदवितात, त्यांनी मग 'प्रथमच वंशभेदाची भाषा वापरण्याची मुभा घेतली'; 'उद्दाम गोऱ्यांकडून भारतीय पुन्हा कधीच अपमान सहन करणार नाहीत,' ते म्हणाले. जोहान्सबर्गमधील हमिदिया मशिदीजवळ जोशात सार्वजनिक सभा होऊन सत्याग्रह पुन्हा सुरू झाला; जेथे गांधींच्या उदाहरणाचे पालन करत ट्रान्सवालमधील भारतीयांनी आपापली प्रमाणपत्रे लोखंडी कढईत भिरकावली, तेथे त्यावर ताबडतोब पॅराफिन तेल ओतण्यात आले आणि आग लावण्यात आली. या आगीत ती प्रमाणपत्रे जाळून भस्म करण्यात आली.

त्यामुळे, जेव्हा ऑक्टोबरमध्ये ते काही भारतीयांसह नाताळहून ट्रान्सवालच्या सीमेवरील व्होल्क्सरस्ट या सीमेवर गेले, तेव्हा गांधींकडे आणि त्यांच्या बरोबर असलेल्या भारतीयांकडे हे प्रमाणपत्र नव्हते. त्या ठिकाणी बोटांचे ठसे देण्यास नकार दिल्यामुळे गांधींना अटक करून दोन महिने सश्रम कारावासाची शिक्षा देण्यात आली. पहाऱ्याखाली जोहान्सबर्गला आणल्यावर, सामान्य काळ्या कैद्यांसारखे कपडे घातलेल्या त्या वकिलाची पार्क स्टेशनपासून जोहान्सबर्गच्या सर्वांत जुन्या तुरुंगापर्यंत, 'फोर्ट'पर्यंत पायी वरात काढण्यात आली, जेथे त्यांना 'नेटिव्ह जेल' या नावाने ओळखल्या जाणाऱ्या, काळ्या व इतर गोरेतर कैद्यांनी गजबजलेल्या कोठडीत टाकण्यात आले. (गांधींच्या कैद्याच्या पोशाखाचे वर्णन डोक यांनी 'सर्व पोशाखभर जाड-जाड बाण काढलेले होते,' असे केले आहे). त्याचेही आता स्मारक झाले आहे : जोहान्सबर्गमधील व्यापारी क्षेत्रात रेल्वे यार्डांच्या वर एका कड्यावर जुन्या पार्क स्थानकाचा सांगाडा, जो उघड्या, उतरत्या धातूच्या छपराखाली एक स्मारक म्हणून स्थापित झाला आहे. अत्यंत सुंदर, नाजूक नक्षी व जाळीकामाने युक्त असे हे स्थानक आहे; फोर्टमधील कोठडीचे रूपांतर कायमस्वरूपी गांधी प्रदर्शनात झाले आहे, जेथे एका जुन्या बीबीसीच्या मुलाखतीतील त्यांचा चिरका आवाज गुंजत असतो, त्यात एका तासात आपल्याला एक डझन वेळा 'कूली वकील' असे त्यांना संबोधल्याविषयीची तक्रार ऐकू येते. ज्या तुरुंगात नेल्सन मंडेला आणि इतर राजकीय कैदी यांना ठेवले होते, त्याचे रूपांतर आता पूर्वीच्या दडपशाहीची व संघर्षाची आठवण म्हणून, एका संग्रहालयात केले गेले आहे. त्याच्या भक्कम तटबंदीला लागूनच सर्व दक्षिण आफ्रिकेच्या जनतेला समान अधिकार देण्याची शपथ घेत दक्षिण आफ्रिकेच्या नवीन घटनात्मक न्यायालयाची उघडी, हवेशीर इमारत उभी आहे : या काल्पनिक निकटतेचा हेतू स्थापत्यकलेची पुनर्स्थापना व पुनर्संतुलन करण्याचा आणि एका जिवंत आदर्शाची प्रतीकात्मक नव्हे, तर प्रत्यक्ष प्रतिष्ठापना करण्याचाही होता.

हे सर्व - न्यायालयाच्या नवीन इमारतीचे लोकार्पण, तुरुंगाच्या परिसराचे 'कॉन्स्टिट्यूशन हिल' असे नामकरण–गांधींच्या १९०८ मध्ये झालेल्या पहिल्या कारावासानंतर शहाण्णव वर्षांनी झाले. त्यांच्या अनुभवांनी, जे डोक यांना सांगितले आणि नंतर 'इंडियन ओपिनियन'मध्ये लिहिले, त्यांना प्रारंभापासून वाटणारी भीती खरी ठरविली. त्या भावी महात्म्याला एका काळ्या सहकैद्याने चिडविले व टोमणे मारले. नंतर एका चिनी कैद्यानेही तेच केले, मग अखेरीस त्याने त्यांचा नाद सोडला आणि तो 'एका बिछान्यावर झोपलेल्या नेटिव्हकडे गेला,' जेथे 'दोघांनी एकमेकांना अश्लील विनोद सांगितले आणि एकमेकांची गुप्तांगे उघडी केली.' ते दोघेही खुनी होते हे सांगतानाच गांधी हे मान्य करतात की, आपण त्या वेळी खूप अस्वस्थ झालो

होतो आणि बराच वेळ झोपू शकलो नाही. दुसऱ्या दिवशी, बाप्तिस्त प्रवचनकार असलेल्या डोक यांना गांधींनी हे सांगितल्यावर त्यांना मोठा धक्का बसला. 'आपल्या आवतीभोवती जे काही घडत होते त्या संभाव्य हल्ल्याचा प्रतिकार करण्यासाठी या सभ्य, सुसंस्कृत भारतीय सद्गृहस्थाला रात्रभर स्वत:ला जागे ठेवावे लागले,' डोक लिहितात. 'ती रात्र कधीही विसरता येणार नाही.' ज्या माणसाने याचा थेट अनुभव घेतला नाही, त्याचे वर्णन ज्याने प्रत्यक्ष अनुभव घेतला त्याच्या कथनापेक्षा जास्त स्पष्ट असल्याचे दिसते. कदाचित, आपण असे म्हणू शकतो की, जबर धक्का बसलेल्या त्या कैद्याच्या जवळ असे प्रकार घडत होते, संभाव्य हल्ल्याची टांगती तलवार त्याच्या डोक्यावर होती, त्याने हे डोक यांना सांगितले. त्या तुलनेत, त्या रात्रीबद्दल गांधींना दोन महिन्यांनंतर जेव्हा लिहायची संधी मिळाली, तेव्हा त्यांनी तटस्थपणे व खुलेपणाने लिहिण्याचा प्रयत्न केला.

फोर्टमधील त्या बंदिस्त कोठडीत असताना दुसऱ्या दिवशी गांधी जेव्हा तुरुंगातील स्वच्छतागृहात गेले, तेव्हा (असे त्यांनी नंतर लिहिले) 'एका मजबूत, दणकट, जाडजूड व भीतिदायक नेटिव्हने,' अशी मागणी केली की, गांधींनी बाजूला व्हावे, जेणेकरून त्याला आधी जाता येईल. 'मी म्हणालो, मी लवकर बाहेर येईन, तेव्हा त्याने मला उचलले आणि बाहेर फेकले. आपल्याला लागले नाही,' असे गांधी सांगतात. 'पण एक-दोन भारतीयांनी ती घटना पाहिली आणि ते रडू लागले.' आपल्या नेत्याचे रक्षण करण्यास आपण असमर्थ असल्याच्या भावनेने त्यांना रडू फुटले. 'त्यांना खूप वाईट वाटले व असहाय वाटले,' गांधी लिहितात. त्यांना स्वत:ला काय वाटले, हे गांधी पुन्हा एकदा लिहीत नाहीत. दक्षिण आफ्रिकेत त्यांच्यावर झालेला हा चौथा हल्ला होता आणि काळ्या माणसाने केलेला पहिला. तरीही, ते त्याबद्दल फक्त एकदाच लिहितात आणि त्यावर जास्त काळ रेंगाळत नाहीत. त्यांना धक्का बसला नाही, आश्चर्यही वाटले नाही; अर्थ काढण्याचे काम ते आपल्यावर सोपवितात.

दोन महिन्यांच्या कालखंडानंतर लिहिताना ते जो निष्कर्ष काढतात, तो तुरुंगातील जीवनाविषयी नव्हे, तर भारतीय आणि काळे बहुसंख्य यांच्यातील सामान्य संबंधांविषयी काढतात. 'आपण नेटिव्हांची संगत टाळणार नाही,' ते म्हणतात; 'पण आपण ही गोष्ट नजरेआड करू शकत नाही की, दैनंदिन आयुष्यात त्यांच्यात व आपल्यात कोणतीच बाब समान नाही.' या वेळी ते 'काफिर' असे म्हणत नाहीत; पण त्या काळातील उच्चकुलीन ब्राह्मण किंवा असे म्हणू या, बहुतांश बनिया–अस्पृश्यांबद्दल ज्या भावना बाळगत असतील त्यापेक्षा ही भावना फार वेगळी नाही. काही भारतीय विद्वानांनी माझ्याजवळ जे मत व्यक्त केले आहे, त्यानुसार गांधी खरोखर आफ्रिकन लोकांकडे अस्पृश्य म्हणून बघत होते? 'जात' या शब्दाचा खराखुरा अर्थ बघितला,

तर कोणतीही हिंदू नसलेली किंवा विदेशी व्यक्ती, काळी अथवा गोरी, या व्याख्येनुसार जातिबाह्यच मानली जाते, जिच्याबरोबर जेवणे किंवा अतिनिकटचे संबंध ठेवणे निषिद्ध मानले गेले आहे. त्या वेळी व नंतरही, इतर दक्षिण आफ्रिकन हिंदूंसाठी, काळ्या नोकरांना त्यांच्या अन्नाला किंवा भांड्यांना किंवा शरीराला स्पर्श न करू देण्याचे कठोर बंधन नैसर्गिक मानले जात होते. गांधी स्वत: अनेक वर्षे गोऱ्या अभारतीय शाकाहारींसोबत जेवत होते. त्यांच्या आयुष्याच्या या टप्प्यावर ते एका अभारतीयाबरोबर पूर्व प्रशियातील लिथुएनियन वंशाचा एक ज्यू वास्तुविशारद, हर्मन कालेनबाख याच्याबरोबर प्रत्यक्षात राहत होते. म्हणून, जेव्हा आपण याचा संपूर्ण विचार करतो, तेव्हा प्रश्न उपस्थित होतो की : गांधींनी दरिद्री, अशिक्षित, मांसाहारी आफ्रिकन्सना दरिद्री, अशिक्षित, मांसाहारी भारतीय 'कूली'पेक्षा किंवा भारतीय ट्रेन्समध्ये भेटलेल्या ज्यांच्या वर्तनाने त्यांना धक्का बसला होता अशा तिसऱ्या वर्गाच्या प्रवाशांपेक्षा, वंशानुसार वेगळ्या मानवी वर्गवारीत बसविले का? दुसऱ्या शब्दांत, त्यांच्यासाठी वंश हा एक निर्धारक गुणधर्म होता का किंवा जातीसारखीच ती एक आनुषंगिक बाब होती?

या संदर्भात, त्याच वर्षी गांधींनी तुरुंगातील आयुष्याबद्दल काय विचार व्यक्त केले होते, ते आपण पाहिले पाहिजे. ते विशेषकरून धक्कादायक आहेत किंवा त्यांचे वंशासंबंधीचे विचार दर्शविणारे आहेत, म्हणून मुद्दाम मी ते अधोरेखित केलेले नाहीत. दक्षिण आफ्रिकेतील सुरुवातीच्या वर्षांमध्ये त्यांच्या लेखनात असे काही परिच्छेद विखुरलेले आहेत, ज्यांची भाषा संदर्भ सोडून, तसेच संदर्भासहितही आफ्रिकन लोकांवर उपकार केल्यासारखी वाटते; स्पष्टच बोलायचे तर जातीयवादी वाटते. अगदी सुरुवातीला, म्हणजे १८९४ मध्ये, नाताळ विधिमंडळाला लिहिलेल्या एका जाहीर पत्रात त्यांनी तक्रार केली होती की, 'भारतीयांना अगदी खालच्या काफिरांच्या पातळीवर आणून ठेवले जाते.' दोन वर्षांनी ते अजूनही असे लिहितात, 'एक अडाणी काफिर, ज्याचा व्यवसाय शिकार करणे हा आहे आणि त्याची एकमेव महत्त्वाकांक्षा आहे, बायको विकत घेण्यासाठी पुरेशी गुरे जमा करणे आणि मग सगळे आयुष्य आळसात व नग्नावस्थेत घालवणे.' (त्या वेळी अगदी पूर्णपणे एक तरुण वकील असलेल्या गांधींना अशी कोणतीही कल्पना नव्हती की एक दिवस ते स्वत: गंमत म्हणून 'शक्य तितके नग्न' राहण्याची प्रतिज्ञा करतील). १९०४ मध्ये जोहान्सबर्गमध्ये प्लेगची साथ आलेली असताना, त्यांनी तेथील वैद्यकीय अधिकाऱ्याला विचारले की, 'शहरातील काफिरांना ठेवण्यासाठी' तथाकथित भारतीय वस्तीचीच–जेथे बहुतांश भारतीय राहत होते ती जागा–'निवड का केली गेली?' आपला मुद्दा अधिक स्पष्ट करताना, ते एक गोष्ट जाहीर करतात, जी स्वाभाविकच आहे : 'काफिर आणि भारतीय एकमेकांमध्ये मिसळण्याविषयी म्हणाल, तर

त्याबाबत माझ्या भावना सर्वाधिक तीव्र आहेत.' त्याआधी दोनच महिने जातिवादाचा सिद्धान्त मांडणाऱ्या गांधींनी लिहिले होते : 'भारतीय माणूस इतर कोणत्याही गोष्टीपेक्षा ज्या गोष्टीला जिवापाड जपतो, ती म्हणजे, जातीची पवित्रता.' आणि त्यापूर्वी दोन महिने : 'त्यांना (गोऱ्यांना) जेवढे वंशाच्या पावित्र्याविषयी वाटते, तेवढेच आम्हालाही वाटते.'

अशा प्रकारच्या उताऱ्यांचा मथितार्थ लक्षात घेऊन आपण इतकेच म्हणू शकतो की, ते गोऱ्यांना उद्देशून लिहिले होते. आपण जर गांधींना संशयाचा फायदा देण्याचे ठरविले, तर आपण असे म्हणू शकतो की, हा खूश करण्यासाठी उत्सुक असलेला वकील त्याच्या श्रोत्यांशी संवाद साधून, आपला युक्तिवाद त्यांच्यासमोर मांडण्याचा प्रयत्न करत होता–तथाकथित ब्रिटिश भारतीयांना गोऱ्यांच्या बरोबरीने सांस्कृतिक व राजकीय दर्जा देणे सुरक्षित होते. भारतीयही त्यांच्याइतकेच लायक नागरिक होते, जे त्यांच्याशी समान राजेशाहीच्या धाग्याने बांधले गेले होते. ही समानता अशी होती की, ज्यामुळे नजीकच्या किंवा दूरच्या भविष्यकाळातही भारतीय गोऱ्यांचे वर्चस्व अमान्य करणार नाहीत; असे सांगण्याचा प्रयत्न गांधी करत असावेत; पण त्यांच्या मार्गातील अडथळा होता तो रंगातील फरकाचा. अनेक गोऱ्यांसाठी केवळ रंगच महत्त्वाचा होता. गोऱ्यांचे वर्चस्व हा सामाजिक उतरंडीचा जर मुलाधार मानायचा असेल, तर 'गोरेतर' म्हणून त्या उतरंडीत भारतीयांचे वर्गीकरण सर्वांत आधी प्रथमस्थानी करायला हवे होते. 'ब्रिटिश इंडियन्स'–'सुसंस्कृत, सभ्य' मानल्या जाणाऱ्या मानकांच्या कसोटीला उतरणारे भारतीय–आहेत, हे मान्य करणे म्हणजे 'ब्रिटिश' किंवा 'सुसंस्कृत' आफ्रिकन्सही आहेत ही कल्पनेपलीकडील शक्यता मान्य करण्याच्या आधीची पहिली पायरी होती. या देशात पाऊल ठेवल्यापासून ही वृत्ती गांधींना खिजवत होती. दक्षिण आफ्रिकेतील त्यांच्या पाचव्या महिन्यात त्यांनी ट्रान्सवालच्या एका वृत्तपत्रातील विनोदी स्तंभात प्रकाशित झालेल्या एका जातीयवादी काव्याचे कात्रण कापून ते जपून ठेवले होते :

Oh, say have you seen
On our market so clean
Where the greens are exposed to the view,
A thing black and lean,
And a long way from clean
Which they call the accursed Hindoo.

याचा मथितार्थ असा : आपल्या स्वच्छ बाजारात, जेथे चहूबाजूला हिरवळ

नजरेस पडते, तेथे स्वच्छतेचा स्पर्शही न झालेली एक काळी, हडकुळी आकृती दिसते, ती आहे एका शापित हिंदूची.

काळ्या रंगामुळे वसाहतीतील लोकांच्या मनात भेदभाव निर्माण झाला होता; त्यामुळे भारतीय हे ब्रिटिश होते हे ठामपणे सांगणे, त्याचा प्रतिकार करण्याचा एक मार्ग होता. केवळ वसाहतीतीलच नव्हे, तर भारतीय मनांमध्येसुद्धा हा भेदभाव निर्माण झाला होता. कारण गांधींनी स्वत: खूप वर्षांनी भारतात परत आल्यावर जातीविषयी आपले विचार व्यक्त करताना हे मान्य केले :

> गोरा रंग आणि तरतरीत नाक हे आपल्या सौंदर्यविषयक आदर्शांचे प्रतिनिधित्व करतात. आपण ही अंधश्रद्धा क्षणभर बाजूला ठेवली, तर आपल्याला जाणवेल की, विधात्याने झुलूंची निर्मिती करताना कोणतीही कसर बाकी ठेवलेली नाही... निसर्गाचा हा नियमच आहे की, विषुववृत्ताच्या जवळ राहणाऱ्या प्रजातींची त्वचा काळी असली पाहिजे. आणि निसर्गाने निर्माण केलेल्या प्रत्येक गोष्टीत सौंदर्य असते यावर आपण विश्वास ठेवला, तर आपण भारतीय, आपला रंग गोरा नसला तरी वाटणाऱ्या शरमेपासून व नावडीपासून स्वत:ला मुक्त ठेवू शकू.

गांधींच्या स्वत:च्या मनात तुरुंगाने १९०८ मध्ये जातीविषयक जे विचार निर्माण केले, त्याकडे आता परत वळू या : त्यातील आशयामुळे नव्हे, तर ते ज्या सुमारास व्यक्त झाले, त्यामुळे ते विचार उठून दिसतात. कारण, आफ्रिकेतील त्यांच्या अनेक वर्षांच्या वास्तव्यात या विषयावर गांधींनी दूरदृष्टीने केलेली आणि एक नवा विचार मांडणारी एकमेव कृती होती. त्यांचा पहिला कारावास संपल्यावर आणि दुसरा सुरू होण्यापूर्वी सुमारे चार महिने आधी, म्हणजे १९०८ च्या मेमध्ये, या नव्यानेच पुढे आलेल्या बॅरिस्टरला जोहान्सबर्गमध्ये वायएमसीए (YMCA)च्या समोर एका औपचारिक जाहीर चर्चेत नकारात्मक बाजूने मत व्यक्त करण्यास सांगण्यात आले. विषय अगदी योग्य होता : 'आशियाई आणि श्यामवर्णी जाती ब्रिटिश राजवटीला धोका आहेत का?'

"एका सुव्यवस्थित समाजात," गांधींनी सुरुवात केली, "व्यासंगी, कष्टाळू आणि बुद्धिमान लोक कधीही धोकादायक असू शकत नाहीत." आपण आफ्रिकन, तसेच भारतीय लोकांविषयी (आणि दक्षिण आफ्रिकेत 'कलरेड्स' म्हणून ओळखले जाणारे मिश्रजातींचे लोक) बोलत आहोत हे त्यांनी लगेच स्पष्ट केले. "आफ्रिकन वंशाच्या लोकांशिवाय आपण आफ्रिकेची कल्पनाच करू शकत नाही... त्यांच्याशिवाय

आफ्रिका हे कदाचित एक वैराण वाळवंटच झालं असतं,'' ते म्हणाले. 'अडाणी काफिर' ही साचेबंद कुरूप कल्पना त्यांनी सोडून दिलेली दिसली. आफ्रिकन लोकांचे वर्णन त्यांनी 'जगातील शिकाऊ माणसे,' असे केले. ते 'धट्टे-कट्टे आणि बुद्धिमान' असल्यामुळे त्यांच्यासाठी विशेष काही करण्याची गरज नाही; पण 'त्यांना न्याय' आणि ज्याला ते 'न्याय्य क्षेत्र' म्हणतात, ते मिळण्याचा हक्क आहे. देशात 'अर्ध-गुलाम' म्हणून आणल्या गेलेल्या कंत्राटी मजुरांसाठीही ते हाच दावा करतात. हा राजकीय हक्कांचा प्रश्न नाही, ते काळजीपूर्वक प्रतिपादन करतात. हा प्रश्न आहे, स्वतःच्या मालकीची जमीन मिळविण्याचा, जगण्याचा आणि त्यांच्या इच्छेनुसार व्यापार करण्याची क्षमता व हक्क प्राप्त करण्याचा; हा प्रश्न आहे, एका प्रदेशातून दुसऱ्या प्रदेशात त्वचेच्या रंगाचा विचार न करता मुक्तपणे जाण्याचा. म्हणजे, 'देवाने निर्माण केलेल्या भूमीवर दक्षिण आफ्रिकेत कोणत्याही प्रकारचे स्वातंत्र्य, आत्मसन्मान आणि पौरुष यांसह राहण्यापासून' त्यांना कोणी रोखू शकत नाही. गर्भितार्थाने, प्रथमच, कंत्राटी भारतीय मजूर आणि आफ्रिकन्स यांना वसाहतीच्या मजूर बाजारात एकाच स्तरावर तोलले गेले.

यामध्ये नवीन काय तर त्या वादविवादपटूने आफ्रिकन व भारतीय लोकांना एकाच पारड्यात टाकले. बाकीचा युक्तिवाद हा त्यांचा नेहमीचा हातखंडा विषय होता, त्यांच्या लोकांसाठी संधीची समानता मिळविण्यासाठीचे आवाहन करणारा; पण जसजसा त्यांचा युक्तिवाद शेवटाकडे येऊ लागला, तसे त्यांनी आणखी एक पाऊल पुढे टाकले. गांधींनी नेहमीच हा राजकीय हक्कांचा प्रश्न नसल्याचे म्हटले होते, पण आता त्यांनी तो अवरोध पार केला. या एकाच प्रसंगी, ते 'मुक्त संस्था,' व 'स्वयंशासन' आणि ब्रिटिशांची 'प्रजा असलेल्या जातींना' त्यांनी 'स्वतःच्या बरोबरीने समान वागणूक' दिली पाहिजे, असे म्हटले. आश्चर्य म्हणजे या साम्राज्याच्या संदर्भात गांधी एका 'इंद्रधनुष्यी राष्ट्राचे' स्वप्न पाहतात, आज जो आफ्रिका बहुवंशीय होऊ पाहत आहे किंवा किमान होण्याचा दावा करत आहे, असे राष्ट्र :

> 'आपण जर भविष्यात डोकावून पाहिले, तर आपण आपल्या भावी पिढीसाठी हा वारसा सोडून जायला नको का, की विविध वंश एकमेकांशी मिसळून राहत आहेत आणि एक अशी संस्कृती निर्माण करत आहेत, जी जगाने आजपर्यंत पाहिली नाही? मतभेद आणि गैरसमज आहेत; पण मला विश्वास आहे की, पवित्र प्रार्थनेत म्हटल्यानुसार, 'धुके विरून गेल्यावर आपण एकमेकांना अधिक चांगले ओळखू शकू.'

दक्षिण आफ्रिकेतील १९०८ च्या सुमाराच्या या दोन परस्परविरोधी गांधींचा मेळ आपण कसा घालायचा?–एक वादविवादपटू आणि द्रष्टा, तर दुसरा संकुचित जातीयवादी अभिवक्ता, जो एकाच वर्षी सुरुवातीला व शेवटी एवढ्या वेगवेगळ्या शैलींमध्ये बोलतो? त्यातील अधिक खरे व सहनशील गांधी कोणते? दुसऱ्या शब्दांत सांगायचे तर, ते गोऱ्या श्रोत्यांपुढे जे बोलतात ते भारतीयांना त्यांनी सांगितलेल्या गोष्टींपेक्षा अधिक खरे असू शकते का? याचे उत्तर स्वाभाविकतेपेक्षा इतके दूर आहे की, एकमेव संभाव्य निष्कर्ष असा निघू शकतो, गांधींचे वर्णविषयक विचार–विशेषत: कृष्णवर्णीयांबद्दलचे–अजून परस्परविरोधी आणि अस्थिर होते. ते यापूर्वी कसे होते याचा विचार करता, ही प्रगतीच मानली पाहिजे.

गांधींच्या मनात जशी उलथापालथ सुरू होती, तशीच देशातही सुरू होती. अखिल गौरवर्णी राष्ट्रीय परिषद एक घटना तयार करण्याच्या तयारीत होती. ट्रान्सवालविरोधात आपल्या तक्रारी घेऊन, त्यापासून अलग उभ्या असलेल्या भारतीयांची स्थिती त्या चर्चेवर प्रभाव पाडू शकेल अशी मुळीच नव्हती. खरेतर, तेथे कोणतीही भारतीय राष्ट्रीय संघटना अस्तित्वातच नव्हती. ट्रान्सवाल ब्रिटिश इंडियन असोसिएशन व नाताळ इंडियन कॉंग्रेस यांना जोडणारा एकमेव दुवा गांधी होते. हे दोन एकाच चळवळीचे वेगवेगळे चेहरे न दिसता एकच चेहरा म्हणून हळूहळू पुढे येत होते. (गांधी दक्षिण आफ्रिका सोडून गेल्यानंतर नऊ वर्षांनी, १९२३ मध्ये भारतीय राष्ट्रीय संघटना अस्तित्वात आली. तिने स्वत:चे 'साउथ आफ्रिकन इंडियन कॉंग्रेस' असे नाव धारण केले. तोपर्यंत गांधींनी नेतृत्व केलेल्या संघटना निद्रितावस्थेत होत्या).

स्वत:ला अटक करवून घेणारे धाडसी ट्रान्सवाल प्रतिरोधक पथकही–त्यांचे 'स्वयंताडित' सत्याग्रही–काही वेळा त्यांच्या अपेक्षेइतके एकत्रित राहू शकले नाही. कारावासातील छोट्या कोठडीत ही बाब प्रकर्षाने जाणवली, हे गांधींनी नंतर मान्य केले. ''सर्व प्रकारच्या जातींचे व समाजांचे भारतीय तुरुंगात एकत्र राहत होते; त्यामुळे आपण स्वयंशासनाच्या बाबतीत किती मागासलेले आहोत हे बघण्याची आम्हाला संधी मिळाली.'' काही हिंदूंनी तर मुस्लिमांनी किंवा निम्नवर्गाच्या कैद्यांनी बनविलेले अन्न सेवन करण्यास नकार दिला. एका सत्याग्रहीने भंगी समाजाच्या कैद्याजवळ झोपायला नकार दिला; त्याची स्वत:ची जात त्याला शिक्षा करेल किंवा एका अस्पृश्याशी झालेल्या जवळिकीमुळे बहिष्कृत करेल, अशी भीती त्याला वाटत होती. विशेषत: दक्षिण आफ्रिकेच्या संदर्भात जातींविषयी प्रथमच बोलताना गांधींनी जातीयवादाचा, 'उच्च व नीच असा दांभिक भेदभाव' आणि 'जातीय दहशत' अशा शब्दांत धिक्कार केला. जेव्हा त्यांच्या दोन कारावासांच्या मधल्या काळात ते जोहान्सबर्गमध्ये 'वायएमसीए'समोर बोलायला उभे राहिले, तेव्हा 'स्वयंशासन'

कालेनबाखच्या नव्या घराचे बांधकाम होत असताना.

(म्हणजे भारतीय भारतीयांना कसे वागवतात) आणि दक्षिण आफ्रिकेसाठी राष्ट्रीय सरकार (म्हणजे इतर सर्वांवर गोऱ्यांचे शासन) अशी दोन प्रकारची सरकारे त्यांच्या मनात होती. या दोन्ही प्रकारांसाठी त्यांच्या मनात समानतेचा मुद्दा होता. त्या अर्थी, या प्रश्नाकडे ते आता दुर्बिणीच्या दोन्ही टोकांकडून बघत होते. किमान याप्रसंगी तरी, भविष्याकडे नजर टाकताना गांधींनी, 'जगाने अजून न पाहिलेल्या संस्कृती'च्या स्वप्नात आफ्रिकन लोकांचाही समावेश केला होता.

पण तुरुंगाच्या भिंतींबाहेर, त्यांच्या आयुष्यात आफ्रिकन लोकांचे काय स्थान होते? त्या देशातील पंधरा वर्षांच्या वास्तव्यानंतर त्या लोकांबद्दल गांधींना खरेच काय माहिती होती? याबाबत ऐतिहासिक दस्तावेजात फार कमी नोंदी आढळतात. १९१० मध्ये घेतलेल्या एका छायाचित्रात आपल्याला स्वच्छ, नीटनेटक्या कपड्यातले शर्ट व टाय घातलेले, बाह्या वर सरसावलेले, एका टेकडीशी आरामात बसलेले गांधी दिसतात. त्यांच्या मागे एक मोठा तंबू ठोकलेला दिसतो; त्यांच्याबरोबर त्यांच्या नवजात आदर्शवादी मंडळाच्या केंद्रस्थानी असलेले काही प्रवर्तक दिसतात. एका बाजूला, बरेच दूर उभे असलेले दोन कृष्णवर्णी लोक आहेत. बहुधा, ते 'नेटिव्ह इसाक' व 'नेटिव्ह जेकब' असावेत, ज्यांच्या प्रत्येकी एक पौंड वेतनाची

तपशीलवार नोंद गांधींचे स्नेही आणि सहकारी ज्यांनी पुढे टॉलस्टॉय फार्म म्हणून उदयाला आलेल्या वसाहतीसाठी जमीन खरेदी केली व तिचे खजिनदार म्हणून काम पाहिले, ते वास्तुविशारद हर्मन कालेनबाख याच्या रोजनिशीत आढळते. गांधींनी आपल्या नवीन वसाहतीची आणि अहिंसक प्रतिकार करणाऱ्या सैनिकांसाठी जी छावणी उभारली होती, तिची नियमावली बनविताना एक असा नियम केला होता की, तेथे कोणीही नोकर, मोलकरीण असणार नव्हती. 'कोणताही स्थानिक कामगार नेमला जाणार नाही आणि यंत्रांचा वापर केला जाणार नाही,' त्यांनी लिहिले होते. पण, टॉलस्टॉय फार्मच्या अडीच वर्षांच्या छोट्या जीवनकाळात कालेनबाखच्या नोंदवहीत इसाक आणि जेकब यांची नावे शेवटपर्यंत आढळली. गांधींनी स्वत: नंतर टॉलस्टॉय फार्मवरील शेतांवरील शरीरश्रमाचे गुणगान करताना या कमी वेतनावरील शेतमजुरांचे वर्णन सभ्य रानटी असे केले : 'अलीकडे मी ज्या काफिरांबरोबर सातत्याने काम करत आहे, त्यांना मी आपल्यापेक्षा श्रेष्ठ मानतो. ते अजाणतेपणाने जे काम करतात, ते आपण जाणतेपणीही करत नाही.' (गांधींनी 'काफिर' या शब्दाचा वापर करण्याची ही शेवटची वेळ असावी, असे त्यांचे नातू राजमोहन गांधी सुचवितात).

शेजारपाजारच्या आफ्रिकन्सनी टॉलस्टॉय फार्मला भेट दिली असावी–जशी फिनिक्स वसाहतीजवळ राहणाऱ्या झुलूंनी तेथे दिली होती–पण असे कोणतेही अभ्यागत, अगदी तेथील एक अविभाज्य घटक असलेले इसाक आणि जेकबसुद्धा, गांधींच्या सत्याग्रही सेनेत–ज्यात भारतीय व गौरवर्णीय एकत्रितपणे होते–आमंत्रित केले गेले नाहीत. या सेनेचा पुढारी त्याच्या त्या देशातील दोन दशकांच्या वास्तव्यात सामान्य आफ्रिकन लोकांना किंवा त्यांच्या समूहांना सलग काही दिवस भेटला नाही, असे क्वचितच घडले; पण त्यांच्याशी त्याचा प्रत्यक्ष किती संबंध आला, या प्रश्नाचे उत्तर, त्याचा ऊसमळ्यात व खाणींमध्ये कष्टणाऱ्या भारतीय कंत्राटी मजुरांशी प्रत्यक्ष किती संबंध आला, या प्रश्नाच्या उत्तराप्रमाणेच सहजासहजी मिळत नाही. गांधींनी जे लिहून ठेवले, त्यावरून त्याचा फक्त अंदाज लावता येतो. कंत्राटी मजुरांबरोबर प्रत्यक्ष संपर्क येण्याआधी गांधींनी त्यांच्याविषयी, त्यांच्या दयनीय परिस्थितीविषयी, जातीविषयी बरेच काही लिहून ठेवले होते. आफ्रिकन लोकांविषयीचे त्यांचे विचार मात्र अगदी थोडे व विखुरलेले आहेत. त्यांना स्वजातिकेंद्रित म्हणण्याने प्रश्न संपत नाही. त्यांनी गोऱ्यांना उद्देशून–आणि गोऱ्यांविषयी–बरेच काही म्हटले होते.

दक्षिण आफ्रिकेत असताना किंवा नंतर दक्षिण आफ्रिकेबद्दल लिहिताना गांधींनी जी हजारो पाने खर्ची घातली, त्यात फक्त तीन आफ्रिकन लोकांच्या नावांचा उल्लेख आढळतो. त्या तीनपैकी फक्त एकाला भेटल्याचे ते सांगतात आणि कागदोपत्री पुरावा सांगतो की, ती व्यक्ती गांधींना फक्त दोनदा भेटली–तीही सात वर्षांच्या अंतराने–ते दोघे पुन्हा कधी भेटले की नाही, याची आपण केवळ कल्पनाच करू

शकतो.

त्या व्यक्तीचे नाव होते, जॉन लँगालिबालेल ड्यूब. झुलूंच्या प्रमुखांचा वारसा सांगणारे ड्यूब हे एक उमराव होते. त्यांची जडणघडण इनांडाच्या अमेरिकन झुलू मिशनमध्ये झाली होती, जेथे त्यांचे वडील जेम्स ड्यूब हे प्रथम धर्मांतर करणाऱ्यांमधील एक होते. ते एक पाद्री, तसेच सधन शेतकरी होते. इतके सधन की, आपल्या मुलाला ओहिओ येथील ऑबर्लिन कॉलेजमध्ये अमेरिकन मिशनऱ्यांच्या सोबतीने पाठविण्यासाठी त्यांनी तीस सुवर्णमुद्रा खर्ची घातल्या. अशा प्रकारे जॉन ड्यूबने मोठी सांस्कृतिक झेप घेतली. लंडनला वकील बनण्यासाठी काळे पाणी पार करून गेलेल्या गांधींच्या झेपेइतकीच ही लांब झेप होती. नंतर, ड्यूब अमेरिकेला परत गेले, तेथे ब्रूकलीन येथे प्रॉटेस्टंट चर्चचा पाद्री म्हणून त्यांची नियुक्ती झाली. बुकर टी. वॉशिंग्टनच्या टस्किगी इन्स्टिट्यूटच्या धर्तीवर एक औद्योगिक प्रशाला उभारण्यासाठी निधी गोळा करण्याच्या कामावर त्यांची नियुक्ती करण्यात आली. १८९७ मध्ये त्यांनी वॉशिंग्टनची यात्रा केली तेव्हा ते त्यांच्याबद्दल म्हणाले, ''माझा आश्रयदादा संत... मला वाट दाखवणारा ध्रुवतारा.''

१९०० मध्ये त्यांनी नाताळ नेटिव्ह काँग्रेसची स्थापना केली. यामागे झुलूंच्या जमीन, श्रम व हक्क यासंबंधीच्या प्रश्नांना वाचा फोडण्याचा हेतू होता. या नवीन गटाचे नाव पाहता ते गांधींच्या नाताळ इंडियन काँग्रेसवर बेतलेले असावे असे वाटते. बारा वर्षांनंतर जॉन ड्यूब साउथ आफ्रिकन नेटिव्ह नॅशनल काँग्रेसचे पहिले अध्यक्ष झाले–त्यास प्रेसिडेंट-जनरल म्हणत–जिचे नाव बदलून नंतर आफ्रिकन नॅशनल काँग्रेस असे सुटसुटीत ठेवण्यात आले. देशाने पहिले वंशेतर सार्वजनिक मतदान अनुभवल्यावर याच नावानिशी या पक्षाने १९९४ मध्ये सत्ता ग्रहण केली. संस्थापक पिता म्हणून ड्यूब यांना श्रद्धांजली म्हणून, नेल्सन मंडेला यांनी आपले पहिले मत ओहलांज इन्स्टिट्यूट या इनांडा येथील ड्यूब स्कूलमध्ये टाकले. त्या दिवसापासून हे ठिकाण 'फर्स्ट व्होट' या नावाने ओळखले जाते.

म्हणजे, गांधी त्यांच्या पिढीतील कोणा एका आफ्रिकन माणसाला ओळखत होते, तर ते होते त्यांच्यापेक्षा दोन वर्षांनी लहान जॉन ड्यूब. १९०५ मध्ये एक नागरी नेता व मळेवाला असलेल्या मार्शल कॅम्पबेल या गौरवर्णीयाच्या घरी ड्यूब यांना बोलताना पाहून गांधींनी स्वत: असा निष्कर्ष काढला होता. ''हे मि. ड्यूब, असे निग्रो आहेत, जे सर्वांना माहीत असले पाहिजेत,'' त्यांनी 'इंडियन ओपिनियन'मध्ये लिहिले. त्या लेखाचे शीर्षक दुर्दैवी होते : 'नाताळचे काफिर.' आणि गांधींनी ड्यूब यांना 'सुशिक्षित काफिरां'चे पुढारी, असे म्हटले होते; यावरून असे दिसते की, त्यांच्यासाठी हा शब्द सर्व गौरेतरांचे किंवा कृष्णवर्णीयांचे प्रतिनिधित्व करत होता, ज्यामध्ये केवळ अशिक्षित आदिवासी आफ्रिकन्स नाही, तर चर्चचे पाद्री आणि

मुख्याध्यापक यांचाही समावेश होता. तरीही, वक्त्याच्या भाषणाचे सार लिहिताना– बहुधा, गांधींनी ऐकलेले एखाद्या सुशिक्षित आफ्रिकन व्यक्तीचे, पहिलेच आणि संभवत: शेवटचेच भाषण–गांधींची भाषा आदर व सहानुभूती दर्शविणारी होती :

> त्यांनी शारीरिक कष्टाची खूप कामे केली आणि त्यांच्याशिवाय गोरे एक क्षणभरही काम करू शकले नसते. ते निष्ठावान प्रजाजन होते आणि नाताळ ही त्यांची जन्मभूमी होती. दक्षिण आफ्रिकेशिवाय त्यांना दुसरा कोणताही देश नव्हता आणि जमीन इ. हक्कांपासून त्यांना वंचित ठेवणे म्हणजे त्यांना स्वत:च्या घरात राहण्यापासून रोखण्यासारखेच होते.

यानिमित्ताने एक गोष्ट लक्ष वेधून घेणारी आहे, ती म्हणजे ड्यूब यांना भेटण्यासाठी गांधींना अनेक मैल प्रवास करून कॅम्पबेल यांच्या घरी जावे लागले होते. हे दोघे (गांधी व ड्यूब) एकमेकांचे शेजारी होते; इनांडामधील ओहलांज इन्स्टिट्यूट फिनिक्स वसाहतीपासून एक मैलापेक्षाही कमी अंतरावर होती (आणि आहे), तिची इमारत आजही गांधींच्या घराच्या व्हरांड्यातून दिसते. गांधींसारखा जोरात चालणारा माणूस एक अरुंद दरी पार करून तेथे अर्ध्या तासाच्या आत पोहोचू शकला असता.

लेखी नोंदीत फक्त अशा एका भेटीचा उल्लेख आहे. ते दोघे एकमेकांच्या संपर्कात होते किंवा एकमेकांना चांगले ओळखत होते हे सांगणारा कोणताही लेखी व्यवहार, अगदी एखादी छोटी चिठ्ठीही उपलब्ध नाही, हे निराशाजनक आहे. फिनिक्स वसाहतीच्या स्थापनेनंतर गांधी तेथे जितका वेळ थांबले, त्यापेक्षाही जास्त वेळ ते बाहेर होते आणि जेव्हा ते तेथे काही दिवसांसाठी असायचे, तेव्हा त्यांचा दैनंदिन कार्यक्रम वसाहतीतील लोकांभोवतीच आखलेला असायचा जसे सगळ्या कुटुंबांना त्यांच्या घरी जाऊन भेटणे, प्रार्थनासभा घेणे, मुलांना आपल्याभोवती गोळा करणे. दर आठवड्याला जास्त प्रतींची मागणी आपल्या मालकाकडून व मार्गदर्शकाकडून करणारे 'इंडियन ओपिनियन' हे साप्ताहिक होतेच. तरीसुद्धा, त्यांच्या झुलू शेजाऱ्याशी त्यांचा इतका कमी संपर्क झाला, हे आश्चर्यजनकच म्हणावे लागेल. आपल्याला हे माहीत आहे की, १९१२ मध्ये गोपाळ कृष्ण गोखले या भारतीय नेत्याने गांधींबरोबर दक्षिण आफ्रिकेचा दौरा केला, तेव्हा त्यांच्या फिनिक्स येथील उण्यापुऱ्या अठ्ठेचाळीस तासांच्या वास्तव्यात गोखल्यांना ड्यूब यांच्या प्रशालेत नेण्यात आले होते; पण फक्त ड्यूब यांच्या झुलू भाषेतील 'Ilanga lase Natal' (नाताळचा सूर्य) या वृत्तपत्रात गांधी गोखल्यांबरोबर तेथे गेले असल्याचा पुरावा आपल्याला सापडतो. आपण हेही जाणतो की, 'इलांगा' काही काळ फिनिक्समधील हाताने

चालविल्या जाणाऱ्या छपाईयंत्राने छापले जात होते आणि हेही जाणतो की, गांधींच्या फिनिक्सच्या केवळ तीन वर्षे आधी ओहलांज इन्स्टिट्यूट अस्तित्वात आली होती आणि 'इंडियन ओपिनियन' 'इलांगा'च्या काहीच महिने आधी सुरू झाले होते. अर्थात, या समांतर घटना कितीही आकर्षक वाटल्या, तरी त्या एकमेकींना समांतर अशाच घडत गेल्या. गांधी आणि ड्यूब केवळ गौरवर्णी मळेवाल्याच्या प्रशस्त निवासस्थानी एका औपचारिक भेटीदरम्यान आणि काही वर्षांनी गोखल्यांच्या भेटीच्या वेळी एकमेकांच्या संपर्कात आले, या नोंदी वगळता त्या दोघांची समोरासमोर अनौपचारिक भेट झाल्याचा कोणताही सबळ पुरावा नाही.

एक आणखीही गांधी आहेत, जे नंतर ओहलांज इन्स्टिट्यूटला नेहमीच जाता-येता भेट द्यायचे. त्या गांधींची इसाइआ शेंबे यांच्याशीही ओळख होती, ज्यांना त्यांचे अनुयायी 'प्रेषित' म्हणायचे. १९११ मध्ये प्रेषिताने नाझरेथ चर्चची स्थापना केली– झुलू ख्रिश्चनांची ही सर्वांत मोठी चळवळ होती, आज तिचे दोन दशलक्ष अनुयायी आहेत–हे चर्च एकुफाकामेनी येथे आहे, जे इनांडा आणि फिनिक्स यांच्यादरम्यान आहे. (नाझरेथ चर्चला स्वतंत्र म्हटले जायचे; याचा अर्थ ते कोणत्याही गोऱ्या वर्चस्वाखाली नव्हते). फिनिक्स वसाहतीच्या संस्थापकापेक्षा दक्षिण आफ्रिकेवर शेंबे यांचा अधिक प्रभाव होता, असा दावा करता येईल. या दोन महत्त्वाच्या आफ्रिकन नेत्यांशी ओळख वाढविण्याचा प्रयत्न करणारे हे दुसरे गांधी होते, मणिलाल. त्यांचे वडील भारतात परत गेल्यानंतर फिनिक्सची धुरा त्यांनी सांभाळली. १९४६ मध्ये वयाच्या पंचाहत्तराव्या वर्षी जेव्हा जॉन ड्यूब यांचे निधन झाले, तेव्हा त्यांना श्रद्धांजली वाहणाऱ्या 'इंडियन ओपिनियन'मधील लेखाचे शीर्षक होते, 'एका महान झुलूचे निधन'. त्यात म्हटले होते, 'फिनिक्स वसाहतीतील आम्हा सर्वांसाठी महात्मा गांधी येथे असतानाच्या दिवसांपासून, ते एक प्रेमळ शेजारी होते.'

ही नोंद त्रोटक असली, तरी गांधी, ड्यूब आणि शेंबे यांची नावे आज एक त्रिमूर्ती म्हणून नव्हे; पण इनांडाची त्रयी म्हणून पुजली जातात. गौरवर्णीयांच्या दडपशाही धोरणातही ज्या विखुरलेल्या चळवळी तग धरून राहिल्या, त्यांचा वारसा नवीन दक्षिण आफ्रिकेसाठी जपणाऱ्या प्रकाशकांनी व लोकप्रिय इतिहासकारांनी या त्रयीला गौरवाचे स्थान प्राप्त करून दिले आहे. इतक्या महत्त्वाच्या तीन व्यक्ती एकाच दशकात ग्रामीण नाताळमध्ये दोन चौरस मैलांपेक्षाही कमी परिघाच्या क्षेत्रात वास्तव्य करून होत्या, ही बाब अशा शक्यता ध्वनित करते, ज्यांच्याकडे दुर्लक्ष करणे शक्य नाही. हा केवळ योगायोग नसून, आणखी काहीतरी आहे आणि म्हणून आपल्याला अशी एक व्यक्ती सापडते, जी सार्वत्रिक मतदानानंतर दक्षिण आफ्रिकेचे तिसरे अध्यक्ष म्हणून सत्तेवर आली, ते म्हणजे, जेकब झुमा. त्यांनी इनांडात अस्तित्वात आलेल्या 'भारतीयांमधील व आफ्रिकन लोकांमधील ऐक्याचा' गौरव

केला. 'या क्षेत्रातील इंडो-आफ्रिकन समाजाच्या इतिहासाबाबत लक्षणीय बाब कोणती असेल तर ती आहे, तीन महान व्यक्तींमधील दुवा : गांधी, जॉन लँगालिबालेल ड्यूब आणि नाझरेथ चर्चचे प्रेषित इसाइआ शेंबे.' पर्यटकांच्या माहितीपत्रकात 'इनांडा परंपरा (वारसा) मार्गा'वरून जाण्याचा आग्रह केलेला दिसतो; जो गांधींच्या वसाहतीपासून निघून ड्यूब प्रशालेकडे जातो आणि अखेरीस शेंबे यांच्या चर्चपर्यंत येऊन पोहोचतो. ('इनांडा - जेथे दर चौरस सेंटिमीटर क्षेत्रात इतिहासाच्या खुणा सापडतात, तशा दक्षिण आफ्रिकेत अन्यत्र कुठेही सापडणार नाहीत!' माहितीपत्रकात पुढे म्हटले आहे; मात्र एरवी अत्यंत दयनीय, काही वेळा धक्कादायक स्थितीत असलेल्या अभावग्रस्त झोपडपट्टीसदृश परिसराचा त्यात साधा उल्लेखही नाही. अपवाद फक्त एका सावधानतेच्या इशाऱ्याचा, ज्यात 'पर्यटकांनी त्या परिसराची माहिती असलेल्या वाटाड्याला सोबत घेतल्याशिवाय तेथे जाऊ नये,' असे म्हटले आहे).

इनांडाच्या माझ्या शेवटच्या भेटीत, जिल्ह्याला छेदणाऱ्या क्वा माशू हायवेवरील दिव्याच्या खांबांवर ड्यूब यांचा व गांधींचा चेहरा बॅनर्सवर एकाआड एक झळकताना दिसला. त्यांच्या काल्पनिक युतीचे असे पवित्रीकरण सध्याच्या राजकीय सोईपेक्षा थोड्या अधिक वेगळ्या गोष्टीवर व अस्पष्ट मौखिक परंपरेवर आधारलेले आहे. त्या झुलू कुलपतीचे अखेरचे हयात असलेले अपत्य लुलू ड्यूब या धारणा घेऊनच मोठ्या झाल्या की, त्यांच्या वडिलांनी गांधींशी संपर्क ठेवला होता. "खरे तर ते मित्र होते, ते शेजारी होते आणि त्यांचं ध्येय एक होतं," ड्यूब यांच्या घराच्या व्हरांड्यात उभे राहून गप्पा मारताना त्या म्हणाल्या. पहिल्या लोकशाही निवडणुकांच्या वेळी या घराची राष्ट्रीय स्मारक म्हणून निवड झाल्याची घोषणा करण्यात आली आणि नंतर त्याच्या दुरवस्थेस सुरुवात झाली (इतकी की, ऐंशी वर्षांच्या लुलू यांना छत कोसळण्याच्या भीतीपोटी जवळच्या ट्रेलरमध्ये राहायला जावे लागले). गांधींनी तो देश सोडल्यानंतर सोळा वर्षांनी जन्मलेल्या लुलू या त्या साखळीतील सर्वोत्तम दुवा आहेत, साक्षीदार नव्हेत. गांधी ट्रस्टच्या प्रमुख म्हणून दरबानमधील गांधी कार्याची ज्योत पेटती ठेवणाऱ्या त्यांच्या नात इला गांधी यांच्या मनातही अशीच कल्पना ठाण मांडून बसलेली आहे. त्यांचीही जडणघडण फिनिक्समध्ये झाली; पण त्यांचे आजोबा भारतात परतल्यावर काही दशकांनी. त्यांची हत्या झाली तेव्हा त्या फक्त आठ वर्षांच्या होत्या. आफ्रिकन नॅशनल काँग्रेसच्या सदस्य असलेल्या इला गांधींना याची जाणीव आहे की, राजकीयदृष्ट्या आणि ऐतिहासिकदृष्ट्या हा संवेदनशील विषय आहे; त्यामुळे त्या आपले शब्द काळजीपूर्वक निवडतात. "त्या दोघांना आत्मसन्मानाची काळजी होती, विशेषत: त्यांच्या स्वत:च्या लोकांच्या आत्मसन्मानाची," बॅनर्सवरील त्या दोघांबद्दल इला म्हणाल्या.

या पारंपरिक दंतकथेच्या उलट खरा इतिहास असे उघड करतो की, गांधी व ड्यूब यांनी परस्परांत जाणीवपूर्वक अंतर राखले, क्वचितप्रसंगी आपले हेतू समान असल्याची कबुली त्यांनी एकमेकांना दिली असेल; पण ते साध्य करण्यासाठी वेगवेगळे मार्ग अवलंबण्याचा त्यांचा निश्चय होता. दोघांनी मिळून एकाच ध्येयासाठी लढण्याची एखादी शक्यता प्रत्यक्षात आली असेलही. मात्र, १९०६ मध्ये अचानक उद्भवलेल्या एका झुलू प्रतिरोधावरील गांधींच्या सावध प्रतिक्रियेमुळे ती शक्यता त्या पिढीपुरती तरी मावळली, पुढे ढकलली गेली. हा प्रतिरोध ते दोघे भेटल्यानंतर एक वर्षाने झाला होता आणि त्याला तातडीने 'बंडा'चे लेबल चिकटवून नाताळच्या गोऱ्या वसाहतवाल्यांनी आणि वसाहत अधिकाऱ्यांनी कठोरपणे दडपून टाकले.

यामुळे गोरे एक नवीन कायदा करायला उद्युक्त झाले आणि 'नेटिव्हां'वर पोल टॅक्स नावाचा एक नवा कायदा लादला गेला; जे लोक तो त्वरित भरण्यात अपयशी ठरले असते त्यांना जबर दंड करण्याची तरतूद त्यात होती. झुलूंमध्ये व्यापक प्रमाणावर एक जाणीव जागृत झाली–जे झुलू परंपरांना चिकटून होते आणि जे नव्याने बाहेरच्या जगातून येणाऱ्या नवीन मार्गांशी व विचारप्रवाहांशी जुळवून घेत होते तेही–की, हळूहळू ते त्यांच्या जमिनी व सार्वभौमत्व गमावत आहेत. या दक्षिण आफ्रिकन संघर्षात संख्येबरोबरच वंश हादेखील महत्त्वाचा घटक होता. त्या काळी नाताळच्या झुलूंचे गोऱ्यांच्या संख्येशी दहास एक असे प्रमाण होते (भारतीय व गोरे मिळून हे प्रमाण पाचास एक असे होते). गांधींची तातडीची प्रतिक्रिया इंग्रजी भाषिकांची, गोऱ्यांची बाजू घेण्याची होती, जशी ती सात वर्षांपूर्वी अँग्लो-बोअर युद्धाच्या वेळी होती तशीच; कारण हे गौरवर्णीय स्वत:ला ब्रिटिश अधिकाऱ्यांच्या बाजूचे मानायचे; त्यांना विरोध करणाऱ्या आफ्रिकन भाषिक गौरवर्णीयांना ते आपले मानत नसत. या वेळीही गांधींनी रुग्णसेवक पथक सेवा देऊ करण्याचा प्रस्ताव मांडला–ब्रिटिश साम्राज्याप्रति भारतीय निष्ठा दर्शविणारी ही आणखी एक कृती होती; कारण शेवटी भारतीयांचे हक्क फक्त ब्रिटिश साम्राज्यच देऊ शकते, ही खात्री त्यामागे होती; मग ही खात्री (प्रत्यक्षात) उतरो किंवा न उतरो. त्यांचे हे तर्कशास्त्र फार थोड्या झुलूंच्या पचनी पडण्यासारखे होते.

ही गोष्ट तितकीशी साधी नाही. भंबाथा बंड या नावाने ओळखल्या जाणाऱ्या प्रतिकाराच्या वेळी गांधी आणि ड्यूब यांच्या निष्ठा आपापल्या परीने विभागलेल्या होत्या. बंडसदृश काही सुरू होण्यापूर्वी भालेधारी झुलूंचा सामना करणाऱ्या बंदूकधारी वसाहतवादी गौरवर्णीयांनी मार्शल लॉ लागू केला होता. छोट्या स्वतंत्र चर्चमधील प्रतिकार करणाऱ्या झुलू कारागिरांच्या एका गटात आणि त्यांच्या नेत्यांना अटक करायला पाठविलेल्या एका पोलिसांच्या तुकडीत झालेल्या चकमकीने संघर्षाची ठिणगी उडाली. एका पोलिसाने रिव्हॉल्व्हर काढले, भाले फेकण्यात आले आणि

धूर विरतो न विरतो तोच असे दिसले की, दोन अधिकारी मारले गेले आहेत. मग प्रतिकार करणाऱ्यांना घेराव घातला गेला आणि त्यातील बाराजणांना देहान्ताची शिक्षा देण्यात आली. ब्रिटिश कॅबिनेटने सुरुवातीला शिक्षेची अंमलबजावणी पुढे ढकलण्याचा प्रयत्न केला; पण शिक्षा झालेल्यांना नव्याने खोदलेल्या थडग्यांसमोर उभे करण्यात आले आणि २ एप्रिल रोजी गोळ्या घालण्यात आल्या. काही दिवसांनंतर, ज्याला कर बुडविला म्हणून शोधण्यात येत होते, त्या भंबाथा नावाच्या म्होरक्याने झुलूलँडच्या डोंगराळ भागातील घनदाट काटेरी जंगलात सुमारे १५० सैनिकांबरोबर आश्रय घेतला. त्याला शोधण्यासाठी हजार सैनिक धाडण्यात आले, घरे मशिनगनच्या गोळ्यांनी पिंजून काढण्यात आली, त्यांच्यावर बॉम्बहल्ले करण्यात आले आणि मग ती पेटवून देण्यात आली. आणखी काही लढवय्ये डोंगराळ भागात गेले. या पार्श्वभूमीवर, नंतर ज्या व्यक्तीला जग महात्मा म्हणून ओळखणार होते, त्याच्या नेतृत्वाखाली भारतीय समाजाने तथाकथित बंडखोरांच्या विरोधात गोऱ्या शासकांना मदत देऊ केली. गांधींच्या या भूमिकेबद्दल त्यांची जी अनेक समर्थने आहेत, त्यातील सर्वांत कमी संयमी वक्तव्य येथे विस्ताराने देणे गरजेचे आहे, कारण त्यातून अनेक स्तरांवरील वेगवेगळ्या बाबी स्पष्ट होतात :

> युद्धभूमीवर जाणे ही गोष्ट भारतीय समाजासाठी सोपी असली पाहिजे. कारण हिंदू असोत किंवा मुस्लीम, आमची देवावर गाढ श्रद्धा आहे... आमच्या देशात शेकडो, हजारो लोक दुष्काळाने किंवा प्लेगमुळे मृत्युमुखी पडले तरी आम्ही भीत नाही. त्यात भर म्हणून, जेव्हा आम्हाला आमचे कर्तव्य सांगितले जाते, तेव्हाही आम्हाला काही फरक पडत नाही, आम्ही आमची घरे घाणेरडीच ठेवतो, आम्ही जमा केलेल्या संपत्तीला चिकटून बसतो. आम्ही एक घृणास्पद आयुष्य जगतो, ही लांबलचक, वेदनामय प्रक्रिया सहन करत करत शेवटी मृत्यू आम्हाला गाठतो. मग युद्धभूमीवर मरण आले, तर त्याला आम्ही का घाबरावे? गोरे नाताळमध्ये जे करत आहेत, त्यातून आम्हाला बरेच काही शिकण्यासारखे आहे. काफिर बंडखोरांशी लढण्यासाठी प्रत्येक कुटुंबातून कुणी ना कुणी गेले आहे.

स्वाभाविकपणे, आपण हे जे वाचले, ती शेखी आहे, शब्दांचे अवडंबर आहे. गांधींचा उपहास नियंत्रणाबाहेर चालला आहे; लोकांचे मन वळविण्याच्या त्यांच्या इच्छेवर लोकांना फटकारण्याच्या मन:स्थितीने मात केली आहे. कर्तव्य आणि

नागरिकत्व यासंबंधीच्या युक्तिवादाचा धागा कुठेतरी हरवला आहे. यातून तीव्र घृणा आपल्याला दिसून येते, त्यांच्या स्वत:च्या समाजाच्या तीव्र सांस्कृतिक अनिच्छेमुळे आलेला राग येथे उघड झाला आहे, त्यांना त्या समाजात जे सामाजिक वर्तन बिंबवायचे आहे, त्याला होणाऱ्या प्रतिकारामुळे त्यांचा झालेला संताप यातून बाहेर पडला आहे. त्यांना असे वाटत असावे की, आणखी काही नाही तरी युद्धभूमीमुळे लोकांच्या अंगी शिस्त तरी बाणवता येईल.

जॉन ड्यूब या पाद्र्यासाठी या युद्धामुळे वेगळेच पेच निर्माण झाले. त्यांना झुलूंच्या हाती भाले देऊन त्यांना सक्षम करायचे नव्हते, तर कामाची प्रॉटेस्टंट पद्धत त्यांच्या अंगी बाणवायची होती आणि काही मूलभूत कौशल्ये शिकवायची होती, जी व्यापारी अर्थव्यवस्थेत त्यांना त्यांच्या पायांवर उभे राहण्याचे बळ देऊ शकणार होती. तर दुसरीकडे, बंडखोर हे त्यांचे आपले लोक होते आणि या संघर्षाच्या अंतिम टप्प्यात पायउतार झालेल्या प्रमुखपदावरच आक्रमण केले गेले. ड्यूब यांच्यातील ख्रिश्चन आणि वास्तववादी मानसिकता या विद्रोहाचे समर्थन करू शकत नव्हती, परंतु या दडपशाहीमधील निर्दयतेमुळे त्यांच्या मनातील वांशिक शांतता, सख्य याबाबतची आशा, श्रद्धा मुळापासून हादरली. त्यांच्या वृत्तपत्रातील स्तंभात त्यांनी सावधगिरी बाळगून गोऱ्यांच्या जड-बुद्धीवर प्रश्नचिन्ह उमटविले. लवकरच त्यांना

रुग्णवाहक पथकाबरोबर सार्जंट मेजर गांधी, १९०६.

गव्हर्नरसमोर हजर राहण्यास सांगण्यात आले आणि त्यांना व त्यांच्या वृत्तपत्राला मार्शल लॉचे निर्बंध लागू झाले असल्याचा इशारा देण्यात आला. काहीशा मवाळ झालेल्या ड्यूब यांनी नंतर लिहिले की, बंडखोरांच्या वेदना खऱ्या होत्या; पण 'अशा वेळी आपण त्यावर चर्चा करण्यापासून स्वत:ला रोखले पाहिजे.'

म्होरक्या भंबाथाचे धडावेगळे झालेले शिर असल्याचे सांगून ते दाखविले गेले आणि २२ जूनपर्यंत बंड चिरडले गेले नाही, तेव्हा अखेरीस गांधींनी त्या संघर्षासाठी दरबान सोडले ज्यासाठी दोन महिन्यांपासून 'इंडियन ओपिनियन'मधून ते डंका पिटत होते. जी गोष्ट गांधींनी राष्ट्रीय कर्तव्य आणि संधी म्हणून लोकांसमोर मांडली होती, तिच्याबाबत भारतीय समाजाने त्यांचा उत्साह काबूत ठेवला होता. गांधींना सार्जंट मेजरचा हुद्दा प्राप्त झाला होता; पण त्यांच्या नाममात्र नेतृत्वाखाली रुग्णवाहकांचे अगदी छोटे पथक तैनात होते; ते अँग्लो-बोअर युद्धापेक्षा संख्येने खूप कमी होते. आधीच्या संघर्षातील अकराशेच्या तुलनेत हे पथक एकोणीस सेवकांचेच होते. त्यांपैकी तेराजण माजी कंत्राटी मजूर होते; तर या वेळी गांधी धरून वीसपैकी केवळ चार लोक 'सुशिक्षित' या गटात मोडणारे होते. पुढच्या काही आठवड्यांत, युद्धातील अखेरच्या काही तुरळक लढतींमध्ये वसाहतीच्या सैन्याला कोणतेही कैदी न नेण्यास सांगण्यात आले. गांधी आणि त्यांच्या माणसांना संपूर्ण बीमोडानंतरचे परिणाम बघावे लागले, दडपशाहीचा तो एक अत्यंत वाईट भाग होता. संघर्षाच्या या टप्प्यात अगदी थोडे गौरवर्णीय जखमी झाले. बहुतांश भारतीयांना भयंकर जखमा झालेल्या झुलू कैद्यांवर उपचार करावे लागले, हे कैदी म्हणजे गोळ्या लागून जखमी झालेले सैनिक नव्हते, तर गावकरी होते; ज्यांना शरणागती पत्करल्यानंतर चाबकाने फोडून काढण्यात आले होते.

गांधींनी नंतर लिहिले की, अनेक झुलू जे बऱ्याच दिवसांपासून उपचारांविनाच होते, ते भारतीयांनी देऊ केलेल्या सेवेबद्दल कृतज्ञ होते आणि हे बहुधा खरे असावे. गोरे डॉक्टर्स त्यांना हात लावायचे नाहीत; पण युद्धभूमीपासून केवळ चाळीस मैलांच्या अंतरावरील फिनिक्समधील गांधींचे नातेवाईक व अनुयायी घाबरून गेले होते; गांधींनी घेतलेल्या निर्णयाविरुद्ध चिडून जाऊन ते आपल्यावर हल्ला करतील, अशी भीती त्यांना वाटत होती. तथाकथित आघाडीवर जाण्यापूर्वी त्यांनी कस्तुरबा आणि आपल्या चारपैकी दोन मुलांना तेथे आणून ठेवले होते. 'मला बाकीचे काही आठवत नाही; पण ते भीतीचे वातावरण माझ्या मनात स्पष्टपणे कोरले गेले आहे,' त्या वेळी लहान असलेले गांधींचे एक भाऊ (बहुधा चुलत) प्रभुदास गांधी यांनी नंतर लिहिले, 'आज मी जेव्हा झुलू लोकांच्या बंडाविषयी वाचतो, तेव्हा कस्तुरबांचा चिंताग्रस्त चेहरा माझ्या डोळ्यांपुढे येतो.' प्रत्यक्षात कोणत्याही प्रकारचा सूड उगवला गेला नाही; पण गोऱ्यांच्या बाजूने उभे राहण्याच्या गांधींच्या निर्णयाचा

धिक्कार करणारे झुलू कमी नव्हते. दुसऱ्या एका 'इझ्वी लबांटू' या झुलू वृत्तपत्रातील पुन्हा छापल्या गेलेल्या एका लेखात म्हटले होते की, आफ्रिकन्स हे विसरणार नाहीत 'की, भारतीय स्वेच्छेने नाताळमधील इंग्रजी राक्षसांच्या मदतीला गेले, ज्यांनी हजारो झुलूंची त्यांची जमीन चोरण्याच्या मिषाने कत्तल केली.' हा लेख एका अमेरिकन माणसाने लिहिला होता. 'इझ्वी'ने यावर स्वत:ची कोणतीच प्रतिक्रिया दिली नाही; पण त्याने हे म्हटले की, 'गांधींचे देशबांधव... अत्यंत आत्मकेंद्री, स्वार्थी आणि भावनाशून्य व कोरडा दृष्टिकोन असलेले आहेत. लंडनमधील एक निर्वासित भारतीय प्रकाशन, 'द इंडियन सोसियालॉजिस्ट'ने लिहिले की, जे भारतीय स्वातंत्र्यलढ्यात हिंसक क्रांतिकारकांना छुपे समर्थन देत होते, त्यांना झुलू बंडाच्या वेळी गांधींनी गोऱ्यांना देऊ केलेली तत्पर मदत 'घृणास्पद' वाटली.

झुलू वृत्तपत्रानुसार, गांधींचा सुरुवातीचा दृष्टिकोन तटस्थ किंवा आत्मकेंद्री असेलही; पण गोऱ्यांच्या क्रौर्याने आणि त्यांनी स्वत: पाहिलेल्या झुलूंच्या वेदनांनी ते मुळापासून हादरले होते. येथे पुन्हा गांधींचे बाप्तिस्त प्रवचनकार जोसेफ डोक लिहितात : 'या अनुभवाबद्दल मि. गांधी बरेच हातचे राखून बोलतात. जे त्यांनी पाहिले, ते कधीच गौप्यस्फोट करणार नाहीत... या मोहिमेच्या इतक्या जवळून संपर्कात राहणे त्यांच्यासाठी जवळपास असह्य झाले होते. आपण केलेली निवड योग्य आहे का, याविषयी त्यांना काही वेळा शंका येत असे.' चरित्रकार अभावितपणे असे सुचवू पाहत आहे की, सार्जंट मेजर गांधींच्या त्या छोट्या पथकाला, त्यातील लोकांसाठी निषिद्ध असलेल्या अस्पृश्यतेच्या भावनेवर विजय मिळवावा लागला. 'अत्यंत घृणास्पद अवस्थेतून अजून वर न आलेल्या माणसांना स्वेच्छेने उपचार देणे, त्यांची सेवा करणे' ही त्या भारतीयांसाठी 'किरकोळ बाब नव्हती', ते पुढे लिहितात. शेवटी, गांधींनी जे पाहिले त्याचा गौप्यस्फोट त्यांनी या घटनेनंतर दोन दशकांनी 'आत्मचरित्र' लिहिताना आणि त्यांच्या शेवटच्या वर्षांमध्ये जवळच्या लोकांशी बातचीत करताना केला. ''माझं हृदय तेव्हा झुलूंबरोबर होतं,'' ते म्हणाले. खूप उशिरा, म्हणजे १९४३ मध्ये त्यांच्या अखेरच्या कारावासादरम्यान ते अजूनही 'झुलूंवरील अत्याचारांच्या आठवणी काढायचे,' असे सुशीला नायर आपल्याला सांगतात.

''हिटलरने यापेक्षा काय वाईट केलं?'' ते नायर यांना विचारत. सुशीला नायर या शल्यचिकित्सक होत्या आणि त्या मरणासन्न कस्तुरबा व गांधींची शुश्रूषा करत होत्या. महायुद्ध सुरू होण्यापूर्वी हिटलरचे मनपरिवर्तन करण्याच्या हेतूने त्याला पत्र लिहिण्याचा प्रयत्न करणाऱ्या गांधींना हे कधी पूर्णपणे जाणवले नाही किंवा त्यांनी मान्य केले नाही की, फ्यूरर ज्या विनाशकारी शक्तीचे प्रतिनिधित्व करत होता, ती गांधींनी अनुभवलेल्या दडपशाहीच्या कितीतरी पलीकडे होती.

गांधींच्या स्वत:च्या म्हणण्यानुसार, त्यांनी नाताळमध्ये घेतलेल्या अनुभवांनी आणि गोऱ्यांच्या बाजूने उभे राहण्याच्या त्यांच्या लोकांना न आवडलेल्या निर्णयामुळे त्यांच्या आध्यात्मिक आयुष्याला मोठे वळण मिळाले. सेवेचे आणि स्वेच्छेने गरिबीत आयुष्य घालविण्यासाठी त्यांच्या दृष्टीने जे करणे गरजेचे होते त्यासाठी त्यांच्या युद्धभूमीविषयक विचारांपासून ते निर्दोष ब्रह्मचर्याच्या प्रतिज्ञेपर्यंत गांधींनी एक सरळ रेषा आखली आणि त्या प्रतिज्ञेपासून निघून ती सरळ रेषा ११ सप्टेंबर १९०६ रोजी जोहान्सबर्गच्या एम्पायर थिएटरमध्ये घेतलेल्या शपथेला जाऊन मिळाली. हे सगळे घडायला फार तर दोन महिन्यांपेक्षा थोडा अधिक काळ लागला : गोऱ्यांना सहकार्य करायला जाणे, आपल्या उर्वरित आयुष्यासाठी लैंगिक सुखाचा त्याग करणे आणि या आयुष्य बदलून टाकणाऱ्या स्वत:लाच दिलेल्या वचनामागे जात ट्रान्सवालच्या 'काळ्या कायद्याचा' अहिंसक प्रतिरोध करण्याची शपथ घेणे; हा प्रतिरोध पुढे जाऊन 'सत्याग्रह' नावाने प्रसिद्ध झालेल्या त्यांच्या धोरणातील पहिला स्वाध्याय होता. गांधींनी कारण आणि परिणाम यांचे सादर केलेले प्रमाण निर्विवाद आहे; पण एरिक एरिक्सन म्हणतात त्याप्रमाणे त्याचे आपल्याला संपूर्णपणे आकलन होत नाही. 'या संकल्पना स्पष्ट करायच्या झाल्यास,' या मनोविश्लेषकाने लिहिले, 'असे म्हणता येईल की, त्यांचा संबंध लैंगिक संबंध टाळणे आणि हिंसा न करणे या दोन निर्णयांशी जोडता येईल. असे दिसते की, कृष्णवर्णीय शरीरांवर गौरवर्णीय पुरुषांनी केलेले अत्याचार पाहताना अत्याचार झालेल्यांच्या प्रति गांधींच्या मनात सहवेदना जागृत झाली आणि सर्व प्रकारच्या पुरुषी परपीडनाविषयी तीव्र तिरस्कार निर्माण झाला. त्यामध्ये कदाचित बालपणापासून स्त्रियांच्या पुरुषांकडून होणाऱ्या सर्व प्रकारच्या पिळवणुकीचा–त्यात लैंगिक परपीडनही आले–एक भाग असल्याची टोचणीही असेल.'

भंबाथा बंडाचा त्वरित परिणाम म्हणून गांधींमध्ये कोणती गोष्ट जागी झाली नाही–किमान आपल्याला ओळखू आली नाही–ती म्हणजे, काळ्या आफ्रिकन्सबद्दलचे कुतूहल किंवा करुणेपलीकडे जाऊन त्यांच्याविषयीची सहानुभूती. दोन वर्षांनंतर जेव्हा त्यांनी आपल्या तुरुंगातील पहिल्या अनुभवाबद्दल लिहायला सुरुवात केली, तेव्हा काळे आफ्रिकन्स अजूनही 'काफिर'च होते; भारतीयांबरोबर एकाच कैदेत न ठेवण्याइतके असंस्कृत आणि गलिच्छ; मग त्यांच्याकडे संभाव्य सहकारी म्हणून पाहणे तर दूरच राहिले. संदर्भात काही अंशी बदल झाल्यामुळे हे घडले असावे : नाताळ सोडताना, जोहान्सबर्गमधील त्यांच्या तळाकडे परत येताना, कुटुंबीयांना फिनिक्समध्ये मागे सोडताना गांधींनी जॉन ड्यूब यांच्यासारख्या झुलू नेत्यांशी स्नेहाचे पूल बांधण्याच्या आणि अपरिहार्यपणे संबंध दृढ करण्याच्या ज्या काही संधी होत्या, त्याही मागे टाकल्या. जॉन ड्यूब हे ख्रिश्चन झालेल्या, जमीनदार कृष्णवर्णीय

उच्चभ्रू गटाच्या वतीने बोलणारे नेते होते, शहरी झुलूंच्या भाषेत त्यांना काही वेळा 'अमारिस्पेक्टेबल्स' असे म्हटले जायचे.

काही अंशी हा गांधींच्या एका संकल्पनेला चिकटून राहिल्याचाही परिणाम होता; ती ही की तथाकथित ब्रिटिश भारतीय हे स्वाभाविकपणे गौरवर्णीयांचे सहकारी होते, केवळ एक अन्य प्रकारचे वसाहतवादी. जर कंत्राटी भारतीय 'कूली' त्यांच्या दृष्टीने अजून नागरिक न बनण्याइतके अत्यंत असभ्य, अशिक्षित आणि मागासलेले होते, तर मग 'काफिरां'ची काय कथा? त्यांचा विचारही मनात येऊ न देणे हेच इष्ट होते. गांधींनी त्यांच्याशी अंतर राखले आणि त्यामुळे असे करणे त्यांच्यासाठी जास्त सोपे गेले. कृष्णवर्णीय आणि भारतीय यांच्यातील छुपे मैत्रीपूर्ण संबंध हे गांधी ज्याच्या सतत शोधात होते, त्याच्या अगदी विरुद्ध होते. त्यांनी जर या गोष्टीचा विचार केला असेल, तर त्यांना हे समजले असेल की, अशा प्रकारच्या मैत्रीमुळे गोऱ्यांचा वंशीय उन्माद आणखी दृढ झाला असता. त्यांना हेही जाणवले असेल की, त्यांच्या स्वत:च्या समाजात ही गोष्ट खपवून घेतली जाणार नाही. बऱ्याच अवधीनंतर, अशा टोकाच्या विचारांना एकत्र गुंफून त्यांनी एक तर्कशास्त्र तयार केले. भारतात परत आल्यानंतर बऱ्याच काळाने कृष्णवर्णीय अमेरिकनांचे एक शिष्टमंडळ त्यांना भेटायला गेले असता, दक्षिण आफ्रिकेत असताना आपण कधी कृष्णवर्णीयांबरोबर समान ध्येय ठरविण्याचा विचार केला होता का, असे त्या पथकाने विचारले, तेव्हा आपल्याला या इच्छेला मुरड घालावी लागली, असे उत्तर गांधींनी दिले : 'नाही, मी त्यांना मुद्दामच आमंत्रित केले नाही; त्यामुळे त्यांच्या उद्दिष्टाला धोका पोहोचला असता.' काही वर्षांनी, घरी परत आल्याला पंचवीस वर्षे झाल्यानंतर त्यांनी एका कृष्णवर्णीय दक्षिण आफ्रिकन व्यक्तीला सांगितले, "तुमचा प्रश्न हा फार मोठा आहे."

१९३९ मध्ये संपूर्णपणे महात्मा बनलेले गांधी भूतकाळाचे अवलोकन करून तो सुव्यवस्थित करण्याचा प्रयत्न करत आहेत. १९०७ मध्ये प्रत्यक्ष दक्षिण आफ्रिकेत राहणाऱ्या बॅरिस्टर व सामाजिक नेते असलेल्या गांधींनी वसाहतीचे गव्हर्नर सर हेन्री मॅक्लम यांना एक पत्र पाठविले होते, ज्यांनी अशांत झुलूंवर आधीच्याच वर्षी मार्शल लॉ लागू केला होता. गांधींनी केलेल्या प्रतिज्ञांनंतर एक वर्षाने हे पत्र लिहिलेले आहे. अहिंसक प्रतिरोधाचा सिद्धान्त आता जाहीर केला गेलेला आहे; पण 'बहुमितीय गांधी', जसे नायपॉल त्यांना म्हणायचे, असा युक्तिवाद करतात की, वसाहतीच्या सैन्यदलात भारतीयांना सेवेची संधी देण्याची वेळ आता आली आहे. असे सैन्य ज्याचे स्वाभाविक कार्य होते, झुलू शक्तींना ताब्यात ठेवणे आणि गांधींच्या आदल्या वर्षीच्या अनुभवांवरून याचा अर्थ त्यांना माहीत असायला हवा होता.

"मला असा विश्वास वाटतो," हा विशेष वकील अनुनय करतो, "रुग्णसेवकांचं काम समाधानकारक ठरलं असल्यामुळे भारतीय समाजाला नाताळच्या सैन्यदलात काही वाव मिळावा. जर असं झालं, तर मला वाटतं, हे परस्परांच्या फायद्याचं ठरेल आणि नाताळच्या राजकारणाचा आधीच एक भाग बनलेले भारतीय वसाहतीशी अधिक चांगल्या रीतीने जोडले जातील."

बंडाच्या वेळी आपण चुकीच्या बाजूचे समर्थन केले होते, हे गांधींना मनोमन माहीत होते; पण दिलेल्या सेवेचा गोऱ्यांकडून मोबदला मिळविण्यास ते अजूनही तयार होते; ज्याप्रमाणे अँग्लो-बोअर युद्धाच्या वेळी पूर्वी दोन वेळा 'बॉडी स्नॅचर्स'बरोबर सेवा दिल्याबद्दल 'राणीचे चॉकलेट' बक्षीस म्हणून मिळविण्याचा त्यांनी प्रयत्न केला होता, तसेच हे होते.

आपले आदर्श बुकर टी. वॉशिंग्टन यांच्याकडून सामंजस्याचे धोरण अंगी बाणवणाऱ्या रेव्हरंड जॉन ड्यूब यांच्यावरील ताण अधिकच कठोर होता. बंडानंतर उद्भवलेल्या भीषण परिस्थितीत, या ऑबर्लिन स्नातकाने आणि पाद्र्याने झुलू राजा, दिनुझुलू, ज्याच्यावर राजद्रोहाचा खटला भरला गेला होता, त्याला समर्थन व संरक्षण देण्याचा पवित्रा घेतला होता. 'स्थानिक लोकांना अज्ञान, आळस, गरिबी आणि अंधश्रद्धा यांच्या दलदलीतून' वर काढण्याची गरज ड्यूब यांनी बोलून दाखविली होती. नंतरच्या वर्षांमध्ये, गोऱ्या मिशनऱ्यांच्या गौरव समारंभात कृतज्ञता व्यक्त करताना त्यांचा सूर खुशामतीचा वाटावा असा लागला होता; पण हे मनापासून असावे कारण ते स्वत: एक मिशनरी होते. आपल्या गोऱ्या श्रोत्यांना त्यांनी विचारले, "तो कोण होता, ज्याने आम्हाला कपडे घालण्याचा सभ्यपणा आणि कायदा शिकवला? तो कोण होता, ज्याने हे शिकवलं की, प्रत्येक रोग हा जादूटोण्यामुळे होत नाही?... की, एखादा निरोप कागदाच्या तुकड्यावर लिहून पाठवता येतो?" पण, १९०६ च्या संघर्षानंतरच्या परिणामांमध्ये असे दिसले की, अशा आक्षेपांपासून काही आदिवासी परंपरा मुक्त ठेवण्याची त्यांची तयारी होती. झुलू राजघराण्याशी ड्यूब यांचे जवळचे संबंध राहिले आणि त्यांच्या पुढील आयुष्यात त्यांनी नेहमीच सजातीय राजकारण केले. पुढे आफ्रिकन नॅशनल काँग्रेस म्हणून उदयाला आलेल्या चळवळीचा प्रथम पुढारी म्हणून त्यांनी व्यापक राष्ट्रवादाचा उद्घोष केला; पण शहरांवर आधारित बहुसंख्य राजकारण आणि उमरावी आदिवासी राजकारण या दोन्ही दरडींवर पाय ठेवणे अधिकाधिक कठीण झाले. १९१७ मध्ये, या पहिल्या काँग्रेस अध्यक्षांनी पदत्याग केला. नेटिव्हांना तथाकथित राखीव क्षेत्र वाढवून देण्याच्या बदल्यात गोरे सरकार वांशिक विभागणीसाठी जो दबाव आणत होते, ती विभागणी स्वीकारण्याची इच्छा ड्यूब यांच्यातील समायोजनकर्त्याने व्यक्त केली. एक मोठा झुलूलँड प्राप्त व्हावा म्हणून, ते बहुतांश नाताळ गोऱ्यांसाठी

राखीव करण्याच्या कायद्यापुढे अनिच्छेने मान तुकवायला तयार झाले. चळवळीत पुढे येऊ पाहणाऱ्या उदयोन्मुख तरुण आफ्रिकन लोकांसाठी हा निर्णय पचविणे अवघड होते.

नवीन युनियन ऑफ साउथ आफ्रिका या नावाने गौरवर्णीयांच्या आधिपत्याखाली अधिकृतपणे राष्ट्राची स्थापना झाल्यानंतर फक्त तीन वर्षांनी गोऱ्या संसदेत १९१३ मध्ये हा कायदा नेटिव्हज लँड अ‍ॅक्ट या नावाने मंजूर करण्यात आला. प्रचंड प्रमाणावर निर्लज्जपणे जमीन हडप करून या कायद्याने संपूर्ण देशाच्या ९२ टक्के जमीन कृष्णवर्णीयांनी स्वत:च्या मालकीची करणे बेकायदा ठरविण्यात आले. या कायद्याचा धिक्कार करण्यात ड्यूब आघाडीवर होते. तसेच, आश्चर्य म्हणजे गांधींनीही याबाबत पुढाकार घेतला. आफ्रिकन लोकांना भेडसावणाऱ्या प्रश्नावर एखादी कृती करण्याचा हा त्यांचा पहिलाच प्रयत्न होता. 'कोणताही अन्य प्रश्न, मग त्यात भारतीयांशी संबंधित प्रश्नही आला, या मोठ्या नेटिव्ह प्रश्नापुढे कमी महत्त्वाचा ठरतो,' त्यांनी आता 'इंडियन ओपिनियन'मध्ये लिहिले. 'ही भूमी जन्माने त्यांची आहे आणि या जप्तीच्या कायद्यामुळे–होय, हा जप्तीचाच कायदा आहे–सरकारने नीट लक्ष दिले नाही, तर गंभीर परिणाम होऊ शकतात.' ती तारीख होती, ३० ऑगस्ट १९१३. हे शब्द लिहिले तेव्हा गांधींचे त्या देशातील वास्तव्याचे ते अखेरचे वर्ष होते. फक्त हेच नव्हे, तर ते त्या वेळी या देशातील त्यांच्या सर्वाधिक मौलिक मोहिमेची व्यूहरचना करण्याच्या तयारीत होते–कंत्राटी मजुरांच्या वतीने चालविलेली त्यांची पहिली मोहीम. मग अचानकपणे ते आता कमी संकुचित झालेले, त्या क्षणाचे आव्हान पेलण्यास समर्थ, किमान कागदावर तरी, राष्ट्रीय दृष्टिकोनातून एखादे कार्य हाती घेण्यासाठी सज्ज झालेले असे दिसतात.

दोन्ही शेजाऱ्यांनी या वेळी एकमेकांच्या विचारांची देवाणघेवाण करण्यासाठी भेट घेतली असती तर ते काय बोलले असते, याची कल्पना करण्याचा मोह आवरत नाही–प्रत्येकजण धार्मिक अधिष्ठान असलेला राजकीय नेता–एक झुलू पाद्री आणि दुसरा नवख्रिश्चन हिंदू. अशी भेट होणे काही अशक्य नव्हते; पण हे अधिक संभवते की, दुसरा काय म्हणत होता आणि करत होता याची लांबून जाणीव त्यांपैकी प्रत्येकाला होती. ब्रिटिश जनतेला जॉन ड्यूब यांनी केलेल्या आवाहनाचा काही भाग 'इंडियन ओपिनियन'ने पुन्हा छापला होता. "तुम्हाला हे माहीत हवं की, आमच्यातील प्रत्येकजण या भूमीत जन्मला होता आणि आम्हाला दुसरी जागा नाही," ते म्हणाले. "अनेक पिढ्यांपासून, तुमच्या वाडवडिलांनी आमच्या किनाऱ्यावर पाय ठेवण्याआधीपासून ही भूमी केवळ आमची होती, ही गोष्ट तुम्हाला माहीत असायला हवी." या वक्तव्याने गांधी हेलावून गेले असावेत.

त्यांच्या बाजूने जॉन ड्यूब यांनी कबूल केले की, गांधींचे अनुयायी प्रस्तुत

करणार होते, त्या अहिंसक प्रतिरोधाने आपण भारावून गेलो. काही दशकांनी गुजराती भाषेत ड्यूब आणि एका ब्रिटिश कारकुनात झालेल्या वार्तालापाचे वर्णन छापले गेले होते, ज्यात ड्यूब यांनी स्वत: १९१३ मध्ये फिनिक्सला पाहिलेल्या अहिंसक प्रतिरोधाचा प्रसंग सांगितला :

> सुमारे पाचशे भारतीय गटाने एकत्र बसले होते. त्यांच्या कारखान्यात संप पुकारल्यानंतर ते तेथे आले होते. त्यांना चारी बाजूंनी गोऱ्या व्यवस्थापकांनी, त्यांच्या कर्मचाऱ्यांनी आणि गोऱ्या पोलिसांनी गराडा घातला होता... त्या बसलेल्या भारतीयांच्या पाठीवर चाबकाचे फटके बसू लागले, अगदी सपासप, न थांबता. गोऱ्यांनी त्यांना लाठीचा प्रसाद दिला आणि म्हणाले, ''उठा, तुमचं काम करा. तुम्ही तुमचं काम करणार आहात की नाही?'' पण, कोणीच उठले नाही. ते बसूनच राहिले, अगदी न हलता... जेव्हा चाबूक आणि लाठ्या थकल्या, तेव्हा बंदुकीच्या दस्त्यांचा वापर सुरू झाला.

गुजरातीचे हिंदीत भाषांतर झाले; हिंदीचे पुन्हा इंग्रजीमध्ये. ते ड्यूब यांचे जसेच्या तसे शब्द असतील, तर तो एक चमत्कारच मानला पाहिजे; पण अशा प्रकारचे संभाषण घडले असावे. ड्यूब यांनी गांधींच्या भारतीय अनुयायांची प्रशंसाही केली असेल, जरी अगदी गुजरातीत सांगितलेल्या या आठवणीबरहुकूम शब्द नसले तरी; कारण त्यात एक झुलू त्या लोकांच्या 'दैवीशक्ती'वर आणि 'हिमालयासारख्या निश्चलते'वर आश्चर्य व्यक्त करणारे किंवा कमजोर स्मरणशक्ती असलेल्या त्या भारतीय साक्षीदाराचे स्वत:चेच अभिनंदन करणारे हे गुलाबी स्मरणरंजन असेल. ड्यूब यांचे ज्ञात असलेले वक्तव्य एवढे प्रशंसा करणारे नाही. झुलू आपापसात लढत असताना, १९१२ मध्ये त्यांनी निरीक्षण नोंदविले, 'भारतीयांसारखे लोक आमच्या भूमीत आले आहेत आणि आमच्यावरच वर्चस्व गाजवत आहेत, जणूकाही आमचे या आमच्याच देशात काही अस्तित्व नव्हते.' ड्यूब यांच्या चरित्रकार हीथर ह्यूजेस त्यांच्या 'उघड भारतविरोधा'बाबत लिहितात. ड्यूब यांच्या लेखातील उतारा त्या उद्धृत करतात, ज्याचे शीर्षक होते, 'इलांगातील भारतीयांचे आक्रमण' : 'आमच्या डोळ्यांदेखत आमच्या मुलांची रोजीरोटी या आशियाई लोकांनी कशी हिसकावून घेतली, याचा आम्हाला दु:खद अनुभव आहे.'

कदाचित जेवढे आपल्याला माहीत आहे, त्याप्रमाणे या दोन शेजाऱ्यांनी खोलात जाऊन कधी संभाषण केले नाही. नवीन गोऱ्या राजवटीने नेटिव्हज् लँड

ॲक्ट लागू केल्यानंतर एका क्षणी जरी त्या दोघांचे एकमत झाले असे वाटत असले, तरी ते वेगवेगळ्या दिशांना जात होते. १९०६ सालच्या झुलू बंडानंतर सहा वर्षांपेक्षा जास्त काळ गांधींनी आपला वेळ आणि शक्ती ट्रान्सवालसाठी खर्च केली होती. १९१३ च्या सुरुवातीला ते अचानक नाताळला स्थायिक झाले. काही महिन्यांतच, सत्याग्रहाच्या नवीन मोहिमेसाठी ते योजना आखू लागले. कंत्राटी मजुरांना त्या देशात राहायचे असेल, तर वर्षाला दरडोई तीन पौंडांचा कर भरावा लागेल, हा कायदा रद्द व्हावा अशी या सत्याग्रह मोहिमेची मुख्य मागणी होती.

दरम्यान, ड्यूब त्यांच्या लोकांकडून जमिनी बळकावून घेतल्या जाण्याच्या प्रश्नाने घेरले गेले होते. नंतर एका झुलू वृत्तपत्राने असे चित्र छापले होते की, रेव्हरंड जॉन ड्यूब त्यांच्या शेव्हर्लेट गाडीत बसले आहेत, केवळ बघ्याच्या भूमिकेत आणि पोलिस त्यांच्या डोळ्यांदेखत कृष्णवर्णीय कम्युनिस्ट संघटकांना दरबानच्या कारागृहाकडे घेऊन जात आहेत. जर गांधी दक्षिण आफ्रिकेत आणखी काही काळ राहिले असते, तर त्यांनाही असेच बाजूला सारले गेले असते. ज्या वेळी आफ्रिकन नॅशनल काँग्रेसच्या सदस्यांनी त्यांचे पहिले आंतरराष्ट्रीय संबंध अनिश्चित स्वरूपात प्रस्थापित केले, तेव्हा ते गांधींच्या छायेत वाढलेल्या भारतीय स्वातंत्र्य चळवळीतील नेहरू व इतर नेत्यांच्या संपर्कात आले. १९२७ मध्ये नेहरू व तत्कालीन एएनसी (ANC) अध्यक्ष जोसिहा गुमेद हे दोघे दोन वेळा एकमेकांसमोर आले–ब्रुसेल्स येथील साम्राज्यशाहीविरोधी परिषदेत आणि मॉस्को येथे बोल्शेविक राज्यक्रांतीच्या दशवार्षिक समारंभानिमित्त नेहरू व त्यांच्या वर्तुळातील लोकांनी लांबूनच असे मत बनविले होते की, दक्षिण आफ्रिकेतील भारतीयांनी कृष्णवर्णीयांबरोबर उभे राहिले पाहिजे, त्यांना साथ दिली पाहिजे. गांधी त्यापासून अलिप्त राहिले. १९३९ मध्ये त्यांनी लिहिले, 'बांटूबद्दल कोणाला कितीही सहानुभूती वाटली, तरी भारतीयांचे त्यांच्यासोबत समान उद्दिष्ट असू शकत नाही.' दोन वर्षांनंतर, १९४१ मध्ये इंदिरा नेहरू यांनी स्वत: एक विपरीत राजकीय संदेश दरबानला नेऊन पोहोचविला–नंतर त्या त्यांच्या गांधी या विवाहोपरान्त आडनावाने ओळखल्या जाऊ लागल्या–त्या ऑक्सफर्डहून भारतात जाताना मध्ये दक्षिण आफ्रिकेत थांबल्या होत्या. युद्ध सुरू झाल्यामुळे त्यांना केपमार्गे भारतात जावे लागले. "भारतीयांनी आणि आफ्रिकन लोकांनी एकत्र कृती केली पाहिजे," त्या म्हणाल्या. "पिळवणूक झालेल्या सगळ्या लोकांच्या एकत्रित शक्तीने या सार्वत्रिक दडपशाहीचा सामना केला गेला पाहिजे." त्या रात्री, एका आठवणीनुसार, गांधींचे पुत्र मणिलाल यांनी आयुष्यात प्रथमच 'सर्व युरोपियनेतर लोकांच्या संयुक्त आघाडी'ला जाहीर पाठिंबा दिला.

मणिलालच्या वडिलांना तोपर्यंत दक्षिण आफ्रिका सोडून पाव शतक लोटले होते. कदाचित, भंबाथा बंडानंतरच्या गांधींच्या तुरुंगातील अनुभवानंतर त्यांनी तेथे

घालविलेल्या वर्षांकडे मागे वळून पाहताना, त्यांना नाताळमधील भारतीय व आफ्रिकन लोकांमधील संघर्षाची चाहूल लागली असावी. गांधींच्या निधनानंतर एक वर्षाने, १९४९ च्या जानेवारी महिन्यात उसळलेल्या जातीय दंगलींचा वणवा– ज्याला काही वेळा झुलूंनी भारतीयांची केलेली 'सामूहिक कत्तल' म्हटले जाते– संपूर्ण दरबानभर पसरला. एक तरुण झुलू एका भारतीय दुकानात गेला असता त्याच्याशी झालेल्या भांडणातून या हिंसाचाराची ठिणगी पडली. हा वणवा शांत होईपर्यंत १४२ लोक मृत्युमुखी पडल्याचे निदर्शनास आले आणि एक हजार ७०० पेक्षा अधिक जखमी झाले. त्यातील बहुतेक आफ्रिकन स्थलांतरित कामगार होते, जे पोलिसांच्या गोळीबाराला बळी पडले. या हिंसाचारामुळे वांशिक उतरंडीत काहीशा वरच्या स्तरावरील भारतीयांविषयी, विशेषत: दुकानदारांविषयी असलेला, आफ्रिकन लोकांच्या मनातील द्वेष उघड झाला. भीती आणि परस्परांविषयीच्या संशयाचे वातावरण अनेक वर्षे तसेच राहिले.

असे असूनही, तीन वर्षांनंतर दक्षिण आफ्रिकेतील भारतीय आणि आफ्रिकन सक्रिय कार्यकर्ते अखेरीस रंगभेद नीतीच्या विरोधात राजकीयदृष्ट्या एकत्र येण्यात यशस्वी झाले; रंगभेद नीती हा एक सार्वत्रिक वांशिक भेदाभेद आणि गोऱ्यांचे वर्चस्व प्रस्थापित करणारा कार्यक्रम होता, जो बघायला ड्यूब आणि गांधी हयात नव्हते. १९५२ मध्ये आफ्रिकन नॅशनल काँग्रेस आणि साउथ आफ्रिकन इंडियन काँग्रेस यांचे 'अन्यायकारक कायद्यांचा आज्ञाभंग' (Defiance Campaign Against Unjust Laws) करण्यावर एकमत झाले.

अहिंसक मोहिमेकडे, व्यूहरचना व धोरणे यांच्या बाबतीत ती गांधींच्या कल्पनेतून आली आहे, या संकुचित दृष्टिकोनातून पहिले जाऊ शकत होते; परंतु काही आफ्रिकन नेते त्यांना आपला आश्रयदाता संत म्हणून मानायला तयार होते. हिंदी महासागराच्या दुसऱ्या बाजूला, त्यांच्या हत्येच्या काही काळ आधी, भारतीयांनी आफ्रिकन लोकांबरोबर आघाडी करण्याच्या कल्पनेला महात्माजींनी अखेरीस आपला सीमित पाठिंबा दिला. ''सर्व प्रकारच्या जातींचा समावेश करणे हे तार्किकदृष्ट्या बरोबर असले तरी,'' ते म्हणाले, ''संघर्ष जर सर्वोच्च पातळीवर ठेवला नाही, तर ते धोकादायक ठरू शकतं.'' गांधींना यातून असे सुचवायचे असेल की, कृष्णवर्णीय त्यांची अहिंसेची तत्त्वे पायदळी तुडवतील. त्यांच्या बाजूने, तरुण नेल्सन मंडेलांना भारतीयांशी युती करण्यासंबंधीच्या स्वत:च्या शंकांवर ताबा मिळवावा लागला होता. ''आमच्या मूळ आफ्रिकन समर्थकांपैकी अनेकजण दुकानदारांच्या आणि व्यापाऱ्यांच्या भूमिकेतील भारतीयांकडे कृष्णवर्णीय कामगारांची पिळवणूक करणारे म्हणून पाहत,'' ते नंतर म्हणाले.

गांधींचे निष्ठावान द्वितीय पुत्र, मणिलाल गांधी यांनी आज्ञाभंग मोहिमेत अंशत:

सहभाग नोंदविला; पण ते त्या मोहिमेबरोबर फार अंतर गेले नाहीत. आपल्या पित्याच्या पावलावर पाऊल ठेवून त्यांनी रंगभेदाविरुद्ध दीर्घ उपोषणे केली; पण त्यांच्या बाबतीत मात्र अशा उपोषणांचा फार मोठा प्रभाव पडला नाही. सातत्याने, वाचनालयाच्या गोऱ्यांसाठीच्या विभागात किंवा दरबानच्या पोस्ट ऑफिसमध्ये जाऊन त्यांनी स्वत:ला अटक करवून घेतली; पण केवळ त्यांचे नाव लिहून घेण्याचे आदेश पोलिसांना देण्यात आले होते. अखेरीस, वर्षाच्या शेवटी इतर गोऱ्यांच्या आणि भारतीयांच्या सोबतीने ट्रान्सवालच्या जर्मिस्टन या शहरातील कृष्णवर्णीयांच्या 'विभागात' प्रवेश करून ते स्वत:ला अटक करवून घेण्यात यशस्वी ठरले. 'आफ्रिकन्सना भेटणे' आणि कायदेभंग करणे या गुन्ह्यांबद्दल त्यांना पन्नास दिवसांची सजा ठोठावण्यात आली; पण मणिलाल यांचे कोणतेही संघटित अनुयायी नव्हते आणि ते नेहमीच एक स्वतंत्र व एकटे कार्यकर्ते राहिले. त्यांची नात व चरित्रकार उमा धुपेलिया-मेस्त्री यांनी मान्य केल्याप्रमाणे ते 'संघटित संघर्षाच्या बाहेर' राहिले. ती चळवळ मणिलाल कधीही होऊ शकले नसते इतकी जहाल झाली होती; त्यांच्यावर कम्युनिस्टांचा प्रभाव असल्याचाही संशय होता आणि तिची अहिंसेशी असलेली बांधिलकी केवळ धोरणात्मक होती. एका सभेदरम्यान 'बापूंच्या लायक ठरण्यासाठी प्रयत्न करणारे व त्यांनी केली तशी कामे करण्याची इच्छा असलेले' मणिलाल यांनी सत्याग्रहाचे नैतिक नियम काय आहेत, हे विस्ताराने सांगण्यास सुरुवात केल्यावर अस्वस्थ झालेल्या तरुण नेल्सन मंडेलांनी चहाचा कप वाजविला.

दक्षिण आफ्रिकेतील पहिल्या गांधींना अशा प्रकारच्या सुडाचा मुकाबला करावा लागला नव्हता, जो लोकांच्या स्वातंत्र्यावर गदा आणणाऱ्या नवीन सुरक्षा कायद्यांच्या रूपाने, आफ्रिकानेर राष्ट्रवादी राजवट लादत होती. यासाठी वेगवेगळे अन्यायकारी निर्बंध लादले गेले होते - जसे, मनमानीपणे अटक करणे, निडर सुरक्षा पोलिसांच्या हस्ते लोकांना प्रतिबंधात्मक स्थानबद्धतेत ठेवणे, केवळ संघटनांवरच नव्हे, तर व्यक्तींवरही मनाईहुकूम जारी करणे (त्यांचे शब्द छापले जाणे किंवा एका वेळी एकापेक्षा जास्त व्यक्तींना भेटणे बेकायदेशीर ठरविणे); अंतिमत: जसजसा संघर्ष तीव्र होत गेला, तसतसे गोऱ्या राजवटीने छळ सुरू केला, त्याबरोबरच 'गायब करणे', बॉम्बहल्ले व खून करणे हेही सुरू झाले. भारतातील वसाहतवादी साम्राज्याने दडपशाही केली, गांधी आणि त्यांच्या अनुयायांना सतत तुरुंगात टाकले; पण त्यांना कायमचे पडद्याआड टाकण्याची कल्पना त्या राजवटीने कधी केली नाही किंवा भारताला राष्ट्रीय चळवळीपासून मुक्त करावे, अशीही कल्पना केली नाही. आफ्रिकानेर राजवटीची मात्र आज्ञाभंग मोहिमेच्या पुरस्कर्त्यांबाबत हीच महत्त्वाकांक्षा होती. ही चळवळ दडपून टाकण्याच्या खूप आधी, मंडेला आणि ऑलिव्हर टॅम्बो यांसारख्या तुलनेने तरुण असलेल्या नेत्यांनी गांधींच्या अहिंसेच्या तत्त्वांचा धोरणात्मक अवलंब

करण्याच्या आपल्या विचारांचा पुनरुच्चार केला.

एका राष्ट्रीय उद्दिष्टासाठी सत्याग्रहाची परीक्षा झाली, ते उद्दिष्ट म्हणजे अजातीयवादी न्याय. थोड्या काळासाठी, सत्याग्रहाचे आकर्षण भारतीयत्वापुरतेच सीमित राहिले नाही आणि वयाने अधिक परिपक्व, अधिक सौम्य झालेल्या मंडेलांनी त्यांच्या दीर्घ कारावासातून बाहेर आल्यावर आणि राष्ट्रपिता म्हणून उपाधी धारण केल्यावर स्वत:च नंतर दावा केला की, त्यांच्या तरुणपणात त्यांनी ज्या सामुदायिक कृती मोहिमा बघितल्या होत्या, त्या १९१३ मध्ये मूळ गांधींनी आखलेल्या अहिंसक मोहिमांचा आदर्श डोळ्यांसमोर ठेवून आखल्या गेल्या होत्या. ''स्वत:चा पराभव होत असला तरी ते धोरण वापरावं, इतकंही ते तत्त्व महत्त्वाचं नव्हतं,'' गांधींच्या मुलाविरुद्ध आपण लावलेला गांधींचा अर्थ कसा वापरला याचे स्पष्टीकरण देताना त्या वेळी मंडेला म्हणाले. ''परिणामकारक, प्रभावी असेपर्यंत मी अहिंसक प्रतिकाराचा वापर केला.'' गांधींच्या सिद्धान्तांचा व्याख्याकार म्हणून मंडेला त्या सिद्धान्तांच्या निर्मात्यापेक्षा निश्चितच कमी आग्रही होते. तरीसुद्धा, गांधींनी काही काळासाठी आपल्या म्हटलेल्या देशाचे, तसेच त्यांच्या स्वत:च्या देशाचे ते खरोखरच संस्थापक पिता होते, असे प्रमाणपत्र देण्यासाठी मंडेलांपेक्षा अधिक पात्र दुसरे कोणीही नव्हते, ही गोष्टही तितकीच खरी आहे.

डोक यांचे गांधी, १९०८.

अप्पर हाउस

१९०८मध्ये पठाणांनी केलेल्या मारझोडीतून सावरत असलेल्या त्या विचारमग्न बॅरिस्टरचे एक छायाचित्र गांधींच्या अनेक चरित्रकारांपैकी पहिले, रेव्हरंड डोक यांनी घेतले. या छायाचित्रातील व्यक्तीचे जगाला नंतर माहीत होणाऱ्या गांधींशी अगदी किरकोळ साम्य होते. साध्या पाश्चात्त्य कपड्यातील कृश आणि खांदे झुकवून बसलेल्या गांधींची नजर कॅमेऱ्याकडे नाही, त्यांच्या चेहऱ्यावरील भाव आत्ममग्न आणि विचारमग्न असे आहेत, एका दशकापेक्षा थोड्या अधिक काळानंतर भारतात प्रचंड संख्येने पाठबळ मिळणार असलेल्या, पंचा गुंडाळलेल्या त्या लोकनायकाच्या डोळ्यांतील प्रेमळ व हसरे, खट्याळ भाव येथे दिसत नाहीत. तरीही, त्यांनी त्या वेळी (छायाचित्र घेतले त्या सुमारास) आपल्या विचारांमधील आणि नेतृत्वाच्या धोरणामधील आवश्यक महत्त्वाचे घटक जगासमोर मांडले आहेत. धर्माच्या आणि सर्व प्रकारच्या जातींच्या परस्परसंबंधांच्या बाबतीत खुले मन आणि सार्वदेशीय मार्ग अनुसरणारे, ब्रिटिश साम्राज्याशी आणि ब्रिटिश न्यायप्रणालीत समाविष्ट असणाऱ्या मूल्यांशी निष्ठावंत राहण्याबाबत स्वत:चा एक दृष्टिकोन बाळगणारे, तरीही सातत्याने भारतीयांवर लादल्या जाणाऱ्या अन्यायकारक वसाहतीच्या कायद्यांना प्रतिरोध दर्शविण्यात आक्रमक भूमिका बजावणारे जोहान्सबर्गचे गांधी आता जिला 'आतला आवाज' किंवा फक्त 'सत्य' म्हणत त्या स्वत:च्या सदसद्विवेकबुद्धीला प्रमाण मानून जीवनाच्या प्रत्येक टप्प्यावर निर्णय घेण्याचा दावा करण्यास पात्र झाले होते. तरी, अजूनही ते गांधीजी किंवा गांधीभाई होते–हे प्रत्यय वयाने मोठ्या माणसाचा किंवा नेत्याचा आदर करणारे आणि एखाद्या नातेवाइकाप्रति किंवा मित्राप्रति बंधुभाव दर्शविणारे होते–अजून ते 'महात्मा' या चौकटीत जाऊन बसले नव्हते, अजून स्वत:चा शोध घेत होते, स्वत:बद्दलची आणि स्वत:च्या कार्याबद्दलची पायाभूत जाणीव जागृत करण्याचा प्रयत्न करत होते. वयाच्या चाळिशीकडे प्रवास करत असताना त्यांच्या मनात हा स्वत:चा आणि कार्याचा चाललेला शोध अजून अपूर्णच होता, असे आपण म्हणू शकतो.

एक आध्यात्मिक शिस्त म्हणून ब्रह्मचर्यपालन हा त्यांच्या दैनंदिन आयुष्याचा एक भाग झाला होता. मात्र, अजून तो त्यांच्या सार्वजनिक उद्‌गाराचा विषय झालेला

नव्हता; बाप्तिस्त बॉसवेल यांच्याबरोबर झालेल्या त्यांच्या मुलाखती ब्रह्मचर्यासारख्या नाजूक विषयाच्या आसपासही फिरकल्या नाहीत किंवा डोक यांच्या पुस्तकावरून तरी असेच दिसते. आपल्या अजूनही उत्क्रांतिवस्थेत असलेल्या सिद्धान्ताची ही सर्वांत कमी आकर्षक बाजू असल्याची जाणीव त्यांच्यातील राजकारण्याला असावी.

त्यांनी लैंगिक वासनेचा अनुभव घेतला होता; पण ती ते कधी त्यागू शकले नाहीत किंवा एकदा निवड केल्यावर, तो विषय त्यांनी मनातून काढून टाकला. 'लग्न ही एक अनावश्यक गोष्ट तर आहेच; पण सार्वजनिक आणि मानवतेच्या कार्यात खरोखरच तो एक अडथळा आहे,' त्यांनी नंतर लिहिले. ते आणि कस्तुरबा यांसारखे लोक, जे या लग्नसंस्थेच्या जाळ्यात अडकले आहेत किंवा अडकतील, ते भाऊ आणि बहीण या पवित्र नात्याने एकत्र राहू शकतात. 'भौतिक अथवा पाशवी (जनावरांचे) जगणे जगणारा पुरुष किंवा स्त्री नैतिकतेला किंवा आध्यात्मिकतेला समजू शकत नाही.' गांधींना मुले आवडत पण मुलांचा जन्म हा नैतिक अध:पतनाचा धडधडीत पुरावा आहे, असे ते मानत. आपल्या सुना आणि जवळच्या लोकांनी हा मार्ग बदलावा व पुन्हा असे करू नये म्हणून ते या सगळ्यांच्या मागे इतका लकडा लावत की हे सर्वजण अक्षरश: वैतागून जात असत.

जोहान्सबर्गमधील त्यांच्या सुरुवातीच्या वर्षांत, शाकाहारवाद ही त्यांच्यासाठी प्राधान्याशी, स्वच्छतेशी आणि परंपरेशी निगडित बाब होती; पण मांसाहार त्यागणे आणि स्वत:चे धान्य स्वत: दळणे याव्यतिरिक्त गांधींनी स्वत:च्या आहारावर कडक निर्बंध घातले नव्हते. ते अजून या निष्कर्षाप्रत आले नव्हते की, एक भूक मारणे हे दुसरी भूक मारण्यावर अवलंबून होते की लैंगिक भोगवर्ज्यन आणि आहार यांचा फार जवळून संबंध होता? ते अजूनही दूध पीत होते. अजूनही प्रसन्न वातावरणात मसालेदार, चविष्ट भोजनाचा आस्वाद घेत होते. अशी मौजमजा अचानकपणे संपुष्टात येणार होती. हा शाकाहारी काही काळ फलाहारी बनण्याचा प्रयत्न करणार होता. गांधींनी असा निष्कर्ष काढला की, दूध व दुग्धजन्य पदार्थ आणि बहुतेक सर्व मसाल्यांमध्ये कामोत्तेजक गुणधर्म असतात; त्यांनी नंतर मीठ, शिजवलेले अन्न व तत्सम पदार्थ यांचाही त्याग केला. शेवटी ते आपला आहार औंसात मोजू लागले आणि काळजीपूर्वक एकत्र केलेला आणि कुटलेला लगदा–लिंबू, मध आणि बदाम याबरोबरच काही प्रकारचे धान्य आणि पाला यांचे मिश्रण–संपूर्णपणे चावून खाऊ लागले; यामुळे शक्य तेवढ्या कमी अन्नापासून जास्तीतजास्त पोषण मिळेल, अशी त्यांची धारणा होती. त्यांच्या अनेक कमी श्रेणीच्या शिस्तपालनात व उद्दिष्टांत अशा प्रकारे चर्वण करणे, या उद्दिष्टाची भर पडली.

'ईश्वराची अर्थनीती' आणि हिंदू धर्मग्रंथ 'भगवद्‌गीता' याच्या गांधींनी लावलेल्या अर्थानुसार, 'अत्यल्पता' हे आहार मोजण्याचे नैतिक प्रमाणक होते, असे त्यांनी

नंतर लिहिले. त्या प्रमाणकात एक सतत चालणाऱ्या 'अंशतः उपवासाचा' आदेश लपला होता, ज्यासाठी 'आनंदाकरिता खाण्याच्या पारंपरिक व आनुवंशिक सवयींशी कठोर संघर्ष' करण्याची गरज होती. 'कठोर' हाच त्यासाठी योग्य शब्द होता. 'एक संपूर्ण, चौरस आहार हा ईश्वराविरुद्ध आणि मानवाविरुद्ध केलेला एक गुन्हा होता... कारण भरपेट जेवणारे त्यांच्या शेजाऱ्यांच्या अन्नातील एक हिस्सा त्यांच्यापासून हिरावून घेतात,' गांधींनी लिहिले. या ठिकाणी आपल्याला १९३३ चे गांधी दिसतात, १९०६ सालचे नव्हे. एक नियम घालून देणारा आश्रमवासी, जो शेवटी असा निर्णय घेणार होता की, चवदार अन्न हे हावरटपणाला आमंत्रण देते, ज्याला स्वतःची एक लहरी आणि विक्षिप्त अशी प्रतिमा निर्माण करण्यात उपरोधिक समाधान मिळणार होते, जो आपल्या एकांत भोजनाविषयी जितके कमी तितका लाभ जास्त, असा निष्कर्ष काढणार होता, त्याचा प्रवेश अजून झाला नव्हता. त्यांच्या पत्नी व मुलांपासून अंतर राखण्याची इच्छा त्यांना झाली असेलही; पण जोहान्सबर्गमधील त्यांच्या प्रारंभीच्या टप्प्यात ते अजूनही समाजात मिसळायला आवडत असणारी व्यक्ती होते, त्या वेळी ते सहलींना गेल्याची आणि सायकल चालवत असल्याचीही नोंद आहे.

नाताळमधील झुलूंवर झालेले निर्दय अत्याचार डोळ्यांनी पाहिल्यानंतरच्या ऑगस्ट १९०६ ते जानेवारी १९१३ या साडेसहा वर्षांच्या गांधींच्या जोहान्सबर्गमधील जडणघडणीच्या काळात त्यांच्यात अंतर्गत काय बदल झाले हे अचूकतेने सांगणे अवघड आहे; पण त्यांच्या सार्वजनिक व्यक्तिमत्त्वात झालेल्या बदलांच्या दस्तावेजीकरणाइतकेच ते महत्त्वाचे आहेत. त्या काळातील पाच वर्षे ते कुटुंबीयांशिवाय ट्रान्सवालमध्ये राहिले. गांधींनी 'आत्मचरित्रा'त असे ठामपणे म्हटले आहे की, सुरुवातीपासून फिनिक्समध्येच स्थायिक होण्याचा विचार होता, तसेच वकिली सोडून, शारीरिक श्रम करून स्वतःच्या व वसाहतीतील इतरांच्या गरजा भागविण्याचा त्यांचा मानस होता; पण ट्रान्सवालच्या जातीय कायद्यांच्या विरोधात सत्याग्रह मोहीम चालविण्यासाठी त्यांचे जोहान्सबर्ग येथे तळ ठोकून राहणे जेवढे स्वाभाविक आणि महत्त्वाचे होते, तेवढेच सर्वसामान्यांप्रमाणे कौटुंबिक बंधनांनी स्वतःला जखडून न ठेवता भावनिक अंतर राखण्याचीही त्यांना गरज होती. गांधींनी ट्रान्सवालला आपले मुख्य कार्यक्षेत्र मानले कारण या भेदभाव करणाऱ्या कायद्याविरुद्धची मोहीम तेथेच सुरू करण्यात आली होती. सत्याग्रह हा जर त्यांचा सगळ्यात महत्त्वाचा 'सत्याचा प्रयोग' होता तर प्रयोगशाळा म्हणून ट्रान्सवालच त्यांचे लाडके कार्यक्षेत्र होते. स्थानिक समाजाबरोबर त्यांची बांधिलकी, जबाबदारी मोठी होती, गोऱ्या प्रादेशिक सरकारबरोबर इच्छाशक्तीची परीक्षा देण्यात ते आता अडकले होते. या सरकारचे प्रतिनिधित्व करत होता, एके काळी बोअर जनरल असलेला आणि आता

अंतर्गत व्यवहार सांभाळणारा प्रादेशिक मंत्री जॅन ख्रिस्तियन स्मट्स.

हे सगळे स्वाभाविकच होते; परंतु ट्रान्सवालमध्ये राहणे हे त्यांच्या वैयक्तिक दृष्टीनेही आवश्यक होते किंवा त्यांची तशी इच्छा होती. ते स्वत:ला नाताळमध्येही स्थायिक करू शकत होते; त्या काळी ते दक्षिण आफ्रिकेतील भारतीयांचे अगदी योग्य मुख्य केंद्र होते. तेथील भारतीयांचे प्रमाण ट्रान्सवालच्या भारतीयांच्या दहास एक असे होते. (१९०८ पर्यंत ते ११०,००० ला ११,००० असे होते). त्यांनी तेथे फिनिक्स ही वसाहत स्थापली होती. तेथेच 'इंडियन ओपिनियन'चे संपादन आणि छपाई होत असे. शिवाय, ज्यांच्या स्थितीचे वर्णन गांधींनी 'अर्ध-गुलामी' असे केले होते; ते कंत्राटी पद्धतीने आणले गेलेले जवळजवळ सर्व भारतीय मजूर तेथेच नाताळमध्ये काम करायचे. वास्तविक, त्या काळात नाताळमध्ये असलेल्या कंत्राटी भारतीय मजुरांची संख्या ट्रान्सवालच्या एकूण भारतीय लोकसंख्येच्या तिप्पट होती आणि अगदी त्याच वर्षांमध्ये–म्हणजे १९१० मध्ये युनियन ऑफ साउथ आफ्रिकेच्या निर्माणानंतर जातीय प्रश्नांचे राष्ट्रीयीकरण होण्याच्या आधी–इंग्रजी भाषिक नाताळमधील विधिमंडळ अस्तित्वात असलेले भारतविरोधी कायदे अधिक कडक करण्याची आणि नवीन कायदे मंजूर करण्याची इच्छा बाळगण्यात तसूभरही मागे नव्हते.

गांधींच्या गैरहजेरीत आणि त्यांचे लक्ष अन्यत्र गुंतले असताना नवनवीन जातीय उपाययोजना करण्यात नाताळचा गोरा राजकीय वर्ग आफ्रिकान्स भाषिक ट्रान्सवाल सरकारप्रमाणेच शोधक आणि कठोर होता. दोघेही गोरे अधिपती नुकत्याच संपलेल्या अँग्लो-बोअर युद्धात एकमेकांविरोधात उभे ठाकले असले, तरी भारतीय अल्पसंख्याकांना समान नागरिकत्व देण्याच्या प्रश्नात मात्र भारतीयांविषयी वैरभाव बाळगण्यात त्यांची आपापसातील एकवाक्यता निर्विवाद होती. वसाहतवादी नाताळ हे असे ठिकाण होते, जेथून एका आघाडीच्या वृत्तपत्राने, 'द नाताळ मर्क्युरी'ने मोठ्या आनंदाने एक पत्र प्रसिद्ध केले, ज्याखाली 'कूलीविरोधी' (अँटी-कूली) या टोपणनावाने सही केलेली होती. त्या पत्रात म्हटले होते की, दरबानला मध्यवर्ती ठिकाणी भारतीय दुकानांना व्यवसाय करू देणे ही शरमेची गोष्ट होती. (रंगभेदनीतीतून बाहेर पडलेल्या दक्षिण आफ्रिकेत अजूनही 'द मर्क्युरी' प्रसिद्ध होते. आज त्या कार्यालयाच्या लॉबीत गांधींचे अतिशय भव्य छायाचित्र, मंडेलांच्या तेवढ्याच भव्य छायाचित्राबरोबर लावलेले आहे, जणूकाही तेथील पत्रकारांना व अभ्यागतांना तो पालनकर्ता देवदूत आशीर्वाद देत उभा आहे, असे वाटते).

गांधींच्या काळातील नाताळला भारतीय कंत्राटी कामगारांची निकडीची गरज होती, असा दावा त्या वेळी मळेवाले व खाणमालक करायचे, ज्यांचे 'मर्क्युरी' हे मुखपत्र होते; पण जेव्हा मुक्त भारतीय स्थलांतरांवर निर्बंध घालण्याचा प्रश्न उभा राहिला, तेव्हा त्याने त्यात हस्तक्षेप करण्याची तयारी दाखविली नाही. झुलू बंडाच्या

वेळी सेवा पुरविण्याच्या बदल्यात बक्षीस म्हणून भारतीयांना लष्करात जागा मिळावी यासाठी गांधींनी ज्या सर हेन्री मॅक्लम यांना विनंती केली होती, त्या गव्हर्नरला केवळ शेतात राबण्यासाठी मजुरांची गरज असल्यामुळे 'चुकीच्या ठिकाणी 'काळ्या लोकांचा' भरणा करून त्यांचा गजबजाट सहन करण्याचे' कारण कळले नाही. म्हणून, अँग्लो-बोअर युद्धाच्या पश्चात १९०३ मध्ये करण्यात आलेल्या नवीन स्थलांतर कायद्यात, युरोपियन भाषेत अर्ज भरण्यात आणि अधिकाऱ्यांच्या पसंतीस उतरण्यात अर्जदार स्थलांतर-इच्छुक कमी पडला, तर त्याला आडकाठी करण्याची सोपी तरतूद करण्यात आली होती. वर्षानुवर्षे, हजारो भारतीयांना अशा प्रकारे परत पाठविण्यात आले. त्यानंतर आलेल्या म्युनिसिपल कॉर्पोरेशन कायद्यात स्थानिक पातळीवर भारतीयांचा मतदानाचा हक्क काढून घेण्यात आला– अशा प्रकारे मताधिकार काढून घेणे हे चौदा वर्षांपूर्वी गांधींनी हाती घेतलेल्या प्रश्नाशी संबंधित अखेरचे पाऊल होते आणि याच प्रकारे भारतीय दुकानदारांना परवाने देण्यावर सातत्याने बंध आवळले जात होते. कोणतेही कंत्राटी मजूर किंवा माजी कंत्राटी मजूर किंवा त्यांचे वारसदार हा कायदा लागू करण्याच्या हेतूने 'असंस्कृत प्रजाती' म्हणून वर्गीकृत केले गेले होते. त्यांची याच वर्गात गणना व्हावी यासाठी भारतीय माध्यमिक शाळांना देण्यात येणारे सार्वजनिक निधी थांबविण्यात आले. शेवटी, १९१८ नंतर कोणत्याही 'आशियाई' व्यक्तीला नाताळमध्ये व्यापारासाठी परवाने देण्यात येणार नाहीत, असा कायदा तयार करण्याच्या हालचाली १९०८ मध्ये सुरू झाल्या. या व्यापाऱ्यांपैकी काहींचे कुटुंबीय या प्रदेशात दोन पिढ्यांपासून व्यापार करत होते.

तरीही, गांधी आपल्या मार्गाने ट्रान्सवालमध्येच राहिले. १९०७ मध्ये नाताळ इंडियन काँग्रेसच्या तीन मासिक सभांमध्ये भाग घेण्यासाठी ते दरबानला आले. प्रत्येक वेळी त्यांनी आपल्या श्रोत्यांना ट्रान्सवालमधील मोहिमेला त्यांच्या मदतीची कशी गरज आहे, हे भाषणातून सांगितले. अगदी क्वचित त्यांनी आपल्या वृत्तपत्रातून दुरूनच नाताळमधील घडामोडींवर भाष्य केले. १९०९ सालापर्यंत, ज्या वेळी गौरवर्णीय संसदेची अंतर्गत नवीन युनियन तयार करण्यासाठी संसदीय व राजनैतिक पावले उचलली जात होती–केवळ गोऱ्या अल्पसंख्याकांसाठी रंगाधारित लोकशाहीची प्रामुख्याने स्थापना करण्यासाठी–तेव्हा ट्रान्सवाल व नाताळमधील भारतीय समूहांनी लंडनला आपापली समांतर शिष्टमंडळे पाठवून राष्ट्रीय प्रश्नांची नव्हे, तर वर्णाधारित प्रश्नांची सोडवणूक करण्याचा प्रयत्न केला. नाताळमध्ये ज्यांचा प्रभाव लक्षणीयरीत्या घटत चालला होता, अशा गांधींनी ट्रान्सवालच्या मंडळाचे नेतृत्व केले.

होय, ते आधीच सत्याग्रहाच्या मोहिमेत गढून गेले होते; पण ही सगळी वर्षे ते कुटुंबाचा नवा अर्थ शोधण्याचाही प्रयत्न करत होते. ' 'कुटुंब' या शब्दाचा तुम्ही

नेमका कोणता अर्थ लावता, हे मी समजू शकत नाही,' आपल्या पत्नी व मुलांना फिनिक्सला आणून ठेवल्यानंतर एक वर्षाच्या आतच त्यांनी १९०७ मध्ये आपल्या थोरल्या बंधूंना, लक्ष्मीदास यांना पत्रातून लिहिले. ते आपल्या कौटुंबिक जबाबदाऱ्या दोन्ही खंडांमध्ये निभावण्यात अपयशी ठरत असल्याची तक्रार लक्ष्मीदास यांनी केली होती. ''मी हे अहंमन्यतेने म्हणत नाही,'' गांधींनी त्यावर उत्तर दिले, ''पण या पृथ्वीतलावरील सर्व सजीव हे माझे कुटुंबीयच आहेत.''

विविध कर्जे फेडण्यासाठी आणि विस्तारित कुटुंबाची एक प्रमुख कमावती व्यक्ती म्हणून भूमिका निभावण्यासाठी गांधी आपल्या भावाला एका दशकापेक्षाही जास्त काळापासून पैसे पाठवत होते. ही भूमिका त्यांनी ब्रिटनला कायद्याचे प्रशिक्षण घ्यायला ते गेले तेव्हापासून निभावली होती. लक्ष्मीदास नेहमीच सातत्याने त्यांच्या कमाईवर हक्क सांगत होते, हे आता गांधींनी मान्य केले; पण आता त्यात अडसर निर्माण झाला होता–ते आता आपल्या कमाईकडे खासगी मिळकत म्हणून बघत नव्हते. त्यांची वकिली त्यांना खोऱ्याने पैसा मिळवून देत होती, ही गोष्ट त्यांनी अमान्य केली नाही, फक्त तो पैसा ते आता स्वत:साठी वापरत होते. ''ईश्वर मला जो पैसा देतो तो मी सार्वजनिक हितासाठी वापरतो.'' त्यांनी प्रसन्नपणे स्पष्टीकरण दिले. या संदर्भातील 'सार्वजनिक हित' म्हणजे, 'इंडियन ओपिनियन'ला आठवडाभरात होणारे नुकसान भरून काढणे आणि फिनिक्स येथील वसाहतीतील व्यवहार सुरळीतपणे चालू ठेवणे हे होय. (गांधींनी नंतर लिहिले, जर वृत्तपत्र बंद पडू दिले असते तर ती अत्यंत 'नुकसानकारक आणि शरमेची' गोष्ट ठरली असती. 'म्हणून मी माझा सगळा पैसा त्यात ओतायला सुरुवात केली, अखेरीस अक्षरश: मी माझी सगळी बचत त्यासाठी वापरू लागलो.') खरेतर गांधी, धर्मनिरपेक्ष वाटू शकेल– काही लोक त्याला दिखाऊपणा म्हणू शकतील– अशी पारंपरिक हिंदू संन्याशाची संकल्पना सादर करत होते, एक धार्मिक यात्रिक जो ध्यानधारणा आणि प्रार्थनेच्या रूपाने स्वत:ला धर्मकार्याला, अध्यात्माला वाहून घेतो आणि कौटुंबिक जीवनातील आनंद, आकर्षणे आणि कर्तव्य याकडे पाठ फिरवितो. यापुढे ते स्वत:ला, स्वत:च शोध लावलेल्या एकमेवाद्वितीय अशा संन्याशी समाजसेवकाच्या रूपात सादर करतात.

फिनिक्स वसाहतीला त्यांनी दिलेल्या भेटी या वर्षांमध्ये अनियमित आणि सामान्यत: कमी कालावधीच्या झाल्या; इतक्या की त्यांना एखाद्या राजेशाही भेटींचे किंवा अधिकाऱ्यांनी केलेल्या तपासणीचे स्वरूप आले. 'एके दिवशी बातमी आली की, गांधीजी फिनिक्सला भेट देणार आहेत.' तेथेच लहानाच्या मोठ्या झालेल्या प्रभुदास गांधींनी लिहिले, जे गांधींच्या पुतण्याचे पुत्र होते. 'वसाहतीत एकदम चैतन्य पसरले. तेथील लोक छापखाना तसेच त्यांची घरे नीटनेटकी करू लागले,' 'गांधीजी

थंबी नायडूंबरोबर जोहान्सबर्गचे वकील.

तेथे पंधरवड्यापेक्षा किंवा एक महिन्यापेक्षा जास्त राहिल्याचे' आठवत नसल्याचे प्रभुदास सांगतात. काही वेळा, ते 'महिनोन्महिने येत नसत,' आणि मग काही दिवसच थांबत असत. 'मी अगदी कमी कालावधीसाठी तेथे राहू शकत असे,' गांधी स्वत: मान्य करतात. जोहान्सबर्ग हेच त्यांनी आपले कार्यक्षेत्र बनविले होते, ही बाब लक्षात घेता, त्यांना नेहमी फिनिक्सला येऊन राहणे शक्य नव्हते किंवा त्यांचे दरबानचे अनुयायी त्यांना फार वेळा भेटू शकत नव्हते, यात आश्चर्य वाटण्यासारखे काहीच नव्हते. ही दोन्ही ठिकाणे आता विमानाने एक तासाच्या अंतरावर असली, तरी त्या काळात रेल्वेने हे अंतर पार करायला चोवीस तास लागायचे; ते जोबर्गहून एका संध्याकाळी निघाले की, दरबानला पोहोचायला दुसऱ्या दिवशीची संध्याकाळ व्हायची. ते किती वेळा हा प्रवास करायचे, हे आपल्याला माहीत नाही; पण हे स्पष्ट आहे की, ते जेवढ्या वेळा तो करू शकले असते तेवढ्या वेळा त्यांनी तो केला नाही. गांधींच्या जीवनाचा तो एक साचाच ठरून गेला होता. ज्या चळवळींचे ते नेतृत्व करायचे, त्या चळवळींना त्यांची गरज भासली की त्यांचा प्रवास घडायचा; आश्रमात असताना किंवा एखाद्या कारणासाठी दौऱ्यावर असताना, त्यांचा ठावठिकाणा अधिकतर व्यक्तिगत कारणामुळे ठरायचा; त्यांचे अनुयायी हे समजून घ्यायचे की, ते दुसऱ्या कशात तरी व्यग्र आहेत किंवा एकांतवासात गेले आहेत. हीच भावना नाताळच्या भारतीयांच्या मनात निर्माण होऊ लागली. विशेषत: मुस्लीम व्यापारी वर्गात, ज्या वर्गाचे सदस्य गांधींचे अगदी सुरुवातीचे अशील आणि समर्थक होते. त्यांना गांधींचे दूर राहणे पसंत पडले नाही किंवा ज्या 'काळ्या कायद्या'बाबत 'करा वा मरा' अशी भूमिका घेतली पाहिजे, असा प्रचार करणारे गांधी स्मट्स यांच्याशी तडजोडीची तत्परता दाखवितात, हे त्या व्यापाऱ्यांना समजू

शकले नाही. १९०८ मध्ये दरबानमधील त्यांच्या पहिल्या सभेत आणखी एक पठाण हातात लाठी घेऊन व्यासपीठाकडे धावला होता. कुणीतरी दिवे मालवले आणि पुन्हा मार खाण्यापासून गांधींचा बचाव केला.

दरम्यान, जोहान्सबर्गला ते एक नायब कुटुंब गोळा करत होते. जोहान्सबर्गला त्यांचे अनुयायी खूप उत्साही होते; विशेषत: तमिळ, जे मूळ दक्षिण भारतातील होते, त्यांची कठीण द्रविडी भाषा शिकण्याचा गांधी अधूनमधून प्रयत्न करत असत; कधी तुरुंगात स्थानबद्ध असताना किंवा समुद्रातून प्रवास करताना. जोहान्सबर्गमधील तमिळांमध्ये सर्वांत तालेवार व्यक्ती होती थंबी नायडू. ते बांधकाम व्यावसायिक व व्यापारी होते आणि हिंदी महासागरातील मॉरिशस नावाच्या बेटावरून ते दक्षिण आफ्रिकेला आले होते; जेथे त्यांचे पालक कंत्राटावर आले होते. नायडू अशिक्षित होते; पण ते पाच भाषा बोलायचे (इंग्रजी, तीन दक्षिण भारतीय भाषा आणि उत्तर भारतातील हिंदी). मजबूत शरीरयष्टीच्या आणि रागीट असलेल्या नायडूंना १९०७ ते १९१३ या कालावधीत ट्रान्सवालच्या सत्याग्रह मोहिमांमध्ये चौदा वेळा अटक आणि दहा वेळा तुरुंगवासाची शिक्षा झाली होती. नऊ दशकांनंतर गोरी राजवट संपुष्टात आल्यावर जोहान्सबर्गचा शहर सल्लागार म्हणून निवडून आलेला त्यांचा नातू प्रेम नायडू याच्या म्हणण्यानुसार, हा पितृसत्ताक पद्धतीचा विरोधक डोक्यावर झालेल्या आघातांमधून पूर्णपणे कधीच सावरला नाही. १९०८ मध्ये पठाणांनी गांधींवर हल्ला केला त्या वेळी त्यांचे रक्षण करण्यासाठी नायडू यांनी आपल्या शरीरावर वार झेलले, आयुष्यभर त्यांना अधूनमधून मूर्च्छा येत असे. 'थंबी नायडूंचा स्वभाव जर उतावळा नसता आणि जर ते रागावर ताबा ठेवू शकले असते, तर हा शूर माणूस सहज ट्रान्सवालच्या समूहाचा नेता बनू शकला असता.' गांधींनी नंतर लिहिले.

पण या जोहान्सबर्गच्या कालखंडातील गांधींचे नायब बांधव तमिळ नव्हते. ते पाश्चिमात्य होते, बहुतेक सगळे धर्मपालन न करणारे ज्यू होते, जे गांधींप्रमाणेच ब्रह्मविद्येच्या (थिऑसॉफी) गढूळ पाण्यात डुबक्या मारून आले होते. 'माझे कुटुंब वैचित्र्यपूर्ण समजले जात असले पाहिजे,' त्यांनी त्या काळाच्या संदर्भात 'आत्मचरित्रा'त लिहिले. 'ज्यामध्ये सगळ्या प्रकारच्या आणि स्वभावांच्या लोकांना मुक्त प्रवेश होता. जेव्हा आम्ही त्याचा विचार करतो, तेव्हा बहुजिनसी आणि एकजिनसी यातला फरक काल्पनिक वाटायला लागतो. आम्ही सगळे एक कुटुंब आहोत.' हा तर जातीयवादाला पूर्णविराम होता; पण गांधींनी ते अशा शब्दांत व्यक्त केले नाही. कडक हिंदू मानकांनुसार, त्यांच्या वर्तुळातील हे पाश्चिमात्य, त्यातील काही त्यांच्या घरात राहणारे अस्पृश्य होते; सगळे काळे व गोरे दक्षिण आफ्रिकनही अस्पृश्यच होते.

१९०४ मध्ये गांधी हेन्री पोलाकला भेटले होते, तो 'द क्रिटिक' या वृत्तपत्रात

उपसंपादक होता. त्यांची भेट गांधींच्या कचेरीच्या समोर असलेल्या रिसिक स्ट्रीटवरील अडा बिसिक्सच्या शाकाहारी चहापानगृहात झाली होती. दक्षिण आफ्रिकेत येऊन एकच वर्ष झालेल्या एकवीसवर्षीय पोलाकवर गांधींनी वृत्तपत्राला लिहिलेल्या एका पत्राचा प्रभाव पडला होता. ते पत्र गांधींनी भारतीय राहत असलेल्या ठिकाणी उद्‌भवलेल्या सांडपाण्याच्या समस्येविषयी लिहिले होते, ज्यामुळे आरोग्याला धोका निर्माण होऊन प्लेगची साथ आली होती. त्या दोघांचे विविध विषयांवर संभाषण झाले. दोघांनाही टॉलस्टॉय यांच्याविषयी आदरभाव वाटतो आणि जर्मन निसर्गोपचार, म्हणजे चिखलाचे पोटीस इ. करणे हा दोघांच्याही आवडीचा विषय आहे हे त्यांच्या लवकरच लक्षात आले. काही महिन्यांनी पोलाकने जॉन रस्किन हासुद्धा समान आवडीचा विषय बनविला, त्याने गांधींना 'अनटू धिस लास्ट'ची प्रत वाचायला दिली. ट्रेनमधील प्रवासात एका रात्रीत वाचून काढलेल्या त्या पुस्तकाने गांधींच्या मनात फिनिक्स वसाहतीची कल्पना उदयाला आली. हा एक 'युरेका' क्षण होता जो रस्किन यांच्याबाबत आपल्याला फारसे काही सांगत नाही; पण गांधी आणि त्यांच्या मनात अचानक निर्माण होणाऱ्या सक्रियतावादी हालचालींविषयी बरेच काही सांगून जातो. रस्किन यांनी औद्योगिकीकरण झालेल्या समाजाची तिरकस मूल्ये आणि भांडवलकेंद्री दृष्टिकोन, तसेच शारीरिक श्रमाला त्या समाजात मिळणारी अप्रतिष्ठा यावर कोरडे ओढले होते; पण त्यांना मिळणारा प्रतिसाद हा एका आदर्शवादी ग्रामीण सामूहिक वसाहत स्थापनेच्या स्वरूपात मिळेल, याची त्यांनी कल्पनाही केली नव्हती. दरबानहून 'इंडियन ओपिनियन' चालविताना येणाऱ्या खर्चाच्या चिंतेत असलेल्या गांधींनी तत्काळ ही झेप घेण्याचा निर्णय घेतला. रस्किनच्या कणखरपणे शेती करण्याच्या आदर्शाला टॉलस्टॉय यांच्या विचारांची फोडणी दिल्यावर गांधींना त्यांच्यासमोर 'आ' वासून उभ्या असलेल्या प्रश्नाचे उत्तर सापडले : एका स्वावलंबी ग्रामीण वसाहतीत वृत्तपत्राचा पसारा हलवून ते त्याला वाचवू शकणार होते. त्या क्षणी त्या कुटुंबप्रमुखाने सगळ्या समूहाचा पिता होण्याचा निर्णय घेतला–नंतर मग तो एका राष्ट्राचा पिता होणार होता–त्यामुळे मग त्यांनी आपले विस्तारित कुटुंब एकत्रित करायला सुरुवात केली, त्यात त्यांचे भारतीय तसेच पाश्चात्त्य अनुयायी होते; पुतणे, भाचे आणि भाऊबंद होते आणि अखेरीस त्यांची पत्नी व मुले होती. म्हणून, जेव्हा दोन वर्षांनंतर भावाला लिहिलेल्या पत्रात त्यांनी 'कुटुंबा'ची नव्याने व्याख्या केली, तेव्हा अशा प्रकारचे कुटुंब त्यांच्याभोवती आधीच तयार झालेले होते. शेतावरील कामगारांनी छपाई कामगार म्हणूनही काम करावे आणि त्याचबरोबर स्वत:चा उदरनिर्वाहही करावा, अशी अपेक्षा होती. त्यानंतर, विविध समस्यांना 'हाताने करण्याचे श्रम' हे पूर्ण विचारांती गांधींनी दिलेले उत्तर असायचे; मग ती वसाहतींमधील पिळवणुकीची समस्या असो नाहीतर ग्रामीण विभागाच्या विकासाची

व दारिद्र्याची समस्या असो.

गांधींना भेटल्यावर एका वर्षातच, हेन्री पोलाक बॅरिस्टरच्या कुटुंबाबरोबर एका प्रशस्त भाड्याच्या घरात राहू लागला; हे घर ट्रॉयव्हिले नावाच्या जोहान्सबर्गच्या एका उच्चभ्रू गौरवर्णीय वस्ती असलेल्या उपनगरात होते. त्या घराला बऱ्याच पायऱ्या चढून गेल्यावर एक सुंदर व्हरांडा होता. त्या वेळी त्या भागात काही मैलांच्या परिघात बहुधा हे एकमेव भारतीय कुटुंब होते आणि त्यांच्या तेथे राहण्याबद्दल शेजारीपाजारी तक्रार करायचे. बहुतांश भारतीय कायद्यान्वये एका वेगळ्या 'ठिकाणी' वस्ती करून राहायचे–वर्णभेदाच्या त्या युगात अशा प्रकारच्या वसाहती मूळ शहरापेक्षा वेगळ्या ठिकाणी वसविलेल्या असायच्या–जे शहराच्या दुसऱ्या टोकाला होते. ही बाब लक्षात घेण्याजोगी आहे की, त्या वस्तीत राहायला जाण्याचा विचारही कधी या बॅरिस्टरने केला नव्हता; त्याने गोऱ्यांच्या मानकांनुसार त्याच्या व्यवसायाला व मिळकतीला साजेशा घरातच, गोऱ्यांच्या वस्तीतच राहणे पसंत केले. गांधींचे ते घर आता मिश्रवर्णीयांची वस्ती असलेल्या, काहीशा मोडकळीला आलेल्या ट्रॉयव्हिलेत अजूनही उभे आहे. अल्बरमार्ले स्ट्रीटवरील दुसऱ्या एका घरापासून ते अर्ध्या ब्लॉकच्या अंतरावर आहे, ज्या घरावर गांधी तेथे राहिल्याची चुकीची माहिती देणारी पाटी लावलेली आहे. पोलाकचे लग्न तेथे मिली डाउन्स नावाच्या ज्यू नसलेल्या इंग्लिश मुलीबरोबर झाले. १९०५ सालच्या अखेरीस मिली दक्षिण आफ्रिकेत आल्याच्या दिवशीच हा विवाह पार पडला, त्यात गांधी 'बेस्ट मॅन' (करवला) होते. ''त्यांचा आवाज मृदू, नादमधुर आणि लहान मुलासारखा ताजातवाना होता,'' बऱ्याच काळानंतर 'बीबीसी'वर मुलाखत देताना मिलीने सांगितले. जोहान्सबर्गच्या गांधींबद्दलची ही तिची पहिली आठवण होती, ज्यांनी तिला ताबडतोब आपल्या विस्तारित कुटुंबात सामावून घेतले. काही महिन्यांनी हेन्रीला 'इंडियन ओपिनियन'चे संपादन करण्यासाठी पाठविण्यात आले. मिलीला, जिला तो लंडनला एथिकल सोसायटीच्या सभेत भेटला होता, फिनिक्सचा आणि श्रमप्रतिष्ठेचा कंटाळा येईपर्यंत ते दोघे तेथे राहिले. आता १९०६ मध्ये परिस्थिती पालटली होती, गांधी ट्रॉयव्हिलेतून बाहेर पडले होते आणि झुलूंविरुद्धच्या तथाकथित युद्धानंतर युद्धभूमीवरून कुटुंबाला न घेता जोबर्गला परत आले होते; ते आता पोलाक दांपत्याबरोबर जवळच्याच बेलव्हिले वेस्ट या भागातील एका छोट्या घरात राहू लागले. नंतर, पोलाक पती-पत्नी हायलँड नावाच्या भागात राहायला गेले, बरोबर त्यांचा पूज्य रहिवासीही घेऊन गेले. कस्तुरबांनी त्यांच्या निर्वासित स्थानाहून, नाताळमधून कडवटपणे शेरा मारला की, गांधी पोलाकला आपला 'थोरला मुलगा' म्हणून वागणूक देतात. प्रत्यक्षात, पोलाकला लिहिलेल्या पत्रांखाली ते 'भाई' अशी सही करायचे, ज्याचा अर्थ भाऊ असा होतो.

त्यांचा खराखुरा थोरला मुलगा हरिलाल याच्या मनात जी दुर्लक्षिले गेल्याची भावना होती, तिचा आडवळणाने उल्लेख बा स्वाभाविकपणे करत होत्या. हरिलालच्या आयुष्यातील पहिल्या आठ वर्षांतील दोन वर्षांपेक्षाही कमी काळ तो आपल्या वडिलांबरोबर राहिला होता; त्यामुळे कदाचित ही भावना त्याच्या मनात कायमच होती. हरिलालने अठराव्या वाढदिवसाच्या थोडेच दिवस आधी १९०६ मध्ये गुजरातमध्ये विवाह केला. मात्र, ते न आवडल्यामुळे गांधींनी दक्षिण आफ्रिकेहून त्याला लिहिले होते : 'मी त्याला माझा मुलगा मानणे थांबविले आहे.' काही वर्षांनंतर, जेव्हा एका श्रीमंत समर्थकाने गांधींच्या एका मुलाचा ब्रिटनमध्ये शिकण्याचा, जसे गांधी स्वत: शिकले होते, खर्च उचलण्याची तयारी दर्शविली तेव्हा गांधींनी हरिलालचे नाव बाजूला सारले आणि त्याच्यानंतर जन्मलेल्या मणिलालच्या नावाचा विचार केला; पण अखेरीस आपल्या भाच्याला तेथे पाठविले. गांधी आता पाश्चात्त्य पद्धती आणि व्यवसाय त्यागण्याच्या निर्णयाप्रत आले होते आणि या बदलात आपल्या मुलांनी आपले अनुकरण करावे, अशी त्यांची इच्छा होती. शिवाय, इंग्रजीऐवजी त्यांनी गुजरातीतून शिक्षण घ्यावे आणि फिनिक्सला शारीरिक श्रम करता-करता आपले आयुष्य सत्याग्रह व सेवा यासाठी समर्पित करावे, अशीही त्यांची इच्छा होती. १९०९ मध्ये तयार केलेल्या इच्छापत्रात, आपल्या मुलांनी 'त्यांचे संपूर्ण आयुष्य' फिनिक्सला किंवा तत्सम प्रकल्पांमध्ये व्यतीत करावे, अशी आपली इच्छा असल्याचे त्यांनी लिहिले होते. काही काळासाठी एक अस्सल सत्याग्रही बनून आपल्या दूरस्थ आणि नेहमी गैरहजर असणाऱ्या वडिलांची प्रशंसा मिळविण्याचा हरिलालने हरप्रकारे प्रयत्न केला; ट्रान्सवालच्या चळवळीत तो सहा वेळा तुरुंगात गेला, सत्तावीस महिन्यांच्या कालावधीत एकंदर एकोणीस महिने तो कारावासात होता. नंतर थोडी विश्रांती म्हणून १९११ मध्ये तो आपणहोऊनच भारतात परत गेला, जेथे अनेक वर्षांनंतर, त्याच्या मनात अधूनमधून उद्भवणाऱ्या खळबळीमुळे निर्माण होणाऱ्या दु:खाची परिणती अखेर त्याने स्वत:ला दारूच्या नशेत बुडवून घेण्यात आणि अल्पकाळासाठी इस्लाम धर्म स्वीकारण्यात झाली. त्याने जोहान्सबर्ग सोडण्याआधी पिता-पुत्राची भेट झाली होती. 'त्याला असे वाटते की, मी चारही मुलांना नेहमी फारच दडपून टाकले... त्यांचा व बाचा मी नेहमी शेवटी विचार करतो,' गांधींनी लिहिले. आपल्या मुलाच्या कडवट तक्रारीचा त्यांनी तटस्थपणे दिलेला हा गोषवारा होता.

हे तर स्पष्टच आहे की, त्यांनी आपल्या कुटुंबीयांना प्रथमस्थानी कधी ठेवले नाही. त्यांना प्राधान्य न देणे हा तोपर्यंत गांधींसाठी आपल्या कर्तव्याचा एक भाग झाला होता. १९०६ मध्ये लक्ष्मीदासना लिहिलेल्या पत्रातून तर असे वाटते की, तो त्यांचा धर्मच झाला होता. खरेतर आपल्या वडिलांच्या संघर्षात सामील होण्यासाठी

हरिलाल आपल्या नवपरिणीत पत्नीला बरोबर न घेता जोहान्सबर्गला दाखल झाला, त्या वेळी गांधी नुकतेच पोलाक दांपत्याबरोबर त्यांच्या घरी राहायला गेले होते. त्यांच्या त्या छोटेखानी घरात हरिलालसाठी जागा नसल्यामुळे त्याला लगेचच फिनिक्सला पाठवून देण्यात आले. जेव्हा त्या घरात बाळाचे आगमन झाले, तेव्हा गांधींच्या अगदी कमीतकमी असलेल्या गरजा भागविण्यासही ते घर अपुरे पडू लागले. तेथून गांधी बाहेर पडले आणि वास्तुविशारद हर्मन कालेनबाख याच्यासोबत राहू लागले. त्या दोघांत अत्यंत जिव्हाळ्याचे संबंध होते. शिवाय गांधींच्या आयुष्यातील हे सर्वांत संदिग्ध नाते होते, असे म्हणणे अधिक उचित ठरेल.

"ती एक जोडगोळी होती," गांधींचे एक अभ्यासक, त्रिदीप सुहृद म्हणाले. गुजरातची राजधानी गांधीनगर येथे मी त्यांना भेटलो होतो. ही स्वाभाविक गोष्ट थोडक्यात व स्पष्टपणे त्यांनी अशा पद्धतीने सांगितली; पण ती कोणत्या प्रकारची जोडगोळी होती?–कालेनबाखने नंतर टिप्पणी केली की, ते दोघे 'जवळजवळ एकाच बिछान्यात' एकत्र राहिले. गांधींनी फार पूर्वीच कालेनबाखने त्यांना लिहिलेली पत्रे नष्ट करून टाकली होती, ज्या पत्रांना ते 'तर्कनिष्ठ आणि मंत्रमुग्ध करणारी प्रेमपत्रे' म्हणायचे. ती पत्रे इतरांच्या नजरेला पडू नयेत, या आपल्या मित्राच्या इच्छेचा मान राखून आपण ती नष्ट केली, असे त्यांचे मत होते; पण त्या वास्तुविशारदाने त्याच्याकडील गांधींची सर्व पत्रे जपून ठेवली आणि त्याच्या वारसांनी त्याच्या व गांधींच्या मृत्यूनंतर अनेक दशकांनी ती लिलावात विक्रीला काढली. त्यानंतर मग नॅशनल अर्काइव्हज् ऑफ इंडियाने ती मिळविली आणि प्रकाशित केली. मनोविश्लेषक एरिक एरिक्सन यांना त्यांची नोंद घेता आली नाही कारण ती प्रकाशित होण्याला उशीर झाला आणि अगदी अलीकडे होत असलेल्या गांधीविषयक अभ्यासात त्यांची दखल जर घेतली गेलीच तर अत्यंत सावधगिरी बाळगली जात आहे. एका आदरणीय गांधी अभ्यासकाने या संबंधांना समलिंगी संबोधण्याऐवजी 'समकामुक' असे संबोधणे पसंत केले आहे. या शब्दांची निवड करून त्यांना असे सांगायचे आहे की, ते एक परस्परांविषयी वाटणारे तीव्र आकर्षण होते, बाकी काही नाही. दक्षिण आफ्रिकेच्या त्या छोट्या भारतीय समाजातील लोकांनी जो निष्कर्ष काढला किंवा जी गोष्ट कर्णोपकर्णी झाली ती इतका सूक्ष्म भेद करणारी नव्हती; तेव्हा किंवा नंतर ही गोष्ट गुपित राहिली नव्हती की गांधी आपल्या पत्नीला इतरत्र सोडून आता एका पुरुषाबरोबर राहू लागले होते.

अशा काळात, जेव्हा लोकांचा निष्काम किंवा सैद्धान्तिक प्रेमावर (प्लेटॉनिक लव्ह) विश्वास नसतो, तेव्हा एखाद्या संबंधांबाबतचा निवडक तपशील आणि पत्रातील अवतरणे एकत्रित करून सहजपणे एखाद्या निष्कर्षापर्यंत येता येते. ज्याची

जडणघडण आणि शिक्षण पूर्व प्रशियात झाले आणि आयुष्यभर अविवाहित राहिला तो कालेनबाख एक पहिलवान व शरीरसौष्ठवपटू होता. ''कालेनबाखने शरीर कमावण्याचं प्रशिक्षण खुद्द सँडोकडून घेतलं होतं,'' गांधी स्वत: नंतर एकदा अभिमानाने म्हणाले. हा उल्लेख त्याच सुप्रसिद्ध युजिन सँडोचा होता, ज्याला आजही 'आधुनिक शरीरसौष्ठवकलेचा जनक' मानतात. तो कालेनबाखचा समकालीन होता व त्या वेळच्या कोनिग्झबर्गला राहत होता (आणि आताचे कालिनिनग्राड शहर, जे पोलंडजवळील बाल्टिक या रशियन अंत:क्षेत्रात आहे). गांधींना आयुष्यभर शरीरक्रिया विज्ञानात रुची राहिली; विशेषत: आहारशास्त्रासंबंधी; पण अर्थातच हे सांगण्याची गरज नाही की, शरीरसौष्ठवाशी त्यांचा काही संबंध नव्हता. ज्यांचे वजन नंतरच्या काळात १०६ ते ११८ पौंडांच्या दरम्यान आणि त्यांच्या उपवासाच्या वारंवारितेवर ते अवलंबून असायचे, जेमतेम पाच फूट सात इंच उंचीची शरीरयष्टी असलेले ताठ कण्याचे कृश गांधी, शेवटी सँडोपेक्षा प्रख्यात झाले; पण त्यांच्या उमेदीच्या काळात, धष्टपुष्ट पहिलवान असलेला सँडो, जो चार्ल्स अ‍ॅटलास आणि अर्नोल्ड श्वाईनेगर यांचा पूर्वसुरी मानला जातो, तो देश-विदेशांतील एक जानेमाने व्यक्तिमत्त्व होता. (त्याचे नाव घराघरांत पोहोचले होते. इतके की, जॉईसच्या 'युलीसेसिस'मध्ये ते लिओपोल्ड ब्लूमच्या मनात अनेकदा डोकावत असते).

एका वखारमालकाचा मुलगा असलेल्या कालेनबाखने वर्षभर जर्मन लष्करात नोकरी केली होती आणि त्यानंतर चोविसाव्या वर्षी १८९५ मध्ये दक्षिण आफ्रिकेला येण्यापूर्वी स्टुटगार्ट येथे स्थापत्यकलेचे शिक्षण घेतले होते. ज्या वेळी फ्लो झिगफेल्डने सँडोला शोधून काढले आणि त्याला आंतरराष्ट्रीय स्तरावर नावारूपाला आणले आणि त्याचा हा खेळ, एक प्रकारची पुरुषी नग्नक्रीडा, १९०४ मध्ये जोहान्सबर्गला आणला, तेव्हा कालेनबाखला दक्षिण आफ्रिकेत येऊन जवळजवळ एक दशकाचा काळ लोटला होता. अजून गांधींना न भेटलेल्या कालेनबाखने आपल्या कोनिग्झबर्ग गावातील जुन्या रहिवाशाशी पुन्हा नव्याने ओळख वाढविण्याची संधी दवडली असेल, हे संभवत नाही.

अगदी प्रेमात वेडे झाले नसले तरी गांधींना त्या वास्तुविशारदाचे आकर्षण वाटत होते, हे तर स्पष्ट होते. १९०९ मध्ये लंडनहून लिहिलेल्या पत्रात ते नमूद करतात : 'शयनकक्षात मेजावर तुझे चित्र (एकमेव) उभे आहे. हा मेज माझ्या बिछान्याच्या समोरच आहे.' मग ते म्हणतात की, कापूस आणि व्हॅसलीन, 'हे कायम आठवण करून देतात.' सांगायचा मुद्दा हा की, ते पुढे म्हणतात, 'ते तुला नि मला हे दाखवितात की, तू माझ्या शरीराचा कसा पूर्णपणे कब्जा घेतलेला आहेस. ही सूडबुद्धीने लादलेली गुलामगिरी आहे.' या 'कब्जा' शब्दाचा किंवा तेव्हा व आता अनेक सर्वसाधारण उपयोग असलेल्या पेट्रोलियम जेलीचा आपण काय

अर्थ लावायचा? सर्वांत विश्वासार्ह तर्क असा आहे की, लंडनच्या हॉटेलमधील खोलीत असलेल्या व्हॅसलीनचा संबंध एनिमा घेण्याशी असावा, जो ते नेहमीच घेत असायचे किंवा वृद्धपणीच्या गांधींना कोणत्यातरी अन्य मार्गाने असणाऱ्या मसाजच्या आवडीची पूर्वसूचना त्या वेळी मिळाली होती, असे आपण समजू. त्यांच्या भारतातील आश्रमांमध्ये मसाज हा दैनंदिन कार्यक्रमाचा एक भाग होता आणि तो करण्यासाठी बहुधा ते त्यांच्या गोतावळ्यातील स्त्रियांवर अवलंबून असायचे, अशी कुजबुज होती; जी आजही ऐकू येते.

दोन वर्षांनंतर, वकील गांधींनी एक गंभीर मुखवटा धारण केलेला करारनामा तयार केला आणि आपल्या मित्राला सहीसाठी दिला. त्यात मजेदार टोपणनावाचा आणि विनोदी अभिवादनांचा वापर केलेला होता, जे नक्कीच गांधींनी तयार केले होते कारण त्या दोघांपैकी ते अधिक बुद्धिमान, चतुर आणि विनोदबुद्धी असलेले होते हे सगळ्यांना ठाऊक आहे. दोन वर्षांनी लहान असलेल्या कालेनबाखचा उल्लेख त्यात संसदीय अर्थाने 'लोअर हाउस' असा केला होता (वित्त व्यवस्थापक म्हणून त्याच्या भूमिकेचा हा विनोदी पद्धतीने केलेला उल्लेख होता, असे दिसते). गांधी हे 'अप्पर हाउस' होते (आणि म्हणून अतिरिक्त खर्चावर नियंत्रण ठेवणारे होते). त्या वेळेपर्यंत स्थापन केलेल्या टॉलस्टॉय फार्म या सामूहिक वसाहतीशी संबंधित सर्व शेतीकामे आणि रहिवाशांच्या शारीरिक तंदुरुस्तीकडे लोअर हाउसने लक्ष ठेवायचे, तर अप्पर हाउसने सर्व प्रकारची वैचारिक, धोरणात्मक कामे करायची आणि या मर्मस्पर्शी द्विव्यवस्थापकीय नात्यातील दुसऱ्या अंगाच्या नैतिक विकासाला दिशा द्यायची, अशी ही विभागणी होती. २९ जुलै १९११ या दिवशी म्हणजे कालेनबाख युरोपला जाण्याच्या आदल्या दिवशी केलेल्या या करारात, अप्पर हाउसने लोअर हाउसकडे 'त्याच्या गैरहजेरीत कोणत्याही विवाहबंधनात अडकायचे नाही' आणि 'कोणत्याही स्त्रीकडे वासनेने पाहायचे नाही,' असे वचन मागितले. दोन्ही हाउसेसनी मग 'जास्त प्रेम आणि आणखी जास्त प्रेम... असे प्रेम, जे जगाने आजपर्यंत बघितले नसेल,' असे एकमेकाला वचन दिले. तोपर्यंत, १९०८ मध्ये गांधींना झालेला तुरुंगवास वगळता आणि १९०९ मध्ये त्यांची लंडनवारी सोडली तर दोघेही तीन वर्षांपेक्षा जास्त काळ एकत्र होते.

लक्षात ठेवा, आपल्याकडे फक्त गांधींची पत्रे आहेत (सगळ्या पत्रांची सुरुवात बहुधा 'डियर लोअर हाउस' अशी आहे). त्या पत्रांमध्ये काय आहे आणि त्यांचा व्यापक संदर्भ याकडे दुर्लक्ष केले तर, गांधींचा जो मिश्कील सूर या पत्रांमध्ये दिसून येतो, तो एखाद्या प्रेमिकाला साजेसा आहे. येथे दोन प्रकारे अर्थ निघू शकतो. आपण अंदाज बांधू शकतो किंवा या काळातील त्यांना परस्परांविषयी वाटणारे कामुक आकर्षण दडपून टाकण्याच्या त्यांच्या प्रयत्नांविषयी ते प्रत्यक्षात काय म्हणतात, हे

बारकाईने पाहू शकतो.

गांधी त्याच्याबरोबर राहायला आल्यानंतर लगेचच १९०८ मध्ये कालेनबाखने जर्मनीतील सायमन या आपल्या भावाला लिहिलेल्या पत्रातील उल्लेखानुसार तो आपल्या या निवासी मित्राच्या प्रभावाखाली बरेच दिवसांपासून होता, असे दिसून येते. 'गेल्या दोन वर्षांपासून मी मांस खाणे सोडले आहे; गेल्या वर्षभरात मी माशांना हातही लावलेला नाही,' तो लिहितो, 'आणि मागच्या १८ महिन्यांपासून, मी माझे लैंगिक जीवनही त्यागले आहे... मी माझे दैनंदिन आयुष्य बदलले आहे, जेणेकरून ते अधिक साधे, सोपे व्हावे.' नंतर, कालेनबाखनेच गांधींच्या हे निदर्शनास आणले की, दुधाचा एक छुपा गुणधर्म कामोत्तेजना जागृत करण्यास कारणीभूत ठरतो. आहारविषयक प्रयोगांचा अतिरेक करणाऱ्या गांधींनी ती बंदी चॉकलेट्सपर्यंत वाढविली. ''चॉकलेटमध्ये मला मृत्यू दिसतो,'' त्यांनी पोलाकला सुनावले, तो त्या काळात कालेनबाखप्रमाणे आहारविषयक प्रयोगात तत्परतेने सामील झालेला नव्हता. काही अन्न 'गरमी वाढविणारे होते,' म्हणजे निषिद्ध मानल्या गेलेल्या क्षुधा वाढविणारे होते. त्यांनी कालेनबाखला 'शारीरिक सुखांपासून' स्वत:ला अलग ठेवण्याच्या विषयावरील एक काव्य पाठविले. त्याचा संदेश होता, आपल्याला शरीरे दिली आहेत, ती फक्त 'स्वनियंत्रण' शिकण्यासाठी.

बाल्टिकवरील कालिनिनग्राड येथील ज्यू वास्तुविशारद व अरबी समुद्रावरील पोरबंदर येथील बनिया वकील प्रथम 'ऑर्चार्ड्स' येथे एकत्र राहू लागले. हा जोहान्सबर्गमधील उत्तरेकडच्या उपनगरातील जुना भाग होता, त्या घराचे नाव होते 'क्राल', हा फार्म हाउससाठीचा एक डच शब्द आहे; आता तो आफ्रिकन ग्रामीण वाड्यांसाठीही व्यापक अर्थाने वापरला जातो. त्या वाड्याच्या आराखड्यामागे आफ्रिकन संस्कृतीची प्रेरणा होती. कालेनबाखने ही 'रोंदाव्हेल' रचना–म्हणजे जाड मातीच्या भिंती असलेले व गवताने शाकारलेले छप्पर असलेले गोल घर–१५, पाइन स्ट्रीटसाठी प्रारूप म्हणून वापरली, ज्या घरात तो गांधींसह दीड वर्ष राहिला. ते घर अजूनही तेथे उभे आहे (आणि नुकतेच ते पर्यटकांसाठी एक आकर्षणाचा केंद्रबिंदू म्हणून विकसित करण्यासाठी एका फ्रेंच कंपनीने विकत घेतले; आणखी एक गांधी संग्रहालय). प्रत्यक्षात ते दोन 'रोंदाव्हेल्स' आहेत, एकमेकांशी मोठ्या चतुराईने जोडलेले आणि त्यांच्या भोवती एक उंच कुंपण आहे तसेच त्यावर एक पाटी आहे; जी आजकाल उत्तरेतील उपनगरांमध्ये अनेक भिंतींवर आणि कुंपणांवर दिसून येते; त्यावर घुसखोरांसाठी 'सशस्त्र प्रतिसाद' मिळण्याचा इशारा लिहिलेला आहे. स्वाभाविक आहे की, हा इशारा गांधींनी दिलेला नाही. गांधींना जेव्हा समजले की, कालेनबाखने स्वत:ला त्यांचा सुरक्षारक्षक म्हणून नेमले आहे आणि पठाणांनी केलेल्या हल्ल्यानंतर तो स्वत:जवळ रिव्हॉल्व्हर बाळगतो, तेव्हा गांधींनी ताबडतोब त्याला असे न

करण्याबद्दल सुनावले.

ही जोडगोळी नंतर लिंक्सफील्ड नावाच्या भागात राहायला गेली, जेथे कालेनबाख जरा मोठे घर बांधू लागला ज्याचे नाव 'माउंटन व्ह्यू' असे होते, त्याबद्दल गांधींचे काही गैरसमज होते. या काळात गांधींनी स्वत:च्याच मर्जीने ओढवून घेतलेले एक कार्य होते, ते म्हणजे आपल्या सहनिवासी सदस्याच्या अंगी 'स्वार्थत्यागा'ची शिस्त बाणवायची. त्यांनी कालेनबाखच्या मागे त्याची नवीन कार विकून टाकण्याची भुणभुण लावली होती आणि स्वत:चा खर्च कमी करून निष्कांचनपणे जीवन जगण्याच्या त्या दोघांनी घेतलेल्या प्रतिज्ञेचे पालन करावे, अशी त्यांची इच्छा होती. नवीन घराचे काम प्रत्यक्षात सुरू होण्यापूर्वी त्यांनी लिहिले, 'या वेळी आपण उच्चवर्गीयांच्या साधेपणाचा नव्हे, तर साध्या साधेपणाचा वापर करू, अशी मला आशा आहे.' १९१० मध्ये काही काळ ते इमारतीच्या ठिकाणी एका तंबूत राहिले. असे दिसते की, ज्याप्रमाणे ते स्वत: वकिली सोडण्याच्या तयारीत होते, त्याप्रमाणे कालेनबाखनेसुद्धा आपला स्थापत्यकलेचा व्यवसाय बंद करावा आणि त्याने आपल्याबरोबर फिनिक्सला सेवेमध्ये आयुष्य घालवावे, अशी खरेतर गांधींची इच्छा होती. 'इंडियन ओपिनियन'मध्ये आपल्या सहकाऱ्याचे कौतुक करताना त्यांनी मोठ्या आशेने लिहिले, 'मला वाटते की, मि. कालेनबाख हळूहळू आपले वास्तुकलेचे काम बंद करतील आणि संपूर्ण निष्कांचनपणे राहतील.'

कालेनबाख, आपल्याला त्या जीवनशैलीचे आकर्षण वाटते, असे दाखवितो; पण तो अजून संपूर्णपणे त्या विचाराच्या आहारी गेलेला नव्हता. त्याचे कार्यालय खुले होते आणि तेथे कामही चालू होते. एका क्षणी, तो एका नवीन सिनेगॉगचे, एका ख्रिश्चन सायन्स चर्चचे आणि एका पारंपरिक ग्रीक चर्चचे काम मिळविण्याची आलटूनपालटून खटपट करत होता. टॉलस्टॉय फार्म, म्हणजे संपूर्ण अकराशे एकरांचे क्षेत्र खरेदी करणे, हा त्या खर्चिक माणसाचा आपण ऐच्छिक दारिद्र्य स्वीकारण्यासाठी तयार आहोत हे दर्शविण्याचा एक मार्ग होता. गांधींनी आणि त्याने आपल्या योजना मृत्युशय्येवरील टॉलस्टॉयना पत्राद्वारे कळविल्या होत्या. ते फार्म गांधींची तातडीची गरज भागविणार होते. निष्प्रभ होत चाललेल्या सत्याग्रह मोहिमेतील जे निष्क्रिय प्रतिरोधक तुरुंगात गेले होते, त्यांच्या कुटुंबांना आता राहायला जागा मिळाली आणि शिवाय, त्या ठिकाणी त्यांना नवीन प्रतिरोधकांना प्रशिक्षण देण्याची सोयही झाली. तसेच त्यांनी आजवर मांडलेल्या विचारांमधील सर्वांत चिरस्थायी विचार ज्या लेखनात मांडले, त्या 'हिंद स्वराज'मधील त्यांच्या शिक्षणविषयक आणि काटकसरविषयक संकल्पनांचे परीक्षण करण्यासाठी गांधींना एक जागा मिळाली. त्या शीर्षकाचा अर्थ 'भारताचे स्वयंशासन' किंवा व्यापक अर्थाने 'भारताचे स्वातंत्र्य' असा होतो. व्हाइटहॉलमध्ये आपल्या मुद्द्याला पाठिंबा मिळविण्याचा

अखेरचा निष्फळ प्रयत्न करून, परत येताना १९०९ मध्ये किल्डोनन कॅसल नावाच्या बोटीवर त्यांनी हे वैचारिक लेखन दहा दिवसांत पूर्ण केले.

सॉक्रेटिस पद्धतीच्या संवादाच्या रूपात असलेल्या या सशक्त मूलगामी छोट्या पुस्तकात एका ठिकाणी साम्राज्यवादी शासनपद्धतीविषयी, एकंदर पाश्चात्त्य विचारसरणीविषयी आणि सर्वत्र आढळणाऱ्या आधुनिक औद्योगिकीकरण झालेल्या समाजाविषयी गांधींच्या मनात दाटलेली निराशा एकवटलेली आहे; शिवाय त्यात हिंसेला राजकीय धोरणांमध्ये स्थान मिळाल्याचा निषेध आणि भारतीय खेड्यांबद्दलच्या त्यांच्या आदर्श कल्पना, याही बाबी व्यक्त झालेल्या आहेत; अर्थात अशा खेड्यांचा त्यांना तोपर्यंत फार कमी अनुभव आला होता. ज्या आधुनिक पद्धतींविषयी त्यांच्या मनात सामूहिक निषेधाची भावना होती, त्यामध्ये आधुनिक वैद्यक, औषधे, वकील (त्यांच्यासारखे), रेल्वेमार्ग (ज्यावर ते त्यांच्या पुढील आयुष्यात अवलंबून राहणार होते) आणि संसदीय राजकारण (जे भारतीय राष्ट्रवाद्यांना स्वत:साठी हवे होते) यांचा समावेश होता. या गुंतागुंतीच्या आणि विविधदर्शनग्राही विचारमंथनातील सर्वोच्च कडी म्हणजे हा आश्चर्यकारक शोध म्हटला पाहिजे की, या लेखनामागील प्रेरणा टॉलस्टॉय किंवा रस्किन यांच्याकडून नव्हे, तर एक प्रतिभावान अँग्लो-कॅथलिक साहित्यिक जी.के. चेस्टरटन यांच्याकडून आली होती. 'द इलस्ट्रेटेड लंडन न्यूज'मधील त्यांनी लिहिलेला एक स्तंभ गांधींनी लंडनला असताना वाचला. चेस्टरटन यांनी त्या स्तंभात असे विचारले होते की, एक खरा भारतीय राष्ट्रवादी, 'एक खराखुरा भारतीय' एखाद्या ब्रिटिश पद्धतीने संस्था उभारणाऱ्या आणि ब्रिटिश राजवटीमधील विविध विचारपद्धती निर्माण करणाऱ्या साम्राज्यवाद्याला काय म्हणेल?

"आयुष्य खूप छोटं आहे, माणसाने ते कसंही करून जगलं पाहिजे आणि कुठेतरी जाऊन ते संपवलं पाहिजे," या आलंकारिक प्रश्नाला त्या इंग्लिश लेखकाचा खराखुरा भारतीय त्याला उत्तर देताना जाहीर करतो. "तुमच्या सर्वोत्तम प्रजासत्ताकात एखाद्या शेतकऱ्याला ज्या भौतिक सुखसोई मिळत असतील, त्या माझ्यापेक्षा काही फार जास्त नाहीत. जर तुम्हाला आमच्या प्रकारचं आध्यात्मिक सुख आवडत नसेल तर आम्ही तुम्हाला ते आवडून घ्या असं कधीही म्हणालो नाही. जा आणि आम्हाला आहे त्या परिस्थितीत सोडा." 'हिंद स्वराज'मध्ये गांधी जे 'संपादका'चे रूप धारण करतात, तो एक खराखुरा भारतीय म्हणून पुढे येतो. चेस्टरटन यांनी गांधींना नव्या कल्पना दिल्या नाहीत; पण त्यांनी ते स्वत: ज्या कल्पना हळूहळू गोळा करत होते, त्या एकत्र करून एक व्यक्तित्व कसे बनविता येते हे दाखवून दिले. या पानांमध्ये त्यांनी जे केले, ते त्यांच्या आयुष्यात लवकरच प्रत्यक्षात आणणार होते. तो संपादक महात्मा बनणार होता, जो बारा वर्षांनंतर भारतात आपल्या पहिल्या असहकार चळवळीच्या माध्यमातून, आपल्याच पुस्तकातील एक विचार प्रत्यक्ष कृतीत

उतरविणार होता. ''इंग्लिश लोकांनी भारत घेतला नाही,'' संपादक जाहीर करतो. ''आपण तो त्यांना दिला आहे.'' त्याचे उत्तर आहे, ''आपण त्यांची राजवट स्वीकारण्यास नकार द्यायचा.'' गांधींच्या नंतरच्या चळवळींची ही ठळक पूर्वसूचना होती. त्यामागील मूलभूत संकल्पनेची ही घोषणा होती.

ट्रान्सवालमधील भारतीयांसाठी हक्कांची मागणी करायला लंडनला गेलेल्या गांधींनी त्या अयशस्वी मोहिमेवरून परत केपटाउनला येता येता हे जरी लिहिले असले, तरी 'हिंद स्वराज'मध्ये 'दक्षिण आफ्रिका' या शब्दांचा कुठेही उल्लेख केलेला नाही. ते मनाने कधीच भारतात जाऊन पोहोचले होते, जेथे त्या पुस्तिकेवर ताबडतोब क्रांतिकारी असा शिक्का बसला आणि त्यावर बंदी घालण्यात आली. हे खरेतर ब्रिटिश वसाहतवादी साम्राज्यापेक्षा गांधीपूर्व भारतीय राष्ट्रीय चळवळीसाठी जास्त क्रांतिकारी होते, कारण ही चळवळ अशा नेत्यांच्या हाती होती जे स्वत:च इंग्रजाळलेले आणि आयात केलेल्या मूल्यांवर विश्वास ठेवणारे होते. 'ज्यांचे नाव घेऊन आपण बोलतो, ज्यांना आपण ओळखत नाही आणि तेही आपल्याला ओळखत नाहीत,' आपल्या आयुष्याच्या मागील वीस वर्षांपैकी पाच वर्षांपेक्षाही कमी काळ भारतात घालविलेला हा लेखक बेधडकपणे विधान करतो, एक प्रकारे स्वत:साठीच मनातल्या मनात एक आव्हान स्वीकारतो; पण त्यांची ही समीक्षा सर्वसाधारणपणे त्यांनी दक्षिण आफ्रिकेत चालविलेल्या सगळ्या आणि विशेषत: नाताळमधील मोहिमांना लागू पडते. अखेरीस गांधींच्या ध्यानात आलेली भारतीयांमधील सामाजिक विषमतेची दरी, गांधी व 'हिंद स्वराज'च्या हस्तलिखितात ज्या व्यक्तीचा सर्वप्रथम उल्लेख करण्यात आला आहे तो कालेनबाख या दोघांना बुजविता यावी, हा टॉलस्टॉय फार्म उभारण्यामागच्या हेतूचा वरवर दिसणारा एक भाग होता. सहा महिन्यांनी लंडनहून आल्यानंतर, गांधींनी कालेनबाखबरोबर केलेल्या अनेक अनौपचारिक करारांमधील पहिल्या कराराचा मसुदा तयार केला, ज्यात तेथील समूहासाठी एक पायाभूत कायदा तयार केला गेला होता. त्यात असा आदेश दिला गेला होता की, '' 'के' आणि 'जी'साठी या फार्मवर जाण्याचा मुख्य उद्देश त्यांना शेतावर काम करणारे बनवण्याचा आहे.'' १९११ च्या मेमध्ये, फार्म सुरू होऊन चांगले चालू लागल्यावर, जवळजवळ एक वर्षाने गांधींनी पोलाकला सांगितले, ''मला लोकांच्या नजरेसमोरून पळून जावंसं वाटत आहे... फार्ममध्ये स्वत:ला बुडवून घ्यावं आणि आपलं सगळं लक्ष शेती करण्यात आणि शिक्षण देण्यात घालावं, असं मला वाटत आहे.'' शेती करण्यामुळे जमीन कसणाऱ्या आफ्रिकन आणि भारतीय लोकांच्या कौशल्याविषयी कंत्राटी मजुरांचे वाटायचे तसे गांधींना कौतुक वाटू लागले. 'इंडियन ओपिनियन'मध्ये, 'ते आपल्या कोणाहीपेक्षा जास्त उपयुक्त आहेत,' असे लिहून त्यांनी, शेती कामगार आणि पांढरपेशा भारतीय कारकुनांची दुसरी पिढी, ज्यांनी

त्यांच्या नेतृत्वावर टीका करायला सुरुवात केली होती, यांच्यातील विरोधाभास अधिक ठळक केला. 'जर या महान नेटिव्ह वंशीयांनी एक आठवडा काम केले नाही, तर बहुधा आपण उपाशी मरू.'

पण १९११ सालच्या उत्तरार्धात, त्यांनी आपली बहुतांश शक्ती, आठवड्याला सहा दुपारी आणि दर दिवशी संध्याकाळी ते जी शाळा चालवायचे, त्यात खर्च केली. 'हे माझे सर्वांत प्रमुख काम आहे,' ९ सप्टेंबर रोजी त्यांनी कालेनबाखला लिहिले. त्या शाळेतील हजेरी अगदी कमी होती. ती कमी असण्यामागचे कारण गांधींनी आहारविषयक घालून दिलेला एक नियम होता. विद्यार्थ्यांनी बिनमिठाचे अन्न सेवन करावे, असा तो नियम होता, कारण गांधींनी असा शोध लावला होता की, 'मिठामुळे आपण जास्त जेवतो आणि त्यामुळे इंद्रियांना उत्तेजना मिळते.' दोन दशकांनंतर, सिद्धान्ताला वाकविण्याचे एक लक्षणीय उदाहरण सादर करताना त्यांनी मिठाला एक जीवनावश्यक वस्तू म्हटले आणि त्याला आपल्या यशस्वी आक्रमक अहिंसक उपक्रमाचा, म्हणजेच १९३० सालच्या मिठाच्या सत्याग्रहाचा केंद्रबिंदू बनविले. आता, जेव्हा त्यांनी टॉलस्टॉय फार्ममध्ये ही बंदी शिथिल केली आणि कमी प्रमाणात त्याचा वापर करण्याची परवानगी दिली, त्याबरोबर हजेरी पंचवीसपर्यंत गेली आणि त्यातील आठ मुस्लीम होते, हे त्यांनी अभिमानाने नमूद केले. अभ्यासक्रमात चांभारकामही होते. कालेनबाखला गांधींनी हे काम शिकण्यासाठी फिनिक्सजवळील ट्रॅपिस्ट भिक्षुविहारात पाठविले होते; मग त्या वास्तुविशारदाने या वकिलाला ती कला शिकविली आणि मग वकिलाने विद्यार्थ्यांना शिकविली. लवकरच त्यांनी पादत्राणांचे पन्नास जोड बनविले, गांधींनी सांगितले; ज्यातील एक जोड त्यांनी आपला राजकीय आखाड्यातील प्रतिस्पर्धी जॅन स्मट्स यांना पाठविला.

ज्या टॉलस्टॉय फार्ममध्ये गांधी एका शाळा-शिक्षकाची आणि प्रमुख वैद्यकीय अधिकाऱ्याची भूमिका बजावत होते ते सध्यापुरते त्यांच्या आयुष्याचे कार्यक्षेत्र बनले होते. ट्रान्सवालच्या वंशभेदी कायद्यांविरुद्ध चाललेली सत्याग्रह चळवळ विझत जाऊन मागे पडली होती. आता नवीन युनियन गव्हर्न्मेंटमध्ये, संरक्षण तसेच खाणमंत्री असलेल्या स्मट्सबरोबर गांधी अधूनमधून वाटाघाटी करतच होते; परंतु त्यांचे सगळे लक्ष अभ्यासक्रम तयार करण्याकडे होते, ज्यामध्ये भारतीय भाषा व लिपींचा वापर केलेला असेल; तसेच आहारविषयक आणि निसर्गोपचारावरील अभ्यासक्रम सुरू करून आक्रमक आधुनिक वैद्यकशास्त्राला संपूर्ण पर्याय उपलब्ध करता येईल, अशी त्यांची अपेक्षा होती. या 'प्रयोगां'मध्ये कालेनबाखचा अधिक सहभाग होता; त्यामानाने गांधींचे राजकीय पायदळातील सैनिक–जसे थंबी नायडू किंवा पोलाक–जे पारंपरिक वैवाहिक जीवन जगत होते, त्यांचा या प्रयोगांशी कमी संबंध होता. कालेनबाखची गांधींच्या मूल्यांशी असलेली बांधिलकी हातची राखून

कालेनबाख चालताना, १९१२.

नव्हती तर मनापासून होती, असे दिसते.

कालेनबाख हा अनुचरापेक्षा थोडा जास्त वरच्या स्तरावरचा होता आणि बरोबरीपेक्षा थोडा खालच्या स्तरावरचा. त्याचा सहचर बनलेल्या आध्यात्मिक साधकापुढे त्याने कधी एखादे बौद्धिक आव्हान उभे केल्याचे ऐकिवात नाही.

मूळ करारात असे नमूद केले होते की, 'के' वसाहतीतील (टॉलस्टॉय फार्मवरील) लोकांपासून वेगळा राहील आणि 'जी' बहुतेक वेळा त्याच्याबरोबर राहील. त्यानंतर मिसेस गांधी फिनिक्सहून टॉलस्टॉय फार्मवर राहायला आल्या आणि त्या वर्षभरापेक्षा जास्त काळ तेथे राहिल्या. याचा काय परिणाम झाला, ते स्पष्ट झाले नाही. तोपर्यंत बा आणि त्यांचे पती वेगवेगळ्या खोल्यांमध्ये झोपायला लागून पाच वर्षे झाली होती. टॉलस्टॉय फार्मवरदेखील ते दोघे वेगवेगळ्या व्हरांड्यांमध्ये झोपत होते, त्यांच्याभोवती गांधींचे विद्यार्थी कोंडाळे करून झोपायचे.

टॉलस्टॉय फार्मवरील गांधींच्या आयुष्यातील जो आंतरिक बदलाचा टप्पा आहे, त्यामध्ये कालेनबाखविषयीच्या भावनांचा किती मोठा वाटा होता, याची माहिती त्या वेळच्या नोंदींमध्ये आढळत नाही. आपल्या सहकाऱ्याला पूर्णपणे बदलून टाकण्याची त्यांची इच्छा होतीच; पण त्याचबरोबर ते दोघे कायमस्वरूपी

एकमेकांसोबत असावेत, अशीही गांधींची धडपड होती. तो वास्तुविशारद मात्र कच खात होता. तो दोन ग्रहांवरचे जीवन जगत होता. टॉलस्टॉय फार्मवर गांधींबरोबर असताना तो एक आदर्शवादी (Zionist)ही झाला होता आणि अधिक धार्मिक ज्यू. त्याने गांधींना 'पासओव्हर'साठी (ज्यू लोकांचा एक सण) सिनेगागमध्ये नेले होते आणि त्यांना तेथील खास जाड रोटी खाऊ घातली होती. भारतात जाण्याची तयारी म्हणून काही आठवडे तो हिंदी शिकत होता; इतर आठवड्यांमध्ये, अज्ञात असलेल्या भारतातील भविष्यकाळात गांधी त्याच्या वाट्याला किती वेळ येऊ शकतील, या विचाराने तो पॅलेस्टाइनमध्ये जाऊन नवीन आयुष्य सुरू करावे म्हणून हिब्रूही शिकत होता. दिवसादिवसाचा आलेख मांडायचा झाला तर त्या वास्तुविशारदाने कधी कोणती भाषा शिकायचा प्रयत्न केला, हिंदी की हिब्रू? यावरून त्याची मन:स्थिती कशी बदलत होती, हे दिसून येते. गांधी इतर कोणाला आपला वेळ आणि लक्ष देत असतील तर त्याला असूया वाटत नसली तरी तो निराश मात्र जरूर होत असे. आग्रही असलेल्या गांधींनी याही परिस्थितीशी दोन वर्षांपेक्षा जास्त काळ जुळवून घेतले, सर्व वेळ ते त्या दोघांमधील बंध जपण्याचा प्रयत्न करत राहिले.

कालेनबाखच्या वागण्यातील चढ-उतार त्याने ठेवलेल्या १९१२ व १९१३ च्या अपॉइंटमेंट आणि लेखांकन पुस्तिकांमध्ये दिसून येतात, ज्या अहमदाबादमधील गांधींच्या साबरमती आश्रमातील अभिलेखागारात बघायला मिळतात. कालेनबाख आणि गांधी आपले काटकसर आणि तंदुरुस्ती हे दोन्ही हेतू साध्य करण्यासाठी लॉली नावाच्या रेल्वे स्थानकाजवळील फार्महून निघून जोहान्सबर्गच्या मध्यापर्यंत एकवीस मैल चालत जात असत. खूप मोठे कुरण असलेल्या भागातून हा रस्ता जायचा. काही काळानंतर, वर्णभेदाच्या कालखंडात, त्या ठिकाणी आता एक मोठी सोवेटो नावाची कृष्णवर्णीयांची वसाहत उभी राहिली आहे. कालेनबाखने वेळोवेळी तशी नोंद केलेली आहे. गांधी खूप लवकर, म्हणजे पहाटे चार वाजता चालायला सुरुवात करायचे. तेव्हा कालेनबाखही बरोबर असायचा. जोहान्सबर्गच्या मध्यवर्ती ठिकाणी असलेल्या आपापल्या कचेऱ्यांमध्ये पोहोचायला त्यांना साडेपाच तासांपेक्षा थोडा जास्त काळ लागायचा. कालेनबाख एकटाच असेल तर त्याला नेहमी साधारणत: एक तास कमीच लागायचा. या नोंदींमध्ये जेव्हा जेव्हा गांधींचा उल्लेख आला आहे, तेव्हा तेव्हा तो 'अप्पर हाउस' नसून 'मि. गांधी' असाच आहे. या उल्लेखातील औपचारिकता असे दर्शविते की, त्यांचे नाते जरी समान पातळीवरील समजले जात होते, तरी ते तसे नव्हते.

आजही लॉली एक रेल्वे स्थानक आहे. त्याच्या जवळच एका वापरात नसलेल्या गौरवर्णीयाच्या फार्मवर अगदी प्रत्येक चौरस फुटात दाटीवाटीने पन्हाळीचे पत्रे आणि चिखल-मातीने बनलेल्या झोपडपट्टीची वसाहत वर्णभेदी युगानंतर पसरलेली

आहे. ज्या वेळी टॉलस्टॉय फार्मची स्मृती स्मारकरूपाने जपून ठेवण्याचे प्रयत्न झाले, त्या वेळी झोपडपट्टीतील अनधिकृत रहिवाशांनी ती जागा ताबडतोब उजाड करून टाकली. मी जेव्हा २००८ मध्ये तेथे गेलो, त्या वेळी त्या ठिकाणी फार्मची कोणतीही खूण शिल्लक नव्हती. जे काही थोडेफार शिल्लक राहिले होते, त्यात फार्मच्या कडेला असलेली, विटांनी बांधलेली काही बाके, जुन्या फार्म हाउसचा पाया, शेजारीच असलेल्या वीटभट्टीच्या गोऱ्या भागधारकांची कुंपणे असलेली घरे, काही जळालेली निलगिरीची झाडे आणि काही फळझाडे, जी कदाचित शतकापूर्वी कालेनबाखने लावलेल्या अनेक झाडांचे उरलेले अंश होती, यांचा समावेश होता; आणि अखेरीस तेथून दिसणारे छोट्या छोट्या नगरांचे आणि खाणींमुळे तयार झालेल्या मातीच्या बांधांचे दृश्य, जे जोहान्सबर्गच्या गांधींना पूर्णत: अनोळखी वाटले असते.

त्यांच्या काळात, गांधी आणि कालेनबाख यांचे आहारविषयक प्रयोग सुरूच होते. एक वेळ अशी होती की, ते फक्त मोजूनमापून निवड केलेल्या संध्याकाळच्या एकाच जेवणावर राहत असत. दर महिन्याला मि. गांधींबरोबर 'प्रदीर्घ चर्चा' झाल्याची नोंद कालेनबाखने केली आहे. त्यातील तपशील जरी अज्ञात असला, तरी काही वेळा या चर्चा कालेनबाखच्या मनात हिंदीचा अभ्यास जोमाने सुरू करायच्या आणि आपला व्यवसाय बंद करण्याचा निश्चय जागवायच्या, असत असे दिसते. मग, कुणीतरी दुसरीच व्यक्ती त्यांच्या आयुष्यात आली आणि तिने त्याच्या सहचराचे लक्ष वेधून घेतले; त्यामुळे त्याच्या मनात नवीन शंकांची बरसातच सुरू झाली. दैनंदिनीतील सर्वांत खासगी आणि कुतूहल निर्माण करणारी टिप्पणी २७ ऑगस्ट १९१३ रोजी नोंदली गेली आहे. अखेरीस गांधी परत फिनिक्सला स्थायिक होऊन तेव्हा आठ महिने होऊन गेले होते. टॉलस्टॉय फार्मचा कारभार गुंडाळला गेला होता, कालेनबाख माउंटन व्ह्यूला परत आला होता आणि त्याला भेटायला आलेले गांधी त्याच्याबरोबर राहिले होते. तेव्हा, गांधींच्या जोहान्सबर्गच्या वर्तुळातील आणखी एक ज्यू सोन्जा स्क्लेझिन, त्यांची धाडसी सचिव तेथे आली. काही नोंदींनुसार, कालेनबाखनेच आपल्यापेक्षा सतरा वर्षांनी लहान असलेल्या स्क्लेझिनची ओळख १९०५ मध्ये गांधींशी करून दिली होती; पूर्वीच्या देशात त्या दोघांचे कुटुंबीय एकमेकांना ओळखत होते; परंतु ती गांधींच्या वेळावर अधिकाधिक हक्क सांगत आहे असे त्याला वाटू लागले आणि एका अर्थी तो तिला आपली प्रतिस्पर्धी मानू लागला. 'मिस स्क्लेझिन माउंटन व्ह्यूला आल्यामुळे मी एकटाच चालत ऑफिसला गेलो,' कालेनबाख लिहितो. 'तिच्याबद्दल चर्चा करताना मि. गांधींच्या शपथेचा विषय निघाला. हा दिवस माझ्यासाठी अत्यंत थकविणारा ठरला.'

ही नोंद जरी प्राचीन लिपीत असती, तरी ती अर्थ लावण्यास इतकी जास्त

कठीण गेली नसती. तो गांधींच्या ब्रह्मचर्याच्या प्रतिज्ञेकडे निर्देश करत होता का किंवा त्या आधीच्या महिन्यात फिनिक्सला उघडकीस आलेल्या काही कामुक वृत्तींबाबत गांधींनी घेतलेल्या प्रतिज्ञेकडे निर्देश करत होता, ज्यामुळे गांधींना उपवास करावा लागला होता? (गांधींच्या मनात कधीही 'निष्पाप कामुकता' अशी संकल्पना येणे शक्य नव्हते; यापूर्वी त्यांनी फिनिक्सला 'खूप जास्त शिरशिरी' येण्याविषयी तक्रार केली होती). पण, कालेनबाखच्या मनात या दोन्ही प्रतिज्ञा असतील असे वाटत नाही. कदाचित, तो अशा कोणत्यातरी प्रतिज्ञेचा संदर्भ देत होता, जी केवळ 'जी' आणि 'के'लाच माहीत होती. संदर्भ पुसट आहे पण कालेनबाखच्या भावना मात्र दैनंदिनीच्या पानातून बाहेर उसळी मारून आल्या. नंतरच्या वर्षांमध्ये गांधींच्या परिजनांमध्ये असूया व शत्रुत्व या नित्याच्याच बाबी झाल्या; पण कालेनबाख हा नेहमीच खास होता. जोहान्सबर्ग सोडताना गांधींनी स्वत:ला त्याच्यापासून अलग केले आणि त्याला मागे सोडून ते गेले, असे दिसते; पण वास्तवात, आपला सर्वांत लाडका मित्र अखेरीस आपल्या मागे येईल, हे गृहीत धरूनच गांधींनी १९१३ च्या प्रारंभी जोबर्ग सोडले होते. कालेनबाख 'तळ्यात-मळ्यात' करत आहे, हे ओळखून त्यांनी एकाच वेळी खुशामत करणाऱ्या आणि छुप्या आक्रमक स्वरात त्याला 'आपण घालविलेल्या एकत्रित आयुष्याचा विचार' करायला सांगितले; पण त्यांच्या भावना उघड करणारी कृती ही होती की, आपले सामान फिनिक्सला पाठविताना, त्यांनी कालेनबाखची पुस्तके व उपकरणेही त्यात बांधली आणि पाठवून दिली. जेव्हा लोअर हाउसने ती परत मागितली तेव्हा अप्पर हाउस दुखावले गेले पण तरीही त्याने चिकाटी सोडली नाही. आपण पुढे बघूच की, हा काही शेवट नव्हता. कालेनबाखने शेवटी गांधींच्या दक्षिण आफ्रिकेतील सर्वांत महान आणि शेवटच्या सत्याग्रह मोहिमेत उडी घेतलीच; पण नंतर त्याने अंग काढून घेतले असे दिसते. याला कारणीभूत ठरले गांधींचे एका ब्रिटिश पाद्र्याशी, चार्ल्स एफ. ॲन्ड्र्यूज याच्याशी जुळलेले मैत्र, ज्यामुळे कालेनबाखला धक्का बसला. 'मी जरी ॲन्ड्र्यूजवर प्रेम करतो आणि त्याची जवळजवळ पूजा करतो,' गांधींनी लिहिले, 'तरी तुझी जागा तो कधीच घेणार नाही. तू अजूनही माझा सगळ्यात लाडका आणि जवळचा आहेस... या जगातील माझ्या एकाकी प्रवासात माझी साथ सोडणारा (अगदी असेच झाले तर) तू शेवटचा असशील. तुझ्याकडून इतक्या सगळ्या अपेक्षा करण्याचा नाहीतर मला काय अधिकार होता!'

इतक्या सगळ्या म्हणजे काय, हे आपल्यासाठी एक कोडेच आहे. याचे उत्तर प्रेम, निष्ठा, बिनशर्त पाठिंबा यांच्या अपेक्षा हेच असू शकते. गांधींच्या शब्दांत सांगायचे तर, कालेनबाख हा 'तीव्र भावना असलेला, विशाल हृदयी, संवेदनशील आणि लहान मुलाचा निरागसपणा असलेला माणूस होता.' एका दुसऱ्या प्रसंगी

गांधींनी आपल्या मित्राच्या 'रोगट संवेदनशीलते'विषयी तक्रार केली होती; याचा अर्थ असा असू शकतो की, कोणत्याही दुसऱ्या प्रभावांविषयी त्याच्या मनात असूया आणि भावुकता पटकन निर्माण व्हायची. दक्षिण आफ्रिका सोडण्याच्या तीन महिने आधी, गांधींनी पुन्हा एकदा आपल्या सहचराला अशी खात्री दिली की, ''माझ्यासाठी नेहमी फक्त तू आणि तूच असशील. मी तुला सांगितलं आहे की, तुला मला सोडून जावं लागेल; पण मी तुला सोडून कधीच जाणार नाही.'' अखेरीस कालेनबाख झुकला. गांधी जेव्हा देश सोडून निघाले, तेव्हा तोही याच हेतूने निघाला की, त्यांची सोबत करत भारतात जाईन; परंतु तो हेतू साध्य झाला नाही.

सत्याग्रह चळवळ, टॉलस्टॉय फार्म आणि कालेनबाख हे ट्रान्सवालशी जोडणारे बंध गांधींना सहजपणे सुटणारे नव्हते; पण ९ जानेवारी १९१३ पर्यंत - ज्या दिवशी कालेनबाखने दैनंदिनीत ही नोंद केली, 'मि. गांधी आणि टॉलस्टॉय फार्मचे उर्वरित रहिवासी फिनिक्ससाठी रवाना झाले,' - त्या बंधांपैकी सर्वांत मजबूत बंध हा या वास्तुविशारदाबरोबरचे खासगी संबंध हाच होता. ज्या वेळी या बंधांचा तुकड्या-तुकड्यांमध्ये विचार करता येतो, त्या वेळीच नाताळच्या भारतीय राजकारणाविषयीची गांधींची तटस्थता स्पष्ट होत जाते.

गांधींनी ट्रान्सवालहून प्रस्थान ठेवण्याची वेळ आणि फिनिक्सला परत येण्याची वेळ यांचा नाताळमधील भारतीय राजकारणाशी फार थोडा संबंध आहे किंवा नाहीच, असे म्हटले तरी चालेल; कारण तेथील त्यांची दशकभराची गैरहजेरी नजरेत भरण्याइतकी ठळक होती. त्यांचा परतण्याचा निर्णय हा त्यांचे कट्टर समर्थक आणि संभवत: गुरू गोपाळ कृष्ण गोखले यांनी त्यांच्या दक्षिण आफ्रिकेच्या १९१२ मध्ये केलेल्या पाच आठवड्यांच्या यशस्वी दौऱ्यानंतर गांधींकडून घेतलेल्या वचनामुळे घेतला गेला होता. सामान्यत: दक्षिण आफ्रिकेत ब्रिटिश कॅबिनेट मंत्र्यांसाठी ज्या पद्धतीने सार्वजनिक सत्कार, गर्दीने फुललेल्या रस्त्यांवरून मिरवणूक आणि त्या काळातील सर्व गोऱ्या प्रतिष्ठित व्यक्तींनी उपस्थिती लावलेले नागरी स्वागत समारंभांचे आयोजन केले जाई. तसे या भारतीय नेत्याच्या भेटीदरम्यान केले गेले. या अशा वातावरणाने गांधींना त्यांच्या टॉलस्टॉय फार्ममधील आश्रयस्थानातून खेचून बाहेर काढले होते. ही भेट संपल्यावर जेव्हा गोखले मायभूमीला परत जायला निघाले, तेव्हा गांधी आणि कालेनबाख झांजिबारपर्यंत त्यांच्या सोबत गेले. पूर्व आफ्रिकेच्या बंदरांजवळील जनसमूह जेव्हा या नेत्यांचे स्वागत करायला पुढे आला तेव्हा त्यांना जोहान्सबर्गचा वकील, जो लंडनहून आल्यानंतर दरबानच्या न्यायालयात दिमाखदार फेटा घालून यायचा, तो प्रथमच दक्षिण आफ्रिकेत भारतीय वेषात दिसून आला. वीस वर्षांपूर्वी या किनाऱ्यावर पाऊल ठेवल्यानंतर, भारतातून आल्याच्या

दुसऱ्याच दिवशी लोकांनी त्याला न्यायालयात डोक्याला फेटा बांधून आलेला पाहिला होता, या वेषात आज प्रथमच बदल झालेला दिसला. त्या वयाने ज्येष्ठ असलेल्या माणसाने ('ज्यांची नजर कायम माझ्यावरच रोखलेली असायची,' असे गांधींनी नंतर लिहिले) बोटीवरील आपला वेळ गंभीर राजकारणाविषयी बोलण्यात व्यतीत केला. "या संभाषणांदरम्यान गोखल्यांनी मला भारतासाठी तयार केलं," गांधी म्हणाले. गोखल्यांनी असा आग्रह धरला की, गांधींनी आता वर्षभराच्या आत दक्षिण आफ्रिका सोडण्याची तयारी करावी आणि भारतात येऊन आपले नियत कार्य पूर्ण करावे. त्यांनी फक्त आदेश देण्याचेच बाकी ठेवले होते. असे दिसते की, गांधींनी त्यांना तसा प्रयत्न करण्याचे वचन दिले. १९१२ च्या डिसेंबरच्या मध्यावर टॉलस्टॉय फार्मला परत आलेल्या गांधींना त्या सत्याच्या प्रयोगाचा कारभार आवरायला आणि फिनिक्सला आपला तळ हलवायला फक्त चार आठवडे लागले. त्यांच्या मनात, पूर्वेकडील याहून प्रदीर्घ प्रवासाची ही केवळ एक सुरुवात होती, जी नेहमीच एक अटळ अशी गोष्ट होती. "वेळ येईल तेव्हा मी तिथेच असेन," ज्या वेळी त्यांच्या परतीचा विषय निघाला होता, तेव्हा गांधींनी म्हटले होते. त्यांचा आतला आवाज, 'प्रत्याहार' (वापसी) कधी करायची हे त्यांना सांगणार होता. कालेनबाखला लिहिलेल्या पत्रात त्यांनी हाच शब्द वापरला होता.

काही अर्धवट कामे त्यांना संपवायची होती. गांधींना असे वाटत होते की, १९११ च्या आरंभी स्मट्स यांच्याबरोबर समझोता झाला आहे, ज्यामुळे सत्याग्रह चळवळीची इतिश्री करता येईल; कारण ही चळवळ हेच त्यांचे ट्रान्सवालमध्ये राहण्यामागील दृश्यमान कारण होते. दक्षिण आफ्रिकेत पहिले राष्ट्रीय सरकार–अर्थातच संपूर्ण गौरवर्णी–अस्तित्वात आल्यानंतरचे ते पहिले वर्ष होते. खरेतर गांधी जी तडजोड स्वीकारायला तयार झाले होते; त्यामुळे कोंडीत सापडलेल्या भारतीय समाजाच्या खऱ्या परिस्थितीत काही फार फरक पडला नसता. ट्रान्सवालमधील भारतीयांनी नोंदणी करण्याची गरज नमूद करणारा 'काळा कायदा' नवीन गोऱ्या सरकारने रद्द केला असता (कारण तो योग्य असो वा नसो, सर्व भारतीयांनी आता नोंदणी केलेली होती) आणि बाह्यत: आशियाविरोधी दिसणारा स्थलांतर कायदा बदलून वरवर वंशभेदी न वाटणारा (तशा भाषेचा वापर न केलेला) पण अंत:स्थ आणि प्रत्यक्षात आशियाविरोधी असलेला नवीन कायदा अस्तित्वात आला असता. (उदा. युरोपियन भाषांमध्ये साक्षरतेच्या परीक्षा घेणारा, यिडिश भाषेच्या परीक्षणासाठी आवश्यक असलेल्या भाषांच्या यादीत समावेश करणारा; पण अर्थातच हिंदी, तमिळ किंवा अन्य भारतीय भाषेला त्यात थारा न देणारा). विचित्र गोष्ट म्हणजे, समानतेचे तत्त्व पाळायचे म्हणून आधीच्या कायद्याच्या मसुद्यातील तरतुदी तशाच ठेवल्या जाणार होत्या. त्या अशा होत्या की, सहा 'सुशिक्षित' भारतीयांना दरवर्षी

ट्रान्सवालमध्ये प्रवेश दिला जाई (याचा अर्थ असे भारतीय, ज्यांनी इंग्रजी अभ्यासक्रम पूर्ण केला आहे); त्यामुळे अशी शक्यता निर्माण झाली की, जे भारतीय पाश्चिमात्य प्रमाणकांनुसार कुशल होते, त्यांच्यावरही प्रभावीपणे बंदी घालता येऊ शकत होती.

व्यापक दृष्टिकोनातून बघितले तर, जसे दक्षिण आफ्रिकेत जन्मलेली भारतीयांची दुसरी पिढी आता बघायला लागली होती, तसे 'समझोत्या'मुळे फारसे काही होणार नव्हते. जरी हा 'समझोता' यशस्वी झाला असता, तरी भारतीयांना मतदानाचा अधिकार मिळणार नव्हताच, जमिनीची मालकी घेता येणार नव्हती किंवा व्यवसाय सुरू करण्यावर कडक निर्बंध लादले जाणार होते; कंत्राटी मजुरीची पद्धत तशीच राहणार होती आणि भारतीय मुलांसाठी शिक्षणाच्या संधी पूर्णपणे विरोधी गोऱ्या अधिकाऱ्यांच्या मर्जीवर अवलंबून राहणार होत्या. तरीही, १९११ मधील काही महिन्यांसाठी समझोता झाला असे वाटत होते. मग सरकारने अशी विधेयके सादर केली ज्यात गांधी-स्मट्स समझोत्यामधील अत्यंत मर्यादित उद्दिष्टे सामावलेली असायला हवी होती आणि एकदा का त्या कायद्यांच्या दुर्बोध भाषेचा आणि इतर कायद्यांमधील तरतुदींच्या संदर्भांशी संदिग्धपणे ताळमेळ घालण्यासाठी छाननी करण्यात आली आणि कीस पाडण्यात आला, तेव्हा स्वाभाविकपणे एकच गोष्ट समोर आली, ती म्हणजे, गांधींचा पुन्हा एकदा विश्वासघात झाला होता. एक तरतूद काहीतरी पदरात टाकते आहे असे वाटत असतानाच दुसरी तरतूद ते काढून घेणार होती. जर काही घडलेच, तर ते असे होते की, भारतीय रहिवाशांची परिस्थिती आणखी कठीण झाली आणि स्थलांतर करण्यासाठीच्या अटी आणखी कडक झाल्या. नव्याने प्रतिरोधाचे आव्हान देणाऱ्या गांधींना हे मान्य करावे लागले, त्यांनी ज्या स्थलांतर कायद्यातील सुधारणांसाठी वाटाघाटी केल्या होत्या, त्यातून एक नवेच 'एशियाटिक एक्पल्शन बिल' (आशियाईंच्या हकालपट्टीचा कायदा) बाहेर पडले होते. अधिकाऱ्यांनी गांधींना थोपवून धरत आणि भारतीयांच्या निर्धाराची परीक्षा घेत नवीन मसुदे तयार करण्याचे वचन दिले, ते मागे घेतले आणि पुन्हा वचन दिले. सत्याग्रह सुरू केल्यानंतर जवळजवळ पाच वर्षांनी; त्यांच्या नेतृत्वाने प्रेरित झालेल्या प्रतिरोधासाठी भरीव असे दाखवायला गांधींकडे काहीच उरले नाही. दोन हजारांपेक्षा जास्त वेळा भारतीयांनी स्वत:ला अटक करवून घेतली, सहा महिन्यांपर्यंत सश्रम कारावासाची शिक्षा भोगली; काहींनी, जसे थंबी नायडू आणि गांधींचा मुलगा हरिलाल यांनी तर हे वारंवार केले. अन्य शेकडो प्रतिरोधकांना तडीपार करून परत भारतात पाठविले गेले. जगाने विशेषत: भारताने क्षणभरासाठी थबकून याकडे पाहिले; पण गोऱ्या सरकारने गांधींना मात दिली होती. निराशा वाढत होती, विशेषत: नाताळमध्ये, जेथे ते १९१३ च्या सुरुवातीला परत आले तेथे, विशेषत: नाताळमध्ये निराशा वाढत होती.

मग त्यांनी एक असाधारण गोष्ट केली. त्यांनी एक नवीन मागणी केली आणि मागण्यांच्या यादीत ती सर्वांत पुढे ठेवली. ही मागणी अधिक वजनदार होती आणि ती दक्षिण आफ्रिकेतील भारतीय समाजाला तात्पुरता दर्जा द्यावा की कायमस्वरूपी दर्जा द्यावा, या मध्यवर्ती प्रश्नाला थेटपणे आणि स्पष्टपणे भिडत होती. या मागणीचे मूलगामी अर्थ होते, अत्यंत दारिद्र्यात असलेल्या भारतीयांचे, म्हणजेच नाताळच्या कंत्राटी मजुरांचे भविष्य त्यावर अवलंबून होते; ते मजूर ज्या व्यवस्थेअंतर्गत काम करत होते, जिला गांधींनी फार पूर्वीच 'गुलामगिरीच्या समान' दर्जा दिला होता. अचानकपणे माजी कंत्राटी कामगारांवर लादला गेलेला वार्षिक तीन पौंडांचा कर रद्द करावा, या मागणीला त्यांनी आपल्या नवीन सत्याग्रह चळवळीचे मुख्य उद्दिष्ट बनविले; दोन वर्षांपासून ते या चळवळीचा बडगा ते दाखवत होते.

जवळजवळ दोन दशकांपेक्षाही जास्त काळ गांधींचा कंत्राटी मजुरी पद्धत आणि ज्याला गांधी 'द ब्लड टॅक्स' म्हणायचे तो १८९५ मध्ये केला गेलेला कर आणि ज्यामुळे कंत्राटी मजुरांचे कंत्राट संपल्यावर त्यांना जबरदस्तीने भारतात पाठविले जायचे किंवा पुन्हा काम देण्यासाठी त्यांना नवीन कंत्राटावर सही करण्यास भाग पाडले जायचे, याला असलेल्या विरोधाची ही तर्कशुद्ध आणि अटळ परिणती होती, असे या कृतीबद्दल म्हटले जाते.

ही कहाणी अधिक गुंतागुंतीची आहे. मूळ प्रस्तावात, प्रत्येक माजी कंत्राटी कामगारावर पंचवीस पौंडांचा कर लादण्याची तरतूद होती. ही रक्कम त्याच्या वार्षिक मिळकतीपेक्षा कितीतरी जास्त होती आणि त्यामुळे त्याला उदरनिर्वाह करणे अवघड होऊन बसणार होते. नाताळ भारतीय काँग्रेसने नोंदविलेल्या निषेधाचा मूळ मसुदा स्वत: गांधींनीच तयार केला होता आणि ज्या वेळी हा प्रश्न व्हाइटहॉलमधील बादशाही अधिकाऱ्यांपुढे मांडला गेला, तेव्हा त्यांनी तो कर कमी करून प्रत्येक स्त्री, पुरुष, बालक यांच्यासाठी तीन पौंड केला, जो महिन्याला एक पौंड कमाई झाली तरी स्वत:ला धन्य समजणाऱ्या कामगारांसाठी डोईजडच होता. वर्षानुवर्षे ही करवसुली अपूर्ण असायची; पण कर भरू न शकणाऱ्या माजी कंत्राटी मजुरांच्या दंडाची रक्कम वाढली की, गोरे न्यायदंडाधिकारी त्यांना त्याबद्दल तुरुंगात पाठवायचे. यापूर्वी कंत्राटी आणि माजी कंत्राटी कामगारांच्या दैन्याकडे गांधी वगळता कोणीही लक्ष वेधले नव्हते. 'भुकेने उपाशी मरणाऱ्याला खरोखर घरच नसते,' १९०३ मध्ये त्यांनी लिहिले. 'ज्या ठिकाणी तो किमान स्वत:चे पोट भरू शकतो, तेच त्याचे घर असते.' या मानकानुसार, नाताळ हे त्यांच्यासाठी दारिद्र्याने बरबटलेल्या भारतीय खेड्यांपेक्षा अधिक योग्य 'घर' होते, असे म्हटले पाहिजे.

पण ट्रान्सवालला असताना गांधी कायम कंत्राटी मजुरांच्या प्रश्नातच व्यग्र नव्हते. हे मजूर आणि त्यांच्या समस्या या नाताळमध्ये होत्या, गांधींच्या नजरेपासून

अगदी दूर, वेगळ्या काढलेल्या. १९११ मध्ये जेव्हा त्या जाचक कायद्याच्या विरोधात दुसऱ्या पिढीच्या भारतीयांनी चळवळ सुरू केली, तेव्हा टॉलस्टॉय फार्मला राहत असलेले गांधी त्यात कुठेही नव्हते आणि त्यांना केल्या गेलेल्या मदतीच्या आवाहनांनाही त्यांचा थंडा प्रतिसाद होता असे वाटते. कदाचित, नवीन मागण्यांसाठी केल्या जाणाऱ्या नवीन चळवळींसाठी आपले वजन खर्ची घालण्याने स्मट्सबरोबर चाललेल्या वाटाघाटी फिसकटतील, असा हिशेब त्यांनी केला असेल किंवा कदाचित, भविष्यकालीन तरुण नेत्यांनी उभ्या केलेल्या आव्हानांची चाहूल लागून त्यांचा अहंकार दुखावला गेला असेल. त्यांचा इरादा काहीही असो, त्या कायद्याविरोधातील चळवळीचा प्रमुख त्यांच्या पसंतीस उतरला नव्हता, हे स्पष्टच दिसत होते. तो होता, 'आफ्रिकन क्रॉनिकल'चा मस्तीखोर आणि स्वतंत्र विचारांचा संपादक पी.एस. अय्यर; त्याचा गांधींविषयीचा दृष्टिकोन–जो वेळोवेळी त्याच्या साप्ताहिक वृत्तपत्रांमधून दिसून येत असे–आधी त्यांच्याविषयी आदरभाव बाळगणारा होता; तो हळूहळू बदलत जाऊन त्यांची निंदा करणारा झाला आणि पुढे जाऊन त्याचे तिरस्कारात रूपांतर झाले, हे परिवर्तन पूर्वानुमानित नव्हते. तीन पौंडांच्या कराविरुद्ध चळवळ करण्यासाठी एक समिती स्थापली गेली असून, अय्यर तिचा सचिव असल्याची एक छोटी बातमी 'इंडियन ओपिनियन'ने छापली होती. त्यानंतर ती चळवळ याचिका आणि सभांच्या माध्यमातून महिनोन्‌महिने चालत राहिली आणि ज्या ज्या वेळी तिचा भारतीयांच्या हिताशी संबंध येई, त्या त्या वेळी नियमितपणे त्या बातम्या गांधींचे वृत्तपत्र छापत असे; पण अय्यरच्या समितीचा उल्लेख मात्र त्यानंतर कधीच केला गेला नाही. त्यानंतर, पोलाकने अय्यरच्या बाजूने गांधींना चुकून काहीतरी लिहिले, तेव्हा त्यांनी उत्तर दिले, "तुझ्या पत्रात तू लिहिलेल्या काही गोष्टी मी वाचल्या, तरी मी अजूनही अय्यरच्या हेतूंवर विश्वास ठेवू शकत नाही. तो वारा येईल तशी पाठ फिरवणारा आहे. तो आज एक लिहील आणि उद्या अगदी त्याच्या विरुद्ध लिहील." जोहान्सबर्गचे गांधी गोऱ्यांकडून नव्हे, तर आपल्याच माणसांकडून होणाऱ्या टीकेला कसे सरावलेले नव्हते हे तर या प्रसंगातून दिसून येतेच, पण ते 'आफ्रिकन क्रॉनिकल' वाचत होते, हेसुद्धा या पत्रातून सिद्ध होते.

अय्यरची चळवळ फार पुढे गेली नाही. त्याच्याकडे संघटनात्मक कौशल्याचा अभाव होता असे दिसते आणि ज्यायोगे तुरुंगात जावे लागेल अशा कोणत्याही प्रकारचा वैयक्तिक त्याग करण्याची त्याची तयारी नव्हती; पण त्याच्या चळवळीमुळे गांधींसमोर पुन्हा एकदा कराची समस्या उभी ठाकली. स्त्रियांवरील कर रद्द होईल; भारतीय चळवळीमुळे नाही, तर गोऱ्यांचा चांगुलपणा सिद्ध करण्यासाठी स्मट्स असे करतील, असे गांधींना वाटत होते. त्या दोघांनी याच कल्पनेवर चर्चा केली होती. अधिक क्रियाशील मार्गाचे स्वागत करायला गांधी उत्सुक नव्हते. त्या

कराविरुद्ध ते स्वत:च एक चळवळ सुरू करू शकतात, अशी सूचना गांधींना त्या काळातील 'इंडियन ओपिनियन'चा संपादक अल्बर्ट वेस्ट याने केली होती; पण त्याचा अर्थ गांधींना टॉलस्टॉय फार्म सोडून दरबानला यावे लागले असते. १९११ हे वर्ष संपतानाचा तो काळ होता आणि गांधी या गोष्टीसाठी तयार नव्हते. त्यांनी ती सूचना धुडकावून लावली; ही गोष्ट त्यांच्या स्वभावाविरुद्ध होती. 'सध्या मी तिथल्या समाजाची नाडी ओळखण्याच्या मन:स्थितीत नाही,' त्यांनी लिहिले. 'या चळवळीचा नेता होण्याइतका मी स्वतंत्र आहे असे मला वाटले असते, तर मी क्षणाचाही विलंब न करता तिच्यात उडी घेतली असती; पण अगदी आत्ताही, मी त्या स्थितीत नाही.' कदाचित वेस्टने स्वत:च ही चळवळ सुरू करावी, त्यांनी म्हटले; एखाद्या इंग्लिश व्यक्तीसाठी हा एक असंभवनीय सल्ला होता; पण जर त्याने असे केले तर 'अय्यर जे करत आहे, त्या मार्गात त्याने अडथळा बनून येऊ नये.' असे दिसते की, अय्यर गांधी किंवा वेस्ट यांच्याकडून किंवा त्या दोघांकडून मदतीची अपेक्षा करत होता. गांधींनी 'अय्यरच्या पत्रांचा' उल्लेख केला होता, जी त्यांनी वेस्टला परत दिली, कारण ती स्वत:जवळ ठेवण्याची त्यांची इच्छा नव्हती. तरीही हा विषय ते सोडून देऊ शकत नव्हते. एक आठवड्यानंतर, त्यांनी वेस्टला पुन्हा एकदा लिहिले आणि कराविषयी अधिक आकडेवारी गोळा करायला सांगितले, ज्यामुळे गौरवर्णीयांपुढे ती मांडून त्यांना याबाबत विचार करायला भाग पाडता येईल आणि त्यामुळे या विषयाविरुद्धचा निष्क्रिय प्रतिरोध टाळता येईल.

या तीन पौंडांच्या कराबद्दल 'इंडियन ओपिनियन'मध्ये छोटे छोटे लेख लिहिल्यानंतर गांधी टॉलस्टॉय फार्मवर, त्या विषयावर पुढे प्रत्यक्षात काहीही न करता जवळजवळ वर्षभर राहिले. त्या लेखांचे वैशिष्ट्य म्हणजे, दरबानमधील तडतडणाऱ्या चळवळीविषयी त्यात पुसटसाही उल्लेख केलेला नव्हता. गांधींचा नुकताच 'आमचा पूजनीय, आदरणीय नेता' आणि 'नि:स्वार्थी, उदार व्यक्ती' म्हणून उल्लेख करणारा अय्यर आधी धुसफुसला आणि मग जळफळला.

अलीकडेच भारतातून आलेल्या आणि मुस्लिमांशी सख्य करण्याच्या गांधींच्या आग्रहाला तीव्र विरोध असणाऱ्या शंकरानंद नावाच्या एका स्वामींनी जेव्हा अय्यरच्या या तटस्थ आणि गैरहजर नेत्यावर टीकास्त्र सोडले, तेव्हा हा विद्रोही संपादक गांधींच्या बाजूने उभा ठाकला होता. आपल्या नेतृत्वाखाली दक्षिण आफ्रिकेतील भारतीयांनी धार्मिक ताणतणावांवर मात केली आहे, असे स्वप्नरंजन जरी गांधींनी केले, तरी नवीन आलेल्या माणसाला धार्मिक भेदभावाची ठिणगी पुन्हा चेतविणे अवघड नाही, अशी चिथावणी स्थानिक हिंदूंकडून त्या तथाकथित स्वामीला मिळत होती. स्वत:चे घोडे पुढे दामटत स्वामींनी कानपिचक्या दिल्या की, हिंदूंना ''त्यांचा नेता म्हणून एका टॉलस्टॉयवाद्याची नव्हे, तर एका संपूर्ण हिंदूची गरज आहे.''

अय्यर ताबडतोब गांधींचे समर्थन करायला पुढे सरसावला. त्याने असे लिहिले की, हा नवागत 'संन्याशाच्या बुरख्यात लपलेला' एक राजकारणी आहे. जर आपण 'गांधींची जागा घेऊ शकू' असे या स्वामींना वाटत असेल, तर 'कुणाला पटो किंवा न पटो हे स्वप्न प्रत्यक्षात उतरणे अशक्य आहे, हे सांगणे आमचे कर्तव्य आहे.'

त्यानंतर केवळ दहाच महिन्यांनी अय्यरने गांधींवर आणि 'इंडियन ओपिनियन'वर असा आरोप केला की, 'तीन पौंडांचा कर रद्द करण्याची मागणी करणाऱ्या समितीला नामशेष करण्यासाठी त्यांनी शक्य ते सगळे प्रयत्न केले.' 'फिनिक्सच्या महान संता'च्या विरोधात आता दंड थोपटून उभ्या राहिलेल्या 'आफ्रिकन क्रॉनिकल'च्या संपादकाने आता त्याच्या वृत्तपत्राची पाने अत्यंत कडवटपणे पण ठामपणे हे लिहिण्यासाठी खर्ची घातली की, आपण जी चळवळ सुरू करण्याचे प्रयत्न केले, तिला गांधींकडून मान्यता मिळाली नाही, 'कारण ती त्यांनी सुरू केली नव्हती.' हा विस्फोट नियंत्रणाबाहेर चालला होता. त्याच्या आक्षेपात थोडेफार तथ्य होते. त्याने गांधींच्या 'सार्वदेशिक अनुयायां'वर टीकेची झोड उठविली, त्याचा रोख स्वाभाविकपणे पोलाक आणि कालेनबाख यांच्या ज्यू पार्श्वभूमीकडे होता; ज्यांना त्याने उपहासाने त्या नेत्याचे 'विश्वासू पंतप्रधान' म्हटले. स्वत:ची निराशा आणि असूया उघड करत त्याने विचारले की, गांधींना भारतीयांवर अवलंबून राहणे इतके जड का जाते?

'संताच्या भूमिकेत शिरण्याआधी मि. गांधी एक चांगला माणूस असतीलही,' अय्यरने पुढे लिहिले, 'पण कोणत्याही धार्मिक गुरूने नियुक्त न करता जेव्हापासून त्यांनी स्वत:च ही भूमिका स्वीकारली आहे, तेव्हापासून मानवी दुःखे आणि मानवी दोष यांच्याप्रति त्यांचा दृष्टिकोन संवेदनाहीन नसला तरी तटस्थ मात्र नक्कीच बनला आहे.' गांधी त्या देशातून निघून जाण्याआधी सात महिने म्हणजे १९१४ सालच्या सुरुवातीला जेव्हा हे लिहिले गेले, तोपर्यंत शेवटच्या सत्याग्रह चळवळीने नाताळच्या खाणींमधील आणि मळ्यांमधील काम काही काळासाठी ठप्प झाले होते आणि जो प्रश्न धसाला लावण्यासाठी अय्यर धडपडत होता ते पौंडांचा कर रद्द करण्याचे श्रेय अय्यरच्या अपयशाचे मूर्तिमंत प्रतीक बनून पुढे आलेल्या व्यक्तीला अगदी मिळण्याच्या बेतात होते. आतापर्यंत पूर्णत: दुरावलेल्या त्या संपादकाला असे वाटले की, आपल्या हातातील प्रश्न गांधींनी चोरला आहे आणि एवढेच नाही, तर तो सोडविल्यानंतर आपल्याला मिळणारा सन्मानही त्यांनी हिरावून घेतला आहे.

या सर्व प्रकाराला १४ नोव्हेंबर १९१२ रोजी एक वळण मिळाले, जेव्हा त्यांच्या दक्षिण आफ्रिकेच्या दौऱ्याच्या अखेरीस गोपाळ कृष्ण गोखले यांनी लुइस बोथा आणि जॅन स्मट्स या माजी बोअर कमांडर्सबरोबर प्रिटोरिया येथे पंतप्रधान कार्यालयात चर्चा केली. कंत्राटी मजूर पद्धत बंद करण्यासाठी गोखलेंनी भारतात एक मोहीम उघडली होती. ज्या दरिद्री भारतीय खेड्यांमधून हे मजूर पळून गेले होते,

तेथे त्यांना परत पाठविण्यासाठी लादल्या गेलेल्या या कराचे व्यावहारिक आणि प्रतीकात्मक महत्त्व गोखल्यांनी हेरले. त्यांनी त्या दोन आफ्रिकानेर्सना असे सांगितले की, हा कर प्रभावहीन आणि अन्यायकारक आहे; शिवाय त्यामुळे भारत आणि दक्षिण आफ्रिका यांच्यातील संबंध बिघडतील; म्हणून तो रद्द करणेच हिताचे आहे. आपल्या पाहुण्याला खूश करण्यासाठी उत्सुक असलेल्या त्या दोघांनी कोणतेही बचावात्मक कारण पुढे केले नाही. या पाहुण्याला त्यांनी असे भासविले की, नाताळच्या गोऱ्यांचे मन वळविण्यासाठी आवश्यक असलेले राजकारण ते पार पाडतील. गोखल्यांना त्यांचे आश्वासन एखाद्या वचनासमान भासले.

ही बातचीत गोखल्यांनी आपणहोऊन केली असेल, हे काही अशक्य नव्हते; पण दौऱ्याच्या प्रत्येक दिवशी त्यांच्याबरोबर सावलीसारख्या वावरणाऱ्या गांधींच्या सांगण्यावरून त्यांनी ही बोलणी केली असावीत, अशी शक्यता अधिक आहे. त्या दोन मंत्र्यांसोबत बातचीत करताना त्यांचे जुने प्रतिस्पर्धी असलेले गांधी त्या ठिकाणी उपस्थित नसतील तर बरेच होईल, यावर जरी दोघांचे एकमत झाले असले तरी या भेटीची तयारी करण्यासाठी त्यांनी आदल्या दिवशीची संध्याकाळ खर्ची घातली होती. काही दिवसांपूर्वी, या तीन पौंडांच्या कराविषयी गोखल्यांशी खासगीत आणि जाहीरपणे बोलण्याची संधी पी.एस. अय्यरला मिळाली होती. त्याने लिहिले, 'गांधींभोवती असलेल्या कोंडाळ्याने' आपल्यासारख्या मच्छरांपासून अभ्यागताचा बचाव करण्याची 'संपूर्ण दक्षता' घेतलेली असूनही ही संधी साधता आली. अय्यरच्या म्हणण्याप्रमाणे 'खूप काळापासून हृदयाच्या जवळ' असलेल्या विषयाबद्दल त्याने धरलेला आग्रह अखेरीस महत्त्वाचा ठरला. काहीही असो, टॉलस्टॉय फार्मचे गांधी, जे एक वर्ष आधी या कराविरुद्धच्या चळवळीत 'उडी' घ्यायला तयार नव्हते, ते आता नाताळला परत जाण्याच्या तयारीत होते. ते लढ्याच्या तयारीने जरी जात नसले, तरी या प्रश्नाचा उच्च पातळीवर छडा लावण्याची कल्पना त्यांना, त्रासदायक अय्यरला मात देण्याचा एक मार्ग म्हणून भावली असावी आणि त्यापेक्षाही महत्त्वाचे म्हणजे, आत्यंतिक दारिद्र्यात खितपत पडलेल्या भारतीयांपुढे 'आ' वासून उभी असलेली कराची समस्या आपल्यासाठीही किती महत्त्वाची आहे, हे दाखवून देण्याची ती एक संधी होती.

अहंकारांच्या या संघर्षापलीकडे आणि भारतातील त्यांच्याविषयीच्या मतापलीकडे जाऊन तो मूळ प्रश्न तसाच उरत होता. पंधरा वर्षांनंतर गांधींनी लिहिले की, स्मट्स यांनी जरी मूळ तडजोडीचा स्वीकार केला असला, तरी तो कर रद्द करण्यासाठी 'नव्याने संघर्ष' करणे गरजेचे होते, कारण त्या तडजोडीत या कराचा उल्लेखही केला गेला नव्हता. त्या वेळी गांधी संघर्षाच्या पवित्र्यात असल्याचे कोणतेही चिन्ह आढळून येत नाही. प्रत्यक्षात, त्यांनी हळहळ व्यक्त करून हे मान्य केले की,

कंत्राटी मजुरांचा हा प्रश्न त्यांनी व इतर स्वतंत्र भारतीयांनी खूप काळ बाजूला टाकून दिला होता. नाताळला परतल्यावर ज्या माजी मजुरांनी कराराचा भंग केला होता किंवा कर भरला नव्हता, त्यांना ठोठावण्यात आलेल्या कारावासाच्या शिक्षांचे पुनर्विलोकन करताना पश्चात्तापदग्ध गांधींनी म्हटले, ''या सगळ्याला आपणच जबाबदार नाही का? आपल्याच दारापाशी मदतीची याचना करणाऱ्यांची हाक आपण ऐकली नाही! या अपराधीपणाच्या भावनेचं किती मोठं ओझं आपण वाहणार आहोत हे कुणी सांगेल का? आपल्या आसपास असलेल्यांचं दुःख वाटून घ्यावं याबद्दल सर्व धर्मांनी सांगितलेलं आहे. मात्र, आपण हे करू शकलो नाही.''

जोहान्सबर्गहून फिनिक्सला परतलेल्या गांधींना ही जाणीव थोडीशी अनिच्छापूर्वकच झाली. त्यांनी हा कराचा प्रश्न हेरला नव्हता. असे म्हणता येईल की, तो प्रश्नच त्यांना शोधत आला; पण हा योग्य प्रश्न होता, खास करून दक्षिण आफ्रिकेतील त्यांच्या नाट्यमय कालखंडातील तिसऱ्या अंकातील परमोच्चबिंदू म्हणून शोभून दिसणारा. ते जर त्यांचे उर्वरित आयुष्य इथल्या लोकांच्या समान हक्कांसाठी भांडण्यात घालवू शकणार नव्हते, तर किमान कंत्राटी कामगारांच्या मनात विश्वास तर जागवून जाऊ शकत होते. ते जातीविषयी व अस्पृश्यतेविषयी, 'उच्च-नीच' भेदभावाविषयी, शरीरश्रमाच्या प्रतिष्ठेविषयी ज्या ज्या गोष्टी शिकले होते त्या सगळ्या या संघर्षासाठी त्यांच्या कामी येणार होत्या. सुरुवातीला हे शिक्षण पुस्तकी होते, एक गंभीर प्रकृतीच्या बॅरिस्टरने टॉलस्टॉय आणि रस्किन यांचे काढलेले सार. आता युद्ध, तुरुंग आणि टॉलस्टॉय फार्म यांच्या अनुभवांमधून गेल्यानंतर; तसेच पहाटे आणि संध्याकाळी शहराच्या मध्यवर्ती ठिकाणाकडे जाताना व तेथून परत येताना कालेनबाखबरोबर कुरणातून केलेली वाटचाल आणि कुटुंबापासून अलिप्त राहणे, यामुळे गांधींमधील वकील बाजूला होऊन सामूहिक कृती धोरण आपलेसे करणारा एक आध्यात्मिक साधक पुढे आला होता.

एक संस्मरणकार म्हणून, आमच्या काळच्या अनेक लेखकांप्रमाणे गांधींकडेही एक-दोन दशकांपूर्वी झालेली संभाषणे अक्षरशः आठवण्याचे कौशल्य होते. जणूकाही त्यांनी टेपच केले असावे, असे त्यांना गोखल्यांचे बोल आठवत होते; बोथा आणि स्मट्स यांच्या भेटीनंतर ते म्हणाले : ''तुम्ही वर्षभराने भारतात परत आलेच पाहिजे. सगळ्या गोष्टी सुरळीत झाल्या आहेत... तीन पौंडांचा कर रद्द होईल.''

'मी याबद्दल अतिशय साशंक आहे,' गांधी स्वतःचे उत्तर आठवताना लिहितात. 'मी जेवढे त्या मंत्र्यांना ओळखतो, तेवढे तुम्ही ओळखत नाही. मी स्वतः एक अत्यंत आशावादी मनुष्य असल्याने तुमचा आशावाद मला आवडला; पण वेळोवेळी निराशा पदरी पडल्याने मी तुमच्याइतका या प्रकरणात आशावादी नाही.'

''बारा महिन्यांच्या आत तुम्ही भारतात परतलंच पाहिजे आणि मी कोणतीही

सबब ऐकून घेणार नाही,'' गांधींच्या आवृत्तीतील गोखले पुन्हा एकदा म्हणतात.

गांधी आणि गोखले यांच्याबरोबर झालेल्या तथाकथित करारनाम्याचे विधेयकात रूपांतर करण्यासाठी गोऱ्या संसदेत १९१३ च्या एप्रिलमध्ये जेव्हा स्मट्स उभे राहिले त्या वेळी काहीशा अशाच पद्धतीने पार्श्वभूमी तयार झाली होती. भारतीय स्त्रिया व मुले यांना यापुढे हा कर भरावा लागणार नव्हता; पण जे कामगार करार संपल्यानंतर पुन्हा करारबद्ध होणार नाहीत किंवा आपल्या देशात परत जाणार नाहीत, त्यांना मात्र तो भरावा लागणार होता. दुसऱ्या शब्दात सांगायचे तर, जे लोक स्वातंत्र्याचा उपभोग घेऊ इच्छित होते ते. हा कर पूर्णपणे रद्द केला जाईल, अशा प्रकारचे कोणतेही वचन आपण दिले नसल्याचे मंत्रिमहोदयांचे म्हणणे होते. हा गोखल्यांचा आणि पर्यायाने भारताचा अपमान असल्याचे गांधींनी सांगितले. आपण ज्या लढ्याची योजना आखत आहोत, त्यातून फारसे निष्पन्न होईल असे वाटत नसतानाही गांधींनी दक्षिण आफ्रिकेतील शेवटच्या मोहिमेची तयारी सुरू केली.

कंत्राटी कामगारांचे नेतृत्व करताना

१९१३ची महान सत्याग्रह चळवळ हा गांधींच्या जीवनप्रवासातील एक ठळक मैलाचा दगड आहे; चरित्रातील एक असे प्रकरण जे सहज नजरेआड करता येणार नाही. ही चळवळ त्यांच्यासाठी प्रभावी राजकीय कृतीचे एक प्रारूप किंवा आदर्श नमुना बनली. ही चळवळ प्रत्यक्षात आली नसती तर भारतात जनसमूहाचे नेतृत्व करण्याचे धैर्य त्यांना प्राप्त झाले नसते. तरीही युनियन ऑफ साउथ आफ्रिका या राष्ट्र-राज्य टप्पा गाठण्यासाठी अजून बाल्यावस्थेत असलेल्या देशातील चिडखोर, भांडखोर गोऱ्या राजकारणासाठी सत्याग्रह ही एक अत्यंत गौण बाब होती– जास्तीतजास्त एक तात्पुरता चित्रविक्षेप. भारतीयांचा दर्जा हा 'पूर्णपणे एक बिनमहत्त्वाचा प्रश्न' असल्याचे स्मट्स नंतर म्हणाले. त्यांच्या म्हणण्याचा अर्थ असा होता की, भारतीयांचे हक्क हे कृष्णवर्णीयांच्या हक्कांविषयीच्या मोठ्या प्रश्नाचाच एक भाग होता आणि कृष्णवर्णीयांच्या हक्कांचा विचार ही एक अशक्यप्राय गोष्ट होती. ''दक्षिण आफ्रिकेतली आमची समाजव्यवस्था ही असमानतेच्या पायावर आधारलेली आहे,'' ते ही गोष्ट ज्या सहजपणाने म्हणाले, तो सहजपणा आजच्या काळात निर्लज्जपणा समजला जाईल; पण त्या काळी ते वाक्य त्यांच्या तर्कातील शहाणपणा दाखवून देणारेच ठरले.

गौरवर्णीय दक्षिण आफ्रिकेच्या राजकीय इतिहासात १९१३ हे वर्ष, आता विस्मरणात गेलेल्या करासाठी भारतीयांनी संघर्ष केला होता, यासाठी नोंदले गेलेले नाही. तर, ब्रिटिश साम्राज्यात दक्षिण आफ्रिकेचे नक्की स्थान कोणते, यावरून त्या वेळी सत्तेत असलेल्या बोअर युद्धातील जनरल्समध्ये मतभेद झाले होते, यासाठी स्मरणात राहिले आहे; याशिवाय त्या देशात कोणत्या गौरवर्णीयांची सत्ता असली पाहिजे यावरही त्यांच्यात मतभेद होते. आफ्रिकानेर्स आणि इंग्रजी भाषक गोरे यांच्यात ऐक्य घडवून आणणारा जो 'दिलजमाई' कार्यक्रम ब्रिटिशांनी आखला होता, तो स्मट्स आणि त्यांचे पंतप्रधान लुइस बोथा यांनी आपलासा केला होता; तसेच राजेशाहीशी आणि आंतरराष्ट्रीय संबंधांशी निगडित मुद्द्यांवर व्हाइटहॉलबरोबर त्यांची एकवाक्यता होत नव्हती ती वेगळीच! 'साउथ आफ्रिका फर्स्ट' या घोषणेसोबत जिचा अर्थ आधी आफ्रिकानेर्स असा होता. आणखी एका घटकाची अशी मागणी

होती की, बोअर युद्धात हरलेल्यांनी कोणालाही झुकते माप देऊ नये आणि वांशिक विभक्ततेचा कार्यक्रम अधिक कडकपणे राबवावा. त्या वर्षी नोव्हेंबरमध्ये अलग झालेला, स्वत:ला राष्ट्रवादी म्हणवून घेणारा हा गट भविष्यात एक लाट बनून आला; पण त्यापेक्षाही मोठा राष्ट्रवाद, म्हणजेच दडपलेल्या बहुसंख्य आफ्रिकन लोकांचा धबधबा येऊन कोसळेपर्यंतच ही लाट टिकली.

१९१३ मध्ये गोऱ्यांमधील अस्वस्थता आणि आपापसातील मतभेद फक्त उच्चपदस्थ माजी जनरल्सपर्यंतच मर्यादित राहिले नव्हते. खूप मोठा फायदा देणाऱ्या सोन्याच्या खाणींवर आधारलेल्या नवीन औद्योगिक समाजाचा पाया जुलैमध्ये गोऱ्या खाणकामगारांनी काही काळासाठी केलेल्या साधारण संपामुळे हादरला होता. सहा महिन्यांनंतर गोऱ्या रेल्वे कर्मचाऱ्यांनी आणखी एक संप केला. पहिल्या संपादरम्यान त्यात सामील झालेल्या उदयोन्मुख कामगार संघटना आणि त्यांचे साथीदार अराजकवादी गट यामधील हजारोंच्या संख्येने गोऱ्या खाणकामगारांनी जोहान्सबर्गच्या मध्यवर्ती ठिकाणाचा ताबा घेतला. त्यांनी रेल्वे स्टेशनला आणि खाणमालकांची बाजू घेणाऱ्या 'द स्टार' या वृत्तपत्राच्या कार्यालयांना आगी लावल्या. नंतर त्यांनी आपले लक्ष 'रँड क्लब' या त्याच लोकांच्या परंपरागत रक्षणस्थानाकडे वळविले. हे वर्गीय युद्ध होते; पण केवळ गोऱ्यांसाठीचे. (एक दशकानंतर, दुसऱ्या एका तथाकथित सर्वसाधारण संपादरम्यान हाच रंगावर आधारित मूलतत्त्ववाद मार्क्स आणि एन्जेल्स यांच्याकडून घेतलेल्या एका अमूल्य घोषवाक्यातून स्वत:ला व्यक्त करणार होता : 'जगातील कामगारांनो, गोऱ्या दक्षिण आफ्रिकेसाठी लढा आणि एक व्हा!')

१९१३ मध्ये स्मट्स यांना अजून त्यांचे सैन्य उभारायचे होते. या माजी बोअर कमांडरला संपकऱ्यांना दडपण्यासाठी दोन राजेशाही घोडेस्वारांच्या तुकड्यांवर विसंबावे लागले होते; म्हणजेच ब्रिटिश सैनिकांवर. त्या संपकऱ्यांमधील काही लोक बोअर युद्धात स्मट्स आणि बोथा यांच्या नेतृत्वाखाली त्याच ब्रिटिश तुकड्यांविरुद्ध लढले असावेत. सैन्याच्या तुकड्यांनी रँड क्लब वाचविला, एकवीस संपकऱ्यांना यमसदनाला धाडले; पण बंडाचा मात्र त्यांना बीमोड करता आला नाही. स्मट्स आणि बोथा सुरक्षारक्षकांशिवाय स्वत: जेव्हा तेथे आले आणि खाणकामगारांच्या मागण्यांपुढे त्यांनी मान तुकविली, तेव्हाच दंगा शांत झाला. स्मट्स म्हणाले, ''हा घोर अपमान होता.''

या दोन गोऱ्यांच्या संपांमधील गोंधळाच्या काळात सत्ताधारी पक्षाची शकले होण्याच्या बेतात असताना गांधींनी आपली चळवळ सुरू केली. नंतर त्यांनी ती एका घडामोडीशून्य काळात सुरू झाल्याची नोंद केली, जणूकाही त्या देशात फक्त भारतीयांचे आणि अनियंत्रित सत्ताधाऱ्यांचेच वास्तव्य होते. त्यांच्या अनेक चरित्रकारांनी

त्यांचीच री ओढली आहे. त्यांनी दक्षिण आफ्रिकन संदर्भाकडे पुरेसे लक्ष दिलेले नाही किंवा संपूर्ण दुर्लक्ष केले आहे. आजूबाजूला काय चालले आहे याकडे गांधींचे अजिबात लक्ष नव्हते असे नाही. गोऱ्यांविरुद्ध गोरे या वर्गसंघर्षाविषयी त्यांनी 'इंडियन ओपिनियन'मध्ये एक लांबलचक लेख लिहिला. त्यांच्या समग्र लेखनाचे संपादन करणाऱ्यांनी तळटिपेत ज्या वाक्प्रचाराला 'एक गुजराती वाक्प्रचार' म्हटले आहे; त्याचा वापर करत गांधींनी लिहिले की, राईचा पर्वत केला गेला आहे (स्वत: 'न्यू टेस्टामेंट'चे विद्यार्थी असलेल्या गांधींना कदाचित तो मॅथ्यू १७:२० होता हे माहीत असावे). गोऱ्यांच्या अस्वस्थतेचा जर दक्षिण आफ्रिकेतील भारतीयांवर काही परिणाम झाला असेल, तर तो टिपण्यात गांधी कमी पडले; पण तोपर्यंत फिनिक्सहून त्यांनी मंत्र्यांना तारा पाठवून नवीन निष्क्रिय प्रतिरोध सुरू करण्याचे इशारे देण्याचा सपाटाच लावला होता. सरकार जर तीन पौंडांचा कर रद्द न करण्याबद्दल आणि नवीन स्थलांतर कायदा करण्यावर ठाम असेल, तर हा प्रतिरोध होणारच, असा धमकीवजा इशारा त्या तारांमध्ये गांधी देत होते; या कायद्याने सगळे भारतीय 'प्रतिबंधित विदेशी' ठरणार होते.

या अडचणी कमी होत्या की काय म्हणून आणखी एक नवीन कटकट सुरू झाली. केप प्रॉव्हिन्स येथील न्यायालयाने असे म्हटले की, पारंपरिक पद्धतीने झालेल्या भारतीय विवाहांना–हिंदू, मुस्लीम आणि पारशी–दक्षिण आफ्रिकेतील कायद्यात कोणतेही स्थान नाही; हा कायदा केवळ न्यायाधीशांसमोर, राज्याने मंजूर केलेल्या अधिकाऱ्यांसमोर किंवा ख्रिश्चन पाद्र्यांसमोर झालेले विवाहच ग्राह्य धरणार होता. याचा अर्थ, अगदी थोडे भारतीय ख्रिश्चन सोडले तर इतर भारतीय स्त्रिया या विवाहबाह्य होत्या आणि त्या देशातील कायद्याच्या नजरेत त्यांची मुले अनौरस ठरत होती; आधीच कमजोर असलेले त्यांचे निवासी हक्क त्यामुळे आणखी कमकुवत होणार होते.

गांधी टॉलस्टॉय फार्मला निघून गेल्यापासून भारतीय समाज एक प्रकारच्या औदासीन्याच्या आणि अलिप्ततेच्या छायेत वावरत होता, तो या विवाहाच्या प्रश्नामुळे खडबडून जागा झाला. एप्रिल आणि मे महिन्यात जोहान्सबर्ग येथे सामूहिक सभा घेण्यात आल्या; परंतु आता नाताळला परत गेलेले गांधी या सभांना गैरहजर होते. आजवर चळवळींपासून अलिप्त राहिलेल्या गांधींच्या पत्नीतील विद्रोही क्रांतिकारी महिला या विवाहाच्या प्रश्नामुळे जागी झाली, असे त्यांनीच स्वत: त्या वेळी नमूद केले. हा विषय स्पष्ट करून सांगितल्यावर एप्रिलमध्ये कस्तुरबा त्यांना असे म्हणाल्याचे गांधींनी लिहून ठेवले आहे, ''म्हणजे, या देशाच्या कायद्यानुसार मी तुमची पत्नी नाही.'' ''चला, आपण भारतात परत जाऊ.'' आपण आता या लढ्यातून माघार घेऊ शकत नसल्याचे त्यांच्या पतीने त्यांना सांगितले.

मग कस्तुरबा अटक करवून घेण्यासाठी स्वत:होऊन पुढे आल्या किंवा गांधींच्या कहाणीत त्यांनी तसे म्हटले. एखादी महिला असे करू शकते, ही कल्पना यापूर्वी गांधींच्या मनात कधी आली नव्हती. लवकरच त्यांच्या एका इशाऱ्यावर तुरुंगात जायला तयार असलेले महिलांचे एक पथक सज्ज झाले. 'अपमान सहन न करता सरकारशी दोन हात करण्याची हिंमत दाखविणाऱ्या आमच्या बहादूर बहिणींचे आम्ही अभिनंदन करतो,' जोहान्सबर्गमधील चाळीस पत्नींनी अंतर्गत मंत्र्यांना देण्यात येणाऱ्या याचिकेवर सह्या केल्यानंतर गांधींनी लिहिले. या याचिकेचा मसुदा बहुधा गांधींनीच तयार केला होता (कस्तुरबांनी नक्कीच नाही, कारण त्या निरक्षर होत्या).

गांधींना त्यांच्या अगदी सुरुवातीच्या निष्क्रिय प्रतिरोधामागील प्रेरणेचा काही अंश त्यांनी लंडनमध्ये बघितलेल्या महिलांच्या निदर्शनांतून मिळाला होता. भारतीय महिला आता अटक करवून घ्यायला तयार होण्याच्या कल्पनेचा त्यांनी जो स्वीकार केला, त्याचा संबंध या उदाहरणाशी असावा; भिन्न संस्कृतीतील महिलांकडून दाखविली जाणारी ही तयारी त्या काळाच्या दृष्टीने नावीन्यपूर्ण होती. गांधी पुन्हा एकदा राजकीय दृष्टिकोनातून आणि व्यूहरचनात्मक दृष्टीने विचार करू लागल्याचीच ती खूण होती. त्यांचे लक्ष आधी टॉलस्टॉय फार्ममध्ये गुंतले होते आणि नंतर हे वर्ष सुरू झाल्यावर जेव्हा ते फिनिक्स वसाहतीकडे परत आले, तेव्हा आरोग्य आणि आहार यासंबंधी त्यांनी लावलेल्या नवीन शोधांसाठी इतरांचे मतपरिवर्तन करण्यात ते गुंतून गेले होते. ऑगस्टमध्ये संपलेल्या साप्ताहिक लेखमालेच्या तेहेतीस लेखांत गांधींनी, थंड पाण्याचे स्नान आणि चिखलाचे पोटीस, देवीच्या लसीपासून असणारा धोका आणि लैंगिक व्यवहारांपासून उद्‌भवणारी संकटे यावर 'इंडियन ओपिनियन'मध्ये त्यांची मते व्यक्त केली; पण ही मालिका संपविण्याआधीच त्यांनी असे संकेत दिले की, त्यांची पुढची मोहीम ही आधीच्या मोहिमेची केवळ पुनरावृत्ती असणार नाही. एप्रिल महिन्याच्या अखेरीस हर्मन कालेनबाखला लिहिलेल्या पत्रात त्यांनी म्हटले, 'मी एका विस्तृत कार्यक्रमाची रूपरेषा आखली आहे, ती येथे लिहिण्यासाठी मला वेळ नाही.' दोन महिन्यांनी आपल्या विश्वासू साथीदाराला लिहिलेल्या आणखी एका पत्रात ते म्हणतात, 'कंत्राटी मजुरांसाठी काहीतरी करण्याची कल्पना माझ्या मनात घोळत आहे.' विदुषी मॉरीन स्वान यांना हे वाक्य कलाटणी देणारे वाटते. 'यापूर्वी कधीही गांधींनी नाताळच्या निम्नवर्गाच्या प्रश्नांना हात घातला नव्हता,' त्या लिहितात; पण हे जे 'काहीतरी' करण्याचा ते विचार करत होते, ते नेमके काय होते? आणि हे कंत्राटी कामगारां'साठी' जे करायचे होते ते गांधींच्या आधीच्या म्हणजे त्या कामगारां'सोबत'ही करता येऊ शकते या धोरणात अंतर्भूत होते का किंवा त्याला लागू होत होते का? १९१३ च्या चळवळीपर्यंत जी पत्रे आणि लेख त्यांनी लिहिले, त्यात असे असण्याची शक्यता दर्शविणाऱ्या काही संदिग्ध आणि

सूचक विधानांव्यतिरिक्त काहीही नव्हते; पण भारतात परत आलेल्या गांधींनी पंधरा वर्षांनंतर जेव्हा त्या काळातील त्यांच्या आठवणी लिहिल्या, तेव्हा सगळे मागचे तपशील कसे सुव्यवस्थितपणे जागच्या जागी होते. येथे या कराविरुद्धच्या आधीच्या चळवळीमध्ये सामील होण्यासाठी आपण विनंत्या केल्या होत्या हे मान्य न करता ते म्हणतात की, गोखल्यांच्या आणि पर्यायाने सर्व भारतीयांच्या या कराविषयीच्या प्रश्नाच्या अनुषंगाने झालेल्या 'अपमाना'मुळे कंत्राटी मजुरांसाठी चळवळीचा मार्ग मोकळा झाला.

'सत्याग्रह इन साउथ आफ्रिका' या आपल्या दुसऱ्या आत्मचरित्रात्मक खंडात गांधींनी लिहिले, 'जेव्हा या कराविरोधात संघर्ष उभा राहण्याजोगी परिस्थिती निर्माण झाली, तेव्हा कंत्राटी कामगार म्हणून आलेल्या भारतीयांना त्यात सामील होण्याची संधी प्राप्त झाली. आतापर्यंत या वर्गाला या संघर्षापासून दूर राहावे लागले होते.' त्यांनी स्वत:च विचारपूर्वक निर्णय घेऊन त्या वर्गाला या संघर्षापासून दूर ठेवले होते, असा या वाक्याचा अर्थ लावणे तर्काला धरून होईल. गांधींनी कल्पना केली होती, त्यापेक्षा कितीतरी चांगल्या पद्धतीने कंत्राटी मजुरांनी हे प्रश्न समजावून घेतले, गांधी आठवून पुढे लिहितात. त्यांपैकी किती लोक प्रत्यक्ष लढ्यात सामील होतील याचा काहीच अंदाज नसल्याने ते एक रहस्यच होते, असे ते पुढे म्हणतात. या सगळ्याचा मथितार्थ असा लावता येईल की, सप्टेंबरमध्ये चळवळ सुरू होण्यापूर्वी कित्येक महिन्यांपासून कंत्राटी मजुरांना त्यामध्ये सहभागी करून घेण्याची कल्पना गांधींच्या मनात घोळत होती; पण ते प्रतिसाद देतील की नाही याबद्दल त्यांच्या मनात संदेह होता.

३ जुलैला गोऱ्या खाणकामगारांनी हिंसक संप केला त्या दिवसापर्यंत म्हणजे गांधींनी कालेनबाखला लिहिलेल्या पत्रात 'कंत्राटी मजुरांसाठी काहीतरी करण्याची' इच्छा व्यक्त केली. त्यानंतर लगेचचच्या दिवसांमध्ये गांधींच्या विचारांना निर्णायक वळण मिळाले असावे, असाच परिस्थितीजन्य पुरावा दर्शवितो. त्या वेळी गांधी ३० जून रोजी जोहान्सबर्गला स्मट्स यांची भेट घेऊन, खूप काळापासून भिजत पडलेल्या आणि आता धूसर होत चाललेल्या तडजोडीविषयी चर्चा करायला गेले होते. ही बोलणी पुढे सरकण्याची काही चिन्हे दिसत नव्हती, कारण सरकार आपल्याच समस्यांच्या गर्तेत बुडाले होते आणि गोऱ्या खाणकामगारांमध्येही बंडाची आग धुमसत होती, त्याने धास्तावले होते; पण गांधी तरीही थांबले, एक आठवड्यासाठी त्यांनी कालेनबाखच्या माउंटन व्ह्यूवर मुक्काम केला. लागोपाठ दोन दिवस ते थंबी नायडू यांच्या घरी दुपारचे जेवण घ्यायला गेले. थंबी नायडू हे गांधींचे एकमात्र निष्ठावान सत्याग्रही होते. कालेनबाखने तत्परतेने नोंद केली की, तिसऱ्या दिवशी त्यांनी नायडूंच्या घरी रात्रीचे जेवण घेतले. कालेनबाख आपल्याला एवढेच सांगतो

आणि अन्य कुठेही त्या दिवसांची नोंद सापडत नाही; परंतु या जेवणावळी लक्ष वेधून घेण्याइतपत असाधारण आहेत. १९१३ सालापर्यंत एक चिकित्सक यती बनलेल्या गांधींनी बाहेर जेवण घेणे कधीच बंद केले होते, अगदी शाकाहारी घरांमध्येही ते जेवायला जात नसत. जेव्हा ते पूर्वी लोकांमध्ये मिसळत असत किंवा बाहेर जेवत असत, तेव्हा ते त्यांच्या युरोपियन मित्रांबरोबर आणि निकटवर्तीयांबरोबर जात, नायडूंसारख्या अनुयायांबरोबर नव्हे. लागोपाठ तीन दिवस जेवायला जाण्यामागे काहीतरी हेतू असावा, अचानक ठरलेली सत्याग्रहासंबंधीची शिखर बैठक किंवा वैचारिक बैठक जिला आजच्या भाषेत गुफ्तगू म्हणतात; तसे काहीतरी असावे.

दक्षिण आफ्रिकेतील तमिळ लोकांमध्ये अनेक वर्षांपासून असे बोलले जाते की, थंबी नायडूंना काही वेळा आपल्या नेत्याला नेतृत्व करण्यासाठी गळ घालायला लागायची. हा प्रसंगही त्यांपैकीच एक असावा का? ५ जुलै रोजी, म्हणजे ज्या दिवशी रँड क्लबच्या बचावासाठी सैन्याने गोळीबार केला त्या दिवशी, गांधी आणि कालेनबाख माउंटन व्ह्यूपासून शहरात चालत गेले आणि परत आले. या गोळीबाराची अतिशय संक्षिप्त नोंद कालेनबाख घेतो; तो म्हणतो, 'आणखी काही बळी गेले.' त्याच संध्याकाळी त्याच्यात आणि गांधींमध्ये 'प्रदीर्घ चर्चा' होते. ती त्या दिवसांच्या घटनांविषयी होती का? आपल्याला ते कधीच कळणार नाही. साधारण त्याच सुमारास बोथा आणि स्मट्स घटनास्थळी आले आणि काहीही करण्यास असमर्थ ठरल्याने त्यांनी कामगारांच्या मागण्या मान्य केल्या. त्यांच्या माघारीची बातमी द्यायला जळालेला आणि अपंग झालेला 'स्टार' जरी नसला, तरी ती पसरलीच असावी. बोअर युद्धातील जनरल्स दबावापुढे झुकले ही बातमी लपून राहणे शक्यच नव्हते.

गोऱ्या खाणकामगारांच्या उदाहरणावरून थंबी नायडूंना त्यांचा राईचा दाणा सापडला असेल का? त्यांना कोणी हे सांगायची गरज नव्हती की, नाताळच्या कोळसा उत्पादक क्षेत्रातील कंत्राटी भारतीय कामगार हे अधिकतर तमिळ होते. गोऱ्या कामगारांच्या उठावाच्या वेळीच त्यांची गांधींबरोबर जोहान्सबर्गमध्ये भेट झाली, ही योगायोगाने घडलेली सत्य घटना असल्यामुळे असे समजण्यास वाव आहे की, गोऱ्या बंडखोरीपासून त्यांनी काही प्रेरणा घेतली असावी. आपल्याला ही गोष्ट माहीत आहे की, ११ ऑक्टोबर रोजी जेव्हा अकरा भारतीय महिलांनी– त्यातील दहाजणी तमिळ होत्या आणि त्यात थंबी नायडूंची पत्नीही होती– ट्रान्सवाल सीमेवरील व्होल्क्सरस्ट शहरामधून नाताळमध्ये प्रवेश केला आणि स्वत:ला अटक करवून घेतली, तेव्हा त्यांच्यासोबत नायडू होते आणि जेव्हा दोन दिवसांनी त्या कोळसा खाणीचे केंद्र असलेल्या न्यूकॅसलला पोहोचल्या आणि त्यांनी भारतीय कामगारांचे संपावर जाण्यासाठी मन वळविले, तेव्हाही नायडूच त्यांचे मार्गदर्शक

कोळशाच्या खाणींतील संपाच्या वेळी न्यूकॅसलला आगमन, ऑक्टोबर १९१३

होते. त्या प्रदेशाची राजधानी पीटरमारित्झबर्ग येथून प्रकाशित होणाऱ्या 'द नाताळ विटनेस'ने थंबी नायडूंची 'गुंडांचा म्होरक्या' अशी संभावना केली.

कंत्राटी कामगारांच्या संपाची धमकी गांधींनी सरकारला त्रास देण्यासाठी वापरली होती. केवळ दोन आठवड्यांपूर्वी त्यांनी अंतर्गत व्यवहारमंत्र्यांना पत्र लिहून इशारा दिला होता की, 'आम्ही आता जे पाऊल उचलण्याच्या बेतात आहोत... ते अत्यंत धोकादायक आहे.' हे पाऊल म्हणजे, 'जे आता कंत्राटी कामगार म्हणून काम करत आहेत आणि जे त्यांचा करार संपल्यावर तीन पौंडांचा कर भरण्यास बाध्य आहेत, त्यांना आम्ही कर मागे घेईपर्यंत संप करायला सांगू,' असे त्या पत्रात स्पष्टपणे

संपानंतर, बहुधा दरबानमध्ये

लिहिले होते. संपानंतर लगेचच तमिळ महिलांना न्यूकॅसलला पाठविण्याची 'योजना' असल्याचेही त्यांनी नमूद केले होते; त्या तेथे जाऊन कंत्राटी तमिळ कोळसा खाणकामगारांना आंदोलन करण्याचे आवाहन करतील आणि 'तीन पौंडांच्या कराच्या प्रश्नासंदर्भात संपावर जाण्यासाठी त्यांचे मन वळवतील,' असेही पुढे म्हटले होते. एकदा का त्या महिलांनी मार्ग मोकळा केला की, काही दिवसांनी संपावर जाण्याचा इशारा म्हणून गांधी शहरात आगमन करणार होते. 'पण या स्त्रियांच्या केवळ उपस्थितीने वाळक्या गवताला काडी लागली... मी तेथे पोहोचेपर्यंत दोन कोळसा खाणींतील भारतीयांनी काम थांबविलेसुद्धा होते,' गांधींनी लिहिले.

गांधींनी अंतर्गत व्यवहारमंत्र्यांना गंभीर इशारा दिला होता : 'चळवळ फोफावली की, ती नियंत्रणाबाहेर जाईल आणि मग ती कुणाच्याच ताब्यात राहणार नाही.' येथे

आपण निष्क्रिय प्रतिरोधातील निष्क्रिय-आक्रमक नेत्याला सक्रिय झालेले पाहू शकतो. काही वर्षांनी, एक आंदोलक म्हणून नाही, तर एक संस्मरणकार म्हणून लिहिताना ते म्हणाले की, संप अपेक्षेपेक्षा आधी सुरू झाल्याने 'आपण जेवढे गोंधळलो होतो, तेवढेच आनंदितही झालो.' 'या आश्चर्यकारक जागृतीसाठी मी तयार नव्हतो,' त्यांनी लिहिले. गांधींनी जरी ही चळवळ जन्माला घातली होती आणि तिच्या विस्ताराची आखणी केली होती, तरी आता ती ज्या मार्गाने जात होती त्यासाठी ते जबाबदार नव्हते. कबूल केल्याप्रमाणे सरकारने कर माफ न करता गांधींच्या न्याय्य मागण्या धुडकावून लावल्यामुळे आता जबाबदारी सरकारवर होती, असे गांधींचे म्हणणे होते. याचा अर्थ आपण स्वत:ची दिशाभूल, संधिसाधूपणा किंवा धूर्तपणा असा कसाही लावू शकतो; बदलत्या समीकरणांमध्ये या सगळ्या बाबी त्या नेतेपणाच्या मुखवट्याचाच हिस्सा होत्या. त्याला राजकीय हुशारी असेही म्हणता येईल. गांधींनी सरकारला जो इशारा दिला होता, त्याप्रमाणेच गोष्टी घडत असल्यामुळे त्यांना स्वत:ला आश्चर्य वाटले असेल; परंतु त्यांनी ठरविल्याप्रमाणे जो परिणाम झाला होता, त्याचा फायदा उठविण्यासाठी त्यांनी मागे-पुढे पाहिले नाही (जरी आपल्याच पूर्वानुमानावर त्यांचा संपूर्ण विश्वास नव्हता तरी).

म्हणूनच १७ ऑक्टोबर १९१३ रोजी जेव्हा गांधी न्यूकॅसलला पोहोचले, तेव्हा ते त्या घटनांना बांधील नव्हते. आयुष्यात प्रथमच एका सामूहिक चळवळीचे नेतेपद त्यांच्याकडे आले होते. दरबानमध्ये अलीकडेच हसीम सीदत नावाच्या एका वकिलाने मला गांधींचे त्या दिवशीचे एक छायाचित्र दाखविले, ज्या दिवशी ते न्यूकॅसलला दाखल झाले. हसीम सीदतच्या अनेक छंदांपैकी एक होता, गांधींच्या जीवनाचा अभ्यास करणे आणि गांधी साहित्याचे संकलन अभ्यासणे. या छायाचित्रात, हा नेता बनलेला वकील पुन्हा एकदा भारतीय वेषात दिसतो. या घटनेच्या दहा महिन्यांपूर्वी मायभूमीकडे परत निघालेल्या गोखल्यांना निरोप देताना झांजिबारला गांधींनी असा पोशाख परिधान केला होता. कंत्राटी कामगारांसारखा पोशाख घालून त्यांच्याशी एकरूपता दाखविणे हे हा वेष धारण करण्यामागचे कारण होते. काही काळासाठी आपले स्थापत्यकलेचे काम बाजूला ठेवणारा हर्मन कालेनबाख त्यांच्या स्वागताला तेथे हजर होता. तो एक दिवस आधीच तेथे पोहोचला होता आणि थंबी नायडूंबरोबर खाणीला भेट देऊन आला होता. नाताळच्या ॲटर्नी जनरलने अहवाल दिला की, 'कालेनबाख नावाचा एक ज्यू... आंदोलन करत आहे असे दिसते.'

अजूनही काम चालू असलेल्या कोळसा खाणींमध्ये संप झाला पाहिजे, असे गांधींनी आवाहन केले. संप झपाट्याने खाणींच्या बाहेरही पसरला. न्यूकॅसलहून रॉयटरकडून आलेली बातमी दुसऱ्या दिवशी पीटरमारित्झबर्गच्या 'द नाताळ विटनेस'च्या पहिल्या पानावर झळकली, तिचे शीर्षक होते, 'गांधींमुळे माजलेला गोंधळ.' 'येथे

एक विचित्र परिस्थिती निर्माण झाली आहे,' बातमीची सुरुवात होती. 'हॉटेलांमध्ये वेटर्स नाहीत आणि खाणींमध्ये कामगार नाहीत.'

आधीच काम ठप्प झालेल्या दोन खाणींपलीकडेही संपाचा संदेश पोहोचला. बंद झालेल्या खाणींची यादी लांबतच गेली : बालेनगेच, फेअरले, केंब्रियन, दरबान नेव्हिगेशन, हट्टिंगस्प्रूट, रॅमसे, सेंट जॉर्जस्, न्यूकॅसल आणि ग्लेन्को. आठवडाभरात, या सर्व नऊ खाणींमधील बरेचसे कामकाज भारतीय कंत्राटी कामगारांच्या संपामुळे बंद पडले. आपल्या नेत्याच्या पुढच्या आदेशाची वाट बघणाऱ्या कामगारांची संख्या सुमारे दोन हजारांवर पोहोचली.

बहुतांश संपकरी अजून खाणींच्या परिसरातच होते, त्यांना त्यांचे काळजीत पडलेले मालक खाऊ-पिऊ घालत होते; तरीही त्यांनी कामावर येण्यास नकार दिला होता. संप पुढे दरबानमध्ये पसरला; तेथे घंटा देणारे, वेटर्स आणि झाडूवाले, सर्व प्रकारचे नगरपालिका कर्मचारी असलेल्या भारतीय कंत्राटी कामगारांनी काम बंद केल्यामुळे सगळ्या सेवा ठप्प झाल्या. आणखी जास्त मजुरांची यादी बनविणारे आणि सोन्याच्या खाणीला पुरवठा करायला निघालेल्या तसेच बंदराकडे होणाऱ्या कोळसा वाहतुकीला धमकावणाऱ्या थंबी नायडूंना अखेरीस रेल्वे बराकीमध्ये अटक करण्यात आली.

त्या आठवडाभरात गांधी स्वयंस्फूर्तीने एखाद्या झंझावातासारखे सर्वत्र संचार करत होते. ते सतत या सभेकडून त्या सभेकडे, या मोर्च्याकडून त्या मोर्च्याकडे जात होते. १८९३ मध्ये प्रथमच निर्णायक ठरलेल्या त्यांच्या रेल्वे प्रवासाच्या मार्गावरून सारखी ये-जा करत होते. न्यूकॅसलहून ते दरबानला गेले, तेथे नाताळ इंडियन काँग्रेसचे पुढारी असलेल्या अस्वस्थ भारतीय व्यावसायिकांबरोबर १९ ऑक्टोबरला त्यांची बैठक झाली. एके काळी त्यांनी या संघटनेचे नेतृत्व केले होते; तिची घटना त्यांनी एकहाती स्वत: तयार केली होती. या संघटनेच्याच नावे त्यांनी सुरुवातीला अनेक याचिका वसाहतीच्या आणि साम्राज्याच्या अधिकाऱ्यांना पाठविल्या होत्या. गांधींनी कंत्राटी कामगारांना दिलेल्या हाकेमुळे त्यांच्या चळवळीला जे विलक्षण वळण मिळाले होते, त्याने घाबरून जाऊन काँग्रेसने गांधींविरुद्ध अविश्वासाचा ठराव आणला आणि त्याचा परिणाम म्हणून त्यांना संघटनेतून काढून टाकण्यात आले (उरल्यासुरल्या गांधीसमर्थकांनी लवकरच एकत्र येऊन नाताळ इंडियन असोसिएशनची स्थापना केली). गांधींचे जे सुरुवातीचे समर्थक मुस्लीम व्यापारी होते त्यांपैकी सर्वांचा जरी नसला, तरी बहुतेकांचा पाठिंबा त्यांनी गमावला होता; पण आता मोडक्या घराची डागडुजी करत बसायला गांधींना वेळ नव्हता.

गांधींच्या या नव्या मार्गांबद्दलच्या शंकांना 'आफ्रिकन क्रॉनिकल'चा विद्रोही संपादक पी.एस. अय्यर याने चिडखोरपणे वाट करून दिली, यात काही आश्चर्य

नव्हते. काहीशा दूरदृष्टीने त्याने लिहिले, 'या तीन पौंडांच्या करासंदर्भात आपण बेसावधपणे कोणतेही पाऊल उचलले, तर ते त्या हजारो अर्धपोटी, गरीब लोकांची स्थिती सुधारू शकणार नाही.' अय्यरने गांधींना दक्षिण आफ्रिकेतील भारतीयांची एक राष्ट्रीय परिषद बोलावण्याची विनंती केली आणि त्यात एकमताने ठरविलेल्या धोरणाप्रमाणे वागण्याची गळ घातली.

जोपर्यंत अशा परिषदेमधील निर्णय आपल्या सदसद्विवेकबुद्धीच्या आड येत नाही, तोपर्यंतच ही कल्पना आपण स्वीकारू शकतो, असे म्हणत गांधींनी ही सूचना बाजूला सारली. आता मात्र अय्यरसाठी हे अति झाले. त्याने उसळून लिहिले, 'जगाच्या कोणत्याही कोपऱ्यातील कोणत्याही जबाबदार राजकारण्याने असे मूर्खपणाचे उत्तर दिलेले आमच्या ऐकिवात नाही.' तो म्हणाला की, 'प्रत्यक्षात गांधी स्वत:ला अशी महानतेची, निर्दोषत्वाची प्रतिमा समजतात की, जणूकाही त्यांची श्रेष्ठतम सदसद्विवेकबुद्धी सर्वत्र संचार करत असते.'

आता अशी कुठल्याही प्रकारची कुजबुज गांधींना थांबवू शकणार नव्हती. काही खाणींचा दौरा करण्यासाठी ते दरबानहून वेगाने न्यूकॅसलला आले, मग गोऱ्या समर्थकांना एकत्र करण्यासाठी झपाट्याने जोहान्सबर्गला गेले, त्यानंतर खाणमालकांची भेट घेण्यासाठी परत दरबानला गेले. सहा दिवसांत, त्यांनी किमान बहात्तर तास ट्रेनमध्ये घालविले. आणखी पसरत चाललेल्या निषेधाच्या भडक्यात जास्तीतजास्त कंत्राटी कामगारांना सामील करून घेण्यासाठी त्यांचे शिलेदार धडपडत होते. मात्र, गांधी सर्वत्र आपल्या भाषणांमध्ये आणि लेखी विधानांमध्ये हा बंडाचा डोंब लवकर शमावा अशीच आशा व्यक्त करत होते. गांधी आपल्या लिहिलेल्या विधानांतून आणि भाषणांमधून मृदू भाषेत हे सांगायचा प्रयत्न करत होते की, संपकऱ्यांचा हेतू यापेक्षा अधिक विनम्र असूच शकत नव्हता. सरकारला केवळ हे करायचे होते की, कर रद्द करण्याचे आपले वचन पाळायचे आणि त्याचबरोबर विवाह कायदा दुरुस्त करायचा. त्यांनी खाणमालकांना सांगितले की, कामगार त्यांच्या कामाच्या ठिकाणी सुधारणा करण्याची मागणी करत नव्हते. हे भांडण त्यांच्याशी नव्हतेच किंवा ते राजकीय हेतूनेही केलेले नव्हते. 'भारतीय समान राजकीय हक्कांसाठी भांडत नाहीत,' त्यांनी रॉयटरला दिलेल्या संदेशात म्हटले, जो खरे म्हणजे अधिकाऱ्यांसाठी होता. 'त्यांना हे माहीत आहे की, सध्याच्या पूर्वग्रहदूषित वातावरणात भारतातून येणाऱ्या स्थलांतरितांच्या संख्येवर कडक निर्बंध घातले पाहिजेत.'

हे सगळे संकेत आणि दिलासा देऊनही, काही खाणमालकांनी त्यांच्या मनातील सर्वांत मोठी भीती बोलून दाखविली : 'आपल्या देशातील कंत्राटी कामगारांना हाक देता देता शेवटी गांधी आफ्रिकन कामगारांनाही सामील करून घेत संपाची व्याप्ती वाढवतील.' असा कोणताही हेतू असल्याचे गांधींनी ठामपणे

नाकारले. 'द नाताळ मर्क्युरी'च्या वार्ताहराला त्यांनी सांगितले, "असल्या मार्गांवर आमचा विश्वास नाही."

जॉन ड्यूब यांच्या 'इलांगा'ने भारतीयांच्या संपावर प्रतिक्रिया देताना, आफ्रिकन्स त्यांच्या पावलावर पाऊल ठेवतील, अशी गोऱ्यांच्या भीतीची धूर्तपणे नोंद घेतली. सुरुवातीच्या काही प्रतिक्रियांचा शेवट झुलू भाषेतील ज्या उद्गारांनी झाला, त्यांचे भाषांतर असे करता येईल, 'गांधी, आमच्या तुम्हाला शुभेच्छा!' किंवा अगदी, 'गांधी, आगे बढो!' नंतर जेव्हा अशी शक्यता निर्माण झाली की, त्याच वेळी 'नेटिव्हज् लँड ॲक्ट' हा कायदा करण्यात गुंतलेल्या गोऱ्या संसदेमुळे ज्यांचे नुकसान होणार होते असे आफ्रिकन्स आंदोलनात सामील होऊ शकतात, तेव्हा याच पाठिंबा देणाऱ्यांकडून हलक्या स्वरात धिक्काराची भाषा केली जाऊ लागली.

२६ ऑक्टोबरपर्यंत भारतीयांचा नेता कोळशाच्या खाणींकडे परत आला होता. कंत्राटी कामगारांचे मन वळविण्यासाठी त्याने पाठविलेल्या सर्व महिलांनी आतापावेतो स्वतःला अटक करवून घेतली होती आणि त्यांना तीन महिन्यांपर्यंतची कैद झाली होती, त्यात गांधींच्या पत्नीचाही समावेश होता. त्याचबरोबर खाण पर्यवेक्षकांनी 'गुंडांचे म्होरके' म्हणून शिक्का मारलेल्या अनेक संपकऱ्यांनाही अटक झाली होती, त्यांपैकी अनेकांना परत भारतात पाठविण्यात येणार होते; पण आता न डगमगणारा आणि आपले संपूर्ण लक्ष मोहिमेवर केंद्रित केलेला नेता संपकऱ्यांबरोबर ठामपणे उभा राहण्यास, फील्ड कमांडर म्हणून सगळी सूत्रे हातात घेण्यास सिद्ध झाला होता. एका अशा समूहाचे तो नेतृत्व करत होता ज्याला 'द स्टार'ने आपल्या छोट्या बातमीत उपहासाने 'मि. गांधींचे सैन्य' म्हणून हिणवले होते. पुढच्या अकरा दिवसांत, म्हणजे गांधींना स्वतःला ११ नोव्हेंबरला अटक होईपर्यंत ते दक्षिण आफ्रिकेतील त्यांच्या दोन दशकांच्या वास्तव्यातील कंत्राटी मजुरांसोबतच्या सर्वांत दीर्घकाळ चालणाऱ्या आणि घनिष्ठ अनुबंधात गुंतणार होते.

न्यूकॅसलला परत आल्याबरोबर एका दिवसातच या संघर्षाला अग्रस्थानी घेऊन येण्यासाठी त्यांनी जी एक व्यूहरचना आखली, ती म्हणजे, अधिकाऱ्यांना सामूहिक अटक करण्यास भाग पाडण्याची. अटक झालेल्यांची संख्या इतकी असली पाहिजे की तुरुंगही अपुरे पडावेत, अशी ही योजना होती. हा हेतू डोळ्यांसमोर ठेवून गांधींनी खाणकामगारांना खाणीच्या परिसरातून बाहेर पडून व्होल्क्सरस्ट येथून ट्रान्सवालची सीमा पार करण्याचे आवाहन केले. कर रद्द होईपर्यंत काम न करण्याचे ठरविले असताना खाण कंपन्यांनी देऊ केलेल्या अन्नावर जगणे 'अयोग्य' असल्याचे ते म्हणाले. आणखी एक महत्त्वाचा मुद्दा, जो लक्षात घेतला होता पण उघडपणे मांडला नव्हता, तो हा होता की, जोपर्यंत संपकरी खाणींमध्ये होते, तोपर्यंत खाणींच्या कुंपणाच्या आत त्यांना बंदिस्त करून ठेवण्याचा धोका जास्त होता आणि

कालेनबाखबरोबर १९१३ मध्ये संपादरम्यान. मध्यभागी उभी : गांधींची सचिव सोन्जा स्क्लेझिन.

असे झाले असते, तर संपर्क साधण्यावर आणि पुढील कृती करण्यावर मर्यादा आल्या असत्या. २८ ऑक्टोबर रोजी न्यूकॅसलहून संपकऱ्यांचे पहिले पथक प्रादेशिक सीमेच्या दिशेने निघाले. दुसऱ्या दिवशी स्वत: गांधींच्या नेतृत्वाखाली आणखी दोनशेजणांचे पथक बालेनगेच खाणीहून निघाले. गांधींनी नंतर केलेल्या तालिकेनुसार, या मोर्च्यातील लोकांची संख्या पाचशेपर्यंत पोहोचली, त्यात साठ महिलाही होत्या. चालत असताना ते सगळे धार्मिक घोषणा देत होते, 'श्री रामचंद्र की जय!' 'द्वारकाधीश की जय!' 'वंदे मातरम्!' 'ते कामगार वाटतच नव्हते, तर भारतमातेचे सेवक वाटत होते. ते एका धर्मयुद्धात भाग घेत होते,' गांधींनी लिहिले.

१८९३ मध्ये तरुण गांधी ट्रान्सवालच्या आपल्या पहिल्या प्रवासासाठी ज्या ठिकाणी चार्ल्सटाउन येथे, म्हणजे नाताळ रेल्वे टर्मिनसजवळ घोडागाडीत चढले होते, त्या ठिकाणी २ नोव्हेंबरपर्यंत सुमारे दोन हजार खाणकामगार व इतर जमा झाले. चार्ल्सटाउन हे न्यूकॅसलपासून चौतीस मैलांवर आहे; हा भाग डोंगराळ असून,

काही ठिकाणी तीव्र चढाचा आहे. येथे 'संडे टाइम्स'च्या वार्ताहराला शर्ट घातलेले गांधी 'एका पत्र्याच्या टपरीमागील दुर्गंधी सुटलेल्या मागच्या अंगणात... पालथ्या घातलेल्या दुधाच्या किटलीवर बसलेले दिसले.' त्यांच्या शेजारी एक गॅल्व्हनाइज्ड टब होता, 'ज्यात बेचव दिसणारे एक पातळ मिश्रण होते, जे मला सुपासारखे वाटले,' शिवाय तेथे शेकडो पावाचे स्लाइस असलेली पोतीही होती. हा भावी महात्मा, 'आश्चर्यकारक जलदगतीने' क्वार्टरमास्टरचे म्हणजेच रसदपुरवठा अधिकाऱ्याचे काम करत होता. ब्रेडचे स्लाइस तीन इंच कापून, या वर्णनात म्हटल्याप्रमाणे, त्या प्रत्येक तुकड्याच्या मधोमध अंगठ्याने एक भोक पाडून त्यात जाडीभरडी साखर भरत होता. संपकरी बारा-बाराच्या गटाने येऊन गांधींकडून ते खाणे घेऊन जात होते.

हे दृश्य मन:पटलावर कोरून ठेवण्याजोगे आहे. गांधी ऐन लढ्याच्या धुमश्चक्रीत त्यांच्या अनुयायांना खाऊ घालत आहेत–तेथे उपस्थित असलेल्या दुसऱ्या एका वार्ताहराने वर्णन केले ते असे : 'त्यातील बहुतेक लोक हे अत्यंत खालच्या जातीतील हिंदू होते' शिवाय 'अगदी अल्पसंख्येने असलेले मुस्लीमही होते.' या सगळ्यांना ते स्वत:च्या हाताने खाऊ घालत होते. त्या संपकऱ्यांपैकी काही लोक (कदाचित वीस टक्के किंवा थोडे जास्त) एके काळी, ते ज्या तमिळ खेड्यांमधून आले होते तेथे अस्पृश्य समजले जात होते, ही बाब आता गांधींच्या खिजगणतीतही नव्हती. गांधींच्या स्वत:च्या मनात, त्या सगळ्यांना या प्रकारे एकापाठोपाठ एक खाऊ घालणे हे मूलभूत सैन्य-तंत्र होते, दानधर्म नव्हता. थेट त्यांच्या स्वत:च्या हाताने शेकडो किंवा हजारो लोकांना त्यांचे अन्न मिळाले असेलही; पण गांधींनी भारतीय नेतृत्वासाठी किंवा असे म्हणू या की, जगाच्या पाठीवरील कोणत्याही नेतृत्वासाठी एक आदर्श घालून दिला. नंतर त्यांनी लिहिले की, येथे अन्नपुरवठा करणे ही आपण 'पूर्णपणे आपली स्वत:ची जबाबदारी मानली' कारण, सगळ्यांना पुरेसे अन्न मिळायचे असेल तर थोडे कमी खाणे स्वीकारावे लागेल, हे फक्त तेच संपकऱ्यांना समजावून सांगू शकत होते. ''आमच्या रेशनमध्ये फक्त ब्रेड आणि साखर एवढंच बसत होतं,'' ते म्हणाले.

५ नोव्हेंबर रोजी प्रिटोरियाला असलेल्या स्मट्स यांना दूरध्वनी करून कर रद्द करण्याचे त्यांचे वचन पूर्ण करण्याची एक संधी देण्याचा गांधींनी प्रयत्न केला. तोपर्यंत, असे कोणतेही वचन दिल्याचा स्मट्स स्पष्टपणे इन्कार करत होते. गांधींना मंत्र्याच्या स्वीय सचिवाने उद्धटपणे दुरुत्तरे केली. ''जनरल स्मट्सना तुमच्याशी काहीही घेणे-देणे नाही,'' त्यांना सांगण्यात आले. तेव्हाही आणि आताही, प्रादेशिक सीमेवर व्होल्क्सरस्टच्या कडेला एक छोटा ओढा होता आणि आताही आहे (मेजॉरिटी रुलनुसार नावे बदलली आहेत. नाताळला आता क्वाझुलू नाताळ म्हटले जाते. ट्रान्सवालच्या त्या भागाला आता पुमालांगा (Mpumalanga) म्हणतात).

संपकरी व्होल्क्सरस्ट येथे ट्रान्सवालमध्ये प्रवेश करताना.

या परिक्षेत्राचा भूप्रदेश गांधींच्या ओळखीचा होता, १९०८ मध्ये हीच सीमा विनापरवाना ओलांडताना याच ठिकाणी त्यांना अटक झाली होती.

६ नोव्हेंबरच्या सकाळी सकाळी गांधी दोन हजार ३७ पुरुष, १२७ स्त्रिया आणि ५७ मुले यांच्यासह चार्ल्सटाउनहून निघाले. सुमारे १५० मैलांवर असलेले टॉलस्टॉय फार्म हे तुमचे पोहोचण्याचे ठिकाण आहे, असे गांधींनी त्यांना सांगितले. सीमेवर पोलिसांचे एक छोटे पथक त्यांची वाटच पाहत होते; पण त्या 'यात्रिकांनी'– असे गांधी त्यांना म्हणायचे–सीमा पार केली. मोर्चेकऱ्यांवर गोळीबार करण्याची धमकी देणारे व्होल्क्सरस्टचे आफ्रिकानेर्स गटागटाने ती मिरवणूक शहरातून चालत जात असताना मुकाट्याने त्या मोर्च्याकडे बघत राहिले. मोर्च्याचा पहिला मुक्काम आठ मैलांनंतर पडला. तेथे त्या रात्री गांधींना अटक करण्यात आली आणि व्होल्क्सरस्टला परत घेऊन जाऊन न्यायदंडाधिकाऱ्यांसमोर उभे करण्यात आले. या माजी बॅरिस्टरने जामिनासाठी रीतसर बाजू मांडून केलेली विनंती दंडाधिकाऱ्यांनी मान्य केली. अटक, दोषारोप आणि जामीन ही मालिका दुसऱ्या दिवशी पुन्हा सादर झाली, म्हणजेच दोन दिवसांत दुसऱ्यांदा गांधी पुन्हा मोर्चेकऱ्यांमध्ये सामील होऊ शकले. ९ नोव्हेंबर रोजी जेव्हा संपकरी टॉलस्टॉय फार्मच्या अलीकडे निम्म्या अंतरावर स्टँडर्टन या ट्रान्सवालच्या शहरात येऊन पोहोचले, तेव्हा चार दिवसांत गांधींना तिसऱ्यांदा अटक करण्यात आली. या वेळी त्यांना जामीन नाकारण्यात

आला आणि त्यांना परत नाताळला नेण्यात आले. तेथे दोन दिवसांनंतर ब्रिटिशांचे अधिक्य असलेल्या डंडी या कोळसा खाण असलेल्या गावात एका छोट्या, जे अजूनही वंशभेदविरहित युगात वापरात आहे अशा पांढऱ्या रंगाने रंगविलेल्या न्यायालयात गांधींना दोषी ठरविण्यात आले. त्यांच्यावर तीन प्रकारचे आरोप ठेवण्यात आले : खाणकामगारांना त्यांच्या खाण परिसरातून बाहेर काढणे, प्रदेशातून बाहेर काढणे आणि त्यांचे नेतृत्व करणे. नेहमीप्रमाणे, गांधींना प्रत्येक आरोपासाठी दोषी शाबीत करण्यात आले. आरोपीच्या पिंजऱ्यात उभे राहिल्यावर तर आपल्या तत्त्वांशी कधीही तडजोड न करणाऱ्या गांधींनी शिक्षेचे स्वागतच केले; ती होती नऊ महिन्यांच्या सश्रम कारावासाची.

गांधींना आणि त्यांचे ज्यू सहकारी पोलाक व कालेनबाख यांना अटक केल्यानंतर संपाचे कंबरडे मोडेल, अशी जर अधिकाऱ्यांनी अटकळ बांधली असेल, तर ती चुकीची आहे हे लवकरच त्यांच्या निदर्शनास आले. संपाला आपली स्वत:चीच एक गती होती हे त्यांच्या लक्षात आले. नाताळमधील मोर्चेकरी कंत्राटी खाणकामगारांना सामूहिक अटक करण्याची योजना आखण्यात येईपर्यंत ते जोहान्सबर्गपासून पन्नास मैलांवर येऊन पोहोचले होते. पोलाकला त्यांना याचे स्मरण करून द्यावे लागले की, अटक करताना सक्रिय प्रतिरोध करण्याला सत्याग्रहात मनाई होती. बालफोर शहरात उभ्या केलेल्या तीन विशेष ट्रेन्समध्ये त्या सर्वांना भरण्यासाठी दोन दिवस लागले. गांधींप्रमाणे संपकऱ्यांना जेवण देण्याची कोणतीही तसदी अधिकाऱ्यांनी घेतली नाही. नाताळला परत गेल्यावर, कामाचे ठिकाण सोडून जाण्याचा आणि बेकायदेशीररीत्या प्रादेशिक सीमा पार करण्याचा आरोप ठेवून त्यांच्यावर ताबडतोब खटला भरण्यात आला. त्यांना जमिनीखालील खाणीत सश्रम कारावासाची शिक्षा ठोठावण्यात आली. न्यूकॅसल आणि डंडी येथे भरून वाहणाऱ्या तुरुंगांचे उपतुरुंग म्हणून या खाणींना प्रमाणित करण्यात आले–त्यांना 'आउटस्टेशन्स' असे संबोधले जाऊ लागले–तेथील पर्यवेक्षकांना वॉर्डर्सचा दर्जा देण्यात आला. सश्रम कारावास म्हणजे, शिक्षेचा सहा महिन्यांचा काळ संपेपर्यंत कामगारांना वेतन मिळणार नव्हते. संपकऱ्यांना पुन्हा कामाला जुंपण्यासाठी लाठ्यांचे आणि गेंडा व पाणघोडा यांच्या कातडीपासून बनविलेल्या चाबकांचे फटके देण्यात आले.

जेथून सर्वप्रथम गांधींबरोबर संपकरी बाहेर पडले होते, त्या बालेनगेच खाणीत कामगार जवळपास दोन आठवडे गैरहजर होते. संपानंतर केल्या गेलेल्या दडपशाहीचा सर्व तपशील लिहिणारे दोन दक्षिण आफ्रिकन अभ्यासक गुलाम वाहिद आणि अश्विन देसाई यांनी एका कामगाराची, मदहर साहिब याची साक्ष नोंदविली आहे. त्याने नंतर 'संरक्षक' म्हणवणाऱ्या, खाणीचा कॅप्टन असलेल्या जॉन्स्टनने आपल्याला कशी वागणूक दिली याचे वर्णन केले : ''त्याने मला पार्श्वभागावर चाबकाचे फटके

दिले. काफिर पोलिसाने माझा एक हात पकडून ठेवला होता. त्याने मग मला कामावर जाण्यास सांगितलं... (मग) पाय आडवा घालून पाडलं आणि मी खाली पडलो; मग त्याने त्याचा पाय माझ्या गळ्यावर ठेवला आणि माझ्या गुप्तांगावर फटका मारला. मला लघवी करताना प्रचंड वेदना होतात.''

संपकऱ्यांचे खच्चीकरण करण्यासाठी उपासमार आणि कष्ट पुरेसे नसल्याचे लक्षात आल्यावर अधिकाऱ्यांनी आता कठोर पावले उचलण्याचे ठरविले. ''कोणतेही सक्षम सरकार हे सहन करणार नाही,'' स्मट्स म्हणाले. अतिशय तीव्रपणे त्यांनी या बाबीवर अचूक बोट ठेवले की, माजी कंत्राटी कामगारांसाठी असलेला कर रद्द करावा, ही मागणी म्हणजे गांधींना झालेली 'पश्चातबुद्धी' होती. खाणकामगारांना पाठविलेल्या तारेत स्मट्स म्हणाले की, गांधींनी मागण्यांच्या आधीच्या यादीत ही कराची मागणी नंतर घातली आणि तिला सर्वोच्च प्राधान्य दिले. ही त्यांची राजकीय खेळी होती, 'जी नाताळमधील भारतीयांना प्रभावित करण्यासाठी खेळली गेली होती; ज्यांच्यावर गांधींनी ज्या हेतूने निष्क्रिय प्रतिरोधाची सुरुवात केली आणि ज्यात या कराचा कधीही समावेश नव्हता, त्या हेतूचा कोणताही प्रभाव पडत नाही.'

गांधींच्या साखरपेरणीमुळे नुकसान सोसावे लागल्याने भ्रमनिरास झालेले खाणमालक आता काहीतरी कृती करण्याची मागणी करू लागले. नाताळ कोळसामालक संघटनेने, आता संपकऱ्यांना अटक करण्याची वेळ आली असल्याचे म्हटले. त्यांचीच री ओढत वृत्तपत्रीय संपादकांनी हे जाणून घेण्याची मागणी केली की, सरकारचा प्रतिसाद इतका थंड का आहे? ज्या 'द स्टार'ने घटनास्थळी आपला एकही वार्ताहर पाठविण्याची तसदी घेतली नव्हती, त्याने संपादकीय लिहून सरकारला आपले 'तळ्यात-मळ्यात' धोरण बंद करण्याचे आवाहन केले; त्याचा मथळा होता, 'कूलींचे आक्रमण.' वृत्तपत्राने सवाल केला की, 'मूठभर माथेफिरू, मग ते कितीही शुद्ध अंत:करणाचे असले, तरी युनियनचे कायदे मोडायला कसे धजावू शकतात?'

गांधी आणि त्यांचे सहकारी तुरुंगात गेले असतानाही आणि नाताळचे संपकरी कंत्राटी कामगार म्हणून नाही, तर राजकैदी म्हणून खाणींमध्ये परत पाठविले गेले तरी संप एखाद्या पुराच्या पाण्याप्रमाणे पसरतच चालला होता आणि हीच बाब कारवाईच्या मागणीचा दबाव वाढायला कारणीभूत ठरली. पार्श्वभूमीवरील कोळसा खाणींपासून सुरू झालेली ही संपाची लाट आता हिंदी महासागराच्या किनाऱ्यावरील ऊसमळ्यांपर्यंत जाऊन पोहोचली होती. कापणीचा हंगाम ऐन भरात असताना, गांधींनी जेथे कधीही मोहीम उघडली नव्हती, अशा ठिकाणीसुद्धा ऊसमळ्यातून आणि साखर कारखान्यांमधून काम बंद आंदोलनांची मालिकाच सुरू झाली; तेथील कामगारांपैकी तीनचतुर्थांश कामगार हे कंत्राटी भारतीय मजूर होते.

फिनिक्सपासून फार लांब नसलेल्या उत्तर किनाऱ्यावरील ॲव्होका येथे ५ नोव्हेंबर रोजी ऊसमळ्यातील पहिला संप पुकारला गेला. ८ नोव्हेंबरपर्यंत दक्षिण किनाऱ्यावरील साखर कारखान्यांना संपाचा फटका बसला आणि अर्धा महिना होत आलेला असताना, रस्ता झाडणाऱ्या, पाणी वाहून नेणाऱ्या, घरकाम करणाऱ्या, रेल्वेकामगार असणाऱ्या आणि बोटींवर नावाडी असलेल्या भारतीयांनी काम बंद केल्यामुळे दरबान काही काळ अर्धमेले झाले; त्या प्रदेशातील बहुधा दहा हजारांवरील कंत्राटी भारतीय संपावर गेले होते. दरबानमध्ये हा संप 'अक्षरश: सार्वत्रिक' होता, असा अहवाल मुख्य न्यायदंडाधिकाऱ्यांनी १७ नोव्हेंबर रोजी दिला. उसाच्या मळ्यांना आगी लावण्याच्या तुरळक घटनांमुळे मळेवाल्यांच्या पोटात भीतीचा गोळा आला, त्यातील काहींनी आपल्या बायका-मुलांना उचलून शहराच्या सुरक्षित भागात नेऊन ठेवले.

आता अधिकाऱ्यांचे बळ अपुरे पडू लागले. दूरवरून म्हणजे पूर्व केपमधील किंग विल्यम्स टाउन आणि प्रिटोरिया येथून ब्रिटिश सैन्याच्या तुकड्यांना पाचारण करण्यात आले. ही अस्वस्थता शिगेला पोहोचली तेव्हा असे लक्षात आले की, दरबानमधील जे हिंदी किंवा तमिळ बोलू शकणारे गुप्तचर होते, ते सगळे डंडीला धाडण्यात आले होते; तेथे कैदेत असलेल्या गांधींच्या खटल्याचे काम बघायला ते गेले होते. तोपर्यंत गांधींना ऑरेंज फ्री स्टेटमधील ब्लोएमफॉन्टेन येथे हलविण्यात आले होते; त्या ठिकाणी भारतीयांना जायला मुळातच मज्जाव होता. राजमोहन गांधी यावर असे सुचवितात की, 'कोणीही भारतीय गांधींना भेटू शकणार नाही किंवा त्यांच्याकडून संदेश प्राप्त करू शकणार नाही,' यासाठी असे केले गेले असावे.

हा प्रतिकार आणि शुगर कंट्रीमधील संघर्ष उत्स्फूर्त होता आणि कैदेत असलेल्या गांधींनी यापैकी काहीही घडवून आणले नव्हते वा इच्छिले नव्हते, हे वरवर पाहता शक्य वाटते. त्यांनी हे सगळे कधी आणि कसे केले असेल? तरीसुद्धा ठिकठिकाणी काही खुणा आढळतात की, ऊसमळ्यांमधील कामगारांना संपाची हाक देण्याचा विचार त्यांच्या मनात येऊन गेला होता. हर्मन कालेनबाखला १० नोव्हेंबर रोजी अटक होण्याआधी त्याने जोहान्सबर्गला एका मुलाखतीत असेच सांगितले होते. 'ऊसमळ्यांमधील सगळ्या भारतीयांना बाहेर पडण्याचे आवाहन करताना या चळवळीच्या पुढाऱ्यांना कोणताही पश्चात्ताप होणार नाही,' असे काही घडण्याच्या दोन आठवडे आधी तो हे म्हणाल्याची नोंद आहे. त्याच्या मुलाखतीत पुढे असेही म्हटले होते की, 'भारतीयांना अन्यत्र कुठेही शेतात काम मिळू शकते, कारण स्थानिक लोकांपेक्षा ते जास्त हुशार आहेत.' गांधींबरोबर पाच वर्षे राहूनही, या वास्तुविशारदाला कंत्राटी पद्धतीविषयी किंवा त्यातील बंधनकारक करारांविषयी फारसे काही माहीत नव्हते असे दिसते किंवा आफ्रिकन लोकांच्या बौद्धिक क्षमतेविषयी

त्याने काय विचार करणे आवश्यक होते, हेही तो शिकला होता असे दिसत नाही. कदाचित, त्याचे हे शब्द म्हणजे अधिकाऱ्यांवरील दबाव वाढविण्याच्या हेतूने केलेली केवळ दर्पोक्ती असेल. काहीही असो, वाहिद आणि देसाई यांच्याकडे हे मानण्यास सबळ पुरावा होता की, वाढत्या उलथापालथीमध्येही उत्तर किनाऱ्यावरील ऊसमळ्यांमधील संपकऱ्यांना त्यांच्या मालकांकडून रसद मिळणे बंद झाल्यावर जहाजाने अन्नपुरवठा करण्याइतपत नव्याने संघटित झालेल्या नाताळ इंडियन असोसिएशनमधील गांधींच्या अनुयायांची घटनाक्रमावर पकड होती.

अन्न ज्या ऊसमळ्याकडे पाठविण्यात आले होते, तो माउंट एजकोम्बेजवळ होता; हे ते ठिकाण होते, जेथे गांधी त्याचे मालक मार्शल कॅम्पबेल यांच्या आश्रयाने असलेल्या जॉन ड्यूब यांना आठ वर्षांपूर्वी प्रथम भेटले होते. या वेळेपर्यंत कॅम्पबेल यांची गांधींच्या चळवळीला सहानुभूती होती. त्यांनी आधीच्या वर्षी गोखल्यांच्या सन्मानार्थ भोजनाचे आयोजन केले होते; ते स्वत: सातत्याने त्या तीन पौंडांच्या कराचा निषेध करत आले होते. तुरुंगातून सुटल्यावर गांधींनी त्यांना लिहिले की, संपाचा पहिलाच फटका त्यांच्या मळ्याला बसल्याबद्दल आपल्याला खेद होत आहे. गांधींच्या पत्रात पुढे लिहिले होते की, 'तुमच्या कामगारांनी सर्वांत शेवटी संपात सामील व्हावे,' असे आपण दरबानच्या समर्थकांना सांगून ठेवले होते. यातून हे स्पष्टपणे दिसते की, तुरुंगात जाण्याआधीच किनारी भागातील ऊसमळ्यांपर्यंत संपाचे लोण पसरविण्याची व्यूहरचना त्यांनी आखली होती. 'मी जर मोकळा असतो आणि संपाचे आवाहन करण्यास मदत करू शकलो असतो, तर मी तुमच्या माणसांना नक्कीच आवाहन केले असते, हे मी मोकळेपणाने मान्य करतो; पण आधीच सांगितल्याप्रमाणे मी तुमच्या मळ्याकडे सर्वांत शेवटी मोर्चा वळविला असता,' गांधींनी कॅम्पबेल यांच्यासाठी लिहिलेले ते पत्र म्हणजे शेवटची ठिणगी ठरले. त्यांच्या मळ्यात काही आठवड्यांपासून गोंधळ माजला होता. गांधींच्या अहिंसाविषयक शब्दांचा गंभीर विरोधाभास प्रत्यक्षात त्यांच्या अनुभवाला आला, असे त्यांचे म्हणणे होते, "तुमचेच हस्तक असलेल्यांकडून व्यक्तिगत हिंसाचाराच्या धमक्या देण्यात आल्या." कॅम्पबेल यांनी सर्व बाबींचा पुरावा हाती असल्याप्रमाणे ठामपणे हे लिहिले आहे. प्रत्यक्षात ते त्या वेळी नाताळपासून लांब होते आणि त्यांचा मुलगा विल्यम याच्या कथनावर विसंबून होते आणि विल्यम हा त्याचा सर्वांत धाकटा भाऊ कॉलिन याच्या कथनावर विसंबून होता. विल्यमने आपल्या वडिलांना लिहिले, 'हे लोक गांधींशिवाय आणि बंदुकीशिवाय कुणाचेच काही ऐकायला तयार नाहीत.' त्याने गांधींना ढोंगी म्हणायचेच बाकी ठेवले होते आणि ते ज्या असहाय भारतीयांचे नेतृत्व करण्याचा आव आणत होते त्या बिचाऱ्यांचे नुकसानच करत होते, असे एक व्याख्यानही त्याने झोडले :

> तुम्ही ही जी चळवळ सुरू केली आहे, ती वाढत जाऊन... आता तुमच्या नियंत्रणाबाहेर गेली आहे आणि तिचं पर्यवसान दंगे, गोंधळ आणि रक्तपात यात झालं आहे. या हिंसेच्या जत्रेतील बळी ठरलेत आणि ठरतील अडाणी कामगार... आणि नाताळमधील बुद्धिमान भारतीय... तुम्ही नेतृत्व करत असलेल्या अधिकाधिक लोकांना तुमच्या धोरणातील दुबळेपणा जाणवत आहे... आणि या निष्कर्षाला आले आहेत की, ज्या राजकीय हक्कांचा ज्यांना काहीही आणि कधीही फायदा होणार नाही, ते मिळवण्याचं साधन म्हणून संतुष्ट पण अडाणी लोकांचा मोठ्या प्रमाणावर वापर करणे, हे धोरण शहाणपणाचं नाही आणि दूरदृष्टीचंही नाही.

पहिल्या पत्रापेक्षा दुसऱ्या पत्रात जरा कमी खेद व्यक्त करणाऱ्या गांधींनी, एखाद्या कमांडरने दिलेल्या आदेशानुसार झालेल्या कारवाईत नागरी नुकसान झाल्याचे कळल्यावर जसे यंत्रवत दुःख जाहीर करावे तसे उत्तर दिले. त्यांनी कॅम्पबेलना जरा कडक शब्दांत आठवण करून दिली की, निष्क्रिय प्रतिरोध हे भारतीय समाजाकडे असलेले 'एकमेव अस्त्र' होते. साहजिकच, त्याचा वापर व्यापक प्रमाणावर मोठ्या क्षेत्रात केला गेल्यामुळे आधीच्या सत्याग्रह चळवळींपेक्षा ते 'जास्त त्रासदायक' सिद्ध होणार होते. यापेक्षा वेगळे काही घडणे शक्य नव्हते. कॅम्पबेलना लिहिलेल्या पहिल्या पत्रात त्यांनी म्हटल्याप्रमाणे, 'या प्रकारच्या आमच्या सगळ्या लढ्यांमध्ये दोषी लोकांबरोबरच निष्पापही भरडले जातात.'

गांधी किंवा मळ्याचा मालक यापैकी कोणीही कॅम्पबेलच्या मुलाने, कॉलिनने माउंट एजकोम्बे येथील सर्वांत भीषण संघर्षात बजावलेल्या भूमिकेचा ओझरताही उल्लेख करत नाही. शेवटी न्यायदंडाधिकाऱ्यांनी स्वीकारलेल्या कथनात अशी कबुली दिली गेली होती की, तरुण कॅम्पबेलने संपकरी कामगारांना घोड्यावर स्वार सैनिकांच्या मदतीने धाकदपटशा दाखवून कामावर परत जाण्याची सक्ती केली, तेव्हाच हिंसेची ठिणगी पडली. त्या जबाबात अशीही कबुली दिली होती की, कॉलिन कॅम्पबेलने आपले रिव्हॉल्व्हर काढले आणि चार गोळ्या झाडल्या. त्याच्या स्वतःच्या म्हणण्यानुसार जे पोलिसांनी, न्यायदंडाधिकाऱ्यांनी आणि गोऱ्या वृत्तपत्रांनी एकही प्रश्न न उठविता स्वीकारले–हा गोळीबार झाला तेव्हा त्याच्यावर आधीच हल्ला झालेला होता; त्याचा घोडा उधळला होता म्हणून गोळीबार करताना त्याचे नियंत्रण सुटले; भारतीयांनी अशी साक्ष दिली की, पहिल्यांदा त्याने गोळ्या झाडल्या; त्यात पटचप्पन नावाचा एक कंत्राटी मजूर मारला गेला आणि दुसरा एक जखमी

झाला. जे आठ भारतीय मारले गेले किंवा गंभीर जखमी झाले त्यांपैकी तो एक होता. गांधींनी नंतर जरी, या संघर्षात कंत्राटी कामगार शहीद झाले, या शब्दात त्यांचे दु:ख व्यक्त केले असले, तरी त्यांनी केवळ गोऱ्यांवर दोषारोप केला नाही. सहा महिन्यांनी दक्षिण आफ्रिका सोडण्यापूर्वी निरोपाचा दौरा करताना नाताळच्या उत्तर किनाऱ्याला गांधींनी जेव्हा शेवटची भेट दिली, तेव्हा त्यांच्या बोलण्यातून असे जाणवले की, मोठ्या कॅम्पबेलची टीका त्यांनी काही प्रमाणात स्वीकारली होती. तेथील ऊसमळ्यातील कामगारांना संबोधित करताना गांधी म्हणाले की, लाठ्या घेऊन लढणे आणि शेते जाळणे म्हणजे निष्क्रिय प्रतिरोध नव्हे; त्यांच्या व्याख्यानाचा अर्थानुवाद 'इंडियन ओपिनियन'मध्ये आला होता, त्यातील हा काही अंश. जर आपण तुरुंगात नसतो तर 'याचा पूर्णपणे धिक्कार केला असता आणि त्यांना प्रतिस्पर्ध्यावर काठी उगारू देण्यापेक्षा स्वत:चे डोके फोडून घेण्यासाठी पुढे सरसावलो असतो.' विजयाच्या जल्लोषात केल्या गेलेल्या या निरोपाच्या दौऱ्यात हा मुद्दा गांधींनी पुन:पुन्हा उगाळला नाही पण तो त्यांच्या अंतर्मनात कुठेतरी खोल रुतला असावा. नंतर भारतात, तो राष्ट्रीय चळवळीतील त्यांच्या सहकाऱ्यांच्या निराशेचे वरचेवर कारण बनून राहिला; कारण ज्या ज्या वेळी त्यांना सत्याग्रहाच्या शिस्तीचे उल्लंघन होताना दिसले, त्या त्या वेळी त्यांनी सत्याग्रह चळवळी स्थगित केल्या.

माउंट एजकोम्बेला जे काही घडले, ते विचारात घेता कॅम्पबेल यांच्या पत्राचा सूर प्रक्षोभक असणे अपेक्षित होते; पण तो तसा न लागता वसाहतीच्या रीतीरिवाजांनुसार जरा खालचा, आदरयुक्त लागला. भारतीयांनी गोळीबार होण्याच्या दोन आठवडे आधी ऊसतोडणीस नकार दिला होता. आंदोलन काबूत ठेवण्यासाठी स्थानिक मळेवाल्यांनी घोडेस्वार सैनिकांकरवी बळाचा वापर करायला सुरुवात केली होती. दोनच दिवसांत, संपकरी कामगारांची पथके आसपासच्या वस्तीत लाठ्या आणि ऊस तोडायचे लांब पात्याचे धारदार कोयते घेऊन फिरू लागली. मळेवाल्यांच्या घरापुढे जाऊन त्यांच्या गोऱ्या व्यवस्थापकांकडे घरकाम करणाऱ्या भारतीयांना बाहेर पाठविण्याची मागणी करू लागली, जेणेकरून त्यांनाही या लढ्यात सामील करून घेता येईल. अशा बातम्या दरबानच्या वृत्तपत्रांनी दिल्या.

'द नाताळ ॲडव्हर्टायझर'ने लिहिले की, शेजारील व्हेरुलमहून १७ नोव्हेंबर रोजी 'युरोपियन आणि नेटिव्ह पोलिसांची एक तुकडी घोड्यांवरून दौडत माउंट एजकोम्बेकडे गेली.' 'नेटिव्ह पोलीस... (त्यांना रोखेपर्यंत) त्यांच्या स्वाभाविक शत्रूंशी लगेच जाऊन भिडले,' म्हणजे कंत्राटी भारतीयांशी. हे आफ्रिकन्स भाले घेऊन आले होते; शिवाय त्यांच्याकडे 'नॉबकेरी' म्हणून ओळखले जाणारे मध्ययुगीन गदेसारखे दिसणारे एक लाकडी हत्यार होते, जे ते युद्धात वापरत असत.

या काही आठवड्यांमध्ये खाणींवर जे संघर्ष झाले, त्याचे वार्तांकन करणाऱ्या

पत्रकारांच्या आणि अधिकाऱ्यांच्या कथनात एक समान सूत्र आढळते. कायदा आणि सुव्यवस्थेअंतर्गत जी पोलीस दले होती, ती गोऱ्या नियंत्रणाखाली असेपर्यंत रोखून धरलेली, शिस्तशीर होती असे त्यांचे चित्रण केलेले आढळते. जे भारतीय होते त्यांच्या बाबतीत ते सहजपणे प्रक्षुब्ध होणारे, माथेफिरू, नियंत्रण ठेवण्यास कठीण, वेडाचार करणारे, बंदूकधारी सशस्त्र रक्षक दलापुढेही काबूत न येणारे असे चित्र रंगविले गेले. भारतीय काठ्या आणि दगड घेऊन लढले, अगदी मूठभर लोकांकडे ऊसतोडणीचे कोयते असल्याचे वर्णन बातम्यांमध्ये केले गेले. इंग्रजी भाषिक वृत्तपत्रांतील मथळ्यांमध्ये याच सूत्राचा वारंवार वापर केलेला दिसतो. 'पोलिसांनी सहनशीलतेचे उदाहरण घालून दिले,' 'ट्रान्सवाल लीडर'ने त्याच्या वाचकांना दिलासा दिला; अगदी 'कूलीज उन्मत्त झाले' असाही मथळा दिला गेला.

माउंट एजकोम्बेच्या संघर्षात भारतीय संपकऱ्यांवर गोळ्या का झाडाव्या लागल्या याचे न्यायालयीन आयोगाने अखेरीस दिलेले स्पष्टीकरण बघा : 'भारतीय खूप उत्तेजित आणि हिंसक झाले होते आणि त्यांचा निर्धार इतका पक्का होता की, त्यांच्यापैकी एकजण मारला गेला आणि अनेकजण जखमी झाले... तरी ते नमले नाहीत.' सैन्याधिकाऱ्यांनी दिलेल्या जबाबाच्या आधारे आयोगाने असा निष्कर्ष काढला की, बंदुकांचा वापर केला नसता तर 'आणखी रक्तपात होण्याची शक्यता होती.' कॅम्पबेलच्या मुलानेच गोळीबाराला सुरुवात केली, असा जबाब भारतीयांनी दिला; पण प्रत्यक्षदर्शी पुरावा काही वेगळेच सांगत होता. त्यातून असे स्पष्ट होते की, कामावर जाण्याचे कायदेशीर आदेश धुडकावण्याचा गुन्हा कामगारांनी केल्यामुळे घोडेस्वार पोलिसांना बोलवावे लागले.

साउथ आफ्रिकन माउंटेड रायफल्सचे सदस्य असलेले पोलीस 'अंगावर धावून येणाऱ्या, बदलत्या आशियाई मनोवृत्तीच्या कूलींची संख्या पाहून हतबल झाले; ते पोलिसांची रांग मोडत त्यात घुसले,' 'द ट्रान्सवाल लीडर'ने त्याच्या वाचकांना सांगितले. माउंट एजकोम्बेच्या संघर्षाचे कामकाज बघणाऱ्या आयोगाने २१ नोव्हेंबर रोजी एस्परान्झा येथील बेनेव्हा शुगर इस्टेट येथे झालेल्या संघर्षातही लक्ष घातले. भारतीयांच्या 'बदलत्या मनोवृत्ती'चे दर्शन घडल्यावर पोलिसांपुढे एकतर शस्त्र वापरण्याचा किंवा 'सुमारे दोनशे भारतीयांच्या प्रक्षोभक जथ्यापुढे जवळपासच्या स्त्रिया व मुलांसह निःशस्त्र गोऱ्यांना असुरक्षित सोडण्याचा' पर्याय होता; त्यामुळे त्यांना बळाचा वापर करावा लागला आणि त्यात चार संपकरी मारले गेले. अधिकृत नोंदीनुसार, पोलिसांनी संपकऱ्यांना जवळच्या न्यायदंडाधिकाऱ्यांकडे जाण्याचे आदेश दिले होते, जेणेकरून कायद्याप्रमाणे त्यांच्यावर कामाचे ठिकाण सोडून गेल्याचे आरोप ठेवता येतील; परंतु कंत्राटी ऊसतोड कामगारांनी त्यांना विरोध केला. त्याऐवजी, ते पाठीवर उताणे पडून राहिले. "तुमच्या घोड्यांवरून खाली उतरा

आणि आमचे गळे कापा,'' अधिकृत आवृत्तीत म्हटल्याप्रमाणे त्यातील एक अकारण ओरडला. हे वर्णन आयोगातील अधिकाऱ्यांनी मुकाट्याने स्वीकारले. मग जेव्हा पोलीस घोड्यांवर बसून त्यांच्याजवळ आले, तेव्हा एक माथेफिरू भासणारा भारतीय उडी मारून उभा राहिला आणि त्याने घोड्याला इतक्या जोरात फटका मारला की, घोडा खालीच पडला. मग पोलीस घोडेस्वार मागे फिरले, तेव्हा त्यातील काहींची रिव्हॉल्व्हर्स बाहेर आली होती. कामगारांनी काठ्या घेऊन त्यांचा पाठलाग केला. भारतीय 'फकिरां'सारखे, 'दरवेशां'सारखे लढले असे एका प्रत्यक्षदर्शीने रॉयटरला सांगितले.

भारतीयांचे वर्णन कायमच उन्मत्त असे केले गेले आहे; पण जेव्हा वृत्तपत्रीय बातम्या आणि अधिकृत निकाल हिंसेचे मूळ कारण स्पष्ट करण्याचा प्रयत्न करतात, तेव्हा एकाच प्रकारची कहाणी पुन्हा सांगितली जाते. ऊसमळ्यांमध्ये तसेच खाणींमध्ये उद्भवलेला संघर्ष भारतीयांच्या 'बदलत्या' मनोवृत्तीमुळे झाला नसून, 'गुंडांच्या म्होरक्यां'ना जेरबंद करण्यासाठी पोलिसांना आणि सैन्याला जे आदेश दिले गेले त्यामुळे झाला. या म्होरक्यांवर काम बंद केल्याचा आरोप ठेवून त्यांना अटक केल्याने संप मोडीत निघेल आणि कंत्राटी कामगार पुन्हा कामावर परततील, असे त्यांना वाटत असावे. ऊसमळ्यांतील आणि खाणींमधील पर्यवेक्षकांना वॉर्डर्सचा आणि आफ्रिकन्सना 'विशेष कॉन्स्टेबल्स'चा दर्जा बहाल करण्याचे अधिकार त्यांना देऊन, जबरदस्तीने कायदा लागू करणे आणि सतर्कता दाखविणे यातील सीमारेषा पुसट करण्यात आली. सूरझाई नावाचा एक कंत्राटी कामगार फिनिक्स वसाहतीत आश्रयाला आला; तो जवळच असलेल्या ऊसमळ्यात कामाला होता, तेथे मार पडल्यामुळे तो पळून आला होता. थोड्याच दिवसांत तो मरण पावला. संपूर्ण नाताळमध्ये आर्मस्ट्राँग नावाच्या एकाच गोऱ्या माणसावर मर्यादा ओलांडल्याचा आरोप ठेवण्यात आला. त्याने बहुधा जे हाताला लागतील त्या दोन भारतीयांना पकडले होते; ते दोघेही त्याचे कर्मचारी नव्हते. दोघेही मुस्लीम होते. त्यातील एक इमाम होता असे म्हणतात–आणि आपल्या आफ्रिकन कामगारांपैकी दोघांना त्यांचे कपडे फाडायला लावले आणि त्यांना धरून ठेवायला सांगितले; मग आर्मस्ट्राँगने त्या दोन मुस्लिमांना चाबकाने आणि बुक्क्यांनी फोडून काढले. आधीच अर्धमेल्या झालेल्या त्या दोघांचा त्याने पाठलाग केला आणि पुन्हा तशीच मारहाण एकदा नव्हे, तर दोनदा केली. या आर्मस्ट्राँगच्या खटल्याने फ्लीट स्ट्रीटचे लक्ष वेधून घेतले. डाउनिंग स्ट्रीटने मग अहवाल मागविला. अखेरीस आर्मस्ट्राँगला शंभर पौंडांचा दंड ठोठावण्यात आला. शिक्षा ऐकण्यापूर्वी आपल्या जबाबात त्याने सांगितले की, तो 'त्या संपूर्ण जमातीला धडा शिकवण्याचा' प्रयत्न करत होता.

या कठोर कारवाईच्या बातम्या जशा लंडनला जाऊन पोहोचल्या तशाच त्या

भारतातही येऊन थडकल्या. तेथे व्हाइसरॉय लॉर्ड हार्डिंग यांनी, 'अपमानकारक आणि अन्यायकारक कायद्यांना प्रतिरोध करणाऱ्या' गांधींच्या अनुयायांप्रति भारताच्या वतीने 'मनापासून आणि तीव्र सहानुभूती' व्यक्त करण्याची जबाबदारी मद्रासला बोलताना उचलली. व्हाइसरॉयनी आपल्या भाषणानंतर न्यायालयीन आयोगाला या गोळीबार प्रकरणात लक्ष घालण्याची विनंती करणारी तार धाडली. साम्राज्याच्या संमतीनेच कंत्राटी पद्धत अस्तित्वात आलेली असल्याने व्हाइसरॉयच्या हस्तक्षेपाला वजन प्राप्त झाले होते. दक्षिण आफ्रिकेचे ब्रिटिश गव्हर्नर जनरल, जे व्हाइसरॉयच्या विरोधात होते, त्यांनी चिडून प्रतिक्रिया दिली. व्हिक्टोरियन पंतप्रधानांचे धाकटे चिरंजीव असलेल्या लॉर्ड ग्लॅडस्टोन यांनी लंडनला पाठविलेल्या तारेत स्मट्स आणि बोथा यांच्या 'सहनशीलतेची आणि धैर्याची' प्रशंसा केली आणि 'प्रक्षोभक आक्रमणाला अधिकृत पाठिंबा' देणाऱ्यांविषयी तीव्र नाराजी व्यक्त केली. व्हाइसरॉयना ताबडतोब पदच्युत करावे, अशी गव्हर्नर जनरलची मागणी होती. ब्रिटिश साम्राज्यात उच्चस्तरावर हा संघर्ष सुरू होईपर्यंत संप जवळपास निवळत आला होता.

१० डिसेंबर रोजी लंडनला जे आकडे पाठविण्यात आले, त्यात असे म्हटले होते, चोवीस हजार चार 'कूली' पुन्हा कामावर रुजू झाले, एक हजार ६९ तुरुंगात होते आणि फक्त ६२१ अजून संपावर होते. (जे संपावर होते, ते अचानक बेरोजगार झाले होते आणि त्यामुळे त्यांना परत पाठविले जाण्याची शक्यता होती. भारतीयांकडे असलेल्या कामांसाठी मालकांनी आता आफ्रिकन लोक नेमण्यास सुरुवात केली होती. एका लोकप्रिय दरबान कॅफेत, मॉडेल डेअरीमध्ये संपावर असलेल्या भारतीय महिलांच्या जागी 'गोऱ्या मुली'ची वेट्रेस म्हणून निवड करण्यात आली).

हे सर्व ज्याने सुरू केले त्या माणसापर्यंत यातील काहीही पोहोचले नाही. गांधींनी स्वत: केलेल्या वर्णनानुसार, त्यांना झालेली सश्रम कारावासाची शिक्षा सोडून उलट ते त्यांच्यासाठी ब्लोएमफॉन्टेन तुरुंगात खास राखून ठेवलेल्या कोठडीत विसावा घेत होते. त्यांचा बहुतेक रिकामा वेळ ते तमिळ भाषा शिकण्यात घालवत होते. ही बहुतांश कंत्राटी कामगारांची भाषा होती, जी त्यांना दशकापेक्षाही जास्त काळापासून हुलकावणी देत होती. कोळसा खाणींपासून ऊसमळ्यांपर्यंत पसरत गेलेल्या संपामुळे आणि कारवाई करताना झालेल्या गोळीबार व फटके देण्याच्या घटनांमुळे स्मट्स यांना स्वदेशात तर टीका सहन करावी लागलीच; पण लंडनपर्यंत व साम्राज्यात इतरत्रही त्यांची बदनामी झाली होती. त्यांनी आता ओळखले होते की, गांधींबरोबरची ही लढाई त्यांच्या हाताबाहेर गेली होती आणि त्यांना फार महागात पडली होती. त्यांना स्वत:ची कातडी वाचवून माघार घेण्यासाठी एखादा मार्ग हवा होता आणि तो त्यांना न्यायालयीन आयोगाच्या प्रस्तावामध्ये सापडला. एकूण परिणाम पाहता, त्या आयोगापुढे दोन कामगिऱ्या होत्या. एक म्हणजे, गोळीबाराला

निर्दोष शाबीत करणे आणि दुसरी, दक्षिण आफ्रिकेतील गांधींच्या सत्याग्रहाचे प्रकरण कायमचे बंद होईल, अशी तडजोड करणे.

व्हाइसरॉयच्या भाषणानंतर, आठवडाभरात तीन गौरवर्णीय सदस्य असलेला एक आयोग अस्तित्वात आला (त्यातील एक दीर्घकाळापासून दरबानच्या गांधींचा आणि तेथील भारतीय समाजाचा विरोधक होता). नियुक्तीनंतर आयोगाने एका आठवड्यातच असा आदेश काढला की, संपाची ठिणगी पेटविण्याच्या गुन्ह्याखाली शिक्षा भोगत असलेले गांधी, कालेनबाख आणि पोलाक यांना सोडून देण्यात यावे, जरी त्यांची आठ महिन्यांची शिक्षा बाकी असली तरी.

पाच आठवडे तुरुंगात चिंतनात घालविलेले गांधी बाहेर आले तेच मुळी संघर्षाच्या पवित्र्यात. दक्षिण आफ्रिकेतील मोहीम थंडावली आहे हेच प्रथम त्यांच्या लक्षात येईना; या लढाईत विजय मिळविण्यापासून ते आता फक्त एक महिनाच दूर होते हे त्यांना माहीत नव्हते. प्रिटोरियात १८ डिसेंबर रोजी मुक्तता झाल्यावर ते त्या संध्याकाळी जोहान्सबर्गमधील कोर्ट स्ट्रीटवरील गेइटी थिएटर येथे आपल्या समर्थकांशी बोलले. तुरुंगात असताना चिंतन करण्याची संधी मिळाल्यामुळे मला तुरुंगातील एकांत आणि शांतता यांची आठवण येत आहे, असे ते म्हणाले. आता पुन्हा ते काम करायला तयार होते 'जे शिक्षा होण्यापूर्वी ते करत होते.' दोन दिवसांनंतर, दरबानला परतल्यावर 'द नाताळ मर्क्युरी'शी बोलताना ते म्हणाले की, 'आशियाईविरोधी पूर्वग्रह न बाळगणाऱ्या युरोपियन नागरिकांची' नियुक्ती आयोगात केली नाही तर आपण 'पुन्हा अटक' करवून घेऊ आणि 'पुन्हा तुरुंगवास' भोगू. ही काही फार मोठी मागणी नव्हती. भारतीयांवर झालेला अन्याय पाहता, ते काही आयोगात एका भारतीयाच्या नियुक्तीची मागणी करत नव्हते; ते फक्त इतकेच म्हणत होते की, किमान काही सदस्यांकडून भारतीयांच्या भावनांचा आदर व्हायला हवा; परंतु १९१३ च्या युनियन ऑफ साउथ आफ्रिकेसाठी हा प्रस्ताव फारच सुधारकी थाटाचा होता, सरकारने तो ताबडतोब फेटाळून लावला.

त्यानंतर एक दिवसाने गांधी दरबानच्या रेसकोर्सवर अवतरले ते एखाद्या कंत्राटी मजुराप्रमाणे पोशाख करून–डोक्यावरचे केस काढून टाकलेले, सैलसर विजारीवर लांब, सैल कुर्ता परिधान केलेले. त्यांना बघायला जी गर्दी जमली होती, तशी त्यांच्या धाडसी मोर्च्यापूर्वी आणि तुरुंगवासापूर्वी या शहरात झाली नव्हती. त्यांच्या हातात फुलांचे गुच्छ कोंबण्यात येत होते, घोषणांनी आसमंत दुमदुमून गेला होता. त्यांच्याशी मतभेद असलेल्यांचे विशेषत: जुन्या नाताळ इंडियन काँग्रेसमधील व्यापाऱ्यांचे काही गट तेथे अस्तित्वात असतीलही; पण मोठ्या संख्येने गोळा झालेल्या जमावाने–जवळजवळ सहा हजार लोकांचा, जो गांधींनी प्रथमच अनुभवला–हे स्पष्ट केले की, गांधींच्या शेवटच्या चळवळीपूर्वी नाताळच्या भारतीयांमध्ये गांधींना

समर्थन देण्याविषयी जी बारीकशी अढी होती ती आता गेली होती आणि समर्थनाला लागलेल्या त्या ओहोटीचे रूपांतर भरतीच्या लाटांमध्ये झाले होते. अगदी निर्विरोध नसले तरी ते आता निश्चितच श्रेष्ठ ठरले होते. हा 'लाँग मार्च' म्हणजेच शेवटचा सत्याग्रह मोर्चा त्यांना दक्षिण आफ्रिकेतील वास्तव्यात शिखराकडे घेऊन जाणारा ठरला आणि आता या सभेने त्यावर कळस चढविला होता.

गांधींनी या सभेचा उपयोग आपल्या समर्थकांना पुढील संघर्षासाठी उद्युक्त करण्यासाठी केला. त्यांनी लोकांना 'पुन्हा लढ्यात उडी घेण्यासाठी, तुरुंगात जाण्यासाठी, मोर्च्याने बाहेर पडण्यासाठी... संप करण्यासाठी मग त्याचे पर्यवसान मृत्यूत झाले तरी चालेल,' असा आग्रह धरला. जे गोळीबारात मरण पावले, त्यांना श्रद्धांजली म्हणून आपण कामगाराचा वेष परिधान केल्याचे त्यांनी सांगितले. ज्या गोळ्या त्या कामगारांना लागल्या, त्यांनी आपलेही हृदय विदीर्ण केले आहे, असे गांधी म्हणाले. त्यांच्या व्याख्यानाचा सारांश 'द मर्क्युरी'ने अशा प्रकारे दिला होता. 'त्या गोळ्यांपैकी एक गोळी त्यांनाही लागली असती, तर असे मरण किती भाग्याचे ठरले असते; कारण भारतीयांना संपावर जाण्याचा सल्ला देणारे ते स्वत:च एक खुनी ठरू शकले असते.' चौतीस वर्षांनंतर वाट्याला येणाऱ्या अंताची चाहूल त्यांना कदाचित त्या वेळी पहिल्यांदा; पण अखेरची नव्हे, लागली होती, असे म्हणता येईल. गांधींनी आता प्रमाणित केलेल्या व्याख्येनुसार, 'मानवतेच्या मुक्ततेसाठीचा संघर्ष हाच धार्मिक संघर्ष होता.' या ठिकाणी जमावाने दिलेल्या 'ऐका, ऐका'च्या आरोळ्या वृत्तपत्राच्या गोऱ्या वार्ताहराने गाळून टाकल्या. हा संघर्ष अगदी 'मरेपर्यंत चालू राहील,' गांधी म्हणाले.

स्वत:ला 'खुनी' म्हणवून घेतले असले, तरी हा नेता एखाद्या युद्धातील शहिदांच्या थडग्यांवर पुष्पचक्र वाहणाऱ्या राज्याच्या प्रमुखाइतकाच गंभीर आणि आत्मनिंदेपासून मुक्त होता. 'सत्याग्रह' हा शब्द त्यांना सापडायच्याही आधीपासून म्हणजे, १९०६ सालापासून गांधी सत्याग्रहाविषयी जे बोलत आले होते त्याचे हे प्रात्यक्षिक होते : ते हे की, त्यांनी जो प्रतिरोधाचा वसा घेतला होता; त्यामुळे जरी अहिंसेच्या तत्त्वांचे पालन केले गेले तरीही हिंसाचार उसळू शकतो, त्या प्रतिरोधासाठी 'आत्मक्लेशा'ची गरज भासू शकते आणि काही वेळा हौतात्म्यही पत्करावे लागते. आपणही कदाचित त्यातील एक असू शकतो, असे गांधी म्हणत आहेत. ते असे नाही म्हणत की, नाताळच्या गोळीबारात मरण पावलेल्या कंत्राटी कामगारांनी खूप मोठी किंमत चुकविली किंवा जे वाचले आणि आता परत मळ्यांमध्ये आणि खाणींमध्ये कामावर परत गेले; मग भले ते पूर्वीपेक्षा जास्त गरीब आणि परतंत्र झाले असले, तरी त्यांच्याविषयी फार काळजीही व्यक्त करत नाहीत. या लढ्याला धर्मयुद्ध म्हणण्यातच सर्व काही आले. नेहमीप्रमाणे, ते विभाजनाच्या भाषेत किंवा

धार्मिक संज्ञा वापरून बोलत नाहीत. या संघर्षाला हिंदूंचा लढा किंवा हिंदू आणि मुस्लिमांचा लढा किंवा ख्रिश्चन धर्मीयांविरुद्धचा लढा, असे न संबोधण्याइतके ते सर्वधर्मसमभाव मानणारे होते. त्यांच्या अनुयायांनी, सत्याग्रहींनी दाखविलेली आत्मसमर्पण करण्याची तयारी हे त्यांनी या लढ्याला धार्मिक संघर्ष म्हणण्याचे कारण होते. त्यांचा हेतू अत्यंत शुद्ध आणि नि:स्वार्थी होता. ते आपल्या स्वार्थासाठी नव्हे, तर उज्ज्वल भविष्यासाठी लढायला उभे राहिले होते; मग त्या भविष्यात ते स्वत: असतील वा नसतील हे ठासून सांगण्याची गांधींची ही एक पद्धत होती. जर गांधींनी कधी या संपात कंत्राटी मजुरांची प्रत्यक्षात काही बाजी लागली असेल या शक्यतेचा किंवा संभाव्यतेचा विचार केला असेल–त्यातील काहींना हे जाणवले असेल की, दक्षिण आफ्रिकेतील त्यांचे भविष्य कर मागे घेण्याने बदलू शकते–तर तो विचार त्यांनी कधी उघडपणे बोलून दाखविला नाही. त्यांच्या दृष्टीने सत्याग्रह म्हणजे आत्मोद्धार नसून आत्मत्याग होता. या प्रतीकात्मक विजयाच्या आणि प्रत्यक्ष मात देण्याच्या क्षणी गांधी स्वत:ला कणखरपणे सादर करतात. ते एक अपारंपरिक राजकारणी आहेत; पण ते जे सांगत आहेत ते एका न सुटलेल्या संघर्षातील नेत्यासाठी पारंपरिक आहे. नेहमीच्याच नाट्यपूर्ण रीतीने ते म्हणत आहेत की, जर आणखी लोकांनी जीव देण्याची गरज असेल, तर ती किंमत चुकवायला भारतीय तयार आहेत. दोन आठवड्यांनंतर, एका सत्तरवर्षीय कामगाराचा, हरबतसिंगचा तुरुंगात मृत्यू झाला, त्याविषयी बोलताना गांधींनी त्यांची ही संकल्पना विस्ताराने सांगितली. ''भारतासाठी हरबतसिंगसारखा एक वृद्ध भारतीय तुरुंगात गेला आणि कैदेत असताना मरण पावला, तर ही काही मोठी दु:खाची गोष्ट नाही,'' ते म्हणाले. त्यात एक प्रकारचे समाधानच आहे.

कामगारांसारखा वेष परिधान करून आणि 'हा धार्मिक संघर्ष' जोपर्यंत सुरू आहे तोपर्यंत दिवसातून एकदाच जेवणाची शपथ घेऊन, आपण शोकमग्न आहोत हे जाहीर करण्यापेक्षाही गांधींनी अधिक काहीतरी साध्य केले. दक्षिण आफ्रिकेतील दोन दशकांच्या वास्तव्यात, त्यांची सार्वजनिक भूमिका आणि त्यांचा आत्मशोध यांच्यात जो समन्वय साधण्यासाठी ते धडपडत होते, तो त्यांना त्या वेळी सापडला. ख्रिश्चन मिशनऱ्यांबराबेर विसावणारा आणि टॉलस्टॉयच्या विचारांमध्ये स्वत:ला बुडवून घेणारा एक हाडाचा वकील, वर्षानुवर्षे हळूहळू परिवर्तित होऊन, त्याचे रूपांतर एका सामूहिक चळवळीसाठी समर्थन खेचणाऱ्या आणि कमी प्रमाणात का होईना; पण आंतरराष्ट्रीय कुतूहलाचा विषय ठरणाऱ्या एका नेत्यामध्ये झाले होते. ही आंतरराष्ट्रीय ख्याती त्यांनी अशा युगात प्राप्त केली होती, ज्या वेळी संपर्काची साधने केवळ वृत्तपत्रे आणि तारा यांपुरतीच मर्यादित होती. त्यांनी नंतर म्हटल्याप्रमाणे त्यांना त्यांचे जीवितकार्य सापडले होते. त्यांचे 'आत्मनिर्माण' कमी-जास्त प्रमाणात

साध्य झाले होते.

याचा एक भाग होता, गरिबातील गरीब भारतीयांबद्दलची, म्हणजे येथे दक्षिण आफ्रिकेमधील कंत्राटी कामगारांबद्दलची नव्याने निर्माण झालेली आस्था. लवकरच त्यांच्या मांसभक्षणाबद्दल, तंबाखू आणि मद्यपानाच्या 'सवयीं'बद्दल गांधींनी पुन्हा एकदा दटावायला सुरुवात केली. तुरुंगातून बाहेर आल्यावर लगेचच एका तारेत त्यांनी गोखल्यांना लिहिले, 'प्रभावी नेतृत्व नसताना कंत्राटी भारतीयांनी जो निर्धार आणि शिस्त दाखविली तेथे आपण चकित झालो. त्यांनी अनपेक्षितपणे त्यांची सहनशक्ती आणि कष्ट सोसण्याची ताकद दाखवून दिली.'

गौरवर्णीयांच्या सत्तेखालील दक्षिण आफ्रिकेच्या वास्तवाचा सामना अजून त्यांना करायचा होता. त्यांच्या प्रयत्नांचे फळ इतक्या सहजपणे त्यांना मिळणार नव्हते. गांधींनी कंत्राटी कामगारांचा, पिचलेल्या, बहिष्कृत समाजाचा पोशाख परिधान केला होता; परंतु दरबानच्या रेसकोर्सवरील त्यांच्या श्रोत्यांमध्ये या लोकांचे प्रमाण अल्प होते. गांधी त्यांच्याबद्दल बोलू शकत होते आणि त्यांच्यासाठी बोलू शकत होते; पण बहुतेक वेळा ते त्यांच्याशी बोलू शकत नव्हते. गांधींना कधीही न पाहता किंवा त्यांचे शब्दही न ऐकता जे त्यांच्या मागे गेले होते आणि आता खाणींवर आणि मळ्यात परत जाऊन कष्टाचे जीवन कंठत होते, त्यांच्यापर्यंत गांधींचे शब्द पोहोचू शकणार नव्हते. ट्रान्सवालपर्यंत चालत जाताना ते धार्मिक आणि देशभक्तिपर घोषणा देत होते; त्यामुळे हा धार्मिक संघर्ष आहे, या गांधींच्या म्हणण्याला काहीतरी आधार होता आणि गांधींनी त्यांच्या जीवनमानात किंवा काम करण्याच्या पद्धतीत बदल होईल, असे आश्वासन कधीही दिले नव्हते. पदयात्रेच्या सुरुवातीच्या दिवसांतील एक प्रसंग सांगून हा मुद्दा अधिक स्पष्ट करण्याचा प्रयत्न त्यांनी नंतर केला होता; त्या प्रसंगाला त्यांनी एखाद्या बोधकथेचे स्वरूप दिले. एका संपकऱ्याने गांधींकडे एका विडीची मागणी केली होती. ''मी त्याला समजावून सांगितलं की, तुम्ही आता कंत्राटी मजूर नसून भारताचे सेवक आहात. तुम्ही आता एका धर्मयुद्धात भाग घेतला आहे आणि अशा वेळी मद्यपान-धूम्रपान अशा व्यसनांचा तुम्ही त्याग केला पाहिजे... त्या चांगल्या माणसांनी माझा सल्ला मानला. मला पुन्हा कुणीही विडीसाठी पैसे मागितले नाहीत.''

संपकऱ्यांनी पेटून उठावे यासाठी त्यांना एक पूर्णपणे धार्मिक उपदेश देऊन– आणि चळवळीने आपले उद्दिष्ट गाठले आहे, हे ठरविण्याचे संपूर्ण अधिकार स्वतःकडे ठेवून–गांधींनी सर्वसाधारण राजकारण (त्यात प्रतिकाराचे राजकारणही आले) टाळले होते. त्यांच्या संपूर्ण आयुष्याकडे पाहताना, ते पुढे जाऊन जे लढे लढणार होते, त्यासारखाच हासुद्धा गांधीतत्त्वांची वैशिष्ट्ये घेऊन नटलेला लढा होता, असेच म्हणावे लागेल. लवकरच एक दिवस ते दक्षिण आफ्रिका सोडणार

होते आणि त्यांच्या मागे जे अनुयायी तेथे थांबणार होते त्यांच्यासाठी आपण काहीतरी महत्त्वाचे साध्य केले आहे हे गांधींचे शब्दच केवळ स्मरणात राहणार होते. आपण संकटांपुढे धैर्याने उभे राहिलो आणि गांधींनी हाक दिल्यावर भ्याडासारखी माघार घेतली नाही हा अभिमान बाळगून ते लोक जगणार होते. ही काही छोटी गोष्ट नव्हती, असा निष्कर्ष त्यांपैकी अनेकांनी काढला असेल.

दरम्यान, त्यांचा नेता ज्या वेळी रेसकोर्सवर मानवंदना स्वीकारत होता त्या वेळी संपूर्ण प्रदेशभर त्यांच्या अनुयायांवर कारवाई सुरू होती. गांधींच्या सुटकेच्या दिवशीच, बत्तीस निष्क्रिय प्रतिरोधकांना ज्यात पाच महिला होत्या, ट्रान्सवालमध्ये बेकायदा प्रवेश केल्याबद्दल तीन महिन्यांच्या कारावासाची सजा ठोठावण्यात आली.

गांधींच्या पुनरागमनानंतर पी.एस. अय्यरच्या 'आफ्रिकन क्रॉनिकल'ची वाचकसंख्या एकदम घटली. आपल्या नेत्यावर स्वतंत्रपणे, तिखटपणे केलेली टीका ऐकण्याच्या मन:स्थितीत आता भारतीय लोक नव्हते. तरीही अय्यर लढतच राहिला. दरबानच्या भाषणाबद्दल त्याने लिहिले : 'ज्यांनी आपल्या घरातील कमावत्या आणि जवळच्या व्यक्ती गमावल्या आहेत, त्यांच्यासाठी गांधींच्या पश्चात्तापाचे हे प्रदर्शन काही दिलासा देऊ शकणार नाही.' त्याला त्याची अवाजवी टीका थांबविण्यास सांगण्यात आले तेव्हा त्याने प्रतिज्ञा केली की, 'तो थडग्यात गेल्यावरच गप्प बसेल आणि तेथेसुद्धा आमचा आत्मा मरणार नाही, अमरच असेल.'

कॅलेंडरमध्ये १९१४ हे वर्ष उजाडले तसा गांधींनी न्यायालयीन आयोगावर बहिष्कार टाकण्याचा देखावा केला; पण स्मट्स यांच्याबरोबर पुन्हा आरामात वाटाघाटी सुरू केल्या. लवकरच, त्यांच्या चर्चांमध्ये तयार झालेली कराराची रूपरेषाच आयोगाची अंतिम शिफारस ठरली. या ताज्या तडजोडींनुसार माजी कंत्राटी कामगारांवरील तीन पौंडांचा कर अखेरीस रद्द करण्यात येणार होता, विवाह कायद्यात दुरुस्ती होऊन, बहुपत्नीकत्वाच्या मुस्लीम पद्धतीचा अपवाद वगळता पारंपरिक भारतीय लग्नाच्या पद्धतींना कायदेशीर मानले जाणार नव्हते आणि त्यांच्यावर बंदीही घातली जाणार नव्हती; दक्षिण आफ्रिकेत आधी वास्तव्य केलेल्या काही थोड्या लोकांसाठी स्थलांतरावरचे निर्बंध शिथिल करण्यात येणार होते आणि अगदी मोजक्या 'सुशिक्षित' भारतीयांना प्रवेश दिला जाणार होता म्हणजे त्यामुळे वर्णभेदाचा अडसर किंचित दूर होणार होता. सरकारने मोठमोठ्या परंतु अगदीच संदिग्ध शब्दांत अधिकृतपणे हे वचन दिले की, हे कायदे न्याय्य रीतीने लागू केले जातील. गांधी तुरुंगातून बाहेर आल्यानंतर एक महिन्याच्या आतच स्मट्स आणि त्यांच्यात अखेरचा आणि नवीन समझोता झाला. जून महिन्याच्या अखेरपर्यंत गौरवर्णी संसदेने इंडियन रिलीफ ॲक्ट मंजूर केला. मग गांधींनी आठ वर्षांपासून चालू-बंद असलेली आपली सत्याग्रहाची चळवळ संपुष्टात आल्याची घोषणा केली.

ते म्हणाले की, हा नवा कायदा म्हणजे 'भारतीयांसाठी मॅग्ना कार्टा' होता (हीच उपमा वीस वर्षांपूर्वी त्यांनी राणी व्हिक्टोरियाच्या अधिक व्यापक घोषणेसाठी वापरली होती; ज्या घोषणेचे आता नव्या युनियन ऑफ साउथ आफ्रिकेत काहीही महत्त्व उरलेले नव्हते). आपली शाब्दिक आतषबाजी सुरूच ठेवत त्यांनी या कायद्याला 'आपल्या स्वातंत्र्याचे राजपत्र' आणि 'अखेरचा समझोता' असेही म्हटले.

ज्या वेळी पी.एस. अय्यर याच्यासारख्या विरोधकांनी ज्या कायदेशीर समानतेसाठी गांधींनी एके काळी संघर्ष केला होता, ती गाठण्यात हा 'अखेरचा समझोता' फार कमी पडल्याचे दाखवून दिले; त्या वेळी गांधींना त्यांनी वापरलेले मोठमोठे शब्द गाळावे लागले नाहीत, तरी त्यात दुरुस्ती मात्र करावी लागली. शेवटच्या चळवळीआधी जे वास्तव होते ते नंतरही वास्तवच राहिले : भारतीय केवळ राजकीय हक्कांपासून वंचित राहणार नव्हते, तर त्यांना एका दक्षिण आफ्रिकन प्रदेशातून दुसऱ्या प्रदेशात जाण्यासाठी परवान्याची गरज भासणार होती; त्यांना अजूनही ऑरेंज फ्री स्टेटमध्ये स्थायिक होता येणार नव्हते किंवा ट्रान्सवालमध्ये आपली संख्या वाढविता येणार नव्हती; जेथे त्यांना अजूनही गांधींनी ज्याची 'काळा कायदा' म्हणून संभावना केली होती, त्या कायद्याखाली नावनोंदणी करणे बंधनकारक होते आणि त्यांनी कोठे जमीन घ्यायची किंवा व्यवसाय सुरू करायचा हे सांगणाऱ्या स्थानिक कायदे आणि निर्बंधांच्या जाळ्यात ते आजही अडकणार होते. अजूनही कराराने जखडल्या गेलेल्या कंत्राटी कामगारांच्या परिस्थितीत इंडियन रिलीफ ॲक्टमुळे कोणताही फरक पडणार नव्हता आणि याच कामगारांची संख्या संपकऱ्यांमध्ये आणि पदयात्रींमध्ये अधिक होती.

असे असले तरी, कंत्राटी पद्धतच आता शेवटच्या घटका मोजत होती. १९११ सालापासूनच नाताळने भारतातून कंत्राटावर कामगार आणणे बंद केले होते. ही पद्धत चालू ठेवण्याचा एकच मार्ग होता, तो म्हणजे कंत्राट संपल्यावरही काम करणाऱ्या कामगारांचे त्यांची पाच वर्षे पूर्ण झाल्यावर नवीन कंत्राटावर सही करण्यासाठी मन वळवायचे. अशा प्रकारच्या व्यवहारात आता तीन पौंडांच्या कराचा मुद्दा उरला नव्हता, हा कर आता कंत्राटी कामगारांच्या डोक्यावर टांगती तलवार बनून राहणार नव्हता. असे म्हणता येईल की, १९१७ मध्ये भारताने ही पद्धत पूर्णपणे कायमची बंद करण्याचा जो निर्णय घेतला, त्याचे मोठे श्रेय गांधींकडे जाते. दक्षिण आफ्रिकेने असे कामगार आणणे बंद केल्यानंतरही फिजी आणि मॉरिशस अशा ब्रिटिश साम्राज्याच्या वसाहती असलेल्या बेटांवर या कामगारांना पाठविणे सुरूच होते, ती पद्धत पूर्णपणे बंद करण्यात आली. गांधींच्या दक्षिण आफ्रिकेतील चळवळीमुळे या पद्धतीबद्दल भारतीयांच्या मनात असंतोष निर्माण झाला आणि त्यामुळे ब्रिटिश सरकारला ही पद्धत बंद करणे भाग पडले; परंतु ही पद्धत बंद करणे

हे कधीही त्या चळवळीचे जाहीर उद्दिष्ट नव्हते.

दक्षिण आफ्रिकेतील भारतीयांना उद्देशून लिहिलेल्या निरोपाच्या पत्रात गांधींनी हे कबूल केले की, काही उद्दिष्टे अपूर्ण राहिली होती, ती म्हणजे देशात कोठेही व्यापार करण्याचा, प्रवास करण्याचा किंवा जमीन खरेदी करण्याचा हक्क. भारतीयांनी जर गोरे 'जनमत तयार' केले तर पुढच्या पंधरा वर्षांत हे साध्य होऊ शकेल, असे त्यांनी लिहिले होते. राजकीय हक्क मिळणे ही त्यांच्या दृष्टीने दूरची गोष्ट होती. हा विषय बाजूला टाकणेच योग्य ठरणार होते. 'आपण मतदानाच्या अधिकारांसाठी किंवा भारतातून नव्याने स्थलांतरित झालेल्यांसाठी मुक्त प्रवेश मिळावा म्हणून भांडत बसण्याची गरज नाही,' त्या पत्रात सल्ला दिला होता. 'माझा ठाम विश्वास आहे की, मतांपेक्षाही निष्क्रिय प्रतिरोध निश्चितच श्रेष्ठ आहे,' त्यांनी 'द ट्रान्सवाल लीडर'ला सांगितले. येथे 'हिंद स्वराज'चे ते गांधी बोलत होते, जे संसदीय राज्यपद्धतीला असलेला आपला विरोध स्पष्टपणे मांडत होते आणि ही तीच पद्धत होती, जिच्यासाठी आपण लढत आहोत, असे बहुतांश भारतीय राष्ट्रवाद्यांना वाटत होते. शेवटी, गांधींनी हे मान्य केले की, 'अखेरचा समझोता' हा अखेरचा नव्हता. 'तो अखेरचा या अर्थाने होता की, त्याने ती महान चळवळ बंद केली.' क्रियाविशेषण पुसट करत अवघडलेल्या स्वरात त्यांनी आपल्या शब्दांची पुनर्मांडणी केली, 'तो अखेरचा या अर्थी नव्हता, कारण जे जे भारतीयांच्या हक्काचे होते ते त्यांना मिळाले नाही.'

'भारतीयांचा प्रश्न' आता बऱ्याच काळासाठी बासनात गुंडाळून ठेवल्याच्या खुशीत असलेल्या स्मट्स यांना गांधींनी केलेली ही शब्दांची पुनर्मांडणी म्हणजे त्या दोघांत झालेल्या समझोत्याचा विश्वासघात वाटला. हा 'अखेरचा समझोता' किती अखेरचा होता या प्रश्नावर गांधी त्यांच्या नेहमीच्या स्पष्टपणाने काही सांगू शकले नाहीत, कारण या वेळेचे त्यांचे 'सत्य' तितके सोपे नव्हते : ते देश सोडून जात असल्यामुळे हा संघर्ष संपणे क्रमप्राप्त होते, त्यांना जे हवे होते, ते मिळाले होते. कोणी काही विशेष बोलले नाही; पण त्यांचे प्रस्थान हा या समझोत्याचाच एक भाग होता.

गोरे जनमत अधिकाधिक कठोर होत गेले आणि गांधींची गुलाबी स्वप्ने हवेत विरून गेली. त्यांनी आपले लक्ष भारताकडे वळविल्यानंतर दक्षिण आफ्रिकेतील भारतीयांची स्थिती सुधारण्याऐवजी आणखी खालावत गेली. त्यांचा दर्जा द्वितीय श्रेणी नागरिकांपेक्षाही वरचा नव्हता आणि बहुतेक वेळा त्यापेक्षाही खालचा होता. वर्णभेद नीतीच्या अमलाखाली त्यांना कठोरपणे अलग वस्तीत राहणे आणि इतर समाजापासून अलग होणे, यासाठी भाग पाडण्यात आले; अर्थात आफ्रिकन लोकांना सहन कराव्या लागलेल्या दडपशाहीशी आणि अलगतावादाशी याची तुलना करता

येणार नाही. त्यांपैकी बहुतेक लोकांना जो केवळ एकच देश माहीत होता, त्यात ते साठ वर्षांनंतर मुक्तपणे प्रवास करू शकले. जमीन खरेदीसाठी भारतीयांवर असलेले निर्बंध उठायला सत्तर वर्षांपेक्षाही जास्त काळ जावा लागला. अखेरीस राजकीय हक्कही मिळाले–गांधींनी ते मिळविण्याचा प्रयत्न केला होता, त्याला तेव्हा शंभर वर्षे उलटून गेली होती. गांधी निघून गेल्यानंतर त्यांच्यामागे भारतीयांनी मायभूमीला परत जावे यासाठी मुक्त प्रवेशाचे आणि पारितोषिकांचे गाजर गोऱ्या सरकारने नाचवत ठेवले. १९१४ ते १९४० च्या दरम्यान सुमारे चाळीस हजार भारतीय या आमिषाला बळी पडले. स्थलांतर स्थगित करण्यात आले होते; पण भारतीयांची संख्या नैसर्गिक मार्गाने वाढतच राहिली आणि मग स्वाभाविकपणे मायभूमीच्या वारशाने आलेल्या आठवणी त्या बहुसंख्य भारतीयांच्या मनात पुसटशा उरल्या. १९९० च्या सुमाराला जेव्हा वंशभेद निवळत चालला होता, तेव्हा दक्षिण आफ्रिकेतील भारतीयांच्या संख्येने अंदाजे दहा लाखांचा आकडा पार केला होता. नेल्सन मंडेलांच्या पहिल्या मंत्रिमंडळात चार भारतीय मंत्री होते.

दक्षिण आफ्रिकेतील भारतीयांच्या पुढच्या काही पिढ्यांचे भविष्य धूसर दिसत असताना त्यांचा नेता मात्र जवळजवळ स्वतंत्र होता. त्यांची साधारण योजना, सुमारे वीस लोकांना घेऊन थेट भारतात दाखल होण्याची आणि पश्चिम भारतातील पुण्याला स्थायिक होण्याची होती, जेणेकरून आजारी गोपाळ कृष्ण गोखल्यांच्या जवळ राहता येईल. त्या दोघांमध्ये असा समझोता झाला होता की, सुमारे एक वर्षभर भारतीय प्रश्नांबाबत गांधी आपले तोंड उघडणार नाहीत (गांधींनी म्हटल्याप्रमाणे, 'कान उघडे आणि तोंड बंद ठेवायचे'). गांधींनी आता गोखल्यांची सेवा-शुश्रूषा करण्याचे व त्यांचा सचिव म्हणून काम बघण्याचे ठरविले; पण गोखले युरोपला, म्हणजे व्हिचीला निघाले होते; तेथील पाणी त्यांच्या हृदयविकाराला बरे करण्यात साहाय्यकारी होईल, अशी त्यांना आशा होती. त्यांनी गांधींना लंडनमध्ये भेटायला सांगितले.

बोटीने साउदम्प्टनला निघण्यापूर्वी गांधींना आता सर्वांचा निरोप घेणे, एवढेच काम उरले होते. गांधी नाताळला संपाच्या ठिकाणी येण्याआधी खाणींवर जाऊन कामगारांना संपाचे आवाहन करण्याचे धाडस करणाऱ्या सौ. थंबी नायडू जोहान्सबर्गला जेवणाच्या वेळी चक्कर येऊन पडल्या, असे म्हणतात. कारण त्यांचे पती त्या वेळी उठले आणि त्यांनी आपल्या जुन्या सहकाऱ्याला आपली चार मुले दत्तक घेण्याची आणि त्यांना आपल्याबरोबर भारतात घेऊन जाण्याची विनंती गांधींना केली. हे नायडूंच्या पत्नीला आधी माहीत नव्हते. या 'अनमोल भेटी'बद्दल गांधींनी त्या जुन्या 'जेलमेट्स'ना धन्यवाद दिले. त्यांचा प्रस्थानाचा दिवस जसा जवळ येत चालला,

तसा ज्या लोकांबरोबर त्यांनी लाँग मार्च काढला होता, त्या लोकांचे विचार त्यांच्या मनात प्रामुख्याने येऊ लागले. कंत्राटी कामगारांना लिहिलेल्या निरोपाच्या पत्राखाली सही करताना त्यांचे शेवटचे शब्द होते : 'मी कायमस्वरूपी, या समाजातील कंत्राटी कामगार आहे.' दरबानमध्ये त्यांनी कामगारांना 'बंधू आणि भगिनींनो' असे संबोधले होते आणि मग शपथ घेतली होती : 'माझ्या उर्वरित आयुष्यासाठी मी तुमच्याशी कराराने बांधला गेलो आहे.'

जोहान्सबर्गमधील त्यांच्या सर्वांत निष्ठावंत तमिळ समर्थकांशी अखेरचा संवाद साधताना त्यांनी जातीविषयक चर्चेने समारोप केला. ''तमिळांनी खूपच श्रद्धा, समर्पण, हिंमत, कर्तव्यपरायणता आणि साधेपणा दाखवला. त्यांनी आठ वर्षांपासून लढा धगधगता ठेवला,'' गांधी म्हणाले. हे सर्व मान्य केल्यानंतर 'आणखी एक गोष्ट' शिल्लक राहिली होती. त्यांना माहीत होते की, भारतातून येताना या लोकांनी जातिभेद बरोबर आणले होते. ''जर त्यांनी हे जातिभेद पाळले आणि एकमेकांना उच्च-नीच मानलं, तर या बाबी त्यांच्या विनाशाला कारणीभूत ठरतील. त्यांनी हे लक्षात ठेवलं पाहिजे की, त्यांच्यापैकी कुणीही उच्च जातीचे आणि नीच जातीचे नाहीत, तर ते सगळे भारतीय आहेत, तमिळ आहेत.''

दक्षिण आफ्रिकेत असताना ज्या प्रश्नाला गांधींनी फारसा कधी हात घातला नव्हता आणि तो उघड्यावर खेचून आणण्यास तमिळ लोकांना त्या वेळच्या वातावरणात कानपिचक्या देण्यास कोणती परिस्थिती कारणीभूत ठरली, हे आता इतक्या मोठ्या कालखंडानंतर सांगणे अशक्य आहे. काही तमिळांनी ग्रेट मार्चच्या दरम्यान किंवा गांधींच्या निरोपाच्या सभेत शिवाशीव होण्याची भीती दर्शविली होती का? किंवा भारतात गेल्यावर आपल्याला या अशा परिस्थितीला तोंड द्यावे लागेल, असा विचार गांधी करत होते? नेमका त्या प्रश्नाचा त्या वेळी काय संबंध होता, हे नक्की सांगणे अवघड असले, तरी व्यापक दृष्टीने पाहिले तर हे स्वाभाविकच होते. गांधींसाठी, कंत्राटी कामगारांची वास्तविकता; त्यांच्याच म्हणण्यानुसार ही अर्ध-गुलामी त्यांच्या दक्षिण आफ्रिकेमधील वास्तव्यातील जातिभेदाच्या वास्तविकतेशी साधर्म्य दाखविणारी होती. कंत्राटी कामगारांमधील उच्च जाती, नीच जाती आणि अस्पृश्य यांचे प्रमाण दाखविणारे जनसांख्यिकी शास्त्र काहीही सांगत असले, तरी गांधींसाठी या दोन गोष्टी वेगळ्या राहिल्या नव्हत्या, तर तो एक अनेक डोकी असलेला विषारी अजगर होता; ज्याला अजून नेस्तनाबूद करणे बाकी होते.

शेवटी, केपटाउनच्या धक्क्यावर १८ जुलै १९१४ रोजी एस.एस. किन्फॉन्स कॅसल या बोटीवर चढण्याच्या बेतात असताना गांधींनी हर्मन कालेनबाखच्या खांद्यावर हात ठेवला आणि आपल्या हितचिंतकांना म्हटले : 'मी माझ्यासोबत माझा रक्ताचा भाऊ नव्हे, तर युरोपियन भाऊ घेऊन चाललो आहे. दक्षिण आफ्रिकेने मला

किती अनमोल ठेवा दिला आहे याचा पुरावा म्हणून हे पुरेसे नाही का? आणि दक्षिण आफ्रिकेला विसरणे मला क्षणभर तरी शक्य आहे का?' त्यांनी तिसऱ्या वर्गाने प्रवास केला. कालेनबाखने डेकवर वापरण्यासाठी दोन दुर्बिणींच्या जोड्या आणल्या होत्या. चैनीच्या वस्तू म्हणून गांधींनी त्या हस्तगत केल्या आणि आपल्या मित्राने असे शौक करू नयेत म्हणून त्या समुद्रात भिरकावून दिल्या. गांधींचे नातू राजमोहन गांधी लिहितात, 'त्या दिवशी अटलांटिक श्रीमंत झाला.' दुर्दैवाने, किन्फॉन्स कॅसलने बंदरात प्रवेश केला त्याच्या आदल्या दिवशी जागतिक महायुद्धाला तोंड फुटले होते. कालेनबाख गांधी कुटुंबाबरोबर एका भारतीय विद्यार्थ्यांसाठी असलेल्या वसतिगृहात राहू लागला आणि गांधींबरोबर भारतात नवीन आयुष्याची सुरुवात करण्याची तयारी म्हणून हिंदी आणि गुजराती भाषेच्या अभ्यासावर लक्ष केंद्रित करण्याचा प्रयत्न करू लागला. या ज्यू वास्तुविशारदाला आपल्यासोबत भारतात घेऊन जाण्याच्या स्वप्नात खो घालण्याचा प्रयत्न करणाऱ्या नोकरशाहीच्या बुलंद भिंतीला भगदाड पाडण्याच्या प्रयत्नात गांधींनी प्रिटोरिया, नवी दिल्ली आणि व्हाइटहॉलला पत्रे पाठविली. युद्धकाळात एका जर्मन पासपोर्टधारकाला तेथे राहण्याची परवानगी देण्याची कुणालाही इच्छा नव्हती किंवा त्यांना तसे अधिकार नव्हते. व्हाइसरॉय 'हा धोका' पत्करू शकत नव्हते. गांधींनी आपले प्रस्थान पुढे ढकलले; पण तरीही दारे किलकिली होण्याची चिन्हे दिसेनात. अखेरीस, कालेनबाखला परकीय शत्रूंसाठी असलेल्या एका छावणीत, आइल ऑफ मॅन या ठिकाणी ठेवण्यात आले; पुढे १९१७ मध्ये युद्धकैद्यांच्या देवाणघेवाणीत त्याला पूर्व प्रशियाला पाठविण्यात आले. दोघे मित्र पुन्हा भेटले तेव्हा १९३७ हे वर्ष उजाडले होते. भारतात परत आल्यानंतर पाचव्या वर्षी गांधी उदासपणे म्हणाले, ''माझ्याकडे कालेनबाख नाही.''

दक्षिण आफ्रिका सोडताना गांधी दांपत्य

सहा महिन्यांनंतर मुंबईत येताना

विभाग २

भारत

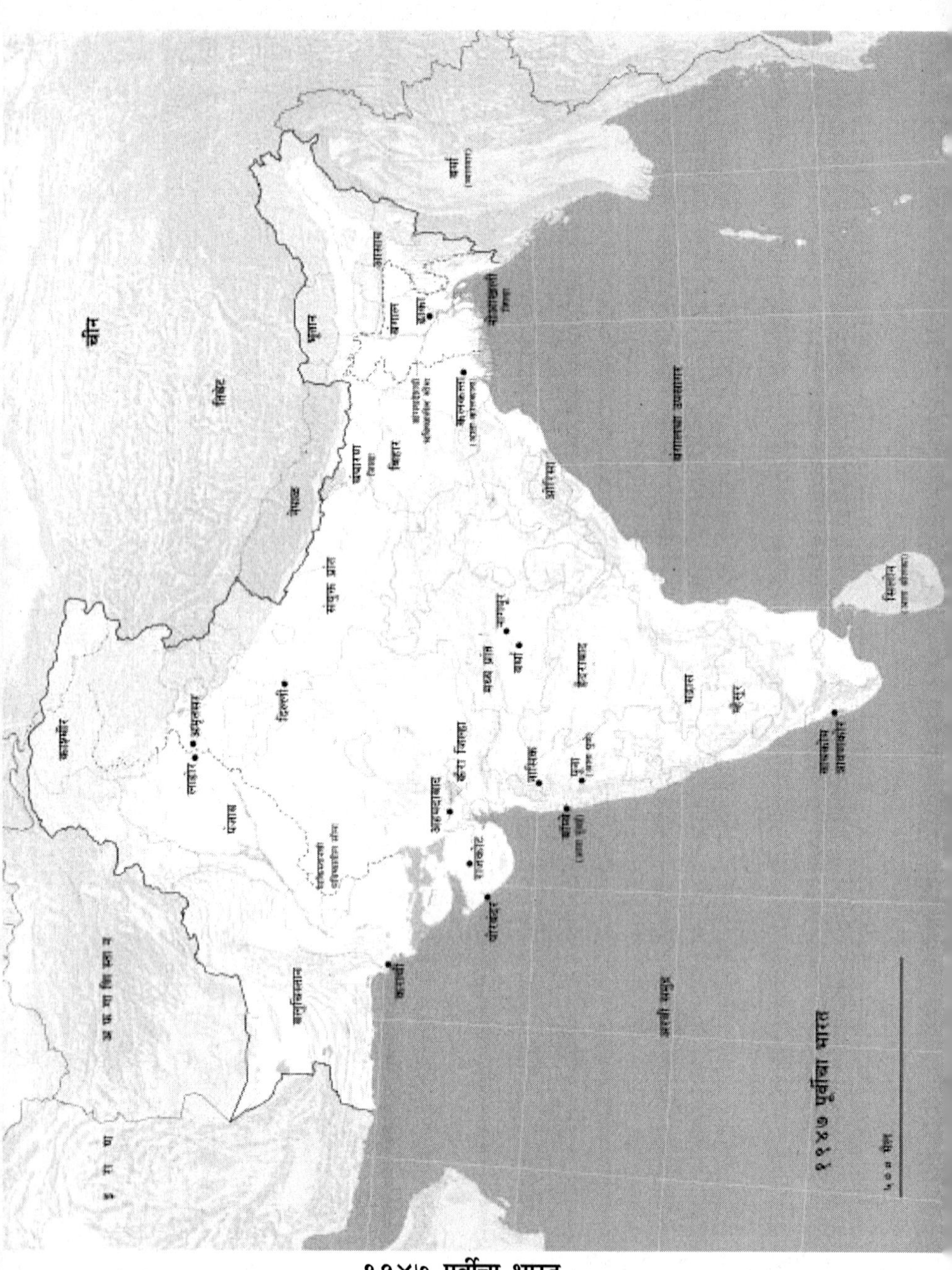

१९४७ पूर्वीचा भारत.

भारताला जागे करताना

भारतात परत आल्यावर पहिले वर्ष फक्त भारतातील जीवनगतीशी पुन्हा एकदा जुळवून घेण्यात घालविण्याची शपथ गांधींनी घेतली होती. त्यांनी आपल्या राजकीय गुरूंना, गोखल्यांना शब्द दिला होता की, त्या काळात कोणतीही राजकीय घोषणा करणार नाही, कोणाचीही बाजू घेणार नाही, कोणत्याही चळवळीत उडी घेणार नाही. ते सर्व देशभर प्रवास करणार होते, संपर्क प्रस्थापित करणार होते, स्वतःची ओळख करून देणार होते, कानांनी ऐकणार होते आणि डोळ्यांनी निरखणार होते. आलंकारिक भाषेत सांगायचे तर, जेवढे शक्य आहे तेवढे भारतातील अमर्याद वास्तव कवेत घेण्याचा ते प्रयत्न करणार होते. ही झेप फार मोठी होती. भारताच्या राजकीय पटलावर आजवर कोणीही केलेल्या प्रयत्नांपेक्षाही मोठी!

सुरुवातीला एक परका माणूस म्हणून स्वागत झालेले गांधी, हळूहळू नागरी सन्मान देणाऱ्या मेजवान्या आणि चहापानाचे समारंभ यातील एक फिरस्ते सन्माननीय पाहुणे बनले; त्यांनी दक्षिण आफ्रिकेत दिलेल्या लढ्याच्या सन्मानार्थ असे कार्यक्रम आयोजित केले जात होते. त्यावर त्यांचा ठरलेला प्रतिसाद हा अति हटवादी मनोवृत्तीने दाखविलेल्या विनम्रतेचा नसून यथोचित विनम्रतेचा असायचा. आपण तुरुंगात गेल्यानंतरही ज्यांनी संप सुरू ठेवला होता ते कंत्राटी कामगार, गरिबातील गरीब मजूर दुसऱ्या उपखंडातील 'खरे हीरो' होते, असे गांधी म्हणायचे. त्यांनी सुरुवातीच्या काही समारंभांत बोलताना असा दावा केला की, आता ज्या मुंबईच्या राजकीय क्षेत्रातील उच्चभ्रू आणि हुशार श्रोत्यांसमोर त्यांना जेवढे 'मोकळे' वाटत नाही तेवढे त्या कामगारांबरोबर त्यांना 'घरच्यासारखे' वाटायचे. स्वाभाविक दृष्टिकोनातून पाहता, या दाव्यावर प्रश्नचिन्ह उभे करता आले असते; पण त्यातून गांधींची भारतातील त्यांच्या सुरुवातीच्या घोषणांपासून तयार झालेली, एक लोकनेता ही प्रतिमा समोर आली. १९१५ या भारतातील त्यांच्या पहिल्या वर्षात, त्यांना जेवढे शक्य होते तेवढे स्पष्टपणाचे हे बोलणे होते. या भाषणानंतर पाचच आठवड्यांत झालेल्या गोखल्यांच्या दुःखद निधनानंतर गांधींना या शपथेतून स्वतःची सोडवणूक करून घेता आली असती. मात्र, त्यांनी आपणहोऊन स्वतःकडे पुढारीपण घेणे टाळले; पण त्यानंतर १९१६ सालच्या सुरुवातीला त्यांचा शपथकाल संपत

असताना गांधींनी हे स्पष्ट केले की, त्यांनी काही निष्कर्ष काढले होते. आणखी एका नागरी स्वागत समारंभात, गुजरातमधील सुरत या शहरी त्यांनी सांगितले, "भारताला जागं करण्याची गरज आहे, जागृती झाल्याशिवाय प्रगती होणार नाही. देशाला जागं करण्यासाठी त्याच्यासमोर एखादा महत्त्वपूर्ण कार्यक्रम ठेवला पाहिजे."

गांधींनी पुन्हा एकदा दोन वर्षांपूर्वीच्या नाताळमधील संपाच्या आपल्या अनुभवांबद्दल विस्ताराने सांगितले. येथे ते दावा करतात की, जसे त्यांनी दक्षिण आफ्रिकेतील कंत्राटी कामगारांबाबत केले होते, तसे देशाला हलवून जागे करण्यासाठी ते आता गरिबातल्या गरिबापर्यंत शिक्षण पोहोचविणार होते. 'भारत अधिकाधिक स्वाभिमानशून्य, लाचार का होत चालला आहे हे त्यांनी शिकावे,' अशी त्यांची इच्छा होती. दक्षिण आफ्रिकेतील अनुभवांची बोधकथा बनविण्याच्या वाटेवर ते कधीच चालू लागले आहेत, त्यातील काही दुर्दैवी तपशील त्यांनी गाळून टाकले आहेत. जसे शुगर कंट्रीमधील हिंसेचा उद्रेक किंवा चळवळीच्या परिणामांची संदिग्धता; विशेषत: कंत्राटी मजुरांना यातून प्रत्यक्षात झालेल्या फायद्यांची कमतरता. त्यांच्यातील मुरब्बी राजकारणी आता मागे वळून न पाहता पुढे बघत आहे, भारतात जनसमूहाच्या राजकारणाची सुरुवात करण्याची वाट पाहत आहे. त्यांनी दक्षिण आफ्रिकेतील परिस्थितीशी केलेल्या तुलनेत कितीही त्रुटी असल्या, तरी भारतापुढे एक कार्यक्रम ठेवून त्याला हलवून जागे करण्याची महत्त्वाकांक्षा ते बोलून दाखवितात. या कार्यक्रमाची रूपरेषा काय असेल, हे इतक्या लवकर सांगणे कठीण असले, तरी गांधींनी आपल्याबरोबर आणलेल्या हिंदू-मुस्लीम ऐक्याबद्दल त्यांना असलेली कळकळ आणि भारतासाठी एक शाप बनून राहिलेल्या अस्पृश्यतेविषयीची चीड अशा काही चिंतांचा समावेश त्यात निश्चितच होणार होता.

या कार्यक्रमामुळे भारतातील परिस्थितीत एक स्वाभाविक फरक असा झाला असता की, यापुढे सीमित अल्पसंख्याकांना श्वास घेण्यापुरती जागा अशा एका समाजव्यवस्थेत तयार करण्याची धडपड त्यांना करावी लागणार नव्हती, जी बदलण्याची त्यांना आशा नव्हती. बहुसंख्याकांना आपल्याबरोबर भारतात घेऊन जाऊन वसाहतवादी राजवटीचा अंत करून नवीन सत्ता प्रस्थापित करण्याची संधी आणि जबाबदारी आता त्यांच्याकडे होती. सरकारमध्ये स्वत: सामील होण्याची महत्त्वाकांक्षा जरी त्यांनी कधी बोलून दाखविली नसली, तरी समाजाला दिशा देण्यासाठी, सुधारणा घडवून आणण्यासाठी त्यांनी नियुक्त केलेल्या नेत्यांना मार्ग दाखविण्याचे काम तर त्यांचेच असणार होते.

इतक्या विस्तृत व्यासपीठावर, कोणत्याही संघटनेचे पाठबळ आणि स्वत:च्या गोतावळ्याशिवाय अन्य अनुयायी नसताना, गांधींना अपेक्षित असलेल्या 'जागृती'चा काही अंश केवळ सहा वर्षांपेक्षाही कमी काळात प्रत्यक्षात उतरविणे, हा या स्वदेशी

परतलेल्या राजकारण्याने केलेली विलक्षण गोष्ट होती. पुनरुज्जीवित झालेल्या राष्ट्रीय चळवळीचे पाठबळ मिळालेले त्यांचे साहसी उद्दिष्ट–त्यांनी खरोखर नव्याने शोधून काढलेले–एका घोषणेत समाविष्ट झाले : 'एका वर्षात स्वराज्य.' स्वराज्य हे गांधींच्या दृष्टीने एक धूसर उद्दिष्ट होते; एक प्रकारचे स्वयंशासन, ज्यासाठी संपूर्ण स्वातंत्र्य मिळेपर्यंत थांबण्याची गरज नव्हती; पण जे निश्चितपणे स्वातंत्र्याकडे घेऊन जाणारे होते. फक्त एका वर्षात सामूहिक चळवळीने हे साध्य होईल, हे म्हणणे येथे धाडसाचे आहे. ते निर्णायक वर्ष असणार होते, १९२१.

तोपर्यंत, एक नवीनच गांधी उदयास आले होते. ते आता चहापान समारंभातील सन्माननीय अतिथी राहिले नव्हते. १९१७ च्या एप्रिलमध्ये उन्हाळ्याच्या सुरुवातीला जेव्हा त्यांनी उत्तर बिहारच्या बॅकवॉटरजवळील निळीच्या मळ्यातील कामगारांच्या पिळवणुकीचा प्रश्न हाती घेतला, तेव्हापासून १९१९ च्या एप्रिल महिन्यापर्यंत, जेव्हा त्यांनी पहिल्या अहिंसक राष्ट्रीय हरताळाची हाक दिली तोपर्यंतच्या फक्त दोन वर्षांच्या कालावधीत त्यांनी भारतावर आपला ठसा उमटविला. आता जेव्हा ते स्वराज्याचा प्रचार करण्यासाठी प्रवास करत होते, तेव्हा हजारो आणि लाखोंच्या संख्येने लोक त्यांना बघायला जमा होत होते; ही गर्दी गांधींनी दरबानच्या रेसकोर्सवर अनुभवलेल्या जमावापेक्षा दहापट किंवा अगदी वीसपटींहूनही जास्त होती. ते लोकांशी मातृभाषा गुजरातीतून किंवा अजून तितकेसे प्रभुत्व नसलेल्या हिंदीतून संवाद साधण्यास प्राधान्य देत होते–नंतर, सामान्य लोकांपर्यंत पोहोचता यावे यासाठी राष्ट्रीय भाषा हिंदीत बोलणे त्यांनी पसंत केले–पण त्यांचा आवाज पुढच्या काही रांगांपर्यंतच ऐकू जायचा आणि जेव्हा ते उत्तर भारताच्या बाहेर जायचे, तेव्हा त्यांना अशा भाषेत बोलावे लागायचे जी त्यांचे बोलणे ऐकू येणाऱ्या लोकांना पूर्णपणे समजायची नाही किंवा अजिबातच समजायची नाही.

पण त्याने काही फरक पडला नाही; गर्दी फुगतच गेली. गांधींनी ही जी खळबळ उडवून दिली तिला भारतीयांचे एक खास वैशिष्ट्य कारणीभूत होते. येणारे लोक त्यांना ऐकायला नव्हे, तर त्यांना बघायला येत होते : 'दर्शन' घेण्यासाठी येत होते; ज्यांना साधुत्व प्राप्त झालेले असते किंवा जे ऋषींच्या दर्जाला पोहोचतात त्यांना ही पात्रता प्राप्त होते. या गर्दीतील काही लोकांना गांधींना बघितल्यावर अक्षरशः देव भेटल्याचा आनंद झाला. आपण समोर एक मर्त्य मानव पाहत नसून, हिंदूंच्या तेहेतीस कोटी देवांमधील एकाचा प्रत्यक्ष अवतारच बघत आहोत, असे त्यांना वाटत होते. १९२१ च्या उत्तरार्धात, जेव्हा आपले स्वराज्याचे घाईघाईने दिलेले वचन काळाच्या शर्यतीत मागे पडत आहे असे दिसले, तेव्हा या देवदूताला आपल्यावरील देवत्वारोपणाचा विरोध करण्याची गरज भासली. त्यांनी लिहिले, 'माझ्याविषयी केल्या जाणाऱ्या देवत्वाच्या सगळ्या दाव्यांना मी नाकारले होते,

असा विचार मी करायला हवा होता. मी भारताचा आणि मानवतेचा एक नम्र सेवक आहे आणि अशा सेवा करतानाच मला मृत्यू यावा, अशी माझी इच्छा आहे. ही अवतार वगैरे मानण्याची वेळ नाही,' त्यांनी ठामपणे मत मांडले. 'भारतासाठी आता ही पूजा करण्याची नव्हे, तर सेवा करण्याची वेळ आहे.'

याआधी एक नेता आणि त्याच्या तेजात निष्क्रियपणे न्हाण्याची इच्छा असणारे लोक यांच्यातील अल्पकालिक देवाणघेवाणीविषयी असणारा तिरस्कार गांधींनी बोलून दाखविला होता : 'दर्शन घेण्याने कुणाचं भलं होत असेल, यावर माझा विश्वास नाही आणि जो ते देतो, त्याची अवस्था तर त्याहूनही वाईट होते.' पण त्यांनी ही बाब आपल्या दिनक्रमाचा, काही वेळा रात्रीच्या कार्यक्रमाचा एक भाग बनू दिली. सार्वजनिक ठिकाणीच नव्हे, तर बहुतेक वेळा ते काम करत असताना आणि आश्रमात बाहेर झोपलेले असताना, सामान्यतः नेहमीच भक्तिभाव डोळ्यांत दाटलेले, वेड्यासारखे बघत असलेले लोक गर्दी करून असायचे. त्यांच्याकडे दुर्लक्ष करणे हा गांधींचा निर्धार असे. मात्र, त्या निर्धाराकडे ते खुशाल दुर्लक्ष करायचे.

काही वेळा हे कौतुक अति होत असे. ते गांधींच्या सहनशक्तीच्या पलीकडे जात असे. काही लोक पुढे जाण्यासाठी रेटा लावत, काही भक्तिभाव दर्शविण्यासाठी त्यांच्या पायांना बोटांनी स्पर्श करायला गर्दी करत. 'इंडियन ओपिनियन'चे नवीन रूप असलेल्या आणि अजूनही दक्षिण आफ्रिकेतील फिनिक्स वसाहतीत छापल्या जाणाऱ्या त्यांच्या 'यंग इंडिया' या साप्ताहिक वृत्तपत्राच्या इंग्रजी आवृत्तीमध्ये त्यांनी या 'चरणस्पर्शाच्या रोगा'बद्दल तक्रारीचा सूर लावला होता. नंतर त्यांनी इशारा दिला : 'माझ्या पायाला स्पर्श करण्यात मनुष्याची अवनतीच आहे, दुसरे काही नाही.' अशी अवनती आणखी खूप प्रमाणावर व्हायची होती. लुइस फिशर यांनी लिहिले, 'लोकांनी खाली वाकून हात लावल्यामुळे त्यांची पावले आणि नडग्या ओरखड्यांनी भरून जायच्या; त्यांच्या पायांना व्हॅसलीन चोळावे लागायचे.' नंतर गांधींची एक निष्ठावान इंग्लिश अनुयायी मॅडलीन स्लेड, जिला त्यांनी मीराबेन असे नाव दिले होते, ती 'रोज रात्री त्यांचे पाय अक्षरशः शाम्पू लावून धूत असे,' असे फ्लीट स्ट्रीटवरील एका पत्रकाराने लिहून ठेवले आहे.

गांधींचे पहिले भारतीय बॉसवेल (समर्पित प्रशंसक आणि समग्र नोंदी ठेवणारा) आणि त्या काळातील निष्ठावान सचिव महादेव देसाई यांना या गर्दीच्या कोलाहलात 'लोकांच्या प्रेमवेडाची धिटाई' दिसली. गोरखपूर ते बनारस या एका रेल्वे प्रवासादरम्यान ग्रामीण भागातील स्थानकांच्या मालिकेतील अखेरच्या स्थानकावर फेब्रुवारी १९२१ मध्ये घडलेल्या एका प्रसंगाची नोंद त्यांनी दैनंदिनीत करून ठेवली आहे. प्रत्येक स्थानकावर लोकांची गर्दी वाट बघत होती, लोक रुळांवर उतरून आले आणि त्यांनी गांधींच्या दर्शनाची मागणी केली; त्याच दिवशी पाटण्याला त्यांनी एक लाख

लोकांच्या सभेला संबोधित केले होते. 'आम्ही आमच्या देवाच्या दर्शनाला आलो आहोत,' एका माणसाने महादेवना सांगितले. एका स्थानकावर तर लोकांची मागणी पूर्ण करण्यासाठी गांधींसारखा पोशाख परिधान करून त्यांचे सोंग वठविण्याइतपत महादेव यांची मजल गेली होती. लोकांनी आपल्या हीरोला कधी पाहिले नसल्याने, त्यांचे समाधान करण्याचा हा एक निष्फळ प्रयत्न होता.

आता मध्यरात्र उलटून गेली होती. आणखी एक गर्दीचा प्रचंड लोंढा, तासन्तास वाट बघून आता गांधींच्या तिसऱ्या वर्गाच्या डब्याला झोंबला होता. दौऱ्यावर असलेले महात्मा त्यांच्याशी बोलण्यास उत्सुक नव्हते, तसे त्यांच्या वेळापत्रकात ठरलेलेही नव्हते. गांधींना दिवसभराच्या थकविणाऱ्या कार्यक्रमानंतर थोडी तरी झोप मिळावी, यासाठी महादेव देसाई लोकांना शांतता राखण्याचे आवाहन करत होते; पण कानठळ्या बसविणाऱ्या 'गांधी की जय!' अशा घोषणांनी रात्रीचे ते आकाश दुमदुमून गेले होते. शेवटी गांधी अचानक संतापून उठले, त्यांचा चेहरा रागाने इतका फुलला होता की, महादेव यांनी यापूर्वी कधीच पाहिला नव्हता. पुन्हा एकदा गांधींच्या तथाकथित अनुयायांचा तो जमाव गाडीच्या पायऱ्यांवर लोंबकळत होता आणि त्यामुळे ट्रेन पुढे जाऊ शकत नव्हती. अहिंसेच्या या मूर्तिमंत प्रतीकाने नंतर हे मान्य केले की, त्या क्षणी कुणालातरी झोडपून काढण्याची आपल्याला तीव्र इच्छा झाली होती; पण तोंडाने का होईना अपशब्द उच्चारण्याऐवजी, त्यांनी गर्दीच्या देखत स्वतःचे कपाळ आपटून घेतले, कपाळावर मारून घेतले. पुन्हा एकदा आपटले आणि पुन्हा तिसऱ्यांदा... महादेव यांनी लिहिले, 'लोक घाबरले. त्यांनी मला त्यांना माफ करण्याची विनंती केली, ते शांत झाले आणि मी झोपायला जावे, अशी त्यांनी विनंती केली.'

मूर्तिपूजक आणि अनावर झालेल्या ग्रामीण लोकांना परत पाठविण्यासाठी भल्या पहाटे स्वतःवरच हल्ला करणाऱ्या या चिडलेल्या महात्म्याचे दृश्य स्वाभाविकपणेच त्याने केलेल्या आवाहनाच्या मूलभूत स्वरूपापुढेच प्रश्नचिन्ह उभे करते. या प्रसंगापर्यंत गांधींनी सुरतला त्यांनी कबूल केल्याप्रमाणे एका कार्यक्रमाची रूपरेषा आखलेली होती. दक्षिण आफ्रिका सोडतानाच त्यांच्या नजरेसमोर खरेतर ती तयार होती किंवा त्यांच्या टॉलस्टॉय फार्मवर चाललेल्या उपक्रमांमधूनही ती दिसून येत होती. खरे स्वराज्य तेव्हाच मिळेल जेव्हा भारत हिंदू आणि मुस्लीम यांच्यातील स्नेहबंध अधिक दृढ करेल, अस्पृश्यतेचा समूळ नायनाट करेल; त्याच्या असंख्य खेड्यांमधून स्वयंपूर्ण कुटिरोद्योग म्हणून हाताने कातलेल्या आणि विणलेल्या कापडाचा प्रसार आणि प्रचार करेल अशी गांधींची संकल्पना होती. "हे ते चार खांब आहेत ज्यावर स्वराज्याचा डोलारा उभा राहील," असे ते म्हणायचे आणि राष्ट्रीय चळवळीने, खात्रीपूर्वक म्हणण्यापेक्षा गांधींवरच्या प्रेमापोटी किंवा त्यांना खूश

ठेवण्यासाठी असे म्हणू या–हा कार्यक्रम अधिकृतपणे आपलासा केला. १९२१ च्या डिसेंबरमध्ये अहमदाबादला, म्हणजेच त्यांनी स्वत:ला आणि भारताला स्वराज्य मिळविण्यासाठी जी मुदत दिली होती ती संपल्यावर त्यांच्यावर अयशस्वी देवदूत म्हणून ठपका ठेवण्यास भारतीय राष्ट्रीय काँग्रेस राजी नव्हती. त्याऐवजी काँग्रेसने गांधींना चळवळींसंबंधीची 'एकमात्र कार्यकारी अधिकार' असलेली व्यक्ती म्हणून निवडून दिले; प्रत्यक्षात त्यांना अशा काळात एकसदस्यीय पॉलिट ब्यूरो म्हणून अधिकार देण्यात आले जेव्हा त्यांच्या बहुतेक सहकाऱ्यांना आणि विरोधकांना ब्रिटिश अधिकाऱ्यांनी गजाआड केले होते (स्वत: महात्म्याचे काय करायचे याविषयी त्यांची योजना नक्की होत नव्हती). गांधींमधील पुनरुत्थानवादी अथकपणे आपल्या चार कलमी कार्यक्रमाचा लिखाणातून, प्रवासात घेतलेल्या सभांमधून प्रचार करत होता; त्यातील प्रत्येक कलम हे स्वराज्यासाठी कसे अनिवार्य होते, हे सांगत होता. त्या कलमांमधील तर्कशुद्ध संबंध काही वेळा फक्त त्यांना स्वत:लाच स्पष्टपणे कळत होते. हिंदू-मुस्लीम ऐक्य सूत कातल्याशिवाय होणे शक्य नाही, हे केवळ गांधीच म्हणू शकत होते. इतर वेळी अस्पृश्यता निर्मूलनाला सर्वोच्च प्राधान्य दिले जात होते. त्यांचे म्हणणे सगळ्यांना कळत नसूनही, ते ज्या ज्या ठिकाणांना भेट द्यायचे, त्या त्या ठिकाणी तयार होणाऱ्या कार्यकर्त्यांच्या फळीसाठी त्यांचे शब्द हे ब्रह्मवाक्य होते.

दरम्यान, सन १९२१ पर्यंत हा नवीन अधिकारप्राप्त राजकीय व्यूहरचनाकार सविनय कायदेभंगाचे इशारे देऊ लागला होता. गांधींनी स्वत:च्या शिरावर घेतलेल्या कार्याची आणि शिस्तीची एक अभिव्यक्ती म्हणून या कार्यक्रमाने देऊ केलेले स्वप्न सुसंगत होते. व्यावहारिक राजकारणाच्या दृष्टिकोनातून सौम्य शब्दांत सांगायचे तर ही एक धूर्त पण अशक्य नसणारी जादूची खेळी होती.

गंगेच्या मैदानातील त्या अनामिक रेल्वे सायडिंगजवळ जमलेली हजारोंची गर्दी रात्रभर गांधींच्या चार कलमी कार्यक्रमाबाबतच्या उत्सुकतेपोटी थांबली नव्हती किंवा तिला मुस्लिमांविषयी किंवा अस्पृश्यांविषयी सहानुभूती होती किंवा गांधींच्या पुढच्या अहिंसा चळवळीत नाव नोंदवायचे म्हणूनही थांबली नव्हती. ती गर्दी या माणसाविषयी किंवा त्याहीपेक्षा जास्त, एका संताविषयीचा आदरभाव व्यक्त करायला जमली होती. एका नवीन आणि असाधारण प्रकारे ते त्यांची काळजी वाहत आहेत, हा विचार लोकांपर्यंत फार चांगल्या प्रकारे पोहोचविला गेला होता. गांधींच्या लोकांकडून काही अपेक्षा होत्या ही जाणीव त्यांना झाली असेल, तर ती फारच अस्पष्ट, धूसर आणि प्रासंगिक होती. गांधींची प्रत्यक्षातील उद्दिष्टे काही वेळा आदर्शवादाच्या मार्गावर जात असतीलही, पण ती या भारतीय जनसमूहासाठी काही वेळा मुद्द्यापासून भरकटलेली ठरली. जे वास्तव जग ते बदलायला निघाले होते, त्या जगाने ती

सर्वार्थाने स्वीकारली नाहीत. गांधींना बघण्यासाठी लोकांच्या ज्या झुंडीच्या झुंडी येत होत्या, त्यांच्या डोक्यात गांधींनी दिलेल्या वचनांसंबंधी त्यांच्या स्वतःच्या काही कल्पना होत्या. बऱ्याचदा ते अशा प्रेषितासाठी वाट बघत आहेत असे वाटायचे, जो त्यांना एका सुवर्णयुगात घेऊन जाईल; जेथे त्यांच्या डोक्यावर कर्जे आणि करांचा डोंगर नसेल आणि कोणत्याही गोष्टीचा अभाव नसेल. काही वेळा ते या येणाऱ्या युगाला 'गांधीयुग' म्हणायचे, म्हणजे भरपूर नसले तरी पुरेशा सुख आणि समाधानाच्या युगाची पहाट. आपल्या सहकाऱ्यांसमवेतही संवादाची समान पातळी गाठू न शकणारे गांधी स्वतःच उंचावलेल्या अपेक्षांच्या पिंजऱ्यात बंदिस्त झाले होते.

गांधींच्या स्वतःच्या लवचीक, कारणमीमांसा करणाऱ्या मनात राष्ट्रीय चळवळीचा प्रमुख म्हणून आणि एकसंध भारताचा तारणहार म्हणून क्वचितच त्यांच्या एक आध्यात्मिक साधक व दुसरा लोकनेता या दोन भूमिकांमध्ये गोंधळ असायचा. एकसंध भारत हे त्यांच्या कल्पनेचे अपत्य होते. ज्या-ज्या वेळी गांधींच्या दोन व्यक्तिमत्त्वांमध्ये संघर्ष निर्माण झाला, त्या-त्या वेळी बहुतेक वेळा निर्विवादपणे आध्यात्मिक साधकाने नव्हे, तर लोकनेत्याने माघार घेतली. दक्षिण आफ्रिकेत १९१० ते १९१२ या काळात ते टॉलस्टॉय फार्म येथे एकांतवासात गेले होते तशी त्यांची संपूर्ण कारकीर्द सक्रिय नेतृत्वापासून त्यांनी वेळोवेळी घेतलेल्या माघारीच्या विरामचिन्हांनी भरलेली आहे; पण राजकीय आखाड्यातून त्यांनी कधीही कायमची माघार घेतली नाही. ते असा दावा करायचे की, भारतातील दारिद्र्य पाहता, धर्मभावनेने प्रेरित झालेल्या व्यक्तीच्या जीवनाची इतिश्री राजकारणाच्या माध्यमातून केलेल्या सेवेमुळेच होऊ शकते. "खऱ्या धर्माचं पालन करू इच्छिणारा कोणताही भारतीय राजकारणापासून दूर राहणंच शक्य नाही," ते म्हणाले. हा गांधींसाठी धर्माचा खराखुरा अर्थ होता. एक ब्रिटिश अभ्यासक ज्युडिथ ब्राउन हिने फार चांगल्या शब्दांत हा मुद्दा मांडला आहे. ती लिहिते : त्यांच्यासाठी, 'नैतिकतेने केलेली कृती' अशी धर्माची व्याख्या होती.

ज्या लोकांना गांधी 'राजकीय संन्यासी' असे संबोधायचे, म्हणजे असे धार्मिक साधक जे भौतिक सुखांचा त्याग करून या जगाला सुधारण्यासाठी या जगातच राहून काम करायचे, त्यांचे हे कर्तव्य होते की, 'लोकांना आपल्यातलेच एक मानून, त्यांच्यात मिसळून त्यांच्यासाठी काम करायचे,' असे गांधींचे म्हणणे होते. याचाच अर्थ, वसाहतवादी जुलूमशहांच्या भाषेत बोलण्याऐवजी लोकांशी सर्वप्रथम त्यांच्या भाषेत संवाद साधणे गरजेचे होते. गांधी स्वतः यामध्ये कुशल होते. हा आग्रह त्यांचा स्वतःचा होता; त्याला आपण 'गांधीयन' असे म्हणू शकतो. हे स्वतःचा शोध घेऊन स्वतःच त्यातून निर्माण झालेले गांधी दक्षिण आफ्रिकेतून आले होते, 'हिंद स्वराज'चे गांधी, प्रवेशबंदी असलेल्या सीमेपार त्यांच्यामागे जाऊन सामूहिक अटक करवून

घेण्याच्या तयारीत असलेल्या नाताळच्या खाणकामगारांना स्वत:च्या हाताने ब्रेड आणि साखरेचे वाटप करणारे गांधी, ही सगळी त्याच गांधींची रूपे होती.

भारतात आल्यावर या सर्व गोष्टींमुळे सुरुवातीला गांधींना परिघाच्या बाहेर राहावे लागले; त्यांच्याकडे एक विचित्र आणि परका प्राणी म्हणून पाहिले गेले. ग्रामीण गरिबांशी त्यांच्या स्वत:च्या भाषेत बोलण्याच्या गांधींच्या आग्रहामुळे, येथील इंग्रजाळलेल्या राष्ट्रीय चळवळीत, जेथे बहुतेक सगळे व्यवहार इंग्रजी भाषेत चालायचे; त्यांच्यावर ताबडतोब प्रवाहाच्या विरुद्ध पोहण्याची वेळ आली. भारतीय राष्ट्रीय काँग्रेसचे एक अध्यक्ष, ज्यांची जागा नंतर गांधी घेणार होते, नुकतेच जिव्हाळ्याने असे म्हणाले होते की, 'इंग्रजी शिक्षणाचा प्रसार' ही 'कदाचित (ब्रिटिशांनी) भारतीयांना दिलेली सर्वश्रेष्ठ भेट असेल.' या शिक्षणाने 'आपल्या विचारांना दिशा दिली आणि नवीन आशा-आकांक्षा जागवल्या;' हा गांधीपूर्व युगातील नेता म्हणाला. त्याचे हे विश्लेषण म्हणजे महान ब्रिटिश इतिहासकार थॉमस बी. मेकॉले यांचे स्वप्न प्रत्यक्षात उतरविण्यासारखे होते. १८३५ मध्ये लिहिलेल्या त्यांच्या सुप्रसिद्ध 'भारतातील शिक्षणावरील अहवाला'त त्यांनी असा दावा केला होता की, ब्रिटिश जर 'एक असा वर्ग निर्माण करू शकले की जो आपल्यात आणि आपण ज्यांच्यावर सत्ता गाजविणार आहोत, अशा लाखो लोकांमध्ये दुभाष्याचे काम करू शकेल,' तरच ब्रिटिश भारतावर सत्ता प्रस्थापित करू शकतात; 'हा वर्ग भारतीय रक्ताचा आणि रंगाचा; पण त्याची अभिरुची, मते, नैतिकता आणि बुद्धी ब्रिटिश असेल.'

लंडनच्या इनर टेम्पलचे विद्यार्थी असलेले गांधी स्वत: कदाचित या वर्गात गणले जाऊ शकले असते. त्याऐवजी त्यांनी वसाहतवाद्यांच्या भाषिक वर्चस्वाविरुद्ध बंड पुकारले. मेकॉले त्यानंतरच्या कमी प्रसिद्ध परिच्छेदात असेही म्हणाले होते की, या इंग्रजाळलेल्या नवीन वर्गाचीही जबाबदारी असेल की, 'बोलीभाषा अधिक शुद्ध करून... त्यांचा दर्जा उंचावून लोकसंख्येच्या मोठ्या भागाला ज्ञान पुरविण्याचे माध्यम म्हणून त्यांचा वापर केला गेला पाहिजे.' यामध्ये एक ताकीद देण्याचा जो सूर होता तो गांधींमधील जनाधिकारवाद्याला ऐकू आला असावा. भारताच्या सत्ताधीशांच्या भाषेच्या माध्यमातून काम करण्यात त्यांनी बरीचशी उमेदीची वर्षे घालविली असली तरी जेथे शक्य असेल, तेथे इंग्रजी भाषेचा वापर करणे ते टाळायचे. भारताच्या तीनशे दशलक्ष लोकसंख्येपैकी एक दशलक्षापेक्षाही कमी लोकांना 'थोडेफार इंग्रजी समजते,' त्यांनी कठोरपणे सांगितले. 'आज चाललेली आंदोलने केवळ आपल्या लोकांमधील मूठभर लोकांपर्यंतच पोहोचतात, ज्यांचे प्रमाण वाळवंटातील एका वाळूच्या कणाएवढे आहे,' ते म्हणायचे.

देशाबाबतची अशी सत्ये उघड करणे म्हणजे वर्मावर बोट ठेवण्यासारखेच

होते. गोखल्यांनीसुद्धा यावर माघार घेतली असती. त्यांना 'हिंद स्वराज' प्रतिगामी आणि कडवे वाटले होते; पण तरीही ते गांधींकडे सर्व्हंट्स ऑफ इंडिया सोसायटी या छोट्या सुधारकी समूहाचा नेता, त्यांचा वारसदार म्हणून पाहत होते. ही संस्था त्यांनी भारताच्या सार्वजनिक जीवनात अत्यंत शिस्तबद्ध, पूर्णपणे नि:स्वार्थी असे राष्ट्रवादी युवक निर्माण करण्यासाठी उभी केली होती; परंतु त्या महापुरुषाच्या मृत्यूपूर्वीच या नवागताला म्हणजेच गांधींना, अशी जाणीव झाली होती की, ते या संस्थेसाठी अनुरूप नव्हते. ते खूप वेगळे होते; त्यांचा संपांचा आणि निष्क्रिय प्रतिरोधाचा इतिहास, सत्याग्रहाला जन्म देणारा त्यांचा स्वत:ला 'सत्या'चा एकमात्र प्राधिकारी मानण्याचा स्वभाव, भाषिक प्रश्नावर त्यांनी घेतलेला पवित्रा या सगळ्यामुळे भारतीय राजकारणात प्रवेश करण्यापूर्वीच ते इतरांपासून वेगळे पडले होते. दुसऱ्या शब्दांत सांगायचे तर, त्यांचे स्वत:चे असे काही सिद्धान्त होते आणि ते सर्व्हंट्स ऑफ इंडिया सोसायटीशी मिळतेजुळते नव्हते.

गोखल्यांच्या निधनानंतर आपल्या गुरूला श्रद्धांजली म्हणून बरेच आठवडे गांधी सगळीकडे अनवाणी फिरत होते. त्यांची ही कृती धर्मनिष्ठ आणि मनापासून केलेली तर होतीच, शिवाय गांधींचे वेगळेपण अधोरेखित करणारीही होती; जणूकाही गोखल्यांच्या मृत्यूचा प्रमुख शोककर्ता म्हणून त्यांना त्या स्थानावर दावा सांगायचा होता. या दृष्टिकोनातून त्या कृतीकडे पाहिल्यावर सर्व्हंट्स ऑफ इंडिया सोसायटीचे इतर सदस्य हेलावून जाण्याऐवजी नाराज होण्याचीच जास्त शक्यता होती; त्यांना गांधी म्हणजे एक 'त्रासदायक प्रकरण' वाटत होते, असे गांधींनीच नंतर सांगितले. मायभूमीला परत आल्यानंतर चार महिन्यांनी आणि सर्व्हंट्स ऑफ इंडिया सोसायटीने त्यांचा अर्ज फेटाळल्यानंतर लगेचच हर्मन कालेनबाखला लिहिलेल्या पत्रात या नवागताने हे मान्य केले की, त्याची मते, जी तो बरोबर घेऊन आला होता, ती 'न बदलता येण्याएवढी ठाम' होती.

'मी मोठ्या विलक्षण अवस्थेतून जात आहे,' त्यांनी पुढे लिहिले. 'मला माझ्याभोवती वरवर पाहता सर्वत्र केवळ ढोंगीपणा, अवनती, विश्वासघातकीपणा याशिवाय दुसरे काही दिसत नाही आणि तरीही त्याखाली मला इतरत्र (दक्षिण आफ्रिकेत) न दिसलेले देवत्व दिसते. हा माझा भारत आहे. हे कदाचित माझे आंधळे प्रेम असेल किंवा अज्ञान असेल किंवा माझे कल्पनाचित्र असेल. काहीही असले तरी ते मला शांती आणि आनंद देते.' याच पत्रात त्यांनी आपल्या मातृभूमीत गुजरातमधील अहमदाबाद शहरालगत आपला पहिला भारतीय आश्रम स्थापन केल्याचेही कळविले. ''मी आगंतुक आहे आणि कोणत्याही पक्षाचा नाही,'' एक वर्षानंतर त्यांनी टिप्पणी केली.

या कोचरब आश्रमात केवळ दोन झोपड्या होत्या आणि त्यात राहणाऱ्या

लोकांची संख्या पन्नास होती; पण गांधींच्या त्या जागेकडून फार मोठ्या अपेक्षा होत्या. 'सगळ्या भारतासाठी येथे एक संस्था चालवावी, अशी आमची इच्छा आहे,' त्यांनी लिहिले. वैशिष्ट्यपूर्ण रीतीने आपल्या नियम घालून देणाऱ्याच्या भूमिकेत शिरून त्यांनी आश्रमासाठी एक आठपानी घटनेचा मसुदा तयार केला होता; सर्व्हंट्स ऑफ इंडिया सोसायटीसाठी त्यांच्या गुरूंनी तयार केलेल्या नियमावलीतच फेरफार करून, खास गांधीपद्धतीने तयार केलेला तो मसुदा आहे, हे कळत होते. गोखल्यांच्या निधनापर्यंत फक्त दोन डझन उमेदवारांनी 'प्रथम सदस्या'च्या शिकवणीखाली– असे गोखले स्वत:ला संबोधत असत–हा पाच वर्षांचा खडतर प्रशिक्षण कार्यक्रम यशस्वीपणे पूर्ण केला होता. त्यांनी सात शपथा घेतल्या होत्या, त्यातील एक होती उदरनिर्वाहापुरतेच वेतन घेण्याची!

घटनेच्या मसुद्यात स्वत:ला आश्रमाचा 'मुख्य नियंत्रक' घोषित करणाऱ्या गांधींनी अनेक नव्या शपथांची घोषणा केली, ज्या व्यापक होत्या. त्यांनी 'रहिवाशां'नी विवाहित असले, तरी ब्रह्मचर्यपालन करावे, अशी मागणी केली; 'आस्वाद'- म्हणजे जिभेवर नियंत्रण ('शरीर जिवंत ठेवण्यापुरतेच खाणे' असा याचा अर्थ होता); 'असंग्रहा'ची शपथ (म्हणजे जर 'खुर्चीशिवाय काम भागत असेल, तर तसे करणे'); आणि 'अस्पृश्यतेविरुद्ध शपथ' (म्हणजे 'अस्पृश्य समाजाला स्पृश्य मानणे'). सदस्यांनी आपल्याला येत असलेल्या भारतीय भाषेत बोलायचे आणि नवीन भाषा शिकायच्या, असाही एक नियम होता. त्यांनी सूतकताई आणि हातमाग चालविण्यास शिकणे हेही अपेक्षित होते. गांधींनी मुंबईत पाऊल ठेवल्यानंतर पाच महिन्यांच्या आत लिहिलेल्या या नियमावलीचे काटेकोरपणे पालन झाले असते, तर आश्रमातून नियमितपणे प्रतिगांधी बाहेर पडण्याची अपेक्षा करायला हरकत नव्हती. आश्रमातील मूळ रहिवाशांमध्ये गांधींबरोबर दक्षिण आफ्रिकेहून आलेल्या त्यांच्या नातेवाइकांचा आणि अनुयायांचा समावेश होता; त्यात थंबी नायडूंची मुले होती आणि जोहान्सबर्गचे एक मुस्लीम कारकून, इमाम अब्दुल कादर बवाझिर हेही होते.

'आश्रमाचे उद्दिष्ट संपूर्ण आयुष्यभर मातृभूमीची सेवा कशी करायची, हे शिकण्याचे आहे,' गांधींनी लिहिले. त्यांनी 'नवदीक्षित' असे नामाभिधान केलेल्या या वर्गाला ते जे प्रस्तावित धडे देणार होते, त्यात इतका आत्मत्याग भरला होता की, दोन्ही धार्मिक समाजांमध्ये (हिंदू-मुस्लीम) त्याविषयीचे आकर्षण मर्यादित राहणार होते. मांसाहारी मुस्लिमांना हा आश्रम म्हणजे हिंदूंचा एकांतवास वाटणार होता; कारण तो तसा होता आणि त्याच्या नावातून तेच सूचित होत होते. हिंदूंना गांधींच्या अस्पृश्यतेविषयीच्या मतांशी झगडावे लागणार होते आणि स्त्री-पुरुष संबंधांबद्दल तर बोलायलाच नको. (एक दशकापेक्षाही जास्त काळापासून ब्रह्मचर्यपालन करणारे गांधी या विषयाबद्दल दिवसेंदिवस अधिकाधिक हेकट होत चालले होते.

''स्त्री-पुरुष समागमाएवढ्या दुसऱ्या कोणत्या घाणेरड्या गोष्टीची मी कल्पनाही करू शकत नाही,'' त्यांनी आपल्या दुसऱ्या मुलाला समजावून सांगितले; आत्मत्याग हा त्याला एखाद्या परीक्षेसारखा भासला होता). मानवी विष्ठेचा प्रश्न आणि त्यावर, ती उचलणे ही एक सामाजिक जबाबदारी असल्याचा टॉलस्टॉय विचारांचा आग्रह, यामुळे मुस्लीम किंवा हिंदू कोणीही गांधींच्या विचारांशी सहमत होणे शक्य नव्हते. सोप्या भाषेत सांगायचे तर, जनसमूहाला आकर्षित करून घेईल अशी शक्यता आश्रमात नव्हती आणि तसे झालेच पाहिजे असा प्रश्नही नव्हता.

साधारण मे १९१५ मध्ये आश्रमाची सुरुवात होण्यापूर्वीच गांधींचे नव्याने निर्माण झालेल्या मुस्लीम नेतृत्वाशी खटके उडाले. गांधी परत आल्यावर पहिल्याच आठवड्यात, खरेतर पाकिस्तानचे भविष्यातील संस्थापक मुहम्मद अली जिनांनी, बॉम्बे गुजराती संघाने आपल्या सुपुत्रासाठी (गांधींसाठी) आयोजित केलेल्या स्वागत समारंभाचे अध्यक्षस्थान भूषविले होते आणि भाषणही केले होते. वरवर पाहता दोघांमध्ये बरेच साम्य होते. त्यांची कुटुंबे गुजरातच्या एकाच भागातून म्हणजे किनारी काठियावाड प्रदेशातून आली होती. हा प्रदेश आता सौराष्ट्र म्हणून ओळखला जातो. दोघांचेही वकिली शिक्षण लंडनला झाले होते; पण हे साम्य येथेच संपत होते. इस्लाम धर्म स्वीकारलेले जिनांचे आजोबा हिंदू होते. नीटनेटक्या सुटात असलेल्या जिनांनी अभ्यागताचे स्वागत वसाहतीतील सद्‌गृहस्थाला शोभेल अशा इंग्रजी भाषेतील वाक्यांनी केले होते. एखाद्या गुजराती खेडुताप्रमाणे, म्हणजे बंडी, कुर्ता, धोतर आणि बसका फेटा असा पेहराव केलेले गांधी मोजक्या शब्दांत आपल्या मातृभाषेत उत्तर देताना म्हणाले होते की, केवळ इंग्रजाळलेल्या उच्चभ्रू व्यावसायिकांना भारतासाठी स्वातंत्र्य मिळविणे शक्य नाही.

या भेटीच्या वेळी जिना हे भारतीय काँग्रेसमधील एक उगवते व्यक्तिमत्त्व होते; या चळवळीला गांधी अजून जोडले जायचे होते. सौम्य शब्दांत सांगायचे तर, धार्मिक बाबतीत ते तेव्हाही आणि नंतरही फारसे उत्साही नव्हते. राजकारणात, त्याही वेळी त्यांनी आग्रहाने हेच सांगितले असते की, आपण एक राष्ट्रवादी भारतीय आहोत; तेही गोखल्यांकडे आकर्षित झाले होते. तरीही दोन वर्षांनंतर मुस्लीम लीगचेही सदस्य होण्यासाठी जिनांचे मन वळविण्यात आले. ही चळवळ अखेरीस त्यांनी भारताबाहेर नेली. गांधींनी काँग्रेसला 'हिंदू धर्माच्या पुनरुत्थानासाठी आणि हिंदू साम्राज्याच्या स्थापनेसाठी एक साधन म्हणून वापरले,' या स्वार्थी पण प्रभावी युक्तिवादामुळे स्वाभिमान दुखावला जाऊन त्यांनी हे पाऊल उचलले. भारताच्या फाळणीकडे जाणारा मार्ग अनेक वळणांनी आणि खाचखळग्यांनी भरलेला होता; परंतु या वळणांपेक्षा समजण्यास अवघड असे दुसरे कोणतेही वळण नव्हते : ज्यांनी

जिनांसारख्या राष्ट्रवाद्याला मुस्लीम लीगमधील कट्टर संप्रदायवादी बनविले, त्यापैकी एक होते कट्टर-इस्लामी असलेले मुहम्मद अली, जे नंतर काँग्रेसमधील गांधींचे सर्वांत जवळचे मुस्लीम सहकारी बनले.

रामपूर संस्थानातून आलेल्या अलींची कौटुंबिक पार्श्वभूमी तुलनेने साधी होती आणि ते ऑक्सफर्डचे स्नातक होते. क्रिकेटपटू म्हणून नाव कमावलेले आपले थोरले बंधू शौकत यांच्याबरोबर त्यांचे नाव समस्यांनी त्रासलेल्या इस्लामचा प्रवक्ता म्हणून मुस्लिमांमध्ये, भारतात आणि भारताबाहेरही घेतले जात होते. विशेषत: अली बंधूंनी आधी आग भडकवली आणि नंतर जागतिक महायुद्ध सुरू होण्याच्या काही वर्षे आधीपासून ऑटोमन साम्राज्याचा जो ऱ्हास सुरू झाला होता, त्याबाबत मुस्लिमांना वाटणाऱ्या वाढत्या चिंतेला वाट करून दिली. खालावत जाणाऱ्या अधिकारांमुळे दुर्बल होत गेलेल्या एकोणिसाव्या शतकातील भारतीय मुघल सत्तेसारखीच अवस्था आता अजून कॉन्स्टंटिनोपल म्हणून ओळखल्या जाणाऱ्या साम्राज्याची झाली होती. खलिफा म्हणून धार्मिक भूमिका निभावणाऱ्या सुलतानाला सुन्नी इस्लाममधील सर्वोच्च अधिकारी व्यक्ती म्हणून मान दिला जात होता; अरेबियन द्वीपकल्पातील पवित्र स्थानांचा तो अजूनही अधिपती आणि प्रेषित पैगंबरांचा वारसदार होता. जरी अगदी थोड्या भारतीय मुस्लिमांनी कॉन्स्टंटिनोपलला भेट दिलेली असली, तरी त्यांनी हा संबंध तुर्कांपेक्षा अधिक गंभीरतेने घेतला असावा. ऑटोमन साम्राज्य त्यांच्यासाठी आधुनिक जगातील इस्लामच्या अस्तित्वाचे प्रतीक बनले होते आणि त्यामुळे भारतातील आपल्या स्थितीबद्दलही या अल्पसंख्याक समाजाला काळजी वाटत होती.

आश्रम स्थापन करण्याच्या एक महिना आधी, म्हणजे एप्रिल १९१५ मध्ये गांधींची मुहम्मद अलींशी दिल्लीत भेट होईपर्यंत अलींच्या ऑटोमन प्रश्नाविषयीच्या कळकळीमुळे त्यांच्यात आणि भारतातील ब्रिटिश सत्ताधीशांमध्ये तेढ निर्माण झाली होती; कारण ब्रिटिश सत्तेने इंग्लिश पद्धतीने शिक्षण घेतलेल्या मुस्लिमांमध्ये या सत्तेबद्दल जाणीवपूर्वक निष्ठा उत्पन्न केली होती किंवा त्यांच्याकडून सर्वसाधारणपणे तिला निष्ठेची वागणूक मिळत होती, असे म्हणू या. शेवटी या सुलतानाने स्वत: आणि त्याच्या सैन्याने नुकतीच जर्मन सम्राटाशी आणि ऑस्ट्रो-हंगेरियन साम्राज्याशी हातमिळवणी केली होती आणि त्यांच्याविरुद्ध भारतीय ब्रिटिश सैन्य लवकरच लढणार होते, ज्यात अनेक मुस्लिमांचा भरणा होता; त्यामुळे अक्षरश: एका रात्रीत वसाहतीच्या अधिकाऱ्यांच्या नजरेत अली बंधू निष्ठावान न ठरता संभाव्य राजद्रोही ठरले होते. दूरवर झालेल्या घटनांचे पडसाद म्हणून जेव्हा पायाखालची मातृभूमी हादरली तेव्हा अली बंधूंना बहुसंख्य हिंदू असलेले भारतीय राष्ट्रवादी जवळचे वाटू लागले; त्यांच्यापैकी एकचजण असा होता की, जो त्यांच्या भावना जाणून घेऊ

शकेल आणि त्यांचे मन वाचू शकेल. ती व्यक्ती होती, भारतात नव्यानेच दाखल झालेले गांधी; जोहान्सबर्ग आणि दरबान येथील मुस्लीम व्यापाऱ्यांचे प्रवक्ते, मशिदीत काढलेल्या राजकीय मोर्चांचा मुरब्बी राजकारणी नेता. ''मला असं वाटतं की, मुस्लिमांना जसं वाटतं त्याप्रमाणे हिंदूंनी ऐकावं आणि असं करण्यात त्यांनी आनंद मानावा,'' १९०९ मध्ये दक्षिण आफ्रिकन गांधी म्हणाले होते. ''मन असं मोठं केलं तरच आपण ऐक्याची अपेक्षा करू शकतो.'' गांधींचे हे वाक्य आजही हिंदू राष्ट्रवाद्यांच्या तोंडाची चव बिघडविणारे ठरते आहे.

इंग्रजी, तसेच ऊर्दू भाषेचा अस्खलितपणे आणि काही वेळा अतिशयोक्त विद्रोहीपणे वापर करणाऱ्या मुहम्मद अलींनी गांधींच्या दक्षिण आफ्रिकेतील नेतृत्वाबद्दल, 'मि. गांधी, अतिशय कष्ट उपसलेला माणूस,' असे कौतुकाने लिहून ठेवले आहे. आधी मुघलांची राजधानी असलेल्या आणि आता नव्याने ब्रिटिश भारताची राजधानी होऊ घातलेल्या दिल्लीत, त्यांनी आता गांधींचे स्वागत केले. गांधींच्या म्हणण्यानुसार ते 'प्रथमदर्शनी प्रेम' होते. या पहिल्या भेटीनंतर जवळजवळ चार वर्षांपेक्षाही जास्त काळानंतर हे दोघे पुन्हा भेटले, कारण या मधल्या काळात अली बंधूंना स्थानबद्धतेत ठेवण्यात आले होते. भारतातील ज्या काही पहिल्या राजकीय जबाबदाऱ्या गांधींनी उचलल्या, त्यांपैकी या बंधूंच्या सुटकेसाठी केलेले आवाहन ही एक होती.

दरम्यान, त्यांच्यात आणि मुहम्मद अलींमध्ये पत्रव्यवहार सुरू होता. या भावांना स्थानबद्धतेतून मुक्त करण्याची वेळ येईपर्यंत गांधी आणि अली बंधू एकमेकांच्या उद्दिष्टांसाठी काम करायला सज्ज झाले होते.

मुस्लिमांशी जोडला गेलेला हा संबंध लवकरच उपयोगी पडणार होता. गांधींना भारतीय राष्ट्रीय काँग्रेसची सूत्रे आपल्या हाती घेताना या घटकाची मोठी मदत मिळणार होती. या ठिकाणी एक गोष्ट महत्त्वाची ठरते, ती अशी की, भारतात आपली पहिली चळवळ सुरू करण्यापूर्वीपासून आणि काँग्रेसमध्ये त्यांनी प्रवेश करण्यापूर्वीपासून गांधींना ठाम विश्वास होता की, भारतीयांना जर एकत्रितपणे एक राष्ट्र म्हणून राहायचे असेल, तर त्यांनी मुस्लिमांबरोबर हातात हात घालून वाटचाल केली पाहिजे. ही गोष्ट दक्षिण आफ्रिकेतील भारतीयांबाबत प्रत्यक्षात उतरली होती याविषयी गांधींचे सांगणे जरा अतिशयोक्तिपूर्ण होते यात शंका नाही; पण हा त्यांनी तेथे गिरविलेला राजकारणाचा पहिला धडा होता आणि त्यांच्या राष्ट्रधर्माचाही तोच निकष होता.

अस्पृश्यतेबाबतच्या त्यांच्या आग्रहपूर्ण भावनाही त्या उपखंडात शिकलेल्या धड्यांमुळेच निर्माण झाल्या होत्या. ज्याप्रमाणे तेथे गौरवर्णीय भारतीयांना वागवत असत, तितकीच वाईट वागणूक भारतात परिआ, भंगी व इतर बहिष्कृत जातींना मिळत होती, हा निष्कर्ष त्यांनी फार पूर्वीच काढला होता. नाताळमधील कंत्राटी

कामगारांशी जिवाभावाचे संबंध जुळल्यानंतर या भावना त्यांच्या मनात अधिक खोलवर रुजल्या. स्पष्ट शब्दांत सांगायचे तर, त्यातील अगदी कमी लोक अस्पृश्य म्हणून गणले जात असतील; पण ते बहुसंख्येने खालच्या जातींचे होते आणि गांधींच्या दृष्टीने ते सरंजामशाही समाजपद्धतीत इतके पिचले गेले होते की, अगदी गुलाम बनून राहिले होते. गवताळ प्रदेश तुडवत जेव्हा ते गांधींबरोबर पदयात्रेत सामील झाले, तेव्हा या जातींच्या सीमारेषा पुसट झाल्या. गांधींच्या शब्दांत सांगायचे तर, हा 'उच्च आणि नीच' यांच्यातील लढा होता आणि त्यांना स्वत:ला अखेर 'नीचां'बरोबर जाण्याची संधी मिळाली होती.

दक्षिण आफ्रिकेची आणि १९१३ सालच्या हरताळाची आठवण मनात ताजी असताना, ते भारतात परत आल्यावर अस्पृश्यतेसंबंधीच्या त्यांच्या भावनांना खतपाणी मिळाले, असे म्हणता येईल. भारतात परत आल्यावर दोन महिन्यांच्या आतच गांधी हिमालयाच्या पायथ्याशी असलेल्या हरिद्वारला कुंभमेळ्याच्या वेळी गेले होते; दर बारा वर्षांनी भरणाऱ्या या कुंभमेळ्यासाठी तेथे हिंदू भाविकांची अलोट गर्दी लोटते, २० लाखांपेक्षा जास्त लोक त्यासाठी जमतात. तेथील गुदमरवून टाकणाऱ्या दृश्याने त्यांना शिसारी आली. तेथे ठायीठायी अस्वच्छता दिसत होती. 'मला अधिकाधिक तीव्रपणे, त्यांच्या भक्तिभावापेक्षाही त्यांचा ढोंगीपणा, गलिच्छपणा आणि अन्यमनस्कता दिसत होती,' त्यांनी नंतर लिहिले. लवकरच त्यांनी फिनिक्स वसाहतीतून भारतात आणलेल्या आणि जवळच थांबलेल्या नातेवाइकांना भंगी म्हणून कामाला लावले. मग या सगळ्यांनी, यात्रेकरूंनी शौचालय म्हणून वापर केलेल्या उघड्या खड्ड्यांमधील घाण उपसून बाहेर काढली आणि त्या जागेची सफाई केली. चौदा वर्षांपूर्वी कलकत्ता काँग्रेस अधिवेशनात आलेल्या पहिल्या निराशाजनक अनुभवाची ही खूप मोठ्या प्रमाणावरील पुनरावृत्ती होती.

भारतातील त्यांच्या पहिल्या खऱ्या जाहीर वादामध्ये, गांधींनी सामाजिक विटाळविरुद्धच्या पारंपरिक सिद्धान्तांवर अधिक थेटपणे हल्ला चढविला आणि एक विवाद निर्माण केला. आश्रमस्थापनेच्या नंतर काही महिन्यांतच हा वाद तेथून बाहेर आला; धेड समाजातील एका व्यक्तीला गांधींनी आश्रमात राहायला ठेवून घेतल्याने हा वाद उद्‌भवला. धेड लोकांचा पारंपरिक व्यवसाय जनावरांच्या मृत शरीराची विल्हेवाट लावणे व कातडी कमावणे हा असतो–प्रामुख्याने ते चामड्याचा व्यवसाय करतात–ही बाब त्यांच्यावर आणि त्यांच्या वारसांवर कायमस्वरूपी अस्पृश्यतेचा शिक्का मारण्यासाठी पुरेशी होती, मग ते कातडी कमावत असोत वा नसोत. ही कल्पना गांधींची नव्हती; ती एक गुजराती सुधारक आणि पुढे तीन दशकांपेक्षाही जास्त काळ अस्पृश्यता या विषयावर गांधींचा उजवा हात मानले जाणारे ए.व्ही. ठक्कर म्हणजेच ठक्करबाप्पा यांनी गांधींना पाठविलेल्या पत्रात

मांडली होती. 'एक साधेसुधे आणि प्रामाणिक अस्पृश्य कुटुंब तुमच्या आश्रमात येऊ इच्छिते, तुम्ही त्यांना स्वीकाराल का?' ठक्करबाप्पांनी लिहिले होते.

गांधींसाठी यावर एकच संभाव्य उत्तर होते. आपल्या या धेड माणसाला ते 'सुशिक्षित' म्हणायचे. कदाचित त्याचा अर्थ तो केवळ साक्षर असावा. त्याचे नाव दुदाभाई मालजी दाफदा होते किंवा नुसतेच दुदा. महायुद्धामुळे अजूनही लंडनलाच अडकलेल्या हर्मन कालेनबाखला दर आठवड्याला पत्र पाठविणाऱ्या गांधींनी एका पत्रात लिहिले, 'निष्क्रिय प्रतिरोधापेक्षाही अधिक महान कार्य येथे सुरू झाले आहे. मी या भागातल्या एका 'परिआ'ला माझ्यासोबत राहायला घेतले आहे. हे फारच धाडसी पाऊल आहे. यामुळे सौ. गांधी आणि माझ्यात वाद झाले. मी चिडलो. तिने ही गोष्ट फार ताणली.'

गांधींनी नंतर सांगितले की, एका वादातून दुसऱ्या वादाचा उगम झाला; जो दरबानला घडलेल्या प्रसंगाचीच पुनरावृत्ती होण्याच्या अगदी जवळ आला होता. दरबानला, गांधींच्या एका पूर्वाश्रमी अस्पृश्य असलेल्या वकिली कारकुनाचा चेंबर पॉट साफ करायला त्यांच्या पत्नीने नकार दिल्यावर बॅरिस्टर गांधींनी बांना ओढत घराच्या फाटकाबाहेर काढले होते. असे दिसते की, या विषयावरील बांची मते अठरा वर्षांनंतरही फारशी बदललेली नव्हती. 'मी सौ. गांधींना सांगितले आहे की, त्या मला सोडून जाऊ शकतात,' त्यांनी एक आठवड्याने लिहिले. त्यानंतर दोन आठवड्यांनी त्यांनी तक्रार केली की, 'तिने माझ्या आयुष्याचा नरक करून टाकला आहे.' अखेरीस, एक महिन्यानंतर बांना आपल्या इच्छेनुसार वाकविण्याचा मार्ग गांधींना सापडला. त्यांनी आपल्या आधीच कमी असलेल्या आहारातील मुख्य घटक खाण्यास नकार दिला. त्यांनी दाणे खाणे बंद केले. दाणे! "मला अर्धपोटी राहावं लागलं," त्यांनी कालेनबाखला सांगितले. त्यात गमतीचा भाग अजिबात नव्हता. या संदर्भात त्यांनी अनुभवलेल्या परिस्थितीतील करुणरस कालेनबाखपर्यंत पोहोचविण्याचा प्रयत्न केला होता.

मतभेद केवळ वैवाहिक जीवनातच नव्हते. भारतात परतून नऊ महिने, तर आश्रम सुरू करून केवळ चार महिने झाले असताना गांधींना या धेड कुटुंबाच्या उपस्थितीमुळे आपल्या शिष्यांचे निघून जाणे सहन करावे लागले. "माझे बहुतेक मदतनीस मला सोडून गेले आहेत," त्यांनी तक्रार केली. "आणि सगळा भार माझ्या खांद्यावर येऊन पडला आहे; मला इथे टिकलेल्या फक्त दोन किंवा तीन खमक्या लोकांची साथ आहे." त्यातील बहुतेक लोक हळूहळू परत आले; पण एक व्यक्ती कायमची दूर राहिली, ती म्हणजे गांधींची सख्खी बहीण, रलियतबेन. गांधींनी तिला नंतर लिहिले, 'तू माझ्याबरोबर नाहीस; ही जखम कधीच भरून निघू शकणार नाही.'

हा आश्रम चालविण्यासाठी ज्या अहमदाबादच्या कारखानदारांकडून आणि

व्यापाऱ्यांकडून येणाऱ्या मदतीवर गांधी विसंबून होते, त्या मदतीचा ओघ अचानक आटला. दुखावलेल्या शेजाऱ्यांनी फक्त दुदालाच नाही, तर आश्रमातील इतर सदस्यांना आसपासच्या विहिरी वापरण्यावर बंदी घातली. भारतीयांच्या प्रश्नावर एक वर्षभर मौन पाळण्याची शपथ सुटल्यावर, या सगळ्याचा गांधींवर काय परिणाम झाला? तर, त्यांनी अधिक कडक शब्दांत अस्पृश्यतेचा, ती पाळणाऱ्यांचा धिक्कार करायला सुरुवात केली. ते स्वत: तेथून बाहेर पडण्याची आणि 'एखाद्या धेड वस्तीत जाऊन राहण्याची आणि त्यांच्यासारखे जीवन जगण्याची' भाषा करू लागले; पण अहमदाबादचे एक मोठे उद्योगपती अंबालाल साराभाई यांच्याकडून आलेल्या एका निनावी भेटीने हा आश्रम सुरू ठेवला. दुदाची पत्नी दानीही तेथे राहायला आली आणि अखेरीस, बांनी संपूर्ण शरणागती पत्करून, दुदा आणि दानीची मुलगी लक्ष्मी हिला दत्तक घेण्याची गांधींची विनंती मान्य केली. गांधींनी आपली दक्षिण आफ्रिकेतील माजी सचिव सोन्जा स्क्लेझिन हिला लिहिलेल्या पत्रात म्हटले, 'आधी ज्या गोष्टींवरून ती भांडत असे, त्यांच्याशी तिने आता छानपैकी जुळवून घेतले आहे.' नंतर असे कळून आले की, बांमध्ये झालेले हे परिवर्तन वरवरचे होते. सात वर्षांनंतर गांधींनी पुन्हा तक्रारीच्या सुरात म्हटले, ''(लक्ष्मीवर) मी जसं प्रेम करतो, तसं ती करू शकत नाही.'' १९२४ मध्ये ते म्हणाले, ''तिच्याभोवती अजूनही 'पूर्वग्रहांची भिंत' आहे.''

अस्पृश्यांना आश्रमात आश्रय दिल्यानंतर सामोऱ्या जाव्या लागलेल्या विरोधाला घाबरून हा सुधारक गप्प बसला नाही; परंतु त्यांच्यातील धूर्त राजकारण्याचा जर असा गैरसमज झाला असेल की अस्पृश्यता निर्मूलनाचे उद्दिष्ट लोकप्रिय होईल, तर आता त्यांना हेही कळून चुकले असेल की, भारताच्या उच्चभ्रू वर्तुळाच्या परिघात उभे राहून सहजपणे जो नैतिकतेबद्दल युक्तिवाद करता येतो; तोच जर कृतीत बदलला तर अंगाशी येऊ शकतो. ग्रामीण भारतातील त्यांच्या सर्वांत आधीच्या चळवळींमध्ये गांधींनी अस्पृश्यतेच्या प्रश्नाला कधीच बगल दिली नाही. 'हा एक मोठा आणि न नाकारता येणार गुन्हा आहे,' गांधी स्पष्टपणे म्हणायचे; पण पुढे जाऊन, त्यांच्यासमोर जे तातडीचे प्रश्न असायचे, त्यांच्या तुलनेत हा प्रश्न प्रासंगिक बनून राहिला.

हिमालयाच्या पायथ्याशी उत्तर बिहारमध्ये असलेल्या चंपारणमधील पिचलेल्या आणि मोलाने शेती करणाऱ्या शेतकऱ्यांचेच उदाहरण घेऊ या. स्थानिक कायदा, कर, वर्षानुवर्षे असणारा कर्जबाजारीपणा यांचे भ्रष्ट मिश्रण त्यांना ते शेती करत असलेल्या शेताच्या काही भागांत निळीची लागवड करण्यास भाग पाडायचे; या लागवडीचे त्यांना क्वचितच बरे उत्पन्न मिळायचे. मोठ्या भारतीय जमीनदारांकडून भाडेपट्ट्याने घेतलेल्या जमिनींवर ब्रिटिश मळेवाले निळीचे उत्पादन घ्यायचे, कारण

युरोपातील उत्तम दर्जाचे कापड रंगविण्यासाठी निळीला मोठी मागणी होती. जमिनीबरोबर मोलाने शेती करणारे मजूरही या मळेवाल्यांच्या हाताखाली यायचे आणि या मजुरांकडे मळेवाल्यांशी घासाघीस करण्याची ताकद नसायची किंवा फार कमी अधिकार असायचे. दक्षिण आफ्रिकेतील कंत्राटी कामगारांपेक्षा या शेतकऱ्यांची, ज्यांना रयत म्हणायचे, स्थिती अधिक चांगली होती का, हे सांगणे अवघड आहे; बऱ्याच बाबतींत ती बहुधा त्यांच्यापेक्षाही वाईट होती. ही पद्धत शतकभरापासून चालत आली होती. एका ब्रिटिश अधिकाऱ्याने एकदा लिहिले होते, 'इंग्लंडला पोहोचलेल्या निळीच्या खोक्यांपैकी एकही खोके असे नाही की ज्यावर मानवी रक्ताचे डाग लागलेले नाहीत.'

१९१७ च्या सुरुवातीला गांधींना चंपारणमध्ये बोलावण्यात आले. त्यांनी यापूर्वी या जिल्ह्याचे नाव कधी ऐकले नव्हते आणि तेथील लोकांनीही त्यांचे नाव फारसे कधी ऐकले नव्हते. वसाहतवाद्यांचा तेथील स्थानिक अधिकारी म्हणजेच जिल्हाधिकाऱ्याने गांधींना तेथून निघून जाण्याचा दिलेला आदेश त्यांनी नम्रपणे नाकारला आणि रात्रभर जागून सगळ्या दिशांना निरोप पाठविले; त्यामुळे राष्ट्रीय चळवळीला आणि व्हाइसरॉयपासून दक्षिणेतील सगळ्यांना हे समजले की, गांधींना कोणत्याही क्षणी अटक होऊ शकते. मोलाने शेती करणाऱ्या रांगड्या, निरक्षर मजुरांची फौज त्यांचे रक्षण करायला पुढे सरसावली. भावी सत्याग्रही म्हणून राष्ट्रवादी तरुण चंपारणमध्ये दाखल झाले आणि गांधींची हद्दपारी रद्द करण्यासाठी व्हाइसरॉयने हस्तक्षेप केला.

काही आठवड्यांतच या खंडकरी शेतकऱ्यांच्या तक्रारींची चौकशी करण्यासाठी नेमल्या गेलेल्या आयोगावर गांधींचीही नियुक्ती केली गेली. खंडकरी शेतकऱ्यांवर नीळ उत्पादनाची सक्ती केली जाऊ नये, अशी शिफारस हा आयोग करणार होता. याबरोबरच दूरवरच्या अहमदाबादजवळून आलेले गांधींचे कार्यकर्ते चंपारणच्या खेड्यांमध्ये शाळा उघडून व तेथील लोकांना स्वच्छतेचे धडे देऊ लागले. एका कार्यकर्त्याने गांधींना पत्रातून कळविले, 'आम्ही लोकांना हे समजावण्याचा प्रयत्न करत आहोत की, किमान आपली विष्ठा मातीने झाकण्यात कोणतीही अप्रतिष्ठा नाही आणि हे आम्ही प्रत्यक्ष कृतीतून दाखवत असल्यामुळे लोकांचे मतपरिवर्तन होत आहे.' किती गावकऱ्यांनी हे स्वत: केले याची कोणतीही नोंद सापडत नाही.

त्यांच्या नेत्याच्या आग्रहावरून कार्यकर्त्यांनी, खालच्या जातीच्या लोकांबरोबर जेवायला न बसण्याच्या सर्वसामान्य नियमाकडेही दुर्लक्ष करायला सुरुवात केली होती. या सुरुवातीच्या गांधीवादी कार्यकर्त्यांपैकी एका तरुण वकिलाने लिहून ठेवले आहे : 'त्यांच्याबरोबर काम करणाऱ्या आम्ही सगळ्यांनी आणि जे आतापर्यंत हे बंधन पाळत होते व आमच्याच जातीच्या लोकांबरोबर जेवत होते, त्यांनी हे बंधन

झुगारून दिले आणि सर्वांबरोबर एकत्र जेवण्यास सुरुवात केली; फक्त तथाकथित उच्चवर्णीय लोकांबरोबर नाही, तर ज्यांच्याकडून पूर्वी पाणी घेणेही निषिद्ध मानले जाई, त्यांच्याबरोबरसुद्धा! आणि महत्त्वाची गोष्ट म्हणजे हे आम्ही लपूनछपून नव्हे, तर उघडउघड करत होतो. आम्ही हे करत असताना आमच्याभोवती लांबून लांबून आलेल्या खेडुतांची गर्दी असायची आणि त्यांच्यासमोरच आम्ही जेवायचो.' हा तरुण वकील, राजेंद्रप्रसाद, न्यायाधीशाच्या खुर्चीला पात्र ठरला आणि कायमच एक गांधीवादी राहिला. काही वर्षांनी राजेंद्रप्रसाद भारतीय राष्ट्रीय काँग्रेसचे अध्यक्ष झाले आणि १९४८ मध्ये ते स्वतंत्र भारताचे पहिले राष्ट्रपती, राज्याचे प्रमुख बनले.

केवळ स्वत: उदाहरण घालून देऊन आणि आपल्या व्यक्तिमत्त्वाच्या ताकदीवर गांधींनी भविष्यातील चळवळीचा पाया रचायला सुरुवात केली. हे सगळे उत्स्फूर्तपणे आपोआप घडले असे म्हणता येणार नाही; गांधींनी त्यासाठी फार कष्ट घेतले. ते नेहमीच पहाटे चार वाजता उठायचे. आपल्या विविध संघर्षांमधील तपशिलावर आणि त्यांच्यामागून येणाऱ्या अनुयायांवर त्यांचे असलेले बारीक लक्ष, त्यांची अचंबित करणारी लेखनाची आणि वक्तृत्वाची ताकद यातून हे स्पष्ट होते की, या सगळ्यामागे एक विलक्षण प्रेरणा होती; पण भारतात आल्यानंतरच्या या सुरुवातीच्या वर्षांमध्ये गांधी एक योजना बनण्याऐवजी एक पद्धत आणि उदाहरण बनून राहिले होते, जेथे जेथे त्यांची गरज भासेल, तेथे तेथे अगदी कमी अवधीत ते पोहोचत होते. या तात्कालिक उपक्रमातून स्वत: घडत असताना गांधींना तरुण प्रसादांसारखे शिष्य मिळाले, जे पुढे जाऊन साम्राज्यपश्चात भारताचे नेतृत्व करणार होते. ब्रिटिशमुक्त भारताच्या स्वप्नाचा उदय अजून कोणाच्याही दृष्टिपथात नव्हता, अपवाद बहुधा फक्त गांधींचा. चंपारणच्या मोहिमेनंतर आणखी एक ग्रामीण चळवळ पुढे आली; गुजरातच्या खेडा जिल्ह्यात पावसाने नष्ट केलेल्या पिकांमुळे कर भरू न शकणाऱ्या शेतकऱ्यांची ती करविरोधी चळवळ होती. या चळवळीचे नेतृत्व गांधींनी आपल्या बाजूला ओढून घेतलेल्या आणखी एका तरुण वकिलाला दिले, तो म्हणजे, वल्लभभाई पटेल. वल्लभभाई हे पुढे जाऊन भारतीय राष्ट्रीय काँग्रेसचे अध्यक्ष आणि स्वतंत्र भारताचे उपपंतप्रधान झाले.

एका अंदाजानुसार, १९१७ मध्ये गांधींनी चंपारण संघर्षासाठी काम करताना बिहारमध्ये १७५ दिवस वास्तव्य केले. नंतर त्यांनी बिहारला आपले 'जन्मठिकाण' असे संबोधले. याचा अर्थ तेथे त्यांनी ग्रामीण भारतात पहिल्यांदा प्रवेश केला. नाताळच्या हरताळाच्या संदर्भात त्यांनी सुशिक्षित भारतीयांनी 'गरिबातील गरिबांबरोबर' काम करण्याची गरज प्रतिपादन केली होती. आता आपल्या मायभूमीत ते स्वत:च हे करत होते. भारताने 'निर्भयपणाची सवय' लावून घेतली पाहिजे, ते म्हणाले. त्यांच्या अनुयायांना गांधींमध्ये इतर कोणत्याही गोष्टीपेक्षा ही गोष्ट अधिक प्रकर्षाने

दिसत होती. जवाहरलाल नेहरूंनी लिहिले, 'निर्भयता आणि सत्य व त्यानुसार केलेली कृती हे त्यांच्या शिकवणीचे सार होते.' त्या माणसाचेही ते सार होते. ''त्यांचा आवाज इतरांपेक्षा काहीसा वेगळा होता,'' नेहरू म्हणाले. ''तो शांत व खालच्या पट्टीतला होता आणि तरीही हजारो लोकांच्या गदारोळात तो ऐकू यायचा; तो मृदू आणि हळुवार होता. मात्र, तरीही त्याच्यात कुठेतरी पोलादी शक्ती दडलेली होती... शांती आणि मैत्रीच्या भाषेमागे एक ताकद होती आणि कृती करण्याचा उत्साह व चुकीच्या मार्गाने न जाण्याचा निर्धार होता.''

दोन खंडांमध्ये गांधींनी व्यतीत केलेल्या त्यांच्या दीर्घ कारकिर्दीतील अनाकलनीय वाटणाऱ्या आश्चर्यजनक वळणांचे स्पष्टीकरण त्यांच्यामध्ये प्रामुख्याने आढळणारी ही 'निर्भयता' करू शकेल; त्यांपैकी पहिले वळण म्हणजे १९०६ मध्ये झुलूंविरुद्धच्या मोहिमेत त्यांनी स्वत:ला झोकून दिले हे होय. गांधींना स्वत:च्याच कृतींची पुनरावृत्ती करण्याची सवय असल्यामुळे नवीन प्रश्नांना सामोरे जाताना ते जुन्याच उत्तरांचा पुनर्वापर करत. या वेळी आपल्या शिष्यांना घ्यायला लावलेली अहिंसेची शपथ बाजूला सारत त्यांनी युरोपातील युद्धात भाग घेता यावा म्हणून भारतीयांचे सैन्य तयार करण्यासाठी स्वत:ला समर्पित करण्याचे वचन दिले. तेथे कत्तलीमुळे कमी झालेल्या ब्रिटिश सैन्यातील जागा ते भरून काढणार होते. ज्यांनी ब्रिटिश साम्राज्याप्रति आपली निष्ठा जाहीर केली होती आणि दक्षिण आफ्रिकेतील दोन लढायांमध्ये रुग्णवहनाचे काम केले होते, ते कट्टर ब्रिटिशधार्जिणे असलेले गांधी १९०९ मध्ये ट्रान्सवालच्या 'ब्रिटिश भारतीयांच्या' वतीने त्यांच्या शेवटच्या अपयशी लंडन दौऱ्याहून परतल्यावर कुठेतरी लुप्त झाले होते. हे गांधी 'हिंद स्वराज' या त्या वर्षी दक्षिण आफ्रिकेला परत जाताना प्रवासात लिहिलेल्या राष्ट्रभक्तिपर लघुनिबंधातही दिसले नव्हते. त्यात त्यांनी ब्रिटिश संसदेची तुलना अभिसारिकेशी केली होती. आता पुन्हा युद्धकाळात, ते पूर्वीचे गांधी पुन्हा प्रकट झाले आणि एका राजकीय सौद्याचा भाग म्हणून, त्यांच्यातील बनियाने लांगूलचालन करण्याच्या आविर्भावात व्हाइसरॉय आणि त्यांच्या सचिवाला लिहिलेल्या पत्रात आपला पाठिंबा देण्याचे वचन दिले. १९१८ च्या एप्रिल महिन्याच्या अखेरीस लिहिलेल्या या पत्रांनी गांधींनी स्मट्स यांना केलेल्या खुशामतपूर्ण आवाहनांची आठवण करून दिली.

गांधी अजूनही प्रत्यक्ष भारतात एखाद्या चळवळीचे प्रमुख नव्हे, तर स्वतंत्र प्रचालकच होते. साधारण त्याच सुमारास ते इतरत्र कबूल करायचे की, भारताच्या राजकारणात अजून ते 'फक्त तीन वर्षांचे लहान मूल' होते. तरीही ते त्या वेळी अशा एखाद्या माणसाच्या खात्रीने, विश्वासाने लिहू लागले होते, जो स्वत:ला देशाच्या,

देशातील लोकांच्या वतीने बोलण्याला पात्र समजतो. हा काही एखादा कृत्रिमपणा नव्हता, तर त्यांना अलीकडे तसा विश्वास वाटू लागला होता. एक महिन्यापूर्वीच ते म्हणाले होते, ''मी खूप प्रवास केला आहे आणि म्हणून मी भारताचे मन जाणतो.'' काही वर्षांनंतर, चंपारण व खेडा येथील अनुभव त्यांच्या पाठीशी असताना आणि ग्रामीण भारतातून भरपूर प्रवास केल्यानंतर ही गोष्ट ते अधिक अभिमानाने ठासून सांगू लागले : 'मी हे उद्धटपणाने बोलत नाही; पण मी असे म्हणू शकतो की, कोणाही सुशिक्षित भारतीयापेक्षा मी जनतेचे मन जास्त चांगल्या प्रकारे ओळखतो.' त्या वेळी १९२० हे वर्ष संपत आले होते; भारतात परत आल्याला त्यांना उणीपुरी सहा वर्षे झाली होती आणि भारतातील खेड्यांत सक्रिय मोहिमा सुरू करून तीन वर्षांपेक्षा थोडा कमी काळ लोटला होता. तरीही त्यांचा हा दावा त्यानंतर स्वीकारला गेला कारण तोपर्यंत स्पष्ट झाले होते की, अगदी कमी काळात गांधींनी ग्रामीण भारताशी जी नाळ जोडली होती, तिच्याशी मोठा अनुभव असलेला राजकारणीसुद्धा बरोबरी करू शकला नसता. जर असे असेल, तर चंपारण आणि खेडाचा विशिष्ट संदर्भ लक्षात घेऊन आपण नेहरूंचे हे निरीक्षण समजून घेऊ शकतो की, हा माजी बॅरिस्टर, जो नुकताच दक्षिण आफ्रिकेतून मायभूमीला परतला होता, 'वरच्या स्तरातून खाली उतरलेला नाही, तो लाखो भारतीयांमधूनच अवतीर्ण झाला असे वाटले.' हा काही जादूटोणा नव्हता, तर कोणत्यातरी दूर कोपऱ्यातील ठिकाणचे संदिग्ध प्रश्न हाती घेण्याची त्यांची तयारी होती. या विश्वासाच्या आधारे एखादी सामूहिक चळवळ उभी करण्याविषयी दुसऱ्या ठिकाणी आपण जे शिकलो त्याची घरच्या भूमीवर अंमलबजावणी करता येईल अशी निर्णायक कृती करण्याची त्यांची तयारी होती.

व्हाइसरॉय लॉर्ड चेम्सफर्ड यांच्यासमोर एप्रिल १९१८ मध्ये ठेवलेल्या राजकीय सौद्यात असे म्हटले होते : जर ब्रिटिश सरकारने खेडा जिल्ह्यात, जेथे ते शेतकऱ्यांच्या जमिनींचा आणि जनावरांचा कब्जा घेत होते आणि त्या शेतकऱ्यांनी गांधींना वचन देऊन त्यांच्या मालमत्तेवरील कर भरला नव्हता, त्यांच्याबाबत काही सकारात्मकतेच्या जवळ जातील असे निर्णय घेतले; युद्धादरम्यान मुस्लिमांच्या ज्या समस्या वाढल्या होत्या त्याबाबत नव्याने संवेदनशीलता दाखविली, त्यासाठी मध्य भारतात नजरकैदेत असलेल्या अली बंधूंना भेटण्याची गांधींना परवानगी दिली आणि 'मुस्लीम राष्ट्रांचा' प्रश्न तातडीने हाती घेतला (गांधींना तुर्की असे म्हणायचे होते; पण तो शब्द त्यांनी वापरला नाही, कारण आता तुर्की हे ब्रिटनचे शत्रू राष्ट्र होते) आणि त्यांना हवे ते करू दिले, तर हा सत्याग्रहाच्या सिद्धान्ताचा लेखक, कट्टर अहिंसावादी स्वत:ला युद्धात व्हाइसरॉयचा 'मुख्य सैन्यभरती प्रतिनिधी' म्हणून झोकून देईल. ''आपला पाठिंबा संपूर्ण आणि नि:संदिग्ध असेल,'' असे या बनियाने ठासून सांगितले पण मग

त्याने अटी घातल्या. या खास वकिलाने आता वकिली केली, ''मला इंग्लिश देशाविषयी प्रेम आहे आणि प्रत्येक भारतीयामध्ये इंग्लिश माणसाविषयी निष्ठा जागवण्याची माझी इच्छा आहे.''

सौदा करण्यास उत्सुक असलेल्या गांधींना बदल्यात विशेष काही न देता फसविण्यात ब्रिटिश स्मट्सएवढेच कुशल होते. अली बंधू नजरकैदेतच राहिले, त्यांना भेटण्याच्या गांधींच्या विनंतीला कोणतेच उत्तर मिळाले नाही. खेडामधील जप्ती सौम्य करावी, असे आदेश अधिकाऱ्यांना आधीच दिले गेले होते; पण हे गुपचूप केले गेले आणि त्यांनी बजावलेल्या भूमिकेमुळे मिळालेल्या विजयाचे गांधींना व त्यांच्या सविनय कायदेभंगाच्या चळवळीला श्रेय दिले जाणार नाही याची पुरेपूर खबरदारी घेतली गेली. गांधींनी दाखविलेल्या निष्ठेबद्दल खोटीखोटी अधिकृत कृतज्ञता व्यक्त करून त्यांनी दिलेले वचन निभावण्यासाठी सरकारने आता चेंडू त्यांच्याकडे फटकावला.

परिणामस्वरूप, एक निराशाजनक घटना घडली. हा मुख्य सैन्यभरती प्रतिनिधी खेडाला परत गेला आणि त्याने सहाशेपैकी प्रत्येक खेड्यातून वीस लोक घेऊन बाराशे नवीन सैनिक गोळा करण्याचे ठरविले. काही महिन्यांपूर्वी तारणहार म्हणून स्वागत झालेल्या या नेत्याला लोक प्रश्न विचारून भंडावून सोडू लागले. गांधी लोकांमध्ये निर्भयपणा आणण्याचा प्रयत्न करत होते. 'निर्भय व्यक्तिमत्त्व परत मिळविण्यासाठी' सैन्य प्रशिक्षणापेक्षा अन्य कोणते साधन प्रभावी ठरू शकणार होते असा गांधींना आता शोध लागला. जवळजवळ तीन महिने ऊन, धूळ आणि मॉन्सूनचा पाऊस सहन करत या खेड्यातून त्या खेड्यात पायपीट करताना भाषणातून आणि पत्रकांमागून पत्रके काढत गांधींनी केलेला युक्तिवाद ओढूनताणून आणलेला आणि परस्परविरोधी होता. साम्राज्याकरिता आत्मत्याग करण्यासाठी आपल्या नवऱ्यांना पाठविण्याची मनधरणी गांधी त्यांच्या बायकांपुढे करू लागले, ''पुढच्या जन्मात ते तुमचे होतील,'' असे स्फूर्तिदायी आश्वासन देऊ लागले. ''साम्राज्यासाठी लढणे हा स्वराज्याकडे जाणारा सरळ मार्ग आहे,'' असा युक्तिवाद ते आता करू लागले. ज्या भारताने सैनिकी ताकद प्राप्त केली असेल, त्याला त्यानंतर रक्षणासाठी ब्रिटिशांची गरज भासणार नाही, असे गांधींचे तर्कशास्त्र होते. अहिंसेच्या मार्गावर पाऊल ठेवायचे असेल तर लढणे आवश्यक होते. ''हे स्पष्टच आहे की, ज्याने मारण्याची ताकद गमावली असेल, तो अहिंसेचे पालन करू शकत नाही.'' महात्म्याची तर्क लढविण्याची शक्ती अचंबित करणारी होती आणि बुचकळ्यात पाडणारीही होती, ती कधीही न थकणारी होती; पण तो मात्र तसा नव्हता.

शेवटी, १९१८ च्या ऑगस्टमध्ये गांधी आमांशाने आजारी पडले तेव्हा त्यांनी कबूल केले की, ते 'एकाही सैनिकाची नोंदणी करू शकले नव्हते.' नंतर त्यांनी

स्वत:चे वर्णन 'लवकर निराश न होणारा' असे केले. या वेळी या अनुभवातून सकारात्मक धडा शोधण्यासाठी त्यांना झगडावे लागले. 'माझ्या अपयशातून हेच दिसून येते की, लोक माझा सल्ला मानायला अजून तयार नाहीत. जे उद्दिष्ट त्यांना सोईचे वाटते, त्यासाठी माझ्या सेवा स्वीकारायला मात्र ते तयार असतात. हे जसे असायला हवे तसेच आहे,' गांधींनी त्यांच्या चौथ्या मुलाला, देवदासला लिहिले. हा राजकारणातील एक पायाभूत धडा आहे.

अखेर त्यांनी सुमारे शंभर सैनिकांची यादी सादर केली, त्यात मोठ्या प्रमाणावर त्यांचे सहकारी, नातेवाईक आणि आश्रमातील सदस्य यांचा भरणा होता. स्वत:ची पन्नाशी जवळ आलेल्या गांधींचे नाव यादीत अग्रभागी होते; पण तोपर्यंत युद्ध जवळपास संपलेच होते; आमांशाने आणि आपला मार्ग भरकटल्याची बोचणी तीव्र झाल्याने अंथरुणाला खिळलेले गांधी व्यक्तिगत अधोबिंदूवर येऊन ठेपले होते. या एकूणच उदास आणि अशक्त अवस्थेत गांधींची मूळव्याधीची शस्त्रक्रियाही झाली आणि पुढच्या फेब्रुवारीपर्यंत ते राजकारणापासून दूर राहिले. त्यांनी काहीशा शरमेने तब्येतीतील सुधारणेचे श्रेय त्यांच्या आहारविषयक तत्त्वांना जी मुरड घातली गेली, तिला दिले. एक दशकापूर्वी दुधात असलेल्या कामोत्तेजक गुणधर्मांमुळे त्यांनी दूध पिणे बंद केले होते. आता, कस्तुरबांनी त्यांची समजूत घातली की, त्यांनी गाईचे दूध न पिण्याची शपथ घेतली होती; पण शेळीचे दूध त्यांना चालू शकेल हे म्हणणे गांधींना पटले. बांच्या दबावाला ते बळी पडले, तरीही त्यांना अशी शंका वाटत होती की, बांचे शंकास्पद तर्कट स्वीकारून आपण स्वत:चा स्वार्थ साधत आहोत. शेळीच्या दुधात बलवर्धक गुणधर्म लपले असावेत. सुमारे वर्षभराने, ते राष्ट्रीय चळवळीतील एक लोभस आणि ताजेतवाने व्यक्तिमत्त्व म्हणून पुन्हा उभे राहिले, इतकेच नव्हे, तर एक प्रभावी व्यक्ती म्हणूनही त्यांचा दबदबा वाढला; एक असा नेता, ज्याला काही वेळा प्रश्न विचारले जाऊ शकत होते किंवा अगदी टाळताही येत होते; पण यापुढे त्याला आव्हान देणे मात्र शक्य होणार नव्हते.

अगदी कमी काळात खेड्यांच्या प्रत्यक्ष परिस्थितीचा अनुभव गोळा करण्याव्यतिरिक्त गांधींच्या विलक्षण पुनरागमनाची गुरुकिल्ली होती, भारतात परत आल्यापासून मुस्लिमांशी संबंध जोडण्याची त्यांनी घेतलेली काळजी आणि राष्ट्रीय ऐक्याचा प्रसार करण्यासाठी यापेक्षा दुसरा चांगला मार्ग असूच शकत नाही या भूमिकेतून त्यांच्या प्रश्नांसाठी लढण्याची दाखविलेली तत्परता. महायुद्धाच्या समाप्तीमुळे सैन्य उभारण्याच्या गांधींनी स्वत:हून शिरावर घेतलेल्या जबाबदारीतून त्यांची सुटका झाली. तुर्की प्रश्नाबाबत भारतीय मुस्लिमांशी असलेली अलगतावादाची दरी आणखी खोल झाली. पराभवामुळे ऑटोमन साम्राज्याला पायउतार व्हावे लागले. त्याचा सुलतान,

ज्याला बहुसंख्य लोक खलिफा मानायचे–पोपपेक्षा त्याचे आध्यात्मिक अधिकार कमी नाहीत, असे मानले जायचे–त्याचे मक्का व मदिना आणि इतर पवित्र ठिकाणांवरील नियंत्रण युद्धाचा परिणाम म्हणून काढून घेण्यात आले. उपखंडात ज्याला 'खिलाफत' म्हणून ओळखले जाई, त्याला वाचविण्यासाठी जो लढा सुरू झाला त्याला भारतातील मशिदीत जणू तो इस्लामला वाचविण्याचाच लढा असल्याचे चित्र रंगविण्यात आले. ही 'जिहाद' आणि अगदी 'हिजरत'ची वेळ असल्याची भावना लोकांमध्ये जागृत झाली; याचा अर्थ अफगाणिस्तानसारख्या खऱ्याखुऱ्या मुस्लीम राष्ट्रात स्वतःच्या इच्छेने स्थलांतर करणे. उपखंडातील निष्ठावंतांच्या आवाहनाला जर लॉईड जॉर्जचे बादशाही सरकार थंड प्रतिसाद देणार असेल, तर असे पाऊल उचलण्याची मुस्लिमांची तयारी होती.

भारताबाहेरील कोणीही भारतीय मुस्लिमांच्या या भावनांना गांभीर्याने घेतले नाही किंवा त्यांचे म्हणणे ऐकून घेतले जाईल असा दिलासाही दिला नाही. आता शांतता राखण्याचे अधिकार असलेल्या विजयी मित्रराष्ट्रांच्या बाबतीतही हे खरे होते आणि अरब जगताच्या बाबतीतही! तुर्की सत्तेपासून अलग झाल्याचे त्यांना मुळीच दुःख झाले नव्हते; हे बहुतांश तुर्कांच्या बाबतीतही खरे होते, जे सुलतान आणि त्याचा भ्रष्टाचारी दरबार यांना विटले होते. खिलाफतीची जपणूक हे गांधींनी अथकपणे आणि चतुरपणे तर्कसंगती लावून भारतीय राष्ट्रीय चळवळीचे प्रमुख उद्दिष्ट बनवून लोकांसमोर आणले नसते, तर बहुसंख्य हिंदूंसाठी ही गोष्ट खिजगणतीत धरण्याच्या लायकीचीही वाटली नसती. तेव्हासुद्धा हे नक्की काय होते, हे फार थोड्या लोकांना समजले होते. गांधींचे इस्लामी इतिहासाबाबतचे ज्ञान दक्षिण आफ्रिकेत असताना वॉशिंग्टन आयर्विंगच्या 'लाइफ ऑफ मुहम्मद' (Life of Mahomet) या पुस्तकाच्या वाचनाने आणि कुराणाचे इंग्रजी भाषांतर वाचल्याने प्रगल्भ झाले होते. त्यांनी खिलाफतीची बाजू मांडण्याचा प्रयत्न केला नाही. त्यांनी हा विषय न्यायबुद्धीने लोकांसमोर ठेवला, आपल्या मुस्लीम भाईबंदांसाठी तो सर्वांत महत्त्वाचा असल्याचे त्यांनी हिंदूंना सांगितले आणि म्हणून तो राष्ट्रीय ऐक्यासाठीही महत्त्वाचा होता आणि पर्यायाने हिंदूंसाठीही! दहा दशलक्ष मोजण्याचे भारतीय परिमाण वापरून, त्यांनी विचारले, "आपले आठ कोटी मुस्लीम भाईबंद खोल विषादाच्या गर्तेत बुडालेले असताना बावीस कोटी हिंदू शांतीने आणि आनंदाने कसे राहू शकतात?"

आज ही बाब कितीही विचित्र वाटत असली, तरीही ऑटोमनचे अधिकार वाचविण्यासाठीचा भारतीयांचा लढा हे मुस्लिमांसाठी सर्वांत महत्त्वाचे भारतीय उद्दिष्ट ठरले होते. हे साम्राज्य सुरुवातीपासूनच बुडत होते हे आता सांगणे सोपे असले, तरी त्या वेळी त्यांना ते तसे वाटत नव्हते. १९२४ हे वर्ष उजाडेपर्यंत शेवटचा घाव बसला नव्हता, जेव्हा अतातुर्क म्हणून ओळखल्या जाणाऱ्या मुस्तफा

केमालने अधिकृतपणे खिलाफत विसर्जित केली, तेव्हा शेवटचा सुलतान विजनवासात गेला. तरीसुद्धा खिलाफत चळवळ भारतात रेंगाळत राहिली. तिच्या निर्माण झालेल्या भावावेशाचे आणि रोषाचे रूपांतर नवीन सुधारणावादी गटांमध्ये झाले, त्यांच्यापैकी काहींचा प्रभाव भारताबाहेरही जाऊन पोहोचला आणि अरब जगतात महत्त्वपूर्ण रीतीने त्यांनी पाय रोवले. त्यांपैकी एक चळवळ होती तब्लिघी जमात किंवा मुस्लीम धर्माचा प्रसार आणि प्रचार करणारा समाज, ज्याला सामान्यत: तब्लिघ म्हणून ओळखले जाते. भारतात त्याची सुरुवात झाल्यापासून तो 'जगभरात इस्लामची पुनर्स्थापना करण्यामागचा सर्वांत महत्त्वाचा घटक' ठरला, फ्रेंच तज्ज्ञ गिलेस केपेलच्या म्हणण्यानुसार, 'प्रवाही, आंतरराष्ट्रीय, अनौपचारिक इस्लामी चळवळीचे हे एक लक्षणीय उदाहरण ठरले.' आपल्याला हे काहीसे ओळखीचे वाटेल : हा गुंतागुंतीचा धार्मिक व सैद्धान्तिक वारसा आपल्याला सुमारे शंभर वर्षांपासून म्हणजे मुहम्मद अलींपासून आणि हे ध्येय उचलून धरणाऱ्या इतर भारतीयांपासून ते थेट सध्याच्या कट्टर इस्लामवाद्यांपर्यंत–त्यात ओसामा बिन लादेनही आला–दिसून येईल. ओसामा बिन लादेन, ज्याने खिलाफतीची पुनर्स्थापना हे अल् कायदाच्या संयुक्त राष्ट्रांविरुद्धच्या संघर्षातील एक उद्दिष्ट बनविले.

गांधी मुस्लीम नव्हते आणि त्यांनी नेहमीच दहशतवादाचा धिक्कार केला हे पाहता, त्यांना बिन लादेनचा पूर्वगामी मानणे हे पूर्णपणे चुकीचे आणि विकृत, हास्यास्पद ठरेल; पण अतिशय दूरवर असलेला हा खिलाफतीचा प्रश्न त्यांच्या उदयासाठी तेवढाच महत्त्वाचा ठरला. १९१८ मध्ये जेव्हा त्यांनी व्हाइसरॉयना पत्र लिहिले तेव्हाही तो त्यांच्या मनात होता आणि वर्षभरानंतर मुंबईच्या एका मशिदीत जेव्हा त्यांनी राष्ट्रीय हरताळाची हाक दिली, तेव्हाही तो त्यांच्या मनातच होता. आजच्या काळाची आठवण करून देणारी आणखी एक घटना घडली होती; वसाहतवादी सत्तेने दहशतवादाचा बीमोड करण्यासाठी आपल्याला अधिक अधिकारांची गरज आहे, असे सांगत एक नवीन कायदा तयार करायला घेतला, त्याला विरोध करण्यासाठी एप्रिल १९१९ मधील एक दिवस गांधींनी उपवास आणि प्रार्थना करण्यासाठी निवडला. अहिंसक समजली गेलेली ही चळवळ लगेचच दंग्यांमध्ये आणि 'गोळीबारा'मध्ये परिवर्तित झाली. मुंबई आणि अहमदाबादमध्ये दंगे झाले. या संघर्षात पोलीस आणि सैन्याने चालून येणाऱ्या नि:शस्त्र जमावावर कायदा आणि सुव्यवस्था राखण्यासाठी म्हणून आपली शस्त्रे चालविली. पहिला गोळीबार दिल्लीत झाला, त्यात पाचजण मारले गेले; गोळीबाराची दुसरी घटना दोन आठवड्यांनी शिखांचे वर्चस्व असलेल्या अमृतसरमध्ये घडली. तेथे १३ एप्रिल १९१९ रोजी भारतीय राष्ट्रीय चळवळीतील सर्वांत भीषण हत्याकांड घडले. बंदिस्त जालियनवाला बाग येथे एका अनधिकृत पण शांतपणे चाललेल्या सभेतील भारतीयांवर ब्रिटिश

अधिकाऱ्याच्या हुकमावरून गुरखा आणि बलुची सैनिकांनी प्रतिरोध दर्शविण्यावर असलेला बंदीहुकूम मोडला म्हणून गोळीबार केला, त्यात ३७९ भारतीय मारले गेले. तोपर्यंत, गांधी राष्ट्रीय हरताळ मागे घेण्याच्या बेतात आले होते; लोक सत्याग्रह करायला तयार असल्याचे मानण्यात आपण 'हिमालयाएवढी चूक' केल्याचे त्यांचे म्हणणे होते. दिल्लीतील एक महत्त्वाचे धार्मिक हिंदू नेते स्वामी श्रद्धानंद यांनी गांधींच्या या अचानक हरताळ सुरू-बंद करण्याच्या धोरणावर सवाल उठविल्यानंतर, महात्म्याने त्यांना तुटकपणे उत्तर दिले, ''भाईसाहेब! मी या सत्याग्रहाच्या बाबतीतला तज्ज्ञ आहे हे तुम्हाला मान्य करावं लागेल. मी काय करत आहे, हे मला चांगलं ठाऊक आहे.''

पुन्हा चळवळ सुरू करण्यासाठी मार्ग तयार करायला गांधींना फक्त सहा महिने लागले. आता ते एका नव्या धोरणासह आले होते, त्याचे नाव होते 'असहकार.' गांधींनी या चळवळीची रूपरेषा सर्वप्रथम खिलाफत चळवळीसाठी गोळा झालेल्या मुस्लिमांना समजावून सांगितली. मग दिल्लीत खिलाफत प्रश्नावरच भरलेल्या हिंदू-मुस्लिमांच्या एका संयुक्त परिषदेत मांडली. 'हिंद स्वराज'मध्ये ही कल्पना भ्रूणावस्थेत असताना, तिची केवळ रूपरेषा मांडली गेली होती; पण लवकरच गांधींनी त्यात तपशील भरले. असहकार म्हणजे, टप्प्याटप्प्याने वसाहतीच्या संस्थांमधून सहभाग काढून घ्यायचा आणि त्यांना पोकळ आणि निरुपयोगी बनवायचे. वकील आणि न्यायाधीशांना न्यायालये सोडायला सांगण्यात येणार होती; भावी विधायकांनी अस्तित्वात असलेल्या व येणाऱ्या प्रादेशिक विधिमंडळांत भाग घ्यायचा नाही, जी स्थापन करण्याचे आश्वासन ब्रिटिशांनी दिले होते; सरकारी शाळांमधून विद्यार्थ्यांनी हळूहळू बाहेर पडायचे; त्याऐवजी गांधींच्या विचाराने चालणाऱ्या नवीन शाळांमध्ये प्रवेश घ्यायचा, शिवाय त्यात इंग्रजीऐवजी भारतीय भाषांमधून शिक्षण घ्यायचे; अधिकाऱ्यांनी त्यांच्या नोकऱ्यांमधील प्रतिष्ठा आणि सुरक्षितता यांचा त्याग करायचा आणि अखेरीस, सशस्त्र दलांमधील नोकऱ्यांकडे भारतीयांनी पाठ फिरवायची; विशेषत: मेसोपोटेमियात–लवकरच जो इराक या नावाने ओळखला जाणार होता–जो देश ब्रिटिशांनी सुलतानाकडून हस्तगत केला होता; ज्यांना ब्रिटिश सरकारकडून सन्मानपदके मिळाली होती ती त्यांनी परत करावीत; सन्मानाच्या उपाधीही परत कराव्यात. हा खूप उल्लसित करणारा दृष्टिकोन होता. ब्रिटिश सत्तेखालील टेकू काढून घेतले जाणार होते. या दृष्टिकोनाने या चळवळीत सामील झालेल्या शेकडो, कदाचित हजारो भारतीयांची आयुष्ये कायमस्वरूपी बदलून टाकली आणि लाखो लोक त्यामुळे प्रेरित झाले.

एक सिद्धान्त म्हणून सत्याग्रहाकडे मुस्लीम बिनशर्त वळले नाहीत. शेवटी कुराणात एखाद्या न्याय्य ध्येयासाठी जिहादला मान्यता देण्यात आली आहे आणि

त्यात हिंसेला मज्जाव केला गेलेला नाही; पण या असहकाराचा निर्माता असलेल्या या महात्म्याने दोन वर्षांपेक्षा जास्त काळ त्यांच्या मोहिमेचा प्रमुख व्यूहरचनाकार म्हणून त्यांची पसंती मिळविली होती आणि त्यांच्या पाठिंब्याने तो पहिल्यांदाच राष्ट्रीय स्तरावरील चळवळीत अग्रभागी येत होता; त्याच्या सर्व प्रकारच्या उद्दिष्टांना एकत्र करणाऱ्या ऐक्याच्या व्यासपीठावर उभा राहू पाहत होता; ज्यामध्ये अक्षरश: देशाच्या बाहेर असलेले कॉन्स्टंटिनोपलचे खलिफा भारतातील मुस्लिमांसाठी वाचविण्याचे उद्दिष्ट नियमितपणे प्राधान्यक्रमाने पुढे होते. दहशतवादविरोधी कायद्याच्या विरोधात गांधींनी सुरू केलेल्या आंदोलनासाठी त्यांनी एक सत्याग्रह सभा नावाची अनौपचारिक समिती स्थापन केली होती. पहिल्या खिलाफत परिषदेनंतर आता, एक महिन्याने, डिसेंबर १९१९ मध्ये अमृतसर येथील काँग्रेसच्या वार्षिक अधिवेशनात त्यांनी त्यांच्याच शब्दांत सांगायचे तर, 'काँग्रेसच्या राजकारणात पहिल्यांदाच प्रवेश' केला.

तेथे त्यांना, नुकतेच नजरकैदेतून सुटलेले मुहम्मद आणि शौकत हे अली बंधू सामील झाले. अमृतसरमध्ये अली बंधूंचे गांधींपेक्षा जोशात स्वागत झाले. एका अभ्यासकाने नोंदवून ठेवले आहे की, त्यांचे स्वागत 'घोषणा, अश्रू, आलिंगने आणि हारांच्या ढिगांनी' करण्यात आले. हिंदू-मुस्लीम ऐक्याला तेथे भरती आली होती; ही गोष्ट आता या युगात कल्पनातीत वाटेल. कारण प्रामुख्याने हिंदू असलेला भारत आणि मुस्लीम असलेला पाकिस्तान हे दोन देश एकमेकांविरुद्ध आण्विक शक्ती म्हणून उभे ठाकले आहेत. योजनेबरहुकूम, एकापाठोपाठ तीन परिषदा तेथे होत्या : भारतीय राष्ट्रीय काँग्रेसबरोबरच मुस्लीम लीग आणि खिलाफत समितीच्याही सभा होणार होत्या. जून महिन्यात, मध्यवर्ती खिलाफत समितीने असहकाराचा कार्यक्रम 'प्रत्यक्षात उतरविण्यासाठी' आठ सदस्यांचे एक मंडळ स्थापन केले, ज्यात अली बंधूंचाही समावेश होता. त्या आठ लोकांपैकी एकमेव हिंदू असलेल्या गांधींचे नाव यादीत अग्रस्थानी होते.

त्यापुढे येणाऱ्या सप्टेंबरमध्ये कलकत्त्याला भरलेल्या काँग्रेसच्या विशेष अधिवेशनात गांधींचा असहकार कार्यक्रम मुस्लीम मतांमुळे अगदी थोड्या फरकाने स्वीकारला गेला. खिलाफतीचे रक्षण हे राष्ट्रीय चळवळीचे प्रमुख उद्दिष्ट असल्याचे अधोरेखित झाले. गांधींनी लिहिलेल्या ठरावात म्हटले होते, 'आपल्या मुसलमान भाईबंदांवर कोसळलेले हे धार्मिक संकट दूर करण्यासाठी आपल्या मुसलमान भावाची मदत करणे हे प्रत्येक मुस्लिमेतर भारतीयाचे कर्तव्य आहे.' मुस्लीम मतांशिवाय, सत्याग्रहाचा स्वीकार करण्याचे गांधींनी काँग्रेसला दिलेले पहिले आव्हान जवळजवळ निश्चितपणे निष्फळ ठरले असते. महात्म्याने राजकारणातील बड्या प्रस्थांना जिंकून घेतले नव्हते, तर अली बंधूंच्या पाठिंब्याने त्यांना पुरते बुडवून टाकले होते. 'एका वर्षात स्वराज्य' हा प्रस्ताव गांधींनी कलकत्त्यामध्ये सर्वप्रथम मांडला होता.

भावी काँग्रेस नेता, १९२०.

शौकत अलींनी तीन महिन्यांनी म्हणजे डिसेंबर १९२० मध्ये धट्ट्याकट्ट्या 'स्वयंसेवकांचे' एक जलद कृती पथक, जे अहिंसेला बांधील नसलेल्या मुस्लिमांचे होते, स्थापन केले. मध्य भारतातील मराठी भाषक शहर नागपूर येथे भरलेल्या काँग्रेसच्या वार्षिक अधिवेशनात कोणीही गांधीविरोधी निदर्शने करू नयेत, म्हणून हे पथक स्थापण्यात आले होते. या तथाकथित स्वयंसेवकांची गरज भासली नाही. असहकार हा अजून टीकेचा विषय होता; पण गांधींना असलेला राजकीय विरोध निवळला होता. त्यांनी स्वत: घालून दिलेले उदाहरण आणि त्यांचा बिनतोड युक्तिवाद, जनसमूहावर त्यांची घट्ट होत चाललेली पकड आणि मुस्लिमांकडून मिळणारा भक्कम पाठिंबा या सगळ्यामुळे त्यांचे नेतृत्व अभेद्य बनले होते. नागपूर काँग्रेसने तत्परतेने गांधींचा नवीन घटनेचा मसुदा स्वीकारला; त्यानुसार निदान कागदावर तरी, प्रथमच चळवळ ग्रामीण भागांपर्यंत पोहोचणार होती. गांधींनीच प्रथम तयार केलेल्या दुसऱ्या एका मसुद्यात अस्पृश्यता निर्मूलन हे राष्ट्रीय ध्येय म्हणून स्वीकारले गेले. त्याशिवाय स्वराज्य मिळणे अशक्य आहे, हे गांधी पुन:पुन्हा सांगत होते; पण प्रत्यक्षात असहकार चळवळीने खिलाफतीला असलेला धोका आणि अमृतसरमधील हत्याकांडासाठी जबाबदार असलेल्यांना शिक्षा देण्यात त्यांना

आलेले अपयश ब्रिटिशांच्या दोन 'अपराधांना' आपले लक्ष्य बनविले होते. गांधींच्या शब्दांत सांगायचे तर, अस्पृश्यता ही 'सडकी प्रथा' होती; पण तो हिंदूंनी केलेला अपराध होता. तो प्रश्नही तातडीचा होता यात काही शंका नाही; पण त्याला वसाहतवाद्यांना अहिंसक विरोध करण्यासाठी जास्तीतजास्त भारतीयांना उद्युक्त करण्याच्या कार्यक्रमात स्वाभाविकपणे जागा मिळणे कठीण होते.

या सगळ्या घडामोडींमध्ये मतभिन्नता असलेली एक मोठी व्यक्ती होती. मुहम्मद अली जिनांनी एका भाषणात गांधींचा उल्लेख रूक्षपणे 'महात्मा गांधी' असा न करता 'मि. गांधी' असा केला तेव्हा त्यांच्यावर प्रश्नांचा भडिमार केला गेला. नागपूरला त्यांनी कधीही परत न येण्यासाठी काँग्रेस सोडली; अशी भविष्यवाणीही वर्तविली की, गांधींचे हे समूहाचे राजकारण पुढे जाऊन 'संपूर्ण अव्यवस्था आणि अराजक' यांना निमंत्रण देईल. त्यांच्या जाण्याने राष्ट्रवादींच्या पुढच्या फळीला एक छोटीशी चीर पडली, जी त्या वेळी फारशी कोणाच्या लक्षात आली नाही. खिलाफत चळवळ थंडावत गेल्यानंतर राष्ट्रीय चळवळीपासून दूर गेलेल्या सनातनी मुस्लीम घटकांमुळे ही चीर रुंदावत जाऊन तिचे एक मोठे भगदाड तयार होणार होते. या टप्प्यावर, काँग्रेसच्या राष्ट्रीय उद्दिष्टांमुळे जिनांचा भ्रमनिरास झाला नव्हता; ते अजूनही पक्के राष्ट्रवादी आणि हिंदू-मुस्लीम ऐक्याचे खंदे पुरस्कर्ते होते. तरीही खिलाफत चळवळीचे समर्थक असण्यापेक्षा ते टीकाकार होते. तिचा वापर करण्याची हिंदूंनी विशेषत: गांधींनी दाखविलेली तत्परता त्यांना अलग होण्यास भाग पाडणारी होती.

१९२१ सालच्या सुरुवातीला भारतीय मुस्लिमांवर इंग्रजाळलेल्या मुंबईच्या वकिलाचा म्हणजेच जिनांचा पुढे जाऊन मोठा प्रभाव पडणार आहे, याचा अंदाज कोणालाच नव्हता, खुद्द त्यांनाही नव्हता. त्या वेळी लोकांचे लक्ष मुहम्मद अलींनी वेधून घेतले होते आणि अली हे महात्म्याशी जोडलेले होते. मिळमिळीत बोलणे ही अलींची शैली नव्हती. "प्रेषितानंतर केवळ गांधीजींच्या आज्ञा पाळणे हे मी माझे कर्तव्य समजतो," त्यांनी जाहीर केले. (आम्ही हे पाहिले आहे की, 'जी' हा एक अक्षरी प्रत्यय म्हणजे वयोवृद्ध आणि साधू लोकांच्याप्रति आदरभाव व्यक्त करण्याची एक पद्धत आहे. आजसुद्धा बोलताना गांधींना सामान्यत: 'महात्माजी' किंवा 'गांधीजी' म्हटले जाते.) गांधींच्या आणि सर्व हिंदूंच्याप्रति आदरभाव व्यक्त करण्यासाठी त्या वेळी मुहम्मद अलींनी गोमांस भक्षण करणे सोडले होते. त्यानंतर, गांधींच्या साथीने मोहिमेनिमित्त भारतभर फिरताना त्यांनी खादी वापरायला सुरुवात केली, एक कुटिरोद्योग म्हणून हाताने विणलेले हे वस्त्र महात्माजींनी आपलेसे केले होते. स्वदेशीकडे जाण्याचे एक साधन किंवा स्वावलंबी होण्याचे साधन म्हणून ते खादीकडे बघत होते आणि गांधींच्या विस्तारणाऱ्या स्वप्नानुसार ग्रामीण भारताच्या स्वयंरोजगाराची योजना व शेवटी लोकांची उन्नती त्यात दडलेली होती. खादीचे

कापड विणण्यामुळे आणि वापरण्यामुळे (काही वेळा त्याला खद्दर म्हटले जायचे) केवळ सूत कातणाऱ्यांचे, हातमाग विणकरांचे आणि त्यांच्या कुटुंबांचेच पोट भरणार नव्हते, तर त्यामुळे भारत ब्रिटिशांच्या गिरण्यांमध्ये तयार होऊन आयात केलेल्या विदेशी कापडावर बहिष्कार टाकू शकणार होता आणि अशा प्रकारे खादी हे असहकाराचे आणखी एक रूप असणार होते. त्या दाढीधारी मौलानांनी– इस्लामिक कायद्याचा पंडित असलेल्या व्यक्तीला देण्यात येणारी उपाधी–फक्त खादीच वापरायला सुरुवात केली नाही, तर मुस्लीम श्रोत्यांसमोर ते चरख्याचा प्रचार करू लागले. ''चरखा विकून आपण आपल्या गुलामगिरीची मुहूर्तमेढ रचली,'' ते सांगायचे. ''तुम्हाला जर गुलामगिरी नष्ट करायची असेल, तर पुन्हा चरखा हातात घ्या.'' अशा प्रकारच्या गांधींच्या सिद्धान्तांना ते देत असलेल्या पाठिंब्यामुळे अलींनी मुस्लीम सहकाऱ्यांची टीका ओढवून घेणे हे अटळच होते. अखेरीस, 'हिंदूंचा आणि गांधींचा भक्त' अशा आरोपांपासून मौलानांना स्वत:चा बचाव करावा लागला.

खिलाफत जिवंत ठेवणे हे मुहम्मद अलींचे सर्वांत प्रमुख ध्येय राहिले; पण सूतकताई आणि अगदी गोरक्षण यांसारखे जे प्रश्न मुस्लिमांना बिनमहत्त्वाचे वाटत होते त्या प्रश्नांच्या म्हणजेच पर्यायाने गांधींच्या बाजूने उभे राहण्याची त्यांची जी तयारी होती ती महात्माजींच्या शाब्दिक उड्यांना एक प्रकारे पुष्टी देणारी होती. हिंदू आणि मुस्लीम यांच्यासाठी समपातळीवर एक स्थिर राष्ट्र उभे करण्याच्या धडपडीत असंबद्ध वाटणाऱ्या चळवळींना एकमेकींशी जोडणाऱ्या आणि त्यांची सतत फिरवाफिरव करणाऱ्या गांधींना त्यांनी पाठिंबाच दिला होता. असहकार हे ब्रिटिश साम्राज्यापुढे उभे केलेले सर्वांत गंभीर आव्हान होते आणि गांधी या चळवळीचे निर्विवाद नेते होते; पण त्याच वेळी त्यांनी मोठ्या हिकमतीने उभारलेला हिंदू-मुस्लीम ऐक्याचा तंबू खाली बसायला लागला होता आणि काही ठिकाणी कोसळलासुद्धा होता, कारण दोन्ही समाजांमध्ये उसळलेला हिंसाचार, जे या उपखंडातील एक स्थानिक वैशिष्ट्य बनून राहिले, त्या वचनांना आणि शपथांना खोटे पाडू लागला, ज्या कॉन्स्टंटिनोपलच्या लवकरच पायउतार होणाऱ्या खलिफाच्या वतीने भारतामध्ये दिल्या-घेतल्या गेल्या होत्या. गांधींनी जी प्रभावी युती संघटित केली होती आणि तिला प्रेरणा दिली होती ती कच्च्या बांधकामासारखी ढासळू लागली. ऑगस्ट १९२१ मध्ये अजूनही आशावादी असलेल्या गांधींना हे मान्य करावे लागले की, काही हिंदू 'खिलाफतीच्या प्रश्नाकडे बेपर्वाईने बघत होते' आणि 'खिलाफतीचा मुद्दा सोडून मुस्लिमांना स्वराज्याविषयी आपुलकी वाटावी यासाठी त्यांचे मन वळविणे अजून तरी शक्य झालेले नाही.'

तोपर्यंतचा सर्वांत भीषण हिंसाचार त्याच महिन्यात हिंदी महासागराच्या किनारपट्टीवरील मलबार जिल्ह्यात झाला. तेथे मप्पिला किंवा मोप्ला नावाने ओळखल्या जाणाऱ्या मुस्लीम जमातीच्या लोकांनी पोलिसांबरोबर झालेल्या चकमकींनंतर जिहादचा पुकारा करत आणि खिलाफतीचा झेंडा फडकावत बंड केले, ज्यात दोन ब्रिटिश कॉन्स्टेबल मारले गेले. त्यानंतर बंडखोरांनी छोट्या छोट्या खिलाफत राजवटी स्थापन झाल्याची घोषणा केली आणि त्यातील काहींमध्ये हिंदूंची घरे आणि मंदिरे पेटवून देण्यात आली, स्त्रियांवर अत्याचार करण्यात आले आणि लहान मुलांची कत्तल करण्यात आली. अहिंसेचा सिद्धान्त मलबार जिल्ह्यापर्यंत कधी पोहोचलाच नव्हता; राजकीय सभांवर तेथे बंदी घालण्यात आली होती; पण म्हणून ही भीषण कत्तल निश्चितच क्षमा करण्यायोग्य नव्हती : सहाशे हिंदू मारले गेले होते, पंचवीसशे हिंदूंना जबरदस्तीने इस्लाम धर्म स्वीकारावा लागला होता. गांधी आणि मुहम्मद अलींनी जेव्हा बंडखोर नेत्यांना हिंसेचा मार्ग त्यागण्याचे आवाहन केले, तेव्हा त्या दोघांची संभावना काफिर अशी करण्यात आली. ब्रिटिश सत्तेने कठोरपणे या बंडाचा बीमोड केला. ब्रिटिशांनी यासाठी असहकार चळवळीला दोषी धरले आणि सुमारे दोनशे बंडखोरांना फासावर लटकावले.

पुढच्याच महिन्यात, कट रचल्याच्या आरोपावरून मुहम्मद अलींना अटक करण्यात आली. ते महात्मा गांधींबरोबर कलकत्त्याहून मद्रासला जात असताना दक्षिण भारतातील तेलुगू भाषक प्रदेशातील (आता आंध्र प्रदेश) एका रेल्वे स्थानकावर ही अटक झाली. त्यांच्यावर 'कुरापत काढण्याचे कारस्थान' रचल्याचाही आरोप ठेवण्यात आला. आपला अधिकार गाजविण्याची संधीच शोधत असलेल्या ब्रिटिशांना मौलानांनी केलेल्या विधानांच्या मालिकेमुळे तशी संधी मिळाली; त्यात त्यांनी असा युक्तिवाद केला होता की, इस्लामी कायद्याने मुस्लिमांना सैन्यात दाखल होण्यास बंदी घातली आहे. यावर गांधींची प्रतिक्रिया त्यांच्या कल्पनाशक्तीच्या, त्यांच्या आकांक्षांच्या कक्षांच्या आणि एक राजकीय व्यूहरचनाकार म्हणून त्यांच्या अनुकूलतेच्या स्त्रोताबद्दल बरेच काही सांगून जाणारी होती. पोलिसांच्या तुकडीने रेल्वे स्थानकातून अलींना अटक करून नेल्यानंतर एक आठवड्याने गांधी मदुराई या दक्षिण भारतातील एका शहरात फक्त पंचा गुंडाळून उघड्या छातीनिशी अवतीर्ण झाले : आता यापुढे त्यांच्या उर्वरित आयुष्यात ते हाच पोशाख परिधान करणार होते. साबरमती नदीच्या किनारी असलेल्या त्यांच्या आश्रमात गांधी याच पद्धतीचा वेष परिधान करून अनेक वर्षांपासून राहत होते; पण सार्वजनिक ठिकाणी ते नेहमी कुर्ता, धोतर आणि टोपी अशा वेषात यायचे. आता या अत्यंत गरजेपुरत्या असलेल्या वस्त्रांमध्ये ते प्रथमच सार्वजनिक ठिकाणी आले होते.

ते गांधी असल्यामुळे या बदलाचा प्रतीकात्मक अर्थ सांगण्यासाठी ते घाईने पुढे

सरसावले. त्यांनी कमी कपडे वापरण्यामागे अनेक अर्थ दडले होते : कैदेत असलेल्या मौलानांना आणि त्यांच्यासोबत असणाऱ्या इतर खिलाफत नेत्यांना सलाम म्हणून किंवा प्राधान्यात झालेल्या सूक्ष्म बदलामुळे खिलाफत चळवळ किमान हिंदूंच्या बाबतीत तरी लवकरच बंद होणार असल्याची कबुली म्हणून आणि अधिक व्यापक चळवळीला चालना देण्यासाठी नवीन शस्त्र हवे यासाठी गांधींनी आधीच चरखा शोधून ठेवला होता. त्यांचा तर्क असा होता की, स्वदेशीचे उद्दिष्ट गाठायचे असेल तर भारतभर पुरेशी सूतकताई आणि हातमाग विणाई झाली पाहिजे, म्हणजे स्वदेशीची चळवळ तीव्र झाल्यावर विदेशी कापडावर बहिष्कार टाकल्यानंतर आणि ते जाळल्यानंतर त्याची जागा घेण्यासाठी पुरेसे कापड उपलब्ध होईल. स्वदेशी व तदनुषंगाने येणाऱ्या इतर बाबींशिवाय स्वराज्य मिळणे शक्य नाही, असा त्यांचा युक्तिवाद होता आणि फक्त स्वराज्याबरोबरच–भारताला जगाशी व्यवहारकुशलतेने संवाद साधता येईल–खिलाफत प्रश्नात काही तडजोड होऊ शकेल. एकदा असहकार चळवळीला सर्वोच्च प्राधान्य दिल्यानंतर, खिलाफतीची जपणूक हे त्या चळवळीच्या यशाचे एक संभाव्य उपउत्पादन किंवा गौण उत्पादन म्हणून पाहिले जाऊ लागले. नवीन, घरी विणलेल्या कापडाने संपूर्ण अंगही न झाकू शकणाऱ्या लाखो गरिबांना, असे करण्याची काही आवश्यकता नसल्याचे सांगत गांधींनी 'संपूर्ण स्वदेशी'चा मार्ग दाखविला. आता ते म्हणू लागले, "आपल्या पेहरावाबद्दल लाज बाळगण्याचं काही कारण नाही, संस्कृतीची खूण म्हणून भारताने इथल्या पुरुषांना संपूर्ण अंग झाकण्याची सक्ती केलेली नाही."

त्यांनी नंतर पंचा नेसण्यामागील कारणमीमांसा स्पष्ट केली, "भारतातल्या गरिबातील गरीब भारतीयांच्या संपर्कात मला राहायचं आहे... आधी त्यांना कपडे देऊन मग आपण कपडे परिधान करणं, त्यांना जेवायला देऊन मग आपण जेवणं, हे आपलं कर्तव्य आहे."

गांधींच्या वळणावळणाने जाणाऱ्या तर्कशास्त्राला भारतीय मुस्लिमांनी समजून घेतले असते, तर त्यांनी पंचा नेसणे हा त्यांची खिलाफत प्रश्नाप्रति असलेली निष्ठा व्यक्त करणारा पुरावा आहे, हे त्यांना दिसले असते. नाहीतर गांधी त्या उद्दिष्टापासून किंवा मुस्लिमांपासून भरकटत दूर चालले आहेत असेच वाटण्याची शक्यता होती. कदाचित स्थानबद्धतेत नसते तर मुहम्मद अलींनी हे दाखवून दिले असते की, ज्या संस्कृतीची गांधी भलामण करत होते, ती प्रत्यक्षात हिंदूंची होती. "अशा प्रकारे गुडघे उघडे टाकणं हे आमच्या धर्मग्रंथात निषिद्ध मानलं आहे," खिलाफत चळवळीतील एक अग्रणी, एक प्रमुख धार्मिक अधिकारी व्यक्ती असलेल्या मौलाना अब्दुल बारी यांनी गांधींना लगेचच ही माहिती दिली.

आपल्या वेगवेगळ्या संकल्पनांमधून बऱ्याच काळापासून एक संगीतरचना

तयार करण्यात गुंतलेल्या गांधींनी त्यात आता एक नवीन परिवर्तन करण्याचे ठरविले. १९१३ च्या सत्याग्रहात ट्रान्सवालची सीमा पार करताना किती थोडे मुस्लीम त्यांच्याबरोबर होते हे कदाचित त्यांना आठवत असावे; त्यामुळे असहकार चळवळीच्या प्रारंभापासून त्यांना असे कळून आले की, मुस्लिमांशी संवाद साधायचा असेल तर तो इतर मुस्लिमांच्या माध्यमातूनच साधला पाहिजे : उदा. मुहम्मद अली. "अन्य मुसलमानांच्या द्वारेच मला मुसलमानांवर थोडाफार प्रभाव टाकता येईल," ते म्हणाले. खिलाफत हे भारताचे राष्ट्रीय ध्येय होऊ शकत नाही, हेसुद्धा त्यांना कळून चुकले होते. त्यांच्यासाठी ते ध्येय म्हणून कमी आणि एक प्रकारची गुंतवणूकच जास्त होती : हिंदूंसाठी ही आपली दृढता, आपली विश्वसनीयता मुस्लिमांना दाखविण्याची 'आयुष्यभराची संधी' होती; जो, अगदी खात्रीपूर्वक नसला, तरी अशा पद्धतीने प्रतिसाद देण्याची शक्यता होती की, हिंदूंच्या पवित्र गाईविषयी असलेल्या नाजूक भावनांचा ते आदर करतील, असे गांधी सुचवत राहिले; त्यामुळे त्यांच्या तर्कशास्त्राप्रमाणे, खिलाफतीचे रक्षण करणे हा गाईचे रक्षण करण्याचा खात्रीशीर मार्ग होता. अशा प्रकारची संधी 'पुढच्या शंभर वर्षांत मिळाली नसती.' या ध्येयप्राप्तीसाठी ते 'आज माझी मुले, माझी पत्नी आणि माझे मित्र यांचे बलिदान द्यायला तयार होते.' आणि सध्यापुरते बोलायचे झाले तर, गांधी नेतृत्व करत असलेल्या राष्ट्रीय चळवळीत मुस्लिमांना सामील करून घेण्याचा एक मार्ग होता आणि त्यांचा पाठिंबा कमी महत्त्वाचा नव्हता. हे घडण्याची शक्यता नसल्याचीच जास्त चिन्हे होती; पण हिंदू-मुस्लीम संघर्षानंतर आतापर्यंत जे काही घडले आहे, ते पाहता गांधींचा प्राधान्यक्रम चुकीचा होता, असे कोण म्हणू शकेल?

हळूहळू त्यांनी स्वत:ला खिलाफत चळवळीतून सोडवून घेतले, याचाच अर्थ मुस्लीम राजकारणापासूनही ते हळूहळू दूर गेले; पण अखेरपर्यंत म्हणजे फाळणीच्या सुमारास हिंदू-मुस्लिमांनी एकमेकांची जी कत्तल केली, त्या गांधींच्या आयुष्याच्या दु:खद तिसऱ्या व शेवटच्या अंकापर्यंत, हिंदू-मुस्लीम ऐक्य हा त्यांच्यापुढचा एक मुख्य प्रश्न बनून राहिला. आताच्या पाकिस्तानमधील पेशावर शहराच्या दक्षिणेला असलेल्या एका सीमावर्ती शहरात, कोहट येथे हिंदू-मुस्लिमांमध्ये हिंसक दंगे उसळले, त्याचा निषेध म्हणून १९२४ च्या सप्टेंबरमध्ये गांधींनी प्रथम उपोषण केले; पण उपोषण करण्याची ही काही त्यांची पहिलीच वेळ असणार नव्हती. वैयक्तिक 'प्रायश्चित्त' घ्यायचे म्हणून आपण एकवीस दिवस उपोषण करणार असल्याचे त्यांनी सांगितले. एका हिंदूने प्रेषिताचे बदनामीकारक चरित्र लिहिल्याचे निमित्त होऊन हा हिंसाचार भडकला, त्यात बळी गेलेल्या मृतांचा अधिकृत आकडा होता छत्तीस आणि कोहटच्या संपूर्ण हिंदू समाजाला तेथून पळ काढावा लागला. या गोष्टीशी गांधींचा काहीही संबंध नसला, तरी 'आता आत्मविघातक' ठरलेल्या

'लोकांच्या ऊर्जेला बाहेर काढण्यासाठी आपण साधन बनल्यामुळे' त्यांनी स्वत:ला यासाठी जबाबदार धरले. आपले उपोषण मुस्लिमांच्या विरोधात नाही किंवा याप्रसंगी जे मुख्यत: पोळले गेले त्या हिंदूंसाठीही नाही, हे दाखविण्यासाठी त्यांनी हा उपोषणाचा विधी मुहम्मद अलींच्या दिल्लीच्या बंगल्यात पार पाडण्याचे ठरविले. 'दोन्ही समाजांना सांधणारे सिमेंट बनण्याचा मी प्रयत्न करत आहे,' त्यांनी लिहिले. चोवीस वर्षांनंतर याच कारणासाठी त्यांना दिल्लीत पुन्हा उपोषण करावे लागणार होते. दोन्ही प्रसंगी हे 'सिमेंट' हातातून निसटून जाण्याच्या भीतीने हिंदू आणि मुस्लीम पुढारी गांधींच्या बिछान्याशी गोळा झाले आणि त्यांनी शांततेसाठी काम करण्याची शपथ घेतली. एक कोणतातरी अज्ञात उपद्रवी, उपखंडात कुठेतरी पुढची ठिणगी टाकेपर्यंत ही डगमगणारी शस्त्रसंधी कसाबसा तग धरून राहात असे.

खिलाफतीचा प्रश्न हळूहळू मागे पडत गेल्यामुळे तापलेल्या वातावरणात आपल्या मर्यादांवर राजकारणी गांधींनी शांतपणे एखाद्या वास्तववादी माणसाप्रमाणे पकड ठेवली होती. १९२६ मध्ये ही पकड जितक्या स्पष्टपणे व थंडपणे दर्शविली गेली, तितकी कधीच दर्शविली गेली नाही. दक्षिण आफ्रिकेत जाऊन पुन्हा स्थायिक झालेल्या त्यांच्या दुसऱ्या मुलाला, मणिलालला जेव्हा जाणवले की, तो केप टाउनमधील एका मुस्लीम मुलीच्या प्रेमात पडला आहे, तेव्हा या पकडीचे दर्शन झाले. या मुलीच्या कुटुंबाने खूप वर्षांपूर्वी गांधींचे आदरातिथ्य केले होते. या तरुणीचे नाव फातिमा गुल होते आणि तिला टिम्मी या नावाने ओळखत. गुजरातमधील आश्रमात जेव्हा या आंतरधर्मीय प्रेमविवाहाची बातमी पोहोचली, तेव्हा त्यांनी आपल्या मुलाला पत्र लिहून कळविले की, त्याला जे हवे ते करायला तो स्वतंत्र आहे. नंतर, गांधींची पणती उमा धुपेलिया-मेस्त्री हिने मणिलाल यांच्या सुंदरपणे रचलेल्या चरित्रामध्ये म्हटल्याप्रमाणे 'बाकीच्या पत्राने मुक्त निवडीचे दरवाजे बंद करून टाकले.'

सर्वसाधारणपणे, गांधींचे विवाहविषयक मत स्वनियंत्रणाला आलेले अपयश असेच होते (त्यांनी जेव्हापासून स्वत:ला एकतर्फीपणे ब्रह्मचारी घोषित केले होते तेव्हापासून) आणि धर्मांतर म्हणजे धर्माचे अपयश आहे, असे ते मानत होते (त्यांनी प्रिटोरियात असताना काही काळ स्वत: तसा विचार केला होता तेव्हापासून). तेव्हा आंतरधर्मीय लग्न, हिंदू-मुस्लीम ऐक्याचे प्रत्यक्षीकरण म्हणून साजरे करणे त्यांना शक्य नव्हते. त्यांच्या पत्राचा सूर एखाद्या वकिलाच्या रूक्ष खुलाशासारखा किंवा एखाद्या राजकीय सल्लागाराच्या ज्ञापनेसारखा होता, ज्यात त्यांच्या मुलाविषयी किंवा गुल कुटुंबाविषयी भावनेचा कोणताही ओलावा दिसत नव्हता. त्या पत्रात केलेल्या अनेक युक्तिवादांपैकी सर्वांत शक्तिशाली आणि नाकारण्यास सर्वांत कठीण असा युक्तिवाद एका राजकारण्याचा होता : ''तुझ्या विवाहाचा खूप मोठा

प्रभाव हिंदू-मुस्लीम प्रश्नावर पडेल... तू माझा मुलगा आहेस हे तू विसरू शकत नाहीस आणि समाजही ते विसरणार नाही.'' हट्टी, आदर्शवादी असलेले गांधी फार कमी वेळा कोमलहृदयी भासायचे, त्यांच्या मुलांच्या बाबतीत तर सर्वांत कमी!

एका वर्षात स्वराज्य मिळेल किंवा खिलाफतीचे रक्षण करता येईल, असे त्या पुनरुत्थानवाद्याला खरेच वाटत होते? आधुनिक राजकीय उमेदवार प्रचारमोहिमांच्या ऐन रणधुमाळीत जी स्वप्निल आश्वासने देतात, त्यावर त्यांचा खरेच विश्वास असतो का, या प्रश्नापेक्षा हा प्रश्न वेगळा आहे. भारताला आधुनिक राजकारणाची ओळख करून देत असलेल्या गांधींच्या बाबतीत हा प्रश्न विशेषकरून व्याकूळ करणारा आहे. कारण त्यांच्या स्वत:च्या लोकांनी त्यांच्या स्वत:च्या काळात त्यांना एक धर्मपरायण व्यक्ती म्हणून पाहिले होते, एखाद्या प्रेषितापेक्षा संत म्हणून, एक निर्दोष व्यक्ती म्हणून नव्हे, तर प्रेरणादायी व्यक्तिमत्त्व म्हणून! त्यामुळे अशक्य वाटणारी उद्दिष्टे गाठण्यासाठी अशक्य अटी समोर ठेवण्याची त्यांच्याकडून शक्यता होती. आपल्याला वास्तवात जे पाहण्याची सवय असते त्यापासून वेगळे, काही प्रमाणात अमूर्त असलेले असे काही जे गांधींनी १९२० व १९२१ मध्ये एक स्वप्न म्हणून मांडले, तेव्हा ते स्वाभाविक आणि बिनतोड होते; जरी ते सामान्य अपेक्षा पूर्ण करू शकले नसले तरीही. शेवटी, जर तीनशे दशलक्ष भारतीयांना पुरेल इतके कापड शंभर दशलक्ष चरखे तयार करू शकले असते, जर सरकारी शाळा आणि न्यायालये ओस पडली असती, प्रत्येक स्तरावरील सरकारी अधिकाऱ्यांना बेल वाजवून बोलाविण्यासाठी हाताखाली कुणी उरले नसते–जर हिंदू आणि मुस्लीम भारत एकजूट करून शिस्तीने राहिला असता–तर स्वातंत्र्य अगदी हाता-तोंडाशीच होते. गांधी आपल्या लोकांना असे सांगत होते की, त्यांचे नशीब त्यांच्याच हातात होते आणि यावर गांधींचा नक्कीच पूर्ण विश्वास होता. ज्या वेळी या गोष्टी घडल्या नाहीत, तसे ते होऊ शकते असेच गांधींचे म्हणणे होते; तेव्हा निराशा, भ्रमनिरास होण्यास सुरुवात झाली आणि चळवळ तिच्या मार्गावरून भरकटली आणि थंडावली.

रॉबर्ट पेन या गांधींच्या एका मोठ्या चरित्रकाराने पंचाला 'प्रतीकात्मक पेहराव' असे नाव दिले. महात्माजींनी हा पेहराव अंगावर चढविल्यानंतर त्याला वास्तवतेच्या स्तरावर रवींद्रनाथ टागोर यांनी आव्हान दिले होते. टागोर हे एक महान बंगाली कवी होते. १९१५ मध्ये जेव्हा ते गांधींना प्रथम भेटले तेव्हा नोबेल सन्मानाने विभूषित होते. नंतर गांधींचे प्रशंसक बनलेल्या टागोरांनीच त्यांना 'महात्मा' ही उपाधी प्रदान केली. आता टागोरांनी लिहिले की, 'गांधींनी आपल्या प्रेमाने भारताचे हृदय जिंकले आहे.' पण ज्या देशात लाखो लोक अपुऱ्या वस्त्रांमुळे अर्ध-नग्नावस्थेत आहेत, त्या देशात गांधींचे अनुयायी विदेशी वस्त्रांची होळी करण्यासाठी लोकांना उद्युक्त करत

आहेत, हे कितपत उचित आहे, असा सवाल त्यांनी केला. टागोरांच्या या असाधारण युक्तिवादाचा भावार्थ असा होता की, भारतीयांनी स्वतःहोऊन स्वतःचा विचार केला पाहिजे आणि चरख्यासारखी अशी भविष्यकालीन साधी उपाययोजना आंधळेपणाने स्वीकारण्याआधी खबरदारी घेतली पाहिजे; मग तो उपाय ते अगदी योग्य रीतीने आदरभाव व्यक्त करत असलेल्या महात्म्याने सुचविलेला असला तरी! 'थंडीने कुडकुडणाऱ्या आणि अल्पवस्त्रांनी लज्जित झालेल्या आपल्या मातृभूमीसमोर कापडाचे ढीग जळत आहेत, या दृश्याची कल्पना करून बघा,' त्यांनी लिहिले. त्यावर गांधींनी तत्परतेने जे उत्तर दिले, ते आजवरचे त्यांनी केलेले इंग्रजी भाषेतील एक सर्वोत्तम भावोत्तेजक लेखन होते; ग्रामीण भारताचे वास्तविकतेपेक्षा थोड्या खालच्या स्तरावरील चित्र त्यांनी आपल्या प्रत्युत्तरात रेखाटले :

> 'दुष्काळग्रस्त व आळशी लोकांसाठी, देव जर कोणते स्वीकारार्ह रूप घेऊन येणार असेल, तर ते आहे काम आणि वेतनाच्या रूपाने एकवेळच्या अन्नाचे आश्वासन. अन्न मिळविण्यासाठी घाम गाळावा म्हणून देवाने माणसाला घडविले आणि असे सांगितले की, जे काम न करता खातात, ते चोर असतात. वर्षातील निम्मे दिवस ऐंशी टक्के भारतीय चोर म्हणून जगतात. भारत म्हणजे एक प्रचंड मोठा तुरुंग झाला आहे, यात काय नवल! भारताला चरख्यापर्यंत नेण्याचा भूक हा एक युक्तिवाद आहे... लाखो भुकेले लोक एकाच कवितेची मागणी करतात–ताकद देणारे अन्न. ते अन्न त्यांना देता येणार नाही. ते केवळ अन्न मिळवू शकतात आणि केवळ घाम गाळूनच ते हे अन्न कमावू शकतात.'

ही विवादात्मक देवाणघेवाण अशीच सुरू राहिली असती, तर गांधी टागोरांपेक्षा उजवे ठरले असते; पण लवकरच त्यांना स्वतःच्याच शंकांचा सामना करावा लागला. उतावळ्या अनुयायांकडून, विशेषतः खिलाफत आंदोलकांकडून त्यांच्यावर सविनय कायदेभंगाची चळवळ तीव्र करण्यासंबंधी दबाव टाकला जात होता, जेणेकरून वसाहतीतील सर्व तुरुंग भरून जातील. चळवळ काही काळ स्थगित करण्याचा, किमान तिची व्याप्ती कमी करण्याचा गांधींचा प्रयत्न होता. आपल्या हाताखाली पुरेसे शिस्तबद्ध कार्यकर्ते आहेत याबद्दल गांधींच्या मनात शंका होती. १९१९ प्रमाणे, निदर्शक अखेरीस पोलिसांच्या समोर आल्यावर आपली अहिंसक चळवळ सामूहिक दंग्यांमध्ये परिवर्तित होते की काय, या चिंतेने त्यांना ग्रासले होते. टागोरांशी वैचारिक देवघेव झाल्यानंतर केवळ महिनाभरातच मुंबईत झालेल्या

गांधी त्यांच्या चरख्यासोबत, १९२५.

दंग्यामुळे सविनय कायदेभंगाची चळवळ स्थगित करणे त्यांना भाग पडले. तीन महिन्यांच्या आतच पुन्हा असे घडले.

अधिकाऱ्यांनी सार्वजनिक सभांवर बंदी घातली होती. ही सत्याग्रह करण्यासाठी चांगली संधी होती; काँग्रेस नेत्यांनी आणि त्यांच्या हजारो अनुयायांनी भारतभर या बंदीला विरोध केला, स्वत:ला अटक करवून घेतली आणि तुरुंगात गेले. तुरुंग भरून गेल्यानंतर, गांधींनी कैदेतील प्रमुख नेत्यांना अभिनंदनाच्या तारा पाठविल्या; एखाद्या वर्गातील पदवीप्राप्त स्नातकांचा गौरव करावा, तसा गौरव करणाऱ्या शब्दांत त्यांनी हे अभिनंदन केले. त्यांना झालेला तुरुंगवास, ही फारच प्रशंसनीय बातमी होती, त्यांच्या तारांमध्ये म्हटले होते. नंतर, उत्तर भारतातील चौरीचौरा या एका अप्रसिद्ध ठिकाणी झालेल्या मर्मघाती संघर्षामुळे गांधींना तीन वर्षांपेक्षा कमी काळात तिसऱ्यांदा पुन्हा एकदा आपली चळवळ स्थगित करणे भाग पडले. हे त्यांनी त्यांच्या जवळच्या सहकाऱ्यांचा सल्ला न जुमानता केले.

गांधींना ज्या गोष्टीची सर्वांत जास्त भीती वाटत होती, तीच गोष्ट चौरीचौरा येथे ५ फेब्रुवारी १९२२ रोजी घडली. पोलिसांच्या एका पथकाने गोळीबार केला म्हणून संतापलेल्या सुमारे दोन हजार लोकांनी एका छोट्या ग्रामीण पोलीस ठाण्याला वेढा

घातला. गोळीबार केल्यानंतर ते पोलीस या इमारतीत दडून बसले होते. निराश झालेल्या संतप्त जमावाने ती इमारत पेटवून दिली. बाहेर पळत आलेल्या पोलिसांना मारण्यात आले किंवा पुन्हा आगीत ढकलण्यात आले. आक्रमकांनी एकूण बावीस पोलिसांना मारले, त्या वेळी जमाव असहकार चळवळीतील घोषणा देत होता. त्यात 'महात्मा गांधी की जय!' ही घोषणाही होती, असे वृत्त नंतर बाहेर आले.

अहिंसा या हिंदू मूल्यापासून तयार झालेल्या गांधींच्या मानकांनुसार चौरीचौऱ्याची घटना म्हणजे अतिशय हीन दर्जाचा, अगदी घाबरवून टाकणारा पराभव होता. त्यांच्या दृष्टीने देशाने आणि विशेषत: राष्ट्रीय चळवळीने कधीच सत्याग्रहाची मूल्ये खरीखुरी आत्मसात केली नव्हती. म्हणून, पंधरा हजारांवर अनुयायी तुरुंगात गेलेले असतानाही दहा महिन्यांसाठी, म्हणजे १९२२ सालच्या अखेरपर्यंत त्यांनी अचानक सविनय कायदेभंगाची चळवळ स्थगित केली. केवळ गांधींनी चळवळ स्थगित करण्याचा आग्रह धरला म्हणून जे काँग्रेस नेते तुरुंगाबाहेर होते, त्यांनी हा निर्णय मान्य केला. 'मी गांधी होतो म्हणून माझे म्हणणे मान्य करण्यात आले, लोकांना माझे म्हणणे पटले होते म्हणून नव्हे,' त्यांनी स्वत:ची निष्कपटपणे निर्भर्त्सना करत लिहिले; अत्यंत निराशाजनक मन:स्थितीत अशा प्रकारच्या लेखनाचा आधार ते घ्यायचे. चौरीचौऱ्याला झालेले 'हत्याकांड माझ्या नावाने केले गेले,' म्हणून त्याचे 'प्रायश्चित्त' घेण्यासाठी त्यांनी पाच दिवस उपवास केला.

गांधी ज्याला नैतिक जबाबदारी मानत होते, त्याला प्रतिसाद म्हणून त्यांनी हा निर्णय घेतला होता, याची पूर्ण जाण असलेल्या मुस्लीम व हिंदू लोकांनी या त्यांच्या माघारीच्या निर्णयाबद्दल नाराजी व्यक्त केली. त्या लोकांना जणूकाही असे म्हणायचे होते की, गांधी जरा कमी आदर्शवादी, कमी सिद्धान्तवादी नेते असते तर... एक हिंदू नेते व काँग्रेसचे माजी अध्यक्ष लाला लजपतराय उपरोधिकपणे म्हणाले, "आमच्या नेत्याच्या महानतेच्या प्रमाणात आमचा पराभव झाला." उत्तर भारतातील प्रमुख केंद्र लखनौ येथे पुढच्या फळीतील मुस्लीम नेते मौलाना अब्दुल बारी म्हणाले, "मला तर असं वाटतं की, गांधी एक पक्षाघात झालेल्या माणसासारखे आहेत; ज्याचे अवयव त्याच्या ताब्यात नाहीत; पण मेंदू मात्र अजून सक्रिय आहे." दोन्ही विधानांना प्रशंसेची बारीक किनार होती पण ती प्रशंसेपेक्षा निराशेची अधिक वाटत होती. गांधींनी त्यांच्या हाती सत्याग्रहाचे शस्त्र दिले होते आणि आता 'सत्याग्रहातील तज्ज्ञ व्यक्ती' म्हणून ते शस्त्र गांधी आता मागे खेचून घेत होते.

त्यांच्या नेहमीच्या उद्योगीपणाने, गांधींनी आपली भूमिका स्पष्टपणे मांडणारी पत्रे आणि लेखांची मालिकाच लिहिली आणि ती आपल्या प्रमुख अनुयायांसमोर आणि देशासमोर ठेवली. त्यात त्यांनी वचन दिले होते की, ही स्थगिती कायमची नसेल, सविनय कायदेभंगाची चळवळ पुन्हा सुरू होईल आणि वर्षभरात जरी नसले तरी

स्वराज्य नक्की मिळेल. त्यांची स्थिती स्पष्ट करणारे हे सुस्पष्ट विधान जणू आकाशवाणीच ठरले. कोणालाही, अगदी गांधींनाही असे वाटले नसेल की, त्यांना १९२२ मध्ये जे म्हणायचे होते, त्यात आणखी पाव शतकानंतरच्या भारताला स्वातंत्र्य मिळाल्यानंतरच्या परिस्थितीचे किंवा या उद्दिष्टपूर्तीवरील त्यांच्या द्विधा मन:स्थितीचे अचूक वर्णन केलेले होते. ''अर्ध्या हिंसक आणि अर्ध्या अहिंसक असलेल्या चळवळीचा मी कधीही हिस्सा बनू शकत नाही; मग तिची परिणती जरी तथाकथित स्वराज्यात झाली तरी... कारण, माझ्या मनातलं खरं स्वराज्य ते हे नसेल.'' ते तेव्हा म्हणाले होते.

अगदी 'तथाकथित' स्वराज्यसुद्धा अजून खूप दूर होते; गांधींनी दक्षिण आफ्रिकेत गाठलेल्या उद्दिष्टांपेक्षा हे कितीतरी मोठे उद्दिष्ट होते. त्यांना अभिप्रेत असलेले अधिक शुद्ध, शुद्धीकरण करणारे, सामाजिक परिवर्तन घडवून आणणारे स्वराज्य कधीही हाती येणार नव्हते. ते कायमच एक हुलकावणी देणारे उद्दिष्ट ठरणार होते.

अगम्यता

असे समजा की, एकोणिसाव्या शतकाच्या शेवटच्या दशकात दक्षिण आफ्रिकेला गेलेल्या मोहन गांधी या तरुण बॅरिस्टरने प्रिटोरियातील त्याच्या ख्रिश्चन धर्मप्रसारक मित्रांचे ऐकून ख्रिश्चन धर्म स्वीकारला असता, त्याने जोहान्सबर्गला स्थायिक होऊन चांगला फायदेशीर वकिलीचा व्यवसाय केला असता आणि वर्णभेद नीतीनुसार विभक्त वसाहतीतील सर्वांत मोठ्या घरात आपले आयुष्य घालविले असते. भारतीय उपखंडातील हिंदू आणि मुस्लिमांचे संबंध आज काही वेगळे झाले असते का? जर वेगळे असते तर ते चांगले असते की वाईट? मनाशीच हा खेळ खेळण्यामागे, मानवी व्यवहारात प्रारब्ध व योगायोग तसेच व्यक्तित्व यांची भूमिका असते, हे अधोरेखित करण्याचा हेतू आहे. अर्थातच, या प्रश्नांची उत्तरे देता येणार नाहीत; पण आपण गांधींच्या गैरहजेरीतील आजच्या आधुनिक भारताच्या संदर्भात विचार केला तर, या गोष्टीची कल्पना करणे शक्य आहे की, भारतीय राष्ट्रवादीच बनून राहिलेल्या मुहम्मद अली जिनांनी पाकिस्तानची कल्पना, मूर्खांनी पाहिलेले एक घाणेरडे स्वप्न म्हणून उडवून लावली असती किंवा उच्चवर्गीयांच्या चळवळीच्या वतीने भारतीय स्वातंत्र्याचा स्वीकार केलेल्या जवाहरलाल नेहरूंनी, महात्माजींच्या भारतातील आगमनानंतर उगवत्या नेत्यांसाठी अनिवार्य झालेल्या घरी हाताने तयार केलेल्या खादीच्या पेहरावाऐवजी सूट आणि टाय परिधान केला असता. येथे असे म्हणण्याचा अजिबात हेतू नाही की असे दृश्य, आपण ज्याला इतिहास म्हणतो त्याला अधिक भावले असते, केवळ एक स्वाभाविक मुद्दा मांडण्याचा हेतू आहे की, इतर परिणाम समोर येणेही शक्य होते. किमान आपण हे ठामपणे सांगू शकतो की, गांधी नसते तर हिंदू-मुस्लीम ऐक्याचा मुद्दा इतक्या लवकर ऐरणीवर आला नसता; ज्या पद्धतीने तो त्या काही वर्षांसाठी तरी आला जेव्हा गांधी राष्ट्रीय चळवळ आणि खिलाफत चळवळ यांचे विलीनीकरण करण्याच्या अगदी बेतात आले होते किंवा निदान तशी शक्यता दिसत होती. अनेक वर्षांमधील अनेक दिवस आजही भारतातील बहुतेक भागांत हिंदू-मुस्लीम एकमेकांच्या सान्निध्यात शांततेने राहतात, एकमेकांच्या रूढी-परंपरांच्या बाबतीत प्रशंसनीय सहिष्णुता दाखवितात. एके काळी गांधींनी हा मुद्दा उचलून धरल्यामुळे त्यांच्या नेत्यांनीही जवळजवळ असेच केले होते.

आता मागे वळून बघताना असे दिसते की, त्या संपूर्ण कालखंडात काही शक्तिमान अंतर्प्रवाह या दोन सगळ्यात मोठ्या समूहांना त्या युतीपासून दूर खेचत होते, जी युती व्हावी अशी त्यांच्या नेत्यांची इच्छा होती, असे त्यांचे म्हणणे होते. एका हिंदू धार्मिक नेत्यात असे प्रवाह उद्‌बोधक रीतीने दिसून येतात, जो त्या वेळी बहुधा महत्तेत फक्त गांधींच्या खालोखाल मानला जात होता. हा नेता होता, स्वामी श्रद्धानंद! पूर्वी महात्मा मुन्शीराम या नावाने ओळखले जाणारे स्वामी स्वतःच एक पुनरुत्थानवादी होते आणि पंजाब व त्यालगतच्या उत्तर भारतात त्यांची ख्याती होती. त्यांची मते गांधींच्या बरीच जवळ जाणारी होती आणि अस्पृश्यतेचा धिक्कार करण्यात त्यांनी कधीही तडजोड केली नाही. गांधींच्याही आधीपासून, आंतरजातीय जेवणावळी, पंगती-पद्धत आणि अगदी विवाहसुद्धा यांना मान्यता दर्शविण्याचे धाडस त्यांच्यात होते. या सर्वांच्याही पलीकडे जाऊन हिंदू धर्म अधिक व्यापक आणि उदात्त करण्यासाठी जातिव्यवस्थाच नष्ट करून टाकण्याचीही त्यांची तयारी होती. दोन्ही महात्मे जरी मूलभूत सहमतीच्या स्तरावर एकत्र असले, तरी धोरणे आखण्याच्या बाबतीत किंवा मुस्लिमांचे हेतू वाचण्याच्या बाबतीत त्यांचे क्वचितच एकमत झाले.

एक आवेगी आणि धाडसी व्यक्तिमत्त्व असलेले श्रद्धानंद गांधींच्या मागे जायला तयार होते; परंतु स्वतःच्या धारणेला दुय्यम स्थान द्यायला मात्र तयार नव्हते. हिंदू-मुस्लिमांना एकत्र आणण्याच्या गांधींच्या सुरुवातीच्या प्रयत्नांमध्ये त्यांचे आयुष्य दोन वेळा शक्तिशाली विरामचिन्हे बनून आले. राष्ट्रीय स्तरावरील गांधींच्या पहिल्या अहिंसक राजकीय कृतीनंतर, म्हणजे १९१९ च्या हरताळानंतर श्रद्धानंदांना भारताच्या सर्वांत मोठ्या आणि महत्त्वाच्या मशिदीच्या, दिल्लीच्या जामा मशिदीच्या मंचावरून भाषण देण्यासाठी बोलाविण्यात आले होते. काही दिवसांपूर्वी ते दिल्लीच्या मुस्लिमांचे, तसेच हिंदूंचे पण हीरो बनले होते. त्या वेळी ते नेतृत्व करत असलेल्या एका पदयात्रेला परत पाठविण्यासाठी प्रयत्न करत असलेल्या पोलिसांच्या तुकडीला त्यांनी आपली छाती उघडी करून गोळी घालण्याचे आव्हान दिले होते. (ती तुकडी गुरख्यांची होती की मणिपुरी याबाबत वेगवेगळे वृत्तान्त आहेत). त्यापूर्वी कोणत्याही हिंदू नेत्याला जामा मशिदीत आघाडी सांभाळायला आमंत्रित केले गेले नव्हते आणि असे सर्वधर्मीय आमंत्रण नंतरही पुन्हा कोणाला दिले गेले नाही. त्या क्षणी, भगव्या वस्त्रांनी सजलेले, केस संपूर्णपणे काढलेले विशालकाय स्वामी गांधींसारखे अथकपणे आवाहन करत असलेल्या ऐक्याचे मूर्तिमंत उदाहरण भासत होते. स्वामींनी जेव्हा संस्कृतमधील 'ओम शांती' हा शांतिमंत्र म्हटला तेव्हा 'सगळ्या श्रोत्यांच्या मुखातून तो दुमदुमला,' स्वामींनी लिहिले. फक्त सहा वर्षांनंतर श्रद्धानंदांनी त्यांच्या म्हणण्यानुसार एका मुस्लीम

कारस्थानाविरुद्ध लिहिल्याने चिडलेल्या एका मुस्लिमाने त्यांची हत्या केली. हा त्यांचा मृत्यू म्हणजे भविष्यात होणाऱ्या संघर्षाचे जणू एक मूर्तिमंत प्रतीकच होते.

''माझं हृदय दु:ख करणार नाही,'' या हत्येबद्दल समजल्यावर गांधींनी म्हटले. ''उलट ते प्रार्थना करेल की, आम्हा सर्वांनाही असाच मृत्यू येवो. एक भाग्यवान मरण, एका हुतात्म्याचे मरण,'' त्यांनी म्हटले. जणूकाही ते स्वत:च्या मृत्यूचे भविष्यच वर्तवीत होते.

स्वामींचा खुनी त्यांच्या दिल्लीतील बंगल्याच्या दाराशी १ डिसेंबरच्या दुपारी आला आणि ज्या खोलीत आजारातून नुकतेच उठलेले श्रद्धानंद विश्रांती घेत होते, तेथे पोहोचण्यात तो यशस्वी झाला; आपल्याला काही धार्मिक विषयांवर चर्चा करायची असल्याचे त्याने सांगितले. स्वामींनी मोठ्या उदार मनाने त्याला, आपल्याला बरे वाटल्यावर पुन्हा येण्याची विनंती केली. अभ्यागताने मग प्यायला पाणी मागितले. आता त्या महान व्यक्तीबरोबर एकटा उरल्याबरोबर त्याने पिस्तूल बाहेर काढले आणि श्रद्धानंदांच्या छातीवर दोन गोळ्या झाडल्या. हा खुनी एक मुस्लीम अक्षरलेखनतज्ज्ञ अब्दुल रशीद होता हे नंतर समजले. खटल्याच्या सुनावणीदरम्यान त्याने सांगितले की, प्रेषिताबद्दल बदनामीकारक मजकूर प्रसिद्ध केल्यामुळे तो स्वामींना दोषी मानत होता; नंतर त्याला फाशी झाली, तेव्हा त्याच्या अंत्यविधीसाठी हजारो मुस्लिमांनी हजेरी लावली. त्या वेळी त्यांनी स्वामींचा नव्हे, तर त्यांच्या मारेकऱ्याचा जयजयकार केला; त्याला खरा हुतात्मा म्हणून संबोधले. 'द टाइम्स ऑफ इंडिया'ने असे वृत्त प्रसिद्ध केले की, देवबंद येथील एका प्रतिष्ठित मदरशामधील विद्यार्थी आणि शिक्षकांनी पाच वेळा कुराणाचे पठण केले, जेणेकरून मारेकऱ्याला 'सातव्या स्वर्गात' जागा मिळावी.

हे स्पष्टच दिसते की, स्वामींच्या जामा मशिदीतील अनोख्या आणि एकमेवाद्वितीय भाषणापासून ते त्यांच्या मारेकऱ्याच्या अंत्यविधीपर्यंतच्या मधल्या वर्षांत धार्मिक भावनांची बरीच आंदोलने झाली. या वर्षांमध्ये श्रद्धानंद कधी गांधींबरोबर होते, तर कधी नव्हते. ज्या ज्या वेळी त्यांच्यात मतभेद झाले, त्या त्या वेळी एकतर ते मुस्लीमधार्जिणे असल्याची स्वामींची भावना झाली किंवा अस्पृश्यांविषयी त्यांनी स्वत: केलेल्या विनंत्यांकडे गांधींनी पुरेसे लक्ष दिले नाही, असे स्वामींना वाटले. त्यांच्या मते, हे दोन्ही अपयशाचे प्रसंग म्हणजे कारण आणि परिणाम होते.

राष्ट्रीय चळवळीत गांधी एक एक पायरी चढत वर जात असताना प्रारंभीच्याच काळात गांधींच्या अस्पृश्यताविरोधी संघर्षाबाबत असलेल्या बांधिलकीला ती मनापासून केली गेली नाही असे आव्हान दिले जावे, ही मोठी आश्चर्याची गोष्ट आहे. हा कोणी सांगितलेल्या गोष्टीचा भाग नाही. गांधींनी स्वत: हे म्हटले आहे आणि लिहिले आहे, जणूकाही ज्याला ते 'उच्च आणि नीच' म्हणत; दक्षिण आफ्रिकेतील सुरुवातीच्या

त्या वर्षांतील त्यांच्यासाठी महत्त्वाच्या असलेल्या प्रश्नाचा त्यांनी विवादास्पद मुद्दा बनविला. या क्षेत्रातील त्यांच्या चांगल्या हेतूंविषयी कोणी शंका उपस्थित करण्याची त्यांना सवय नव्हती. तरीही, आज भारतातील दलितांच्या मनात गांधी हा फक्त चांगल्या काळातील मित्र असल्याची किंवा मित्र नसल्याचीच भावना असणे हे नित्याचेच झाले आहे; या कल्पनेचा पुनर्विचार होण्याची गरज फार काळापासून आहे. या संदर्भात त्यांच्या श्रद्धानंदांबरोबर असलेल्या संबंधांचा मुद्दाही संशोधन अपूर्ण असलेली कहाणी सांगण्यासाठी योग्य ठिकाण आहे. गांधींच्या आयुष्याच्या अनेक पैलूंवर संशोधन झाले, अभ्यास केले गेले; पण हा एक मुद्दा अर्धवट अभ्यासला गेला, हे मात्र खरे.

सुरुवातीला या दोन महात्म्यांमधील बंध घट्ट आहेत, असे वाटायचे. गांधींना स्वत:ला ते १९१३ सालापासून असल्याचे स्मरत होते. त्या वेळी त्यांना त्यांच्या नाताळमधील आणि ट्रान्सवालमधील अखेरच्या सत्याग्रह चळवळीसाठी भारतातून निधी प्राप्त झाला होता. हिमालयाच्या पायथ्याशी असलेल्या हरिद्वार येथील महात्मा मुन्शीराम यांच्या 'गुरुकुल' या शाळेतील विद्यार्थ्यांनी हा निधी गोळा करून पाठविला होता. दूरवरच्या प्रांतात, निष्क्रिय प्रतिरोधक म्हणून आंदोलन करणाऱ्या कंत्राटी कामगारांकरिता स्वकष्टाने कमाई करून पैसे मिळविण्यासाठी मुन्शीराम यांनी आपल्या विद्यार्थ्यांना पाठविले होते. पैशांसोबत त्यांनी गांधींना पाठविलेल्या पत्राची सुरुवात 'माझे प्रिय बंधू' अशी होती. बारा वर्षांनी लहान असलेल्या गांधींना यापूर्वी कोणी असे आदरयुक्त संबोधले नव्हते; त्यामुळे ते ही गोष्ट कधी विसरले नाहीत. दक्षिण आफ्रिकेतील आपली प्यादी मागे घेतल्यानंतर फिनिक्स वसाहतीतील पहिल्या तुकडीला त्यांनी स्वामींच्या गुरुकुलातच पाठविले होते. भारतात आल्यानंतर तीन महिन्यांतच ते स्वत: १९१५ मध्ये मुन्शीराम यांना प्रत्यक्ष भेटण्यासाठी तेथे गेले. हरिद्वारला जाण्याचा गांधींचा मुख्य हेतू या प्रख्यात हिंदू सुधारकाला प्रत्यक्ष भेटण्याचा होता. कुंभमेळ्याचे विराट दर्शन (आणि त्यामुळे सर्वत्र पसरलेली घाण व अस्वच्छता, ज्याने गांधींना मोठा धक्का बसला होता) वगैरे सर्व प्रासंगिक होते.

स्वामींनी जाणूनबुजून राष्ट्रीय चळवळीपासून अंतर राखले होते; पण भावी महात्म्याला पाठिंबा देण्याच्या निमित्ताने ते त्यात ओढले गेले. त्यांच्या मते गांधी एका धर्मयुद्धाचे नेतृत्व करत होते. एप्रिल १९१९ मध्ये सुरू झालेल्या असहकार चळवळीच्या निमित्ताने टागोरांनी गांधींना महात्मा म्हणून ओळखण्याचे देशाला आवाहन केले. तरीही दिल्लीतील मोहिमेत बजावलेल्या भूमिकेबद्दल श्रद्धानंदांचा गौरव झाल्यानंतर त्यांनी चळवळ त्यागण्याचा निर्णय घेतला, कारण चळवळ स्थगित करण्याचा गांधींनी अचानक घेतलेला निर्णय त्यांना रुचला नव्हता. स्वामींनी

हे मान्य केले की, एवढ्या मोठ्या देशात दंगे थोपविण्याएवढी ही चळवळ शिस्तबद्ध नव्हती. गांधींच्या निर्णयापेक्षा तो घेण्याच्या त्यांच्या कठोर पद्धतीला त्यांचा विरोध होता. 'हजारो लोक तुमच्यावर विश्वास ठेवण्याच्या भावनेने प्रेरित झाले आहेत... आणि जगातील सगळ्या चिंता त्यांनी सोडून दिल्या आहेत,' सत्याग्रह समितीचा राजीनामा देताना त्यांनी गांधींना लिहिले. 'खेदाची बाब ही आहे की, तुम्ही लोकांचे मत विचारात न घेता अचानक निर्णय घेऊन मोकळे होता.'

आपल्या प्रमुख समर्थकांकडून अशी तक्रार ऐकून घेण्याची गांधींची ही काही पहिलीच वेळ नव्हती आणि शेवटचीही असणार नव्हती. तरी श्रद्धानंद लवकरच गांधींनी व इतरांनी केलेल्या विनवण्यांना बळी पडले आणि त्यांनी पुन्हा स्वत:ला राष्ट्रीय चळवळीत झोकून दिले. मात्र, व्यूहरचनेवरून चळवळीच्या नेत्याशी त्यांचे पुन्हा मतभेद होऊ लागले आणि त्यांना दरवेळी माघारच घ्यावी लागली. कारण या नेत्याला स्वत:शीच सल्लामसलत करण्याची सवय होती. यातील सगळ्यात महत्त्वाचे मतभेद अस्पृश्यतेच्या प्रश्नावर होते, असे स्वामींना वाटले आणि या प्रश्नावर भारतात परत आल्यानंतर सुरुवातीच्या महिन्यापासूनच गांधींनी जी भूमिका घेतली होती त्यावर ते ठाम होते. गांधी जेवढे प्रभावीपणे बोलतात तेवढ्या प्रभावीपणे त्याला कृतीची जोड ते देत नाहीत, अशी टीका त्यांना श्रद्धानंदांकडून प्रथमच ऐकून घ्यावी लागली.

याबाबतीत स्वामी कदाचित गांधींहून कठोर समजले गेले असते. दोन दशकांपेक्षा अधिक काळापासून स्वामी शुद्धीकरण समारंभाचे खंदे प्रचारक म्हणून काम करत होते. अस्पृश्य आणि निम्नजातीतील भारतीयांना शुद्धीकरणानंतर हिंदू धर्मात सामील करून घेतले जात असे, ज्यामुळे जातींच्या भिंती जरी पूर्णपणे नष्ट झाल्या नाहीत तरी त्या कमकुवत मात्र झाल्या होत्या. जामा मशिदीत जो माणूस बोलला तो गांधींबरोबर–आणि मुस्लिमांबरोबर–खिलाफतीच्या उद्दिष्टासाठी लढायला तयार होता; पण जेव्हा त्याला गांधी अस्पृश्यतेविरुद्धच्या संघर्षाऐवजी या उद्दिष्टाला प्राधान्य देत आहेत, असा संशय आला तेव्हा त्याने स्वत:ला लगाम घातला.

म्हणून डिसेंबर १९१९ मध्ये अमृतसरमधील भारतीय राष्ट्रीय काँग्रेसच्या अधिवेशनात या प्रश्नाला हात घालणारी व्यक्ती गांधी नव्हते, तर स्वामी होते. त्यांनी आक्रमकपणे विचारले, "राजकीय हक्क मिळावेत म्हणून मोठमोठ्याने डरकाळ्या फोडणारे तुम्ही सगळे लोक, तुम्ही ज्यांना अस्पृश्य समजता, अशा साठ दशलक्ष भारतीयांबद्दल तुम्हाला वाटणाऱ्या घृणेवर मात करून त्यांच्यावर होणाऱ्या अन्यायाविरुद्ध आवाज उठवू शकत नाही, हे खरं नाही का? तुमच्यापैकी कितीजण या तुमच्या दुर्दैवी बांधवांना आपल्या हृदयाशी धरू शकतील?" नऊ महिन्यांनी, कलकत्त्याला भरलेल्या काँग्रेसच्या विशेष अधिवेशनात कार्यक्रमपत्रिकेवर हा विषय

घेण्यात यावा म्हणून श्रद्धानंदांनी प्रयत्न केला; पण त्यात त्यांना अपयश आले. गांधींसह अनेकजण या मताचे होते की, असहकार चळवळीवर चर्चा होणे अधिक निकडीचे होते, दुसऱ्या कोणत्याही विषयावर चर्चा म्हणजे विषयांतर झाले असते. खिलाफतीचे रक्षण करणे हे चळवळीच्या उद्दिष्टांपैकी एक उद्दिष्ट असल्यामुळे असे म्हटले गेले की, मुस्लिमांचा प्रश्न त्या क्षणापुरता का होईना, पण अस्पृश्यतेविरुद्धच्या संघर्षपेक्षा जास्त महत्त्वाचा ठरला. ''ही फार मोठी चूक होती,'' निराश झालेले स्वामी विषादाने म्हणाले. ''ज्या वेळी आपल्या लोकांमध्ये आपापसांत पूर्ण सहकार असेल, तेव्हाच शत्रू राष्ट्राविरुद्ध असहकार चळवळ उभी राहण्याची शक्यता असते.''

कलकत्त्याच्या सभेनंतर काही महिन्यांनी नागपूरला झालेल्या वार्षिक सर्वसाधारण अधिवेशनात काँग्रेसने अस्पृश्यतेचा प्रश्न कळकळीने हाती घ्यावा, याची गांधींनी खात्री केली; पण गांधी हा विषय कदाचित पुरेशा गांभीर्याने हाताळत नाहीत असे वाटायला लागणारे फक्त श्रद्धानंदच नव्हते. गांधी ज्यांना 'चार्ली' म्हणायचे ते इंग्लिश पाद्री चार्ल्स एफ. ॲन्ड्र्यूज, गांधींना दक्षिण आफ्रिकेत भेटण्यापूर्वी भारतात मुन्शीराम यांच्या जवळचे होते आणि त्यांनीच या दोघांना एकत्र आणले होते. ॲन्ड्र्यूज यांनी गांधींना 'प्रिय मोहन' असा मायना असलेले पत्र लिहिले–गांधींशी पत्रव्यवहार करणाऱ्या शेकडो लोकांपैकी फक्त ॲन्ड्र्यूज असे होते की, ते त्यांना अशा प्रकारे संबोधू शकायचे–त्यात त्यांनी अशी भीती व्यक्त केली की, गांधींच्या कार्यक्रमांमधून अस्पृश्यता हा विषय निसटून चालला आहे. या टीकेने गांधी इतके अस्वस्थ झाले की, नागपूरच्या सभेनंतर एक महिन्याने रात्री दोन वाजतासुद्धा ते जागेच होते आणि त्यांच्या नेहमीच्या उठण्याच्या वेळेपर्यंत म्हणजे पहाटे चार वाजेपर्यंत मनातल्या मनात या प्रश्नाच्या उत्तराची जुळवाजुळव करत राहिले, या उत्तरात ते आपल्या भूमिकेचा भावनिक बचाव करणार होते. स्पष्ट शब्दांत लिहिलेल्या त्या पत्राने या अंदाजावर शिक्कामोर्तब केले की, ते आता अस्पृश्यतेकडे एक असा प्रश्न म्हणून बघत होते की, ज्याला त्याची वेळ येईपर्यंत थांबावे लागणार होते. खिलाफत चळवळ त्या वेळी जास्त महत्त्वाची होती. कारण ती हिंदू आणि मुस्लीम यांच्या ऐक्यासाठी आवश्यक होती आणि ते ऐक्य स्वातंत्र्य मिळविण्यासाठी आवश्यक होते. अस्पृश्यता कमी महत्त्वाची होती म्हणून नव्हे, तर ''भारतीय स्वातंत्र्यापेक्षाही ती खूप मोठी समस्या होती,'' गांधींनी नेहमीप्रमाणे बिनतोड युक्तिवाद केला. 'जाता जाता' स्वातंत्र्य मिळाले तर ही समस्या ते 'अधिक चांगली हाताळू' शकणार होते, असे त्यांचे म्हणणे होते. म्हणून, ''भारत अस्पृश्यतेच्या शापातून मोकळा होण्यापूर्वी इंग्लिश वर्चस्वाखालून स्वत:ची सुटका करून घेऊ शकतो,'' असे अनुमान त्यांनी लावले होते.

पाव शतकानंतर, जेव्हा युद्धाने गांजलेल्या, विदीर्ण झालेल्या ब्रिटनने अखेर माघार घेत स्वातंत्र्य देऊ केले, तेव्हा हे अनुमान निम्म्यापेक्षाही खरे ठरले : अस्पृश्यतेचा शाप तसाच राहिला. पण तेव्हा तो 'कुशलतेने हाताळण्यासाठी' गांधींकडे फार थोडा वेळ उरला किंवा उरलाच नाही. त्या वेळी म्हणजे १९२१ आणि १९२२ मध्ये श्रद्धानंदांना अशी शंका आली की, समाजातील बहिष्कृत वर्गाची उन्नती करण्याच्या तळमळीपेक्षा, मुस्लिमांना राष्ट्रीय चळवळीशी बांधून ठेवण्याची जबाबदारी गांधींना जास्त महत्त्वाची वाटत होती. जे विदेशी कपडे गरिबांना उपयोगी पडले असते, ते जाळण्याविषयी टागोरांप्रमाणेच स्वामींनाही आक्षेप होता; पण त्यांनी एक पाऊल पुढे टाकले. त्यांनी गांधींना विचारले की, विदेशी कपडे जाळण्याऐवजी मुस्लीम नेत्यांना ते त्यांच्या तुर्की भाईबंदांना पाठविण्याची परवानगी कशी दिली गेली? त्यांच्याच बाबतीत गांधींनी हा अपवाद का केला? 'जेव्हा तत्त्वाचा प्रश्न आला तेव्हा महात्माजींनी हिंदूंच्या भावनांची मुळीच पर्वा केली नाही आणि त्यांच्या बाबतीत ते वज्राहूनही कठोर झाले; पण मुस्लीम कर्तव्याला चुकले तर त्यांच्याबाबत मात्र गांधींनी बोटचेपे धोरण अवलंबिले,' स्वामींनी लिहिले.

स्वामी श्रद्धानंदांना सनातनी हिंदूंविषयी त्यांच्या स्वत:च्या काही समस्या होत्या. अस्पृश्यतेच्या प्रश्नावर काम करण्यासाठी काँग्रेस समितीवर नियुक्ती झाल्यावर त्यांच्या असे लक्षात आले की, या कामासाठी कधीच पुरेसा निधी दिला जात नसे आणि त्यांनी घेतलेला पुढाकार किंवा प्रस्ताव यांना रहस्यमयरीत्या बाजूला सारले जात असे; ज्याला ते काँग्रेसच्या कार्यक्रमातील 'सर्वांत महत्त्वाचा मुद्दा' मानायचे. त्याबाबत काँग्रेस पुरेशी गंभीर नव्हती, असे स्वामींचे मत होते; त्यामुळे जानेवारी १९२२ मध्ये म्हणजे सविनय कायदेभंगाची आणखी एक फेरी सुरू करण्याबद्दल गांधींना भारतात प्रथमच अटक होऊन सुमारे दोन वर्षांची सजा होण्यापूर्वी एक महिना आधी स्वामींनी पुन्हा राजीनामा दिला. प्रतिघात करण्याच्या भावनेतून त्यांनी हिंदू सर्वेसर्वांनी काढलेल्या हिंदू महासभा या पक्षात स्वत:ला झोकून दिले. त्यांची अशी कल्पना होती की, अस्पृश्यांना मुख्य समाजप्रवाहात आणण्याची त्यांना वाटणारी निकड समजून घेण्यात या पक्षातील नेते कमी पडणार नाहीत. मुख्य म्हणजे, त्यांना असे वाटत होते की, हिंदूंनी अस्पृश्यांना न्याय दिला नाही, तर ते मुस्लीम धर्मप्रसारकांच्या जाळ्यात अडकतील. शेवटी, उपखंडातील सत्ता त्यामुळे पणाला लागली असती. 'जर सगळे अस्पृश्य मुस्लीम झाले, तर मुस्लिमांची संख्या हिंदूंच्या संख्येएवढी होईल आणि स्वातंत्र्य मिळण्याच्या वेळी, ते हिंदूंवर अवलंबून राहणार नाहीत, तर स्वत:च्या पायांवर उभे राहू शकतील,' स्वामींनी लिहिले; पण इथेच तर खरी गोम होती. श्रद्धानंदांच्या मनातील शुद्धीचे जे स्वरूप होते, त्याला सामाजिक समतेची गरज होती; पण ही गोष्ट महासभेच्या पचनी पडण्यासारखी

तुरुंगातून सुटल्यावर जुहू बीच येथे
आजारपणातून बरे होत असलेले गांधी, १९२४.

नव्हती. काँग्रेसने निदान त्यांच्या उद्दिष्टांना तोंडी मान्यता तरी दिली होती. महासभेने त्यांना स्पष्टपणे नकार दिला आणि त्यांना हात हलवत बसावे लागले.

गांधी तुरुंगात असताना आता मुहम्मद अली काँग्रेसचे अध्यक्ष झाले. अस्पृश्यांना आपल्या बाजूला खेचण्याच्या स्पर्धेपासून हिंदू-मुस्लीम ऐक्याचे रक्षण करण्यासाठी–आणि शेवटी मते मिळविण्यासाठी–मुहम्मद अलींचा प्रस्ताव असा होता की, अर्ध्या अस्पृश्यांनी मुस्लीम धर्म स्वीकारायचा आणि अर्ध्यांना हिंदूंनी स्वीकारायचे. अस्पृश्यांना यामध्ये त्यांचे मत विचारण्याची गरजच नव्हती. श्रद्धानंदांना हा प्रस्ताव म्हणजे मुस्लिमांना सुटलेली सत्तेची हाव वाटली. अलींच्या आणखी काही विधानांमुळे ते अधिकच चिडले. गांधींच्या मनात इस्लाम धर्माची ज्योत पेटेल अशी आपण प्रार्थना केली असल्याचे अली म्हणाले; तोपर्यंत शुद्ध हिंदूंपेक्षा अगदी पथभ्रष्ट झालेल्या मुस्लिमालाही मोक्ष मिळू शकेल, अशी मुक्ताफळेही त्यांनी उधळली. यामुळे स्वामी आणि मौलाना यांच्यात सार्वजनिक रूपात पत्रांची देवाणघेवाण झाली; परंतु मतभेदांच्या कड्याच्या टोकाशी येऊन त्यांनी माघार घेतली. ही देवाणघेवाण वादविवादांच्या तोफगोळ्यांपेक्षा काळजीपूर्वक पाळलेला शिष्टाचार, व्यक्त केलेला आदर आणि धार्मिक रूढोक्तीचा पुनरुच्चार यामुळे लक्षणीय ठरली.

याच काळात, मागे पडत असलेल्या अस्पृश्यताविरोधी मोहिमेविषयी गांधींचे

मत अनुकूल बनविण्यासाठी आणि मुस्लिमांचे हेतू त्यांच्या कानावर घालण्यासाठी स्वामींनी दोन वेळा गांधींची भेट घेतली (एकदा गांधी येरवड्याच्या तुरुंगात असताना ऑगस्ट १९२३ मध्ये आणि पुन्हा १९२४ च्या पूर्वार्धात, जेव्हा गांधींवर अपेंडिक्सची शस्त्रक्रिया करण्यासाठी त्यांना तुरुंगवासातून बाहेर काढले होते तेव्हा). विशेषत: स्वामींनी मुस्लिमांच्या तब्लिघ म्हणजेच धर्मांतराच्या प्रयत्नांबद्दल तक्रार केली. गांधींनी त्यांचे उत्तर 'यंग इंडिया'मध्ये लेखी स्वरूपात दिले, त्यात त्यांनी दोन्ही बाजूंकडून होणाऱ्या शुद्धी तसेच तब्लिघ या धर्मांतराच्या प्रयत्नांना दोष दिला. हिंदू-मुस्लिमांमधील तणावाला हे प्रयत्नच बहुतांशी कारणीभूत असल्याचे त्यांचे म्हणणे होते. आत्यंतिक श्रद्धेतून धर्माविषयी प्रवचन देणे ही एक वेगळी गोष्ट आहे आणि राष्ट्रीय ऐक्याला बाधा पोहोचेल अशा प्रकारे दुसऱ्या धर्माचा वेगळा अर्थ काढणे ही एक वेगळी गोष्ट आहे, असे त्यांनी लिहिले. 'दुसऱ्या धर्मावर चिखल उडविणारा प्रचार चालू द्यायला नको,' गांधी पुढे लिहितात. 'निर्भीड आणि शूर असलेले' श्रद्धानंद आर्य समाजातील हिंदू धर्माच्या बाजूने बोलत होते, त्या चळवळीशी ते दीर्घकाळापासून संबंधित होते. 'संकुचित दृष्टिकोन आणि भांडण्याची सवय' त्यांनी आपलीशी केली होती.

गांधींच्या द्विधा मन:स्थितीवर स्वामींच्या राजकीय परिवर्तनाने जो प्रकाश टाकला, तो विचार करण्याजोगा आहे. तुलनेने तरुण असलेला हा महात्मा नेहमीच, हिंदू-मुस्लीम ऐक्यासाठीची आणि दडपलेल्या लाखो-कोट्यवधी अस्पृश्यांना न्याय व मूलभूत हक्क मिळवून देणारी, या आपल्या मोहिमा स्वराज्याच्या वस्त्राची वीण मजबूत करण्यासाठी एकमेकींना पूरक ठरतात, असे म्हणायचा; पण प्रत्यक्षात, केवळ गांधींचे लक्ष वेधण्यासाठी किंवा त्यांच्या नेतृत्वाखाली चालणाऱ्या चळवळीत प्राधान्य मिळण्यासाठी नव्हे, तर स्थानिक पातळीवर, जेथे धर्मप्रचारक आणि धार्मिक सुधारक अस्पृश्यांना आपल्या बाजूला ओढण्याचे प्रयत्न करत असत तेथे त्या दोन्हींत कायम संघर्षच चालत असे आणि सत्य परिस्थिती अशी होती की, हिंदू-मुस्लीम ऐक्य असो किंवा अस्पृश्यांना न्याय मिळवून देणे असो यांपैकी कोणत्याही प्रश्नाशी उच्चवर्णीय, जातीअंतर्गत हिंदूंना विशेषत: ग्रामीण भागातील उच्चवर्णीय हिंदूंना, जे गांधी व त्यांचे सहकारी उभारत असलेल्या चळवळीचा कणा होते त्यांना काहीही घेणे-देणे नव्हते. गांधींच्या राजकीय पुनरुज्जीवनाशी राष्ट्राच्या सर्वोच्च आकांक्षा जोडलेल्या असू शकतील; पण प्रादेशिक किंवा स्थानिक स्तरावर जवळून निरीक्षण केले असता, त्या आकांक्षा म्हणजे केवळ एकमेकांशी स्पर्धा करत असलेल्या, वारंवार एकमेकांशी झगडणाऱ्या धार्मिक अधिकाराच्या लालसांची एक कशीबशी बांधलेली मोट होती, असे दिसून येते. चळवळीला प्रेरणा देणे हे गांधींच्या अनेक कामांमधील एक काम होते, चळवळीला एकत्र बांधून ठेवणे हे दुसरे काम

होते, जे अजिबात तडजोड करायला तयार नसलेल्या श्रद्धानंदांना करावे लागणार नव्हते. अस्पृश्यांचा आधुनिक नेता म्हणून लवकरच उदयाला येणारे भीमराव रामजी आंबेडकर यांनी नंतर श्रद्धानंदांना त्यांचे 'सर्वांत महान आणि सर्वांत प्रामाणिक पुरस्कर्ते' असे म्हटले. आंबेडकर येथे त्या दुसऱ्या महात्म्याशी असलेला विरोधाभास दाखवत होते, ज्यांना ते आता चलाख आणि अविश्वासू मानायला लागले होते– दुसऱ्या शब्दांत सांगायचे तर, एक कुटिल राजकारणी.

स्वत: स्वामी गांधींविषयी त्यांना वाटणाऱ्या आशेला, त्यांच्या वाट्याला आलेल्या निराशांपेक्षा नेहमीच झुकते माप द्यायचे. म्हणून, गांधींनी जाहीरपणे त्यांना राष्ट्रीय ऐक्य कमकुवत करण्याच्या आरोपाखाली आरोपीच्या पिंजऱ्यात उभे केले, तरीसुद्धा ते गांधींनी अस्पृश्यतेच्या प्रश्नावर लक्ष केंद्रित करावे म्हणून त्यांना आग्रह करत राहिले. या दबावाकडे गांधी दुर्लक्ष करू शकले नाहीत आणि कदाचित त्यांनी त्याचे स्वागतच केले. हिंदू-मुस्लिमांमधील तणावाच्या संदर्भात श्रद्धानंदांवर दोषारोप करणाऱ्या त्यांच्या प्रदीर्घ लेखात अस्पृश्यांच्या विदारक परिस्थितीबद्दल गांधींनी चकार शब्दही लिहिला नव्हता. पाच महिन्यांनंतर मात्र त्यांनी स्वामींना उत्तर दिले. स्वामींनी त्यांना, त्यांच्याच सत्याग्रहाची पद्धत वापरून प्रथमच संघर्ष करणाऱ्या अस्पृश्यांना अधिक उघडपणे पाठिंबा देण्याविषयी आणि त्यांचे नेतृत्व करण्याविषयी विचारले होते. आताच्या दक्षिण भारतातील केरळ राज्यात असलेल्या त्रावणकोर येथील संस्थानाच्या वायकोम येथे असलेल्या एका प्राचीन मंदिराकडे जाणाऱ्या रस्त्यावर फार काळापासून अस्पृश्यांना चालण्याचीसुद्धा बंदी होती; या बंदीच्या विरोधात त्यांनी हे आंदोलन सुरू केले होते. गांधी जरी अस्पृश्यतेच्या प्रश्नाला 'माझ्या आयुष्याचे ध्येय' असे म्हणत असले, तरी ज्या प्रश्नाची त्यांनी खंबीरपणे पाठराखण केली त्या संदर्भात त्यांनी स्वत:च तयार केलेल्या सत्याग्रहाच्या पद्धतीचा वापर जरा जपून करा, हे वायकोमच्या निदर्शकांना सांगणे त्यांना जड जात होते. त्यांनी आता श्रद्धानंदांना लिहिले, 'मी वायकोमसाठी आवश्यक ती व्यवस्था करत आहे.' कदाचित त्यांनी गांधींना जेथे अजून गांधींनी पाय ठेवला नव्हता त्या त्रावणकोरला जाण्याचा आग्रह केला असे असेल, तर त्या उत्तरात कसलेही आश्वासन दिलेले नव्हते; त्यात इतकेच म्हटले होते, 'सत्याग्रहींपर्यंत मदत पोहोचेल, अशी मला आशा आहे.'

मुहम्मद अलींच्या दिल्लीतील बंगल्यातून काही वेळा उपद्रवी ठरणाऱ्या स्वामींना एक चिठ्ठी पाठविली गेली; तेथे असलेल्या गांधींनी नुकताच आपला एकवीस दिवसांचा उपवास संपविला होता. हिंदू-मुस्लीम यांच्यातील वाढत्या संघर्षांच्या मालिकेने प्रक्षुब्ध झालेल्या गांधींनी 'प्रायश्चित्त' घेण्यासाठी हा उपवास केला होता. १९२४ चा तो उत्तरार्ध होता, त्यांना तुरुंगाबाहेर येऊन निम्मे वर्ष झाले होते; पण

येरवडा तुरुंगात चिंतनात्मक दोन वर्षे घालवत असताना राष्ट्रीय चळवळीत जी फूट पडली होती, ती सांधण्याचा ते अजूनपर्यंत प्रयत्न करत होते–ही फूट केवळ हिंदू आणि मुस्लीम यांच्यातील संबंधांमध्ये पडली नव्हती तर ('नो चेंजर्स' म्हणून ओळखल्या जाणाऱ्या) त्यांनी सुरू केलेल्या पूर्वीच्या असहकार धोरणाचे पालन करण्याची शपथ घेतलेल्या गटात आणि ('स्वराज्यिस्ट' किंवा 'स्वराज्यवादी' म्हणून ओळखल्या जाणाऱ्या) एका राजकीय गटात पडली होती, जो वसाहतीच्या चौकटीमध्ये सत्ता मिळविण्यासाठी उतावळा झाला होता. हा गट गांधींच्या अनुपस्थितीत स्थापन झाला होता आणि ज्या विधानमंडळांवर चळवळीने बहिष्कार टाकण्याची प्रतिज्ञा केली होती, त्यात सामील होण्याचा त्याने निश्चय केला होता. एकखांबी तंबू किंवा एकचाकी गाडा म्हणून काम करणारे गांधी या वेळी शारीरिकदृष्ट्या तर कमजोर झाले होतेच, पण राजकीयदृष्ट्याही ते हालचाल करण्याच्या स्थितीत नव्हते. पुढे जाण्यासाठी सातत्याने त्यांचे एकच धोरण होते आणि ते म्हणजे चरखा चालविणे. हिंदू, मुस्लीम, नो चेंजर्स व स्वराज्यवादी या सगळ्यांना स्वयंपूर्ण बनण्यासाठी सूतकताई करण्याचे आदेश देण्यात आले. (वायकोमची निदर्शने सुरू झाल्यावर काही महिन्यांनी, म्हणजे जून १९२४ मध्ये गांधींनी खरोखर असा प्रस्ताव मांडला की, काँग्रेसच्या प्रत्येक सदस्याने रोज किमान काही वेळ तरी सूत कातले पाहिजे. या ठरावावर स्वराज्यवाद्यांनी सभात्याग केला आणि त्यामुळे तो मंजूर होण्याचा प्रश्नच उरला नाही; तरीही शेवटी तो थोडा सौम्य केला गेला आणि या आदरणीय पण फारशा बलाढ्य न राहिलेल्या नेत्याचा अपमान होऊ नये म्हणून मंजूरही केला गेला.)

त्या वेळी गांधींनी अजून प्रत्यक्ष जाऊन न पाहिलेला वायकोमचा एकाकी संघर्ष त्यांचे लक्ष वेधण्यात असमर्थ ठरला होता. सर्वच मार्गांनी तो गौण ठरला होता. गांधींनी दुरून 'यंग इंडिया'च्या पानांमधून त्याचा पुरस्कार केला होता; पण तेवढे सोडले तर त्यांनी त्यावर मौन धारण केले होते. वायकोमच्या बाबतीत त्यांच्यासाठी एक महत्त्वाचा प्रश्न समोर उभा ठाकला होता, जो त्यांच्या नेतृत्वावर, त्यांच्या उर्वरित आयुष्यावर एक टांगती तलवार बनून राहिला : एक राष्ट्रीय नेता म्हणून ते काम सुरू ठेवू शकणार होते का? की, भारतातील विविधतेने आणि गुंतागुंतीने, तेथील धर्माच्या आणि जातींच्या भिंतींनी आणि त्यामुळे निर्माण होणाऱ्या परस्परविरोधी आकांक्षांनी त्यांना हिंदूंचा नेता म्हणून ओळख निर्माण करण्यास भाग पाडले होते? ते एकाच वेळी स्वातंत्र्य चळवळीचे आणि सामाजिक न्याय मिळविण्यासाठीच्या चळवळीचे नेतृत्व करू शकणार होते का, जरी त्याचा अर्थ उच्चवर्णीय हिंदूंची शत्रुता ओढवून घेणे असा होत असेल आणि त्यामुळे त्यांची मोहीम कोलमडणे अटळ असेल तरीही? या प्रश्नामागे आणखी एक अस्वस्थ करणारा आणि

दीर्घकाळ रेंगाळणारा प्रश्न दडला होता, जो अजूनही दलित आणि भारतीय समाजसुधारकांमध्ये चर्चिला जातो : मान्य आहे की, आधुनिक होत जाणाऱ्या भारतीयांनी अस्पृश्यतेची प्रथा मोडीत काढावी म्हणून गांधी झटले, तरी अस्पृश्यांना हीन वागणूक देणाऱ्यांना कानपिचक्या देण्यापलीकडे स्वत: अस्पृश्यांसाठी ते नक्की काय करणार होते? हा असा प्रश्न होता जो–दूरवरून–गांधींनी वायकोमला कुशलतापूर्वक हाताळण्याचा प्रयत्न केला; त्याचा परिणाम असा झाला की, अस्पृश्यतेच्या विरोधातील सत्याग्रहाचा हा प्रयत्न आता सुस्तावण्याचा धोका निर्माण झाला.

वायकोमचे शिवमंदिर एका प्रचंड मोठ्या भिंतीच्या कुंपणाच्या मध्यभागी स्थित आहे, हे पटांगण फुटबॉलच्या चार मैदानांच्या आकाराचे आहे. तेथे येण्यासाठी तीन बाजूंनी रस्ते आहेत जे कोचीनच्या (म्हणजे आताच्या कोचीच्या) आग्नेयेला असलेल्या एका छोट्या व्यापारी नगरीच्या बाजारपेठांमधून जातात. काही सावली देणाऱ्या पिंपळांचा, गवताळ भागांचा आणि फाटकाशीच पादत्राणे काढून दुपारच्या वेळी आत जाणाऱ्या भाविकांचे पाय भाजून काढणाऱ्या सिमेंटच्या एका रस्त्याचा अपवाद वगळता बहुतेक सर्व भाग हा दाबून बसविलेल्या मातीचा आहे; तो नेहमी झाडून स्वच्छ केल्यासारखा दिसतो. मंदिराची रचना आयताकृती असून, ते लाकडापासून बनविलेले आहे. बाहेरची भिंत जाळीदार असून, ती दगडी पायावर उभारलेली आहे. त्यावर त्याच पक्क्या मातीच्या कौलांचे उतरते छप्पर आहे, जी कौले केरळमधील पक्क्या घरांसाठी वर्षानुवर्षे वापरली जातात. चारपैकी प्रत्येक कोपऱ्यात नंदीच्या सोनेरी रंगातील मूर्ती आहेत. गाभाऱ्यात, देवाला पूजासाहित्य वाहण्यासाठी ब्राह्मण पुजारी भाविकांची मदत करतात. आज या भाविकांमध्ये दलितांचा - म्हणजेच पूर्वाश्रमीच्या अस्पृश्यांचा आणि इतर खालच्या जातीच्या लोकांचा समावेश असणे ही असामान्य बाब राहिलेली नाही; १९२४ मध्ये या लोकांना शिवमंदिरात जाण्यासाठी मज्जाव केला गेला असता. काही वेळा हे गट बहुसंख्येने कुंपणाजवळ गोळा होतात कारण तेथे मंदिरातर्फे मध्यान्हीचे जेवण फुकट देण्यात येते.

अलीकडेच एक पाखंडी वाटू शकणारा प्रश्न सार्वजनिक चर्चेचा विषय झाला आहे : जातीनियम बाजूला सारून ब्राह्मणेतर लोकांना देवपूजेचा मान द्यावा की नाही, हा तो प्रश्न. आजचे पुजारी शेवटी सरकारी नोकर आहेत; मार्क्सवादी म्हणविणाऱ्या सरकारचे ते कर्मचारी आहेत. भाविकांनी अर्पण केलेल्या दानातून मंदिराची देखभाल करून झाल्यानंतर जे काही उरेल, ते महसूल म्हणून सरकारी तिजोरीत जमा होते. असा प्रश्न उपस्थित होणे ही वायकोम सत्याग्रहाच्या वेळी कल्पनातीत गोष्ट होती, त्या वेळी मंदिराची व्यवस्था चार पुजारी कुटुंबांकडे होती, त्यांना त्यांच्या नंबुद्री या उपजातीवरून ओळखले जाई. त्यांनी गोळा केलेला महसूल त्रावणकोरच्या महाराजांकडे

जात होता. साम्राज्यकाळात तग धरून राहिलेले आणि ब्रिटिशांच्या सावध नजरेतून सुटलेले हे एक संस्थान होते. आजच्या केरळच्या दक्षिणेचा साधारण अर्धा भाग त्याने व्यापलेला होता.

गुजरातमध्ये लहानाचे मोठे होत असताना गांधींना अस्पृश्यतेविषयी जे काही कळले होते आणि नंतर हिंदी महासागराच्या पलीकडील किनाऱ्यावरून दक्षिण आफ्रिकेतील दीर्घ वास्तव्यादरम्यान या विषयाकडे पाहताना जे जाणवले होते, त्याने केरळमध्ये पाळल्या गेलेल्या गुंतागुंतीच्या जातीय प्रथा समजून घेण्यासाठी त्यांची पुरेशी तयारी झाली नव्हती. अस्पृश्यता ही एक वेगळी गोष्ट होती आणि ज्याला 'शिवाशीव' आणि अगदी 'अदृश्यता' म्हणता येईल या दोन वेगळ्या बाबी होत्या. त्रावणकोरच्या ब्राह्मणाने अस्पृश्यांमधील निम्नस्तरातील कोणाही व्यक्तीकडे पाहणे निषिद्ध मानले गेले होते. हे अगदी सोपे आणि स्पष्टपणे विशद करून सांगितले गेले होते. जर त्या ब्राह्मणाने असे केले तर तो विटाळला आहे असे समजून त्याची शुद्धी केली जायची. नायर नावाच्या जमीनदार जातीतील कोणाही व्यक्तीने इरावा किंवा इल्लावा जातीतील माणसाला आपल्यापेक्षा चाळीस पावलांच्या अंतरापेक्षा आत येऊ दिले, तर ती व्यक्ती विटाळली जायची. त्यापेक्षाही जास्त म्हणजे साठ पावलांचे अंतर पुलाया या अस्पृश्यांच्या खालच्या जातीसाठी नेमून दिलेले होते. गेल्या शतकाच्या सुरुवातीपर्यंत पुलायांना सार्वजनिक रस्त्यांवर येण्यास अक्षरशः बंदी होती. जवळपास असलेल्या उच्चवर्णीय हिंदूला विटाळ होण्याची शक्यता दर्शविण्यासाठी त्यांना घंटा वाजवून, काठ्या आपटून किंवा भोंग्यासारखा आवाज काढून इशारे द्यावे लागायचे. त्यांच्या हालचालींवर मळ्यातील गुलामांपेक्षा जास्त बंधने होती; ते विशिष्ट जमीनदारांशी शेतमजूर म्हणून बांधले गेलेले असायचे. इझावा (जो गट परंपरेनुसार ताडाच्या झाडावर चढून नीरा (ताडी) काढायचा), तिय्या (हा गट नारळ काढायचा), पुलाया आणि केरळच्या जातीय उतरंडीत अगदी तळाशी असलेल्या उपजाती या सगळ्यांना वायकोमच्या शिवमंदिरासारख्या पवित्र स्थळी, जेथे ब्राह्मण पूजा करायचे तेथे पाय ठेवण्याचीही बंदी होती. जर त्यांनी असे केलेच तर ते मंदिरच विटाळले गेले अशी समजूत होती आणि मग त्याची शुद्धी करावी लागायची. तरीही आश्चर्य म्हणजे, ज्या लोकांवर त्या काळी बंदी होती, तेच लोक आज केरळात हिंदूंमध्ये गणले जातात. ही दडपशाही सहन करण्याची त्यांची शक्ती कमी झाली होती, हेच १९२४ च्या सत्याग्रहाने दाखवून दिले.

अनेक वर्षे परदेशात राहिल्यामुळे 'एक भारतीय म्हणून ज्या अनेक गोष्टी मला माहीत असायला हव्या होत्या,' त्या माहीत नसल्याचे गांधींचे म्हणणे होते. सत्याग्रह चळवळीच्या आधी त्यांना 'शिवाशीव' म्हणजे काय हे माहीत नव्हते. अशी गोष्ट अस्तित्वात असल्याचे कळल्यावर ते 'हादरले आणि गोंधळात पडले.'

ते विशेषकरून गोंधळात पडले कारण त्रावणकोरला साक्षरतेचा आणि शिक्षणाचा प्रसार झाला आहे, अशी त्याची ख्याती होती. अरबी समुद्राला जर जग मानले, तर त्रावणकोरचे जागतिक संबंध होते, असे म्हटले पाहिजे. आताच्या केरळचे खाडीचे प्रदेश, दलदलीचे प्रदेश, कालवे, भू-द्वीपकल्प, पाणथळी किनारी प्रदेश अनेक शतकांपासून मसाल्यांच्या पदार्थांच्या व्यापारात गुंतलेले होते. शिरगणतीत जेव्हा अस्पृश्यही हिंदू म्हणून गणले गेले, तेव्हा त्यांचे केरळमधील अधिक्य जेमतेम होते. एकूण आकडेवारी पाहता मुस्लीम आणि ख्रिश्चन यांचा वाटा ४० टक्के होता. काही ज्यूधर्मीय समूहही होते, त्यातील काही नवीनच आलेले समूह सतराव्या शतकापासून कोचीनजवळ स्थायिक झाले होते. मार्क्सवादी विचारसरणीचे इतिहासकार अस्पृश्यांच्या या पाण्याजवळील क्षेत्रात होत असलेल्या दडपशाहीचा संबंध शेतीकामाशी जोडतात. जमीनदार जातीचे लोक स्वत: शेत नांगरणे, पेरणी, कापणी ही कामे करायचे नाहीत. त्रावणकोर खूप शांत आणि प्रसन्न वाटत असले, तरी तेथील खूप कमी लोकांच्या वाट्याला ती शांती आणि प्रसन्नता आली.

गांधींनी अस्पृश्यतेच्या दुष्ट प्रथेवर कोरडे ओढल्यामुळे वायकोम चळवळीला प्रेरणा मिळाली. त्यांनी प्रतिरोधाची पद्धतही दाखवून दिली होती. शेवटी त्यांनी 'सत्याग्रह' हा शब्द अनेक वर्षांपूर्वी दक्षिण आफ्रिकेत शोधून काढला होता. (तो जेव्हा केरळमध्ये वापरला गेला, तेव्हा या शब्दाची ताजी व्याख्या 'कष्ट सहन करणे' अशी झाली होती.) या चळवळीला इझावांनी गती दिली आणि महात्मा राष्ट्रीय नेते म्हणून कितीही महान असले, तरी ते त्यांचे मोझेस नव्हते. त्या लोकांचे मोझेस वेगळे होते. त्यांचे नाव होते श्री. नारायण गुरू. इझावा जातीतील या गुरूंनी स्वत:च्या मंदिरांच्या, शिकवणुकीच्या आणि सामाजिक मूल्यांच्या संदर्भात एक धार्मिक चळवळ सुरू केली होती. नारायण गुरूंना आपण हिंदू प्रॉटेस्टंट म्हणू शकतो. त्यांचा प्रभाव विसाव्या शतकातील केरळवर, अठराव्या शतकातील जॉन वेस्लीच्या इंग्लंडवर असलेल्या प्रभावाइतकाच मोठा होता. त्यांचा मंत्र होता, 'माणसासाठी एक जात, एक धर्म आणि एक ईश्वर.' गांधी भारतात परत येण्याच्या बराच काळ आधीपासून हा मंत्र ते लोकांना शिकवत होते. त्यांचे अनुयायी त्यांची पूजा करायचे; पण त्यांचे म्हणणे पूर्णपणे ऐकायचे नाहीत. खास करून ते त्यांच्या मंदिरांमध्ये पुलाया आणि इतर खालच्या जातीच्या अस्पृश्यांना प्रवेश करू द्यायचे नाहीत. त्यांनी इतर खालच्या जातीच्या लोकांना अस्पृश्य म्हणून अतिशय वाईट वागणूक देणे हा त्यांचे स्वत:चे अस्पृश्यतेपासून उन्नयन करण्याचा एक भाग होता. वायकोम येथील सत्याग्रहाबाबत सुरुवातीला गुरूंची द्विधा मन:स्थिती होती, असे त्यांचे एक चरित्रकार एम.के. सानू यांनी लिहिले आहे. गुरू त्यांच्या लोकांना सांगू लागले की, नंबुद्री आणि इतर उच्चवर्णीयांनी इझावांसाठी मंदिरे खुली करण्याची

मागणी करण्यापूर्वी त्यांनी त्यांची स्वत:ची मंदिरे अस्पृश्यांसाठी खुली केली पाहिजेत; पण शेवटी त्यांनी चळवळीला आशीर्वाद दिला, तिला आर्थिक मदत केली आणि राजकीय हेतूने क्वचितच बाहेर पडणाऱ्या गुरूंनी वायकोमला जाऊन निदर्शकांसाठी प्रार्थनाही केली.

नारायण गुरूंच्या एका खंद्या समर्थकाने वायकोमला अहिंसक प्रतिरोध करण्याची कल्पना प्रथम मांडली. खूप आधीपासून, म्हणजे १९२१ पासून ते गांधींच्या संपर्कात होते. त्यानंतर भारतीय राष्ट्रीय काँग्रेस आणि तिची केरळमधील शाखा यांच्याही संपर्कात होते. त्यांचे नाव होते टी.के. माधवन आणि त्यांच्याच पुढाकाराने १९२४ मध्ये ही चळवळ पुढे नेण्यासाठी काँग्रेसच्या आश्रयाने एक अस्पृश्यता समिती नेमण्यात आली. काँग्रेसने दिलेल्या पाठिंब्याने माधवन इतके कृतकृत्य झाले की, त्यांनी आपल्या मुलाचे नाव काँग्रेस अध्यक्षांच्या नावावरून मुहम्मद अली असे ठेवले. अगदी हिंदू-मुस्लीम ऐक्याच्या सुगीच्या दिवसांतही एका हिंदूला इस्लामच्या प्रेषिताचे नाव देण्याची ही कल्पना धक्कादायक होती आणि पचनी पडण्यासारखी नव्हती; माधवन यांच्याबरोबरचे कोणीही ती वापरणे शक्य नव्हते; त्यामुळे गांधींनी जेव्हा शेवटी केरळला भेट दिली, तेव्हा त्यांना मुलाचे नाव पुन्हा ठेवण्याची विनंती केली गेली. किंवा असे आता वयाची नव्वदी पार केलेल्या त्या वेळच्या त्या मुलाने, मी जेव्हा हरिप्पड या केरळच्या एका शहरात त्याची भेट घ्यायला गेलो, तेव्हा सांगितले. बाबू विजयनाथ ताज्या फुलांचा हार घातलेल्या नारायण गुरूंच्या फोटोखाली बसले होते. त्यांनी ठासून सांगितले की, आपल्या वडिलांचे प्रेरणास्थान गांधींपेक्षाही जास्त नारायण गुरू होते.

अलीकडे केरळला भेट देणाऱ्यांना हे बघून आश्चर्य वाटते की, केरळच्या अनेक प्रांतांत गांधींपेक्षा नारायण गुरूंना अधिक मानले जाते; परंतु १९२४ च्या आरंभी एक राष्ट्रीय नेता म्हणून गांधींना तो मान आणि अधिकार होता. काँग्रेसच्या अनुमतीने एखादा कृती कार्यक्रम राबवायचा असेल, तर गांधींचा शब्द हा अंतिम मानला जायचा; पण हा सर्व समर्थकांसाठी खुला असलेला राजकीय कृती कार्यक्रम होता का? हा प्रश्न सर्वप्रथम उपस्थित करणाऱ्या गांधींनी या प्रश्नाचे नकारार्थी उत्तर देऊन त्यांच्या अनुयायांना चकित केले. हिंदू नसलेल्यांनी या चळवळीत भाग घेण्याचे काही कारण नाही, असे फरमानच त्यांनी काढले. वायकोमला सत्याग्रहाचा पहिला प्रयत्न झाला, त्यानंतर एक आठवड्यानेच हे फरमान काढले गेले. माधवन यांच्या समितीने तयार केलेल्या मूळ योजनेत गांधींच्या विनंतीवरून आधीच बदल केले गेले होते.

ही योजनाही पुरेशी मवाळ होती; मंदिराच्या भोवती असलेल्या तटबंदीच्या आत शिरण्याचे उद्दिष्ट त्यात ठेवलेलेच नव्हते मग मंदिराच्या आत अगदी गाभाऱ्यात

जाण्याचा तर निदर्शकांचा मुळीच विचार नव्हता. मंदिराकडे जाणाऱ्या तीनही रस्त्यांवरून चालत जाऊन मंदिराच्या फाटकाशी बसून प्रार्थना करायची अशी ती योजना होती. याचाच अर्थ सविनय कायदेभंगाच्या एका आदर्श प्रात्यक्षिकानुसार तटबंदीच्या बाहेर १५० यार्डांवर लावलेल्या फलकांकडे दुर्लक्ष करून चालत राहण्याचे धोरण त्यात ठरविण्यात आले होते. त्या फलकांवर निम्नजातीच्या लोकांना व अस्पृश्यांना पुढे जाण्यास मनाई असल्याचा इशारा लिहिण्यात आला होता. गटाराच्या रूपातील एक खंदक ही सरहद्द मानली गेली होती, ती ओलांडून जाण्यास मनाई होती; आजही त्या खंदकाच्या खुणा स्पष्टपणे दिसून येतात. धार्मिक प्रदूषणाचा धोका फार मोठा मानला जात होता. (त्या खंदकातील आणि मंदिराच्या शेजारील तलावातील ज्या काळ्या, घाणेरड्या पाण्यात भाविक स्नान करायचे त्यापासून तर, इतर बऱ्याच प्रकारच्या प्रदूषणांचा जास्त धोका संभवत होता.) तेथील रस्ते सार्वजनिक मानले गेलेले नव्हते, तर मंदिराच्या मालकीचे होते. विरोधाभास म्हणजे, ते रस्ते गाई, कुत्री, मुस्लीम आणि ख्रिश्चन, त्यात धर्मांतर केलेले अस्पृश्यही यांच्यासाठी खुले होते. चळवळीत भाग घेणाऱ्यांना एका ब्राह्मण मंदिरात पूजेचे धार्मिक हक्क मिळविण्यापेक्षा सार्वजनिक रस्त्यांवरून चालण्याचे नागरी हक्क मिळविण्यात अधिक रस होता.

दहा वर्षांपूर्वी आफ्रिकेच्या बंदी असलेल्या सीमेपलीकडे जाण्यासाठी दोन हजारांपेक्षा जास्त कंत्राटी कामगारांच्या मोर्च्याचे नेतृत्व गांधींनी केले होते. आता येथे–त्यांच्या आयुष्याचे ध्येय मानत आलेल्या प्रश्नावर, स्वराज्याच्या चार खांबांपैकी एक असलेल्या विषयावर–सामूहिक कृतीवर, तीही अहिंसक, बंधने घालण्यासाठी ते युक्तिवाद शोधून काढत होते. मोर्च्याच्या नुसत्या कल्पनेनेच सावध झालेल्या गांधींनी, त्यांनी रस्त्याच्या कडेला असलेल्या सूचनाफलकांच्या बाजूने पुढे जाऊ नये, असा सल्ला दिला. संभाव्य प्रदूषण-वाहकांना मागे फिरण्याचे आदेश दिले. त्यांनी दिलेल्या इशाऱ्यांना प्रतिसाद देऊन वायकोमला ३० मार्च १९२४ रोजी नियोजित केलेल्या सत्याग्रहात ऐन वेळी बदल केला गेला. मोर्चेकरी सूचनाफलकांच्या बरेच अलीकडे थांबले; मग नायर, इझावा आणि पुलाया हे तीन नियुक्त सत्याग्रही अदृश्य प्रदूषण सीमारेषेकडे पुढे सरकले. तेथे थोड्या वेळाने ते खाली बसले आणि त्रावणकोरच्या अधिकाऱ्यांना त्यांची दया येऊन त्यांनी अटक करेपर्यंत प्रार्थना करत राहिले. त्या तिघांना प्रत्येकी सहा महिन्यांच्या तुरुंगवासाची शिक्षा झाली. प्रत्येक दिवशी, तीन आणखी स्वयंसेवक त्यांची जागा घ्यायचे आणि पुन्हा तोच कार्यक्रम घडायचा. गांधी नेहमी ज्या हिंदू धर्मातील मूल्याचा पुरस्कार करायचे त्या अहिंसेचे सनातनी हिंदूंनीही पालन करणे अपेक्षित होते; परंतु असे करणे हिंदूंना गरजेचे वाटले नाही. एकापेक्षा जास्त वेळा असे घडल्यावर, गुंडांच्या टोळीने सनातन्यांच्या वतीने

सत्याग्रहींवर लाठ्यांनी, लोखंडी सळ्यांनी आणि विटांनी हल्ला केला आणि त्या वेळी त्रावणकोर पोलिसांनी अजिबात हस्तक्षेप केला नाही. या हल्ल्यात सापडलेल्या अनेक लोकांना पुरेशी जातिप्रतिष्ठा होती की, ते स्वत: मंदिरात प्रवेश करू शकत होते; पण गांधींनी आणलेल्या नवीन विचारधारेने ते प्रेरित झाले होते. एका नायर जातीच्या माणसाला झाडाला बांधून त्याच्या जांघेवर प्रहार करण्यात आले. दुसऱ्या एका रामन इलायाथू नावाच्या ब्राह्मण माणसाच्या डोळ्यांत कच्च्या लिंबाचा रस घालण्यात आला, तो आंधळा झाला; अमाचल थेवन नावाचा एक अस्पृश्य पुलाया नेताही याच प्रकारे आंधळा केला गेला, असे समजते.

मुंबईतील समुद्रकिनाऱ्यावरील एका बंगल्यात आजारपणातून उठत असलेल्या गांधींनी वायकोम सत्याग्रहींच्या शिस्तीचे आणि धैर्याचे मोठ्या प्रेमाने कौतुक केले; पण त्यांनी त्यांच्या चांगल्या परिचयाच्या असलेल्या या चळवळीच्या नेत्याला चळवळीपासून दूर राहायला सांगितले; ते होते जॉर्ज जोसेफ, भारतीय ख्रिश्चनांमधील कदाचित गांधींचे सर्वोत्तम अनुयायी. एका शतकापेक्षाही जास्त काळापासून केरळमध्ये प्रामुख्याने पाय रोवून असलेल्या सीरियन ख्रिश्चन समाजाचे ते सदस्य होते. अहमदाबादजवळच्या गांधींच्या आश्रमात दाखल होण्यासाठी जोसेफ यांनी त्यांची चांगली चाललेली वकिली सोडली होती; जवाहरलाल नेहरूंच्या पिताजींनी, मोतीलाल नेहरूंनी त्यांना त्यांचे अलाहाबादहून निघणारे एक राष्ट्रवादी वृत्तपत्र 'इंडिपेंडन्ट'चे संपादक म्हणून कामावर ठेवले होते. त्यानंतर त्यांनी दोन वर्षे तुरुंगवास भोगला होता. त्याआधी महात्माजी जेव्हा स्वत: तुरुंगात होते, तेव्हा 'यंग इंडिया'चे संपादक म्हणूनही काम पाहिले होते. आता एवढे सगळे केल्यावर, त्यांना गांधींनी माघार घ्यायला सांगितली होती. गांधी त्यांना असे म्हणाले की, हे प्रकरण हिंदूंच्या संबंधी असल्यामुळे वायकोम सत्याग्रहात त्यांना जागा नाही.

'मला असे वाटते की, हिंदूंना त्यांचे काम करू द्यावे,' गांधींनी लिहिले. 'त्यांनी स्वत:ची शुद्धी करून घेणे गरजेचे आहे. तुम्ही तुमची सहानुभूती दर्शवून आणि लेखणीद्वारे मदत करू शकता; पण चळवळीचे आयोजन करून आणि सत्याग्रह करून नाही.'

हे पत्र जॉर्ज जोसेफना वेळेत मिळाले नाही. १० एप्रिलपर्यंत माधवन आणि इतरांना अटक झाल्यानंतर या नेत्यावर चळवळीचे नेतृत्व करण्याची जबाबदारी आली आणि ते द्विधा मन:स्थितीत सापडले. पोलिसांनी रस्ता बंद केला होता आणि त्रावणकोरला जी नकारात्मक प्रसिद्धी मिळत होती ती कमी करण्यासाठी त्यांनी कोणालाही अटक करणे थांबविले होते. म्हणून, त्यांनी गांधींना तार करून आंदोलकांना उपोषण करण्यास सांगितले. 'काही बदल हवा असेल तर सांगा,' तारेत म्हटले होते. 'तातडीने.' दुसऱ्या दिवशी पोलिसांनी एकतर त्यांचे धोरण बदलले किंवा

जोसेफ यांचा अपवाद केला : त्यांनी गांधींना पुन्हा तार करून कळविले की, त्यांना अटक झाली आहे आणि एखादा मोठा नेता किंवा गांधींचा मुलगा देवदास याला त्यांच्या जागी पाठविण्यात यावे.

हे दोन एकमेकांना छेद देणारे संदेश पोहोचेपर्यंत वायकोमचा सत्याग्रह दोन आठवड्यांचाही झाला नव्हता. शेवटी हे स्पष्ट झाले की, जोसेफ यांच्यासारख्या एका हिंदुबाह्य नेत्याने कोणतीही भूमिका बजावण्याच्या विरोधात गांधी होते; शिवाय कोणत्याही चळवळीची गती वाढविण्यासाठी उपोषण हे शस्त्र म्हणून वापरण्याच्याही ते विरोधात होते. तुमच्या राजकीय विरोधकांवर सक्ती करण्यासाठी उपोषण हे शस्त्र वापरायचे नसून, वचनांपासून ढळणाऱ्या तुमच्या मित्रांविरुद्ध आणि प्रिय व्यक्तींविरुद्ध वापरण्याचे आहे, नियम घालून देणाऱ्या गांधींनी फरमान काढले. आपण पुढे हे पाहूच की, या स्वतःच घालून दिलेल्या मानकापासून गांधी स्वतःच ढळणार होते. याबाबतीत इतरही काही अडथळे होते. चळवळ व्यापक करण्यासाठी त्रावणकोरच्या बाहेरून काँग्रेससमर्थक मोठ्या संख्येने आले होते, त्यालाही गांधींचा विरोध होता; परंतु त्यांनी स्वतः बिहार व गुजरातमधील त्यांच्या चळवळींना पाठिंबा मिळावा म्हणून पूर्वी बाहेरून मदत मागविली होती. काही शीख पंजाबहून सगळा भारत पालथा घालत सत्याग्रहींना जेवण पुरविण्यासाठी आले होते, त्यांना परत जाण्याची विनंती करण्यात आली. बाहेरून एखादा नेता मागविण्याबाबतही गांधींनी नाखुशी दर्शविली. नेतृत्व स्थानिकच असले पाहिजे, असे त्यांचे म्हणणे होते. माधवन यांनी मोठ्या मुश्किलीने काँग्रेसचे समर्थन मिळविले असले, तरी गांधींनी आता असा पवित्रा घेतला की, वायकोमचा संघर्ष हा काँग्रेसच्या दृष्टीने योग्य प्रकल्प म्हणता येणार नाही. ''यामध्ये राष्ट्रीय चळवळीचा संबंध आणला जाऊ नये,'' त्यांनी म्हटले. राष्ट्रीय चळवळीचा उद्देश ब्रिटिश सत्ता हटविण्याचा आहे आणि त्रावणकोर हे ब्रिटिश साम्राज्यांतर्गत येत नव्हते; तांत्रिकदृष्ट्या ते अजूनही एक भारतीय संस्थान होते, असा त्यांचा युक्तिवाद होता. काँग्रेस सदस्य त्यात भाग घेऊ शकत होते; पण केवळ एक व्यक्ती म्हणून, जणू ही स्वर्गातून झालेली आकाशवाणीच होती. दूरवर असलेल्या कॉन्स्टंटिनोपल येथील खिलाफतीच्या भविष्यासाठी राष्ट्रीय पातळीवर सुरू करण्यात आलेल्या चळवळीला त्रावणकोरहून मात्र माघार घ्यावी लागली.

आपल्या प्रत्येक पवित्र्यासाठी गांधींकडे युक्तिवाद तयार होते; ते सगळे एकाच निष्कर्षाप्रत येऊन पोहोचत होते : वायकोमची चळवळ ही कितीही न्यायसंगत असली, तरी तिचे स्वरूप स्थानिकच राहावे, अशी गांधींची इच्छा होती. त्यांनी राष्ट्रीय चळवळीला जे अस्पृश्यताविरोधाचे व्यासपीठ उपलब्ध करून दिले होते, विशेषतः त्यांची चळवळीवरील पकड सैल होते आहे असे जेव्हा त्यांना वाटले तेव्हा, त्याची आता येथे परीक्षा घेऊ नये, असे त्यांचे म्हणणे होते.

गांधी, राष्ट्रीय पातळीवर राजकीयदृष्ट्या आणि धार्मिकदृष्ट्यासुद्धा या सर्व गोष्टींचा विचार करत होते. जातीच्या प्रश्नाबद्दल त्यांचा दृष्टिकोन काय आहे हे जाणून घेण्याची वेळ आली तेव्हा त्यांनी तो स्पष्ट करण्यासाठी पारंपरिक पद्धतींचा आधार घेतला आणि मग त्यात संदिग्ध 'पण आणि परंतु' उपनियम घातले तेव्हा हिंदू सनातन्यांच्या मनात त्यांच्या मतांविषयी संशय निर्माण झाला. "मी स्वत: वर्णाश्रमावर विश्वास ठेवतो," ते नंतर म्हणाले. वर्णाश्रम म्हणजे परंपरागत चालत आलेल्या व्यवसायांनुसार समाजाचे विभाग पाडणे. जसे पुरोहित, योद्धे, व्यापारी किंवा शेतकरी (ब्राह्मण, क्षत्रिय, वैश्य इ.). नंतर त्यांनी पुस्ती जोडली, "अर्थात हे खरे आहे की, त्याचे मी लावलेले अर्थ वेगळे आहेत." त्यांचे 'स्वत:चे अर्थ' काय आहेत, याचे त्यांनी स्पष्टीकरण दिले नाही. कारण राजकीय कारणांसाठी उच्चवर्णीय हिंदूंना, स्वत:चा मूळचा सुधारकी पवित्रा न सोडता त्यांना विश्वास द्यायचा होता, त्यांच्यात विश्वास निर्माण करायचा होता.

त्यांची संदिग्धता हेतुपुरस्सर होती. सैद्धान्तिक पातळीवर, त्यांनी चार वर्णांबाबतची आपली मते हिंदू पोथ्या-पुराणांऐवजी जॉन रस्किनच्या लिखाणावरून बनविली होती. त्यांच्या मते हे वर्ण वर्गीकृत नसून साधारणपणे समान पातळीवर होते. सामाजिक सहकार्यासाठी ज्या स्थैर्याची गरज असते त्यासाठी ही चौकट लवचीक ठेवण्यात आली होती, असा त्या विधानाचा अर्थ होता आणि गांधींच्या मते भारतीय गावे अशा समाजरचनेनुसार असायला हवी होती; परंतु भारतीय गावे प्रत्यक्षात जशी होती किंवा पूर्वीपासून जशी चालत आली होती, त्याच्याशी या गोष्टीचा कधी संबंधच आला नव्हता. ही गावे छोट्या छोट्या उपजातींनी विभागली गेली होती; तेथे लहानसहान सामाजिक फायदे भांडून मिळवावे लागत होते किंवा जे मिळत होते, त्यांचे रक्षण केले जात होते. वर्णानुसार चार मोठे वर्ग या गावांमध्ये कधीच केले गेले नाहीत; ज्यांची व्याख्या गांधींनी पुढे जाऊन 'खरा समाजवाद' अशी केली होती. त्यांचा युक्तिवाद असा होता की, पारंपरिक वर्णाश्रम 'पूर्णपणे दर्जाच्या समानतेवर आधारित होता.' त्यांनी हेही मान्य केले की, अशी जातिव्यवस्था 'आज प्रत्यक्षात दिसून येत नाही.' धर्मनिरपेक्ष शब्दांत सांगायचे तर हे, खरा भांडवलवाद हाच खरा आदर्श समाजवाद आहे, असे म्हणण्यासारखे होते. गांधी या सगळ्याकडे एका पुनरुत्थानवाद्याच्या दृष्टिकोनातून बघत होते; पण प्रत्यक्षात गावांमध्ये ही समानता अस्तित्वातच नव्हती. त्यांचा अंत:स्थ हेतू काहीही असला, तरी त्याचा अर्थ त्यांना जातिव्यवस्था नष्ट करायची होती, असा सहजच काढता येऊ शकतो. गांधींना उच्चवर्णीयांचे मन वळवायचे होते, त्यांना विरोध करायचा नव्हता. अशा प्रकारे ते सामाजिक क्रांतीची नव्हे, तर स्थैर्याची हमी देत होते. म्हणून, त्या काळात त्यांनी ही गोष्ट मुद्दाम सांगितली की, अस्पृश्यतेचे निर्मूलन केले म्हणजे, उच्चवर्णीय हिंदूंनी

पूर्वी अस्पृश्य असलेल्यांबरोबर एकत्र भोजन घेतले पाहिजे, अशी सक्ती केली जाणार नाही; मग त्यांच्या मुलींचे विवाह त्या लोकांशी करणे ही तर फार दूरची गोष्ट झाली. अर्थात, ते स्वत: एकत्र जेवणावरील सामाजिक बंधनांना कधीच जुमानत नव्हते. या संदिग्धतेखाली एक आभासी विरोधाभास होता, ज्याच्याशी गांधी पुढची दोन दशके झुंजणार होते : भारतीय समाजाला एकत्रित बांधणारे तत्त्व म्हणून त्यांना वाटत होते की, जातिव्यवस्था कायम राखून, थोडी सुधारणा आणि मानवतावादी दृष्टिकोनाचा अंतर्भाव करून अस्पृश्यता निर्मूलन शक्य आहे.

त्यांना असे खरेच वाटत होते की तो त्यांचा एक व्यूहरचनात्मक चकवा होता? महात्माजींच्या निधनानंतर, बऱ्याच वर्षांनी जवाहरलाल नेहरूंनी एका मुलाखतकाराजवळ मत व्यक्त केले की, गांधींनी त्यांना एकदा नाही, तर अनेकदा खासगीत असे सांगितले होते की, अस्पृश्यतेच्या विरोधातील त्यांच्या लढ्याचे अंतिम ध्येय जातिव्यवस्था कायमची नष्ट करणे, हे होते. नेहरू १९५५ मध्ये काय म्हणाले, त्याचा हा वृत्तान्त :

> मी वारंवार गांधींशी बोललो : तुम्ही जातिव्यवस्थेवर थेट प्रहार का करत नाही? ते म्हणाले की, काही विशिष्ट आदर्श स्वरूप वगळता आपला जातिव्यवस्थेवर विश्वास नाही... आताची जातिव्यवस्था ही संपूर्णपणे वाईट आहे आणि ती नष्ट झाली पाहिजे. अस्पृश्यतेचे निर्मूलन करून मी तिला (जातिव्यवस्थेला) पूर्णपणे दुबळी करून टाकत आहे, ते म्हणाले. एखादी गोष्ट हाती घ्यायची आणि तिच्यावरच संपूर्ण लक्ष केंद्रित करायचे अशी त्यांची पद्धत होती. ते म्हणाले, जर अस्पृश्यता नाहीशी झाली, तर जातिव्यवस्थाही नाहीशी होईल, म्हणून मी त्यावर लक्ष केंद्रित करत आहे.

गांधींच्या पवित्र्यातील संदिग्धता दूर करण्याचा नेहरू प्रयत्न करत होते, अशी शंका कोणी घेऊ शकते; पण १९३४ मध्ये एका अमेरिकन व्यक्तीला पाठविलेल्या पत्रात गांधींनी लिहिलेल्या मजकुराचा आशय त्यानंतर आलेल्या नेहरूंच्या कथनाच्या जवळ जाणारा आहे. गांधींनी लिहिले होते, 'आता जी जातिव्यवस्था अस्तित्वात आहे, ती हिंदू-जीवनाचा विनाश करणारी आहे. अस्पृश्यता निर्मूलनाची ही महान चळवळ जातिव्यवस्थेच्या मुळावर घाव घालणारी आहे.' त्याच वर्षी त्यांच्या परिवारातील एकाशी त्यांचे याच विषयावर अधिक नेमकेपणाने बोलणे झाले. "जर अस्पृश्यता नष्ट झाली, तर आपल्याला आज माहीत असलेल्या जातीही नष्ट होतील." अखेरीस, त्यांनी आपला वर्णविषयक आदर्शवाद सोडून दिला. १९३६ मध्ये ते म्हणाले, "जात ही आध्यात्मिक आणि राष्ट्राच्या वाढीसाठी हानिकारक

आहे.'' १९४२ मध्ये त्यांनी असे म्हटल्याचे समजते की, जातिव्यवस्था जर अशीच कायम राहिली, तर मला 'जगण्यात काहीही रस उरणार नाही.' शेवटी १९४५ मध्ये ते म्हणाले, ''राहिलेल्या एका वर्णाने शूद्रांना म्हणजे परंपरेने सर्वांत खालच्या जातीतील लोकांना, मूलत: शेतकरी वर्गाला आणि 'अतिशूद्रांना किंवा हरिजन किंवा अस्पृश्यांना आपलसं केलं.'' पुन्हा एकदा त्यांनी सांगितले की, 'उच्च-नीच' भेदभाव करणे हे पाप आहे. आपला दृष्टिकोन बदलला असल्याचे त्यांनी मान्य केले. आपण यापुढे जातिव्यवस्थेला एक स्वीकारण्यायोग्य चेहरा प्रदान करण्याचा प्रयत्न करणार नसल्याचे ते म्हणाले. एखाद्या विषयाबद्दल त्यांची विचारधारा जाणून घेण्याचा एकमेव विश्वसनीय मार्ग म्हणजे त्यांनी त्या विषयावर केलेले ताजे वक्तव्य होय, हे गांधींनी नेहमीच दाखवून दिले.

जातिव्यवस्थेबद्दल हे त्यांचे अंतिम विचार असू शकतील; पण अठरा वर्षांपूर्वी वायकोम सत्याग्रहाच्या वेळी त्यांना जे म्हणायचे होते त्याचा आशय हा नव्हता. त्या वेळी, 'अज्ञानाच्या खोल काळ्या अंधाराचा आणि अंध रूढी-परंपरांचा' धिक्कार करणाऱ्या गांधींच्या शब्दांमधील आणि त्यांच्या विचारधारेला चिकटून राहण्याचा प्रयत्न करणाऱ्या समर्थकांवर त्यांनी जी कडक बंधने घातली त्या कृतीमधील विरोधाभासाने त्यांचे त्रावणकोरचे समर्थक इतके गोंधळले की, त्यांनी आपल्यातील दोघांना आदरणीय नेत्याच्या पायांशी बसून, त्यांनी त्यांच्या शिकवणीचा ते आग्रहपूर्वक घालत असलेल्या व्यूहरचनात्मक बंधनांशी कसा मेळ घातला, ते ऐकण्यासाठी पाठविले.

ही भेट झाली तेव्हा चळवळ सुरू होऊन सात आठवडे झाले होते. गांधींना विचारण्यात आले की, दूरदेशीच्या खिलाफत चळवळीसाठी हिंदूंनी निदर्शने करणे बरोबर आणि त्रावणकोरमधील सार्वजनिक रस्त्याच्या वापराचे हक्क मिळविण्यासाठी लढणाऱ्या 'अस्पृश्यांना' हिंदुबाह्यांनी दिलेला पाठिंबा चुकीचा, असे का? या विषयावरील काँग्रेसने केलेल्या घोषणेनुसार, अस्पृश्यता आणि शिवाशीव हे वायकोमचे स्थानिक प्रश्न का समजले जावेत, ते राष्ट्रीय स्तरावरील मोठे प्रश्न का समजले जाऊ नयेत? गांधींनी स्वत: दिलेल्या सत्याग्रहाच्या शिकवणुकीनुसार जर त्यांचे महाराज एक लोकहितैषी शासक म्हणून आदरणीय आणि प्रिय असतील, तर त्यांचे निष्ठावंत प्रजाजन 'त्यांचे कठोर हृदय विरघळावे म्हणून आणि त्यांच्या वेदनेद्वारे त्यांना जिंकावे म्हणून' उपवास का करू शकत नव्हते? जो काही तर्क हाताशी लागेल तो अनुसरून महात्माजी उत्तरे देत असत. ती आग्रहपूर्वक आणि निर्धाराने दिलेली असत. ते जेव्हा प्रश्नांना बगल द्यायचे नाहीत, तेव्हा ते त्या प्रश्नांची पुनर्निर्मिती करायचे आणि इंचभरही माघार न घेता ते पुन्हा समोरच्या पक्षाकडे परतवायचे. 'बाहेरच्या मदतीमुळे तुम्ही केलेला त्याग फिका पडेल,' त्यांनी जाहीर केले. याचप्रमाणे, 'हा पूर्णपणे हिंदूंचा प्रश्न आहे आणि म्हणून या लढ्यात हिंदुबाह्य

घटकांना कोणतेही स्थान नाही.'

गांधी या ठिकाणी हिंदूंचे नेते म्हणून बोलत होते की राष्ट्रीय चळवळीचे नेते, हे स्पष्ट होत नाही. ते गांधी असल्यामुळे याबाबतीत त्यांना कोणी स्पष्टीकरणही विचारणे शक्य नव्हते. त्यांना सनातनी हिंदूंविषयी वाटणाऱ्या काळजीमुळे त्यांच्या उत्तरांचे दोन अर्थ निघू शकतात. "हिंदुबाह्य घटकांच्या हस्तक्षेपामुळे, ज्या सनातनी समाजघटकाला तुम्हाला तुमच्या प्रेमाने जिंकून घ्यायचं आहे आणि त्यांचं मतपरिवर्तन करायचं आहे, त्यात बाधा येईल," ते म्हणाले. या ठिकाणी, ते एक हिंदू म्हणून बोलत आहेत, असे वाटते. "वायकोमचा प्रश्न जरी राष्ट्रीय स्तरावरचा मानला, तरी त्यासाठी संपूर्ण भारताने किंवा एका मध्यवर्ती संघटनेने संघर्ष करावा हे व्यावहारिकही नाही आणि इष्टही नाही. यामुळे गोंधळ आणि अराजक माजेल," ते पुढे युक्तिवाद करतात : या ठिकाणी एक राष्ट्रीय नेता असे सुचवत आहे की, काँग्रेस याआधीच पुष्कळ विभागली गेली असून, तिच्यात बरीच मोठी फूटही पडली आहे.

ज्यांना अस्पृश्यांच्या प्रश्नाबद्दल सहानुभूती होती अशा गांधींना भेटायला गेलेल्या दोन उच्चवर्णीय हिंदूंच्या मनातील चळवळ पुढे नेण्याविषयीचा गोंधळ फार कमी झाला नाही. त्या चळवळीचे महत्त्व गांधींनी आधीच कमी केले होते. ते दोघे परत आल्यावर त्यांना सत्याग्रहाची छावणी 'पूर्णपणे गोंधळलेली' दिसली, असे टी.के. रवींद्रन या केरळी इतिहासकाराने लिहून ठेवले आहे. या इतिहासकाराने त्रावणकोरच्या मल्याळम भाषेतील अभिलेख व दस्तऐवजांचे संशोधन करून या प्राथमिक स्रोतांवर आधारित या चळवळीचा निवेदनात्मक स्वरूपाचा एकमेव इतिहास लिहिला आहे. गांधींच्या आदेशांचा अर्थ लावताना आणि त्यांचे पालन करताना चळवळ अर्धमेली झाली होती. हजारो निम्नजातीय इझावा आणि उच्चवर्णीय नायर यांच्या संयुक्त सभेला आशीर्वाद देण्यासाठी स्वामी श्रद्धानंदांनी हजेरी लावली. या सभेच्या नुसत्या होण्याने एक नवीन मानदंड तयार झाला. या सभेने महाराजांकडे सत्याग्रहाला पाठिंबा व्यक्त करण्यासाठी आणि सुधारणा घडवून आणण्याची मागणी करण्यासाठी एक शिष्टमंडळ पाठविले.

त्यानंतर ऑगस्टमध्ये राजाचे निधन झाले. राजाचा वारस वयाने लहान असल्यामुळे त्याच्या चुलतीकडे राज्यकारभाराची सूत्रे सोपविण्यात आली. तिने गादीवर येताच पहिली कृती काय केली, तर सत्याग्रहात भाग घेतल्यामुळे पाच महिने कैदेत असलेल्या सगळ्यांना सोडून दिले. मुक्त झालेल्या नेत्यांनी याचिकांवर उच्चवर्णीय हिंदूंच्या सह्या घेण्याची मोहीम धडाक्यात सुरू केली. या याचिकेत लिहिले होते, 'आम्ही आदरपूर्वक आणि विनयपूर्वक प्रार्थना करतो की, महाराजांनी सर्व रस्ते तसेच सार्वजनिक संस्थांचे सर्व वर्ग महाराजांच्या सर्व जातींच्या विनम्र प्रजाजनांसाठी जातिधर्माचा कोणताही भेदभाव न करता खुले करण्याची कृपा करावी.' या आशांवर

राजाकडून मिळालेल्या थंड प्रतिसादाने पाणी फिरवले. त्यानंतर कठोर बनलेल्या स्वामी श्रद्धानंदांनी मग गांधींना वायकोमचा प्रश्न धगधगता ठेवण्याची विनंती केली.

आजपर्यंत, म्हणजे सुमारे वर्षभर रिमोट कंट्रोलने ही सत्याग्रह चळवळ चालवत असलेले गांधी जेव्हा अखेरीस मोटरबोटीने ९ मार्च १९२५ रोजी वायकोमच्या धक्क्यावर पोहोचले, तेव्हा त्यांनी नुकतीच राष्ट्रीय चळवळीचे नेतृत्व त्यागण्याची इच्छा प्रदर्शित केली होती. महात्माजींनी राष्ट्रीय राजकारणातून संभाव्य माघार घेण्याचा हा अनेक प्रसंगांतील एक होता.

फेब्रुवारी १९२४ मध्ये तुरुंगातून सुटल्यावर त्यांनी भारतीय राष्ट्रीय काँग्रेसपुढे एक प्रस्ताव ठेवला होता, ज्याला त्यांनी 'जनरल म्हणून नोकरीवर घेण्यासाठी केलेला अर्ज' म्हटले होते. अर्थातच, त्यांना कमांडिंग जनरल असे म्हणायचे होते. मग त्यांनी मागणी केली, ''जनरलला त्याच्या आज्ञा पाळणारे सैनिक असणे आवश्यक होते.'' वर्ष संपेपर्यंत, ते स्वत:ला केवळ 'एक अहिंसक सैनिक' म्हणवून घेऊ लागले; 'सगळ्यांचा एकमुखी होकार' मिळविण्यात आपण अपयशी ठरल्याची कबुली त्यांनी दिली. चळवळीच्या दृष्टिकोनातून पाहता, त्यांनी एक पाऊल मागे घेतले होते, त्यांचा संबंध केवळ दैनंदिन राजकारणाशी उरला होता. बाहेरून बघताना, ते अजूनही राष्ट्रीय नेते होते. केरळमध्ये त्यांचे आगमन ही खूप मोठी घटना होती. मच्छीमारी करणाऱ्या बोटींचा एक छोटा समूह आणि भात व इतर माल वाहून नेणारी सपाट तळ असलेली जहाजे, नेत्याला बसवून घेऊन येणाऱ्या दुसऱ्या एका बोटीच्या मागे मागे जाऊ लागली. गांधींच्या बोटीच्या दोन्ही बाजूंना दोन लांब 'सर्प-बोटी' होत्या. शर्यतीसाठी वापरण्यात येणाऱ्या बोटींपेक्षा मोठ्या असलेल्या या बोटींमध्ये डझनभर नावाडी, सुकाणूधारक आणि मोठ्या समारंभांच्या प्रसंगी गाणेबजावणे करणारेसुद्धा बसत असत. अर्थात, हासुद्धा तसाच एक प्रसंग होता.

त्या काळी वायकोमची लोकसंख्या पाच हजारांच्या आत होती. २००८ पर्यंत उघडला न गेलेला आणि आता, वायकोम सत्याग्रहाचे स्मारक बनलेला धक्का, दोन मैलांपर्यंत लोकांच्या गर्दीने फुलून गेला होता, अशी बातमी मल्याळम भाषेतील मुख्य स्थानिक वृत्तपत्र 'मल्याळा मनोरमा'मध्ये देण्यात आली होती. प्रत्येकजण गांधींना बघायला उत्सुक होता. त्या लोकांमध्ये मनातल्या मनात निराश झालेले जॉर्ज जोसेफ नव्हते; त्यांनी काँग्रेसचा राजीनामा दिला होता आणि वकिली सुरू केली होती. त्याशिवाय मंदिरावर सत्ता असलेले ब्राह्मण आणि त्यांचे समर्थकही अनुपस्थित होते. त्यांच्या उच्च पदाला शोभेल अशा शिष्टाचाराचे पालन करताना त्या पुजाऱ्यांनी गांधींना भेटीची गरज असेल तर त्यांनी भेटीला यावे, असा पवित्रा घेतला.

गांधींनी पहिली गोष्ट तीच केली. त्यांना मिळालेल्या औपचारिक प्रतिसादानुसार सनातन्यांचा प्रमुख इंदनतुरुत्तिल नंबियातिरी यांच्या घरी जाण्यासाठी त्यांना अनुमती

देण्यात आली. हे घर अस्पृश्यांना निषिद्ध असलेल्या मंदिराच्या आवारातील एका भागात होते. गांधी स्वत: तेथे क्षमाशील बनून गेले होते. ब्राह्मण नसलेला हा बनिया प्रेषित पुजाऱ्याच्या घरात बोलावण्याइतका उच्च जातीचा नव्हता; त्याऐवजी ही भेट बाहेर बगिच्यातील एका मंडपात झाली. त्रावणकोर पोलिसांबरोबर एक स्टेनोग्राफर होता. प्राध्यापक रवींद्रन यांनी या तीन तासांच्या संभाषणाची एक प्रत या संस्थानाच्या अभिलेखागारातून मिळविली. आज, ही प्रत म्हणजे गांधींच्या जातिव्यवस्थेवरील विचारांचे सर्वसमावेशक आणि चित्तवेधक विवरण किंवा दबावाखालील त्यांच्या बौद्धिक चापल्याचे उदाहरण मानायला हवे. यावरून एक प्रश्न निर्माण होतो की, गांधी सनातन्यांबरोबर समपातळीवर येण्यासाठी समान दृष्टिकोनाच्या शोधात होते, जसे एखादा अमेरिकन राजकारणी धर्मप्रसारक ख्रिश्चनांच्या भेटीदरम्यान करेल तसे किंवा त्यांचा स्वत:चा सनातनी पवित्रा पणाला लावत होते. काही वेळा ते सॉक्रेटिससारखे भासत होते, सनातन्यांच्या श्रद्धांना धक्का देण्यासाठी तयार केलेल्या प्रश्नांचा त्यांच्यावर भडिमार करत होते; पण इंदनतुरुत्तिल नंबियातिरीच अधिकतर उलटतपासणी घेत होते असे दिसते.

"हिंदू शास्त्रांमधील ईश्वरी अंशाला महात्माजी मानतात का?" त्यांनी सुरुवात केली. गांधी उत्तरले, "हो."

"महात्माजींचा कर्माच्या नियमांवर विश्वास आहे का?"

पुन्हा उत्तर आले, "हो."

"त्यांचा पुनर्जन्मावर विश्वास आहे का?"

"हो."

असे असल्यामुळे गांधींपुढे एक सर्वसामान्य, आपण म्हणू की निर्देशात्मक हिंदू सिद्धान्त मांडला गेला : की या बहिष्कृत समाजाला त्यांच्या पूर्वजन्मातील कुकर्मांची फळे मिळत होती. गांधींनी उत्तर दिले, "आपण एकवेळ हे गृहीत धरू." नंतर त्यांनी प्रतिप्रश्न केला की, ही शिक्षा देण्याचा अधिकार उच्चवर्णीयांना कोणी दिला? एखाद्या किड्याला झटकावे तसा हा प्रश्न त्या ब्राह्मणाने झटकून टाकला. "हा देवाचा आदेश आहे, अशी आमची श्रद्धा आहे," ते म्हणाले.

"बरोबर, बरोबर!" गांधी उत्तरले. ते अजूनही वाद घालत होते, अजूनही ते आपला मुद्दा पुढे दामटत होते.

नंतर, याच मुद्द्यावर अधिक खोलात जाऊन त्यांना बोलते केले. मात्र, त्यांनी बचावात्मक पवित्रा कायम ठेवला : "मी हे मान्य केलं आहे की, कर्मांमधील वेगळेपणामुळे जन्मही वेगळा मिळतो; पण याचा अर्थ असा नाही की, तुम्ही एका माणसाला नीच आणि दुसऱ्याला उच्च समजावं." येथे गांधी स्वत:च्याच शब्दजालात अडकले आहेत असे वाटते.

पूर्वजन्मीच्या दुष्कृत्यांमुळे आज अस्पृश्य लोक अस्पृश्य आहेत आणि तरीही उच्च-नीच हे समान मानले जावेत हे त्यांचे दोन्ही मुद्दे अगदी परस्परविरोधी नसले, तरी विरोधाभासाच्या अगदी जवळ होते. आपण हे विचारले पाहिजे, यापैकी कोणत्या गोष्टीवर गांधींचा सर्वांत जास्त विश्वास होता; जेव्हा ते येथे अस्पृश्यांना आपल्या भागातील नागरिकांच्या सार्वजनिक ठिकाणी जवळ जाण्याचा हक्क मिळावा, यासाठी युक्तिवाद करायला आले होते? आजपर्यंत त्यांच्या आयुष्यात थोडा तरी ठामपणा असेल तर त्यांचे उत्तर स्वाभाविक असायला हवे होते. त्यांचे वय जेमतेम पंचवीस वर्षांचे असताना प्रिटोरियातील वृत्तपत्राला आपल्या पहिल्या पत्रात त्यांनी लिहिले होते, 'कोणताही भारतीय जन्माने कूली नसतो.' उच्चवर्णीय हिंदूंपेक्षा ज्यांच्यासोबत दक्षिण आफ्रिकेत पदयात्रा काढली ते कंत्राटी मजूर त्यांना जास्त 'आपलेसे' वाटतात, असे भारतात परतल्यावर दोनच आठवड्यांत मुंबईत झालेल्या गार्डन पार्टीत त्यांनी सांगितले होते. "मला स्वत:ला भंगी म्हणवून घेताना कोणतीही लाज वाटत नाही," दुसऱ्याच दिवशी त्रावणकोरच्या महाराणीला त्यांनी सांगितले. हेच वाक्य त्यांनी फार वर्षांपूर्वी दक्षिण आफ्रिकेत नाकारले होते आणि येथे प्रारब्धाचा सिद्धान्त समोर मांडल्यावर ते तोंडातल्या तोंडात 'बरोबर, बरोबर!' असे पुटपुटले. एक असा सिद्धान्त, जो अस्पृश्यतेचे आणि त्या अनुषंगाने येणारी दारुण विषमता यांचे स्पष्टीकरण पूर्वजन्मी केलेल्या दुष्कृत्यांमध्ये आहे असे सांगतो. भारताने आणि हिंदू शास्त्रांच्या सखोल वाचनाने त्यांना अधिक सनातनी बनविले असेल, हे शक्य आहे. अधिक पटण्यायोग्य स्पष्टीकरण असे आहे की, गांधी पूर्वी एकदा म्हणाल्याप्रमाणे, ते स्वत:ला या शक्यतेवर विश्वास ठेवायला भाग पाडत असतील की, 'हिंदू समाजाची स्वच्छता' करता येईल आणि या ठिकाणी अशी स्वच्छता करण्याचे काम ते करत आहेत, असे त्यांना वाटत असेल. काहीही असले तरी स्वत:ला सनातनी हिंदू म्हणवून घेण्याची ही त्यांची पहिलीच वेळ नव्हती. 'दडपलेल्या वर्गांच्या' परिषदेमध्ये चार वर्षांपूर्वी भाषण करताना 'जोपर्यंत हिंदू स्वेच्छेने अस्पृश्यतेला आपल्या धर्माचा एक भाग मानत नाहीत, तोपर्यंत स्वराज्य मिळणे शक्य नाही,' असे ते म्हणाले होते. या ठिकाणी एक गोष्ट नवीन होती, ती म्हणजे, त्यांनी त्यांचे वेळापत्रक बदलले होते–चार्ल्स ॲन्ड्र्यूजना त्यांनी सुचविले होते की, अस्पृश्यता निर्मूलनासाठी ब्रिटिशांच्या निघून जाण्याची वाट बघावी लागेल–म्हणून पूर्वजन्मीच्या प्रभावाबद्दल तात्त्विक वाद घालण्याची त्यांची कितीही इच्छा असली, तरी आता ती वेळ नव्हती. रस्ते खुले करण्यासाठी पुजाऱ्यांचे मन वळविणे त्या क्षणी पुरेसे होते.

गांधींनी वायकोमला दिलेल्या आश्चर्यजनक उलटसुलट उत्तरांवर नेहरूंनी १९५५ मध्ये घेतलेला संक्षिप्त आढावा काही प्रकाश टाकू शकतो : 'लोकांच्या गाढ श्रद्धांच्या बाबतीत त्यांना डिवचणे, ही त्यांची पद्धत नव्हती... गांधी नेहमी

जनसमूहाचा आणि भारतीयांच्या मानसिकतेचा विचार करायचे आणि ती मानसिकता अधिकाधिक उंचावत नेण्याचा प्रयत्न करायचे; तिला विचार करायला भाग पाडण्यासाठी हळूहळू एकेक खाद्य पुरवायचे; त्याचबरोबर ती अस्वस्थ किंवा निराश होणार नाही याचीही दक्षता घ्यायचे.' दुसऱ्या शब्दांत सांगायचे तर, त्यांचा असा विश्वास होता की, नैतिक मतपरिवर्तन करून आणि स्वत:चे उदाहरण देऊन ते ब्राह्मण आणि अस्पृश्यांमध्ये भारतीय राष्ट्रप्रेमाची, आपलेपणाची भावना जागवू शकतील.

"आंधळी सनातनी प्रवृत्ती आणि त्या आंधळ्या सनातनी प्रवृत्तीचे बळी यांना सांधणारा पूल बनण्याचा मी प्रयत्न करत आहे," त्यांनी स्पष्ट केले. "मी सनातन्यांमध्ये आणि त्यांच्यामुळे जे गांजले आहेत त्यांच्यामध्ये शांती आणि मैत्री जागवण्यासाठी आलो आहे," 'मल्याळा मनोरमा'ला त्यांनी सांगितले. दुसऱ्या शब्दांत, ते स्वत:ला एक धर्मयोद्धा नव्हे, तर एक मध्यस्थ म्हणवून घेतात. अशा प्रकारे स्वत:च स्वत:ला नियुक्त केल्यावर, ते वायकोमलादेखील कोणा एकाची बाजू घेऊन दुसऱ्याच्या विरोधात उभे राहणार नव्हते; येथे तर त्यांना उघड दिसत होते की, सनातनी हिंदूंची संख्या अगदी मूठभर होती. ही कोंडी फोडण्यासाठी त्यांनी 'खिलाडूवृत्तीने' अशी सूचना केली की, केवळ उच्चवर्णीय हिंदूंमध्ये जनमत घेऊन हे खुल्या रस्त्यांचे प्रकरण मिटवावे; परंतु उच्चस्थानी असलेले पुजारी तत्त्वांवर अडून बसले. "हा विषय आम्ही मतदानासाठी मांडू शकत नाही," इंदनतुरुत्तिल नंबियातिरी उत्तरले.

गांधी फाटकातून बाहेर पडल्यावर त्वरित त्या ब्राह्मणाने त्या मंडपात शुद्धीकरण समारंभ केला, जेणेकरून महात्म्याबरोबर जो काही विटाळ आत आला असेल, तो नष्ट व्हावा. आज, त्या जुन्या पुजाऱ्याच्या दंडकानुसार पाहायला गेले तर ती जागा म्हणजे प्रदूषणाचे आगर बनले आहे! कारण १९५७ मध्ये त्यांचे निधन झाल्यावर या घराची मालकी कम्युनिस्ट पक्षाशी संलग्न असलेल्या वायकोम, तालुका तोड्डी टॅपर्स युनियन व्यापारी संघटनेकडे गेली. हातोडा आणि विळ्याचे चिन्ह असलेला लाल झेंडा आता तेथे दिमाखात फडकत असतो.

इतिहासातील उतार-चढावाचे हे आत्यंतिक अ-गांधीवादी स्मारक बघितल्यानंतर मी शेजारीच आणखी एका ओल आलेल्या इमारतीत गेलो, जेथे नंबियातिरींची वृद्ध मुलगी आणि जावई राहतात. तेथे मी जी कहाणी ऐकली ती बदल अजिबात नको असलेल्या हटवादी माणसाची नव्हती. गांधींच्या पहिल्या भेटीनंतर एक दशकाने, राजाच्या हुकमावरून त्रावणकोरमधील सर्व मंदिरे सर्व प्रकारच्या हिंदूंसाठी, बहिष्कृत जातींसाठीही खुली करण्यात आली. तळागाळातील लोकांच्या येण्याने धार्मिक विटाळ होईल, अशी भावना पारंपरिक करून घेतली होती. हा विटाळ टाळण्यासाठी

अनेक नंबुद्रींनी शिवमंदिरात पूजा-अर्चा करणे बंद केले. राजाज्ञेने जर सगळे रस्ते व मंदिरे खुली केली गेली तर हेच करण्याची धमकी इंदनतुरुत्तिल नंबियातिरींनी गांधींना दिली होती. "आम्ही सर्वजण त्या रस्त्यांवर आणि मंदिरांवर बहिष्कार टाकू," ते म्हणाले होते; पण जेव्हा अशी वेळ आली तेव्हा बहिष्कार टाकणाऱ्यांमध्ये हे पुजारी नव्हते. त्यांनी शिवमंदिरातील पूजा-अर्चा सुरूच ठेवली. दुसऱ्या शब्दांत सांगायचे तर, त्यांनी त्यांचे काम सुरूच ठेवले. एक निवृत्त वनस्पतिशास्त्रज्ञ असलेले त्यांचे जावई कृष्णन् नंबुथिरी म्हणाले, "ते बदलाला सामावून घ्यायला तयार होते. ते फार संतुलित विचारांचे होते. ते भावनांबरोबर वाहत जाणारे नव्हते."

त्यांना गांधींबद्दल काय वाटायचे, मी विचारले. "त्यांनी कधीही गांधींचा तिरस्कार केला नाही," तो वृद्ध म्हणाला. गांधींनी त्या शेजारच्या घराला भेट देऊन पंच्याऐंशी वर्षे झाल्यावर, त्यांच्या हत्येनंतर पासष्ट वर्षांनी दिल्या गेलेल्या या उत्तरात त्यांनी त्या दिवशी सामना केलेल्या सनातनी दृष्टिकोनातील शेवटचा विझणारा निखारा चमकला.

त्या दिवशी ब्राह्मणांच्या भेटीनंतर रिकाम्या हाताने गांधी वीस हजार लोकांना संबोधित करायला गेले. काहीतरी निकाल लागेल या आशेने लोक जवळच वाट बघत थांबले होते. त्यांना अपयशाची कबुली मिळाली; पण पराभवाची नाही. गांधींनी बोलायला सुरुवात केली, "तुम्हाला हे माहीतच आहे की, दक्षिण आफ्रिकेतील दीर्घ वनवास संपवून मी जेव्हापासून भारतीय भूमीवर पाऊल ठेवलं आहे, तेव्हापासून अस्पृश्यतेच्या प्रश्नाबाबत मी मोकळेपणाने, निर्भयपणे आणि मुक्तपणे बोलत आलो आहे."

गांधींना अशा प्रकारे आपली सुधारकी पात्रता सिद्ध करण्याची गरज भासावी, ही आश्चर्याची गोष्ट आहे. आपण विविध प्रकारच्या श्रोत्यांसमोर बोलत आहोत याची कदाचित गांधींना जाणीव असावी. एक प्रकार होता सत्याग्रह करणाऱ्यांचा आणि त्यांच्या समर्थकांचा, दुसऱ्या प्रकारचे श्रोते सनातनी होते आणि शेवटी बहुसंख्य असे प्रेक्षक होते, जे केवळ दर्शनात धन्यता मानणारे होते. "मी सनातनी हिंदूच आहे," दुसरी दिशा पकडून ते म्हणाले. "म्हणून मी माझ्या सनातनी मित्रांशी चर्चा करायला आलो आहे. मी त्यांना विनवायला आलो आहे... मी जो प्रभाव त्यांच्यावर पाडण्याच्या अपेक्षेने आलो होतो, तो पाडू शकलो नाही, याचं मला वाईट वाटतं." ज्या जिंकण्याच्या आत्मविश्वासाने त्यांनी ब्राह्मणांशी बातचीत सुरू केली होती, तो तसाच होता. याही वेळी तो त्यांना सोडून गेला नाही. एक वर्षापासून जे लोक 'सभ्यपणे लढत होते' त्यांचे अभिनंदन करून गांधींनी धीर धरण्याचा सल्ला दिला. सरकारी हस्तक्षेपाशिवाय 'तर्कसंगत उपाय' अजूनही सापडू शकतो,

असा त्यांना विश्वास होता. महत्त्वाचे म्हणजे, त्या दुपारी ज्या पुजाऱ्यांच्या काळजाला हात घालण्यात त्यांना अपयश आले होते, त्यांचे हृदय अस्पृश्यांच्या दयनीय स्थितीमुळे पाझरण्याची वाट बघायला हवी, असे गांधींचे त्यांना सांगणे होते. आदराची भावना मनात घेऊन बसलेल्या श्रोत्यांपैकी काहींनी निराशेने आणि असहमतिदर्शक माना हलविल्या.

दुसऱ्या दिवशी गांधी सत्याग्रहींना भेटायला त्यांच्या घरी गेले, तेव्हा आणखी काही शंका उपस्थित झाल्या. हा संघर्ष किती काळ चालेल, असे एकाने विचारले. ''काही दिवस किंवा अनंतकाळ,'' गांधींनी रूक्षपणे उत्तर दिले. त्यांनी नि:स्वार्थीपणाचा एक मानदंड उभा केला; पण या चळवळीपासून ते फार दूर असल्याचे भासले. ते पुन्हा आपल्या दक्षिण आफ्रिकेतील दिवसांकडे वळले. तेथील पहिली सत्याग्रहाची चळवळ एक महिन्यात संपेल, असे त्यांना वाटले होते. ''ती बरोबर आठ वर्षं चालली,'' ते म्हणाले. कोणीतरी त्यांना आमरण उपोषणाबद्दल विचारले. त्यावर महात्माजींनी, 'तुम्हाला मरू द्यावे, असा मी लोकांना सल्ला देईन,' या उत्तराने तो प्रश्न हवेतच विरून गेला.

अशी कोणती गोष्ट त्यांना रोखत होती? गांधींच्या त्रावणकोरच्या तीन दौऱ्यांपैकी पहिल्या दौऱ्याकडे पाहता हा प्रश्न वारंवार उपस्थित होतो. त्यांची संदिग्ध उत्तरे त्या वेळीही असमाधानकारक होती आणि आजही आहेत. केरळच्या बाहेर, वायकोम सत्याग्रहातील गांधींच्या भूमिकेबद्दल एकमुखाने असे म्हटले जाते की, त्यांची मूल्ये जपणारी होती : अस्पृश्यतेला असणारा त्यांचा ठाम विरोध, अहिंसेवर असणारी त्यांची गाढ श्रद्धा. केरळमध्ये, जेथे हा इतिहास लोकांना अधिक चांगल्या पद्धतीने माहीत आहे, तेथे सामान्यत: असे म्हटले जाते की, जातिव्यवस्थेविषयी गांधींच्या मनात सुप्तावस्थेत पण निश्चितपणे असलेला जिव्हाळाच त्या वेळी दिसून आला. या ठिकाणी एक गोष्ट प्रकर्षाने दिसून येते, ती म्हणजे, स्वत: गांधी असण्याची अडचण; गांधी म्हणून आपल्या विविध उद्दिष्टांमध्ये समतोल राखण्यासाठी करावी लागणारी कसरत आणि विशेषत: भारतीय समाजात बदल घडवून आणण्यात येणाऱ्या अडचणी, चळवळीत फूट न पाडता आणि 'गडबड-गोंधळा'ची बीजे न पेरता करण्याचे अस्पृश्यता निर्मूलन. तीन वर्षांपूर्वी चौरीचौऱ्याच्या हिंसक घटनेनंतर नेतेपदाची वस्त्रे खाली ठेवल्यानंतर अहिंसक प्रतिरोधाची चळवळ सुरू करण्यास ते अनुत्सुक होते.

त्यानंतर गांधींच्या दौऱ्यात, 'एक जाती, एक धर्म' या घोषणेचे स्थानिक प्रेषित नारायण गुरू यांच्या भेटीदरम्यान जात, अस्पृश्यता आणि सामाजिक कृती हे विषय चर्चेला आले. या दोन ऋषींची ही पहिलीच भेट होती. त्यांनी दोन तास चर्चा केली. नंतर नारायण गुरूंच्या शेकडो समर्थकांशी बोलण्यासाठी गांधी बाहेर आले. त्यांपैकी

बहुतेक लोक इझावा जातीचे होते, या गटाने स्वत:ला अस्पृश्यतेच्या खाईतून अक्षरश: खेचून बाहेर काढले होते. तरीही, गांधींनी ते 'निम्नवर्गीय' असल्याने त्यांच्याशी संवाद साधला. "केवळ त्रावणकोरमध्येच नाही तर संपूर्ण भारतात शोषित वर्गात उतावीळपणा करण्याची लाटच आली आहे," ते म्हणाले. त्याचा अर्थ सनातन्यांविषयीचा उतावीळपणा. "हे चुकीचं आहे, हे मी खात्रीपूर्वक सांगू शकतो," ते पुढे म्हणाले. नारायण गुरू सूतकताई करतील, असे वचन आपण त्यांच्याकडून घेतल्याची घोषणा गांधींनी केली.

या भेटीचा अत्यंत पक्षपाती वृत्तान्त नारायण गुरूंच्या समर्थकांकडून पुढील पिढ्यांपर्यंत पोहोचविला गेला आहे. त्यात त्यांनी महात्माजींना नव्हे, तर त्यांच्या गुरूंना शिक्षकाच्या रूपात रंगविले आहे. त्यात असे म्हटले आहे की, त्या दिवशी अखेरीस गांधींचे जातीविषयक विचार अधिक सखोल आणि सुधारकी झाले. आपल्या गुरुकेंद्रित दृष्टिकोनाने वाहावत गेलेल्या, त्या चळवळीच्या मूळ आयोजकाच्या मुलाने, बाबू विजयनाथने मला सांगितले, "त्या दिवशी गांधी महात्मा झाले." प्रत्यक्षात, या भेटीनंतर बाहेर आलेले गांधी आत गेलेल्या गांधींसारखेच वागत-तोलत होते : स्वत:बद्दल पूर्ण खात्री असलेले आणि स्वत:च्या अंत:प्रेरणांवर विश्वास असलेले, दुसऱ्यांच्या युक्तिवादाने मुळीच प्रभावित न होणारे. नारायण गुरूंनी त्यांना सांगितले की, अस्पृश्यता एका पिढीत संपण्यासारखी नाही. "त्यांना असं वाटतं की, या यातनांचा अंत पाहण्यासाठी मला पुन्हा एकदा जन्म घ्यावा लागेल," गांधींनी उपरोधाने सांगितले. "पण मला ती माझ्या जिवंतपणी संपलेली बघायची आहे, या युगात बघायची आहे."

तात्त्विक मतभेदांवर त्या दोघांनी कधी चर्चा केल्याचा पुरावा नाही. त्रावणकोरच्या दस्तऐवजात सापडलेल्या एका पोलीस अहवालानुसार, गांधींच्या संयमित धोरणांवर गुरूंनी आधी संदेह व्यक्त केला होता, सत्याग्रही 'त्यांचे हक्क का मागत नाहीत आणि प्रतिबंधित क्षेत्रामध्ये जबरदस्तीने का घुसत नाहीत' याबद्दल त्यांनी आश्चर्य व्यक्त केले होते.

महात्माजींच्या भेटीनंतर जो परिणाम दिसला, त्याने या अनधिकृत अहवालाला विस्तृत पाठिंबाच मिळाला. वायकोमचा सत्याग्रह संपल्यानंतर त्रावणकोरवरील गांधींचा थेट प्रभाव ओसरला. मात्र, नारायण गुरूंच्या इझावा समर्थकांनी इतर मंदिरांमध्ये प्रवेश मिळविण्यासाठी प्रयत्न सुरूच ठेवले, त्यांनी अधिक आक्रमक धोरण अवलंबिले, काही वेळा उच्चवर्णीय हिंदूंशी त्यांचे खटकेही उडाले. अशाच एका संघर्षात, १९२६ मध्ये थिरुवरप्पू येथे वायकोम चळवळीचे संस्थापक टी.के. माधवन यांना बेदम मारहाण झाली. त्यांच्या मुलाच्या म्हणण्यानुसार, त्यातून ते कधीच पूर्ण बरे झाले नाहीत.

आतासारखेच त्याही वेळी नारायण गुरूंच्या अनुयायांनी महात्माजींना त्यांच्या स्थानिक प्रेषितापेक्षा खालचा दर्जा दिला, त्याला कारण गांधींनी सनातनी हिंदूंशी दोन हात करण्यास दाखविलेली नाखुशी. अशी एक कथा सांगितली जाते की, भारताचा हा नेता एकदा द्वीपकल्पाच्या दक्षिण टोकाला असलेल्या कन्याकुमारीच्या देवी मंदिरात गेला असता त्याच्या बनिया जातीमुळे त्याला प्रवेश नाकारण्यात आला, तेव्हा त्याची म्हणजेच गांधींची प्रतिक्रिया उदासीन अशीच होती. त्यांना मंदिरात जाऊन पूजा करायची होती; पण त्याऐवजी त्यांनी पुजाऱ्यांच्या आदेशापुढे मान तुकविली आणि बाहेर उभे राहून प्रार्थना केली. गांधींनी बहुधा कधीच मंदिरात जाऊन प्रार्थना केली नाही; त्यामुळे नीट दस्तावेजीकरण न झालेल्या या कथेकडे साशंक दृष्टीने बघण्यास वाव आहे. अजूनही जी बाब तेथे स्मरली जाते ती आहे, एका स्थानिक धर्मप्रसारकाने अस्पृश्यतेवर केलेला कठोर प्रहार. तो सहोदरन अय्यप्पन नावाचा एक मल्याळम कवी होता, ज्याने एका सार्वजनिक मेजवानीमध्ये पुलाया आणि इतर अस्पृश्यांना सहभागी करून घेत पूर्वीच अपकीर्ती मिळविली होती आणि बहिष्कृत होण्याचा धोका पत्करला होता. महात्माजींच्या तथाकथित माघारीबद्दल ऐकल्यावर अय्यप्पनने वृत्तपत्रात आश्चर्य व्यक्त केले की, 'ब्रिटिश सिंहा'ला ज्याने शूरपणे आव्हान दिले त्या गांधींमध्ये आणि 'ब्राह्मणाचे पाय चाटणाऱ्या... कुत्र्यापेक्षाही निर्लज्जपणाने शेपूट हलविणाऱ्या' गांधींमध्ये इतका फरक कसा पडला?

हे तर निश्चित आहे की, मूळ चळवळीवर गांधींनी अंकुश लावला आणि ज्याप्रमाणे नाताळमधील १९१३ च्या हरताळानंतर त्यांनी स्मट्स यांच्याशी वाटाघाटी केल्या होत्या, त्याचप्रमाणे येथेही कार्यकर्त्यांचे मत विचारात न घेता त्यांनी त्रावणकोरचे पोलीस कमिशनर डब्ल्यू.एच. पिट यांच्याशी समझोता केला. या समझोत्याच्या अटी हेतुपूर्वक संदिग्ध ठेवल्या गेल्या होत्या : निदर्शक मंदिराकडे जाणाऱ्या रस्त्यांपासून दूर उभे राहतील या अटीवर पोलीस मागे हटतील आणि रस्त्यातील अडथळे दूर करतील. त्यांना हे काम करण्यापासून रोखणारे आदेश नियमावलीतून काढून टाकले जातील. कोणतेही हक्क कागदावर लिहिले जाणार नाहीत; पण जरी तो नागरी हक्क नसला, तरी अस्पृश्यता नाहीशी होणे हे प्रत्यक्षात उतरलेले वास्तव आहे. या कल्पनेची सनातन्यांना सवय झाली की, बहुतांश रस्त्यांवर सर्व जातींच्या लोकांना आणि बहिष्कृत लोकांनाही वावरण्यास मनाई करण्यात येणार नाही. यातील थोड्याबहुत गोष्टी आगामी नोव्हेंबर महिन्यात घडल्या; अर्थात मंदिरात प्रवेश मात्र काही उच्चवर्गीय वगळता इतर बहुसंख्य हिंदूंसाठी अप्राप्यच राहिला.

या संपूर्ण वायकोम चळवळीत एक गोष्ट नजरेत भरली, ती म्हणजे, थोड्या वरच्या जातीतील इझावांपेक्षा पुलाया आणि इतर अस्पृश्य जातींतील खालच्या

दर्जाच्या लोकांना चळवळीत सामील करून घेण्याचे संघटित प्रयत्न झाले नाहीत. त्यांपैकी काहींनी त्यामध्ये भाग घेतला; पण त्रावणकोरचा एकमेव प्रख्यात पुलाया नेता अय्यानकलींनी–ज्यांचा भव्य पुतळा आज राजधानी थिरुअनंतपुरममधील एका मोठ्या चौकात उभा आहे–स्वत:ला वायकोमपासून आणि हिंदू मंदिरांमध्ये असलेल्या प्रवेशबंदीचे अडथळे मोडून काढणाऱ्या चळवळीपासून दूरच ठेवले. त्यांच्या लोकांनी हिंदू धर्मात सुधारणा घडवून नव्हे, तर स्वत:च्या प्रयत्नांनी स्वत:ची उन्नती साधावी हे त्यांचे ध्येय होते. कोट्टायमजवळ मला भेटलेल्या के.के. कोचू या दलित विद्वानाने अय्यानकलींच्या वायकोम चळवळीपासून तटस्थ राहण्याबद्दल लिहिले आहे– त्यांच्या 'मौना'चे प्रतिध्वनी आजही इतक्या वर्षांनी दलितांच्या मनात उठत आहेत. ही तटस्थता म्हणजे उदासीनता नव्हे, त्यापेक्षाही अधिक काहीतरी होते. आपणच आपल्या स्वत:साठी काहीतरी करण्याची प्रेरणा त्यामागे दडली होती. ज्या वेळी गांधींच्या नंतरच्या दौऱ्यात अखेरीस त्यांची ओळख अय्यानकलींशी करून दिली तेव्हा गांधींनी त्यांचा 'पुलायांचा राजा' अशा शब्दांत गौरव केला, असे सांगतात. मग त्यांनी अय्यानकलींना त्यांची आत्यंतिक इच्छा काय आहे, हे विचारले. तो पुलायांचा राजा शांतपणे उत्तरला, "आमच्या समाजातले दहा लोक तरी बी.ए. झाले पाहिजेत, एवढीच माझी इच्छा आहे."

गांधींनी केरळ दौऱ्यात ज्या वेळी अस्पृश्यांची भेट घेतली त्या वेळी त्यांनी जे भविष्याचे चित्र रंगविले, ते हे नव्हते. १९१३ च्या अखेरीस नाताळमधील ऊसमळ्यात काम करणाऱ्या कंत्राटी कामगारांचा विषय त्यांनी पुन्हा काढला आणि समान दर्जा प्राप्त करण्यासाठी आणि चांगले हिंदू म्हणून न्याय्य हक्क मिळविण्यासाठी अस्पृश्यांना स्वत:च्या वाईट सवयी त्यागण्याचे आवाहन केले.

"तुमच्यापैकी कितीजणांना लिहिता-वाचता येतं?" अशाच प्रकारचे संभाषण करताना कानउघाडणी करणाऱ्या महात्माजींनी विचारले.

"किती लोक दारुडे आहेत?"

"मेलेल्या जनावराचं मांस किती लोक खातात?"

"कितीजण गोमांस खातात?"

"मला माहीत आहे, तुमच्यापैकी कितीतरी लोक रोज स्नान करत नाहीत. तुमच्या केसांची अवस्था बघून ते मला कळतंच आहे... तुमच्या अंगाला घाण वासही येत असेल." पण ते असेही म्हणाले, "अनेक हिंदू तुम्हाला स्पर्श करणे हे पाप समजतात. तुम्हाला स्पर्श करणं हे पाप आहे, असं म्हणणं आणि तसा विचार करणंदेखील पाप आहे, असं मला वाटतं."

गांधींचे तर्कशास्त्र हे असे होते. तळाशी असलेल्यांना चिरडणाऱ्या सामाजिक उतरंडीची पुन्हा नव्याने जुळणी करण्याचा तो प्रयत्न होता. विवादाच्या मार्गावर ते

त्यांच्या पद्धतीने दोन्ही बाजू सावरून घेण्याचे काम करत होते; एकीकडे अस्पृश्यता समूळ उखडून टाकण्याचा प्रयत्न करत होते, तर दुसरीकडे अस्पृश्यांना अशा दर्जाला आणून ठेवण्याचा प्रयत्न करत होते, जो त्यांच्या आवाक्यापलीकडचा समजला जात होता; पण या सगळ्यात ते एक गोष्ट करत नव्हते, या 'शोषित वर्गाने'–बहुतेक वेळा ते याच नावाने या वर्गाला संबोधायचे–स्नान करण्यापलीकडे आणि स्वत:च्या तोंडात आपण काय घालत आहोत यावर लक्ष ठेवण्यापलीकडे स्वत:साठी, स्वत:च्या उन्नतीसाठी काहीतरी केले पाहिजे, हे ते सांगत नव्हते. एकदा जाता-जाता त्यांनी असा उल्लेख केला होता की, अस्पृश्य स्वत:च्या जबाबदारीवर हा निष्क्रिय प्रतिरोधाचा प्रयत्न करू शकतात; पण त्यांनी कधी असा प्रयत्न करण्यासाठी प्रोत्साहन दिले नाही. दक्षिण आफ्रिकेत मर्यादित हक्कांसाठी गोऱ्या वर्चस्वाविरुद्ध मोर्चा काढणे ही एक गोष्ट होती आणि आता हिंदू सनातन्यांविरुद्ध आंदोलन करणे ही वेगळी गोष्ट होती.

त्रावणकोरमधील गांधींचा अंतिम टप्पा होता अलवाये, आताचे अलुवा हे गाव वायकोमच्या उत्तरेला जवळजवळ ४० मैलांवर होते. तेथील एका स्थानिक ख्रिश्चन कॉलेजचा एक शिक्षक, केंब्रिज विद्यापीठाचा स्नातक त्यांच्या आगमनाचा साक्षीदार होता. 'तिसऱ्या वर्गाच्या डब्यात गांधी मांडी घालून बसले होते. त्यांच्या वेगळ्या, दगडी गोमुखासारख्या चेहऱ्यावर आजूबाजूच्या गर्दीची आणि ख्यातनाम व्यक्तींची उपस्थिती असल्याची आणि विद्यार्थ्यांच्या घोषणांची कसलीही जाणीव असल्याचे चिन्ह नव्हते,' असे दृश्य अनेक वर्षांनंतरही माल्कम मगरिज यांच्या नजरेसमोर तरळत होते.

त्यांनी नोंद केल्यानुसार, हजारो गरीब खेडूत नेहमीप्रमाणे 'त्यांची चरणधूळ घेण्यासाठी' रेटारेटी करत होते. नंतर गांधींना 'दोऱ्या लावून बंदिस्त केलेल्या एका कोपऱ्यात काही अस्पृश्य दिसले.' त्यांना झेंडूचे हार घालण्याच्या प्रतीक्षेत असणाऱ्या आणि राजकीय घोषणा देणाऱ्या विद्यार्थ्यांना आणि प्रतिष्ठित व्यक्तींना बाजूला सारून ते त्या अस्पृश्यांजवळ गेले आणि 'त्यांच्याबरोबर एक उदास वाटणारे भजन गाऊ लागले; गांधींच्या त्या कृतीने प्रतिष्ठित व्यक्तींच्या चेहऱ्यावर स्वाभाविकपणे आश्चर्य उमटले.'

आयुष्याच्या उत्तरार्धात आठवणी लिहिणारा हा इंग्लिश लेखक या प्रसंगावर फारसा रेंगाळत नाही; त्याचे कथन स्वातंत्र्य चळवळीच्या आणि त्याने अनुभवलेल्या इतिहासाच्या मार्गाने जात राहते; पण गांधींवर जाणूनबुजून संदिग्ध संदेश देणारा समाजोद्धारक थोडक्यात दांभिक असा शिक्का मारण्यापूर्वी आपण अलवायेच्या त्या प्रसंगाजवळ जरा थबकायला पाहिजे होते, असा विचार आता इतक्या वर्षांनंतर वायकोमच्या चळवळीकडे मागे वळून पाहणारे केरळमधील काही बुद्धिवंत करतात.

जर मगरिजने नंतर वर्णन केल्याप्रमाणे तेथे जे घडले ते खरेच असेल, तर गांधी तेव्हा काय म्हणत होते आणि कोणाला म्हणत होते? दोऱ्या लावून बंदिस्त केलेल्या जागेत ते एका उभयनिष्ठ मानवतेचा पुरस्कार करत होते, संदेश देत होते, केवळ अस्पृश्यांसाठीच नाही, तर त्यांच्या पायाची धूळ मस्तकी लावणाऱ्या विद्यार्थ्यांसाठी, प्रतिष्ठितांसाठी आणि ग्रामस्थांसाठीही! त्यांच्या आयुष्यपटाच्या असामान्य उत्कृष्टतेने ठेवल्या गेलेल्या नोंदींमधून, त्यांच्या नेहमीच कळकळीने बोलल्या गेलेल्या, काही वेळा परस्परविरोधी वाटणाऱ्या, काही वेळा हृदयाला हात घालणाऱ्या शब्दांपेक्षा एखादी कृतीच त्या पानांमधून ठळकपणे नजरेत भरते.

हे, तारणहारा!

'आपण लवकर निराश न होणारे आहोत,' असे जरी गांधी एकदा म्हणाले होते, तरी काही वेळा निराशाजनक विचार त्यांच्या मनात यायचे. गांधी त्यांना फार काळ मनात थारा द्यायचे नाहीत; पण वायकोमला भेट देण्याआधी एक वर्ष ते विषादाच्या काठावर उभे होते. १९२४ च्या मध्यावर भारतीय राष्ट्रीय काँग्रेसच्या अहमदाबाद येथील अधिवेशनादरम्यान असा निराशेचा काळ आला होता. चळवळीत सदस्यत्व मिळवायचे असेल तर रोज सूतकताई करण्याची अट घालणाऱ्या त्यांच्या ठरावावर याच अधिवेशनात पाणी फिरवले गेले होते. भारतीय स्वावलंबनाचे आणि स्वातंत्र्याचे महत्त्वाचे साधन चरखा आहे, हे जर ते आपल्या तथाकथित अनुयायांना पटवून देऊ शकत नसतील, तर किमान त्यांनी गांधींवर विश्वास आहे, असे दाखविणारी कृती करण्यावरही गांधींमधील शासक समाधान मानायला तयार होता. गांधींना आनंदी ठेवण्यासाठी ते तयार होते; पण त्यांची आज्ञा पाळण्यासाठी नाही, हे समजल्यावर त्यांनी स्वत:चे वर्णन 'पराभूत आणि गर्वहरण झालेला' असे केले.

त्यांचे खचणारे मनोधैर्य दर्शविणारा प्रसंग असा होता की, त्यांनी स्वत:चा पराभव आणि संभाव्य फूट टाळण्यासाठी आपला ठराव मागे घेतला. ही एक प्रकारची शरणागती होती, हे त्यांनी कबूल केले. वादविवादातील आणि त्या अनुषंगाने येणाऱ्या डावपेचातील निष्फळतेमधून देवच आपल्याला काहीतरी सांगत आहे, असे त्यांना वाटले किंवा तसे त्यांनी जेम्स राजाच्या इंग्रजीचे अनुकरण करत लिहिले, 'अरे मूर्खा, तुला हे समजत नाही का की, तुला हे अशक्य आहे? तुझी वेळ संपली आहे' ("Thou fool, knowest not thou that thou are impossible? Thy time is up."). जाहीर सभेत ते जे बोलले, ते जवळजवळ इतकेच निराशाजनक होते : 'मी सध्या कुठे उभा आहे, मला माहीत नाही किंवा मी काय केले पाहिजे, हेही मला समजत नाही.'

त्यांची केवळ चळवळीवरील पकड ढिली झाली नव्हती किंवा दिशा हरवली नव्हती. तर, त्यांचा स्वत:चा आत्मशोध म्हणजेच भारताचा शोध असणार आहे, हे दाखविणाऱ्या त्यांच्या अंतर्मनात वसलेल्या अचूक दिशादर्शक यंत्रावरील त्यांचा ठाम विश्वासच डळमळीत झाला होता. या अनिश्चिततेच्या उदयानंतर त्यांची

प्रतिक्रिया होती, ती देशाच्या राजकारणातून स्वतःला बाजूला काढणे. आपल्याला झालेली सहा वर्षांची शिक्षा संपेपर्यंत, म्हणजे १९२२ ते १९२८ पर्यंत आपण सक्रिय राजकारण करणार नाही, असे गांधींनी जाहीर केले. तरीसुद्धा, दोन वर्षांनी सुटका झाल्यावर त्यांनी आपल्या या निर्णयाशी अगदी विसंगत असा चळवळीचा 'जनरल' म्हणून सूत्रे पुन्हा हाती घेण्याचा प्रस्ताव मांडला. या स्वतःवर लादलेल्या माघारीदरम्यान त्यांनी स्वतःला अस्पृश्यता, सूतकताई आणि हिंदू-मुस्लीम ऐक्य या तीन विषयांना वाहून घेतले होते. थोड्याच काळात, मोठ्या प्रमाणावर वाढलेल्या धार्मिक हिंसाचारामुळे गांधींच्या चालू प्रकल्पांच्या यादीतून हिंदू-मुस्लीम ऐक्य वगळावे लागले. ''एखादा असहाय माणूस काय करू शकतो?'' व्यथित झालेल्या गांधींनी विचारले.

काही वेळा ते अगदी रुसले आहेत असे वाटायचे. त्यांनी 'सुशिक्षित भारताला' 'वेगवेगळ्या पक्षांमध्ये स्वतःचे विभाजन' करण्याच्या सवयीला दोष दिला. त्यांना पुढे जाण्याचा 'केवळ एकच मार्ग' दिसत होता : 'खालपासून सुरुवात करून वर वर जाण्याचा.' नंतर त्यांनी हिंदू-मुस्लीम विवादातील 'तटस्थ पक्ष' असणाऱ्या ब्रिटिशांना नेहमी 'फोडा आणि झोडा' नीती राबविण्यासाठी नवनवे मार्ग शोधून काढण्यासाठी दोषी धरले. ''हे भारताचं सरकार अविश्वासावर आधारित आहे,'' ते म्हणाले. (या वेळी त्यांचा मुद्दा असा होता की, हे सरकार मुस्लिमांना झुकते माप देऊन अविश्वासाची बीजे पेरत आहे. अर्थात जर गांधींनी स्वतः मुस्लिमांना झुकते माप दिले नसते तर राष्ट्रीय चळवळीने खिलाफत चळवळीशी कधीही हातमिळवणी केली नसती.) शेवटी सगळा दोष देवाचाच आहे, असे म्हणत त्यांनी अतिशयोक्तीची भाषा वापरली :

> हिंदू-मुस्लिमांचं ऐक्य हे मी माझ्या आयुष्याचं ध्येय मानलं. त्यासाठी मी दक्षिण आफ्रिकेत काम केलं, इथेही कष्ट उपसले, त्यासाठी मी प्रायश्चित्तही घेतलं; पण याने देवाचं समाधान झालं नाही, या कामासाठी मी काही श्रेय घ्यावं अशी त्याची इच्छा नव्हती; त्यामुळे आता मी माझे हात धुऊन टाकले आहेत. मी असहाय आहे. माझे सगळे प्रयत्न निष्फळ ठरले आहेत.

आश्चर्य म्हणजे, गांधी हा अत्यंत निराशेचा सूर लावत असतानाच, त्यांनी परत फिरण्याचीही तयारी चालविली होती. त्यांचे अखंड दौरे त्यांनी आता थांबविले होते आणि चरख्याचा प्रसार करायला सुरुवात केली होती. संपूर्ण १९२६ हे वर्ष त्यांनी अहमदाबाद शहराबाहेर असलेल्या आश्रमात राहून व्यतीत केले, आपल्याला

विश्रांतीची आणि चिंतन करण्याची गरज असल्याचे त्यांनी स्पष्ट केले. हे वर्ष 'शांततेचे वर्ष' म्हणून ओळखले जाते. पण, गांधी शांत नव्हते. दर आठवड्याला 'यंग इंडिया'मध्ये नवीन लेख छापून येत होते; त्याचबरोबर त्यांच्या 'आत्मकथना'चे साप्ताहिक खंड प्रसिद्ध होत होते, ते वेगळेच! १९२७ च्या जानेवारीपर्यंत, जेव्हा ते 'माझे सगळे प्रयत्न थकले' म्हणत होते, त्याच वेळी प्रचाराच्या आखाड्यात उतरून त्यांचा संदेश भारतभर पोहोचविण्यासाठी ते सज्ज झाले होते. गांधी जितके हिंदू-मुस्लीम प्रश्नाबाबतच्या असहायतेबद्दल आणि राजकारणापासून दूर राहण्याबाबत बोलत होते–या काळात हिंदू-मुस्लीम प्रश्न आणि राजकारण हे दोन्ही समानार्थी शब्द होते–तितके हे स्पष्ट होत होते की, त्यांचा राजकीय अज्ञातवास ही तात्पुरती बाब होती. दोन भिन्न संस्कृतींची तुलना मनात येते; तिचा तसा काही उपयोग नाही, ती कदाचित अयोग्यही ठरेल. १९२० च्या दशकाच्या मध्यावर साबरमती आश्रमात स्वत:ला राजकारणापासून आणि राष्ट्रीय चळवळीपासून दूर ठेवणारे गांधी बसले आहेत आणि ते धोरण अवलंबत आहेत, जे दुसरा एक अंतर्मनाचे म्हणणे ऐकणारा राजकारणी अनेक दशकांनंतर फ्रान्सच्या तिसऱ्या प्रजासत्ताकाच्या उतरणीला लागलेल्या काळात एखाद्या आश्रमात नव्हे, तर कोलंबे-लेस-ड्यूक्स-एग्लिसेस या खेड्यात अवलंबणार होता. अत्यंत ताठ असलेला चार्ल्स डी गॉल जमिनीवर मांडी घालून बसला आहे, असे चित्र डोळ्यांसमोर आणणे अवघड आहे; पण गांधी, नंतरच्या चार्ल्सप्रमाणेच, स्वाभाविकपणे स्वत:ला दूर ठेवत नव्हते, तर एक निश्चित दिशा ठरवत होते, त्यांच्या स्वत:च्या अटींवर देश त्यांना नेतृत्व करण्यासाठी कधी बोलावतो, याची वाट पाहत होते.

ही गोष्ट ते कितीतरी शब्दांमध्ये सांगत होते, फक्त काही वेळा हा विचार ते धर्माच्या भाषेत मांडत होते. १९२४ मध्ये त्यांना काही शंका असतीलही; पण आता त्यांना अशी खात्री वाटत होती की, देशाला आपली गरज भासणार आहे. आश्रमातील एकांतवासात १९२६ मध्ये त्यांनी एका समर्थकाला लिहिले, 'मी आशावादी आहे कारण प्रार्थनापूर्वक विचारांच्या ताकदीवर माझा विश्वास आहे. ज्या वेळी कृती करण्याची वेळ येईल, त्या वेळी ईश्वर मला प्रकाश अन् मार्ग दाखवेल; त्यामुळे मी क्षणात प्रतिसाद देण्याच्या तयारीत निरीक्षण करत, वाट बघत आणि प्रार्थना करत बसलो आहे. जी माझी निष्क्रियता आहे, असे भासते, ती प्रत्यक्षात एकवटलेली क्रिया आहे.' ज्या काळात चरख्याच्या प्रसाराच्या ध्यासाचे ते समर्थन करीत होते त्याच काळात त्यांनी असे म्हटले.

'मी माझा वेळ पणाला लावत आहे,' मे १९२८ मध्ये त्यांनी एका पत्रात शेवटी लिहिले, 'आणि जेव्हा देश सज्ज असेल, तेव्हा तुम्ही मला राजकारणामध्ये देशाचे नेतृत्व करताना बघाल! मी, माझ्याबद्दल खोट्या विनयाने बोलत नाही. मी माझ्या

पद्धतीने राजकारण करतो आणि माझ्याकडे देशाच्या स्वातंत्र्याची योजना आहे.’

पाच किंवा जवळपास तेवढ्याच महिन्यांनी पुन्हा नेतृत्वाची धुरा सांभाळण्यासाठी गांधींना बोलाविण्यात आले. त्यांना झालेली सहा वर्षे तुरुंगवासाची शिक्षा संपण्याच्या सुमाराचाच तो काळ होता. तोपर्यंत, अनेक वर्षांतील पहिल्या यशस्वी सत्याग्रह चळवळीने गुजरातच्या बार्डोली जिल्ह्यात डोईजड झालेल्या जमीनकरात सरकारकडून सूट मिळविण्यात यश संपादन केले होते. हे तेच रणक्षेत्र होते, जेथून चौरीचौऱ्याच्या हिंसक घटनेवरील प्रतिक्रिया म्हणून अतिशय कष्टाने उभारलेली चळवळ सहा वर्षांपूर्वी गांधींनी अचानक मागे घेतली होती. अखेरीस, गांधींचे शिष्य वल्लभभाई पटेल यांच्या नेतृत्वाखाली बार्डोली दोनने लढाऊ अहिंसेच्या धोरणावरून लोकांचा गेलेला विश्वास परत मिळविला होता; त्याच वेळी एक तडफदार, बंगाली तरुण सुभाषचंद्र बोस सगळ्यांचे लक्ष वेधून घेत होता आणि त्याच्या प्रतिरोधाच्या हाकेला प्रतिसादही मिळत होता; पण तो प्रतिरोध निष्क्रिय नव्हता, तर त्याच्या उलट होता. ‘तुम्ही मला रक्त द्या, मी तुम्हाला स्वातंत्र्य देतो,’ अशी बोस यांची शब्दबंबाळ ललकारी होती.

भारतीय राष्ट्रीय काँग्रेस मुळापासून विभागली गेली होती, फक्त हिंदू आणि मुस्लिमांमध्येच नाही, तर पिढ्यांप्रमाणेसुद्धा. मागण्यांच्या स्वरूपात अगदी निर्वाणीच्या इशाऱ्यासारखे संविधानिक सुधारणांचे प्रस्ताव ब्रिटिशांसमोर मांडले गेले आणि त्यावरून मतभेद झाले. या प्रस्तावांचा मसुदा एका समितीने तयार केला होता; तिचे अध्यक्ष होते, भारताच्या भावी पंतप्रधानांचे, जवाहरलालजींचे पिताजी मोतीलाल नेहरू. तरुण पिढीचा एक प्रमुख नेता असलेल्या जवाहरलालजींनी पिताजींच्या अहवालाला पाठिंबा दिला नाही, तसेच मुस्लिमांनीही दिला नाही. त्यांचे नेते होते जिना आणि मुहम्मद अली, जे गांधींपासून आता राजकीय फारकत घेण्याच्या बेतात होते. इतिहासाकडे मागे वळून पाहताना प्रत्यक्ष त्या वेळेपेक्षा आता त्या क्षणाचे नाट्य आणि महत्त्व लक्षात येते. नेहरू रिपोर्ट या नावाने ओळखला जाणारा तो अहवाल काँग्रेसने स्वीकारावा म्हणून तिचे मन वळविणारे भारतात फक्त गांधीच होते. हे काम करण्यासाठीच ज्येष्ठ नेहरूंनी त्यांना १९२८ मध्ये बोलाविले होते. ते गांधी असल्यामुळे; चार प्रदीर्घ वर्षांपासून सक्रिय नेतृत्वाच्या ज्या हाकेची गांधी वाट पाहत होते, ती आली, अशी समजूत करून घेऊन गांधींनी ती ऐकली.

असे असल्यामुळे किती राज्यांच्या विधानमंडळांमध्ये अल्पसंख्याक असूनही मुस्लिमांसाठी राखीव जागा ठेवल्या गेल्या आहेत, या प्रश्नावर ते जास्त रेंगाळले नाहीत; खरेतर बहुतांश राज्यांमध्ये अशी स्थिती होती. वेगळ्या मतदारसंघामधून मुस्लीम आपले उमेदवार निवडून आणू शकतील, हे गांधींच्या आगमनापूर्वी, म्हणजे सुमारे बारा वर्षांपूर्वी काँग्रेसने मुस्लिमांना जे वचन दिले होते, त्याचा या ‘नेहरू

रिपोर्ट'मध्ये भंग झाला होता. त्याऐवजी लोकसंख्येतील मुस्लिमांच्या असलेल्या प्रमाणानुसार हिंदू-अधिक्य असलेल्या राज्यांमध्ये किमान जागा राखीव ठेवण्याची कल्पना त्यात मांडली होती, केंद्रीय विधानमंडळात एकचतुर्थांश जागा मुस्लिमांसाठी ठेवण्याचाही प्रस्ताव होता. हा बदल करताना, विशेषत: केंद्रीय विधानमंडळातील मुस्लिमांसाठीच्या राखीव जागांच्या संदर्भात, नेहरूंनी आपले महत्त्व कमी केल्याची भावना जिनांच्या मनात जागी झाली. हिंदू-मुस्लीम प्रश्न हाताळण्यासाठी गांधींना हा क्षण अगदी योग्य वाटला. राजकारणाशी संबंधित या विषयाने ते इतके विटले होते की, 'आपण वर्तमानपत्र वाचणे सोडून दिले आहे,' असे त्यांचे म्हणणे होते. गांधींना संसदीय यंत्रणेत कधीच फारसा रस नव्हता आणि एरवी जरी ते हिंदू-मुस्लीम ऐक्यासाठी काही सवलती द्यायला तयार असले, तरी आता ते काँग्रेसच्या राजकारणातील प्रत्यक्ष मागण्या आणि त्यांची स्वत:ची त्यात पुनर्स्थापना या बाबींमध्ये व्यग्र होते; त्यामुळे राखीव मतदारसंघांच्या प्रश्नाकडे त्यांनी विशेष लक्ष दिले नाही.

१९२८ मध्ये, वर्ष संपता संपता कलकत्त्याला एक मोठे सर्वपक्षीय संमेलन भरले होते. त्यात जिनांनी दुरुस्त्यांची एक मालिकाच सादर केली. त्यामध्ये मोतीलाल नेहरूंनी जो २५ टक्के जागांचा प्रस्ताव मांडला होता, तो फेटाळून त्याऐवजी केंद्रीय विधानमंडळात मुस्लिमांना एकतृतीयांश जागा देण्यात याव्यात, अशी मागणी त्यांनी केली. हा प्रस्ताव 'स्वीकारा अथवा नका स्वीकारू' अशा पद्धतीने मांडलेला नव्हता; नंतर ही पद्धत हेच जिनांचे वैशिष्ट्य ठरले. कलकत्त्याला त्यांचे वागणे समंजसपणाचे होते. ''आपण या भूमीचे सुपुत्र आहोत, आपल्याला सगळ्यांना एकत्र राहायचं आहे,'' ते म्हणाले. ''जोपर्यंत हिंदू-मुस्लीम एकत्र काम करणार नाहीत, तोपर्यंत भारताची प्रगती होणार नाही, असं मला वाटतं.'' सर्व भारतीयांचे प्रतिनिधित्व करण्याचा दावा करणाऱ्या काँग्रेसने त्यांच्या बोलण्याकडे साफ दुर्लक्ष केले. जिनांचा प्रस्ताव मतदानाने फेटाळण्यात आला आणि गांधींनी या प्रकारापासून लांब राहणेच पसंत केले.

आपला अव्हेर झाला आहे, असे जिनांना वाटले आणि ते बाहेर पडले, सोबत मुहम्मद अलींना घेऊन निघाले. मुहम्मद अली म्हणजे गांधींचे असे सहकारी, जे खादी वापरायचे, चरख्याचा प्रसार करायचे, ज्यांनी गोमांस भक्षण सोडले होते आणि अलींच्या स्वत:च्या घरी जेव्हा हिंदू-मुस्लीम ऐक्यासाठी गांधींनी 'प्रायश्चित्त' म्हणून १९२४ मध्ये उपवास केला होता तेव्हा त्यांनी हिंदूंची मूल्ये आणि संवेदनशीलता यांच्याप्रति मुस्लिमांना असलेल्या आदराचे प्रतीक म्हणून खाटकाकडून वाचवून आणलेली गाय भेट दिली होती. वर उल्लेख केलेल्या फुटीनंतर एकाच आठवड्यात अलींचे बंधू शौकत अली यांनी एक वर्षासाठी हिंदूंबरोबर कोणत्याही सभेला उपस्थित न राहण्याची प्रतिज्ञा केली. 'आमचे मार्ग वेगळे झाले आहेत,' त्या वेळी

जिनांनी लिहिले. राजकारणाचा उबग आल्यामुळे आणि मुस्लिमेतर समाजातील असलेल्या त्यांच्या अतिप्रिय पत्नीच्या अकाली मृत्यूने खचून गेल्यामुळे जिना चार वर्षांसाठी इंग्लंडला निघून गेले. त्यांनी एका मित्राजवळ हे बोलून दाखविले, "आता मी काय करू शकतो? हे हिंदू अदूरदर्शी आणि सुधारण्याच्या पलीकडे आहेत." काँग्रेसने जिनांना दिलेली वागणूक गांधींना रुचली नाही. मुंबईचा हा स्वाभिमानी वकील संभाव्य पाठीराखा तर सोडाच पण पुढे जाऊन मुस्लिमांचा पुढारी बनणार आहे, या भविष्याची गांधींना चाहूल लागली होती की नाही, याची शंकाच आहे. मुहम्मद अली जिनांनी कधी कोणत्या धर्माची पताका उघडपणे मिरविली नाही. अशा माणसाच्या माध्यमातून मुस्लिमांशी संवाद साधण्याचा विचार महात्माजी कसा करू शकले?

काँग्रेसमध्ये अजूनही 'नेहरू रिपोर्ट'वरून वादविवादांच्या फैरी झडत होत्या. त्यामध्ये ब्रिटिश कॉमनवेल्थअंतर्गत भारताला राज्याचा दर्जा मिळावा, अशी मागणी करण्यात आली होती; तर संपूर्ण स्वातंत्र्याच्या बाजूने काँग्रेसने ताबडतोब घोषणा करावी, अशी जवाहरलाल नेहरू आणि बोस यांची इच्छा होती. त्यावरून लगेचच मतभेदांना सुरुवात झाली. असे मतभेद जे अहिंसेचे पारडे जड झाले असते तर अहिंसक मार्गांनीच गेले असते. त्यावर गांधींनी तात्पुरता असा उपाय सुचविला की, दोन वर्षांपर्यंत जर ब्रिटनने भारताला राज्याचा दर्जा दिला नाही, तर भारताने स्वातंत्र्याची घोषणा करावी. शेवटी १९२९ च्या अखेरपर्यंत, म्हणजे एक वर्ष, ब्रिटनला कृती करण्यासाठी मुदत देण्यावर सहमती झाली. अन्य मंजूर झालेल्या ठरावांमध्ये असे नमूद केले होते की, ते संपूर्ण वर्ष गांधींच्या 'रचनात्मक कार्यक्रमाला' देण्यात यावे; त्यात अस्पृश्यता निर्मूलन, विदेशी कापडावर बहिष्कार, खादीचा प्रसार, प्रतिबंधन आणि स्त्रियांची उन्नती हे कार्यक्रम समाविष्ट होते. हे सर्व गांधींच्या आग्रहामुळे झाले. यातून त्यांनी दाखवून दिले की, आपण सगळी सूत्रे पुन्हा स्वत:च्या हातात घेतली आहेत.

एक वर्ष संपले तरी, भारताला अजूनही राज्याचा दर्जा मिळाला नव्हता आणि सामाजिक सुधारणाही ठप्प झाल्या होत्या. एका वर्षात स्वराज्य मिळण्याचे स्वप्न पुन्हा एकदा धुळीला मिळाले होते; त्यामुळे २६ जानेवारी १९३० हा दिवस प्रतीकात्मक स्वातंत्र्य दिन म्हणून ठरविण्यात आला. त्यानंतर खूप काळापासून होणार-होणार म्हणून गाजत असलेली असहकाराची चळवळ कशी सुरू करायची, हे ठरविण्याचे संपूर्ण अधिकार महात्माजींना देण्यात आले. गांधींनी पूर्वी ज्या चळवळीची सूत्रे हाती घेतली होती, त्यापेक्षा या चळवळीची व्याप्ती मोठी होती आणि तितकेच तिचे नेतृत्व करणेही अवघड होऊन बसले होते. राष्ट्रवादाच्या एकाच प्रबळ ध्येयाकडे सगळ्यांना एकत्रितपणे बांधून नेता-नेता, चैतन्याच्या अभावी ती

अनेक दिशांना भरकटत चालली होती. असे असूनसुद्धा दहा वर्षांपूर्वी जी चळवळ पुढे नेण्याची कामगिरी गांधींवर सोपविण्यात आली होती, ती करण्याच्या स्थितीत ते पुन्हा जोशात परत आले होते. राजकारणापासून दूर असण्याच्या काळात जसे त्यांनी म्हटले होते, 'माझ्यासाठी केवळ एकच मार्ग आहे' तसा तो मार्ग मूलत: संघर्षाचाच होता. जरी तो प्रेमाच्या अहिंसक भाषेने नटलेला असला, तरी त्याचा गाभा मात्र काटेरीच होता. त्यामध्ये सत्याग्रह होता, असहकार होता, सविनय कायदेभंग होता. या शब्दांचे अर्थ सारखे नसले तरी एकमेकांत गुंफल्यानंतर त्यातून जे अनेकविध अर्थ निघत होते, ते आता भारत आणि त्यावर राज्य करणारे सत्ताधीश जाणत होते; परंतु आगामी चळवळीत नेमकी कोणती व्यूहरचना आखायची याबाबत काही आठवडे गांधींच्या मनात संभ्रम होता.

त्यांची देवदत्त प्रेरणा दोन टप्प्यांमध्ये त्यांना अनुभवाला आली, असे गांधींचे म्हणणे होते. पहिल्या टप्प्यात त्यांनी काँग्रेसकडून त्यांना येत असलेल्या निराशाजनक अनुभवांचा आढावा घेतला. त्यांना असे वाटले की, ही संघटना म्हणजे एक बेशिस्त आणि स्वार्थी हेतूंमुळे मोडकळीस आलेली आणि कशीबशी तग धरून असलेली आघाडी आहे. सामाजिक सुधारणांप्रति असलेल्या बांधिलकीकडे ही संघटना पुरेशा गांभीर्याने बघतच नाही किंवा मुळीच बघत नाही. काँग्रेसचे अध्यक्ष म्हणून त्यांनी नुकतीच नेमणूक केलेल्या कनिष्ठ नेहरूंना लिहिलेल्या एका गोपनीय पत्रात ते म्हणतात, 'काँग्रेसची सद्य:स्थिती पाहता, तिच्या नावाने सविनय कायदेभंग करता येणार नाही किंवा केला जाऊ नये.' आठ वर्षांपूर्वी चौरीचौऱ्याला झालेल्या हिंसाचाराच्या ज्वाळांची धग अजूनही त्या महात्म्याचे हृदय जाळत होती; त्यामुळे त्यांचे मन मागे दक्षिण आफ्रिकेत गेले; तेथे त्यांनी टॉलस्टॉय फार्म आणि फिनिक्स वसाहत या ठिकाणी स्वत: प्रशिक्षण देऊन तयार केलेल्या सोळा निवडक आश्रमवासीयांसह नाताळचे आंदोलन सुरू केले होते; पण आताची राजकीय खेळी संपूर्णपणे वेगळी होती. तेथे एक छोटा, कोंडीत सापडलेला अल्पसंख्याक समाज किमान हक्क मिळविण्याचा प्रयत्न करत होता–त्याला त्या भूमीतून हाकलून लावण्यासाठी त्याच्यावर लादण्यात आलेला जाचक कर रद्द करण्यासाठी तो झगडत होता; मूलभूत नागरिकत्व मिळविण्याचा प्रयत्न करत होता आणि अंतर्गत सीमा पार करून जाण्याचा हक्क नाही, तर परवानगी मागत होता–बदल्यात त्याने हे मनोमन मान्य केले होते की, त्याला राजकीय समानता मिळणे शक्य नव्हते, एक दीर्घकालीन उद्दिष्ट म्हणून तिचा उच्चार करणे हीसुद्धा अशक्य गोष्ट होती. येथे ३२० दशलक्ष लोकांसाठी जे मिळवायचे होते, ती केवळ समानता नव्हती, तर ते होते सार्वभौमत्व - स्वराज्य. त्या लोकांमध्ये 'लाखो मूक' बिचारे लोकही होते, ज्यांच्याबद्दल आणि ज्यांच्यासाठी महात्माजी नेहमी बोलत असायचे.

त्या दुसऱ्या द्वीपकल्पावरील आपल्या साहसी वैयक्तिक इतिहासाची गांधींची स्वत:ची एक कल्पनारम्य आवृत्ती होती, ती भारताच्या भवितव्याविषयी त्यांनी जे स्वप्न पाहिले होते, त्यात मिसळून गेली होती. त्या क्षणापुरती का होईना; पण ती दोन्ही स्वप्ने एकरूप झाली होती. त्यांनी नेहरूंना सांगितले की, 'सविनय कायदेभंग फक्त मी करेन किंवा दक्षिण आफ्रिकेत केला तसा काही साथीदारांबरोबर मिळून करेन.'

त्यांचे 'आत्मक्लेशी' सत्याग्रहींचे पथक प्रत्यक्षात काय करणार होते, चळवळीचा विषय लाखो लोकांच्या सामान्य गरजांशी कसा निगडित असणार होता, अशाच प्रकारचे आणखी सत्याग्रही कसे तयार होणार होते ही त्यांची दुसरी प्रेरणा शेवटी २६ जानेवारी १९३० रोजी प्रतीकात्मक स्वातंत्र्य दिनानंतर झाली. गांधींनी त्यांच्या निकटवर्तीयांना आणि चळवळीला खडबडून जागे केले आणि त्यांना संघर्षासाठी सज्ज होण्याचे फरमान काढले. जेव्हा ती प्रेरणा झाली तेव्हा ती जणूकाही मूलभूत विज्ञानातील प्रथमच लागलेल्या एखाद्या शोधासारखी सौंदर्य, साधेपणा असलेल्या एका कलात्मक, टवटवीत स्वप्नासारखी आली. या स्वघोषित 'सत्याग्रहतज्ज्ञा'ने या वेळी स्वत:लाच मागे टाकले. भारतातील अगदी तळागाळाच्या लोकांना, शोषित वर्गाला वर उचलण्याच्या हेतूने उभारलेल्या 'रचनात्मक कार्यक्रमाच्या' मूलभूत मूल्यांमध्ये त्याने राजकीय स्वातंत्र्यासाठीची देशाची इच्छा, तळमळ प्रतीकात्मक स्वरूपात वेष्टणांकित केली.

या वेळी ही प्रेरणा केवळ 'मीठ' या एका शब्दातून आली होती. गांधींनी वेळोवेळी बिनमिठाचा आहार घेण्याचा प्रयोग केला होता आणि टॉलस्टॉय फार्मवरील त्यांच्या अनुयायांनाही करायला लावला होता; पण आता ते या कल्पनेवर आधारित चळवळ सुरू करायला सज्ज झाले होते की, 'पाणी आणि हवा यांच्यानंतर मीठ ही कदाचित सर्वांत मोठी गरज आहे.' मीठ खूप मूल्यवान होते कारण सगळ्यांनाच त्याची गरज होती आणि परकीय सत्तेने त्यावर मोठा कर लादल्यामुळे त्याचे स्थानिक उत्पादन घटले होते. ईस्ट इंडिया कंपनीच्या काळापासून वसाहत अधिकारी त्यांच्या मिठावरील एकाधिकारातून आणि अगदी गरिबातील गरीब घरांमधून, मग ते हिंदू असोत वा मुस्लीम, मिठावर भरल्या जाणाऱ्या करातून आपला महसूल गोळा करीत होते. साबरमती आश्रमापासून चालत-चालत अरबी समुद्राच्या काठावर असलेल्या दांडी या गावी जायचे आणि मूठभर मीठ उचलून कायदेभंग करायचा आणि त्याचबरोबर भारताला एकत्र बांधायचे, अशी गांधींची योजना होती.

दक्षिण आफ्रिकेचीच कथा मागील पानावरून पुढे सुरू ठेवताना, ज्याप्रमाणे १९१३ मध्ये गांधींनी स्मट्स यांना पत्र लिहिले होते, त्याचप्रमाणे आता प्रथम व्हाइसरॉय लॉर्ड आयर्विन यांना पत्र लिहून त्यांनी आपले हेतू आणि मागण्या

त्यांच्यासमोर ठेवल्या. 'अहिंसेद्वारे ब्रिटिशांचे मतपरिवर्तन करायचे आणि त्यांनी भारतावर केलेले अन्याय त्यांच्या नजरेस आणून द्यायचे, अशी माझी महत्त्वाकांक्षा आहे,' गांधींनी लिहिले. व्हाइसरॉयनीही स्मट्स यांचीच री ओढली. महात्माजींना थेट उत्तर न देता त्यांनी स्मट्स यांच्याप्रमाणेच आपल्या खासगी सचिवाला कडक शब्दांत एक चिठ्ठी पाठवायला सांगितली. त्यात लिहिले होते की, गांधी कायदा मोडण्याची आणि सार्वजनिक शांततेचा भंग करण्याची योजना आखत आहेत, हे ऐकून लॉर्ड आयर्विन यांना खेद होत आहे.

त्यामुळे कंत्राटी कामगारांसोबत ट्रान्सवालची सीमा पार केल्यावर, आता साडेसोळा वर्षांनंतर गांधी पुन्हा एकदा पदयात्रा काढायला सिद्ध झाले होते. १९२७ मध्ये कदाचित सौम्य पक्षाघाताच्या झटक्यामुळे गांधींची प्रकृती ठीक नव्हती. आता जवळजवळ तीन वर्षांनंतर, वयाच्या एकसष्ठाव्या वर्षी एका उन्हात न्हाऊन निघालेल्या मार्च महिन्यातील सकाळी ते दोनशे मैलांपेक्षाही जास्त अंतरावर असलेल्या समुद्रकिनारी निघाले होते, भारत स्वतंत्र झाल्याशिवाय आश्रमात परत न येण्याची प्रतिज्ञा करून. (भारत १९४७ मध्ये स्वतंत्र झाल्यानंतर गांधींकडे जो सहा महिन्यांपेक्षाही कमी काळ उरला होता, त्यामध्ये अशा काही घटना घडल्या की, ते पुन्हा कधीच अहमदाबादला परत येऊ शकले नाहीत.) 'त्यांच्यात कठोर निर्धाराची आग आणि दुर्दैवी देशबांधवांसाठी प्रेमाचा सागर आहे,' चळवळीच्या प्रारंभी उपस्थित असलेल्या जवाहरलाल नेहरूंनी लिहिले. गांधींचे नातू आणि चरित्रकार राजमोहन गांधींच्या माहितीनुसार, गांधींबरोबर अठ्याहत्तर किंवा कदाचित ऐंशी अनुयायी होते; त्यात दोन मुस्लीम, एक ख्रिश्चन, चार अस्पृश्य (आणि अगदी सोपे समीकरण आहे की, उरलेले एकाहत्तर किंवा त्र्याहत्तर उच्चवर्णीय हिंदू) होते. लवकरच ब्रिटिश साम्राज्याला सत्तेवरून खाली खेचण्यासाठी निघालेली ही साधीसुधी, नि:शस्त्र मिरवणूक पाहण्यासाठी गांधी ज्या कच्च्या रस्त्यांवरून जात होते, तेथे हजारो लोकांच्या झुंडीच्या झुंडी येऊ लागल्या. हातात एक बांबूची काठी घेऊन अनवाणी चालणाऱ्या गांधींच्या रस्त्यावर फुलापानांचा खच पडत होता, जणूकाही ते जग पादाक्रांत करायला निघाले होते. दिवसाला दहा ते बारा मैलांचे अंतर कापत, अनेक गावे पालथी घालत चोवीस दिवसांनंतर गांधी दांडीला पोहोचले आणि ६ एप्रिल १९३० च्या सकाळी खाली वाकून त्यांनी मूठभर मीठ उचलले. ही कायदेभंगाची अगदी साधी कृती द्वीपकल्पाच्या दोन्ही किनाऱ्यांवरील हजारो लोकांनी उचलून धरली आणि तिचे अनुकरण केले.

"हे, तारणहारा!" एक चांगली मैत्रीण असलेल्या कवयित्री सरोजिनी नायडू गांधींजवळ उभ्या राहून म्हणाल्या किंवा अशी आख्यायिका आहे.

त्यानंतर एक वर्षाने भारताच्या स्वयंशासनाच्या निर्णयावर चर्चा करण्यासाठी

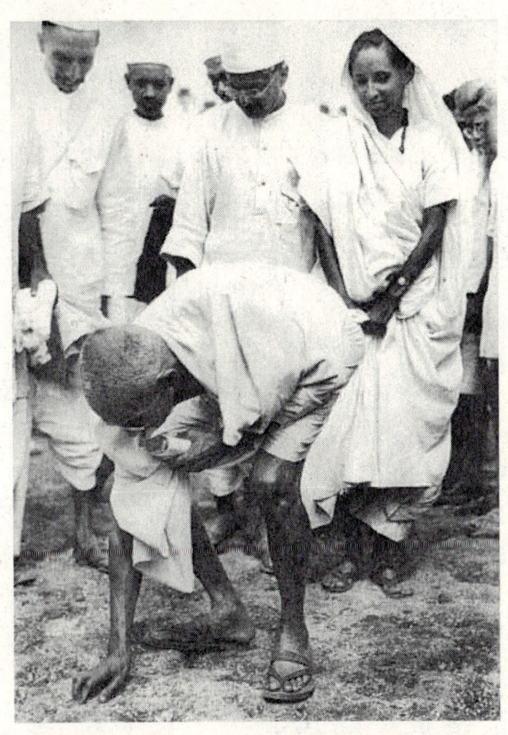

दांडीचा सागरकिनारा : मूठभर मीठ उचलून कायदेभंग करताना, १९३०.

ब्रिटिश सरकारने एक परिषद बोलाविली होती. त्यासाठी काँग्रेसने गांधींना आपला एकमात्र प्रतिनिधी म्हणून घोषित केले आणि त्यांना वाटाघाटींचे पूर्ण अधिकार दिले. त्यांची प्रतिष्ठा आणि अधिकार त्या काळात सर्वोच्च पातळीवर पोहोचले होते. ते बारा महिने अतिशय धामधुमीचे होते. बरीचशी शांततापूर्ण उलथापालथ घडवून आणणारा गांधींचा व्यापक प्रमाणातील मिठाचा सत्याग्रह ब्रिटिश साम्राज्याला हादरे देण्यास कारणीभूत ठरला. यामुळे भारतभर सुमारे नव्वद हजार लोकांना अटक करण्यात आली; पण त्या मानाने गांधींनी ५ मे रोजी अटक झाल्यानंतरचे नऊ महिने येरवड्याच्या एकांतवासात, शांततेत घालविले. अटक होण्याच्या थोडे आधी त्यांनी एकाधिकारशाही असलेल्या मिठागरांवर अहिंसक छापा घालण्याचे आदेश दिले होते. हे ठिकाण मुंबईपासून उत्तरेला समुद्रकिनारी १५० मैलांवर असलेले धारासना हे होते. अटकेत असलेल्या नेत्याची जागा कवयित्री असलेल्या सरोजिनी नायडूंनी घेतली. त्यांच्या हाताखाली पंचवीसशे सत्याग्रही होते. नायडूंनी त्या लोकांना स्थानिक पोलिसांच्या लाठ्यांचा मार खाण्याचे आदेश दिले. या बांबूच्या लाठ्यांच्या

टोकावर शिसे बसविलेले होते. स्वत:च्या डोक्याचा बचाव करण्यासाठीसुद्धा हात उचलायचे नाहीत, अशी ताकीद सत्याग्रहींना देण्यात आली होती.

हिंसाचाराची अधिकृत मंजुरी मिळालेल्या पोलिसांसमोर शिस्तबद्ध अहिंसक प्रतिरोधाचे सर्वोत्तम उदाहरण सादर करत सत्याग्रहींची एकेक फळी पुढे येत होती आणि लाठीमाराने खाली पडत होती; त्या दिवशी तेथे शेकडो डोकी फुटली आणि रक्तपात झाला. अलाबामा येथे सेल्माच्या बाहेरील एडमंड पेटस ब्रिजवर अमेरिकन नागरी हक्कांसाठी जो मोर्चा काढला गेला त्याच्या कितीतरी काळ आधी म्हणजे पस्तीस वर्षांपूर्वी ही घटना घडली. या घटनेचे क्षणिक पडसाद जगात उमटले, तर दीर्घकाळ टिकणारे पडसाद भारतभर उमटले. दोन्ही किनारपट्ट्यांवर मोठ्या प्रमाणात बेकायदा मीठ तयार केले जाऊ लागले; त्यामुळे आणखी संघर्ष पेटला. आपले कमजोर होत चाललेले अधिकार पुनर्स्थापित करण्यासाठी बऱ्याच प्रदेशांमध्ये अहिंसक प्रतिरोधकांना हिंसक उपायांनी थोपविणे शासनाला भाग पडले.

नेहरू पिता-पुत्रांना अलाहाबादच्या तुरुंगात ठेवले होते, तेथून जुलै महिन्याच्या अखेरीस जवाहरलाल नेहरूंनी येरवडा तुरुंगात असलेल्या गांधींना पत्र लिहिले. 'भारतातील गेल्या चार महिन्यांनी मला फार आनंद दिला आहे आणि त्यामुळे मला भारतीय स्त्री-पुरुष आणि मुलांचासुद्धा पूर्वीपेक्षा जास्त अभिमान वाटू लागला आहे... तुमच्या जादुई स्पर्शाने तुम्ही जो नवीन भारत निर्माण केला आहे, त्याबद्दल मी तुमचे अभिनंदन करू इच्छितो! भविष्यात काय लिहिले आहे ते मला माहीत नाही; पण या भूतकाळाने जीवन कृतार्थ झाले आहे आणि आमच्या सामान्य अस्तित्वाला वीररसाने युक्त असलेल्या महाकाव्याची महानता प्राप्त झाली आहे.'

२६ जानेवारी १९३१ च्या आधी गांधींची सुटका झाली नाही. त्यांच्या व चळवळीच्या अन्य नेत्यांच्या सुटकेसाठी व्हाइसरॉयने काँग्रेसच्या स्वप्नातील स्वघोषित स्वातंत्र्य दिवस निवडावा, ज्याकडे ते सहजपणे दुर्लक्ष करू शकत होते, हा एक अनुग्रह होता. सविनय कायदेभंगामुळे निर्माण झालेली कोंडी फोडण्यास ब्रिटिश उत्सुक होते, याचेही ते एक चिन्ह होते. राजकीय तडजोडीची शक्यता गृहीत धरून त्यांनी तुरुंग रिकामे केले आणि 'राज्य' हा संदिग्ध शब्द चिकटवून होमरुललाही मंजुरी दिली; जी एक राजकीय तडजोड मानली जाऊ शकत होती. अनेक वर्षांपूर्वी स्मट्स यांनी जसे गांधींना मुक्त केले होते, तसेच त्यांच्याशी व्यक्तिगत पातळीवर थेट वाटाघाटी करण्यासाठी आयर्विन यांनी गांधींना मुक्त केले; त्यातून असा एक संदिग्ध करार जन्माला आला जो गांधींना राष्ट्रीय चळवळीतील कानाकोपऱ्यांत जाऊन प्रत्येकाला समजावून सांगावा लागला आणि प्रत्येकाच्या गळी उतरवावा लागला. त्या वर्षी लंडनमध्ये झालेल्या गोलमेज परिषदेच्या पहिल्या फेरीवर गांधींनी आणि काँग्रेसने बहिष्कार टाकला होता. या परिषदेत विस्तृत ब्रिटिश भारताच्या

स्वयंशासनाचा मार्ग आखण्याचा प्रस्ताव होता. हा ब्रिटिश भारत अफगाण सीमेपासून ते बर्मापर्यंत पसरलेला होता; त्यामध्ये आजच्या काळातील भारत, पाकिस्तान आणि बांगलादेश यांचा समावेश होता. ही बोलणी करण्यासाठी दुसऱ्या फेरीच्या दरम्यान गांधींनी उपस्थित असणे व्हाइटहॉल आणि व्हाइसरॉय यांना महत्त्वाचे वाटत होते.

हा सौदा मजबूत स्थितीत असलेल्यांकडून नव्हे, तर वर्चस्व गाजविण्याची सवय असलेल्यांकडून केला जाणार होता. वॉल स्ट्रीटवरील शेअर बाजाराच्या फुटलेल्या फुग्यामुळे निर्माण झालेल्या आणि खालावत चाललेल्या आंतरराष्ट्रीय स्तरावरील आर्थिक पेचप्रसंगात ब्रिटनचे मजूर पक्षाचे अल्पमतांतील सरकार सापडले होते. अजूनही एक कल्याणकारी राज्य नसलेल्या देशात लाखो हताश लोक बेरोजगार झाले होते. त्यांच्या वाढत चाललेल्या संख्येने सरकार बेजार झाले होते. शिवाय पौंड स्टर्लिंगचा प्रश्न 'आ' वासून उभा होता, तो किती काळ सुवर्ण मानदंडाशी निगडित राहणार आणि प्रमुख राखीव चलन म्हणून किती काळ त्याचा दर्जा टिकवून ठेवणार हाही प्रश्न होताच. अशीही शक्यता होती की, लंडनच्या दृष्टीने भारत बहुधा त्यांना डोईजड होत होता. ब्रिटिश पक्षांतील मजूर पक्ष हा सर्वांत कमी राजेशाही मानसिकता असलेला पक्ष होता. अगदी पंतप्रधान रॅमसे मॅक्डोनल्डसह त्या पक्षाच्या अनेक सदस्यांनी आपल्या भावना बोलून दाखविल्या त्या राजेशाहीविरोधी होत्या, असे म्हणता येईल. ते एका कमजोर युतीचे नेतृत्व करत होते आणि त्यांच्या कार्यक्रमपत्रिकेत भारताचे स्थान फार काही वरचे नव्हते. तरीही त्यांना त्याबाबत काही कृती करावीशी वाटेल अशी परिस्थिती उद्भवणे शक्य होते.

जर अशी कोणतीही शक्यता होती तर ती गांधी २९ ऑगस्ट १९३१ रोजी मुंबईला एस.एस. राजपुताना बोटीत चढायच्या पाच दिवस आधी नष्ट झाली. गांधींची गेल्या सोळा वर्षांतील ही पहिली युरोपवारी होती आणि ती अखेरचीही असणार होती. आपल्या स्वत:च्याच पक्षात फूट पाडून पंतप्रधान मॅक्डोनल्ड यांनी राष्ट्रीय सरकार बनविले होते, ज्यामध्ये त्यांच्या पक्षाच्या उरल्यासुरल्या लोकांना टोरींबरोबर सत्ता वाटून घ्यावी लागली. टोरी हा पक्ष ब्रिटिश राजकारणात एकंदर ब्रिटिश साम्राज्यासाठी आणि खास करून भारतातील ब्रिटिश सत्तेसाठी 'हाय चर्च' म्हणून काम करत होता. गांधी लंडनमध्ये आल्यावर दहा दिवसांतच ब्रिटन सुवर्ण मानदंडावरून खाली घसरले, पौंडाचे अवमूल्यन झाले आणि ब्रिटिश भारताच्या भविष्याची चर्चा करण्यासाठी बोलाविलेली गोलमेज परिषद उद्घाटनाच्या भाषणांची पहिली फेरी संपेपर्यंत तरी झाकोळली गेली.

गांधींनी आपल्या पहिल्या भाषणात या घडामोडींचा धूर्तपणे उल्लेख केला. ते म्हणाले की, ब्रिटिश राज्यकर्ते 'त्यांच्या घरगुती प्रकरणांमध्ये व्यग्र आहेत आणि जमा-खर्चाची हातमिळवणी करण्याचा प्रयत्न करत आहेत' हे मी समजू शकतो.

अंदाजपत्रकाचे संतुलन राखण्यासाठी भारतावरचा ताबा सोडणे हा एक चांगला मार्ग असेल, असे त्यांनी मिश्कीलपणे सुचविले. त्यानंतर, गांधींच्या चरित्रकारांप्रमाणेच खुद्द गांधींनीही स्थानिक ब्रिटिश राजकारणातील या पडझडीकडे फारसे लक्ष दिले नाही. सागरी प्रवासात बोटीवरील मुलाखतींमध्ये गांधींनी विन्स्टन चर्चिल यांना भेटण्याची इच्छा व्यक्त केली होती; भारताच्या प्रश्नाबाबत कर्मठ भूमिका घेणाऱ्या टोरींपैकी ते एक कठोर व्यक्ती म्हणून ओळखले जात होते; पण त्यांना गांधींना भेटण्यासाठी वेळ मिळाला नाही. पंचवीस वर्षांपूर्वी या दोघांची आमनेसामने झालेली भेट हीच त्यांची एकमेव भेट ठरली. ब्रिटिश सार्वजनिक जीवनातील आपल्या सर्वांत मोठ्या प्रतिस्पर्ध्याशी भेट होण्याची गांधींना आशा होती; पण त्याऐवजी विरोधकांमध्ये बसायची वेळ आलेल्या मजूर पक्षातील डाव्या गटाच्या लोकांबरोबर वेस्टमिन्स्टर पॅलेसमध्ये एका चिंतन बैठकीत त्यांना सामील व्हावे लागले. तेथील वास्तव्यात गांधींना हे कळून चुकले की, ब्रिटिश राजकारणाचा कल पाहता ही परिषद अपेक्षेपेक्षा कमी महत्त्वाची ठरणार होती; ब्रिटिश साम्राज्याशी असलेली भारताच्या बंधांची वीण हळूहळू उसवत चालल्याची ती खूण होती.

गांधी लंडनला येण्याच्या काही दिवस आधी, त्यांच्या आगमनाची बातमी वर्तमानपत्रांच्या पहिल्या पानावर छापली जात होती. त्यानंतर हळूहळू त्यांचे येणे-जाणे, त्यांची व्याख्याने यांच्या बातम्या लहान-लहान होत आतल्या पानांवर जाऊन बसल्या. 'कोणत्याही जिवंत माणसाने आजवर आपल्या ज्ञानाने किंवा उदाहरणाने एवढ्या मोठ्या जनसमूहाला इतक्या थेटपणे आणि खोलवर प्रभावित केले नव्हते,' हॅरॉल्ड लास्की या लंडन स्कूल ऑफ इकॉनॉमिक्सच्या कुलीन, मोठ्या लोकांशी संबंध असलेल्या आणि महत्त्वाचे म्हणजे संवेदनशील राजकीय विचारवंताने मजूर पक्षाला धार्जिण्या असलेल्या 'डेली हेराल्ड'मध्ये लिहिले : 'गेल्या पंधरा वर्षांतील भारताचा इतिहास हा मुख्यतः त्यांचा (गांधींचा) इतिहास आहे.'

पण आतापर्यंत त्यांनी जे केले होते 'तो त्यांच्या कामगिरीतील सर्वांत सोपा भाग होता' असे म्हणून लास्की यांनी प्रश्नांच्या फैरी झाडल्या; अशाच प्रकारचे प्रश्न गांधी आपल्या अनुयायांना विचारत असत : 'हिंदू आणि मुस्लिमांना ते एकाच दृष्टिकोनात बांधून ठेवू शकतील? जातींची जाचक बंधने ते तोडू शकतील?... सामाजिक स्वातंत्र्यासाठी ते काय करणार आहेत?'

या परिषदेची विषयपत्रिका खरेतर या प्रश्नांमुळे आकाराला आली. आजच्या भारतीयांना महात्माजींची ही शेवटची लंडन भेट महत्त्वाची वाटत असेल, तर ती त्यांच्या रॅमसे मॅक्डोनल्ड यांच्याबरोबर झालेल्या भेटीमुळे नाही किंवा परिषदेच्या सभागृहाबाहेर झालेल्या चार्ली चॅप्लिन व जॉर्ज बर्नार्ड शॉ यांच्या भेटीमुळेही नाही. तर, ती महत्त्वाची वाटते कारण संसदीय प्रश्नांबाबत कोणतेही नवे पाऊल न उचलू

शकणारी ही परिषद एका राजकीय सामन्याचा आखाडा ठरली. तो सामना होता, राष्ट्रीय चळवळीचे प्रतिनिधित्व करणारे गांधी आणि उभरत्या अस्पृश्यांचे प्रतिनिधित्व करणारे राष्ट्रीय स्तरावरील त्यांचे एक दमदार नेते भीमराव रामजी आंबेडकर यांच्यामध्ये. या दोन भारतीयांमधील संघर्ष काही दशकांपूर्वी दिमाखदार, राजेशाही सेंट जेम्स पॅलेसच्या आश्रयाने झाला असेलही; आता कुठल्याही भारतीयाच्या तो स्मरणातही नसेल. त्यातील एक त्याच्याच देशात तुलनेने अनोळखी असेल आणि दुसरा त्या युगातील एक महान आध्यात्मिक व्यक्तिमत्त्व म्हणून देशात आणि जगभरात प्रसिद्धी पावलेला असला, तरी त्या संघर्षाचे पडसाद भारतीय राजकारणात अजून उमटत आहेत; त्याचे परिणाम आज विवादाचा विषय बनले आहेत आणि त्याने गांधींना मुळापासून हादरवले, त्याने दाखवून दिले की, जेव्हा ते 'लाखो मुक्यां'च्या वतीने बोलण्याचा दावा करतात, तेव्हा त्याला गर्वाचा वास येतो. या विषयासंबंधीचा त्यांचा दृष्टिकोन तपासण्यासाठी जरी नसला, तरी लंडनमध्ये त्यांनी केलेल्या मोठ्या दाव्यांचे समर्थन करण्यासाठी गांधींनी आगामी वर्षांमध्ये अस्पृश्यता निर्मूलनाच्या कार्यात व्यक्तिगतरीत्या स्वत:ला दुप्पट जोमाने झोकून दिले.

गांधींच्या आगमनामध्ये एक विजयोन्मादाची भावना होती. काही वेळा ते आपल्यावर असलेल्या प्रसिद्धीच्या झोतामुळे हरखून गेले आहेत की काय, असे वाटत होते (उदा. चार्ली चॅप्लिनशी हवापाण्याच्या गप्पा मारणे; ज्याच्याविषयी त्यांची त्याच्याशी भेट ठरेपर्यंत गांधींना काहीही माहीत नव्हते.). लंडनच्या दर्शनाने गांधी दबून जातील अशी जर कोणाची अपेक्षा असेल, तर ते ही गोष्ट विसरले असावेत किंवा त्यांना ही गोष्ट माहीतच नसावी की, दक्षिण आफ्रिकेतील भारतीयांचा याचिकाकर्ता म्हणून त्यांनी यापूर्वीच्या भेटींमध्ये लंडनच्या सत्ताधीशांचे उंबरठे झिजविले होते. या वेळी फरक माणसात नव्हता, तर पेहरावात होता. पाचव्या जॉर्ज राजाबरोबर चहापानासाठी बकिंगहॅम पॅलेसमध्ये परिषदेच्या इतर प्रतिनिधींबरोबर गांधीही आमंत्रणावरून गेले असता, स्वत: राजाने त्यांना तेथे कुठल्याही प्रकारचा बखेडा निर्माण न करण्याविषयी कठोर शब्दांत इशारा दिला. जुन्या पद्धतीप्रमाणे त्याला इंग्लंड हे त्याचे राज्य वाटत होते. ते क्षेत्र कोणाचे आहे हे गांधी पूर्णपणे जाणून होते आणि ते आपल्या मतांवर ठाम होते. त्यांनी तितक्याच तोडीचे उत्तर दिले. "या मुद्द्यावर मी वाद घालणे राजेसाहेबांना नक्कीच अपेक्षित नसणार." त्या राजेशाही वातावरणाला त्यांचा पेहराव साजेसा होता का, असे विचारल्यावर मिश्कीलपणे गांधी उत्तरले, "राजाच्या अंगावर आम्हा दोघांनाही पुरून उरतील एवढे कपडे होते."

पॅलेसला भेट दिल्यावर दोन महिन्यांच्या आतच, वसाहत अधिकाऱ्यांनी गांधींना

ज्याला गांधी गमतीने 'राजाचे हॉटेल' म्हणत त्या येरवडा तुरुंगात तिसऱ्यांदा डांबले. गांधी एक चळवळ सुरू करण्याच्या बेतात होते म्हणून त्यांना अटक झाली. त्यानंतर दोन वर्षांनी, त्यांना पुन्हा एकदा आपल्याला बाजूला टाकले आहे असे वाटल्याने, त्यांनी भारतीय राष्ट्रीय काँग्रेसचा राजीनामा दिला. गेल्या शतकातील तिसाव्या दशकात आणि त्यांच्या स्वत:च्या साठाव्या वर्षात पदार्पण करताना गांधींची जीवनयात्रा खाचखळग्यांनी भरलेली होती, त्यात अनेक उतार-चढाव आले; पण या सगळ्याच्या केंद्रस्थानी होती ती त्यांची आंबेडकरांबरोबर झालेली भेट.

१९२३ च्या अखेरीस जेव्हा आंबेडकर आपल्या शिक्षणाचा पुढील टप्पा पार करून पश्चिमेहून भारतात परत आले, तेव्हा त्यांना त्या काळातील भारतातील उच्चविद्याविभूषितांपैकी एक असा दर्जा केव्हाच प्राप्त झाला होता. कोलंबिया विद्यापीठातून त्यांनी पीएच.डी.ची पदवी प्राप्त केली होती आणि लंडन स्कूल ऑफ इकॉनॉमिक्समधून दुसरी डॉक्टरेट मिळविली होती. दोन्ही पदव्या अर्थशास्त्रात प्राप्त केल्या होत्या; त्याशिवाय लंडनच्या ग्रेज स्कूल येथून कायद्याचे शिक्षण घेतले होते. (त्यांच्या आयुष्यातील नंतरच्या काळात त्यांच्यात असलेली आपल्या पदव्यांचे प्रदर्शन करण्याची भारतीय मानसिकता काही वेळा दिसून येई. कागदपत्रांवर ते आपल्या नावापुढे पदव्यांची एक मालिकाच जोडत असत : 'एम.ए., पीएच.डी., डी.एस्सी., एलएल.डी., डी.लिट.'). एक अस्पृश्य म्हणून ते असाधारण तर होतेच; पण त्यांचा स्वत:चा म्हणून एक खास दर्जा होता; ते उपजतच नेतृत्वगुण घेऊन जन्माला आले होते. आपल्यासाठी आणि आपल्या पत्नीसाठी उदरनिर्वाहाचे साधन मिळताच वयाच्या केवळ बत्तिसाव्या वर्षी ते रीजकारण प्रवेशाची संधी शोधू लागले. ते चौदा वर्षांचे असतानाच नऊ वर्षांच्या मुलीशी त्यांचा विवाह झाला होता आणि गांधींच्या कस्तुरबांप्रमाणेच त्यांची पत्नीही पती सातासमुद्रापार गेल्यानंतर भारतातच राहिली होती. त्यांच्या शिक्षणासाठी बडोदा आणि कोल्हापूर येथील जातिव्यवस्थेतील सुधारणांच्या बाजूने असलेल्या संस्थानांनी आर्थिक मदत केली होती. आंबेडकरांच्या शैक्षणिक कामगिरीत त्यांचा खंबीरपणा आणि जिद्द यांचे प्रतिबिंब पडले होते, जे महारांच्या सांस्कृतिक महत्त्वाकांक्षेशी जोडलेले होते. महार ही अस्पृश्यांमधील थोडी वरच्या स्तरावरील उपजात आहे, जी पश्चिम भारतातील महाराष्ट्रात आढळते. हा खंबीरपणा आणि जिद्द हे गुण सैन्यात माजी रसद प्रबंधक (क्वार्टरमास्टर) असलेल्या त्यांच्या वडिलांकडून वारशात त्यांना मिळाले होते.

या शतकाच्या पूर्वार्धात, एखाद्या अस्पृश्य युवकाच्या मानाने त्यांचे बालपण तुलनेने अधिक सुरक्षित गेले होते; पण शाळेच्या अगदी सुरुवातीच्या दिवसांत त्यांना अस्पृश्यांना यायचे तसेच अनुभव आले. शाळेच्या वर्गातील एका कोपऱ्यात त्यांना

बसावे लागे; बसण्यासाठी ते गोणपाट वापरत. (ते गोणपाट त्यांना रोज घरी न्यावे लागे व पुन्हा दुसऱ्या दिवशी शाळेत आणावे लागे. इतर उच्चवर्णीय हिंदूंचा त्यांनी वापरलेल्या वस्तूला चुकून स्पर्श होऊ नये, म्हणून आंबेडकरांना असे करणे भाग पाडले जाई.). त्यांनी संस्कृत शिकण्याची इच्छा व्यक्त केली असता त्यांना पर्शियन भाषा निवडावी लागली. एका अस्पृश्याची, संस्कृत भाषेतील पवित्र वेद आपल्या तोंडाने म्हणण्याची किंवा हाताने लिहिण्याची लायकी नाही, असे कारण त्यासाठी देण्यात आले. म्हणून, शेवटी जेव्हा राजकारणात उतरण्याची वेळ आली, तेव्हा जातींची बंधने दूर करणारा अस्पृश्योद्धारक म्हणून त्यांच्याकडे पाहिले गेले आणि त्यांनी स्वत:ही तीच भूमिका स्वीकारली.

परंतु त्यांना हेही कळून चुकले होते की, ब्राह्मण्य आणि ब्राह्मण यात फरक असतो : उच्च पुरोहित वर्गातील सदस्य व्यक्तिगत पातळीवर एखाद्या अस्पृश्यामधील गुणवत्ता जोखू शकतात आणि त्याला पाठिंबा देऊ शकतात. त्यांचे आडनाव हेच या शक्यतेचे प्रमाण होते. त्यांचे मूळ नाव भीमा संकपाळ असे होते. त्या आडनावावरून त्यांची कनिष्ठ जात ओळखू यायची, म्हणून त्यांच्या वडिलांनी आपल्या मूळ गावाचे नाव आडनाव म्हणून लावण्याचे ठरविले, मराठी लोकांमध्ये सामान्यत: असे करण्याची पद्धत रूढ आहे; त्यामुळे संकपाळ हे अंबावडेकर झाले. या नवीन आडनावाचा उच्चार त्यांच्या एका आंबेडकर नाव असलेल्या ब्राह्मण शिक्षकाच्या नावासारखाच होता. या शिक्षकाने या तरुण अस्पृश्याच्या वचनाला प्रतिसाद म्हणून रोज दुपारचे जेवण त्याला देण्याचे काम अंगावर घेतले होते. म्हणून भीमाने या आदरणीय शिक्षकाचे नाव आपल्यासाठी घेतले. नंतरच्या आयुष्यात, त्यांना अनेक ब्राह्मणांचा पाठिंबा मिळाला आणि पहिल्या पत्नीच्या निधनानंतर अनेक वर्षांनी; ते जेव्हा भारताच्या मंत्रिमंडळात होते, तेव्हा त्यांनी जातींची बंधने पार करून एका ब्राह्मण स्त्रीशी विवाह केला. हा 'आंतरजातीय' विवाह आजच्या जातीविषयक संवेदनांना जितका कमी धक्कादायक किंवा वेगळा वाटेल तितका तो त्या काळात नक्कीच वाटला नसणार.

आंबेडकरांच्या सुरुवातीच्या याचिकांमध्ये आणि विधानांमध्ये त्यांच्या प्रशिक्षणाचे प्रतिबिंब दिसत होते. गांधींनी नाताळच्या तथाकथित ब्रिटिश भारतीयांच्या वतीने दाखल केलेल्या याचिकांसारख्या त्या नव्हत्या, तर अधिक औपचारिक आणि वकिली थाटात युक्तिवाद केलेल्या अशा होत्या. सुरुवातीला त्यांच्याकडे गांधींमध्ये उपजत असलेला वादविवाद घालण्याचा गुण किंवा खुमासदार भाषा नव्हती किंवा स्वत:चे गुण नाट्यपूर्णरीत्या सादर करण्याची हातोटी नव्हती; पण नंतर कदाचित अनुकरणाने हे गुण त्यांनी आत्मसात केले. गांधींनी सरकारी परवाने आणि विदेशी कापड जाळण्यासाठी प्रोत्साहन दिले, तर आंबेडकर आणि त्यांच्या अनुयायांनी

आंबेडकर लंडनमध्ये.

वर्णव्यवस्थेचे नियम सांगणारी पारंपरिक हिंदू धर्माची समाजव्यवस्था मांडणारी 'मनुस्मृती' जाळली. या त्यांच्या कृतीची व्यापक प्रमाणावर दखल घेतली गेली नाही किंवा तिचे अनुकरणही झाले नाही; पण ज्या हिंदूंच्या कानावर ही गोष्ट गेली त्यांना ती कृती जहाल आणि प्रक्षोभक वाटली.

खूप कालावधीनंतर आयुष्याच्या अखेरच्या वर्षात, स्वतंत्र भारताच्या पहिल्या मंत्रिमंडळाचा राजीनामा दिल्यावर–ज्यामध्ये त्यांनी राज्यघटनेचा मसुदा बनविण्याची मुख्य कामगिरी बजावली होती–त्यांनी स्वत:कडे एका धार्मिक नेत्याची चिरस्थायी भूमिका घेतली आणि बौद्ध धर्मात प्रवेश केला, तसेच इतर अस्पृश्यांना आपल्या मागे येण्याचे आवाहन केले. पुढील पन्नास वर्षांत लाखो महारांनी आणि इतरांनीही बौद्ध धर्म स्वीकारला. यामध्ये बऱ्याचदा भौतिक त्याग अपरिहार्य ठरला. अस्पृश्यतेला बेकायदेशीर ठरवून स्वतंत्र भारताने एक स्वीकारसूचक कृतीची प्रणाली स्थापित केली. दलितांसाठी शाळांमध्ये आणि सरकारी सेवांमध्ये 'राखीव' जागांची निर्मिती केली; त्यांना अधिकृतपणे 'अनुसूचित जाती'चे सदस्य असे संबोधण्यास सुरुवात केली. पण, मुख्यत: हिंदू असलेल्या नोकरशाहीला बौद्धधर्मीयांनाही हे फायदे उचलू देण्यास मान्यता देणे थोडे जड गेले आहे. आज, आंबेडकरांनी धर्मांतर केले ती जागा एक तीर्थस्थळ झाले आहे आणि त्या घटनेचा वर्धापन दिन एका यात्रेचे निमित्त ठरला आहे. दरवर्षी १४ ऑक्टोबरला कमीतकमी एक लाख किंवा त्याच्याहून दुप्पट जनसमूह नागपूर शहरात असलेल्या 'दीक्षाभूमी'वर गोळा होतो आणि 'धम्मचक्र प्रवर्तन दिन' साजरा करतो.

२००१ पर्यंत समर्पित नसलेला हा विन्यास आता आंबेडकरी चळवळीचे प्रार्थनास्थळ म्हणून उभा आहे. प्रथमदर्शनी, पालथ्या घातलेल्या वाडग्यासारखा दिसणारा तो घुमट बौद्ध स्तूपासारखा दिसण्याऐवजी उपनगरातील एखाद्या हॉकीच्या मैदानासारखा दिसतो. त्या घुमटाखाली एक उघडे गोलाकार सभागृह आहे; सभोवताली प्लॅस्टरच्या कमळाच्या फुलांचे नक्षीकाम केलेले खांब आहेत; बुद्धाची एक आसनस्थ

मूर्ती आहे आणि बाबासाहेब आंबेडकरांच्या जीवनावरील छायाचित्रांचे एक प्रदर्शन तेथे लावलेले आहे. या चळवळीचे अनुयायी आपल्या संस्थापक नेत्याला आता बाबासाहेब हे आदरयुक्त व पितृभाव व्यक्त करणारे संबोधन वापरतात. बौद्ध धर्माची सुरुवात भारतातून झाली. नंतर अनेक शतके तो भारतातून नाहीसा झाला होता; बाबासाहेबांमुळे तो परत आला. पारंपरिक रूढी, विधी आदींच्या रूपात तो अजूनही स्वगृही परतलेला नाही. धूप, अगरबत्ती, मंत्रघोष आणि भिक्षू हे वातावरण दीक्षाभूमीत दिसत नाही; त्यामुळे गर्दीने फुललेल्या कोलंबो, बँकॉक किंवा नॉमपेन्ह येथील मठांच्या तुलनेत हा मठ निर्जीव आणि जवळजवळ रिकामा वाटतो; पण हा धर्म आता येथे रुजू पाहत आहे. जवळच्याच स्मृतिचिन्ह विक्रीच्या दुकानात बौद्धधर्मीय ग्रंथांसोबतच प्लॅस्टर आणि लाकडापासून बनविलेले छोटे छोटे आंबेडकरांचे उभे पुतळे विक्रीला असतात. गडद निळ्या रंगाचा गळाबंद सूट आणि लाल टाय लावलेल्या आंबेडकरांचे हे पुतळे पितळेच्या बसलेल्या बुद्धमूर्तींएवढेच प्रचलित आहेत. आंबेडकरांची छायाचित्रे असलेल्या की-चेन्स, पदके आणि चित्रेही तेथे उपलब्ध आहेत. काही ठिकाणी ते भगवान बुद्धांच्या जवळ उभे आहेत आणि त्यांच्या प्रभामंडलात न्हाऊन निघाले आहेत, असे दाखविले आहे. आंबेडकर त्यांचे अवतार नसले तरी ते बोधिसत्त्व किंवा संत नक्कीच मानले जातात.

नागपूरला भेट देणारा प्रवासी नवीन, आलिशान डॉ. बाबासाहेब आंबेडकर आंतरराष्ट्रीय विमानतळावर उतरतो; तेथून बँकॉक व दुबईसाठी नियमित विमाने उडतात. बौद्ध भिक्षूंच्या प्रशिक्षणासाठी तेथे नुकतीच एक पाठशाळा सुरू झाली आहे. त्यात एका धर्मांतर केलेल्या दलिताच्या, विमलकित्ती गुणासिरींच्या हाताखाली पस्तीस अनुचरांनी आपले नाव नोंदविले आहे. गुणासिरींनी थायलंडमध्ये पाली भाषेचा अभ्यास केला; पाली ही पवित्र बौद्ध धर्मग्रंथांची भाषा आहे. त्याशिवाय, नागपूर विद्यापीठ त्याच्या डॉ. बाबासाहेब आंबेडकर विचारांसाठीच्या पदव्युत्तर विभागातून विद्यार्थ्यांना डॉक्टरेट पदवीही देते. भारताच्या धार्मिक जीवनावर सर्वांत मोठा प्रभाव गांधींचा राहिला आहे की आंबेडकरांचा, या प्रश्नाचे उत्तर विद्यापीठाच्या किंवा दीक्षाभूमीच्या दृष्टिकोनातून पाहिले असता आपसूकच मिळते.

१९३० मध्ये अशा प्रकारच्या फलनिष्पत्तीची कल्पना स्वत: आंबेडकरांनीही केली नसेल; ज्यांनी सुरुवातीला काही प्रमाणात गांधींकडून आणि गांधीवादाकडून प्रेरणा घेतली होती, असे वाटते. अस्पृश्यांसाठी तळ्यांपासून ते विहिरींपर्यंत पाणवठे खुले केले जावेत यासाठी आंबेडकरांनी सत्याग्रह चळवळींचे नेतृत्व केले. अशाच एका चळवळीत महाराष्ट्रातील महाड येथे सोळा हजार अस्पृश्य जमले होते, असे म्हणतात. जेथे एक प्रशंसक चरित्रकार लिहितो, 'त्यांच्या इतिहासात प्रथमच त्यांच्या स्वत:च्या महान नेत्याने त्यांचे नेतृत्व केले.' त्यांच्या नेतृत्वाखाली हिंदू

शहर, नाशिक येथील मुख्य मंदिर अस्पृश्यांसाठी खुले व्हावे म्हणून आणखी एक सत्याग्रह झाला होता, याच गावात तरुण गांधींना शुद्धीकरण विधी करून घ्यावा लागला होता. महाडला एका निदर्शनादरम्यान गांधींचे छायाचित्र लावले गेले होते, असे म्हणतात. आंबेडकरांच्या नेतृत्वाखाली झालेल्या निदर्शनांमध्ये गांधींच्या नावाचा जयघोष झाला होता, अशी वृत्ते होती; पण आंबेडकरांनी गांधींविषयी जे मत बनविले होते ते निराशेच्या स्पर्शाने झाकोळून गेले. 'महात्मा गांधींच्या आधी, कोणाही भारतीय राजकारण्याने असे म्हटले नव्हते की, तणाव आणि संघर्ष कायमचा नष्ट करण्यासाठी सामाजिक अन्याय दूर केला पाहिजे,' आंबेडकरांनी मान्य केले होते; पण ज्याप्रमाणे काँग्रेस सदस्यत्वासाठी गांधींनी दैनंदिन सूतकताईचा आग्रह धरला, त्याप्रमाणे अस्पृश्यता निर्मूलनाची पूर्वअट त्यांनी का घातली नाही, असा जाहीर सवाल आंबेडकरांनी विचारला.

त्यांचा निष्कर्ष उपरोधिक वाटावा इतका संतुलित आणि संयत होता. गांधींनी वायकोमला भेट दिल्यानंतर १९२५ मध्ये तरुण आंबेडकर म्हणाले होते, 'जेव्हा एखादा माणूस सर्वांकडून बहिष्कृत केला जातो, तेव्हा महात्मा गांधींकडून मिळालेली सहानुभूतीही काही कमी महत्त्वाची नसते.' १९२७ सालापर्यंत आंबेडकरांचे नाव त्या काळी बॉम्बे प्रेसिडेन्सी म्हणून ज्ञात असलेल्या प्रादेशिक विधानमंडळासाठी नियुक्त झाले होते; पण अशा नियुक्त केल्या जाणाऱ्या सदस्यत्वावर बहिष्कार टाकण्याच्या मताचे असणारे गांधी आणि वर्तमानपत्रे वाचणे सोडून दिल्याचा दावा करणारे गांधी आंबेडकरांबद्दल आणि ज्या सत्याग्रह पद्धतीने केल्या गेल्या होत्या त्या त्यांच्या चळवळींबद्दल कितपत जाणून होते, याचा सुगावा लागत नाही. महात्माजी शिष्यांचा, अनुयायांचा स्वीकार करायचे; पण ते त्यांना शोधायला जायचे नाहीत. आंबेडकर त्यांच्याकडे आले नव्हते, त्यांनी कधी राष्ट्रीय चळवळीशी हातमिळवणीही केली नाही, स्वत:ला संभाव्य नेता म्हणून सादर करून त्यांनी आत्मघोषित अस्पृश्यताविरोधाची परीक्षाही घेतली नाही.

गांधी लंडनच्या परिषदेला निघण्यापूर्वी दोन आठवडे आधी १९३१ च्या ऑगस्ट महिन्यात या दोघांची प्रथम मुंबईत भेट झाली. धीरगंभीर असणारे आंबेडकर हे अभिमानी आणि काहीसे लहरी दिसायचे, त्यांच्या निकटवर्ती वर्तुळातही ते सामान्यत: सर्वांपासून फटकून असायचे; इतरांकडून उपेक्षा झाल्यावर सहज दुखावले जाणारे होते. (नंतर त्यांनी स्वत:चे स्वभावचित्र रेखाटण्याचा प्रयत्न करताना लिहिले होते, 'मी एक अवघड स्वभावाचा माणूस आहे. सामान्यत: मी पाण्यासारखा शांत आणि गवतासारखा नम्र असतो; पण एकदा का मला राग आला तर मी बेकाबू होतो.') त्यांची ही पहिली भेट महात्माजींच्या पुढाकाराने झाली होती असे दिसते– महात्माजी स्वत: तुलनेने तरुण असलेल्या आंबेडकरांना जाऊन भेटायलाही तयार

होते–पण आंबेडकरांच्या एका चरित्रकाराने लिहून ठेवल्याप्रमाणे, जेव्हा ते गांधी बसलेल्या खोलीत गेले, तेव्हा गांधींनी त्यांच्याकडे ढुंकूनही न पाहता त्यांचे संभाषण सुरू ठेवले आणि यामुळे या अस्पृश्य नेत्याला अपमान झाल्यासारखे वाटले. गांधींचे त्यांच्याकडे लक्ष गेल्यावर, गांधींनी त्यांना संविधानिक बाबींवर त्यांची मते मांडण्यास सांगितले. मात्र, त्यांनी त्याला नकार दिला. एका वृत्तानुसार, आंबेडकर म्हणाले, ''तुम्ही मला तुमची मतं ऐकायला बोलावलं आहे.'' गांधीजींनी मग अस्पृश्यांच्या वतीने आपण काय प्रयत्न केले हे थोडक्यात सांगितले. शेवटी हेही स्पष्ट केले की, ते प्रभावहीन आणि अपुरे होते. हे सर्व कथन आंबेडकर अस्वस्थपणे ऐकत होते.

''गांधीजी, मला मातृभूमी नाही,'' ते म्हणाले. त्यांचा सूर तक्रारीचा असावा, कदाचित रागीटही असावा. महात्माजींना त्यामुळे धक्का बसला असेल.

''तुम्ही अस्सल देशभक्त आहात, हे मी जाणतो,'' आंबेडकरसमर्थकांपैकी हा वृत्तान्त लिहिणाऱ्या एकाच्या लिखाणावर आधारित नोंदीनुसार गांधी म्हणाले.

''या देशाला मी माझी मातृभूमी कशी म्हणू आणि या धर्मालाही मी माझा कसा समजू, ज्या ठिकाणी आम्हाला कुत्र्या-मांजरापेक्षाही वाईट रीतीने वागवलं जातं आणि जिथे आम्हाला प्यायला पाणीही मिळत नाही?'' या वृत्तान्तानुसार आंबेडकर आपल्या मुद्द्याला चिकटून राहिले. (या वृत्तान्तातील 'Wherein' (ज्या ठिकाणी) या शब्दाचा वापर हे सूचित करतो की, ही वाक्ये पुन्हा लिहिली गेली आहेत किंवा एखाद्या वकिलाने, कदाचित आंबेडकरांनी स्वत: त्यांचे भाषांतर केले आहे.)

या भेटीवरील गांधींचा शेरा आंबेडकरांच्या विस्फोटातील 'आम्ही'कडे अनवधानाने दुर्लक्ष करतो. या प्रसंगानंतर गांधींनी दोन वर्षांनंतर हे मत व्यक्त केले, तोपर्यंत त्यांनी अस्पृश्यांसाठी नवीन नाव शोधून काढले होते, ते त्यांना 'हरिजन' म्हणायचे, म्हणजे 'ईश्वराची लेकरे' (आजच्या दलितांनी हे संबोधन नाकारताना ते शेखी मिरविणारे आहे, असे म्हटले आहे.).

आंबेडकरांविषयी ते म्हणाले, ''मी इंग्लंडला जायला निघेपर्यंत ते हरिजन आहेत हे मला माहीत नव्हतं. मला वाटलं होतं की, हरिजनांच्या प्रश्नांबाबत तळमळ असणारा हा कुणी एक ब्राह्मण आहे आणि म्हणून इतक्या पोटतिडकीने बोलत आहे.''

एक अमेरिकन अभ्यासक, गेल ऑमव्हेट या प्रतिक्रियेला 'गांधींच्या मनातील दलितांच्या साचेबंद प्रतिमेला साजेशी' असे म्हणतात. हे मत समजण्यासारखे आहे; पण कदाचित फार विचार न करता मांडलेले आहे. ही भेट ठरविणारे मध्यस्थ आंबेडकरांशी मित्रत्वाचे संबंध असलेले उच्चवर्णीय हिंदू होते. वायकोमला आणि इतरत्र गांधींनी अस्पृश्यांसाठी विवेकबुद्धीने, काळजीने काम करणारे ब्राह्मण पाहिले

होते. हा गटही त्यापैकीच असावा. गांधी त्रावणकोरच्या अय्यानकलींसारख्या अस्पृश्यांच्या नेत्यालाही भेटले होते. त्याही पूर्वी, दरबानला त्यांचा कारकून म्हणून काम करणारा, धर्मांतर केलेला अस्पृश्य व्हिन्सेंट लॉरेन्स होता; ज्याला समाजात प्रतिष्ठा होती; तो काही काळ गांधींच्या घरी राहिला आणि नंतर तेथील समाजाचा पुढारी झाला. अस्पृश्यही कडक कॉलरचे कपडे वापरू शकतात हे गांधी जाणून होते; पण यापूर्वी ते आंबेडकरांसारख्या एवढ्या बुद्धिमान अस्पृश्याला भेटले नव्हते. तेच काय, कोणीच भेटले नव्हते.

एक महिन्यानंतर लंडनला झालेली या दोघांची दुसरी भेट आधीपेक्षा फार काही चांगली झाली नाही. या वेळी गांधींनी आंबेडकरांना बोलावून घेतले; ते तीन तास एकटेच बोलत होते, 'आणि गांधी सूत कातता-कातता मूकपणे नुसतेच ऐकत होते,' ऑमव्हेट यांनी अशी नोंद केली आहे. आंबेडकरांच्या दीर्घ स्वगताची कोणत्याही स्वरूपातील प्रत आपल्याकडे नाही. त्यांचे ध्येय सामाजिक उतरंडीत अस्पृश्यांना वर आणणे, त्यांचा उद्धार करणे हे होते, स्वातंत्र्य मिळविणे हे नव्हते. याविषयी त्यांची द्विधा मन:स्थिती होती. ही दोन्ही ध्येये एकत्र होऊ शकतील अशा परिस्थितीचा त्यांनी कधी विचार केला होता की ते अन्याय झाल्याच्या भावनेने जळत होते? आंबेडकर देशासाठी काही योगदान देऊ शकतात, याविषयी गांधींनी त्यांच्या बाजूने सुचविण्याचा प्रयत्न केला होता? या प्रश्नांची उत्तरे आपण केवळ कल्पू शकतो; शिवाय हा प्रश्नही अनुत्तरितच राहतो की, आंबेडकरांचे उग्र भाषण ऐकत गांधी एकही शब्द न बोलता तीन तास बसले असतील? आपण एवढेच जाणतो की, ही दुसरी भेट फारशी यशस्वी झाली नाही. ही दोन माणसे, मग त्यांचे हेतू काहीही असोत, एकमेकांच्या मनांपर्यंत पोहोचू शकली नाहीत.

महात्माजींकडे जर बोलण्यासारखे काही नव्हते, तर त्यांनी आंबेडकरांना का बोलावून घेतले होते? गोलमेज परिषदेत त्यांच्या सार्वजनिक रूपात होणाऱ्या भेटीमुळे आधीच चिंतित झालेल्या त्या अस्पृश्यांच्या नेत्याने असा निष्कर्ष काढला की, हा आतल्या गाठीचा वृद्ध वादविवादासाठी दारूगोळा जमा करत आहे. ही गोष्ट शक्य आहे; पण ही एकच शक्यता होती असे नाही. कदाचित गांधी दोघांचे विचार समपातळीवर येण्याची आशा करत असतील आणि त्याऐवजी आंबेडकरांचा पवित्रा ठाम आणि कठोर झाल्याचे त्यांच्या निदर्शनास आले असेल. आंबेडकरांनी त्यापूर्वी राष्ट्रीय तत्त्वांवर कमी-अधिक प्रमाणात आपल्या लोकांसाठी वेगळ्या मतदारसंघांना विरोध केला होता. त्यांनी पहिल्या गोलमेज परिषदेत सांगितले होते की, त्यांना सार्वत्रिक मताधिकार आणि पुरेशा प्रतिनिधित्वाची हमी मिळायला हवी होती. काँग्रेसने त्या वेळी त्यांचा हा माफक प्रस्ताव फेटाळून लावला होता; त्यामुळे त्यांना आता मुस्लिमांसारखेच स्वतंत्र मतदारसंघ हवे होते; परंतु त्यापूर्वी आंबेडकर

मुस्लिमांच्या या मागणीच्या विरोधात बोलले होते.

या मुद्द्यावर वाटाघाटी करण्यात गांधींना आलेले अपयश हे अनिच्छेने दर्शविलेल्या आदराचेही चिन्ह असावे. उच्चवर्गीय हिंदूंनी त्यांच्या पद्धती स्वच्छ कराव्यात, शोषितांच्या राजकारणाची सूत्रे आपल्या हातात घेऊ नयेत, असा गांधींचा नेहमीच पवित्रा राहिला होता. शोषितांना आहार व स्वच्छतेवर उपदेशांचे डोस पाजण्यासाठी ते नेहमीच एका पायावर तयार असायचे; पण ते असेही विचारू शकत होते, 'हरिजनांचा उद्धार करणारे आपण कोण?' येथे 'आपण' याचा अर्थ उच्चवर्णीय हिंदू असा होता. 'आपण त्यांच्याप्रति केलेल्या पापांची केवळ परतफेड करू शकतो किंवा या ऋणातून मुक्त होऊ शकतो आणि हे केवळ आपण त्यांना समाजाचे सदस्य करून घेऊन करू शकतो; त्यांच्यावर आगपाखड करून नव्हे.'

कोंडीत सापडलेल्या अल्पसंख्याकांच्या वतीने एका अशा राजकीय नेत्याकडे मागण्या करण्याचा अनुभव दक्षिण आफ्रिकेत असताना गांधींना होता, जो त्या दाव्यातील न्याय्यपणा जाणूनही राजकीय फायद्यासाठी गप्प राहिला. तशाच परिस्थितीचा दाखला देऊन गांधी म्हणाले की, आंबेडकरांच्या हिंदूवरील रागाने त्यांना त्यांची स्वत:चीच आठवण झाली, 'दक्षिण आफ्रिकेत असताना मी जेथे जायचो तेथे युरोपियन लोक माझा पिच्छा पुरवायचे.' आपल्या नेतृत्वाखालील चळवळीचा एकोपा राखण्यासाठी आंबेडकरांना विरोध करता-करता आपण नकळत स्मट्‌सच्या भूमिकेत शिरत आहोत, याची गांधींना कधी जाणीव झाली का? त्यांचा आंबेडकरांना असलेला विरोध हा कडवा असेलही कदाचित पण निंदाजनक किंवा अपमानकारक नव्हता. त्यांनी नंतर आंबेडकरांबद्दल लिहिले : 'डॉ. ए. जे काही बोलतात, त्या सगळ्याला नेहमीच माझी सहानुभूती असते. त्यांना आपण सभ्य वागणूक द्यायला हवी.'

आणि दुसऱ्या एका प्रसंगी : 'त्यांना माझ्यावर थुंकण्याचासुद्धा अधिकार आहे; तसा तो प्रत्येक अस्पृश्याला आहे आणि त्यांनी तसे केले, तरी मी हसत राहीन.' तो निश्चयपूर्वक हसणारा चेहरा हा काही मुखवटा नव्हता. ते त्या माणसाच्या सच्चेपणाचे प्रमाण होते; पण जेव्हा ते आणि आंबेडकर गोलमेज परिषदेत आमनेसामने आले, तेव्हा गांधींच्या चेहऱ्यावरील ते हसू लुप्त झाले.

राष्ट्रीय चळवळ गुंडाळण्यासाठी, नष्ट करण्यासाठी ब्रिटिशांनी परिषदेत राजकीयदृष्ट्या प्रभावहीन आणि बिनमहत्त्वाच्या व्यक्तींचा भरणा केल्याचे लक्षात घेऊन गांधींनी शक्य तेवढ्या सभ्य शब्दांत राजकीय डंख मारला, तेव्हा त्यांच्या मनात आंबेडकरांना 'सभ्य वागणूक' देण्याचे असेलही किंवा ते त्या वेळी आंबेडकरांविषयी विचारही करत नसतील. एक मान्यताप्राप्त राष्ट्रीय नेते असलेल्या गांधींना छपन्न प्रतिनिधींपैकी

एक अशी वागणूक देणाऱ्या राजेशाही व्यवस्थापकांनी ब्रिटिश व्यावसायिकांच्या, महाराजांच्या आणि विविध अल्पसंख्याकांच्या व धर्मांच्या प्रतिनिधींच्या बरोबरीने दर्जा दिला होता; त्यामुळे गांधींकडे बोलायला मुद्दा होता आणि तो योग्यही होता; पण अस्पृश्यांच्या नेत्याला पुन्हा मेहेरबानीचा वास आला असावा आणि आपला अपमान झाला असे वाटले असावे. मग आपण अतिशयोक्तिपूर्ण विधान करत आहोत याकडे दुर्लक्ष करून गांधींनी दावा केला, ''शेवटी काय, तर भारतभर पसरलेल्या सात लाख खेड्यांमधील अर्धपोटी, लाखो बिचाऱ्यांचं काँग्रेस प्रतिनिधित्व करते.'' भारतातील वास्तवाबद्दलचे हे त्यांचे खरेखुरे मत नव्हते, हे आपण जाणतो. सेंट जेम्स पॅलेसमध्ये त्यांच्या ग्रामस्तरावरील पुनर्निर्माणाच्या 'रचनात्मक कार्यक्रमा'ला केवळ तोंडी समर्थन देण्यापलीकडे काहीही करण्यात काँग्रेसला जे अपयश आले होते, त्याबद्दलची आपली निराशा दडविण्याचा गांधी प्रयत्न करत होते. दोनच वर्षे आधी त्यांनी नेहरूंना सांगितले होते की, सविनय कायदेभंगाची मोहीम राबविण्यासाठी चळवळीवर विश्वास ठेवणे व्यर्थ होते; पण येथे काँग्रेसचा प्रवक्ता आणि पूर्णाधिकारी म्हणून त्यांनी आपल्या शब्दांना सैल सोडले होते. ते अशा बाबींवर दावा सांगत होते, ज्या केवळ महत्त्वाकांक्षेच्या पातळीवर होत्या.

आंबेडकरांच्या संवेदनशील कानांना, हा त्यांना व अस्पृश्यांना विशिष्ट व शोषित भारतीय अल्पसंख्याकांचा दर्जा मिळवून देण्याच्या त्यांच्या संघर्षाला कमी लेखण्यासाठी जाणूनबुजून केलेला प्रचार वाटला, ज्याचे खंडन केले पाहिजे, असे त्यांना वाटले. जर काँग्रेस गरिबांचे प्रतिनिधित्व करत होती, तर राष्ट्रीय चळवळीच्या बाहेर राहणाऱ्या त्यांना काय भूमिका शिल्लक राहणार होती? तीन दिवसांनंतर गांधींनी एक संभवत: शांतिदायक कृती केली. ते म्हणाले, ''अर्थातच, अस्पृश्यांच्या हितरक्षणात डॉ. आंबेडकरांच्या बरोबरीने भागीदार होण्यात काँग्रेसला धन्यताच वाटेल.'' परंतु पुढच्याच क्षणी अस्पृश्यांच्या प्रतिनिधित्वासंबंधीची आंबेडकरांची कल्पना त्यांनी फेटाळून लावली. 'त्यांच्यासाठी विशेष प्रतिनिधित्व' त्यांच्या हिताला मारक ठरेल, असे गांधींचे म्हणणे होते.

८ ऑक्टोबर १९३१ रोजी झालेल्या 'अल्पसंख्याक समिती'च्या सत्रामध्ये गांधी आणि आंबेडकरांच्या मतभेदांनी व्यक्तिगत पातळी गाठली होती. पंतप्रधान मॅक्डोनल्ड यांनी त्याआधी एक दिवस अचानक मुदतपूर्व निवडणूक जाहीर केली होती; त्यात नंतर राष्ट्रीय एकता सरकारच्या मुखवट्यामागे टोरींना प्रचंड बहुमत मिळाले आणि नवीन हाउस ऑफ कॉमन्समध्ये टोरींच्या तीनचतुर्थांशापेक्षा जास्त जागा निवडून आल्या. आंबेडकरांनी वादाची पहिली ठिणगी टाकली; अस्पृश्यांचे प्रतिनिधित्व 'करण्याचा सन्मान वाटून घेण्या'च्या गांधींच्या प्रस्तावाकडे त्यांनी पूर्णपणे दुर्लक्ष केले. त्यांना ब्रिटिशांनी नियुक्त केलेही असेल; पण तरीसुद्धा,

आंबेडकर म्हणाले, ''मी पूर्णपणे माझ्या समाजाच्या हक्कांचं प्रतिनिधित्व करतो आहे.'' अस्पृश्यांच्या पाठिंब्यावर आता गांधींचा कोणताही हक्क नव्हता, असाच जणू ते युक्तिवाद करत होते : 'महात्माजी नेहमीच हे सांगत आले आहेत की, काँग्रेस शोषित वर्गाच्या बाजूने उभी आहे आणि ती शोषितांचे माझ्यापेक्षाही किंवा माझ्या सहकाऱ्यांपेक्षाही अधिक प्रतिनिधित्व करते. या दाव्याबद्दल मी फक्त एवढेच म्हणेन की, जबाबदार व्यक्ती नेहमीच जे खोटे दावे करत आल्या आहेत, त्यांपैकीच

आंबेडकर-उजवीकडे खाली; गांधी-मध्यभागी, गोलमेज परिषदेदरम्यान.

हा एक आहे.'

हा अस्पृश्य नेता येथेच थांबला नाही. पुढे जाऊन तो असे म्हणाला की, उच्चवर्णीय हिंदूंनी जर ब्रिटिश भारताचा ताबा घेतला, तर आपल्या अंदाजे पन्नास किंवा साठ दशलक्ष लोकांना (अस्पृश्यांना)–म्हणजेच गांधींच्या 'लाखो मूक बिचाऱ्यांना'–

मोठा धोका निर्माण होईल. ''शोषित वर्ग उतावळा झालेला नाही, तो कसली मागणीही करत नाही,'' ते म्हणाले, ''ब्रिटिशांकडून तातडीने भारतीय लोकांच्या हाती सत्ता जावी यासाठी त्यांनी कोणतीही चळवळ सुरू केलेली नाही.''

गांधींनी आपला आवाज चढविला नाही. ती त्यांची पद्धतच नव्हती; पण ते उघडपणे दुखावले गेले होते. अर्धशतकापेक्षाही दीर्घकाळ चाललेल्या त्यांच्या सार्वजनिक जीवनात ते इतक्या तिखटपणे किंवा इतक्या व्यक्तिगत पातळीवर कधीही बोलले नसतील, जितके ते त्या वेळी आंबेडकरांनी केलेल्या घणाघाती हल्ल्यानंतर बोलले. या वेळी अस्पृश्यांचे प्रतिनिधित्व करण्याचा सन्मान वाटून घेण्याचा उल्लेखही त्यांच्या वक्तव्यात नव्हता. ''मी स्वत: अस्पृश्यांच्या या प्रचंड जनसमूहाचे व्यक्तिश: प्रतिनिधित्व करतो.'' ते म्हणाले. ''मी इथे फक्त काँग्रेसच्या वतीने बोलत नाही, तर मी माझ्या स्वत:च्या वतीने बोलत आहे आणि मी असा दावा करतो की, जर अस्पृश्यांचं सार्वमत घेण्याची वेळ आली तर त्यांचं मत मलाच मिळेल आणि मी ती निवडणूक जिंकेन.'' त्या तापलेल्या क्षणी त्या महात्म्याचा अहंकार त्यांच्या शरीराइतकाच उघडा होता.

या संघर्षाकडे कोणत्याही दृष्टीने पाहिले तरी त्यात फार मोठा अर्थ भरला होता असे दिसून येईल–त्या दोघांपैकी प्रत्येकाच्या ध्येयाचा केंद्रबिंदू असलेल्या विषयावर एकमेकांना दिलेल्या आव्हानाच्या आणि प्रतिसादाच्या रूपात किंवा त्या काळातील वसाहतीच्या स्वरूपात असलेल्या भारतातील खेडी आणि झोपडपट्ट्यांमधील वास्तवाच्या वर्णनाच्या रूपात किंवा अल्पसंख्याकांच्या हितसंबंधांवर परिणाम करणाऱ्या महत्त्वाच्या संविधानिक प्रश्नाच्या रूपात किंवा भारताच्या भविष्याची पूर्वसूचना असा तो अर्थ होता. आठ दशकांनंतर आज हा गुंता सोडवून बघण्याची गरज आहे.

त्या जागतिक मंदीच्या काळातील भारतातील चाकोरीबद्ध वास्तवाच्या स्तरावर गांधी त्या सकाळी ट्यूडर राजवाड्यात जे बोलले ते निर्विवाद सत्य होते, 'भारतातील सगळ्या अस्पृश्यांच्या वतीने बोलण्याचा जो दावा आंबेडकरांनी केला आहे, तो उचित नाही.' त्या वेळी भारतातील बहुसंख्य अस्पृश्यांनी आंबेडकरांचे नाव ऐकलेही नसेल; त्यांच्या प्रदेशाबाहेर त्यांना फारसे कोणी ओळखत नव्हते. बहुतांश अस्पृश्यांनी जर कोणा एका राजकीय नेत्याचे नाव ऐकले असेल, तर ते गांधींचे होते; त्यामुळे ते काल्पनिक मतदानात 'सर्वोच्च स्थान' पटकावण्याची सहज अपेक्षा करू शकत होते. अस्पृश्यतेची समस्या ही स्वत: अस्पृश्यांमुळे नाही, तर उच्चवर्णीय हिंदूंच्या विकृत मूल्यव्यवस्थेमुळे निर्माण झाली होती, असे त्यांचे ठाम मत होते आणि ते खरे होते; तरीही अस्पृश्यांना एकत्रित करून, त्यांचे नेतृत्व करण्यासाठी म्हणजेच जो विषय त्यांना 'प्राणाइतकाच प्रिय' होता, त्यासाठी त्यांनी जवळजवळ काहीच केले नव्हते.

कितीही मोठी महत्त्वाकांक्षा असली आणि डावपेच आखले असले, तरी आंबेडकरांना निवडणुकीच्या राजकारणात पुढे कधीही यश मिळाले नाही आणि त्यांनी स्थापन केलेल्या पक्षांना राष्ट्रीय स्तरावर पाठिंबा मिळाला नाही. आजसुद्धा नागपूरसारख्या आंबेडकरांच्या चळवळीच्या केंद्रस्थानी असलेल्या शहरात त्यांनी स्थापन केलेल्या शेवटच्या पक्षाचे, रिपब्लिकन पक्षाचे चांगले चार तुकडे झालेले दिसतात. प्रत्येक पक्ष एकेका दलित नेत्याशी संबंधित आहे; हे नेते आंबेडकरांच्या छायाचित्राखाली बसून त्यांचे खरे वारसदार असल्याचा दावा करत असतात. असे असूनसुद्धा, जर आज महात्माजींच्या आणि पूर्वीचे अस्पृश्य, जे आता स्वत:ला दलित म्हणवतात, ज्यांना आदराने बाबासाहेब म्हणतात त्यांच्या स्थानाची तुलना करण्यासाठी मतदान घेतले, तर अखेरीस बाबासाहेबच बाजी मारतील आणि गांधींना बाजूला सारून 'सर्वोच्च स्थान' पटकावतील, यात संदेह नाही. अस्पृश्य हे स्वत:च आपल्या भाग्याचे शिल्पकार होते, त्यांना त्यांची स्वत:ची चळवळ असण्याची गरज होती, इतर सर्व भारतीय समाजगटांप्रमाणे, जाती-उपजातींप्रमाणेच त्यांना स्वत:चा एक नेता असायला हवा होता, या कल्पनेचे आंबेडकर हे प्रतीक होते आणि हीच कल्पना 'जगातील सर्वश्रेष्ठ लोकशाही'तील जातीवर आधारित निवडणुकीच्या राजकारणात भ्रष्टाचार आणि सर्व प्रकारचे विखंडन असूनही बहुतेक दलितांनी अखेरीस आपलीशी केली आहे.

संविधानात्मक प्रश्नासंबंधी आणि अस्पृश्यांच्या कल्याणासंबंधी त्या सकाळी गांधींच्या आव्हानकर्त्यापेक्षा गांधींकडेच सांगण्यासारखे बरेच काही होते. गांधींच्या युक्तिवादाचा मुख्य मुद्दा असा होता की, अस्पृश्यांसाठी कोणत्याही प्रकारचे खास प्रतिनिधित्व–स्वतंत्र मतदारसंघांच्या रूपाने असो किंवा फक्त अस्पृश्यच उभे राहू शकतील अशा राखीव जागा असोत–अस्पृश्यतेला कायम राखण्याचेच काम करेल. ते म्हणाले, "हा अस्पृश्यतेचा कलंक पुसून टाकण्यासाठी आज हिंदू सुधारक वचनबद्ध आहेत, हे साऱ्या जगाला कळू दे. आमच्या नोंदवहीत किंवा जनगणनेत आम्हाला अस्पृश्यांचं वेगळ्या वर्गात वर्गीकरण केलेलं नको आहे... अस्पृश्य हे कायम अस्पृश्यच राहणार आहेत का? असं होणार असेल तर (अस्पृश्यता जिवंत राहणार असेल तर) त्यापेक्षा मला हिंदुत्व मेलं तरी चालेल."

या विलक्षण वकिलाने आतापर्यंत केलेल्या विधानांपैकी हे विधान अधिक जोरदार आणि शुद्ध अंत:करणाने केलेले होते; पण ते तेथेच थांबले नाहीत. आंबेडकरांशी झालेल्या या सामन्याने त्यांना धक्का बसला होता. त्याआधीच्या आठवड्यात त्यांनी संविधानिक समीकरणांवर जिना, आगाखान आणि अन्य मुस्लीम नेत्यांबरोबर निष्फळ चर्चा केली होती आणि आता त्यांचा एका अस्पृश्याबरोबर खटका उडाला होता आणि त्या वेळी जरी युक्तिवादात त्यांची सरशी झाली असली,

तरी नजीकच्या भविष्यकाळात अस्पृश्यता नष्ट होण्याची जी अटकळ त्यांनी बांधली होती, ती एक स्वप्नरंजनच ठरण्याची शक्यता असल्याचे लक्षात येण्याएवढे ते चतुर नक्कीच होते. हिंदू-मुस्लीम ऐक्याबाबतची आपली असहायता त्यांनी याआधीच जाहीर केली होती. अस्पृश्यतेविरुद्धच्या लढाईतही अशाच प्रकारच्या गतिरोधकाची चाहूल त्यांना आता लागली होती का? धार्मिक ऐक्य गाठणे आणि जातिव्यवस्थेतील अन्याय दूर करणे हे भारतीय स्वातंत्र्याच्या चार आधारस्तंभांपैकी दोन स्तंभ होते. लंडनमध्ये मिळालेल्या या कलाटणीमुळे या दोन्हीही ध्येयांविषयी त्यांच्या मनात साशंकता उत्पन्न झाली असणार.

त्या दिवशी आश्चर्यकारकरीत्या कट्टर बनलेल्या त्यांच्या प्रतिस्पर्ध्याविषयी गांधी जे बोलले त्यामध्ये त्यांच्या मनातील भावनांचे प्रतिबिंब उमटले, "ज्या अन्यायाच्या वातावरणात त्यांनी कष्ट उपसले त्यामुळे आणि कदाचित त्यांना आलेल्या कटू अनुभवांमुळे या क्षणी त्यांची चुकीची धारणा झाली असेल," आंबेडकरांच्या क्षमतेचे आणि समर्पित वृत्तीचे कौतुक करून गांधी म्हणाले. वायकोमच्या मंदिराचा प्रश्न जर राष्ट्रीय चळवळीने हाती घेतला तर 'गोंधळ आणि गदारोळ' उडेल हे भाकीत गांधींनी ज्या सावधगिरीच्या भावनेने केले होते, त्याच सावधगिरीची पकड आताही त्यांच्या मनावर होती. अस्पृश्यांना जर स्वतंत्र राजकीय हक्क दिले गेले, तर त्यामुळे "हिंदू धर्मात जी फूट पडेल, तिची मला कल्पनाही करवत नाही... जे लोक अस्पृश्यांच्या राजकीय हक्कांविषयी बोलतात त्यांना त्यांचा भारत माहीत नाही, भारतीय समाजरचना आज कशी आहे, ते त्यांना माहीत नाही," गांधी आता म्हणाले. या त्यांच्या बोलण्यात गर्भितार्थ दडला होता. त्यांनी अस्पृश्यतेचा प्रश्न जरी सोडविला नसला तरी गांधींनी राष्ट्रीय चळवळ उभारली होती आणि केवळ चळवळच नाही, तर लोकांमध्ये राष्ट्रप्रेमाची ज्योत जागविली होती, ज्यावर ती चळवळ आधारित होती. अखेरीस यातूनच अस्पृश्यतेच्या प्रश्नाचे उत्तर मिळणार होते यावर सर्वांनी विश्वास ठेवावा, असे त्यांना वाटत होते. जातींमधील संघर्षाने चळवळ मोडून पडेल की काय, अशी त्यांना भीती होती. मनोमन त्यांनी हे मान्य केले होते की, समस्या सोडवायची राहिली आहे आणि ती सोडविण्याची प्रतिज्ञाही केली होती; ही अशा एका माणसाची प्रतिज्ञा होती ज्याच्या तळमळीमुळे आणि उदाहरणामुळे या समस्येवर उपाय सापडणार होता.

"मला जितक्या ठामपणे सांगता येत आहे, तितक्या ठामपणे मी हे सांगतो की, या गोष्टीचा विरोध करणारा मी एकटा उरलो तरी त्यासाठी मी माझ्या प्राणांची बाजी लावेन," गांधींनी संदिग्ध पण गंभीर इशारा दिला. पंचवीस वर्षांपूर्वी जोहान्सबर्ग एम्पायर थिएटरमध्ये दिलेल्या आयुष्य बदलवून टाकणाऱ्या भाषणातील एक ओळ ते येथे उद्धृत करत होते. गांधींच्या राजकीय आयुष्यातील महत्त्वाच्या वळणांवर

त्यांच्यासाठी नेहमीच 'करा वा मरा' परिस्थिती असायची.

हा इशारा ऐकल्यावर तिचा खरा अर्थ गोलमेज परिषदेला उपस्थित असलेल्या ब्रिटिशांना, आंबेडकरांना किंवा इतरांना कळला की नाही हे माहीत नाही. आलंकारिक, अतिशयोक्तिपूर्ण भाषा म्हणून त्यांनी तो झटकूनही टाकला असेल, कारण या महात्म्याच्या आयुष्यातील प्रतिज्ञांचे महत्त्व त्यांना माहीत नव्हते; पण 'जी गोष्ट' थांबविण्यासाठी ते प्राणांची बाजी लावणार होते, ती म्हणजे, अस्पृश्यांना केवळ समान हक्कांची कायदेशीर हमी देणारी चाल नव्हती, तर त्यांना स्वतंत्र राजकीय हक्क मिळावेत आणि बदल्यात राजकीय सत्तेत सहभाग मिळावा अशीही चाल होती. याला विरोध करणे ही आता गांधींची प्रतिज्ञा बनली होती आणि त्यामुळे अस्पृश्यता निर्मूलन करण्याची त्यांची शपथ आता अधिक गुंतागुंतीची आणि पूर्वीपेक्षा अधिक निकडीची बनली होती.

परिषद संपली तेव्हा दोन्ही बाजूंच्या भावना दुखावल्या गेल्या होत्या. ''हा माझ्या आयुष्यातील सगळ्यात नामुष्कीचा दिवस होता,'' त्या संध्याकाळी गांधी म्हणाले. आंबेडकर नंतर गांधींबद्दल जे बोलले त्याचा वृत्तान्त असा होता, काँग्रेसच्या वतीने या परिषदेसाठी 'पाठविण्यात आलेल्या या प्रतिनिधीइतका (गांधींइतका) अज्ञानी आणि अकुशल प्रतिनिधी दुसरा कुणी नसेल.' गांधींना एकतेची शक्ती आणि माणुसकीचा झरा मानले जाते; पण ते किती क्षुद्रपणे वागू शकतात, हे त्यांनी दाखवून दिले, असेही आंबेडकर पुढे म्हणाले. गांधींकडून या प्रकारे व्यक्तिगत पातळीवर अपमान झाल्याची भावना होणारे आंबेडकर हे काही पहिलेच नव्हते. आपण जर दोन दशके मागे जाऊन दक्षिण आफ्रिकेच्या दिवसांमध्ये डोकावले तर आंबेडकरांच्या भावनेचे प्रतिध्वनी आपल्याला पी.एस. अय्यर या दरबानच्या विद्रोही संपादकाच्या बोलण्यातही दिसून येतील, ज्याच्या मनात आंबेडकरांसारखेच कडवट आक्षेप गांधींमुळे निर्माण झाले होते. त्याने तक्रार केली होती की, गांधी जरी स्वत:ला 'निर्दोषत्वाचा अर्क' मानत असले, तरी 'त्यांनी कधीही कुणाचे काही भले केलेले नाही.'

दक्षिण आफ्रिकेत माजी कंत्राटी कामगारांवरील कराविरुद्ध त्या संपादकाने केलेल्या संघर्षाची ज्याप्रमाणे गांधींनी दखल घेतली नव्हती, त्याप्रमाणेच अस्पृश्यांसाठी हिंदू मंदिरे आणि गावच्या विहिरी खुल्या व्हाव्यात यासाठी सत्याग्रहाचे शस्त्र वापरणाऱ्या आंबेडकरांच्या धोरणांचीही घेतली नव्हती. आंबेडकर आणि अय्यर यांच्यात एका महासागराचे अंतर होते. त्यांनी कदाचित एकमेकांविषयी काहीच ऐकले नसेल; पण त्या दोघांच्याही मनात गांधींविषयी कडवटपणा निर्माण झाला– असे गांधी जे समजायला कठीण होते आणि आपल्या मतांवर ठाम होते, असे गांधी कदाचित ज्यांना वाटे की, कंत्राटी मजुरांच्या आणि अस्पृश्यांच्या ज्या प्रश्नांसाठी ते

दीर्घकाळापासून समर्पित होते–त्यांच्या परवानगीशिवाय त्यांनी आखलेल्या कार्यक्रमांव्यतिरिक्त इतर मार्गांनी भांडणे गैर आहे. दुखावले गेल्याची भावना, जी आंबेडकर अनेक वर्षे मनातल्या मनात गोंजारत होते, ती अखेर उघडी पडली, अगदी अय्यरसारखीच! आंबेडकरांच्या मंदिरप्रवेश चळवळींमधील एका चळवळीला पाठिंबा देण्यासाठी गांधींनी नकार दिल्यावर त्यावर प्रतिक्रिया देताना आंबेडकर म्हणाले, ''मि. गांधींनी सत्याग्रहाचा खेळखंडोबा करून ठेवला आहे. त्यांनी असं का केलं? कारण त्यांना हिंदूंना दुखवायचं नव्हतं आणि चिडायला लावायचं नव्हतं.''

लंडन परिषद संपण्याच्या बेतात असताना, आंबेडकरांच्या एका समर्थकाला जवाहरलाल नेहरूंनी एक पत्र लिहिले, त्यात अशी तक्रार केली होती की, 'आंबेडकर गांधीजींशी अतिशय अनादरपूर्वक वागले.' या तिखट शब्दांपेक्षा आणखी काहीतरी घडणार होते. नवी दिल्लीतील नेहरू मेमोरिअल येथील अभिलेखागारात मला त्यानंतर बऱ्याच दिवसांनी नेहरूंनी लिहिलेले एक पत्र सापडले; ते त्यांनी अखिल भारतीय काँग्रेस समितीचा सर्वसाधारण सचिव या नात्याने लिहिले होते; त्यामध्ये त्यांनी मुंबईचे एक तरुण, उदयोन्मुख कार्यकर्ते स.का. पाटील यांनी अस्पृश्यतेविषयी केलेल्या कळकळीच्या आवाहनाला थंडा प्रतिसाद दिला होता. लंडनला निघण्यापूर्वी आंबेडकरांनी नाशिकला जो सत्याग्रह केला होता, त्याला पाठिंबा देण्याविषयी काँग्रेसची भूमिका काय आहे याचे स्पष्टीकरण त्या तरुण काँग्रेस सदस्याला हवे होते. त्यांनी लिहिले होते की, मंदिरप्रवेशाबाबत काँग्रेसने आता 'बाजू घेण्याची' वेळ आली होती; नाशिक सत्याग्रहाला पाठिंबा देण्याविषयी 'अधिकारवाणीने विधान' करणे आवश्यक होते. तीन दशकांनंतर मुंबईतील एक चिवट राजकीय नेता म्हणून पुढे आलेले स.का. पाटील नेहरूंच्या मंत्रिमंडळातील एक वजनदार सदस्य होते. सत्याग्रहाचे शस्त्र केवळ स्वातंत्र्य मिळविण्यासाठीच राखून ठेवले पाहिजे, ते कमी महत्त्वाच्या, स्थानिक अशा मंदिरप्रवेशासारख्या समस्यांवर वाया घालविणे रास्त नाही या नेहरूंच्या वक्तव्याने ते चिडले. पाटलांनी लिहिले की, 'चळवळीचा असा पवित्रा असेल तर महात्माजी, जे सत्याग्रहाला सर्व दुष्ट प्रवृत्ती नष्ट करण्याचा रामबाण उपाय मानतात, ते महात्माजी आम्हाला कळलेच नाहीत, असेच म्हणावे लागेल.'

या उदयोन्मुख तरुण राजकारण्याला हे माहीत नव्हते की, त्यांच्या मनात गांधींबद्दल पूज्यभाव असल्याने त्यांना वाटत होता तसा महात्माजींचा पवित्रा स्पष्ट नव्हता. सात वर्षांपूर्वी, वायकोम सत्याग्रहाच्या वेळी गांधींनी प्रत्यक्षात असा नियम घालून दिला होता की, राष्ट्रीय चळवळीने स्वत:ला 'स्थानिक' मंदिरप्रवेश चळवळींपासून दूर ठेवावे. नेहरूंनी त्यांच्या उत्तरात या इतिहासाचा संदर्भ देण्याची तसदी घेतली

नाही. त्यांनी अस्पृश्यांच्या मंदिरप्रवेशाच्या मुद्द्याला पूर्णपणे बगल दिली. त्यांनी एवढेच सांगितले की, 'सत्याग्रहाचा गैरवापर होता कामा नये आणि त्याची किंमत कमी करू नये.' हा विषय राष्ट्रीय संघर्षाच्या मूळ ध्येयापासून फटकून असल्याचे त्यांचे स्पष्ट मत होते, असे दिसते. जन्माने एक काश्मिरी पंडित किंवा ब्राह्मण असलेल्या नेहरूंनी आपल्या शब्दकोशातून जात किंवा वर्ण हा शब्द काढून टाकला होता. त्याऐवजी वर्ग हा शब्द ठेवला होता. अस्पृश्यता निर्मूलन हा त्यांच्या मते स्वतंत्र भारताचा प्रश्न होता; एक असा प्रश्न जो दीर्घ प्रतीक्षेनंतर होणाऱ्या पहाटे सोडविता आला असता. आंबेडकर एवढे रुष्ट का झाले होते याचे उत्तर नेहरूंनी पाटील यांच्या फेटाळलेल्या प्रस्तावाच्या घटनेतून मिळते. प्रत्यक्षात अस्पृश्यांचे प्रतिनिधित्व करण्यात काँग्रेसवर एक 'सन्माननीय वाटेकरी' म्हणून विश्वास ठेवता येत नव्हता. गांधींच्या एरवीच्या तळमळीच्या पवित्र्यातील हा एक कच्चा दुवा होता आणि यापुढेही राहणार होता.

लंडन हे केवळ एक मध्यांतर होते. गांधी आणि आंबेडकर लवकरच पुन्हा एकमेकांना भिडणार होते, मोठी बाजी पणाला लावणार होते. त्यानंतर लवकरच हा सुदृढ भावी बौद्धधर्मीय नेता मंदिरप्रवेश चळवळी बंद करणार होता, हिंदू धर्माचा आणि विशेषत: काँग्रेसचा त्याग करणार होता. गांधी, ज्यांनी 'या गोष्टी'चा प्राणपणाने प्रतिकार करण्याची शपथ घेतली होती, त्यांना एकट्यालाच ती गोष्ट जवळ येत चालल्याची जाणीव झाली होती.

'गांधी आज निरोप घेणार' हा मथळा होता, ५ डिसेंबरच्या 'डेली हेराल्ड' या लंडनमधील वृत्तपत्रातील बातमीचा. निरोपाच्या मुलाखतीत महात्माजी म्हणाले की, 'एका सांगता न येण्यासारख्या गोष्टीने' सामान्य ब्रिटिशांचा भारताकडे पाहण्याचा दृष्टिकोन बदलला आहे. अनेक वर्षांनंतर, अजिबातच स्वप्नाळू प्रशंसक नसलेल्या जॉर्ज ऑरवेल यांनी गांधींच्या या विधानाशी सहमती दर्शविली, त्यांनी असे सुचविले की, 'ब्रिटनमधील फार मोठ्या गटाची सहानुभूती भारताच्या स्वातंत्र्याच्या बाजूने वळली, ही गांधींची फार मोठी कामगिरी म्हटली पाहिजे... गांधी निर्धारपूर्वक देत असलेल्या द्वेषरहित लढ्यामुळे राजकीय वातावरण निवळण्यास मदत झाली.' ऑरवलेच्या या युक्तिवादाचा सर्वोत्तम दाखला म्हणजे, गांधींनी जागतिक मंदी अगदी कळसाला पोहोचली असल्याच्या काळात इंग्लंडमध्ये घालविलेले तीन महिने.

पॅरिस आणि स्वित्झर्लंडमध्ये एकेक मुक्काम करत ११ डिसेंबर रोजी ते इटलीमध्ये दाखल झाले. तेथे पोप आणि मुसोलिनी यांची भेट घेण्याचा त्यांचा बेत होता. जागतिक व्यासपीठावरील आपल्या वाढलेल्या महत्त्वाची जाणीव त्यांना

लंडनमध्ये घालविलेल्या काळात झाली. युरोपमध्ये होऊ घातलेले आणखी एक महायुद्ध रोखण्यासाठी काहीतरी केले पाहिजे, असे त्यांना वाटू लागले. रोममधील या अल्पकालीन वास्तव्यात याबाबत ते काही छाप पाडू शकतात अशी त्यांना आशा वाटत होती, असे त्यांनी फ्रेंच लेखक रोमाँ रोलाँ यांना सांगितले. रोलाँ यांनी गांधींवर संत चरित्रात्मक लेखन केले होते, त्यात त्यांनी गांधींना भारताचा 'मसिहा' म्हटले होते आणि 'मर्त्य अर्ध-ईश्वर' म्हणून त्यांची तुलना बुद्ध आणि ख्रिस्ताशी केली होती; पण मुसोलिनीवर कोणत्याही प्रकारे प्रभाव टाकण्याच्या गांधींच्या क्षमतेबाबत मात्र ते साशंक होते.

पोप पायस अकरावे यांनी भेटण्यास असमर्थता दर्शवून खेद व्यक्त केला; पण गांधींच्या सिस्टाईन चॅपेलला भेट देण्याची व्यवस्था केली. दुर्दैवाने, तेव्हाचे एकही छायाचित्र उपलब्ध नाही. आपण केवळ या दृश्याची कल्पनाच करू शकतो की, पंचा आणि शाल गुंडाळलेली ती कृश आकृती, तशाच प्रकारचा पेहराव केलेल्या पण तुलनेने दणकट असलेल्या 'द लास्ट जजमेंट'मधील ख्रिस्ताकडे विचारमग्न अवस्थेत बघत उभी होती. धार्मिक विषयावरील पाश्चिमात्य रंगकला प्रत्यक्षात पाहण्याचा त्या महात्म्याचा तो पहिला आणि एकमेव अनुभव असण्याचीच शक्यता अधिक होती; अपवाद फक्त त्यांच्या जोहान्सबर्गमधील वकिली कार्यालयातील डेस्कवर त्यांनी ठेवलेल्या ख्रिस्ताच्या चित्राचा. ही चित्रे पाहण्यात गांधी बराच काळ रमून गेले; नंतर त्यांनी आपण ख्रिस्ताजवळ शोकाकुल अवस्थेत बसलेल्या मेरीच्या चित्राने हेलावून गेलो असल्याचे सांगितले : बहुधा सेंट पीटर्समधील मायकेल अँजेलोच्या किंवा कदाचित व्हॅटिकन म्युझियममधील बेलिनीच्या चित्राने. नंतर सहा वाजता गांधींना मुसोलिनीच्या प्रशस्त कार्यालयात सोडण्यात आले. ('ते एखाद्या बॉलरूमएवढे मोठे होते, एक मोठे लिखाणाचे टेबल सोडले तर ते पूर्णपणे रिकामे होते,' गांधींची इंग्लिश अनुयायी मॅडलिन स्लेड हिने लिहिले. मिस स्लेड ही एका अॅडमिरलची मुलगी होती. गांधींनी तिचे नामकरण 'मीराबेन' असे केले). त्या हुकूमशहाने (मीराबेनच्या वर्णनाप्रमाणे 'खूपच चांगल्या इंग्रजीत') संभाषणात पुढाकार घेतला; गोलमेज परिषदेत 'हाती काही लागले का?' अशी पृच्छा त्याने भेटायला आलेल्या आपल्या पाहुण्याला केली.

''खरंतर नाही,'' गांधी उत्तरले, ''पण त्यातून काही हाती लागेल अशी मला आशा नव्हतीच.''

आता पुढे काय करण्याचा त्यांचा विचार होता, अशी विचारणा मुसोलिनीने केली. ''सविनय कायदेभंगाची चळवळ मला सुरू करावी लागणार, असं दिसत आहे,'' अभ्यागताने उत्तर दिले.

हाच धागा पकडून या दोन मुरब्बी राजकारणपटूंमधील संभाषण पुढे सुरू

युरोपहून परत आल्यावर मुंबईत एका सभेला संबोधित करताना, डिसेंबर १९३१.

राहिले; मग मुसोलिनीने गांधींना त्यांचे युरोपविषयक विचार मांडण्यास सांगितले. ''आता तुम्ही मला अपेक्षित असलेला प्रश्न विचारला आहे,'' महात्माजी म्हणाले आणि त्यांनी पाश्चिमात्य जगाच्या अवनतीबद्दल बावीस वर्षांपूर्वी व्हाइटहॉलच्या अयशस्वी कामगिरीहून परत दक्षिण आफ्रिकेला येताना 'हिंद स्वराज्य'मध्ये जे युक्तिवाद केले होते तेच सारांशरूपाने सादर केले. ''युरोप ज्या मार्गाने जात आहे, त्या मार्गाने तो यापुढे जाऊ शकणार नाही,'' ते म्हणाले. ''आपल्या आर्थिक जीवनाचा, संपूर्ण मूल्यव्यवस्थेचा पाया बदलणं हा एकमेव पर्याय त्याच्यासमोर आहे.''

फॅसिझमचा कधी अभ्यास करण्याची तसदी न घेतलेल्या गांधींना बहुधा वाटत असावे की, ते औद्योगिकीकरणाच्या आणि वसाहतवादाच्या विरोधात बोलत होते अर्थातच जागतिक शांततेसाठी! पण त्यांचे शब्द मुसोलिनीच्या कर्णभेदी भाषणात अलगदपणे लुप्त झाले असावेत. अशा प्रकारे, ही भेट सौहार्दपूर्ण वातावरणात पार

पडली; पण ती काही प्रमाणात दोन मनांची भेट नव्हती, कारण गांधींना आपल्या यजमानांचे मन वाचता आले नव्हते.

दोन दिवसांनी ते ब्रिंदिसीहून मातृभूमीकडे यायला निघाले. बोटीवरून त्यांनी रोमाँ रोलाँ यांना लिहिले आणि त्यात मुसोलिनीची प्रशंसा केली. 'तो करत असलेली गरिबांची सेवा, शहरीकरणाला त्याचा असलेला विरोध, भांडवल आणि श्रम यांत समन्वय आणण्यासाठीचे त्याचे प्रयत्न... (आणि) 'त्याच्या लोकांविषयी' त्याला असलेले अपार प्रेम यांचे गांधींनी कौतुक केले.' हे वाचून स्तंभित झालेल्या रोलाँ यांनी एक भावनिक खंडन करणारे पत्र लिहिले. त्यामध्ये आपल्या मसिहाला त्यांनी अपुऱ्या माहितीवर आधारित निष्काळजीपणे असे मत बनविल्याबद्दल खडे बोल सुनावले. हे पत्र टपालाने पाठविण्यापूर्वीच त्यांना कळले की, गांधींना संपर्क क्षेत्राच्या बाहेर नेण्यात आले आहे.

मुंबईला आल्यानंतर सात दिवसांनी म्हणजे ४ जानेवारी १९३२ रोजी महात्माजींना पहाटे तीन वाजता जाग आली, तेव्हा पोलीस कमिशनर असलेले एक इंग्लिश सद्‌गृहस्थ संपूर्ण गणवेशात त्यांच्या बिछान्याच्या पायथ्याशी उभे असलेले त्यांना दिसले. 'बापू नुकतेच जागे झाले होते; वृद्ध, कमजोर आणि चेहऱ्यावर अजून झोप असल्याने ते बिचारे दिसत होते,' एका सहृदयी इंग्लिश बघ्याने नंतर लिहिले.

"मि. गांधी," कमिशनर म्हणाला, "तुम्हाला अटक करण्याचं माझं काम करण्यासाठी मी आलो आहे."

'बापूंच्या चेहऱ्यावर एक सुंदर हसू उमटले,' त्या बघ्याने पुढे लिहिले, 'आणि आता ते तरुण, मजबूत आणि आत्मविश्वासाने परिपूर्ण असे दिसू लागले.'

आमरण उपोषण

'गांधीजींनी जातिव्यवस्थेला पाठिंबा दिला, म्हणूनच आज दलितांची अशी दयनीय अवस्था आहे. गांधीजी दलितांच्या बाजूचे नव्हते, तर त्यांच्या विरोधात होते. हरिजन म्हणून त्यांनी दलितांचा अपमान केला.' भारतातील पूर्वाश्रमीच्या अस्पृश्यांचे हे अप्रामाणिक किंवा अपारंपरिक मत नव्हते. १९९० च्या दशकाच्या पूर्वार्धात ते व्यक्त केले मायावती नावाच्या एका महत्त्वाकांक्षी राजकारणी महिलेने; जी नंतर गंगेच्या खोऱ्यातील उत्तर प्रदेश या राज्याची मुख्यमंत्री झाली. उत्तर प्रदेशची लोकसंख्या त्या वेळी रशियापेक्षा पन्नास दशलक्षांनी अधिक होती. वरच्या स्तरातील दलितांसाठी ते वारशात मिळालेले ज्ञान होते. मायावतींमध्ये मग राष्ट्रीय स्तरावरील महत्त्वाकांक्षा जागृत झाली; त्यामुळे त्यांना राष्ट्रपित्याबद्दलची त्यांची मते जरा मवाळ करावी लागली; परंतु भारतातील बहुतांश शोषित आणि वंचित गरिबांचे गांधी हे 'शत्रू' होते–ज्या लोकांसाठी आपले सगळे जीवन समर्पित आहे, असे ते म्हणायचे; ज्या लोकांच्या प्रतिमेसारखी त्यांनी स्वत:ची प्रतिमा बनविली–ही कल्पना अजूनही सायबर स्पेसमधील दलितांच्या वेबसाइटच्या छोट्या जगात पाय रोवून उभी आहे. तिचा उगम शोधत शोधत आपण थेट बाबासाहेब आंबेडकरांजवळ जाऊन पोहोचतो. त्यांच्या एका कमी प्रसिद्ध असलेल्या घोषणेत त्यांनी गांधींवर अस्पृश्यांचा 'प्रथम क्रमांकाचा शत्रू' असा शिक्का मारला होता. या आरोप-प्रत्यारोपाच्या धुरळ्यात ही बाब नेहमी विसरली जाते की, या कुशाग्र आंबेडकरांनी गांधींना 'भारतातील सर्वांत महान व्यक्ती' असेही म्हटले होते.

गांधींचा अस्पृश्यांबद्दलचा आणि जातींबद्दलचा दृष्टिकोन या विषयावरील न संपणाऱ्या चर्चेत महात्माजींनी स्वत:च्याच विरोधात केलेली अनेक वक्तव्ये शोधणे अवघड नाही. या विषयावर स्वत:ची ठाम मते अर्धशतकाहूनही जास्त काळ लिखाणातून आणि भाषणातून गांधींनी मांडली; बऱ्याच प्रसंगी वेगवेगळ्या ठिकाणी आणि वेगवेगळ्या प्रसंगी त्यांना आपल्या धोरणांमध्ये बदल करावे लागले. फिनिक्स वसाहत व टॉलस्टॉय फार्म येथे सर्वधर्मीय आणि सर्वजातीय भोजनाच्या पंगतींना दक्षिण आफ्रिकेत प्रोत्साहन दिल्यानंतर अनेक दशकांनी किंवा चंपारणसारख्या त्यांच्या सुरुवातीच्या चळवळींमध्ये अशा प्रकारच्या सहभोजनाला उत्तेजन दिल्यानंतर, त्यांनी दक्षिण भारतातील जात्यंध श्रोत्यांना, जेथे गांधी अस्पृश्यतेच्या प्रश्नावर

लोकांना अधिक उदारमतवादी बनविण्याचा प्रयत्न करत होते, असे सांगितले की, आंतरजातीय भोजनावळी ही प्रत्येकाच्या निवडीची वैयक्तिक बाब आहे. अशा प्रकारच्या श्रोत्यांसमोर ते आंतरजातीय विवाहांबाबत न बोलण्याची खबरदारी घ्यायचे. ही गोष्ट अगदी उघडपणे न बोलता ते उच्चवर्णीय हिंदूंना दिलासा द्यायचे की, त्यांच्या मुली अस्पृश्यांशी तर सोडाच पण खालच्या जातीतील मुलांशी विवाह करतील की काय या भीतीबरोबरच आपण अस्पृश्यतापालनाची ही दुष्ट प्रवृत्ती त्यांच्या मनातून काढू शकतो. तरीही याच गांधींनी सनातनी हिंदूंना विरोध म्हणून, अखेरीस आश्रमात केवळ आंतरजातीय विवाहच करता येतील, असे आदेश दिले. शेवटी त्यांनी असा निष्कर्ष काढला की, आंतरजातीय विवाह हा केवळ उचितच नव्हे, तर तो प्रत्यक्षात शक्य असलेला एक उपायही होता, कारण त्यामुळे 'भंगी या सुंदर नावाची एकच जात' निर्माण झाली असती. भंगी किंवा सफाई कामगार या जातीला काही वेळा अस्पृश्यांच्या तिरस्काराचाही सामना करावा लागायचा, हे बघता हा विचार जहाल आणि समाजप्रवर्तक होता. [आजही तो तसाच आहे, अनेक वर्षांनंतरही, अशा भारतात जेथे मतसर्वेक्षणातील तीनचतुर्थांश लोकांचा आंतरजातीय विवाहाला अजूनही विरोध आहे आणि हा विरोध केवळ बोलण्यापुरता मर्यादित नाही, तर मुलींना आणि बहिणींना तथाकथित 'ऑनर किलिंग'लाही सामोरे जावे लागते (घराण्याची इभ्रत धुळीला मिळविली म्हणून जिवानिशी मारणे.)]

स्वातंत्र्य मिळाल्यानंतर आणि गांधींच्या मृत्यूनंतर आपल्या अनुयायांना धक्का देत आंबेडकरांनी जेव्हा एका ब्राह्मण स्त्रीशी विवाह केला, तेव्हा मंत्रिमंडळातील त्यांचे सहकारी असलेल्या वल्लभभाई पटेल यांनी त्यांना अभिनंदनाचे पत्र लिहिले. त्यात त्यांनी असा विशेष उल्लेख केला की, ज्या नेत्याच्या प्रामाणिकपणावर आंबेडकरांनी कडक शब्दांत प्रश्नचिन्ह उमटविले होते, तो नेता आज आनंदित झाला असता. त्या वेळी जरा मवाळ झालेल्या आंबेडकरांनी त्यावर उत्तर दिले, 'आज जर बापू हयात असते, तर त्यांनी या विवाहाला आशीर्वादच दिले असते, या मुद्द्यावर मी तुमच्याशी सहमत आहे.'

गांधींच्या वागण्यात सातत्य नव्हते हे म्हणण्यामागे त्यांना दांभिक ठरविण्याचा हेतू नाही, तर त्यातून हे सांगण्याचा प्रयत्न केला आहे की, ते राष्ट्रउभारणीत गुंतलेले किंवा काही वेळा राष्ट्राला एकत्रित बांधून ठेवण्याचा प्रयत्न करणारे एक राजकीय पुढारी होते. ही गोष्ट त्यांनी त्यांचा जिवलग मित्र चार्ली ॲन्ड्र्यूजला पाठविलेल्या पत्रातून सर्वाधिक स्पष्ट दिसून येते. चार्ली ॲन्ड्र्यूज हा एक इंग्लिश पाद्री होता जो त्यांना दक्षिण आफ्रिकेतील वास्तव्य संपता-संपता भेटला होता आणि नियमितपणे इंग्लंडमध्ये व ब्रिटिश साम्राज्याच्या पसरलेल्या अन्य काही भागांत गांधींचा प्रतिनिधी म्हणून काम बघत होता. त्याने गांधींना पत्र लिहून, गांधींनी आपले सगळे लक्ष

अस्पृश्यता निर्मूलनावर केंद्रित करावे, मग त्यासाठी त्यांना स्वातंत्र्य चळवळीपासून दूर हटावे लागले तरी चालेल, अशी विनंती केली होती. 'माझे आयुष्य म्हणजे एक अविभाज्य पूर्णांक आहे,' गांधींनी उत्तरादाखल लिहिले. तसेच 'सत्याग्रह, सविनय कायदेभंग, अस्पृश्यता, हिंदू-मुस्लीम ऐक्य' त्यांची ध्येये आणि चिंताही त्यांनी अॅन्ड्र्यूजला यादी करून कळविल्या होत्या. शिवाय त्यांनी विविध प्रकारच्या पूरक गोष्टीही त्यात जोडल्या असत्या. जसे आहार, प्रतिबंधन, सूतकताई, स्वच्छता, आरोग्य, मातृभाषेतून शिक्षण आणि स्त्रियांचे हक्क–त्यात विधवांना पुनर्विवाहाचा हक्क–आणि बालविवाहाची प्रथा बंद करणे; हे सगळे 'त्या पूर्ण सत्याचेच अविभाज्य भाग आहेत' आणि जर ते सगळे एकच आहेत असे मानले, तर गांधींनी अॅन्ड्र्यूजच्या विनंतीला थेट उत्तर देताना म्हटले :

> मी स्वत:ला पूर्णपणे अस्पृश्यतेच्या प्रश्नात झोकून देऊ शकत नाही आणि असे म्हणू शकत नाही की, 'स्वराज्य किंवा हिंदू-मुस्लीम ऐक्याकडे दुर्लक्ष कर.' या सगळ्या गोष्टी एकमेकींशी निगडित आहेत. तुला दिसेल की, माझ्या आयुष्यात कधी एका गोष्टीला महत्त्व असते, तर दुसऱ्या एखाद्या वेळी दुसऱ्या गोष्टीला. पण हे एखाद्या पियानोवादकासारखे आहे, कधी एका सुरावर तो जोर देतो, तर कधी दुसऱ्या!

असे असेल तर हा पियानोवादक स्वत:ला संगीतकार आणि संगीतरचनाकार या भूमिकांमध्येही पाहतो. आता तो म्हणतो, 'अस्पृश्यतेचे अखेरचे आणि समूळ उच्चाटन स्वराज्य मिळाल्याशिवाय अशक्य आहे.' आणि हे तो माणूस म्हणतो, जो फार पूर्वी म्हणजे १९२१ मध्ये म्हणाला होता की, 'स्वराज्य मिळवायचे असेल तर अस्पृश्यता निर्मूलन करणे ही त्यासाठीची अटळ पायरी असेल.' याकडे विरोधाभास किंवा आपलेच शब्द फिरविणे या दृष्टीने न बघणे कठीण आहे; पण त्या पियानोवादकासाठी हा केवळ सुरावटीत केलेला बदल होता, कधी एका सुरावर जोर देऊन, तर कधी दुसऱ्या सुरावर. त्यांच्या मित्राने, अॅन्ड्र्यूजने त्यांचे हे म्हणणे ओळखले असणार. ज्या माणसाला तो 'मोहन' असे जवळिकीने संबोधायचा त्याने फार पूर्वीच इशारा दिला होता, जो आपण पाहिला आहे की, भारत 'अस्पृश्यतेच्या शापातून मुक्त होण्यापूर्वी' इंग्रजांचे वर्चस्व संपायला हवे. ही गोष्टही १९२१ सालची आहे; त्यामुळे हा विशिष्ट विरोधाभास नवीन होता असे म्हणण्याचे काही कारण नाही; दुसरे काही नसले, तरी त्यांनी जो मार्ग आखला होता त्यावरून भारताला घेऊन जाण्याच्या धडपडीचाच तो एक भाग होता, असे म्हटले पाहिजे. त्यांनी सर्वतोपरी

प्रयत्न करूनही १९३३ पर्यंत ते इंग्लिश वर्चस्व नाहीसे करू शकले नाहीत आणि अस्पृश्यता निर्मूलनही करू शकले नाहीत ही गोष्ट त्यांचा हा विश्वास दृढ करण्यास कारणीभूत ठरली की, हे उपरोक्त संघर्ष त्या एका पूर्णांकाचेच अविभाज्य घटक होते. म्हणूनच, जरी त्यांनी आता अस्पृश्यतेवर लक्ष केंद्रित करण्याचे ठरविले असले, तरी ते स्वराज्यासाठीच्या लढ्यातून माघार घेत नव्हते, ज्यासाठी अॅन्ड्र्यूज विनंती करत होता आणि ज्याची नेहरूंना भीती वाटत होती. त्यांच्या पद्धतीप्रमाणे ते त्यात पुन्हा उडी घेणार होते.

तरीही, या वेळी त्यांची कार्यक्रमपत्रिका इतर लोकच ठरवत होते : प्रथम आंबेडकर, 'शोषित वर्गा'चे नेतृत्व करण्याचा दावा करणारा, कट्टर वाटणारा अस्पृश्य नेता, जो या वर्गातील सुमारे पन्नास दशलक्ष सदस्यांकरिता स्वतंत्र मतदारसंघांची मागणी करत होता आणि मग एके काळी भारतीय राष्ट्रीय लढ्याला सहानुभूती दर्शविणारे आणि आता राजघराण्याची सत्ता जपण्यासाठी प्रयत्न करणाऱ्या मूलतः टोरी सरकारचे प्रमुख असलेले रॅमसे मॅक्डोनल्ड. गोलमेज परिषदेचा समारोप जो समझोता भारतातील विविध सामाजिक गट आणि पक्ष आपापसात बसून करण्यात अपयशी ठरले होते, तो एक प्रकारचा सामंजस्य करार आखण्याचे काम आपण करू, या ब्रिटिश पंतप्रधानांच्या आश्वासनाने झाला होता. भारतीय उपखंडात निवडणुका घेण्यासंबंधीच्या या समझोत्याचे नाव होते 'कम्युनल अॅवॉर्ड.' ऑगस्ट १९३२ मध्ये जेव्हा हे अॅवॉर्ड व्हाइटहॉलमधून देण्यात आले तेव्हा त्यात आंबेडकरांच्या मागणीवर राजेशाही पसंतीची मोहोर उमटविण्यात आली. भविष्यात मुस्लिमांप्रमाणेच अस्पृश्यांनाही सर्व भारतीय विधिमंडळांमध्ये स्वतःचे प्रतिनिधी निवडून पाठविता येणार होते. शेवटी जर हे अॅवॉर्ड यशस्वी झाले असते तर गांधी आणि काँग्रेसची चळवळ हेच खरे अस्पृश्यांचे प्रतिनिधित्व करतात, या गांधींच्या दाव्याला शक्य तेवढ्या कठोर परीक्षेला सामोरे जावे लागले असते. काँग्रेस ही मग एक राष्ट्रीय चळवळ न राहता बहुमत राखण्याची केविलवाणी धडपड करणाऱ्या हिंदूंची एक खिळखिळी झालेली युती बनून राहिली असती. अस्पृश्यांसाठीचे 'विशेष प्रतिनिधित्व' हा जो परिणाम होता त्याचाच आता त्रेसष्ट वर्षांच्या असलेल्या गांधींनी 'प्राणपणाने प्रतिकार' करण्याची प्रतिज्ञा परिषदेत केली होता, त्याला एक उच्च तात्त्विक कारण असे होते की, असे प्रतिनिधित्व दिल्यास अस्पृश्यतेचे संस्थानिकीकरण होईल आणि ती नष्ट न होता कायम राहील; अस्पृश्यता हा गांधींच्या दृष्टीने दक्षिण आफ्रिकेतील कंत्राटी मजुरांसारखाच एक गुलामगिरीचा दर्जा होता.

मॅक्डोनल्ड यांच्या 'कम्युनल अॅवॉर्ड'मध्ये विशेषत्वाने नमूद केले होते की, अस्पृश्यांसाठीची स्वतंत्र मतदारसंघांची ही तरतूद वीस वर्षांनंतर काढून घेतली जाईल. गांधींना छोटीशी सवलत देण्याच्या उद्देशाने हे कलम घालण्यात आले

असावे. ही व्यवस्था कायमस्वरूपी राहणार नव्हती. काहीही असले, तरी गांधींना बाजूला सारण्यात आले हे सत्य होते. हे अ‍ॅवॉर्ड प्रत्यक्षात येईपर्यंत गांधी पुण्याजवळील येरवडा येथील तुरुंगाच्या गजांआड साडेसात महिन्यांपासून बंदी होते. तेथे ते निश्चल म्हणजे काहीही न करता शांत बसले होते किंवा ब्रिटिशांना तसे वाटत होते; तरी गांधींनी त्याआधीच म्हणजे मार्चमध्ये तुरुंगातून भारतासाठीचे सचिव सर सॅम्युएल होअर यांना पत्र लिहून इशारा दिला होता की, लंडनमध्ये त्यांनी घेतलेली प्रतिज्ञा 'ही त्या क्षणी आवेशात येऊन केली नव्हती किंवा अतिशयोक्तिपूर्णही नव्हती.' जर आता तथाकथित 'शोषित वर्गा'साठी स्वतंत्र मतदारसंघांचा निर्णय घेण्यात आला तर, 'मला आमरण उपोषण केले पाहिजे,' पत्रात पुढे लिहिले होते. आपला हा इशारा मॅक्डोनल्ड यांच्यापर्यंत पोहोचविला गेला असेल, अशी अटकळ गांधींनी बांधली होती; पण त्याची त्यांना खात्री नव्हती. पाच महिन्यांनीसुद्धा तो अजून सर्वसामान्य लोकांपर्यंत पोहोचला नव्हता.

अस्पृश्यांच्या प्रतिनिधित्वाच्या इतक्या लहान प्रश्नावर गांधी आपले आयुष्य पणाला लावायला निघाले होते हे गांधींनी उपोषणाला बसण्याची तारीख जाहीर करेपर्यंत, म्हणजे एक आठवडा आधीपर्यंत भारताला आणि जगाला माहीत नव्हते. अखेरीस ही बातमी त्यांनी लंडनला होअर यांना लिहिलेल्या आणि लगोलग मॅक्डोनल्ड यांना लिहिलेल्या पत्रांमुळे बाहेर फुटली. त्यात २० सप्टेंबर ही उपोषण सुरू करण्याची तारीख लिहिली होती. गांधींच्या जेलर्सना लवकरच समजले की, पुन्हा एकदा त्यांनी या महात्म्याच्या कल्पकतेला आणि निर्धाराला कमी लेखले होते. त्यांची आंतरिक इच्छाशक्ती आणि येरवड्याच्या अभेद्य भिंतींआडून जोशपूर्ण कृती करण्याची क्षमता यांची तुलना केवळ हॅरी हूडिनीच्या साखळदंड बांधून पक्क्या केलेल्या आणि पाण्यात बुडविलेल्या ट्रंकेतून सुटका करून घेण्याच्या क्षमतेशीच होऊ शकते; फक्त येथे गांधींनी दाखविलेले चापल्य हे पूर्णपणे मानसिक आणि बौद्धिक होते. अ‍ॅवॉर्ड मागे घेईपर्यंत 'आमरण उपोषणाची' त्यांची धमकी ही केवळ युक्ती होती की काय, असा विचार काहींच्या मनात आला. त्या काळी ब्रिटिश पत्रकार संपादित करत असलेल्या मुंबईच्या 'द टाइम्स ऑफ इंडिया' या वृत्तपत्रातील शीर्षक होते, 'गांधींची आत्महत्येची धमकी' आणि पुढे लिहिले होते की, 'गांधींनी आता त्यांचा वेडाचार त्यांना घेऊन जाईल तिथपर्यंत ते जाऊ शकतात,' हे दाखवून दिले आहे.

एक कैदी म्हणून गांधींना मर्यादित सुविधा दिल्या गेल्या होत्या : प्रत्यक्ष राजकारणापासून दूर असेपर्यंतच ते येणाऱ्या लोकांना भेटू शकणार होते आणि त्यांचा प्रचंड पत्रव्यवहार सुरू ठेवू शकणार होते. दिवसाला पन्नास पत्रे तोंडी सांगण्याची क्षमता त्यांच्यात होती. जणूकाही येरवडा हा त्यांचा नवा आश्रमच होता.

त्यांचे उपोषण अटळ असल्याचे तुरुंगाधिकाऱ्यांनी स्वीकारल्यानंतर त्यांच्यावरील निर्बंध आणखी सैल केले गेले, जेणेकरून त्यांना राजकीय वाटाघाटी करता याव्यात; त्यामुळे हा कैदी नजरेआड असला, तरी नायक म्हणून पुन्हा रंगमंचावर अवतीर्ण झाला. अगदी थोड्याच काळात त्याने ब्रिटिशांसमोर एक प्रचंड समस्या उभी केली. केवळ ब्रिटिशच नव्हे, तर गांधींच्या समर्थकांपुढे आणि सगळ्यात महत्त्वाचे म्हणजे डॉ. आंबेडकरांसमोरही धर्मसंकट उभे राहिले. राष्ट्रीय व आंतरराष्ट्रीय पातळीवर खळबळ माजली. काळजी, तणाव आणि आत्मशोध यांचे वादळ घोंघावू लागले. राजकीय डावपेच आणि सक्तीची माघार यांचे नाट्य रंगले आणि हे सगळे होत होते गांधींनी लिहिलेल्या कहाणीनुसार. या सगळ्याच्या केंद्रस्थानी असलेला प्रश्न निव्वळ राजकीय होता, एका सत्ताहीन गटाला सत्तेत सहभागी करून घेण्याचा पण गांधींना आपला पवित्रा धार्मिक भाषेत मांडण्याचा मार्ग गवसला. पुन्हा एकदा ते स्वत:ला हिंदू मनांना प्रकाशमान करण्यासाठी, हिंदू धर्माला अधिक प्रबुद्ध आणि समतावादी करण्यासाठीच्या संघर्षासाठी सिद्ध करत होते. जातिव्यवस्थेच्या उतरंडीला, शोषितांना आणखी खाली दडपणाऱ्या या धार्मिक उतरंडीला पर्याय म्हणून याचा प्रसार ते करणार होते. या उतरंडीत आत शिरण्याचा प्रयत्न ते करत असले, तरी त्यांना ती स्पष्टपणे दिसत होती.

आपल्या पवित्र्याच्या धार्मिक स्वरूपाला अधोरेखित करण्यासाठी गांधींनी जाणूनबुजून रॅमसे मॅक्डोनल्ड यांच्या ॲवॉर्डमधील केवळ अस्पृश्यांशी संबंधित भागाला प्रतिसाद दिला होता. त्यांचा ज्या निर्णयाला विरोध होता त्या जागांचे वाटप, मुस्लिमांना मिळालेले मतदानाचे अधिकार आणि इतर विवादास्पद मुद्दे याबद्दल त्यांनी चकार शब्द काढला नाही. गांधींबरोबर येरवड्यात असलेले त्यांचे स्वीय सचिव महादेव देसाई यांना त्यांनी स्पष्टपणे सांगितले की, ते मुद्दे केवळ राजकीय होते. महादेव यांनी त्यांच्याशी भारताला आणि जगाला त्यांच्या उपोषणाचा अर्थ समजावून सांगायचा असेल आणि स्वीकारायला लावायचा असेल, तर पंतप्रधानांना लिहिलेल्या पत्रात केवळ अस्पृश्यांचा मुद्दा न मांडता अधिक व्यापक राजकीय मुद्दे मांडण्याची गरज होती, असा वाद घातला होता. गांधींना नेमके त्यांना काय म्हणायचे होते ते कळले, पण ते आपल्या निर्णयावर ठाम होते. "आपलीच माणसं टीका करतील. जवाहरलालला हे मुळीच आवडणार नाही. तो म्हणेल की, या धर्माच्या गोष्टी आता पुरे झाल्या," गांधींनी मान्य केले. "पण ते महत्त्वाचं नाही. ज्या वेळी मी माझ्या आध्यात्मिक शस्त्रसाठ्यास माझं सर्वांत शक्तिशाली अस्त्र जोडायल निघालो आहे, त्या वेळी अशा प्रकारच्या गैरसमजुती मला असं करण्यापासून रोखू शकत नाहीत." काही दिवसांनी ते म्हणाले, "हा माझ्यासाठी धार्मिक प्रश्न आहे; राजकीय नाही."

धर्माचा आश्रय घेणे हा या महात्म्याचा वादावर पडदा टाकण्याचा एक मार्ग

होता. आपला आतला आवाज 'सत्य' काय आहे हे आपल्याला सांगतो आणि त्यावर आपण विश्वास ठेवतो, हे जाहीर करणे ही पण त्यांची एक पद्धत होती. काही महिन्यांपूर्वी येरवड्याला, भारतासाठीच्या सचिवांना इशाऱ्याचे पहिले पत्र पाठविल्यानंतर गांधींनी उपोषणामुळे पत्कराव्या लागणाऱ्या संभाव्य राजकीय पराभवावरील चर्चा अशाच प्रकारची लक्ष्मणरेषा आखून थांबविली होती. "मला वेडा ठरवलं गेलं आणि मी मेलो तरी काय फरक पडणार आहे? माझं महात्मापण खोटं आणि अपात्र असेल तर तो त्याचा शेवट ठरेल," त्यांनी त्या वेळी म्हटले होते. "एक धर्मपरायण मनुष्य म्हणून मला फक्त माझं कर्तव्य बजावायला हवं." अस्पृश्यांना देण्यात येणारे मतदानाचे अधिकार, हा धार्मिक प्रश्न आहे की राजकीय, हा फरक गांधी कोणत्या तत्त्वांनुसार करत होते हे स्वातंत्र्याच्या सातव्या दशकातील भारताच्या बाहेर राहणाऱ्या एका धर्मनिरपेक्ष पाश्चिमात्याच्या आकलनापलीकडील असू शकते; पण चर्चा करण्यासाठी यात खोलवर डोकावून पाहणे योग्य ठरेल. वरवर पाहता, महात्माजींनी महादेव देसाई आणि त्यांचे दुसरे सहकैदी, एक कणखर राजकीय कार्यकर्ते वल्लभभाई पटेल यांना दिलेल्या स्पष्टीकरणाचा संबंध, ज्या तत्त्वांशी सगळे हिंदू सहमत होऊ शकतील अशा तत्त्वांशी नसून, गांधी एक नेता म्हणून काय साध्य करू शकत होते, या शक्यतेशी होता. आपण मुस्लिमांच्या प्रश्नाबाबत 'असहाय' असल्याचे ते पुन्हा एकदा सांगतात आणि म्हणून राजकीय दृष्टिकोनातून तो नंतर सोडवावा लागणार होता. सनातनी हिंदूंच्या बाबतीत या अस्पृश्यतेच्या प्रश्नावर अजूनही धक्कातंत्राचा अवलंब करण्याचा पर्याय होता, असे त्यांना वाटत होते. "अचानक धक्का देणे, याच उपचाराची गरज आहे," ते महादेव आणि पटेलांना म्हणाले.

जर त्यांना अपयश आले, तर भविष्यात भारतभर अस्पृश्य आणि उच्चवर्णीय हिंदू यांच्यात 'रक्तपात' होईल असे त्यांना दिसत होते. या भीतिदायक आणि कदाचित जरा जास्तच स्पष्ट स्वप्नात आश्चर्यजनक बाब अशी होती की, त्या क्षणी गांधींना शोषित अस्पृश्य या अराजकात निष्कारण, मूकपणे बळी गेलेले दिसत नव्हते. त्या क्षणापुरते का होईना पण ते अशी कल्पना करत होते की, तळापासून झालेल्या विद्रोहाच्या उद्रेकात उच्चवर्णीय हिंदू बळी जाणार आहेत. 'अस्पृश्य गुंड आणि मुस्लीम गुंड एकत्र येतील आणि उच्चवर्णीय हिंदूंना मारतील,' ते उदासपणे भविष्यवाणी करत होते. गांधी आपसूकच सहजप्रेरणेने त्यांच्या लोकांची बाजू घेतात, असा आरोप काही वेळा जिना, आंबेडकर आणि अन्य काही लोक त्यांच्यावर करायचे. या ठिकाणी एका अस्वाभाविक वाक्यात का होईना; पण गांधी स्वत:लाच आरोपीच्या पिंजऱ्यात उभे करतात. उच्चवर्णीय हिंदूंना त्यांच्या स्वत:पासून आणि गांधींनी सुचविलेले सुधारकी उपाय आत्मसात न केल्यामुळे मिळणाऱ्या शिक्षेपासून

वाचविणे, हे गांधींच्या धार्मिक कर्तव्याचे सार होते, असे वाटते. सामान्यत: त्यांची भाकिते भारतीय खेड्यांमधील असंतुलित समाजशास्त्रात खोलवर रुतलेली आहेत, जेथे पारंपरिक बळी हे सामूहिक हिंसाचाराचे संभाव्य बळी ठरतात. "मॅक्डोनल्डना गुजरातमधल्या 'अस्पृश्यां'बद्दल आणि 'अदृश्यां'बद्दल काय माहीत आहे?" अशाच एका क्षणी गांधींनी महादेवना विचारले. "ते असेच दडपलेले राहतील."

हे कार्य तातडीने हातात घेण्याची गांधींची भावना इतकी तीव्र होती की, वायकोम सत्याग्रहाच्या वेळी त्यांनी स्वत:च घातलेले निर्बंध झटकून टाकणे त्यांना शक्य झाले. आठ वर्षांपूर्वी, सर्वसाधारणपणे अस्पृश्यता निर्मूलनासाठी व विशेषकरून मंदिरप्रवेशासाठी, 'स्पृश्य' उच्चवर्णीय हिंदूंचे कठोर मन वळविण्यासाठी उपोषणाचे अस्त्र वापरण्याच्या ते विरोधात होते. त्या वेळी अस्पृश्यांचा मंदिरप्रवेश हा त्यांना स्थानिक प्रश्न वाटला होता. आता अचानक ते त्या प्रश्नाला राष्ट्रासमोरील तातडीचा प्रश्न बनवायला निघाले होते आणि कोणत्याही दृष्टीने दुसऱ्यावर सक्ती करणारे शस्त्र असलेले आमरण उपोषण आता एक धार्मिक कर्तव्य ठरले होते. एका अशा नेत्याने ते धारण केले होते, जेव्हा त्याचा हेतू साध्य झाल्यानंतर त्याने युक्तिवाद केला होता की, 'जे उपोषण कुणालातरी याचा मार्ग चुकीचा आहे याची जाणीव झाल्यामुळे नाही, तर तो एखाद्या हटवादीपणे मृत्यूची निवड करणाऱ्या व्यक्तीला मरताना पाहू शकत नाही म्हणून त्या व्यक्तीचे म्हणणे ऐकायला तयार होतो. उपोषण हा असा एक सक्ती करण्याचा, बळजबरी करण्याचा प्रकार आहे, जो सत्याग्रहाच्या मूलभूत तत्त्वांविरुद्ध दहशत निर्माण करतो.' या वेळी त्यांनी या उपोषणाला 'प्रायश्चित्त' असे नाव दिले; म्हणजे उच्चवर्णीय हिंदूंनी केलेल्या पापांमुळे ते 'आत्मक्लेश' करून घेत होते, असा त्याचा अर्थ होता; परंतु आंबेडकरांच्या आणि काही प्रमाणामध्ये ब्रिटिशांच्या दृष्टीने, हे उपोषण म्हणजे सक्तीचाच एक प्रकार ठरणार होता.

सोप्या भाषेत सांगायचे तर, इतरांनी ही पद्धत अवलंबिली तर ती अनैतिक आणि त्यांनी स्वत: अवलंबिली तर मात्र ती धार्मिक अनिवार्यता होती, असेच दिसून येते.

गांधींच्या आयुष्याचा अर्थ लावणे हे जीवनध्येय ठरविलेल्या 'शिकागो ट्रिब्यून'चा तरुण वार्ताहर विल्यम एल. शायरर याने आपण 'गोंधळून' गेलो असल्याचे सांगितले. प्रादेशिक विधानमंडळांत अस्पृश्यांना खात्रीशीर जागा मिळू नयेत यासाठी मरण्यास तयार असलेल्या गांधींचा पवित्रा न समजल्याने तो चक्रावून गेला होता. त्याने नंतर लिहिले, 'गांधींच्या लाडक्या अस्पृश्यांसाठी असलेल्या या सुरक्षाकवचाला ते पाठिंबा व्यक्त करतील, अशी माझी अपेक्षा होती.' त्याने व्हिएन्नाहून गांधींना याचे

स्पष्टीकरण मागणारी तार पाठविली. 'अस्पृश्यांच्या नेत्यांपेक्षा मला त्यांचे हित अधिक चांगले कळते, या माझ्या धारणेमुळे तुम्ही चकित होऊ नका,' गांधींनी उपोषण सुरू असताना तारेला उत्तर दिले. 'मी जन्माने जरी अस्पृश्य नसलो, तरी गेली पन्नास वर्षे मी माझ्या मर्जीने अस्पृश्य म्हणूनच जगत आहे.' (हा पत्रव्यवहार शायररने उघड करण्याआधीच गांधींच्या गोटातून तो लंडनच्या 'द टाइम्स'पर्यंत पोहोचविला गेला; वृत्तपत्रांचा एक माध्यम म्हणून वापर करण्यात गांधी काळाच्या किती पुढे होते, हेच यावरून दिसून येते.)

त्या अमेरिकन पत्रकाराला या सगळ्याचा अर्थ न लागणे आपण समजू शकतो. अगदी आजसुद्धा गांधींचे यामागील हेतू शोधणे सोपे नाही. त्यांचे विश्वासू आणि प्रासंगिक चरित्रकार प्यारेलाल यांनी हे स्पष्ट केले आहे की, संकुचित राजकीय समीकरणे या 'महाउपोषणा'शी निगडित नव्हतीच असे नाही. या उपोषणाचे उदात्तीकरण करणाऱ्या 'महाउपोषण' या शीर्षकाच्या पुस्तकात त्यांनी लिहिले, 'सत्तेचा समतोल राखण्यासाठी हिंदू आणि मुसलमान झगडत असताना आणि त्यामध्ये शीख त्यांचा दाता मध्येच घुरावत असताना, शोषित वर्गाच्या मागण्या त्यात सामावून घेणे हे गणितीयदृष्ट्या अशक्य होते.' प्यारेलाल यांचे वक्तव्य समजून घेण्याचा एक मार्ग आहे. अस्पृश्यांना स्वतंत्र मतदारसंघ देताना काँग्रेसच्या एकूण जागांमधूनच त्या वजा होणार असल्याने 'गणितीयदृष्ट्या' म्हणजे या दृष्टीने ते अवघड होणार होते. या मुद्द्याला गांधींनी त्यांच्या पत्रांमधून आणि जाहीर वक्तव्यांमधून तो केवळ फेटाळण्यापुरताच स्पर्श केला. "हिंदूंच्या संख्याबळात मला काही रस आहे, असं अजिबात समजू नका," ते म्हणाले. मात्र, काँग्रेसला अडचणीत आणण्यासाठीच ब्रिटिशांनी स्वतंत्र मतदारसंघ देण्याचा मार्ग निवडला असावा, असा अंदाज वल्लभभाई पटेल नेहमी बांधायचे. "यामध्ये एक मोठं कारस्थान दडलेलं आहे," कम्युनल ॲवॉर्डबद्दल ते म्हणाले. गांधींनी अस्वीकार केलेल्या राजकीय युक्तिवादात पटेलांच्या या हिशेबाने भरच टाकली; पण हा युक्तिवाद त्यांच्या नेत्याचे आयुष्य पणाला लावण्याच्या योग्यतेचा नव्हता. खरेतर या उपोषणाला पटेलांनी पाठिंबा देण्यामागे एकच कारण होते आणि ते म्हणजे गांधींच्या 'आणखी लहान आवाजा'शी भांडणे किती निरर्थक होते, हे पटेलांना माहीत होते. ते स्वत:होऊन या आमरण उपोषणासाठी युक्तिवाद करणे शक्य नव्हते.

महात्माजींच्या स्वत:च्या विचारप्रक्रियेचा मागोवा घेणे सोपे नाही; पण लंडनला स्वतंत्र मतदारसंघांची मागणी आंबेडकरांनी केली. तिला विरोध करण्यासाठी शेवटी एकटा उरलो तरी प्राण पणाला लावण्याची प्रतिज्ञा गांधींनी केली, तेथून ती सुरू झाली, असे स्पष्टपणे दिसते. लंडनला त्यांनी केवळ स्वतंत्र मतदारसंघांना विरोध केला नव्हता, तर अस्पृश्यांसाठी कोणतीही 'विशेष व्यवस्था' करायला विरोध केला

होता; मग ती अगदी मर्यादित काळापुरती का असेना. तरीदेखील उपोषण सुरू होण्याच्या आदल्या दिवशी संध्याकाळी, त्यांचे प्राण वाचविण्यासाठी एखादा तोडगा काढावा यासाठी निकराच्या वाटाघाटी केव्हाच सुरू झालेल्या असताना, त्यांनी असे जाहीर केले की, जर अस्पृश्यांसाठी 'राखीव' असलेल्या जिल्ह्यांमधील अस्पृश्य उमेदवारांच्या सूचीमधून सर्वसाधारण मतदारसंघ निवडण्याची मुभा दिली तर आपण अस्पृश्यांसाठी राखीव जागा मान्य करायला तयार आहोत. या उमेदवारांची निवड या जिल्ह्यांमधील अस्पृश्य मतदारांनी एक प्रकारच्या प्राथमिक निवड फेरीत करावी म्हणजे 'स्वतंत्र मतदारसंघ' फक्त पहिल्या फेरीसाठी अस्तित्वात राहतील आणि सर्वसाधारण निवडणुकीत त्यांची जागा 'संयुक्त मतदारसंघ' घेतील. हा प्रस्ताव आंबेडकरांच्या मूळ पवित्र्याच्या जवळ जाणारा होता, जो एके काळी काँग्रेसने अस्वीकृत केला होता. आता अचानक महात्माजी 'विशेष व्यवस्था' रद्द करण्यासाठी नाही, तर फक्त सर्वसाधारण निवडणुकांमध्ये स्वतंत्र मतदारसंघ ही विशिष्ट प्रकारची विशेष व्यवस्था रद्द व्हावी यासाठी आपले आयुष्य पणाला लावत होते. जरी काही ठिकाणी बहुसंख्य अस्पृश्य मतदारांचा पाठिंबा मिळविण्यात काँग्रेस अयशस्वी ठरली तरी संयुक्त मतदारसंघ झाल्यामुळे आणि 'राखीव' जिल्ह्यांमध्ये इतर सगळ्यांबरोबरच अस्पृश्य मतदान करणार असल्यामुळे आपल्यातीलच अस्पृश्य उमेदवारांची निवड करू शकणार होती. गांधींनी लंडनमध्ये अस्पृश्यांचा शोषित अल्पसंख्याक म्हणून विशेष दर्जा कायम राखणारा निवडणूक कायदा या मुद्द्यावर वाद घातला होता. आता जर ते तोच मुद्दा स्वीकारत असतील तर त्यांच्या उपोषणाचे समर्थन कसे होऊ शकत होते? त्याला धार्मिक प्रायश्चित्त कसे म्हणावे? स्वतंत्र मतदारसंघांचा प्रस्ताव नाकारून मिळणाऱ्या संकुचित राजकीय फायद्यासाठी मरण पत्करणे योग्य होते का? आणि अशा प्रकारच्या फायद्याला ध्येय म्हणता आले असते का?

संपूर्ण देशाला तर सोडाच पण स्वत:लाही गांधी असा युक्तिवाद पटवून देऊ शकले नसते. स्वतंत्र मतदारसंघांविरुद्धचा लढा तेव्हाच उचित ठरला असता, जेव्हा तो हिंदू मूल्ये आणि समाज यांच्यातील सुधारणांचा एक हिस्सा बनला असता; ज्याविषयी दक्षिण आफ्रिकेतून आल्यापासून गांधी सातत्याने आग्रहपूर्वक बोलत होते. तरीही ही फार मोठी अतिरिक्त अट आपल्या समर्थकांसमोर टाकण्यासाठी त्यांनी उपोषणाच्या आदल्या संध्याकाळपर्यंत वाट पाहिली. त्या वेळच्या गांधींनी केलेल्या वक्तव्यांच्या सारांशानुसार, 'केवळ उच्चवर्णीय हिंदूंमध्ये आणि शोषित वर्गामध्ये राजकीय सहमती झाल्याने त्यांचे समाधान होणार नाही, त्यांना अस्पृश्यता एकदाच आणि कायमची नष्ट झालेली हवी आहे.' त्यामुळे घाईघाईने अस्पृश्यांसाठी विशेष व्यवस्था करण्याच्या विरोधातील उपोषणाचा अर्थ बदलून त्याचा 'अस्पृश्यतेच्याच

विरोधातील उपोषण,' असा प्रसार करण्यात आला. यामुळे गांधींच्या नजरेत ते धार्मिक कर्तव्य एक प्रायश्चित्त ठरले.

वाटाघाटी सुरू असताना आणि गांधींचे अनुयायी जातीच्या दडपशाहीविरुद्ध नव्या आक्रमणाची तयारी करत असताना, स्वत: महात्माजींनी उपोषणाच्या आदल्या दिवशीची संध्याकाळ निरोपाची पत्रे सांगण्यात घालविली. नेहमीप्रमाणेच, एखाद्या मोठ्या उपक्रमासाठी तयार होताना त्यांचे विचार भूतकाळात, म्हणजे दक्षिण आफ्रिकेत आणि कालेनबाखजवळ जाऊन पोहोचायचे; कालेनबाखला ते सतरा वर्षांपूर्वी लंडनला भेटले होते. 'देवाला जर या शरीराकडून आणखी काम करवून घ्यायचे असेल, तर ते या सत्त्वपरीक्षेत नक्की तरून जाईल,' कालेनबाखला त्यांनी पाठविलेले पत्र निरोपाचा सूर आणि पुन्हा भेटण्याच्या आशेचा सूर यांच्यामध्ये नाट्यपूर्ण हेलकावे खात लिहिले होते. 'मग तू मला एखाद्या दिवशी तातडीने येऊन भेटण्याचा प्रयत्न कर. नाहीतर आता राम राम आणि खूप सारे प्रेम!'

देशाला आवाहन केले जाते न जाते तोच त्याला मिळालेले उत्तर ऐकू आले; प्रारंभी ते अत्यंत दणकेबाज वाटले. संपूर्ण भारतभरातील मंदिरांमध्ये अस्पृश्यांना प्रवेश नाकारणाऱ्या उच्चवर्णीय हिंदूंनी अचानक या त्यांच्या पूर्वाश्रमीच्या बहिष्कृत भाईबंदांचे उत्साहाने स्वागत करण्याची आणि त्यांना आपल्यामध्ये सामावून घेण्याची तयारी दाखविली–ज्यांना गांधींनी 'हरिजन' असे नवीन नाव दिले होते–त्यांच्या महात्माजींनी जिवंत राहावे यासाठी त्यांनी असे करण्याची तयारी दाखविली. मंदिरे खुली करणे हा एक प्रकारे सुरक्षा ठेव जमा करण्यासारखाच प्रकार होता; तो जणू उच्चवर्णीय हिंदूंच्या बाजूने सादर केलेला नवीन उदारमतवादीपणाचा आणि नागरी कर्तव्याचा पुरावाच होता. तर, आता येथे आपल्यासमोर दुहेरी विरोधाभास दिसतो : गांधी, जे वायकोमला मंदिरप्रवेशाच्या प्रश्नाबाबत उपोषणाचा वापर करण्याच्या विरोधात होते, तेच गांधी आता स्वत:च्या कम्युनल ॲवॉर्डच्या विरोधातील उपोषणाचा चांगला परिणाम म्हणून खुल्या झालेल्या मंदिरांचा पुरावा ग्राह्य धरायला तयार होते. ते उपोषण, या वाक्‌बगार राजकीय किमयागाराच्या आणि नाटककाराच्या हाताने आपले स्वरूप बदलून अस्पृश्यतेविरोधातील उपोषणात परिवर्तित झाले होते. गांधींच्या अतिशय खोल अंत:प्रेरणेने प्रेरित झालेल्या विचारप्रक्रियेपेक्षा एक गोष्ट अधिक स्पष्ट होती आणि ती म्हणजे, त्यांच्या निर्णयाचा झालेला परिणाम. गांधींनी विदेशी कपड्यांची होळी करण्यासाठी दिलेल्या हाकेला विरोध करणारे बंगाली कवी रवींद्रनाथ टागोर यांनी (त्यांच्या शब्दांत) गांधींनी हिंदू बहुसंख्याकांना दिलेल्या या 'निर्वाणीच्या इशाऱ्या'तील निकड ओळखली.

उपोषणाच्या पहिल्या दिवशी या महान कवीने चार शब्द सुनावले, "आपण जर या उपोषणाकडे नेहमीच्या सवयीप्रमाणे दुर्लक्ष केलं आणि एक उमदं आयुष्य त्याचा

अर्थ जाणून न घेताच नाहक गमावलं, तर आपले लोक निरर्थकतेच्या पोकळीत अध:पतनाच्या घसरगुंडीवरून निष्क्रियपणे घसरत जातील.'' सत्तर वर्षांचे आजारी असलेले टागोर सारा भारत पालथा घालत पुण्याच्या तुरुंगातील गांधींना भेटण्यासाठी ट्रेनने धावतपळत निघाले. त्यांनी लंडनला त्यांच्या एका मित्राला तार केली, 'महात्माजींच्या प्रायश्चित्ताने संपूर्ण देश ढवळून निघाला आहे. सर्वत्र सुधारणांचा वारा झपाट्याने वाहू लागला आहे.' खेड्याखेड्यांमध्ये तो किती झपाट्याने वाहत होता हे बघायचे राहिले होते. काही दशकांनंतरही खेड्यांमधील अस्पृश्य महिलांनी धातूच्या बांगड्या आणि अंगठ्या घातल्या किंवा चमकदार रंगांच्या साड्या नेसल्या; असा पेहराव जो त्यांच्या स्वाभिमानशून्य दर्जाचा इन्कार ठामपणे प्रतिपादन करणारा होता, तो केल्यानंतर त्यांना मारहाण झाली नाही, असे काही ऐकू आले नाही; भूमिहीनता, कर्जबाजारीपणा आणि सक्तीचे श्रम ही त्यांची वैशिष्ट्ये तशीच टोकाची राहिली. गांधींच्या उपोषणाने आणि त्यानंतर अस्पृश्यतेविरुद्ध पुकारलेल्या धर्मयुद्धामुळे किती उच्चवर्णीय हिंदूंची मने पूर्णपणे प्रभावित झाली आणि बदलली हे मोजण्याचा खात्रीशीर मार्ग उपलब्ध नाही. काही लाख असावीत असा एक सुज्ञ तर्क आहे; पण भारतात, लाख म्हणजे टक्केवारीचा एक छोटासा हिस्सा असल्यामुळे गांधींना हव्या असलेल्या बदलापेक्षा हे प्रमाण फारच कमी भरले असेल.

उपोषणाच्या सातव्या आणि अखेरच्या दिवशी टागोर गांधींच्या बिछान्याजवळ पोहोचले. कारागृहाच्या दोन इमारतींमधील एकाकी मोकळ्या जागेत त्यांना घेऊन गेल्यानंतर गांधी एका बाजेवर किंवा चारपाईवर अंगाचे मुटकुळे करून पडलेले त्यांना दिसले. ती बाज 'एका बहरलेल्या आंब्याच्या झाडाच्या सावलीत होती.' उपोषणाच्या चौथ्या दिवशी त्याच ठिकाणी डॉ. आंबेडकरांना महात्माजींच्या भेटीसाठी आणण्यात आले होते. नंतर 'पुणे करार' म्हणून प्रसिद्ध झालेल्या समझोत्यासंबंधी वाटाघाटींच्या अंतिम टप्प्यासाठी खूपच अशक्त झालेल्या गांधींना भेटायला ते आले होते.

''महात्माजी, तुम्ही आमच्यावर अन्याय केला आहे,'' त्या अस्पृश्य नेत्याने सुरुवात केली.

''मी अन्याय करतो असं तुम्हाला वाटतं हा माझ्या नशिबाचा दोष; त्यावर मी काय करू शकतो?'' गांधी म्हणाले.

विधिमंडळाच्या जागांवर चर्चा करताना लवकरच ते 'गणितीय' तपशिलात शिरले. ''मला माझी भरपाई पाहिजे,'' आंबेडकरांचा सूर ऐकू आला. बहुधा, स्वतंत्र मतदारसंघांचा आग्रह सोडून देण्याच्या बदल्यात ते वाढीव जागांची मागणी करत असावेत. आता सत्ताहीन असलेल्या अस्पृश्यांना सत्तेची गरज असल्याचे त्यांनी सांगितले. गांधी जागांच्या बाबतीत तडजोडीस तयार असले, तरी सार्वमत पाच

किंवा दहा वर्षांत घेण्याबाबत आग्रही होते. ''पाच वर्षं किंवा माझं आयुष्य,'' जवळजवळ पराजित झालेले पण अजूनही घासाघीस करणारे महात्माजी म्हणाले. त्यांच्या पुढच्या भेटीत वैतागाला वाट करून देताना एखाद्या व्यापाऱ्याने कापडाच्या गठ्ठ्याचा सौदा करावा तसा ते सौदा करत होते. अखेर या प्रश्नावर तडजोड झाली. या समझोत्यात संयुक्त मतदारसंघ, राखीव जागा आणि सार्वमताचे वेळापत्रक नंतर ठरविण्यावर शिक्कामोर्तब झाले. ते सार्वमत प्रत्यक्षात कधीच घेतले गेले नाही. प्रत्यक्षात रॅमसे मॅक्डोनल्ड यांच्या प्रस्तावित अ‍ॅवॉर्डमध्ये आश्वासन दिलेल्यापेक्षा गांधींबरोबर झालेल्या या वाटाघाटींमध्ये आंबेडकरांना जवळजवळ दुप्पट जागा जास्त मिळाल्या होत्या. ''तुम्हाला माझी संपूर्ण सहानुभूती आहे. तुम्ही जे म्हणाल, त्यातील बहुतेक बाबींशी मी सहमत आहे,'' महात्माजींनी सुरुवातीलाच या अस्पृश्य नेत्याला शब्द दिला होता. आता, त्यांनी तो पाळला, असेच आंबेडकरांना वाटले.

''माझं तुमच्याशी आता केवळ एक भांडण आहे,'' महादेव देसाई यांच्या रोजनिशीतील नोंदीनुसार आंबेडकर यांनी उत्तर दिले होते. ''तुम्ही तथाकथित राष्ट्रकल्याणासाठी काम करता, फक्त आमच्या भल्यासाठी नाही. तुम्ही जर स्वत:ला पूर्णपणे शोषित वर्गाच्या कल्याणासाठी समर्पित केलं तर तुम्ही आमचे हीरो व्हाल.'' राष्ट्रीय आदर्शांचा एक खंदा पुरस्कर्ता म्हणून गांधींना पूर्णपणे जाणण्याच्या जवळ जाणारा हा आंबेडकरांचा पहिलाच प्रयत्न असावा. गांधींनी आपली सगळी ऊर्जा अस्पृश्यता निर्मूलनावर केंद्रित करावी, असे आवाहन करणारे 'प्रिय मोहन' अशी सुरुवात असलेल्या अनेक पत्रांपैकी एक पत्र अ‍ॅन्ड्र्यूजने लिहिण्याच्या काहीच काळ आधी हे संभाषण झाले. आंबेडकरांना थेट उत्तर न देताही, उपोषण करणाऱ्या महात्माजींनी आपला वरचश्मा कायम ठेवला. ते म्हणाले, ''मी अस्पृश्यता स्वीकारलेली आहे आणि मनाने मी तुमच्याइतकाच अस्पृश्य आहे... आचार किंवा विचारांनी तुमच्या समाजात आणि माझ्यात अंतर पडावं ही कल्पनासुद्धा मी सहन करू शकत नाही. आपण सगळ्यांनी एक आणि अविभक्त असले पाहिजे.''

आंबेडकर आणि गांधी यांच्यातील या स्पर्धेकडे मूलत: तत्त्वांची किंवा इच्छाशक्तींची परीक्षा म्हणून पाहिले गेले असले, तरी महात्माजींच्या या उपोषणाचे, जे त्या वेळी तरी त्यांची 'करा वा मरा' मोहीम असेल असे वाटत होते, आश्चर्यकारक परिणाम दिसू लागले होते. आधी तर संपूर्ण उपखंडातून हिंदू मंदिरे–काही प्रसिद्ध आणि आदरणीय, अनेक छोटी, त्यातील काही तर अस्तित्वातच नव्हती असे नंतर कळले–सर्वांसाठी (गांधींच्या हरिजनांसाठी) खुली केल्याच्या तारा येऊन धडकायला लागल्या. त्यानंतर मुंबईत उच्चवर्णीय हिंदूंची एक तातडीची परिषद बोलाविण्यात आली आणि त्यात अस्पृश्यांना फक्त मंदिरेच नव्हे, तर रस्ते, शाळा आणि विहिरी या सर्व सार्वजनिक सुविधांचा लाभ घेऊ देण्याचे औपचारिक आवाहन करणारा एक

जाहीरनामा काढण्यात आला. 'जन्मामुळे कोणालाही 'अस्पृश्य' समजले जाणार नाही,' त्यात जाहीर केले गेले. याच प्रकारची मुंबईतील उच्चवर्णीय हिंदू महिलांची एक सभा होऊन त्यात अस्पृश्यांवरील बंदी 'एक दिवसही सुरू राहणार नाही,' असा निर्णय घेण्यात आला. लवकरच अनेक शहरांमध्ये असे करण्याची एक लाटच आली. काही काळासाठी का होईना; पण सौजन्य आणि प्रेमळपणाचा वारा वाहू लागला. अस्पृश्यांबरोबर भोजन ग्रहण करून ब्राह्मणांनी त्यांचा चांगला हेतू दाखवून दिला. सनातन हिंदू धर्माचे केंद्र असलेल्या बनारस हिंदू विद्यापीठात सफाई कामगार (झाडूवाले) आणि चांभार यांना जेवायला बोलाविण्यात आले. नव्यानेच स्थापन झालेल्या अस्पृश्यताविरोधी संघाच्या शाखा–नंतर त्याचे नामकरण हरिजन सेवक संघ असे करण्यात आले–सगळीकडे पसरू लागल्या. त्यांच्या उन्नयन कार्यक्रमांसाठी निधी गोळा करण्यात आला. गांधींनी 'त्यांच्या अखेरच्या आत्मत्यागासाठी हा कमी महत्त्वाचा विषय निवडला,' म्हणून आपण हिरमुसलो होतो हे मान्य करणारे नेहरूसुद्धा या परिणामांनी चकित झाले. त्यांनी लिहिले, 'येरवडा तुरुंगात बसलेला हा लहानसा माणूस जणू एक जादूगारच होता आणि कुठून दोऱ्या खेचल्या की लोकांची हृदये काबीज करता येतील हे त्याला चांगले माहीत होते!'

या पवित्र बेहोशीच्या लाटेने आंबेडकरांचा नेहमीचा संदेहवाद धुऊन नेला आणि तेही या लाटेत सामील झाले. "या प्रकारांनी माझ्यावर कोणताही परिणाम होणार नाही," गांधींच्या उपोषणाचा इरादा पहिल्यांदाच ऐकल्यावर ते म्हणाले होते. "हिंदू समाजाच्या भल्यासाठी जर मि. गांधी त्यांचं आयुष्य पणाला लावत असतील, तर शोषित वर्गही त्याच्या भल्यासाठी म्हणून आपलं आयुष्य पणाला लावण्याची सक्ती स्वत:वर लादून घेईल." परंतु आगामी दहा दिवसांत त्यांच्या मनात नसतानाही ते हेलावून गेले. गांधी उपोषण समाप्त करणार होते त्याच्या आदल्या रात्री मुंबईतील एका हिंदू परिषदेत आंबेडकरांवर भावनावेगाने परिपूर्ण अशा वचनांचा आणि सदिच्छांचा पाऊस पडला; असा प्रेमोत्सव त्यांनी आजवर कधी अनुभवला नव्हता. अखेरीस जेव्हा त्यांना बोलायला सांगण्यात आले, तेव्हा त्यांनी हे मान्य केले की, 'भारताच्या सर्वांत महान माणसाचे आयुष्य' आणि 'समाजाचे हित' यामध्ये निवड करण्याची वेळ आली, तेव्हा आपण द्विधा अवस्थेत सापडलो होतो; पण उपोषण करणाऱ्या गांधींनी हा मार्ग सोपा केला, प्रायश्चित्त घेऊन त्यांनी आंबेडकरांच्या मनात आदराचे स्थान मिळविले आणि अस्पृश्यांना आशीर्वाद दिले. "मला हे मान्य केलंच पाहिजे की, मी जेव्हा त्यांना भेटलो तेव्हा त्यांच्यात आणि माझ्यात कितीतरी गोष्टी सारख्या असल्याचं बघून मला आश्चर्य वाटलं; खूपच आश्चर्य वाटलं." लंडनमध्ये जर गांधी मदतीचा हात पुढे करण्यात असे तत्पर असते, 'तर त्यांना अशा दिव्यातून जावे लागले नसते,' हे आंबेडकरांचे म्हणणे बरेचसे खरे होते. आता

एवढीच चिंता आहे की, उच्चवर्णीय हिंदू त्यांच्या शब्दाला जागणार नाहीत, आंबेडकर म्हणाले. त्यावर लोकांनी 'हो, आम्ही जागू! आम्ही जागू!!' अशा आरोळ्या ठोकल्या.

या सहमतीला ब्रिटिश सरकार जोपर्यंत औपचारिक लेखी स्वीकृती देणार नाही तोपर्यंत आहार घ्यायला गांधींनी नकार दिला; या स्वीकृतीचा अर्थ, गांधी ज्यासाठी उपोषण करत होते, ते कम्युनल अॅवॉर्ड काही प्रमाणात मागे घेतले असा होत होता. अखेरीस २६ सप्टेंबरच्या दुपारनंतर 'लाल सील असलेले' हमीपत्राचे पाकीट तुरुंगांच्या इन्स्पेक्टर जनरलनी गांधींना आणून दिले. पुढचा विचार करून गांधींनी त्या ब्रिटिश अधिकाऱ्याला आपली एक विनंती सरकारपर्यंत पोहोचवायला सांगितली की, तुरुंगात डांबून ठेवलेले असतानाही आपल्याला अस्पृश्यतेच्या विरोधातील चळवळ सुरू ठेवण्याची परवानगी देण्यात यावी. मग तेथे थोडासा बदल केलेला एक धार्मिक समारंभ साजरा करण्यात आला. अहमदाबादच्या साबरमती आश्रमातील आणि इतर ठिकाणच्या गांधींच्या अनुयायांसाठी तुरुंगाधिकाऱ्यांनी तुरुंगाचे प्रवेशद्वार उघडे करून दिले. भेटायला येणाऱ्यांवरील निर्बंध जवळजवळ उठविले गेले आणि सुमारे दोनशे लोक गांधींनी स्वत:होऊन ओढवून घेतलेल्या त्या दिव्याची समाप्ती करण्याच्या वेळी तेथे उपस्थित होते. प्रथम, त्या अंगणात सडा घालण्यात आला. नंतर टागोरांनी स्वत: संगीतबद्ध केलेला एक श्लोक म्हणण्यास त्यांना सांगण्यात आले. ते चाल विसरले होते; पण त्यांनी तो तसाच गायला, असे टागोरांनी स्वत:च नंतर सांगितले. (त्या कवीच्या कवितेची सुरुवात होती, 'जेव्हा हृदय कठोर बनते आणि पोळून निघते, तेव्हा तुझ्या दयेचा वर्षाव त्यावर कर.') शेवटी जवाहरलाल यांच्या पत्नी कमला नेहरू, ज्या चार वर्षांनंतर एका स्विस आरोग्य भवनात निधन पावल्या, यांनी मोसंबीचा रस तयार केला (कदाचित त्यात मध मिसळला असावा, लिंबाचा रस आणि मध हे गांधींचे एक आवडते कॉकटेल होते.). कस्तुरबांनी तो पेला गांधींच्या ओठांजवळ नेला. आणखी काही धार्मिक भजने म्हटली गेली आणि हितचिंतकांनी येरवड्याला पाठविलेल्या ढीगभर फळांच्या करंड्या एका हातातून दुसऱ्या हातात फिरू लागल्या. कोणत्याही तुरुंगाने असा उत्सव कधी पाहिला नसेल, टागोर नंतर म्हणाले.

दुसऱ्या दिवशी संध्याकाळी पुण्यात झालेल्या आणखी एका गर्दीने ओसंडून वाहणाऱ्या सभेत 'हात वर उचललेल्या सर्व श्रोत्यांनी मानवतेला काळिमा फासणाऱ्या गंभीर चुका नष्ट करून आपले सामाजिक जीवन शुद्ध करण्याचा संकल्प सोडला,' कविराजांनी लिहिले. अस्पृश्यता नष्ट होण्याच्या मार्गावर आहे, महात्माजींनी आपल्या एक आठवड्याच्या उपोषणाने भारत आणि हिंदू धर्म बदलून टाकला आहे ही कल्पना काही आठवडे, कदाचित काही महिने रेंगाळत राहिली. परिस्थिती पूर्वपदावर

येण्याची भीती वाटणारे त्या क्षणी कदाचित फक्त गांधीच होते. अस्पृश्यता निर्मूलनाचा हा संघर्ष जर थांबला, तर असा उपवास पुन्हा सुरू करण्याची शपथ घेण्याचा विचार हे आमरण उपोषण संपले त्याच रात्री गांधींच्या मनात येऊन गेला.

राष्ट्रीय स्तरावर सविनय कायदेभंगाची चळवळ पुन्हा सुरू होऊ नये म्हणून ब्रिटिशांनी गांधींना आणि बहुसंख्य काँग्रेस नेत्यांना अटक करून बंदिवासात ठेवले नसते, तर गांधींच्या उपोषणाने पेरले गेलेले दीर्घकालीन सामाजिक सुधारणांचे बीज चांगले पीक देऊन गेले असते. पुढच्या आठ महिन्यांमध्ये तीन वेळा गांधींशी सल्लामसलत करण्यासाठी आंबेडकर येरवडा तुरुंगात येऊन गेले. काही काळासाठी त्यांच्यातील वाद कमी झाले आहेत, असे वाटले; कदाचित एक प्रकारच्या युतीची धूसर शक्यता निर्माण झाली. अस्पृश्य श्रोत्यांना संबोधित करताना, आंबेडकरांनी त्यांना मांसभक्षण करणे सोडून देण्याचे आवाहन केले. असे आवाहन करण्यात गांधी क्वचितच कुचराई करत असत, कारण असे केल्याने सनातनी कट्टर हिंदूंच्या नजरेत ते अधिक स्वीकारार्ह ठरतील, असे गांधींचे मत होते. अस्पृश्यांचा नेता आता राष्ट्रीय ध्येये आणि राजकीय हक्क यांच्याबाबत अधिक बोलू लागला होता. महात्माजींची एक संकल्पना घेऊन त्यांनी लिहिले : 'स्पृश्य आणि अस्पृश्य कायद्याने एकत्र बांधले जाऊ शकत नाहीत, निवडणूक कायद्याने तर नाहीच नाही... या दोघांना फक्त प्रेमच एकत्र बांधून ठेवू शकते... उच्चवर्णीय हिंदूंच्या मानसिकतेत क्रांती घडून आलेली मला हवी आहे.'

पण हिंदू मंदिरे अस्पृश्यांसाठी खुली होणे हे गांधींच्या दृष्टीने जितके महत्त्वाचे होते, तितके आंबेडकरांना ते कमी महत्त्वाचे वाटत होते. ते दोघे जणू आपापल्या जागांची अदलाबदल करत आहेत, असे वाटत होते. आता गांधींचे मत मंदिरप्रवेशच केवळ 'हरिजनांना नवसंजीवनी आणि नवी आशा देऊ शकतो, नुसती आर्थिक उन्नती उपयोगाची नाही,' असे होते. उच्चवर्णीय हिंदूंना संबोधून ते म्हणाले, ''मंदिरं उघडायची की उघडायची नाही हा सर्वस्वी तुमचा प्रश्न आहे, यावर तुम्ही विचार करा, मी त्याबाबत आंदोलन करणार नाही. मानवी व्यक्तिमत्त्वाच्या पवित्रतेला आदराने न वागवणं हे अशिष्टपणाचं लक्षण आहे असं तुम्हाला वाटत असेल, तर मंदिरं खुली करा आणि आपल्या सभ्यतेचं दर्शन घडवा. जर तुम्ही स्वत:ला सुसंस्कृत म्हणवण्याऐवजी केवळ हिंदू म्हणवणार असाल तर तुमची दारं बंद करा आणि स्वत:चंच अध:पतन करा; कारण मला अशा ठिकाणी येण्याची इच्छा नाही.'' १९३३ च्या सुरुवातीला गुरुवायूर येथील एक महत्त्वाचे दक्षिण भारतीय कृष्णमंदिर अस्पृश्यांसाठी बंद ठेवण्यात आले म्हणून गांधींनी एक नवीन उपोषण करण्याची प्रतिज्ञा केली, तेव्हा आंबेडकरांनी त्यांना याबाबत स्वत:ला त्रास करून न घेण्याचा

सल्ला दिला. ''मंदिरप्रवेशासारख्या तुलनेने किरकोळ असलेल्या प्रश्नासाठी त्यांनी त्यांचं आयुष्य पणाला लावण्याची गरज नाही,'' आंबेडकर म्हणाले.

येरवडा तुरुंगातून गांधींनी 'इंडियन ओपिनियन' आणि 'यंग इंडिया'सारखेच आणखी एक 'हरिजन' हे साप्ताहिक वर्तमानपत्र काढायचे ठरविले, तेव्हा पहिल्या अंकासाठी एक 'संदेश' देण्याची त्यांनी आंबेडकरांना विनंती केली. या विनंतीला मिळालेला उपहासपूर्ण प्रतिसाद नाखुशीने ओतप्रोत भरलेला होता. 'माझ्याकडून आलेला संदेश हिंदूंनी आदरपूर्वक स्वीकारावा एवढी माझी योग्यता आहे, असे मी समजणे म्हणजे बिनबुडाचे धाडस केल्यासारखे आहे,' आंबेडकरांनी लिहिले; त्यामुळे मग 'संदेशा'ऐवजी त्यांनी 'वक्तव्य' पाठविले. उघड आहे की, गांधींसह कोणाही हिंदू सुधारकांबरोबर एकत्रित ध्येय वाटून घेण्याची कल्पना त्यांना अजूनही पचनी पडली नव्हती. 'हरिजन'मध्ये उपरोक्त कटू प्रावरण टिप्पणी, तसेच 'वक्तव्य' दोन्हीही प्रकाशित होतील, याची गांधींनी खबरदारी घेतली. त्या वक्तव्यात म्हटले होते, 'जोपर्यंत जात आहे, तोपर्यंत जातिबाह्य (बहिष्कृत) लोकही राहतील. जातिव्यवस्था नष्ट झाली तरच बहिष्कृत समाजाला समानाधिकार मिळतील.' त्यांचा हेतू भांडण उकरून काढण्याचा नसेल, केवळ गांधींना डिवचण्याचा असेल; पण ते दोघेही वेगळे होण्याच्या मार्गावर होते.

अखेरीस येरवड्याला दोघांनी मिळून ज्या करारावर सह्या केल्या होत्या, तो करार दोघांनीही नाकारला. गांधींचे आयुष्य पणाला लागलेले असताना त्यांनी संमती दिलेल्या स्वतंत्र मतदारसंघाच्या मर्यादित वापराला गांधींनीच आता 'साम्राज्यवाद नावाचे सैतानाचे साधन' असे संबोधले. आंबेडकरांनी लिहिले, 'पुणे करारातील रस काँग्रेसने चोखून घेतला आणि चोथा अस्पृश्यांच्या तोंडावर भिरकावला.'

ज्या मुद्द्यावरून त्यांच्यात मतभेद झाले, तो मुद्दा त्यांच्या पहिल्या भेटीपासून त्यांच्या आसपास रेंगाळत होता. तो होता : शोषित अस्पृश्यांनी स्वत:चा उद्धार स्वत:च करावा की 'भारताच्या सर्वांत महान माणसाच्या' धार्मिक प्रायश्चित्त घेण्याने आणि आत्मक्लेश करवून घेण्याने उच्चवर्णीय हिंदूंचे मन पालटण्याची वाट बघत बसावे? सद्य:स्थितीत, दोन्ही पर्याय सैद्धान्तिक होते. अस्पृश्यांचे उन्नयन होण्यासाठी आणि उच्चवर्णीय हिंदूंचे धार्मिक परिवर्तन होण्यासाठी पिढ्यान्‌पिढ्या जाव्या लागल्या असत्या. किती पिढ्या लागल्या असत्या, हे आज आठ दशकांनंतरही सांगणे घाईचे ठरेल. दोन्ही बाजूंनीही काही प्रमाणात प्रगती केली आहे, यासाठी गांधी आणि आंबेडकरांचे थोडेफार आभार मानायलाच हवेत. केवळ त्यांच्या आयुष्यातच ही प्रगती दिसत नाही, तर त्या दोघांच्या संघर्षाचे भारताने जे स्वप्निल आदर्शवादात रूपांतर केले, त्याचे प्रतिनिधी म्हणूनही ही प्रगती दिसते; पण तिचा वेग एखाद्या हिमनदीपेक्षा किंचितसा जास्त आहे, असे म्हटले पाहिजे. म्हणजेच अत्यंत कमी

आहे; क्रांतिकारी म्हणावा असा तर मुळीच नाही.

गांधींनी त्यांचे 'महाउपोषण' संपविल्यानंतर केवळ पाचच आठवड्यांत मद्रास विधिमंडळात असे विधेयक मांडले गेले की, मंदिरात जाणाऱ्या बहुसंख्य उच्चवर्णीय हिंदूंना ते जर अस्पृश्यांसाठी खुले राहावे असे वाटत असेल, तर मंदिर बंद ठेवणे बेकायदेशीर ठरेल. या विधेयकाचा हेतू ब्राह्मण पुरोहितांच्या, जसे वायकोम येथील नंबुद्री, हातातील निर्णयशक्ती काढून घेणे हा होता, कारण त्यांचा शब्द हाच अंतिम शब्द मानला जायचा. विधिमंडळाचे अधिकार मर्यादित होते; विधेयकावर चर्चा करण्यासाठीसुद्धा व्हाइसरॉयची औपचारिक संमती लागायची. सनातनी हिंदूंचा वाढता विरोध आणि हरिजनांची उदासीनता या पार्श्वभूमीवर अशाच प्रकारचे विधेयक प्रभावहीन केंद्रीय विधिमंडळात पुढे सरकू शकले नव्हते. गांधींसाठी हे विधेयक तातडीने मंजूर होणे गरजेचे होते, कारण ते अस्पृश्यतेवर सार्वमत घेण्यासारखे होते. गांधी आणि आंबेडकर १९३३ च्या फेब्रुवारी महिन्यात जेव्हा भेटले, तेव्हा गांधींनी त्यांना विधेयकाला समर्थन देण्याची किंवा किमान त्याला विरोध न करण्याची गळ घातली.

''समजा, आम्ही मंदिरप्रवेशाबाबत नशीबवान ठरलो, तर ते आम्हाला विहिरींमधून पाणी काढू देतील?'' आंबेडकरांनी विचारले.

''नक्कीच!'' गांधी उत्तरले. ''त्यानंतर हे होणारच.''

आंबेडकर घुटमळले. त्यांना गांधींकडून जे हवे होते ते देण्यास महात्माजी तयार नव्हते : सर्व हिंदू जन्माने समान होते हा त्यांचा दावा खरा आहे, प्रामाणिक आहे हे दाखविण्यासाठी गांधींनी जातिव्यवस्थेची स्पष्ट शब्दांत निर्भर्त्सना करावी. आंबेडकरांनी हरिजन सेवक संघाच्या मंडळावर जाण्यास मान्यता दिली होती, ज्याच्या घटनेत हेच म्हटले होते, 'इतर हिंदूंबरोबर संपूर्ण समानता' प्रदान करण्याचे आश्वासन हरिजनांना दिले होते आणि संघाच्या सदस्यांना असे जाहीर करण्यास सांगितले होते की, 'कोणताही मुनष्यप्राणी माझ्यापेक्षा कनिष्ठ दर्जाचा आहे, असे मी मानत नाही आणि ही श्रद्धा आयुष्यभर बाळगण्याचा मी आटोकाट प्रयत्न करेन.' पण एक वर्षाच्या आतच त्यांनी राजीनामा दिला. त्यांच्या लोकांच्या सेवेसाठी उभारण्यात आलेल्या या गांधीवादी संघात उच्चवर्णीय हिंदूंचाच वरचश्मा होता, अशी त्यांची खात्री झाली. 'शोषित वर्गाला त्यांचे नागरी हक्क मिळवून देण्यासाठी भारतभर एक मोहीम' चालविण्याचा आंबेडकरांचा जो प्रस्ताव होता, त्यानुसार हरिजनांचा उद्धार करण्यात त्या उच्चवर्णीय हिंदूंना मुळातच रस नसल्याचे त्यांच्या लक्षात आले.

शेवटी आंबेडकरांनी असा निर्णय घेतला की, मंदिरप्रवेशाचे विधेयक हा एक अपमान समजायचा; महात्माजींपासून दूर जाण्याचे हे आणखी एक कारण होते.

"केवळ बहुसंख्य लोकांना त्याची सवय आहे किंवा त्यांचं तसं आचरण आहे म्हणून पाप आणि अनैतिकता या सुसह्य बाबी होत नाहीत," ते म्हणाले. "जर शोषित वर्गाच्या दृष्टीने अस्पृश्यता पाळणे हे पाप आणि अनैतिक आहे आणि जरी बहुसंख्य लोकांना ती पाळणं मान्य असलं, तरी अशी गोष्ट कोणतीही हयगय न करता नष्ट करायला हवी."

हरिजनांचे मूलभूत हक्क उच्चवर्णीय हिंदूंनी मतदानाला टाकावेत का हा प्रश्न गुरुवायूर मंदिराच्या झगड्यात पुन्हा पुढे आला. अजूनही येरवड्याला बंदिवासात असलेल्या पण तुरुंगाच्या भिंतींआडून हरिजनांच्या प्रश्नावर आंदोलन करण्याची अधिकाऱ्यांकडून परवानगी मिळालेल्या गांधींनी ते कृष्णमंदिर खुले करण्यासंबंधीच्या प्रश्नावरील आपले उपोषण ठरविणे आणि पुढे ढकलणे सुरूच ठेवले. मंदिराच्या आसपासच्या लोकांचे मत विचारण्यात आले आणि गांधींना विश्वास होता त्याप्रमाणे बहुसंख्य उच्चवर्णीय हिंदू आता हरिजनांबरोबर मंदिरात जायला तयार होते; पण १९४७ मध्ये स्वातंत्र्य मिळाल्यानंतरही ते मंदिर हरिजनांसाठी बंदच राहिले. १९५८ मध्ये म्हणजे गांधीहत्येनंतर दहा वर्षांनी, हताश आणि नाउमेद झालेला हरिजन सेवक संघ बनारसमधील काही मंदिरे अखेरीस हरिजनांसाठी उघडली गेली म्हणून विजयोत्सव साजरा करीत होता; एक अशा समानतेचा विजय, जिची घोषणा पाव शतकापूर्वी केली गेली होती.

अखेर १९३३ च्या मे महिन्यात गांधींनी जेव्हा केवळ सात महिन्यांत आपले अस्पृश्यतेविरोधातील दुसरे उपोषण सुरू केले, तेव्हा त्यांना ताबडतोब तुरुंगातून सोडून देण्यात आले. ते जरी एकवीस दिवस चालले–तथाकथित 'महाउपोषणा'पेक्षा दोन आठवडे जास्त–तरी त्याने त्या वेळेसारखी खळबळ माजविली नाही. ही चूक आहे, असे टागोरांनी लिहिले. अजून अहमदाबादला कैदेत असलेल्या नेहरूंनी आपले हात वर केले. त्यांनी गांधींना लिहिले, 'ज्या गोष्टी मला कळत नाहीत, त्यांच्या बाबतीत मी काय बोलणार?'

आता आंबेडकरांचे तोंड दुसऱ्या दिशेला फिरले होते. गेले दशकभर मंदिरप्रवेशाच्या चळवळी अनियमितपणे चालविणाऱ्या त्यांच्या मोहिमेने दोन वर्षांत हा विषय सोडून दिला. त्यांनी जाहीर केले की, आता दलितांनी–आता ते स्वत:ला हरिजन न संबोधता दलित म्हणू लागले होते–हिंदू धर्माचा त्याग करण्याची वेळ आली आहे. "मी हिंदू म्हणून जन्माला आलो आणि अस्पृश्यतेचे परिणाम भोगले," ते तेव्हा म्हणाले आणि लगेच त्यांनी प्रतिज्ञा केली : "मी हिंदू म्हणून मरणार नाही."

गांधींबरोबर झालेल्या शेवटच्या मतभेदांनंतर आंबेडकरांच्या मनात त्यांच्याविषयी जर थोडेही कौतुक किंवा संमिश्र भावना असतील, तर त्या दाबून ठेवण्याचा प्रयत्न आंबेडकरांनी केला. त्यांच्या अखेरच्या वर्षांत त्यांची बरीचशी शक्ती त्यांच्याविरोधातील

कटू वादविवाद पुन्हा नव्याने निर्माण करण्यात–आणि त्यांचा प्रचार करण्यात–गेली. आंबेडकरांनी नंतर लिहिले, 'महात्मा म्हणून त्यांनी राजकारणाचे आध्यात्मीकरण करण्याचा प्रयत्न केलाही असेल. ते त्यात यशस्वी झाले की नाही माहीत नाही; पण राजकारणाने त्यांना नक्कीच धंदेवाईक करून टाकले. समाजाला संपूर्ण सत्य पचत नसते हे एका राजकारण्याला माहीत असायला हवे; त्याला हेही कळायला हवे की, जर संपूर्ण सत्य त्याच्या राजकारणासाठी हानिकारक असेल तर ते त्याने सांगायला नको आहे.' हा भ्रमनिरास झालेला बुद्धिमान प्रतिस्पर्धी शेवटी असा युक्तिवाद करतो की, 'त्यांची राजकारणातील जागा ते गमावून बसतील या भीतीपोटी' ते जातिव्यवस्थेवर उघडपणे, समोरून हल्ला करायला नकार देतात.

त्यामुळेच की काय, 'महात्माजींची विचारांवर श्रद्धा नाही असे वाटते,' ते युक्तिवादाचा समारोप करताना म्हणतात.

सातत्याचा अभाव जसा आंबेडकरांमध्ये होता, तसाच तो गांधींमध्येही होता. फलदायी श्रमविभागणीचा पाया म्हणून त्यांना पुणे कराराचा वापर करून घेता आला असता. अस्पृश्यतापालनाबाबत हिंदूंची कट्टर मते निवळण्याचे काम गांधींनी केले असते आणि ते ज्यांना हरिजन म्हणायचे त्या दरिद्री आणि पिचलेल्या अस्पृश्यांच्या संघटनांचे काम आंबेडकरांवर सोपविले असते. या मार्गात राजकारण आणि आंबेडकरांची महत्त्वाकांक्षा यापेक्षा अधिक काहीतरी आडवे आले. काँग्रेसच्या बाहेर संघटनात्मक काम करण्यात गांधींना रस नव्हता. आंबेडकरांना त्यांचा सत्तेतील वाटा हवा होता; पण आश्रित म्हणून वागणूक नको होती आणि एकदा काँग्रेसपुढे शरणागती पत्करली की, असेच होणार याची त्यांना खात्री वाटत होती. अगदी सोप्या शब्दांत गांधींशी असलेले आपले मतभेद मांडताना ते म्हणाले, "स्वाभाविकच, त्यांना अस्पृश्यांचा उद्धार करायला आवडेल पण हिंदूंना दुखावून नाही." या विधानात त्यांच्यातील मतभेदांचे सार सामावलेले आहे. आंबेडकरांनी अस्पृश्यांना हिंदू मानणे थांबविले होते, गांधींनी नव्हते. मूळ प्रश्न हा होता की, भविष्यातील भारतात एक हक्कांसाठी झगडणारा विभक्त अल्पसंख्याक दबावगट म्हणून त्यांना जागा होती की हक्क असलेल्या बहुसंख्याकांचे सहनशील साहाय्यक म्हणून भविष्य होते; हा प्रश्न आज आठ दशकांनंतरही अनिर्णीतच राहिला आहे, असे म्हणणे अयोग्य ठरणार नाही.

या सगळ्या निकराच्या वाटाघाटींनंतर, या अस्पृश्य नेत्याला कळून चुकले की, उपोषण करणाऱ्या महात्माजींबरोबर समझोता करण्यासाठी आपण ज्या गोष्टी सोडून दिल्या, त्या राष्ट्रीय स्तरावर आपले महत्त्व वाढविण्याच्या कामी आल्या नाहीत; ते लक्ष्य गाठण्यासाठी आपल्याला अन्य मार्ग शोधावा लागेल. जसजशी वर्षे जाऊ लागली, तसतसे आंबेडकर केवळ छोट्या आणि निधीची कमतरता

असलेल्या विरोधी पक्षांचे नेतृत्व करत राहिले. या पक्षांचा प्रभाव नंतर अस्तित्वात आलेल्या महाराष्ट्र राज्यातील त्यांच्या महार जातीच्या लोकांपलीकडे फारसा पडला नाही. यासाठी त्यांनी, कडवटपणाने गांधींना आणि काँग्रेसला दोष दिला; पण असा एक सूचक किंवा थोडासा अर्धवट पुरावा आहे की, पुणे करारानंतर पंधरा वर्षांनी स्वतंत्र भारताच्या पहिल्या मंत्रिमंडळातील एका जागेसाठी गांधींनी आंबेडकरांचे नाव सुचविले असावे. कायदामंत्री झालेल्या आंबेडकरांनी १९५० मध्ये लिहिलेल्या राज्यघटनेमध्ये प्रमुख शिल्पकार म्हणून भूमिका बजावली; त्यातील कलम १७ प्रमाणे अस्पृश्यता अधिकृतपणे समूळ नष्ट झाली; हा अंतिम परिणाम बघायला गांधी जिवंत राहिले नाहीत. आता पूर्णपणे स्वत:ला दलित म्हणविणाऱ्या एके काळच्या अस्पृश्यांनी ज्यांना 'बाबासाहेब' अशी आदरणीय उपाधी दिली, त्यांनी गांधींशी पुन्हा कधीही समझोता केला नाही; एक असा राजकारणी, ज्याच्यावर भारताला 'पूर्ण सत्य' सांगण्यास तयार नसल्याची टीका आंबेडकरांनी केली आणि तरीसुद्धा जो बहुधा, आंबेडकर ज्यासाठी प्रयत्न करीत होते तो राष्ट्रीय स्तरावरील दर्जा त्यांना प्राप्त करून देण्यास जबाबदार ठरला.

एक राष्ट्रीय नेता म्हणून गांधींचा दर्जा त्यांच्या 'संपूर्ण सत्य' सांगण्याच्या आड येत होता, असा जर आंबेडकरांच्या म्हणण्याचा अर्थ असेल तर त्यात काही तथ्य होते; पण एक राजकारणी असणे नाकारण्यापेक्षा महात्माजी त्यांचे महात्मापण कमी करण्यात तत्पर होते; त्यामुळे या अस्सल आणि नेतृत्वाचे स्वनिर्मित प्रतिरूप असलेल्या–बहुतांश भारतीयांनी नीट समजून न घेतलेल्या आणि तरीही त्यांना पूजनीय असलेल्या–या माणसावर 'राजकारणी!' असा अपशब्द भिरकावण्यात फारसे शहाणपणही नाही आणि या उपहासात्मक उपाधीत मोठा डंखही नाही. 'सत्य' हा आपला मार्गदर्शक ध्रुवतारा आहे हे गांधींचे आग्रहपूर्वक सांगणे जर आंबेडकरांना आपमतलबी आणि म्हणून दिशाभूल करणारे वाटत होते किंवा हा दावा गांधींनी सोडून दिला असता, तर आपण गांधींचे अधिक चांगले प्रशंसक बनलो असतो, असे आंबेडकरांना म्हणायचे होते का? गांधी राजकारणी असतीलही; पण त्यांच्यासारखे फार थोडे लोक असे होते जे स्वत:ला किंवा त्यांच्या अनुयायांना अधिकाधिक कठीण परीक्षांना सामोरे जाण्याचे आवाहन करण्यास तत्पर असायचे. १९३३ च्या उन्हाळ्यापर्यंत नेहरूंनी ज्याचे वर्णन 'स्वभावत:च कृती करण्यास उत्सुक' असे केले होते, तो माणूस दोन वेगळ्या दिशांना खेचणाऱ्या ध्येयांमध्ये अडकला होता; थंडावलेल्या सविनय कायदेभंगाच्या चळवळीवर लक्ष केंद्रित करावे की सर्वशक्तिनिशी अस्पृश्यतेच्या विरोधात धर्मयुद्ध पुकारावे, याचा निर्णय तो घेऊ शकत नव्हता. ही दोन्ही ध्येये 'अविभक्त' असल्याचा युक्तिवाद गांधी करू शकत

होते; पण त्यांची चळवळ आणि वसाहत अधिकारी त्यांच्या त्यांच्या पद्धतींप्रमाणे कोणा एकाची निवड करणे त्यांना भाग पाडत होते.

ब्रिटिशांनी अजूनही गांधींच्या आघाडीच्या सहकाऱ्यांना बंदिवासात ठेवले होते; प्रतिरोधाची कोणतीही नवी लाट रोखण्याचा हा व्यावहारिक मार्ग होता; पण नेमकी हीच गोष्ट अधिक तरुण, अधिक सुशिक्षित काँग्रेसजनांना हवी होती, हे गांधी जाणून होते. त्यांना हेही माहीत होते की, नवीन सविनय कायदेभंगाचा एक सकारात्मक परिणाम त्यांचा स्वत:चाही पुनर्जन्म घडवू शकतो. आधी, हरिजनांच्या प्रश्नात लक्ष घालण्यासाठी त्यांनी सविनय कायदेभंग स्थगित करण्याचा प्रयत्न केला. यामुळे सळसळत्या रक्ताचे बंगाली नेते सुभाषचंद्र बोस त्यांच्यावर अपयशी असा शिक्का मारण्यास उद्युक्त झाले. नंतर त्यांनी सामूहिक प्रतिरोधाच्या विरुद्ध जाऊन वैयक्तिक प्रतिरोधाचा प्रयोग करण्याचा प्रयत्न केला. हे नवीन धोरण ब्रिटिशांना डोईजड ठरले; पण नेहरू आणि बोस यांच्यासारख्या तरुण काँग्रेसजनांना ते पुरेसे प्रभावी वाटले नाही. राजकीय निदर्शनांवरील बंदीच्या विरोधात त्यांनी एक छोटा मोर्चा काढण्याची घोषणा करताच त्यांची तातडीने येरवड्याला रवानगी करण्यात आली. त्यांच्या याआधीच्या तुरुंगवासात त्यांना नवीन साप्ताहिकाचे काम तुरुंगातून करण्याची परवानगी मिळाली होती. हरिजनांच्या प्रश्नांवर चर्चा करण्यापुरत्याच मर्यादित असलेल्या या सवलतीमुळे त्या साप्ताहिकाचे नाव 'हरिजन' असे ठेवले होते. या वेळी त्यांना सामान्य कैद्याचा दर्जा दिला गेला होता; कोणत्याही सवलती नाहीत की वृत्तपत्रे नाहीत. दोनच आठवड्यांत त्यांनी आणखी एक उपोषण सुरू केले. अकरा महिन्यांतील हे त्यांचे तिसरे उपोषण होते. यात त्यांची तब्येत इतकी खालावली की, त्यांना हॉस्पिटलमध्ये ठेवावे लागले. ''मी विनाविलंब, विनाअडथळा हरिजनांसाठी काम करू शकलो नाही, तर मला जगण्यात काहीही रस राहिलेला नाही,'' ते म्हणाले.

गांधी सविनय कायदेभंग करणे सोडून देतील या अटीवर वसाहत अधिकाऱ्यांनी त्यांच्या सुटकेची तयारी दाखविली. त्यांच्या उपरोक्त अस्वाभाविक कर्मकांडवादाची नक्कल करत त्यांनी जे वक्तव्य दिले ते काहीसे अनादर दाखविणारे आणि काहीसे खिल्ली उडविणारे होते. त्या अधिकृत घोषणेत म्हटले होते, 'हरिजनांसाठी गांधी विनाविलंब, विनाअडथळा काम करू शकत नसतील तर त्यांना आयुष्यात काहीच रस उरणार नाही, असे त्यांना वाटत असेल तर सरकार त्यांना मुक्त करायला तयार आहे, जेणेकरून ते ताबडतोब स्वत:ला संपूर्णपणे आणि कोणत्याही निर्बंधांशिवाय समाजसुधारणेच्या कामात झोकून देऊ शकतील.' सशर्त सुटकेची ही कल्पना प्रथम त्यांनी नाकारली; मग हॉस्पिटलमधून बिनशर्त सुटका झाल्यानंतर त्यांनी असे जाहीर केले की, आगामी वर्षातील बहुतांश काळात आपण 'आक्रमक सविनय कायदेभंग

करून तुरुंगवास ओढवून घेणार नाही.' जोपर्यंत त्यांची कृती सरकारच्या निदर्शनास येत नाही, तोपर्यंत सरकारच्या अटींचे पालन करण्याचे त्यांनी स्वीकारले. अशा प्रकारे चार्ल्स अॅन्ड्र्यूजने जे काम करण्याची त्यांना गळ घातली होती ते काम गांधींना आता करावे लागणार होते; ज्याला ते 'आपला श्वास; रोजच्या अन्नापेक्षाही अधिक मूल्यवान' मानण्याचा दावा करत होते,' असे 'हरिजनसेवे'चे काम. 'हरिजनसेवे'चा त्यांच्या मनातील अर्थ होता, उच्चवर्णीय हिंदूंचे मन वळवून हरिजनांना सामाजिक समानता प्रदान करण्यासाठी तयार करायचे. जोपर्यंत ही समानता गाठली जात नाही, तोपर्यंत ते स्वत:ला या कामासाठी समर्पित करण्याचे वचन देऊ शकत नव्हते–शेवटी, अजून स्वातंत्र्य मिळवायचे होते–पण पुढचे नऊ महिने ते हे काम करणार होते. संपूर्ण देशाचा, या टोकापासून त्या टोकापर्यंत दौरा करणार होते, उच्चवर्णीयांच्या हृदयपरिवर्तनाची मोहीम चालविणार होते आणि त्यांच्या हरिजनांच्या 'उद्धारा'साठी निधी गोळा करणार होते. काहीशा नाखुशीनेच, त्या काळापुरते तरी त्यांनी पूर्णवेळ समाजकार्य करणे स्वीकारले होते.

त्यांची बांधिलकी ही एकाच वेळी नैतिक दायित्वही होते आणि एक तडजोडही होती; एका धर्मप्रसारकाचे धर्मयुद्ध आणि एक धोरणात्मक माघार. त्यांच्या अनेक अनुयायांना वाटले की, त्यांनी राष्ट्रीय चळवळ स्थगित ठेवली. गांधींना मात्र पुढे सरकण्यासाठी हा एकमेव मार्ग दिसत होता. त्यांचे सचिव महादेव देसाई तुरुंगात होते, तसेच नेहरू, पटेल, कस्तुरबा, अगदी मीराबेनसुद्धा; त्याशिवाय हजारो काँग्रेस समर्थकही बंदिवासात होते. गांधींनी सुरू केलेले अस्पृश्यतेच्या विरोधातील हे कठीण धर्मयुद्ध तयारीत आणि पाठपुराव्यात कमी पडले असावे. त्यांना ऐकण्यासाठी (किंवा निदान पाहण्यासाठी तरी) लाखोंच्या संख्येने येणाऱ्या उच्चवर्णीय हिंदूंच्या मनावर त्यांनी कायमस्वरूपी ठसा उमटविल्याचा ठोस पुरावा सापडत नाही.

आंबेडकरांनी या मोहिमेची क्वचितच दखल घेतली. दलितही आज तिचे स्मरण करताना दिसत नाहीत; गांधींचे चरित्रकार काही परिच्छेदांमध्येच हा विषय आटोपता घेतात. ही मोहीम घाईघाईने, पुरेशा तयारीअभावी, आयत्या वेळी हाती घेतलेली असली, तरी भारतीय इतिहासात अशा प्रकारची अन्य कोणतीही मोहीम नाही, जिच्याशी हिची तुलना होऊ शकेल. १९३३ सालच्या नोव्हेंबरपासून ते १९३४ च्या ऑगस्ट महिन्याच्या सुरुवातीपर्यंतच्या नऊ महिन्यांच्या काळात महात्मा गांधींनी परिश्रमपूर्वक देश पालथा घातला; अस्पृश्यतेच्या विरोधात प्रचार करत एकामागून एक प्रदेश पादाक्रांत केले, एका धूळभरल्या गावातून दुसऱ्या गावाकडे, उन्हाळ्याची आणि पावसाळ्याची पर्वा न करता, काही वेळा गावोगाव पायी फिरत, दिवसाला तीन, चार, पाच भाषणे देत–आठवड्यातील सहा दिवस, फक्त सोमवार वगळून, कारण तो त्यांचा मौनवार होता–प्रचंड गर्दीला त्यांनी संबोधित केले, जी

दौऱ्यावर असताना रेल्वेत, १९३४.

त्यांच्या कामापेक्षा त्यांना बघायला जमत होती. त्या काळात त्यांनी रेल्वे, मोटार व पायी असा १२ हजार ५०० मैल प्रवास केला. त्यांच्या नवीन हरिजन फंडासाठी आठ लाखांपेक्षा जास्त रुपये गोळा केले (आजच्या डॉलरच्या भाषेत १.७ दशलक्ष डॉलर्स). या तुलनेत अमेरिकन राष्ट्राध्यक्षांची प्रचार मोहीम एखाद्या आरामदायी बोटीने केलेल्या आरामदायक प्रवासासारखी भासेल.

गांधींच्या हालचालींवर लक्ष ठेवण्यासाठी नेमलेल्या ब्रिटिश अधिकाऱ्याचे सुरुवातीचे निष्कर्ष असे होते की, गेल्या दहा महिन्यांत दोनदा मोठे उपवास केलेला, पंचा नेसलेला हा कमजोर माणूस 'भलताच काटक' निघाला. लवकरच गांधींच्या सभांमध्ये आणि त्यांच्या मार्गावर गांधींविरोधी घोषणा देणे, काळे झेंडे दाखविणे ही सनातनी हिंदूंच्या काही समूहांसाठी नित्याचीच बाब झाली. दौऱ्याच्या प्रारंभी, नागपूरच्या सभेत गांधी बोलत असताना त्या सभागृहाच्या सज्जातून अंडी फेकण्यात आली. दौरा संपला तेव्हा बनारसमध्ये सनातनी हिंदूंनी त्यांचे छायाचित्र जाळले. पुण्यात एक बॉम्बस्फोट झाला आणि जेव्हा ते पुण्याहून मुंबईला जायला निघाले, तेव्हा ट्रेन रुळांवरून घसरविण्याचा प्रयत्न करण्यात आला. बिहारमधील जसिदिह या जागी त्यांच्या गाडीवर दगडफेक झाली. अनेक ठिकाणी गांधींची बदनामी करणारी पत्रके वाटण्यात आली. त्यामध्ये हिंदू धर्माचा शत्रू, एक माजी राजकारणी,

ज्याने दिलेले वचन पाळले नाही अशा प्रकारचा मजकूर छापला होता. त्यांच्या निकटच्या वर्तुळातील महिलांकडून ते मालीश करून घेतात याकडेही त्यात लक्ष वेधले होते. येथे आपल्याला त्या विषारी छुप्या संस्कृतीच्या पहिल्या खुणा दिसतात, जी चौदा वर्षांनंतर त्यांच्या हत्येला कारणीभूत ठरणार होती.

हिंदूंमधील ज्या ओरखड्यांचा गांधींना अंदाज होता आणि भीतीही होती, ते आता उघडे झाले होते; पण आपल्या ध्येयापासून ते कधीच मागे फिरले नाहीत. ख्रिश्चन मिशनरी बिगरख्रिस्ती प्रदेशात जातात; स्वत: एक हिंदू पुनरुत्थानवादी झालेले गांधी त्यांची मोहीम घेऊन स्वधर्माच्याच प्रदेशात फिरत होते. आजच्या काळात ज्याला 'स्टंप स्पीच' असे म्हणतात असे एक ठरावीक भाषण त्यांनी तयार करून ठेवलेले नव्हते; पण त्यांच्या भाषणात उत्स्फूर्तपणे पुन:पुन्हा तेच विषय यायचे. त्या सगळ्यातून शेवटी एकच निष्कर्ष निघायचा. जर भारताला कधी स्वातंत्र्य हवे असेल, तर अस्पृश्यता नष्ट व्हायला हवी; ते लोकांचे प्रबोधन करायचे. तरीही अनेक सभांमध्ये अस्पृश्यांना वेगळ्या विभागात बसविलेले असायचे. कारण एकतर सनातनी हिंदूंना ते मर्यादा ओलांडत आहेत असे वाटू नये ही भीती त्यांना होती किंवा स्थानिक आयोजकांपैकी कोणाच्याही हे लक्षात यायचे नाही की, अस्पृश्यताविरोधी सभेमध्ये आपण अस्पृश्यतेचेच प्रदर्शन करत आहोत.

अशाच प्रकारचे एक नाट्य गांधींसमोर दौरा संपता-संपता घडले, जेव्हा ते त्यांची मातृभूमी गुजरातमधील भावनगरला पोहोचले; हे ठिकाण त्यांनी काही काळ शिक्षण घेतलेल्या कॉलेजपासून जवळच होते. त्यांच्या भेटीचा अंदाज घेऊन नागरी प्रशासकांनी विचारपूर्वक काही निधी बाजूला काढला होता आणि तो नगरपालिकेच्या भंग्यांसाठी किंवा सफाई कामगारांकरिता वसाहत बनविण्यासाठी वापरायचे ठरविले होते. हे अस्पृश्य कामगार नगरपालिकेत मैला सफाईचे सर्वांत निकृष्ट दर्जाचे काम करत होते. नवीन दृष्टिकोनामुळे भावनगरवासीयांचा उत्साह दर्शविण्याची योजना आखण्यात आली होती आणि गांधींच्या भेटीचे निमित्त साधून हा प्रकल्प लोकार्पण करण्याचा कार्यक्रम ठरविण्यात आला होता. त्यासाठी, चारी बाजूंनी उघडा असलेला, रंगीबेरंगी भव्य शामियाना उभारण्यात आला होता, जणूकाही एखादा विवाहसोहळाच असावा. 'समारंभासाठी उभारण्यात आलेल्या शामियान्यात भंग्यांना बसण्याची परवानगी नव्हती,' एका ब्रिटिश अधिकाऱ्याने त्याच्या वरिष्ठाला कळविले, 'पण ते बाहेर बसले, शामियान्यात कोनशिला बसवायला जाण्यापूर्वी, गांधी तेथे त्यांना भेटायला गेले.' गांधींचे भंग्यांमध्ये मिसळणे पूर्वनियोजित कार्यक्रमामध्ये नव्हते; पण शामियान्यात जाऊन त्यांनी पुन्हा सर्व गोष्टी सुरळीत केल्या. ते काय करू शकणार होते? ते अशा एका भारताचा सामना करत होते जो एकाच वेळी पूजा करणाराही होता आणि दुराग्रहीही होता; आणि असे अनुभवण्याची ही काही त्यांची पहिलीच

वेळ नव्हती.

पूर्वेकडील राज्य ओरिसामधील सत्यभामापूर येथे गांधींना ज्या प्रथा-परंपरा मोडीत काढायला ते निघाले होते, त्या कशा खडकासारख्या अभेद्य आहेत याची आणखी एक चुणूक दिसली. महात्माजींनी स्थानिक अस्पृश्य गटातील बौरी जातीच्या दहा लोकांना भंग्यांच्या बरोबर आपल्या तंबूत जेवणासाठी निमंत्रण दिले. 'मात्र, गांधींबरोबरचे कोणीही या पाहुण्यांबरोबर जेवले नाही,' दुसऱ्या एका अधिकाऱ्याने अहवाल दिला, त्यात या विरोधाभासावर नेमके बोट ठेवत त्याने लिहिले, 'आणि त्या बौरींनी सफाई कामगारांबरोबर जेवण्यास नकार दिला.'

ब्रिटिश सरकार बारीक लक्ष ठेवून होते. दौऱ्याच्या प्रत्येक टप्प्यावर स्थानिक अधिकाऱ्यांना अहवाल पाठविण्याचे आदेश देण्यात आले होते. नंतर ते वसाहतीतील प्रशासन साखळीद्वारे प्रादेशिक गृह सचिवांकडे जात होते, त्यानंतर राष्ट्रीय गृह सचिवांकडे आणि अखेरीस व्हाइटहॉलमधील भारतासाठीच्या राज्य सचिवांकडे पाठविले जात होते. या साखळीतील प्रत्येकाला त्या फायलीत उपहासगर्भ, व्यावहारिक टिप्पणी करण्याची संधी मिळायची, त्यांना 'मिनिट्स' म्हणून ओळखले जायचे. प्रत्येक स्तरावरील अधिकाऱ्याला सामाजिक सुधारणेतील प्रगतीशी काही घेणे-देणे नव्हते. संपूर्ण दौऱ्यात गांधी राजकीय आंदोलन न करण्याची शपथ पाळतात की नाही, ते आपल्या पुढच्या सविनय कायदेभंगाच्या चळवळीची तयारी तर करत नाहीत ना, हेच फक्त त्या अधिकाऱ्यांना बघायचे होते. कारण बऱ्याच काळापासून सरकारला ही खात्री पटली होती की, पंचा नेसलेली ही दुबळी आकृती आपल्या सत्तेला शक्तिहीन करण्याची ताकद बाळगून आहे आणि जर त्यावर वेळीच अंकुश ठेवला नाही, तर ब्रिटिश राजवट मुळापासून हादरविण्याची क्षमता तिच्यात आहे. एका अर्थी, गांधींनी त्यांना आपल्या अहिंसक पद्धतीच्या प्रतिरोधावर जागरूकतेने विश्वास ठेवण्यास आणि कायम खबरदार राहण्यास भाग पाडले होते. गांधींनी खेचलेली गर्दी–कलकत्त्याला एक लाख, मद्रासला (आता चेन्नई) पन्नास हजार, कानपूरला चाळीस हजार, बनारसला (वाराणसी) तीस हजार, तर अन्य डझनभर ठिकाणी सुमारे पंचवीस हजारांपर्यंत–जिज्ञासेपोटी आणि या संताच्या दर्शनाच्या न संपणाऱ्या आसेमुळे जमत असणार हे तर उघडच आहे; त्यांच्या अस्पृश्यतेविरोधात चाललेल्या संघर्षाविषयी उत्साह दाखविण्यापेक्षा त्यांच्या तेजोवलयात न्हाण्यातच धन्यता मानणारी ती गर्दी होती; पण त्या गर्दीकडे दुर्लक्ष करून चालणार नव्हते.

भविष्यातील सविनय कायदेभंगाच्या चळवळींची गांधी तयारी करीत नाहीत ना याबरोबरच हरिजन सेवक संघासाठी म्हणून ते मोठ्या उत्साहाने गोळा करीत असलेल्या निधी संकलनावर लक्ष ठेवणे हाही ब्रिटिश अधिकाऱ्यांच्या कामाचा एक भाग झाला होता. हा निधी काँग्रेसच्या खजिन्यात राजकीय वापरासाठी गोळा होईल

याची भीती असणाऱ्या ब्रिटिशांना ते किती पैसे गोळा करत आहेत आणि तो पैसा कुठे जात आहे यात प्रचंड रस होता; त्यामुळे गांधींच्या 'पाकिटात' नक्की किती पैसे जमा होत आहेत याची नोंद घेण्याचे आदेश स्थानिक अधिकाऱ्यांना दिले गेले होते. अक्षरशः प्रत्येक मुक्कामी लोक गांधींच्या प्रेमापोटी जो पैसा देत होते, अगदी गरिबातील गरीब हरिजन वस्त्यांमधून आणि झोपडपट्ट्यांमधूनही निधी गोळा होत होता. अगदी शेवटच्या रुपयापर्यंत, काही वेळा सुट्ट्या पैशांपर्यंत या रकमांची नोंद अधिकारी ठेवत होते. उदा. एका अधिकाऱ्याने त्रावणकोरला अशी नोंद केली की, गांधींच्या कामासाठी कोणीतरी दान केलेल्या अंगठीचा त्यांनी लिलाव केला आणि केवळ तीन रुपये आठ पैशांना ती देऊन टाकली. दागिने घातलेल्या महिला त्यांचे प्रथम लक्ष्य होत्या : अशी नोंद आहे की, कराचीला एका वृद्ध महिलेशी त्यांची झटापट झाली होती. कारण ती महिला बोटातील अंगठी काढून द्यायला तयार नव्हती. 'ती वृद्ध महिला तिची अंगठी द्यायला ठाम नकार देत होती आणि ती जबरदस्तीने काढून घेण्याच्या गांधींच्या प्रयत्नांचा प्रतिकार करत होती,' एका अधिकाऱ्याने वृत्तान्त दिला. (त्या वृत्तान्ताच्या कागदाच्या मार्जिनवर छोटी टिप्पणी लिहून एका उच्च अधिकाऱ्याने त्या महिलेने गांधींच्याच पद्धतीने केलेल्या प्रतिरोधाची प्रशंसा केली होती.) गांधींना त्यांच्या दौऱ्यात मिळालेल्या भेटवस्तू, चांदीच्या पेट्या आणि कप या सगळ्या वस्तू लिलावात काढल्या जात होत्या आणि ते पैसे हरिजनांच्या उद्धारासाठी गोळा केले जात होते; अगदी त्यांच्या वेळेचाही लिलाव होत होता. काही गावांमध्ये, पुरेशा रकमेचे पाकीट मिळाल्याशिवाय त्यांनी मोटारीतून खाली उतरायला नकार दिला. एके ठिकाणी पन्नास रुपयेसुद्धा पुरेसे ठरले. मद्रासमधील एका अधिकाऱ्याने नोंद केली, 'त्यांच्या सभांना जाण्यापूर्वी अनेक स्त्रिया आपले दागिने काढून ठेवण्याची काळजी घेत असत.'

गांधी आता भिक्षुक झालेले कठोर बनिया, कडक अधिकाऱ्यांच्या आकर्षणाचे, काही वेळा करुणेचे केंद्र झाले होते. हे अधिकारी त्यांच्या 'पैशांसाठी असलेल्या लोभावर' आणि 'पैसे गोळा करण्याच्या प्रवृत्ती'वर शेरेबाजी करत असायचे आणि नंतर खवचटपणे अंदाज बांधायचे की, यामुळे त्यांचे महात्मापण कलंकित तर होत नाही ना! एका वृत्तात म्हटले होते, 'ते व्याज गोळा करायला आलेल्या सावकारासारखे भासत होते,' त्यात पुढे म्हटले होते, 'गांधींविषयी वाईट वाटल्याशिवाय राहावत नाही, एक बिचारा म्हातारा माणूस या जगात आला आणि त्याला एका कार्यक्रमाहून दुसऱ्या कार्यक्रमाकडे धावतपळत जावे लागत आहे; त्या कार्यक्रमातले त्याला पूर्णपणे काही कळतही नाही.' हे अधिकारी त्यांचे वेगवेगळ्या ठिकाणी, वेगवेगळे पूर्वग्रह मनात बाळगून, दौऱ्याच्या वेगवेगळ्या टप्प्यांमध्ये निरीक्षण करत होते; पण अनेक गोष्टींबाबत त्यांचे एकमत होते : त्यांच्या स्वागताला येणाऱ्या लोकांपैकी

बहुतेकजण त्यांच्या हरिजनांबाबतच्या संदेशाप्रति उदासीन होते (वास्तविक, ते तो संदेश क्वचितच ऐकत होते). दक्षिण भारतातील अधिक कट्टर हिंदूंच्या प्रदेशात गेल्यानंतर त्यांनी मंदिरे खुली करण्याची आपली मागणी आवरती घेतली. काही वेळा तिचा उल्लेखही केला नाही; त्यांचा दौरा हिंदूंची कट्टरता अधिक बळकट करत होता आणि त्या तुलनेने अस्पृश्यतेचे चिवट तण उपटून टाकण्याचे त्यांचे प्रयत्न थिटे पडत होते, हा एक उघड प्रश्न होता. या अधिकाऱ्यांचा टीकात्मक वृत्तान्त, गांधींच्या साप्ताहिक 'हरिजन'मध्ये टप्प्याटप्प्याने येणाऱ्या त्या धर्मयुद्धाच्या धर्मपरायण, वीरतापूर्ण बातम्यांना छेद देणारा होता. या साप्ताहिकात नव्याने खुल्या झालेल्या मंदिराची आणि विहिरींची, हरिजन विद्यार्थ्यांसाठीच बनलेल्या स्वतंत्र पण संख्येने तेवढ्याच वसतिगृहांची आणि शाळांची एक यादीच प्रसिद्ध झाली होती. यामुळे प्रबळ सामाजिक सुधारणांची एक उसळती लाटच निर्माण झाल्याचे चित्र तयार झाले होते.

वसाहतीतील अलिप्त असलेल्या बघ्यांनी लिहिलेला वृत्तान्त आणि उत्साही स्थानिक कार्यकर्त्यांनी दिलेले वृत्त यात तफावत असणे अपेक्षितच होते; पण गांधींचे शब्द उद्धृत करण्यापेक्षाही त्यांनी लिहिलेल्या वृत्तांमधील मूल्यवान बारीकसारीक तपशील एखाद्या विश्लेषणापेक्षाही अधिक काही सांगून जातात. ओरिसातील एका भागात गांधी आणि त्यांच्या समर्थकांना मंदिरांत प्रवेश नाकारण्यात आला तेव्हा एका ब्रिटिश अधिकाऱ्याने नोंद केली आहे, 'अनेक लोक त्यांच्या पावलांचा स्पर्श झालेली माती घेऊन जाताना दिसत होते.' किंवा नागपूरला एका सफाई कामगाराच्या पत्नीने, अभयनहारने तिच्या शेवटच्या दोन बांगड्या दान केल्या त्या प्रसंगाचे वर्णन केले आहे. एका अधिकाऱ्याने लिहिले, 'अभयनहारच्या गालांवरून अश्रू ओघळत होते. गांधींनी ही त्यागमय भेट स्वीकारली आणि म्हणाले की, त्यांनी अभयनहारला दरिद्री करून टाकले आहे; ते आता खरे हरिजन झाले आहेत, नागपूरमधील अगदी खरे भंगी.' या अधिकाऱ्याने या प्रसंगावर काहीही टिप्पणी केली नाही. त्याने फक्त जे पाहिले त्याचे वर्णन केले. त्यातून एकच भावना दिसून येते की, त्याने एक मनोमीलन पाहिले जे त्याला कळले नाही; पण ते त्याच्या मनावर कायमचे कोरले गेले.

या भडक अहवालांमधून केल्या गेलेल्या अप्रकट टिपण्यांमधून महात्माजींची प्रसंगावधानता, त्यांची विश्वासार्ह शांतीपूर्ण उदारता दिसून येते, तसेच त्यांची वाट अडविणाऱ्या, खिल्ली उडविणाऱ्या सनातनी निदर्शकांना त्यांनी दिलेली शिस्तबद्ध, नेहमीची शांत वागणूकही दिसून येते. आताच्या राजस्थान राज्यात असलेल्या अजमेरमध्ये गांधींचा सर्वांत कट्टर प्रतिस्पर्धी असलेला लालनाथ नावाचा एक बनारसी ब्राह्मण एका छोट्या गटाबरोबर काळे झेंडे दाखवत पुढे सरसावला. एका

गांधीवाद्याबरोबर झालेल्या संघर्षात त्याच्या डोक्याला झालेली दुखापत आणि त्यातून होणारा रक्तस्राव तो दाखवत होता, ज्याला गांधींच्या अहिंसेच्या संदेशाबाबत काहीही माहीत नव्हते, गांधींनी लोकांना कडक शब्दांत समज दिली आणि लालनाथला गांधींविरुद्ध जे काही बोलायचे होते, ते बोलण्यासाठी व्यासपीठावर आमंत्रित केले. त्या ब्राह्मणाचे शब्द लवकरच 'धिक्कार!' 'धिक्कार!' अशा आरोळ्यांमध्ये विरून गेले. बिहारमधील बक्सर येथे एका सभेला निघालेल्या गांधींच्या गाडीसमोर सनातनी आडवे पडले आणि या ठिकाणीही त्यातील काहींना मार पडला होता. गांधींनी जखमी सनातन्यांची हॉस्पिटलमध्ये जाऊन भेट घेतली आणि त्यांना प्रायश्चित्त घेण्याचे वचन दिले. सभेकडे जाणारा रस्ता अजूनही बंद आहे आणि तरीही गांधी तेथे गेले तर त्यांच्यावर हल्ला होण्याची शक्यता आहे, हे कळल्यावर गांधी गंभीरपणे पायी चालू लागले, त्यांच्यासोबत चार कॉन्स्टेबल होते, पाचशे लोकांच्या जमावामधून ते चालत गेले. सावनार या महाराष्ट्रातील गावात, आणखी एका सनातनी गटाने त्यांची गाडी अडविण्याचा प्रयत्न केला असता, त्यांच्या म्होरक्याला त्यांनी गाडीत बसून त्यांच्याबरोबर सभेला यायला सांगितले.

अधिकृत अहवाल लिहिणारे काही लेखक असा विचार करत होते की, त्यांच्या दमलेल्या सहकाऱ्यांच्या नजरेला पडले त्यापेक्षा जास्त काहीतरी तेथे घडत असले पाहिजे. दिल्लीच्या मुख्य आयुक्तांनी लिहिले की, 'गांधींचा आताच्या भूमिकेतसुद्धा लोकांवर फार मोठा प्रभाव आहे.' अस्पृश्यतेबाबत लोकांचे हळूहळू मतपरिवर्तन होत आहे, असा अंदाज त्यांनी बांधला. 'कदाचित सुमारे साठ टक्के हिंदूंनी अस्पृश्यांना समान वागणूक द्यायची नाही, असे मनोमन ठरविले असले, तरी ते आपल्या मतांचे सार्वजनिक प्रदर्शन टाळतात.' आशेचा सूर लावणारा हा उच्चपदस्थ प्रशासकीय सेवक बहुधा असे सुचवत होता की, काही थोड्या कट्टर हिंदूंचे या विषयावर मतपरिवर्तन झाले होते. मुंबईतील एक अधिकारीही असेच मत व्यक्त करताना दिसला. ''बहुतेक लोकांना ही चळवळ अयशस्वी ठरली तर हवीच आहे, तरीही त्यातले बरेचसे लोक या चळवळीला सक्रिय विरोध करतील असे वाटत नाही; त्यामुळे मि. गांधींच्या जिद्दीवर मात करण्यासाठी सनातनी पुरेशी ताकद गोळा करू शकतील याची हमी देता येत नाही.''

गांधींनी स्वत:ही कल्पना मांडली की, आपल्याविरुद्ध सनातनी प्रचार करत असले, तरी आपला युक्तिवाद लक्षपूर्वक न ऐकणाऱ्या गर्दीच्या कानावर पडून तो त्यांच्या मनापर्यंत जात असावा आणि यामुळे थोडीफार प्रगती होत असावी. ''मला खात्री आहे की, हा संदेश लोकांच्या तर्कबुद्धीला स्पर्शून गेला आहे,'' ते म्हणाले. ''मला याचीही पूर्ण जाणीव आहे की, त्यांपैकी सगळे आपले विचार आचरणात आणण्यास अजून तयार नाहीत; पण लोक या संदेशातील सत्यावर विश्वास

ठेवायला तयार झाले आहेत, हा फार मोठा फायदा आहे, असं मी समजतो.'' त्यांच्या म्हणण्याचा अर्थ, कुरकुरत का होईना पण विश्वास ठेवायला तयार झाले, असा होता. लोकांच्या वागण्यावर त्याचा फार मोठा परिणाम होईल असे नाही; पण जातींमधील दडपशाहीचे ते आता निदान समर्थन तरी करू शकणार नाहीत, असे गांधी म्हणत होते. त्यांचा हा निष्कर्ष धूर्त वसाहत अधिकाऱ्यांपेक्षा फार काही वेगळा नव्हता.

गांधींना हवा होता तो मानसिकतेतील बदल प्रत्यक्षात झाला का किंवा त्याचा परिणाम किती काळ टिकला, हे सांगणे तेव्हाही अवघड होते आणि आताही तसे सांगणे अवघड आहे. काही वेळा त्यांनी स्वत:च याबाबत शंका बोलून दाखविली. कणखर मनाच्या वल्लभभाई पटेलांशी खासगीत बोलताना गांधी सार्वजनिक ठिकाणांपेक्षा अधिक स्पष्ट बोलायचे. ''भारताने अजून चरखा स्वीकारण्याइतका बदल स्वत:त केला नाही आणि अस्पृश्यता निर्मूलनाबाबत तर नक्कीच नाही. सर्व बुद्धिवादी जगही तिच्या निर्मूलनाच्या बाजूने आहे की नाही, हेसुद्धा आपण सांगू शकत नाही.'' या संदर्भात, ते ज्यांचा उल्लेख 'बुद्धिवादी' असा करत होते ते होते समाजवादी म्हणविणारे लोक, जे 'वर्गसंघर्षा'च्या शक्यता बोलून दाखवत होते आणि गांधींच्या अस्पृश्यतेच्या मुद्द्याला 'असंबद्ध' आणि 'प्रतिक्रियावादी' म्हणून नाकारत होते. त्यांना हेदेखील मान्य नव्हते किंवा कळत नव्हते की, अस्पृश्यता गरिबातील गरीब भारतीयांशी निगडित होती. हा केवळ राजकीय बोलीमधील फरक नव्हता. त्यांची गरिबांशी असणारी एकरूपता मोठ्या प्रमाणावर सैद्धान्तिक होती; या तत्त्वावर आधारित होती की, त्यांचा उद्धार स्वातंत्र्यानंतर करता येईल. गांधींना मात्र असे होण्याची निकड दिवसेंदिवस जास्त जाणवत होती. काहीही असले, तरी त्यांचा दौरा संपता-संपता शेकडो अस्पृश्य वसाहतींची पाहणी केल्यानंतर त्यांच्या हरिजनांच्या दयनीय परिस्थितीबद्दल आणि त्यात बदल करू शकणाऱ्या सामाजिक वृत्तीबद्दल ते अधिक मुद्देसूद बोलू लागले होते. ''अनेक शतकांची पापं धुऊन काढण्याचा एकच मार्ग आहे,'' ते म्हणाले, ''तो म्हणजे हरिजनांना आपलंसं करणं, त्यांच्या वस्तीत जाणं, तुम्ही जसं तुमच्या मुलांना जवळ घेता तसंच त्यांच्याही मुलांना जवळ घेणं, त्यांच्या कल्याणात रस घेणं, तुम्हाला जसा हक्काचा प्रकाश आणि हवा मिळते, तशी त्यांना मिळते का हे शोधून काढणं.'' अस्पृश्यांच्या मुलांना जवळ घेणे हा काही सामाजिक कार्यक्रम म्हणता आला नसता किंवा त्याने स्वराज्याचा प्रश्न सुटला नसता; पण गांधी आणि त्यांची चळवळ यामधील वाढत्या दुफळीत कोणती बाजू खरोखर पारलौकिक होती आणि कोणती व्यावहारिक होती?

दौरा संपत आलेला असताना, जमा झालेल्या सर्व माहितीचे संतुलित विश्लेषण

करताना आणि आढावा घेताना पंजाबच्या मुख्य सचिवांनी लिहिले : 'लोक गांधींच्या हेतूंबद्दल आणि उद्दिष्टांबद्दल अधिक चिकित्सक झाले आहेत आणि आंधळेपणाने त्यांच्या मागे जाण्यास तयार नाहीत; पण गांधींची जादू संपली आहे, असे मानणे चुकीचे ठरेल. वेळ आली तर, ते अजूनही संपूर्ण ताकदीनिशी उभे राहू शकतात आणि सरकारविरुद्ध चळवळ उभारायला ते अन्य कोणत्याही भारतीयापेक्षा अधिक सक्षम आहेत.'

गांधी अस्पृश्यतेच्या विरोधात खूप मोठी आणि दीर्घकाळ टिकणारी चळवळ उभारू शकणार होते का, असा एक प्रश्न त्यांच्या तसेच ब्रिटिश साम्राज्याच्या प्रतिनिधींच्याही मनात तसाच राहिला होता. या प्रश्नाने त्यांना इतके घेरले होते की, १९३४ च्या प्रारंभी जेव्हा बिहारला भूकंपाचा जबरदस्त तडाखा बसला, ज्यामध्ये गावे आणि शहरे जमीनदोस्त झाली, शेते आणि पिके उद्‌ध्वस्त झाली, सात हजारांवर लोकांचे बळी गेले, तेव्हा गांधींनी ताबडतोब जाहीर केले की, हे अरिष्ट अस्पृश्यतेचे पाप अजूनही कायम असल्याची 'दैवी शिक्षा' म्हणून ओढवले होते. आपल्या अस्पृश्यतेविरुद्धच्या दौऱ्याचा केवळ तिसरा महिना सुरू करणाऱ्या गांधींनी वरील विधान हे निराशेपोटी केले असणार याची कल्पना करणे सहज शक्य आहे. श्रद्धा ही समाजाच्या नैतिक मूल्यांचा पाया असते, असे ते नेहमीच म्हणायचे; पण सामान्यत: भारतीय उपखंडावर कोसळणाऱ्या पूर आणि दुष्काळ यांसारख्या नैसर्गिक आपत्तींना दैवी प्रकोप म्हणण्यापर्यंत ते कधी गेले नव्हते. भारताच्या दक्षिण भागात कठीण परिस्थितीचा सामना करताना त्यांनी बऱ्याच वेळा भूकंपाचा संदर्भ दिला, ते केवळ समाजमनात रुजलेल्या पारंपरिक कल्पनांना आलंकारिक भाषेत व्यक्त करण्यासाठी. त्यांच्या विचारांना होणारा विरोध दूर करण्याचे एक साधन म्हणून लोकांच्या अशा श्रद्धांचा वापर त्यांनी केला असावा. भूकंप झाल्यानंतर अनेक आठवड्यांनी त्यांचे मन वाचण्याचा प्रयत्न करणाऱ्या एका ब्रिटिश अधिकाऱ्याने वृत्त देताना म्हटले, "त्यांच्या प्रतिस्पर्ध्यांची ताकद त्यांनी आधी कल्पना केली त्यापेक्षा कितीतरी जास्त असल्याची जाणीव त्यांना झाली आहे."

नेहरू आणि टागोरांनी त्यांच्या आमरण उपोषणाला पाठिंबा व्यक्त केला होता. नंतर आपण पाहिले की, अस्पृश्यतेच्या विरोधातील त्यांच्या दुसऱ्या उपोषणाला त्या दोघांनी विरोध केला. आता ते दोघेही अंधश्रद्धेविरुद्धच्या संघर्षात अंधश्रद्धेचाच वापर करण्यासाठी गांधींनी दाखविलेल्या तयारीमुळे अचंबित झाले होते. 'वैज्ञानिक दृष्टिकोनाच्या यापेक्षा जास्त विरोधातील दृष्टिकोन असण्याची मी कल्पनाही करू शकत नाही,' काही काळापुरत्या निराश झालेल्या नेहरूंनी त्यांच्या आत्मचरित्रात लिहिले. हे आत्मकथन ते तुरुंगात लिहीत होते. 'भूकंप ही जर पापांना मिळालेली दैवी शिक्षा असेल, तर कोणत्या पापांसाठी ती मिळाली आहे, हे आपल्याला कसे समजणार?–

कारण, हाय रे दैवा! आपण कितीतरी पापे केली आहेत.' टागोर म्हणाले, ''गांधींचं तर्कशास्त्र त्यांच्या स्वत:पेक्षा त्यांच्या प्रतिस्पर्ध्यांच्या मानसिकतेला अधिक शोभून दिसतं.'' त्यांचे प्रतिस्पर्धी सनातनी हे गांधींनी हिंदू धर्मावर केलेल्या हल्ल्यामुळेच भूकंपाचे संकट ओढवले, असा दोषारोप करू शकले असते.

कविराजांनी लिहिले, 'आपली पापे आणि चुका कितीही प्रचंड असल्या, तरी निर्मितिरचना उद्‌ध्वस्त करण्याची ताकद त्यांच्यात नाही... महात्माजींच्या जादुई प्रेरणेसाठी, त्यांनी देशबांधवांच्या मनातील भीती आणि कमजोरी दूर केली म्हणून त्यांचे अत्यंत कृतज्ञ असलेले आम्ही सगळे, त्याच मनांमध्ये जेव्हा ते अतार्किक विचार ठसवू पाहतात, तेव्हा दुखावले जातो... असे विचार, जे स्वातंत्र्य आणि आत्मसन्मान यांच्याविरोधात जाण्यास भाग पाडणाऱ्या अंधश्रद्धांचे स्रोत आहेत.'

यावर थेट प्रतिक्रिया देताना, गांधी आणखी खोलवर रुतत गेले. भूकंप आणि अस्पृश्यतापालन यांचा एकमेकांशी काही संबंध नाही, असे मान्य करून ते एक उपयुक्त युक्तिवाद त्यांच्या हातून घालवू इच्छित नव्हते : 'माझे हसे होण्याच्या भीतीने घसा फोडून मी माझा विश्वास जगाला ओरडून सांगितला नाही तर मी भित्रा किंवा खोटारडा ठरेन,' त्यांनी 'हरिजन'मधून प्रतिहल्ला केला. 'एखादी निर्मितिरचना उद्‌ध्वस्त करण्यासाठी केवळ गोचर वस्तूपेक्षा आपल्या पापांमध्ये अधिक शक्ती असते, अशी माझी श्रद्धा आहे. शरीर आणि आत्मा यांच्यात अतूट असे बंधन असते.'

गांधींच्या सभांमध्ये काळे झेंडे घेऊन येणाऱ्या आणि सभांवर बहिष्कार टाकण्याचे आवाहन करणाऱ्या गांधीविरोधी गटांमध्ये सनातन्यांचा गट सर्वांत मोठा होता; पण गांधींना विरोध करणाऱ्यांमध्ये हा एकच गट नव्हता. दौऱ्याच्या प्रारंभी नागपुरात, सभेला गैरहजर राहणाऱ्यांमध्ये आंबेडकरांच्या स्वत:च्या महार समाजातील लोक मुख्य होते. दोन महिन्यांनी त्रावणकोरला आत्मसन्मान संघ (सेल्फ-रिस्पेक्ट लीग) नावाच्या एका गटाने अस्पृश्यांना गांधींवर बहिष्कार टाकण्याचे आवाहन केले होते. आताच्या तमिळनाडूमधील कोइम्बतूरजवळील शियाली येथे दलितांच्याच बाजूने धर्मयुद्ध पुकारणाऱ्या त्या महात्म्याच्या विरोधात दोनशे दलितांनी काळे झेंडे घेऊन मोर्चा काढला होता. पुण्यात दौरा संपताना गांधींवर बहिष्कार टाकण्याचे आवाहन करणाऱ्या अस्पृश्य गटांमध्ये आंबेडकरांच्या जवळ असणाऱ्या गटांची संख्या जास्त होती; त्याआधी काहीच दिवस आंबेडकर स्वत:होऊन गांधींना मुंबईत भेटले होते. 'डॉ. आंबेडकरांनी तक्रार केली की, गांधी उपस्थित असेपर्यंतच काँग्रेसमधील लोकांनी अस्पृश्यता निर्मूलनाच्या प्रश्नात रस दाखविला,' एका अधिकाऱ्याच्या दुसऱ्या-तिसऱ्या हाती लिहिलेल्या वृत्तान्ताच्या अनुसार, 'पण, त्यांची पाठ फिरल्या-फिरल्या तो विषय विस्मरणात गेला.' सार्वजनिकरीत्या या प्रश्नाचा आढावा घेताना

गांधींनी अस्पृश्यता 'शेवटच्या घटका मोजत' असल्याचे सांगितले असले, तरी त्यांचे खासगीतील विश्लेषण आंबेडकरांच्या मताच्या जवळ जाणारे असावे.' ऑगस्ट १९३४ मध्ये दौरा संपताना, आपण विविध कारणांसाठी काँग्रेसमधून 'निवृत्त होण्याचा विचार करत असल्याचे संकेत त्यांनी दिले; त्यामध्ये एक प्रमुख कारण होते, 'लाखो मूक बिचाऱ्यांचे वाढते दारिद्र्य' कमी करण्यात काँग्रेसला आलेले घोर अपयश.

सहा आठवड्यांनी त्यांनी अधिकृतपणे तशी घोषणा केली. चळवळीची धुरा खांद्यावर घेऊन त्यांना आता चौदा वर्षे झाली होती. काँग्रेसच्या एका सभेला संबोधित करताना ते म्हणाले, "माझी मतं समजून घेण्यासाठी तुमची मनं वळवण्याची शक्ती मी गमावली आहे. मी असहाय झालो आहे. ज्या माणसाने आपली ताकद गमावली आहे, त्याला नेतेपदी ठेवण्यात काही अर्थ नाही." ही विषादपूर्ण 'असहायता' गांधींच्या सात वर्षांपूर्वीच्याच कबुलीचा एक स्पष्ट, उत्कट आणि संभवत: जाणीवपूर्वक केलेला प्रतिध्वनी होता. ज्या वेळी खिलाफत चळवळीच्या काळात ते प्रयत्नपूर्वक जुळवत असलेली हिंदू-मुस्लीम एकता राखण्यात आपल्याला संपूर्ण अपयश आल्याची कबुली त्यांनी दिली होती. नव्याने जनादेश प्राप्त करण्यासाठी खेळलेली ही एक छुपी चाल असण्याचीही शक्यता होती; पण या वेळी निकाल काय असेल, याची जाणीव त्यांना आधीच झाली असावी, असे वाटते.

त्यांचा दौरा नुकताच संपला होता; पण आपण 'असहाय' आहोत, हे सांगताना ते केवळ हरिजनांच्या उद्धाराविषयी बोलत नव्हते, तर ज्याला ते 'रचनात्मक कार्यक्रम' म्हणायचे त्या संपूर्ण समाजसुधार कार्यक्रमाविषयी बोलत होते; ज्यात सूतकताई, प्रतिबंधन, स्वच्छता, आरोग्य, स्थानिक भाषांमध्ये शिक्षण, महिला सक्षमीकरण आणि अस्पृश्यता निर्मूलन यांचा समावेश होता. गांधींच्या आता ही गोष्ट लक्षात आली होती की, काँग्रेस दशकापासून याविषयी वरवर सहमती दर्शवत असली, तरी तिचे मन तात्पुरती प्रादेशिक विधानमंडळात आणि मग अंतिमत: स्वतंत्र भारतात सत्ता मिळविणे यात गुंतले होते.

गांधी अस्पृश्यतेबद्दल हातचे राखून किंवा एकूणच दिलखुलासपणे बोलत असतीलही; पण गांधींच्या मनात दीर्घकाळापासून ठाण मांडून बसलेली असहायतेची भावना ही त्यांच्या सर्वसाधारण समाजसुधार कार्यक्रमाप्रति काँग्रेसने दाखविलेल्या उदासीनतेमुळे आली होती, तसेच गेल्या दोन वर्षांपासून म्हणजे, त्यांच्या 'महाउपोषणाने' संपूर्ण देशाला काही काळ भारून टाकले होते तेव्हापासून ज्या संघर्षाने त्यांना गुंतवून ठेवले होते, त्याच्याप्रति काँग्रेसने दाखविलेल्या बांधिलकीच्या अभावामुळे आली होती, असा निष्कर्ष काढणे काही अवघड नाही. ५ ऑगस्ट १९३४ रोजी

त्यांच्या कार्यक्रमांचा नवीन तळ असलेल्या मध्य भारतातील वर्धा येथे त्यांनी दौऱ्याची समाप्ती केली आणि दोन दिवसांनंतर आणखी एका उपोषणाला सुरुवात केली, जे त्यांच्या म्हणण्यानुसार 'आत्मशुद्धी'साठी आणि काँग्रेसचीही शुद्धी व्हावी या प्रार्थनेपोटी त्यांनी सुरू केले होते. ''या सर्वांत मोठ्या राष्ट्रीय संघटनेची शुद्धी केल्याने हरिजन चळवळीला मदतच होणार आहे, कारण हा अभिशाप दूर करण्यासाठी काँग्रेससुद्धा वचनबद्ध आहे,'' ते म्हणाले. एवढा मोठा दौरा करून आणि प्रवास करूनही शेवटी २३ ऑगस्ट रोजी हरिजनांसाठी हिंदू मंदिरे खुली करण्याबाबतचे विधेयक केंद्रीय विधिमंडळात मंजूर झालेच नाही. ''सनातन्यांना आता जिंकल्याचा आनंद झाला असेल,'' गांधींनी मत व्यक्त केले, ''आपण त्यांचा आनंद फारसा मनावर घ्यायचा नाही.''

काही आठवड्यांनंतर, अगदी उघडपणे निराश झालेल्या गांधींनी अखेरीस मान्य केले की, अस्पृश्यतेच्या प्रश्नाला हात घालण्याची त्यांची पद्धत 'जरी बहुतांश काँग्रेसजनांपेक्षा निराळी नसली, तरी अनेक लोकांपेक्षा वेगळी होती. ज्यांना असे वाटते की, सविनय कायदेभंगाची चळवळ रोखून अशा प्रकारे आणि अशा वेळी मी हा प्रश्न हाती घेतला, ती माझी फार मोठी चूक होती.' या ठिकाणी ते पुन्हा एकदा 'सर्वांत बुद्धिमान काँग्रेसजनांविषयी' बोलत होते, जे आता स्वत:ला समाजवादी म्हणवून घेत होते. आपण त्यांच्या विरुद्ध दिशेला जात होतो, ते म्हणाले. सूतकताई हा अजूनही 'हरिजनांना आणि गरिबांना' जोडणारा 'दुवा' आहे, असा गांधींना अजूनही विश्वास होता; पण 'आता बऱ्याच काँग्रेसजनांचा त्यावर विश्वास उरलेला नाही,' हे त्यांनी मान्य केले.

गांधींच्या मते, भावी समाजवाद्यांचा–मग त्यांची ध्येये कितीही उत्तुंग असोत, ते स्वत: कितीही समर्पित असोत–बहुतांश भारतीय राहत असलेल्या भारताशी काही संबंध नव्हता किंवा फार थोडा संबंध होता. ''त्यांपैकी कुणालाही भारतीय खेड्यांमधली वास्तविकता माहीत नाही किंवा कदाचित ती माहीत करून घेण्याची गरजही वाटत नाही,'' त्यांनी त्यांचे निरीक्षण नोंदविले.

या देशाच्या असंख्य आवृत्त्यांमधून शेवटी भांडवलदार, शहरी, व्यवहारकुशल मध्यमवर्ग आणि ग्रामीण दैन्यात खितपत पडलेला शोषित वर्ग असे दोन भारत निर्माण होतील. ही कल्पना अनेक दशके भाषणांना आणि वादविवादांना खाद्य पुरविणारी ठरणार होती. ही सर्वांत वाईट विकृती नव्हती. या क्षुल्लक गोष्टीमध्ये कदाचित काही पूर्वसूचना किंवा संदेश दडला होता : गांधींच्या 'महाउपोषणा'च्या आठवड्यात, मुंबईतील रॉक्सी टॉकीजमध्ये जॉन बेनेट अभिनीत 'केअरलेस लेडी' हा सिनेमा चालू होता आणि पाथ येथे 'पामी डेज्'मध्ये एडी कँटर 'देअर इज नथिंग टू गुड फॉर माय बेबी' गात होता. चित्रपटगृहांची आसने केवळ ब्रिटिश नोकरदारांनी

भरलेली नव्हती किंवा न्यू इरा मोटर्समध्ये लागलेल्या सेलमधील क्रिसलर प्लायमाउथकडे बघून ओऽऽ आहऽऽ असे चीत्कारणारे काही फक्त ब्रिटिशच नव्हते. (नंतर बॉलिवुड म्हणून जो उद्योग नावारूपाला आला, तो त्या काळी काही सुरुवातीच्या भारतीय चित्रपटकर्त्यांच्या डोळ्यांतील एक स्वप्न होता. गाणी, नृत्य, नाट्य यांच्या फॉर्म्युल्याचा परीस अजून त्यांना गवसायचा होता, अजून भारताची खेडी पादाक्रांत करायला त्यांना वेळ होता; परंतु सामूहिक राजकारणाबरोबर, समूहाला आकर्षित करणारी लोकप्रिय संस्कृती उंबरठ्यापलीकडे उभी ठाकली होती.)

फार कमी काँग्रेसजनांनी भारताबाहेरील मानवनिर्मित काल्पनिक जग पाहिले होते; जेवढे गांधींनी पाहिले होते. या जगाकडे भारतासाठी उत्तर नाही, याची गांधींना खात्री पटली होती. दौऱ्यानंतरचा परिणाम म्हणून स्वत:चाच शोध घेण्याच्या त्यांच्या प्रवृत्तीने, भूतकाळातील जीवनाचे प्रारंभिक टप्पे पुन्हा जगण्याच्या इच्छेने एकवार पुन्हा त्यांच्या मनाचा ताबा घेतला. ज्याप्रमाणे पाव शतकापूर्वी ते जोहान्सबर्गबाहेरील टॉलस्टॉय फार्म येथे एकांतवासात गेले होते; ज्याप्रमाणे आजारपणातून उठल्यावर १९१८ ते १९२४ या काळात त्यांनी राजकारणातून विश्रांती घेतली होती, त्याचप्रमाणे गांधींनी आता आपल्या आयुष्याचे आणखी एक नवीन पान उलटले; त्याला सत्याग्रह किंवा सेवाग्राम आश्रम असे नाव दिले. भारताच्या केंद्रस्थानी असलेल्या नागपूरच्या पश्चिमेकडील वर्धा नामक जिल्ह्यातील अत्यंत मागासलेल्या, दुष्काळप्रवण, मलेरियाप्रवण, सर्पग्रस्त भागात हा आश्रम स्थापण्याचा निर्णय त्यांनी घेतला. त्या ठिकाणी ते, त्यांचा रचनात्मक कार्यक्रम, ज्यामध्ये कुटिरोद्योग, वैयक्तिक आणि सार्वजनिक स्वच्छता यांवर भर दिला जाणार होता. त्या वेळच्या अविभाजित भारतातील सात लाख खेड्यांसमोर एक पुनरावृत्ती करण्याजोगी आदर्श प्रतिकृती म्हणून ठेवण्यावर ते लक्ष केंद्रित करणार होते. त्यांची काँग्रेसमधून निवृत्ती ही कायमस्वरूपी असण्यापेक्षा प्रतीकात्मक असणार होती. तथाकथित निवृत्ती घेतलेले गांधी–त्यांनी अधिकृतपणे पुन्हा कधी चळवळीत भाग घेतला नाही–त्यांची मते व्यक्त करत राहणार होते, सभांना उपस्थितीही लावणार होते आणि जेव्हा त्यांनी असे केले, तेव्हा त्यांच्या इच्छेलाच बहुधा नेहमी सर्वोच्च प्राधान्य देण्यात आले. काँग्रेसच्या नेतृत्वासंबंधीच्या मतभेदांच्या वेळी, एखाद्या दैवी कौलाच्या रूपात त्यांनी सशक्तपणे हस्तक्षेप केला. उदा. १९३९ मध्ये सुभाषचंद्र बोस यांच्या काँग्रेसच्या अध्यक्षपदी झालेल्या निवडीला त्यांनी विरोध केला आणि नंतर बोस यांनी आकांडतांडव केल्यानंतर त्यांचे महत्त्व कमी करण्यात काँग्रेसला मदत केली. वर्ध्याला एका बाजूला असल्याचे भासवत असताना, त्यांनी पक्षाच्या प्रमुख फळीतील आपल्या विश्वासू चेल्यांद्वारे आपले अधिकार वापरण्यास मागे-पुढे पाहिले नाही. तरीसुद्धा त्यांनी अधिकृतपणे कधीही नेतृत्वाचा स्वीकार केला नाही आणि लंडनमध्ये

केला होता तसा, आपणच अस्पृश्यांचे खरे नेते असल्याचा दावा केला नाही. काँग्रेसला त्यांनी अलविदा केले त्या शेवटच्या दिवशी मुंबईत ऐंशी हजार लोकांच्या जमावाने त्यांना उभे राहून मानवंदना दिली, तेव्हा ते लोकांना म्हणाले, ''काँग्रेस ज्या तत्त्वांची पाठराखण करते, त्यांची अंमलबजावणी होत आहे की नाही, यावर मी दुरून लक्ष ठेवून असेन.''

'काँग्रेसची तत्त्वे' याचा अर्थ, त्यांना स्वत:ची तत्त्वे असे अर्थातच म्हणायचे होते. स्वातंत्र्यलढ्यातून जो माणूस संभवत: माघार घेत होता, तो म्हणाला, ''सविनय कायदेभंगाची व्याप्ती वाढवणं, हे माझं उद्दिष्ट असणार आहे.'' त्याने राजीनामा दिला होता; पण तो निवृत्त झाला नव्हता, हे लवकरच स्पष्ट झाले.

सेवाग्राम

ज्या काँग्रेसचे गांधींनी नेतृत्व केले होते आणि ज्या काँग्रेसच्या संपूर्ण एका पिढीचे ते प्रतीक बनून राहिले होते, त्या काँग्रेसमधून १९३४ मध्ये निवृत्त होण्याचा जो देखावा केला गेला त्यामागे काही एक अंत:स्थ हेतू होता. तो हे मानण्यात होता की, काँग्रेसने वर्षानुवर्षे राबविलेल्या गांधीवादी कार्यक्रमांमुळे आणि मंजूर केलेल्या ठरावांमुळे समाजात काही विशेष फरक पडला नव्हता. काँग्रेस त्यांच्या नेतृत्वाखाली जे साध्य करू शकली नाही, ते त्यांनी स्वत:च साध्य करायचे ठरविले. एका स्तरावर, ते आपल्या अनुयायांना खजील करत होते, तर दुसऱ्या स्तरावर ते आपल्या अंत:स्थ, खोलवर दडलेल्या जबाबदाऱ्या झटकायला तयार नव्हते. त्यांनी स्वत:साठी आखलेल्या नवीन मार्गाचा संबंध स्वाभाविकपणेच काही प्रमाणात, त्यांनी नुकत्याच पूर्ण केलेल्या अस्पृश्यतेविरोधातील धर्मयुद्धाच्या परिणामकारकतेबद्दल त्यांच्याच मनात उठलेल्या शंकांशी निगडित होता. त्यांनी दौऱ्यावर जे पाहिले; त्यामुळे त्यांची अशी खात्री पटली की, सूतकताई-बुनाईशी संबंधित कुटिरोद्योग बेरोजगार, भूमिहीन, कर्जबाजारी स्पृश्य आणि अस्पृश्य खेडुतांसाठी उद्धाराचा मार्ग ठरेल हे त्यांचे लाडके आश्वासन, जरा जास्तच फुगवून सांगितलेले होते आणि लोकांना ते बिनमहत्त्वाचे वाटत होते.

आता ते म्हणाले, ''गावकऱ्यांच्या आयुष्यात काही चैतन्य नाही. त्यांचं आयुष्य म्हणजे धिम्या गतीने चालणारी उपासमारीची प्रक्रिया आहे.'' आणखी भाषणे हे काही उत्तर असू शकत नाही, असेच जणू त्यांना म्हणायचे होते. अस्पृश्यतेच्या विरोधात केलेल्या दौऱ्याच्या शेवटच्या टप्प्यात त्यांनी खेचलेल्या प्रचंड गर्दीचा संदिग्ध प्रतिसाद हा त्यांच्यासाठी केवळ 'एक यांत्रिक प्रतिसाद आणि एका लांबलचक वेदनेचा हुंकार होता,' असे गांधी शेवटी म्हणाले. नंतर त्यांनी उपहासाने या दौऱ्याला 'सर्कस' असेही म्हटले. खेड्यांच्या वास्तविकतेला नेमके चिमटीत पकडण्याची त्यांना आता गरज होती. एका प्रसंगी ते म्हणाले, ''आपल्याला शांतपणे काम केलं पाहिजे.'' दुसऱ्या एका प्रसंगी त्यांनी प्रतिज्ञा केली, ''आपल्याला खेड्यांमध्ये राहून अबोलपणे आपल्या हातांनी काम केलं पाहिजे.''

अर्थात, भारत त्यांना गप्प बसू देणार नव्हता आणि एका साप्ताहिकाचे प्रमुख सहयोगी म्हणून ते स्वत:ही गप्प बसू शकणार नव्हते. वयाच्या पासष्टाव्या वर्षी ते

आयुष्यातील एका महत्त्वाच्या वळणावर अस्वस्थपणे उभे होते. येथेसुद्धा आपण त्यांच्या आयुष्यातील आणखी एक टप्पा त्यांना पुन्हा जगताना पाहतो. खेड्यांमध्ये जाऊन रचनात्मक काम करण्याची तळमळ त्यांना दक्षिण आफ्रिकेत १९१० मध्ये राजकारणातून मागे हटण्यासाठी कारणीभूत ठरली होती, जेव्हा त्यांनी आणि हर्मन कालेनबाखने मिळून काही काळासाठी टॉलस्टॉय फार्मची स्थापना केली. नंतर त्यांनी शेतीची मूलभूत कामे शिकून घेणे आणि मुलांना शिक्षण देणे हे आपल्या आयुष्याचे ध्येय बनविले. आता पुन्हा तळापासून कामाला सुरुवात करून, भारतभर हिंडून त्यांनी स्वत:च्या डोळ्यांनी जे दारिद्र्य पाहिले होते तिथपर्यंत विकासाची गंगा पोहोचविण्याच्या कामी स्वत:ला वाहून घेण्याचे त्यांनी दौरा संपताना ठरविले होते. १९३४ च्या ऑक्टोबर महिन्याच्या उत्तरार्धात मुंबई भारतीय राष्ट्रीय काँग्रेसला अलविदा म्हणण्याचा स्वलिखित नाट्याचा अंक संपवून, गांधी ताबडतोब वर्ध्याला परत गेले. दोन भिन्न संस्कृतींबद्दल आणखी एक फुटकळ टिप्पणी : ज्या आठवड्यात ते वर्ध्याला पोहोचले, त्याच आठवड्यात–त्यांच्यापासून भौगोलिकदृष्ट्या अर्धे जग दूर आणि सांस्कृतिकदृष्ट्या एक जग पुढे–बॉस्टनच्या कलोनियल थिएटरच्या बाहेर रस्त्यावरील आपले पहिले सादरीकरण करताना 'एनिथिंग गोज्'मध्ये कोल पोर्टर दररोज संध्याकाळी तरुण इथेल मर्मनच्या प्रेमवीराची भूमिका करताना पुढील परस्परविरोधी शब्दांची पखरण असलेले गाणे गुणगुणत होता :

यू आर द टॉप!
यू आर महात्मा गांधी.
यू आर द टॉप!
यू आर नेपोलियन ब्रँडी.

गांधींच्या आंतरराष्ट्रीय कीर्तीचे गुणगान करणाऱ्या या ऐटबाज यशोगीतामुळे गांधींना मुळीच आनंद झाला नसता आणि ते ज्या कार्यक्रमात सादर झाले, त्याविषयी तर ते कायम अनभिज्ञच राहिले असते. जॅझ युगातील बंडखोर पोर्टरने सादर केलेल्या त्या सौम्य उपहासात्मक गीतापेक्षा अन्य कोणती गोष्ट गांधींच्या स्वभावधर्माशी इतकी फटकून असू शकते?

पुढच्या आठ वर्षांमध्ये (भारतीयांच्या भाषेत दोन हजार ५८८ दिवस 'ऑन स्टेशन'), मॉन्सूनच्या आधी ११८ डिग्रीपर्यंत तापमान जाणारे दयनीय स्थितीतील, धुळीने माखलेले, आडबाजूचे वर्धा हे गांधींचा तळ आणि प्रचालनाचे मुख्य क्षेत्र असणार होते. एकदा तेथे तळ ठोकण्याचा निश्चय केल्यावर गांधींनी परत फिरून कामाला सुरुवातही केली होती, मनोमन 'ग्रामीण पुनर्रचनेचा संपूर्ण आराखडा' तयार

झाला होता. त्यांनी या जिल्ह्यावर आपला काहीच ठसा उमटविला नाही, असे म्हणणे चुकीचे ठरेल–समर्पित गांधीवादी अजूनही तेथे थोड्याफार प्रमाणात बघायला मिळतात–पण त्यांनी प्रारंभी ठरविले होते तेवढ्या प्रमाणात सामाजिक बदल आणि सुधार झाला नाही. अलीकडच्या काळात, एकविसाव्या शतकातील गर्वोन्नत भारतात, संभवत: 'शायनिंग' झालेल्या इंडियात, निराश झालेल्या कर्जबाजारी कापूस उत्पादक शेतकऱ्यांमध्ये आत्महत्या करण्याची एक लाटच आली आहे आणि या लाटेचा केंद्रबिंदू वर्धा आहे. नवीन जागतिक बाजारपेठेत मालाचे कोसळलेले भाव पाहून या भागातील आणि आसपासच्या प्रदेशातील हजारो शेतकऱ्यांनी गेल्या दोन दशकांत आत्महत्या केल्याचे निदर्शनाला आले आहे. गांधींनंतर कोणीही याकडे ग्रामीण सुधारणेचा भाग म्हणून पाहिले नाही.

महात्माजींच्या काळात, त्यांच्या केवळ उपस्थितीमुळे वर्धा हे सगळ्यांचे इष्टस्थळ बनले होते. काँग्रेस पक्षाची कार्यकारी समिती, तिच्या नेतृत्वाची आघाडीची फळी न चुकता सहा वेळा वर्ध्याला गांधींचा सल्ला व आशीर्वाद घ्यायला येऊन गेली, खरेतर ते आता अधिकृतपणे काँग्रेसचे माजी सदस्य झाले होते. त्यांचा राजीनामा त्यांनी अशा हेतूने दिला होता की, त्यांचे प्राधान्यक्रम ते चळवळीवर लादू शकणार नव्हते किंवा त्यांचा आग्रह सोडूनही देणार नव्हते, हे सर्वांना कळावे. ती त्यांच्या निराशेची एक अभिव्यक्ती होती, व्यक्त करण्याची एक पद्धत होती. तो एक प्रकारचा बहाणाही होता. पक्ष अजूनही त्यांच्याभोवती फिरत होता, सदासर्वकाळ नाही, तरी किमान एखादा गुंतागुंतीचा प्रश्न सोडविण्यासाठी त्याला गांधींची गरज भासायची. 'वर्धा, प्रत्यक्षात भारताची राष्ट्रीय राजधानी बनला होता.' एक अमेरिकन अभ्यासक अतिशयोक्तिपूर्ण भाषेत लिहितो, जी येथे क्षम्य आहे.

विविध प्रकारची परदेशी शिष्टमंडळे–राजकारणी, शांतिवादी, धार्मिक नेते, सगळ्या वर्णांचे परोपकारी लोक–या दूरस्थ अंतक्षेत्राला भेट देत असत. त्यांच्यापुढे असणाऱ्या निकडीच्या प्रश्नांची उत्तरे शोधण्यासाठी गांधींना चर्चेत ओढता येईल या अपेक्षेने ते येत असत; मग ते प्रश्न निसर्गोपचारासंबंधी असायचे किंवा आहारशास्त्रासंबंधी, पश्चिमेकडील राष्ट्रांच्या भवितव्याविषयी असायचे किंवा दुसऱ्या महायुद्धाच्या संभाव्य धोक्याविषयी. गांधी या चर्चांमध्ये सहजपणे सामील व्हायचे. एक द्रष्टा म्हणून त्यांचा सल्ला मागायला येणाऱ्यांना ते निराश करत नसत. त्यांचे अहिंसक प्रतिरोधाचे तंत्र 'एखाद्या एकट्या ज्यूने अवलंबिले आणि तो हिटलरच्या हुकूमशाहीपुढे न झुकता ताठ मानेने उभा राहिला,' तरी ते 'हिटलरचे हृदय द्रवण्यासाठी' पुरेसे आहे, असा सल्ला ते दशक संपता-संपता खुलेआम द्यायला लागले होते. एका चिनी अभ्यागताला असेच एक व्याख्यान ऐकावे लागले : गांधी म्हणाले, ''अहिंसा एखाद्या जपान्याला

शरमेने मान खाली घालायला लावेल.'' दक्षिण आफ्रिकेच्या आफ्रिकन नॅशनल काँग्रेसच्या एका प्रतिनिधीला सांगण्यात आले की, त्या काँग्रेसच्या नेतृत्वाने पाश्चिमात्य पेहराव आणि शिष्टाचार यांना आपलेसे करून स्वत:ला जनतेपासून अलग केले आहे. ''तुम्ही... भाला घेऊन फिरण्याची किंवा कंबरेभोवती एखादे वस्त्र घालून फिरण्याची लाज बाळगता कामा नये,'' महात्माजींनी सांगितले. त्यांनी आपले पोशाखी परिवर्तन एका अनुकरणीय व्यावहारिक राजकीय धोरणाच्या रूपात अव्यक्तपणे मांडले. युद्धाचे ढग जमू लागल्यावर आपल्याला प्रेषिताची भूमिका बजावायची आहे, ही त्यांची भावना अधिक प्रबळ झाली. १९४० मध्ये त्यांनी वर्ध्याहून लिहिले, 'कुणी सांगावे, मी फक्त भारत आणि ब्रिटन यांच्यात शांती प्रस्थापित करणारे साधन न राहता पृथ्वीवरील युद्ध करणाऱ्या देशांमध्येही शांतिदूत म्हणून काम करेन.' त्यांच्या प्रभावामुळे संभवत: भारत 'जगासाठी अखेरचे आशास्थान होता.'

आपल्या अनुभवांचे सिद्धान्तात रूपांतर करणाऱ्या गांधींच्या वाढत्या प्रवृत्तीला विरोध करण्याची तयारी इतक्या वर्षांत फक्त एका विदेशी अभ्यागताने दाखविली. 'योजनाबद्ध पालकत्व' नावाच्या चळवळीच्या संस्थापक, प्रबुद्ध स्त्री लैंगिकतेच्या आणि गर्भनिरोधनाच्या पुरस्कर्त्या मार्गारेट सँजर, काही चर्चा करण्यासाठी १९३६ च्या जानेवारी महिन्यात वर्ध्याला थांबल्या; त्या चर्चेत त्यांनी स्त्री आणि पुरुष यांच्या जीवनमानाचा स्तर उंचावण्यासाठी लैंगिक निकटतेची गरज प्रतिपादन केली. अपेक्षेनुसार, गांधींचे मत याविरोधात होते; एक आध्यात्मिक शिस्त म्हणून त्यांनी ब्रह्मचर्याचा पुरस्कार केला. यापूर्वी कोणत्याही महिलेशी केले नसेल असे संभाषण या अमेरिकन महिलेशी केल्यावर त्यांचा आधीच चिंताजनक असलेला रक्तदाब आणखी वाढला. काहींच्या नोंदींनुसार, तीव्र भावनिक शक्तिपात झाल्यासारखी त्यांची अवस्था झाली.

शारीरिक आणि भावनिकदृष्ट्या ते केव्हाच कड्याच्या टोकाला उभे होते. या जिल्ह्यात आल्यावर वर्षभराने त्यांनी निर्णय घेतला की, दूरच्या जिल्ह्यात, सगळ्यात दूरच्या खेड्यात स्थायिक होणे आपल्या शिष्यांसाठी पुरेसे नाही. त्यांना ते इतके कठीण का जात होते, ते गांधींना समजून घ्यायचे होते. स्वभावाला अनुसरून, त्यांनी आपल्या अनुयायांना त्यांच्या सेवाकार्याची सुरुवात गावातील स्वच्छता अधिकारी आणि भंगी म्हणून करण्याचे आदेश दिले. सामान्यत: ती खेड्यातील पायवाटांच्या कडेलाच असायची आणि योग्य रीतीने संडास उपसायचे, जेथे दिसेल तेथून मानवी विष्ठा उचलायची, असे ते आदेश होते. कार्यकर्ते घालून देत असलेले हे उदाहरण गांधींच्या अपेक्षेइतके प्रभावी ठरले नाही. 'लोक पूर्णपणे निर्लज्ज आहेत,' गांधींचे निष्ठावान सचिव आणि रोजनिशीकार महादेव देसाई यांनी लिहिले, ज्यांच्या एकट्याकडे एक अतिशय अडेलतट्टू गावाची जे मुळीच प्रतिसाद देत नव्हते त्या सिंदीची स्वच्छता करण्याचे काम इतर कामांबरोबर सोपविले गेले होते.

“त्यांना कसल्याही प्रकारच्या भावना नाहीत. थोड्याच दिवसांत ते आम्हाला त्यांचे भंगी समजू लागले तरी आश्चर्य वाटायला नको.”

गांधींच्या सत्याग्रहींनी नि:स्वार्थी सेवेचे इतके उत्तम उदाहरण समोर ठेवूनही ग्रामस्थ त्याला का प्रतिसाद देत नाहीत हे जाणून घेण्याचा एकच मार्ग असल्याचा निष्कर्ष गांधींनी काढला. जो उपाय योजण्याची गरज होती, तो त्यांच्या स्वत:साठी होता–एका अशा माणसासाठी, ज्याला संपूर्ण भारत आणि जवळजवळ संपूर्ण जग या देशाचा नेता म्हणून ओळखत होते–तो म्हणजे, त्यांचे नेहमीचे सहकारी सोबत न घेता एखाद्या खेड्यात एकटेच जाऊन राहायचे. असे करणे गांधींना अगदी योग्य वाटले; पण त्यांच्या निकटवर्तीयांना मात्र ते रुचले नाही. ते गांधींच्या तब्येतीबाबत आधीच चिंतेत होते आणि त्यांच्या सहवासात या लोकांना जो वेळ घालवायला मिळत होता, त्यावर कोणत्याही प्रकारच्या मर्यादा आलेल्या त्यांना सहन होणार नव्हत्या.

गांधींनी त्यांच्या ताज्या ‘सत्याच्या प्रयोगां’साठी वर्धा जिल्ह्यातील एक गाव निवडले, ज्याचे नाव होते सेगाव. गांधींचे एक प्रमुख समर्थक आणि हमीदार असलेल्या जमनालाल बजाज या श्रीमंत व्यापाऱ्याच्या संत्र्याच्या आणि आंब्याच्या बागांजवळ हे गाव होते. बजाज यांच्या बाबतीत आलंकारिक भाषेत सांगायचे तर गांधींना वर्ध्यात पुनर्स्थापित करणारे आणि महात्माजी व त्यांच्या गोतावळ्याचे यजमानपद भूषविणारे ते देवदूतच होते. बजाजांच्या मालकीची आणखी एक जमीन होती, तेथे सेगावातील लोकसंख्येच्या दोनतृतीयांश, एकूण सहाशे अस्पृश्य राहत होते. गावातून मिळालेला महसूल ते गांधींच्या या नव्या प्रयोगासाठी वापरणार होते.

चार मैलांवर असलेल्या जिल्ह्याच्या बाजारपेठेला जोडेल असा एकही रस्ता सेगावात नव्हता. भारताचा नेता ३० एप्रिल १९३६ रोजी पायी तेथे पोहोचला आणि दोन दिवसांनंतर त्याने ग्रामस्थांना आपल्या मनातील हेतू सांगितला. “तुम्ही जर मला सहकार्य केलंत,” ते म्हणाले, “तर मला फार आनंद होईल. जर तुम्ही ते केलं नाही, तर इथे राहणाऱ्या काही शेकडो लोकांमध्ये मी समाधानाने स्वत:ला सामावून घेईन.” मीराबेनने लिहिल्याप्रमाणे, ‘एक अतिशय प्रसन्न आणि खानदानी वृद्ध गावचा म्होरक्या होता. त्याने विनम्रपणे आणि प्रामाणिकपणे केलेल्या भाषणात गांधी त्यांच्यामध्ये गावात येऊन राहण्याच्या कल्पनेचे स्वागत केले; पण बापूंच्या हरिजन कार्यक्रमात आपण स्वत: सहभागी होऊ शकणार नाही, असेही स्पष्ट केले.’ सेगावच्या बाहेर ज्या झोपडीत गांधी वास्तव्य करणार होते, ती अजून पूर्ण झालेली नव्हती, म्हणून त्या रात्रीपुरता एका पेरूच्या झाडाखाली तात्पुरता डेरा टाकण्यात आला. त्या भागात चित्ता, बिबळ्या यांसारखी जंगली श्वापदे असल्यामुळे महात्माजी ज्या जागी झोपणार होते, त्या जागेभोवती चर खणण्यात आले. झोपडीच्या कामावर

देखरेख करण्याच्या बहाण्याने गांधींबरोबर आलेले अनेक सहकारी त्या रात्री त्यांच्या आसपासच झोपले.

अपेक्षेनुसार, सेगावला एकट्याने रात्र काढण्याची महात्माजींची इच्छा कधीच पूर्ण होणार नव्हती. लवकरच त्यांचा सगळा गोतावळा, जो सुमारे शंभर लोकांचा होता, तेथे जमा झाला आणि त्याने तेथे आपले बस्तान बसविले. गांधींनी आपल्या निवासाला एखाद्या आश्रमाचे केंद्रस्थान बनविण्याची योजना आखली नव्हती; पण शेवटी तसेच घडले. जमनालाल बजाज यांच्या उदारतेमुळे नव्या झोपड्या उभ्या राहिल्या, रस्ता तयार झाला आणि शेवटी एक टेलिफोन लाइनही टाकण्यात आली; ज्यामुळे महात्माजींना नवी दिल्लीत व्हाइसरॉयशी आणि उन्हाळ्यात वर्धा धगधगत असताना ब्रिटिश सरकारचे अधिकारी सिमल्याला थंड हवेच्या ठिकाणी मुक्काम हलवायचे तेथे त्यांच्याशी थेट संपर्क साधता येणार होता. गांधी आपली सगळी शक्ती ज्या सेगावाभोवती एकवटणार होते, ते बाजूलाच राहिले. याउलट त्या गावाच्या शेजारी कुत्र्याच्या छत्रीसारख्या उगवलेल्या आश्रमाचेच नाव मार्च १९४० नंतर त्याला मिळणार होते. आश्रम आणि गाव दोन्ही सेवाग्राम या एकाच नावाने ओळखले जाऊ लागले.

आश्रमाच्या स्थापनेने गांधींना आनंद होण्यापेक्षा त्याचे ओझेच अधिक वाटले. मुळात ज्या ग्रामसेवेच्या उद्देशाने ते सेगावला आले होते, त्या उद्देशालाच फाटे फुटले होते. गांधी म्हणाले, "हे ईश्वरा, मला माझ्या मित्रांपासून, अनुयायांपासून आणि प्रशंसकांपासून वाचव."

आज सर्वांत जवळच्या गावातील घरे आश्रमापासून काही यार्डांवर एका धूळभरल्या रस्त्याच्या वळणावर आहेत. आश्रमातील झोपड्यांची बांधणी गडद रंगाच्या लाकडांपासून करण्यात आली आहे; त्यावर लांब उतरती छपरे आहेत, ज्यामुळे त्या झोपड्या क्योटोमधील बौद्धमठाची आठवण करून देतात. सेवाग्राम आश्रम आता सेवाग्राम गावाची सेवा करीत नाही. एक पुस्तकांचे दुकान, एक कँटीन आणि यात्रिकांसाठी बांधलेल्या काही साध्यासुध्या खोल्या असलेला आश्रम आता एक पर्यटनस्थळ म्हणून उरला आहे. गाव अजूनही दैन्यावस्थेतच दिसते; पण काही घरांवर टी.व्ही. अँटेना आहेत आणि त्या घरांच्या तडे गेलेल्या आणि ओल आलेल्या भिंतींना टेकून मोटारबाइक्स उभ्या असलेल्या दिसतात. बजाज यांनी गांधींकडे आणि गांधींनी गावातील अस्पृश्यांकडे हस्तांतरित केलेल्या जमिनीवर ही घरे उभी राहिली आहेत, हे अस्पृश्य आता स्वत:ला हरिजन नाही तर दलित म्हणवून घेतात. जेव्हा तुम्ही आश्रमापासून फिरत फिरत निघता, तेव्हा महात्माजींच्या भारतातील सात लाख खेड्यांमधून ज्या खेड्याकडे त्यांनी वैयक्तिक पातळीवर सर्वांत जास्त लक्ष दिले ते खेडे लागते. एका खेळाच्या मैदानाशेजारी एक पुतळा आपल्या नजरेस

म. गांधी यांचा सेवाग्राम येथील आश्रम

पडतो. चबुतऱ्यावरील पुतळ्याने पंचा नेसलेला नाही, तर गर्द निळ्या रंगाचा सूट परिधान केलेला आहे आणि लाल रंगाचा टाय बांधलेला आहे. हा पुतळा बाबासाहेब आंबेडकरांचा आहे आणि एके काळी गांधींच्या खास पसंतीच्या असलेल्या या गावातील पूर्वाश्रमीच्या अस्पृश्यांना विशेषत: तरुण वर्गाला विचारले तर ते स्वत:ची ओळख हिंदू अशी नाही, तर बौद्ध अशीच सांगण्याची जास्त शक्यता आहे.

वर्ध्यातील वास्तव्याच्या पहिल्या वर्षी, गांधी सभोवतालच्या गावांमधील लोकांच्या स्थितीचा अभ्यास करण्यात फारसे गुंतले नव्हते, तर हाताने सूत कातणे व कापड विणणे या उपक्रमांद्वारे सुस्त झालेल्या स्वावलंबी ग्राम योजनेत नव्याने प्राण फुंकण्यासाठी एका नवीन सामूहिक संघटनेची निर्मिती करण्याचे आपले स्वप्न पूर्ण करण्यात गुंतले होते. त्यांनी आता असा निष्कर्ष काढला की, गावातील दारिद्र्य दूर करण्याचा एक रामबाण उपाय म्हणून चरख्यावर त्यांनी जरा जास्तच जीव लावला होता. ग्रामीण भारताला त्याच्या दैन्यातून बाहेर काढण्यासाठी केवळ चरखा पुरेसा ठरणार नाही. कताई आणि बुनाई एकीकडे सुरूच राहील; पण त्याच्या जोडीला शहरातील कारखान्यांमध्ये स्वस्तात तयार होणाऱ्या मालाच्या स्पर्धेत मागे पडलेल्या

हस्तकलेने तयार झालेल्या पारंपरिक वस्तूंचे आणि त्या कलाकौशल्यांचे पुनरुज्जीवन करणेही आवश्यक होते. स्वत: हाताने पेन, कागद, शाई तयार करणे या गोष्टी पूर्वी खेड्यांमध्ये लोक करायचे; ते धान्याचे पीठ करायचे, तेलबियांपासून तेल काढायचे, गूळ तयार करायचे, कातडी कमवायचे, मधमाशीपालन करायचे, मध गोळा करायचे, हाताने कापसाचे पेळू बनवायचे. त्यांच्या स्वत:च्याच उद्धारासाठी, ही सगळी कामे पुन्हा सुरू करण्याची गरज होती आणि त्यांनी विणलेली खादी वापरून त्यांना मदत करणे ही केवळ राष्ट्राची गरज नव्हती, तर त्यांनी उत्पादित केलेल्या वस्तूंना कारखान्यात तयार झालेल्या वस्तूंपेक्षा जाणीवपूर्वक अधिक प्राधान्य देण्याचीही गरज होती. असे केल्याने औद्योगिक क्रांतीमुळे झालेल्या विध्वंसाची थोडी तरी भरपाई झाली असती, असे गांधींचे म्हणणे होते.

या क्षेत्रांपासून सुरुवात केल्यावर, या देशाच्या नेत्याला हे जाणून घेण्याची निकड भासू लागली की, हातसडीच्या तांदळात व धान्यात मिलमधून काढलेल्या आणि पॉलिश केलेल्या धान्यापेक्षा अधिक पोषणमूल्ये असतात हे दाखवून देता येईल का? हातसडीच्या तांदळाचे भाव मिलमधील कोंडा काढलेल्या तांदळाच्या भावाशी स्पर्धा करू शकतील का? मग त्याच्या भुशाचे काय करायचे? हाताने तांदूळ सडण्यात जास्त पैसा मिळेल की सूतकताईमध्ये? संत्र्याच्या सालींपासून तेल काढता येईल का? गांधींची पत्रे अशा प्रकारच्या प्रश्नांनी भरलेली असायची; त्यांना मिळालेल्या उत्तरांनी, 'ग्रामकल्याणाला समर्पित असलेले आपल्या स्वप्नातील स्वातंत्र्य' मिळविण्यासाठी गांधींच्या मनात नवीन धोरणाचे इमले रचले जाऊ लागले. त्यांच्या नवीन संघटनेला एक घटना, सल्लागार आणि जे पूर्णवेळ या कार्याला वाहून घेतील अशा नि:स्वार्थी लोकांचे एक मंडळ यांची गरज होती. या संघटनेच्या शाखा प्रत्येक जिल्ह्यात आणि शेवटी या विस्तृत देशाच्या प्रत्येक गावात जाऊन पोहोचायला हव्या होत्या. दोनच महिन्यांत गांधींनी ही सगळी योजना निदान कागदावर तरी तयार केली आणि ऑल इंडिया व्हिलेज इंडस्ट्रीज असोसिएशन (एआयव्हीआयए) अस्तित्वात आली. तिचे मुख्यालय पूर्वी कोणाच्या खिजगणतीतही नसणाऱ्या वर्ध्याला होते आणि त्यासाठीची इमारत गांधींच्या देवदूताने, बजाजांनी देऊ केली होती. गांधींनी या संघटनेसाठी एक चार्टर्ड अकाउंटंट नियुक्त केला, तो मुंबईचा होता. त्याने अर्थशास्त्रातील पदव्युत्तर शिक्षण कोलंबिया विद्यापीठातून घेतले होते; तो संघटनेचा संचालक म्हणून दाखल झाला. कोलंबियात जोसेफ कोर्नेलियस या नावाने ओळखला जाणारा हा माणूस ख्रिश्चन होता. तो वर्ध्याला पोहोचेपर्यंत त्याचे नाव जे.सी. कुमारप्पा असे झाले. गांधींच्या निधनानंतरही कुमारप्पा तेथेच राहिले. शाश्वत शेती आणि उचित तंत्रज्ञानाचा अग्रगामी विचारवंत म्हणून भारतात आता कधीतरी कुमारप्पांचा उल्लेख केला जातो. कुमारप्पा आणि गांधी यांचा

विचारवंत तसेच जगातील गरिबांच्या संदर्भात काही मौलिक सूचना करणारे म्हणून स्मरण ठेवणारा शेवटचा पाश्चात्त्य अर्थशास्त्रज्ञ होता ई.एफ. शूमाकर. तो स्वत: विकासाच्या पारंपरिक सिद्धान्तांना मानणारा होता. १९७३ मध्ये म्हणजे गांधींच्या मृत्यूनंतर पंचवीस वर्षांनी प्रकाशित झालेले त्याचे पुस्तक 'स्मॉल इज ब्यूटिफूल : इकॉनॉमिक्स ॲज इफ पीपल मॅटर्ड' काही काळ प्रसिद्धीच्या शिखरावर होते.

कुटिरोद्योगावर केंद्रित झालेले गांधींचे लक्ष म्हणजे अस्पृश्यताविरोधी चळवळ थंडावल्याचे लक्षण होते. या आरोपाचा गांधींनी इन्कार केला. याचप्रमाणे एक दशकापूर्वी त्यांनी चरख्यावर नव्याने जो भर दिला; त्यामुळे हिंदू-मुस्लीम ऐक्यासाठी सुरू केलेल्या चळवळीवरून त्यांचे लक्ष उडाल्याच्या आरोपाचाही त्यांनी इन्कार केला होता. सूतकताई करणारे अनेक लोक अस्पृश्य होते, याकडे त्यांनी लक्ष वेधले. 'एआयव्हीआयए' आणि गांधींनी किंवा त्यांच्या अनुयायांनी सात लाख खेड्यांमध्ये गांधींचा रचनात्मक कार्यक्रम राबविण्यासाठी सुरू केलेल्या इतर संस्थांमध्ये परस्पर समन्वय होता : अलीकडेच स्थापन झालेला हरिजन सेवक संघ, ज्याला अस्पृश्यताविरोधी दौऱ्यात जमा झालेला निधी देण्यात आला होता; त्यापेक्षा जुनी असलेली ऑल इंडिया स्पिनर्स असोसिएशन; गांधी सेवा संघ, ज्या कार्यक्रमाला काँग्रेसने नुसता तोंडी पाठिंबा दिला होता, त्या रचनात्मक कार्यक्रमाला पुढे नेण्यासाठी काँग्रेसनेच स्थापन केलेली संस्था (त्याशिवाय 'गोसेवा संघ'ही होता, जो गाईंच्या संरक्षणार्थ काढला गेला होता आणि गांधी ज्याचे आश्रयदाते होते.). यांपैकी बहुतेक संस्थांसाठी जोहान्सबर्गला शेवटची वकिली करणाऱ्या या वकिलाने घटना तयार केली होती आणि व्यवस्थापनाची रचनाही केली होती; अगदी त्याचप्रमाणे जशी १९२० पासून ते भारतीय राष्ट्रीय काँग्रेससाठी करत आले होते. 'एआयव्हीआयए'च्या मूलभूत दस्तऐवजात जे एक तत्त्व स्पष्टपणे मांडण्यात आले होते तेच इतर सर्व संस्थांना समप्रमाणात लागू होत होते. त्यात असे घोषित केले होते, 'ही संस्था गांधीजींच्या सल्ल्याने आणि मार्गदर्शनाखाली मार्गक्रमण करेल.' जी चळवळ जास्त लोकांपर्यंत पोहोचली होती त्या स्पिनिंग असोसिएशनने दावा केला होता की, ती पाच हजार खेड्यांमध्ये जाऊन पोहोचली; पण हा आकडा सात लाखांच्या केवळ एक टक्का इतकाच होता.

सगळ्या गांधीवादी संस्थांमध्ये एकच समान दोष होता : खेड्यांमधील नि:स्वार्थी कार्यकर्त्यांवर गांधींच्या भाषेत सत्याग्रहींवर तत्त्वत: भरवसा आणि जातींच्या पारंपरिक बंधनांपासून मुक्त असणाऱ्या साक्षर, प्रेरित कार्यकर्त्यांना शोधण्यासाठी, त्यांची भरती करण्यासाठी, त्यांना प्रशिक्षण देण्यासाठी किंवा कायमस्वरूपी या कामात गुंतवून ठेवण्यासाठी एका ठोस पद्धतीचा अभाव. ''पूर्णवेळ काम करणारे, पूर्णपणे झोकून देणारे, कार्यक्रमावर संपूर्ण श्रद्धा असणारे आणि स्वत:च्या दैनंदिन आयुष्यात

ताबडतोब आवश्यक ती तडजोड करणारे,'' त्यांना हव्या असलेल्या समर्पित कार्यकर्त्यांमध्ये कोणते गुण आवश्यक आहेत हे सांगताना गांधी म्हणाले. जणूकाही ते एक क्लासिफाइड जाहिरातच देत होते. 'आवश्यक तडजोड' याचा अर्थ त्यांच्या शहरी जीवनमानाचा दर्जा मोठ्या प्रमाणात खाली आणणे असा असणार होता. 'अतिशय साधेपणाने' आयुष्य जगण्याची सवय त्यांना करावी लागणार होती, ते म्हणाले. सांस्कृतिक क्रांतीदरम्यान चीनमधील माओच्या नेतृत्वाखालील 'गावांकडे चला' या मोहिमेचा प्रारंभ करताना दहशतीच्या, आदेशांच्या, सहकाऱ्यांच्या दबावाद्वारे आणि कठोर सिद्धान्तपालनाद्वारे जी गोष्ट करण्याचा प्रयत्न केला गेला, तीच गोष्ट तीन दशकांनंतर साध्य करण्याचा प्रयत्न गांधी स्वत:च्या आणि आपल्या अनुयायांच्या प्रेरणादायी उदाहरणाने करत होते. ''चारित्र्यहीन, सामान्य ग्रामस्थांच्या सामान्य जीवनमानापेक्षा उच्च दर्जाचे जीवन जगणारे आणि त्यांच्या कामासाठी आवश्यक असणाऱ्या ज्ञानाचा अभाव असणारे कार्यकर्ते हरिजनांवर किंवा इतर ग्रामस्थांवर कोणताही ठसा उमटवू शकणार नाहीत,'' गांधींनी सांगितले. ''जर अशा कार्यकर्त्यांपैकी प्रत्येकजण आपल्या कामाची किंमत मागू लागला, जी ग्रामसेवा सोसू शकणार नाही, तर शेवटी अशा संस्था गुंडाळून ठेवाव्या लागतील.''

त्यांच्या अत्यंत निकटच्या अनुयायांच्या मनातही संदेह होता. ''या कामाचा काय फायदा?'' महादेव देसाई यांच्या मुलाने एकदा धीटपणे महात्माजींना विचारले. ''गावकऱ्यांवर त्याचा काहीच परिणाम होत नाही. उलट, वेगवेगळ्या जागा स्वच्छ करण्याचा हुकूम ते आम्हाला देत राहतात.''

''अच्छा! तू तर आधीच दमला आहेस!'' गांधींनी लटक्या रागाने प्रत्युत्तर दिले. त्यांनी मग एकेक मुद्दा स्पष्ट करत हे काम कसे पूर्ण करता येईल हे सांगितले : ''मी जर तुझ्या जागी असेन तर मी काळजीपूर्वक निरीक्षण करेन. जर एखादा माणूस मलविसर्जन करून उठला तर मी लगेच त्याच्याजवळ जाईन. जर मला त्याची विष्ठा असाधारण दिसली तर मी त्याला हळुवारपणे सांगेन, 'तुमचं पोट बिघडलेलं दिसतं; तुम्ही अमुकतमुक उपचार घेतले पाहिजेत,' आणि अशा प्रकारे त्याला जिंकून घेईन. विष्ठा तिथून उचलून, ते तिथे फुलझाडं लावतील आणि त्यांना पाणी घालतील. स्वच्छता ही एक कला बनू शकते.'' आणि त्यांनी समारोप केला.

अगदी त्यांच्या सर्वाधिक स्वप्नाळू अवस्थेतही, गांधी काही वेळा निराशाजनक अंदाज व्यक्त करून जातात; जो बहुधा प्रत्यक्षात घडण्याची अधिक शक्यता असते, जणूकाही सुरुवातीपासूनच ते स्वत:ला त्या निराशेसाठी, त्या धाडसी अपयशासाठी कणखर बनवत असतात. स्वत:च खेड्यामध्ये जाऊन राहण्याचा विचार करण्यापूर्वी त्यांनी आपल्या अनुयायांना समजावून सांगितले होते, ''जर ग्रामस्थांनी आपला अपमान केला तर तो शांतपणे सहन करायचा... लोकांना जिथे

शौचाला जायचं तिथे जाऊ द्यावं. आपण त्यांना एखाद्या विशिष्ट जागी जा किंवा जाऊ नका असं सांगायचं नाही; पण एकही शब्द न बोलता आपण ती घाण स्वच्छ करायची...''

''जर यामुळे काम झालं नाही, तर अहिंसेसारखी गोष्टच अस्तित्वात नाही, असं म्हणावं लागेल,'' त्यांनी आपले बोलणे संपविले.

त्यांना असे म्हणायचे होते की, असे झाले तरीही कर्तव्य म्हणून हे काम करतच राहायला हवे. जेव्हा त्यांच्या एका कार्यकर्त्याने गावांमधील अस्पृश्यतेचा प्रश्न सोडविण्यासाठी काय उपाय आहे, असा प्रश्न विचारला, तेव्हा गांधींनी उत्तर दिले : 'मूकपणे, चिवटपणाने काम करत राहणे.' दुसऱ्या एका प्रसंगी ते म्हणाले, ''एकच मार्ग आहे, तो म्हणजे त्यांच्यामध्ये जाऊन बसायचं आणि अढळ श्रद्धेने काम करत राहायचं; त्यांचा भंगी म्हणून, त्यांचा परिचारक म्हणून, त्यांचा सेवक म्हणून; पण त्यांचा आश्रयदाता म्हणून नव्हे आणि आपले सगळे पूर्वग्रह, पूर्वकल्पना विसरून जायचं. काही क्षणांपुरते आपण स्वराज्यही विसरून जाऊ या.''

हीच गोष्ट करण्याची कळकळीची विनंती त्यांचा जिवलग इंग्लिश मित्र चार्ली ॲन्ड्र्यूज याने अनेक वर्षांपूर्वी केली होती; पण अर्थातच गांधी त्या वेळी म्हणाले होते की, ते स्वराज्याला कधीच विसरणार नाहीत.

आजच्या काळात ज्याला सामाजिक संघटन म्हणतात, त्यासाठी लागणाऱ्या ज्या योग्यता गांधींनी जाहीर केल्या होत्या, त्या योग्यतांमध्ये खेड्यांत त्यांना पाठवायची इच्छा असलेल्या अहिंसक कार्यकर्त्यांच्या फौजेला एकत्र करण्याची क्षमता नव्हती, याची गांधींना आधीच चाहूल लागली होती, असे वाटते. ''आपल्या सात लाख खेड्यांसाठी प्रत्येकी किमान एक सदस्य असला पाहिजे अशी आमची महत्त्वाकांक्षा आहे,'' कुटिरोद्योग मंडळाच्या एका सभेत गांधींनी सांगितले, ''पण प्रत्यक्षात आपली सदस्यसंख्या आहे ५१७!'' आणि त्यातील बरेचसे परवानगीशिवाय गैरहजर राहणारे होते. सेगावला एकट्याने वास्तव्य करण्याची गांधींची योजना यासाठीच होती की, या जटिल समस्येची उकल करता यावी. एका इंग्लिश ॲडमिरलची मुलगी असलेल्या मीराबेनला सिंदीला हार पत्करावी लागली, अस्पृश्यांसाठी असलेल्या विहिरीतून तिने पाणी काढल्यावर गावकरी तिला विटाळाचा स्रोत मानू लागले. नंतर आपल्या शिक्षकाच्या आधी सेगावला गेलेल्या मीराबेनला सेगावातही काही चांगला प्रतिसाद मिळाला नाही. आधीच टायफॉइडमधून सावरत असलेल्या मीराबेनची तब्येत पुन्हा बिघडण्याच्या मार्गावर असल्यामुळे तिला विश्रांतीसाठी १९३७ मध्ये हिमालयात पाठवून देण्यात आले. त्याआधीच्या वर्षी सेगावातील गांधींच्या पहिल्या दहा दिवसांनंतर, उन्हाच्या तडाख्यात, डॉक्टरांनी त्यांना बंगलोरजवळील थंड हवेच्या ठिकाणी जाण्याची कळकळीची विनंती केली होती. तो त्यांचा विश्रांतिकाळ

पाच आठवड्यांचा होता. ते परत आले तेव्हा जूनची १६ तारीख उजाडली होती, भरपावसामध्ये चिंब भिजून ते पायी सेगावात पोहोचले आणि त्यांना लगेचच मलेरिया झाला.

भारतातील अत्यंत गरीब लोकांशी 'एकात्मता' साधण्याच्या या प्रयत्नांचा केवळ वृत्तान्त समोर ठेवला, तर ते प्रयत्न निष्फळ किंवा निराशाजनक वाटू शकतात. ग्रामीण भारतासंबंधी गांधींना जी काही माहिती होती किंवा ज्या काही गोष्टी अजून कळायच्या होत्या, त्याला न जुमानता मूक बिचाऱ्या जनतेसाठी स्वराज्याचे जे स्वप्न गांधींनी पाहिले होते, त्या स्वप्नाशी प्रामाणिक राहण्यासाठी त्यांचे हे प्रयत्न सुरू होते. तथापि, आज सात दशकांनंतर नजरेत भरते ती जबाबदारीची जाणीव, निष्फळता नव्हे. गांधींच्या लखपती असलेल्या समर्थकांपैकी कोणाही एकाच्या हवेलीत आरामात राहून ते राष्ट्रीय चळवळीला मार्गदर्शन करू शकले असते; तुम्ही शेतकऱ्यासारखे गरिबीत का राहत नाही, असे त्यांना कोणीही विचारले नसते. त्याऐवजी, त्यांनी ज्या गावाला वाहून घेतले होते, तेथे अथक आणि जिद्दीचे प्रयत्न करून ते हरणारी लढाई लढत होते. त्यांच्याच नेतृत्वाखालील चळवळीत वाहून चाललेल्या बहुतांश सुशिक्षित भारतीयांच्या नजरेतून सुटलेल्या दैन्यावस्थेतील भारतावरून आपली स्वत:ची नजर हटवायला गांधी तयार नव्हते.

१९३० च्या दशकात हे किती प्रमाणात खरे होते, ते आजच्या स्वत:ला अनेक पिढ्यांपासून स्वतंत्र आणि लोकशाहीवादी समजणाऱ्या भारतात किती प्रमाणात खरे आहे, यावरून मोजता येईल. २००९ पर्यंत चार लागोपाठच्या वर्षांमध्ये ९ टक्के आर्थिक विकासाचा दर गाठल्याची दर्पोक्ती केल्यानंतरही भारतातील एकूण लोकसंख्येच्या पाव हिस्सा लोक जागतिक बँकेने जिला 'संपूर्ण दारिद्र्य' म्हटले आहे, अशा स्थितीत राहत होते, याचा अर्थ त्या लोकांचे दरडोई उत्पन्न दिवसाला एक डॉलरपेक्षाही कमी होते. एकूण सुमारे १.२ अब्ज लोकसंख्येच्या टक्केवारीच्या प्रमाणानुसार गरिबीचा दर घसरत चालला असला, तरी आकडेवारीनुसार सुमारे ३० कोटी लोकांचे दारिद्र्य कमी झालेले नव्हते; ही संख्या जगातील सर्वांत दरिद्री लोकांच्या एकूण संख्येच्या एकतृतीयांश इतकी होती. त्यांची मुले कुपोषित व कमी वजनाची होती आणि जरी ती वाढली, तरी मोठी होऊन अशिक्षित राहण्याचीच अधिक शक्यता होती. दिवसाला १.२५ डॉलरपेक्षाही कमी कमाई असलेल्या भारतीयांची संख्या ४० कोटी होती. हा आकडा स्वातंत्र्याच्या वेळी असलेल्या भारताच्या एकूण लोकसंख्येपेक्षाही जास्त होता, ज्या वेळी एकूण लोकसंख्येत अत्यंत गरीब लोकांचे प्रमाण सर्वाधिक होते. आज अल्पसंख्याक म्हणून त्यांच्याकडे प्रभाव गटांचे अपरिष्कृत मंडळ आणि वाढणाऱ्या मध्यम वर्गाला असणारा अडसर या रूपात बघितले जाते.

बँकेच्या आकडेवारीनुसार, जिला 'सुधारित सफाई यंत्रणा' म्हणता येईल अशा सुविधेचा लाभ फक्त ३३ टक्के भारतीयांना मिळतो. संयुक्त राष्ट्रांच्या सर्वेक्षणात हे चित्र अधिक ठळकपणे समोर येते. त्यात असे म्हटले आहे की, एकूण लोकसंख्येच्या ५५ टक्के लोक अजूनही घराबाहेर शौचाला जातात. गांधींच्या वेळेपेक्षा तिपटीने वाढलेल्या लोकसंख्येसाठी खेड्यांमध्ये आणि गावांमध्ये जो पाणीपुरवठा होतो, त्यात रोग पसरविणाऱ्या जीवजंतूंची पैदास झालेली असते, या उपखंडातील मानवी मैल्याच्या विल्हेवाटीसाठी अजूनही भंग्यांवर अवलंबून राहावे लागते. या जागतिकीकरणाच्या काळात गांधींच्या अर्थशास्त्राला असंबद्ध आणि आदर्शवादी म्हणून मोडीत काढण्याआधी त्याकडे गंभीर दृष्टिकोनातून पाहिले पाहिजे. खेड्यातील सामूहिक दारिद्र्य, बेरोजगारी आणि नेहमीचाच कर्जबाजारीपणा या ठळक प्रश्नांवरची त्यांची उत्तरे कदाचित अपुरी आणि नीट तपासून घेतलेली नसतीलही. त्यांनी गर्भनिरोधाच्या साधनांना विरोध तर केलाच आणि लोकसंख्या नियंत्रणासाठी ब्रह्मचर्यपालनाचा पुरस्कार केला; पण जमिनीच्या मालकीसंबंधी आणि वितरणासंबंधी आ वासून उभ्या असलेल्या असमानतेवर त्यांच्याकडे 'विश्वस्तपणा'च्या सिद्धान्ताचा एकच महत्त्वाकांक्षी आणि संदिग्ध तोडगा होता; जो मुळात धनिकांच्या उदारतेवर अवलंबून राहणारा होता. श्रम वाचविणाऱ्या साधनांना असणारा त्यांचा ठाम विरोध हा चुकीच्या दिशेने जाणारा होता; पण किमान त्यांनी मूलभूत प्रश्न समोर मांडले. सामाजिक उतरंडीच्या खालच्या स्तरातील दैन्याशी त्यांनी दोन हात करण्याचे धाडस दाखविले. आज बहुतांश भारतीयांचे जीवनमान उंचावले असले, तरी जे दैन्य अजूनही कमी झालेले नाही ते पाहता आणि आज विकासतज्ज्ञ याच समस्या सोडविण्यासाठी जे मार्ग अवलंबत आहेत, त्यात आणि गांधींच्या अर्थशास्त्रात बरेचसे साम्य आहे, ही बाब फारशी आश्चर्यजनक वाटायला नको. आज ग्रामीण भारतातील उपजीविकेचे आणि वाढीचे साधन मानल्या जाणाऱ्या लघुउद्योगांना 'मायक्रो फायनान्स' योजनांद्वारे वित्तपुरवठा केला जातो, त्यात गांधींनी ज्याचा प्रसार केला त्या हस्तकला उद्योगांचाही समावेश आहे. या अलीकडच्या काळातील योजनांमध्ये आणि विस्मरणात गेलेल्या गांधींच्या योजनांमध्ये एक गोष्ट समान आहे, ती म्हणजे, जेथे अतिशय गरीब लोक राहतात तेथे जाऊन उपाय शोधले पाहिजेत, याची पटलेली खात्री; असे उपाय ज्यामध्ये त्यांच्या ऊर्जेला आणि प्रतिभेला वाव देण्याची क्षमता असेल.

आज वेगाने जागतिकीकरणाला आपलेसे करणाऱ्या भारतातील अनेक पैलूंचा गांधींना अंदाज येणे शक्य नव्हते आणि त्यांनी त्या पैलूंचे स्वागतही केले नसते; एक असा भारत जो आज त्याच्या किनाऱ्यापासून दूर असलेल्या कॅलिफोर्निया, न्यू यॉर्क, इराणचे आखात या ठिकाणी अलगपणे एक समृद्ध निर्वासित जीवन जगत

आहे आणि एक अशी संस्कृती विकसित करत आहे, जिला गांधींनी खूप वर्षांपूर्वी न सुधारण्याजोगी भौतिकतावादी (भौतिक सुखांच्या मागे लागलेली निगरगट्ट संस्कृती) म्हणून झिडकारले होते, जी त्यांच्या मते अतिविकसित होती. त्या संस्कृतीच्या मायभूमीवर झालेल्या आक्रमणानेही त्यांना आनंद झाला नसता; कारण या संस्कृतीच्या प्रभावामुळे पूर्वी जेथे भाताची आणि गव्हाची शेते होती तेथे निर्वासित भारतीयांकडून आलेल्या पैशांनी फ्लोरिडा पद्धतीच्या बहुमजली इमारती उभ्या राहिल्या आहेत. काही झाले तरी त्या माजी निर्वासिताच्या स्वप्नातील भारत हा नव्हता. आज गरीब राज्यांमधील खेड्यांमध्ये आणि बुरसटलेल्या झोपडपट्ट्यांमध्ये त्यांना त्यांच्या ओळखीचा भारत भेटेल, बहुतकरून उत्तर भारतात. त्यांना दिसेल की, आजही दोनतृतीयांश भारतीय खेड्यात राहतात. आजच्या काळात गांधींनी पुन्हा जन्म घेतला तर ते पुन्हा एखादी चळवळ सुरू करतील—बहुधा वर्ध्यात.

१ मे १९३६ रोजी, म्हणजे गांधी सेगावात दाखल झाल्याच्या दुसऱ्याच दिवशी पहिला पाहुणा त्यांना भेटायला आला, तो म्हणजे, दुसरा तिसरा कोणी नसून ते खुद्द बाबासाहेब आंबेडकर होते. सहा महिन्यांपूर्वी हिंदू धर्माचा त्याग करण्याची घोषणा आणि दुसऱ्या एखाद्या धर्मात प्रवेश करण्याचा मानस त्यांनी जाहीर केल्यामुळे ते महात्माजींपासून आणखी दुरावले होते. आंबेडकर नुकतेच अमृतसरला एका शीख परिषदेस उपस्थित राहून आले होते, तेथे त्यांनी उघडपणे शीख धर्म स्वीकारण्याची शक्यता बोलून दाखविली होती आणि तो धर्म आपल्या अनुयायांना समान वागणूक देतो म्हणून त्याची प्रशंसाही केली होती. गांधी ज्या पेरूच्या झाडाखाली झोपत असत त्या झाडाखाली दोन्ही नेते जमिनीवर बसले आणि त्यांनी धर्मांतराची तत्त्वे आणि राजकारण यावर चर्चा केली. या भेटीने दोघांचेही समाधान झाले नाही; पण त्यांनी पुन्हा सेगावला भेटण्याचे मान्य केले. ही अनिर्णीत भेट गांधींच्या श्रीमंत समर्थकांनी घडवून आणली असावी, ज्यांना आंबेडकरांना आणि त्यांच्या अनुयायांना अजून गांधींच्या भाषेत 'हिंदूंच्या तंबू'मध्ये बांधून ठेवण्याची आशा होती.

गांधी आडवळणाने आंबेडकरांचे मन वळविण्याचा प्रयत्न करत होते, अशी लक्षणे जाणवत होती. आंबेडकरांच्या एका चरित्रकाराने लिहिल्याप्रमाणे, 'गांधींच्या मित्रांनी आंबेडकरांना असे विचारले की, ते गांधींच्या गोटात सामील का होत नाहीत, म्हणजे शोषित वर्गाचा उद्धार करण्यासाठी त्यांना भरपूर साधने उपलब्ध होतील.' त्यावर, आमच्यात मोठ्या प्रमाणात मतभेद असल्याचे उत्तर आंबेडकरांनी दिले. 'नेहरूंचेही गांधींशी अनेक बाबतींत मतभेद होते.' मध्यस्थांपैकी एक असलेल्या जमनालाल बजाज यांनी निरीक्षण नोंदविले. यावर आंबेडकरांनी नाराजीने म्हटले की,

ही गोष्ट त्यांच्या विवेकबुद्धीशी संबंधित होती.

या दोन नेत्यांकडे अनिच्छुक प्रतिस्पर्धी म्हणून बघता येईल. काही वेळा, कॉन्रॅडच्या (जोसेफ कॉन्रॅड) भाषेत सांगायचे तर, गुप्त भागीदार म्हणजे एकमेकांचे आरशातील प्रतिबिंब म्हणून बघता येईल. गांधी स्वत:च्या दक्षिण आफ्रिकेतील व्यक्तिमत्त्वाचे नैतिक प्रेरणेने प्रेरित झालेले पैलू, काही वेळा रागीट पण त्यांच्यापेक्षा तरुण असलेल्या या माणसात बघत होते आणि महात्माजींच्या भोवती लपेटलेल्या शुचितेविषयी आंबेडकरांना द्वेष, काही वेळा मत्सर वाटत होता. येरवडा तुरुंगातील त्यांच्या वाटाघाटींदरम्यान आंबेडकर गांधींना म्हणाले होते, ''तुम्ही आणि मी बरेच सारखे आहोत.''

हे निरीक्षण ज्यांच्या कानावर पडले, त्या गांधींच्या गोतावळ्यातील लोकांना हसू फुटले; पण महात्माजींनी स्वत: उत्तर दिले, ''हो, हे खरं आहे.'' सुमारे पाच वर्षांपासून, म्हणजे १९३१ च्या ऑगस्टमध्ये गोलमेज परिषदेला निघण्यापूर्वी मुंबईत ते प्रथम भेटले होते तेव्हापासून ते एकमेकांना जोखत होते, एकमेकांचा अंदाज घेत होते, लांबूनच एकमेकांशी द्वंद्व खेळत होते, एकमेकांची परीक्षा घेत होते. ते लंडनला भेटले, येरवडा तुरुंगात भेटले, गांधींच्या सुटकेनंतर बहुधा पुण्यात भेटले आणि आता सेगावला; पण त्यांना युती करण्यात यश आले नाही. ज्या वेळी आंबेडकर मंदिरप्रवेशाच्या आंदोलनात गुंतले होते, त्या वेळी गांधींनी त्यांना पाठिंबा दिला नाही. जेव्हा अस्पृश्यतेचा सामना करण्यासाठी गांधींनी मंदिरप्रवेशावर लक्ष केंद्रित करण्याचे ठरविले, तेव्हा आंबेडकरांनी विरोधी मत व्यक्त करताना सामाजिक समता आणि आर्थिक उन्नयन हे खरे प्रश्न आहेत, असे सांगितले. आता याच प्रश्नांमध्ये लक्ष घालण्यासाठी ज्या खेड्यात हरिजनांची संख्या सर्वाधिक होती, त्या खेड्याजवळ गांधींनी आपले बस्तान बसवायचे ठरविले, तेव्हा आंबेडकर अस्पृश्यांसाठी हिंदू धर्माबाहेर जाण्याचा मार्ग शोधण्यात गुंतले होते. त्यांचे कधीतरी एकत्र येणे, एकमत होणे हे घड्याळाचे दोन्ही काटे एका तासात एका क्षणापुरते एकत्र येण्यासारखे होते किंवा कदाचित बुद्धिबळाच्या खेळात गतिरोधाची (स्टेलमेट) अवस्था येते, तसे होते. दोनेक वर्षांपूर्वी आंबेडकर म्हणाले होते की, गांधींनी जातिव्यवस्थेचा त्याग करण्यास नकार दिला, हा त्यांच्यातील मतभेदाचा विषय होता. त्यानंतर काही महिन्यांतच जणूकाही आंबेडकरांच्या या मागणीला प्रतिसाद देण्यासाठी गांधींनी 'हरिजन'मध्ये लेख लिहिला होता, ज्याचे शीर्षक होते, 'जात नष्ट झालीच पाहिजे.' त्यामध्ये त्यांनी म्हटले होते, 'सध्याची जातिव्यवस्था हा वर्णाश्रमाचा विपर्यास आहे,' पारंपरिक व्यवसायांवर आधारित वर्णाश्रमाला त्यांचा पाठिंबा होता; पण त्यांच्या स्वत:च्या अटींवर खरा वर्णाश्रम 'आज प्रत्यक्षात अस्तित्वात नाही,' असा त्यांचा प्रतिवाद होता. काहीही झाले, तरी हिंदू धर्मग्रंथांमध्ये सांगितलेल्या ज्या

प्रथा 'बुद्धी' आणि 'सार्वत्रिक सत्य आणि नीतिमत्ता' यांच्याशी सुसंगत नाहीत, त्या स्वीकारण्यायोग्य नाहीत, असा त्यांचा युक्तिवाद होता. गांधींनी त्या लेखात असेही म्हटले होते की, 'आंतरजातीय विवाह आणि एकमेकांबरोबर सर्व जातीच्या लोकांनी भोजन घेणे' यावर प्रतिबंध आणायला नको. त्याच आठवड्यात, आपण हिंदू म्हणून मरणार नाही, अशी प्रतिज्ञा आंबेडकरांनी केली. अस्तित्वात नसलेल्या वर्णाश्रमाची बाजू घेऊन गांधींनी स्वत:ला हालचाल करण्यासाठी जागा ठेवली, मग ती खात्री पटल्यामुळे असेल किंवा राजकीय लाभ उठविण्यासाठी असेल; आंबेडकर म्हणाले– याचा अर्थ, उच्चवर्णीय हिंदूंना पदराखाली घेण्यासाठी. दोन्ही अर्थांनी, त्यांचा प्रतिसाद आंबेडकरांसाठी पुरेसा नव्हता. धार्मिक सलोखा निर्माण होण्याची जी काही संधी समोर येईल तिचे पूर्वानुमान लावून तिला चकवून ते पुढे निघून जायचे.

खरेतर त्यांचा कट्टर मतभेद सिद्धान्तावर नसून समाजशास्त्रासंबंधी होता. अस्पृश्यांकडे 'एक स्वतंत्र समाज' म्हणून बघावे, बघता येईल का किंवा ग्रामीण भारताचा एक अविभाज्य भाग म्हणून आणि त्याच अनुषंगाने हिंदू समाजाचा एक भाग म्हणून बघावे, असे त्यांना वाटत होते. दक्षिण भारतातील कर्नाटक राज्यातील एक दमदार सांस्कृतिक टीकाकार डी.आर. नागराज यांनी म्हटल्याप्रमाणे, आंबेडकरांच्या दृष्टीने भारतीय खेडे ही अस्पृश्यांसाठी कधीही न सुधारणारी समाजव्यवस्था होती. नागराज हे स्वत: विणकर उपजातीतील होते आणि त्यांनी लहानपणी बंधक कामगार म्हणजे काय हे अनुभवलेले असल्यामुळे त्यांना आंबेडकरांचा दृष्टिकोन समजून घेता आला; पण त्याचबरोबर त्यांचा दृष्टिकोन विशाल असल्यामुळे या वादातील गांधींची बाजू त्यांना पटत होती. स्वत:होऊन शेतकऱ्याचा पेहराव धारण करणारा हा मूळचा उच्चवर्णीय शहरी माणूस भारतातील गरिबांना काही भविष्य द्यायचे असेल, तर खेड्यांमध्ये सुधारणा करणे गरजेचे होते, या विचाराचा होता.

अस्वस्थता या गोष्टीबद्दल आहे की, गांधी आणि आंबेडकर, १९३६ मधील उन्हाने होरपळणाऱ्या सेगावातील पहिल्या दिवशी गावाबाहेरील पेरूच्या झाडाखाली बसलेले आहेत, हे दृश्य जर खरेच प्रत्यक्षात अस्तित्वात असते, तर इतके मर्मस्पर्शी आणि प्रतीकात्मक कशामुळे बनणार होते? त्या काळात आंबेडकर नेहमी वापरत असत तसे कडक कॉलरचे कपडे घातले नसते तरी बुद्धिमान, स्थूल आंबेडकरांना त्या ग्रामीण वातावरणात स्वस्थता लाभली नसती; ज्या वातावरणाला कृशपणाची व्याख्याच बदलून टाकलेल्या गांधींनी केव्हाच आपलेसे केले होते. त्या दोघांच्या सामन्यात, दोघांकडेही आपापली ठाम मते होती; पण स्पृश्य आणि अस्पृश्य दोघांनाही सामावून घेणारा व्यावहारिक उपाय मात्र नव्हता. नागराज लिहितात, 'आजच्या दलितांच्या बाजूने विचार करायचा झाला, तर आज दोघांचा मिलाफ करण्याची गरज आहे.' गांधी आणि आंबेडकर 'मूलभूत स्तरावर एकमेकांना

पूरक आहेत.' ते युक्तिवाद करतात. लेखक म्हणतात की, 'अस्पृश्यांची मुक्ती ही संघटित रूपाने ग्रामीण भारताच्या उद्धाराशी जोडलेली आहे.' हा विचार गांधींनी दिला; परंतु त्यात अस्पृश्यांच्या तिरस्कृत पारंपरिक भूमिकेतून त्यांना मिळणाऱ्या मुक्तीचाही समावेश करावा, असा आग्रही विचार आंबेडकरांचा होता. स्वतःच धारण केलेल्या आश्रयदात्याच्या भूमिकेत अडकलेल्या महात्मा म्हणून ओळखल्या जाणाऱ्या त्या माणसाला सगळ्यांनी भंग्याच्या कामालाही प्रतिष्ठा आहे आणि ते महत्त्वाचेही आहे ही गोष्ट समजून घ्यावी असे वाटत होते. आंबेडकरांना वाटत होते सगळ्यांनी हे समजून घ्यावे की, केवळ हेच काम त्यांच्या भाग्यात लिहिलेले नाही, हेच अस्पृश्य त्यांच्या जातीने लादलेल्या या कामाकडे दुर्लक्ष करू शकतात; जसे बनिया असलेल्या गांधींनी केले. ('त्यांच्या परंपरागत व्यापारी पेशाला त्यांनी कधी स्पर्शही केला नाही,' एकदा जोरदार घाव घालताना आंबेडकरांनी नोंद केली होती.) बाबासाहेब म्हणून पुजल्या जाणाऱ्या या व्यक्तीचा भर समान हक्कांवर होता. कदाचित म्हणूनच सेगाव-सेवाग्राम गावाने त्यांचा पुतळा उभारला, जरी त्यांना त्यांची जमीन मिळवून देणारे आंबेडकर नसून गांधी होते तरी!

त्या काळात धर्मांतराबद्दल बोलणाऱ्या अस्पृश्यांमध्ये केवळ आंबेडकर आणि त्यांचे अनुयायीच नव्हते. दक्षिणेला, आता केरळ राज्याचा भाग असलेल्या त्रावणकोर संस्थानातील थोड्या वरच्या जातीतील इझावांमध्येही विलक्षण अस्वस्थता होती. याच इझावांनी वायकोम सत्याग्रहासाठी मुख्यत: पुढाकार घेतला होता. सामूहिक धर्मांतराची शक्यता पडताळून पाहण्यासाठी काही इझावा नेत्यांनी कोचीनजवळच्या कोट्टायम येथील सीरियन ख्रिश्चन बिशपाशी चर्चा केली असल्याच्या बातम्या होत्या. हा बिशप त्या गटाचा नेता होता, ज्याला दुसऱ्या शतकात सेंट थॉमसने दक्षिण भारताला भेट दिल्याच्या इतिहासाचा वारसा होता. या बिशपचे स्थानही वायकोमजवळच होते. तेथील शिवमंदिरात गांधींनी दुरून नियंत्रित करण्याचा प्रयत्न केलेल्या सत्याग्रह चळवळीला दहा वर्षे झाली तरी अजूनही इझावांना आणि अन्य अस्पृश्यांना प्रवेश नाकारण्यात येत होता. गांधींनी दक्षिण आफ्रिकेत स्मट्स यांच्याबरोबर केलेल्या समझोत्याच्या धर्तीवर वायकोममधील पोलीस कमिशनरबरोबर केलेल्या समझोत्यामुळे त्या वेळेप्रमाणेच आताही मूळ प्रश्न अनिर्णीतच राहिले होते. वर्षानुगणिक इझावांचा अस्वस्थपणा वाढत चालला होता. तो इतका वाढला होता की, त्यांनी धर्मांतराच्या बाबतीत लंडन मिशनरी सोसायटीशी संपर्क साधण्याचा आणि त्यांचे मत जाणून घेण्याचा प्रयत्न केल्याच्या बातम्या होत्या. पुलाया या अस्पृश्यांमधील निम्नजातीच्या गटातही उलथापालथ सुरू होती; त्यातील काहींनी नुकताच शीख धर्म स्वीकारला होता.

धर्मांतराच्या या चर्चेमुळे ज्या लोकांना गांधी एकाच अर्थी 'लाखो मूक बिचारे' आणि 'हरिजन' म्हणायचे–जरी या संज्ञा परस्परांना पूरक असल्या तरी समानार्थी नव्हत्या–त्या लोकांच्या बाबतीत स्वामित्वाची आणि उपकाराची भावना असलेला त्यांचा दृष्टिकोन समोर आला. स्वत: धर्माचरण करत असताना किंवा चर्चा करत असताना गांधी एखाद्या सार्वभौमवाद्यासारखे बोलायचे, सगळे धर्म एकाच सत्याच्या वेगवेगळ्या अभिव्यक्ती आहेत असे म्हणायचे; पण जेव्हा हिंदू धर्माने पद्धतशीरपणे नाकारलेल्या त्यांच्या हरिजनांना इतर धर्म त्याच हिंदू धर्मापासून वेगळे होण्याची लालूच दाखवायला लागले, तेव्हा गांधी त्या नाकारलेपणाच्या बाबतीत जितके कठोर होते तितकेच या प्रलोभनाच्याही बाबतीत कठोर झाले. ''ख्रिस्तचरित्राचे धडे तुम्ही गाईला द्याल का?'' भेट देणाऱ्या एका मिशनऱ्याला गांधींनी प्रश्न केला. ''काही अस्पृश्यांची समज गाईपेक्षाही कमी आहे,'' ते म्हणाले.

गांधींनी अशा प्रकारे केलेल्या हरिजनांच्या वर्णनाला आक्षेप घेणारे एक लांबलचक पत्र एका अमेरिकन मिशनरी महिलेने लिहिले होते, ते गांधींनी 'हरिजन' या साप्ताहिकात छापले. तिला ते 'सामान्य मानवजातीपेक्षा खालच्या दर्जाचे न वाटता वरच्या दर्जाचे' वाटले. गांधींना हरप्रकारे डिवचण्याचा प्रयत्न करताना या अमेरिकन महिलेने आश्चर्य व्यक्त केले, ''तुम्ही त्यांच्यामध्ये राहून त्यांच्याबद्दल असा वरवरचा दृष्टिकोन कसा काय बाळगू शकता? याचं एकच स्पष्टीकरण माझ्या मनात येतं की, एकतर तुम्ही त्यांना ओळखत नाही किंवा तुम्ही अप्रामाणिक आहात.''

त्या महिलेचा उद्देश महात्माजींना प्रक्षोभित करण्याचा असेल तर तो सफल झाला. गांधींनी तिला ज्या अभिमानी सुरात उत्तर दिले, तसा सूर त्यांनी लंडनला गोलमेज परिषदेत सहा वर्षांपूर्वी लावला होता. त्या परदेशी महिलेच्या धारणांनी क्रोधित होऊन त्यांनी दावा केला की, त्यांचे निष्कर्ष 'लाखो भारतीयांच्या वर्षानुवर्षांच्या निकट संपर्कानंतर काढलेले आहेत आणि ते त्यांच्यापेक्षा स्वत:ला श्रेष्ठ मानून नव्हे, तर त्यांच्यापैकीच स्वत:ला एक मानून काढले आहेत.' त्यांच्या प्रत्युत्तरात 'निकटचा संपर्क' म्हणजे काय, या प्रश्नाचे उत्तर दडले होते आणि हे उत्तर सेगाव देणार होते.

या ठिकाणी राहून आयुष्यभर प्रबोधन करायचे, असा निश्चय गांधींनी केला होता; पण ही प्रतिज्ञा पूर्ण होण्यामध्ये सतत उभे ठाकलेले प्रश्न, चळवळी आणि सभा यांचा अडसर होता. त्यांचे पुरस्कर्ते आणि आयोजक गांधींच्या उपस्थितीची याचना करत त्यांना गावाबाहेर घेऊन जाण्याचा प्रयत्न करायचे. १९३६ मध्ये आंबेडकरांच्या भेटीनंतर त्रावणकोरमधील धार्मिक उलथापालथीने असे एक कारण पुरविले. त्या ठिकाणी एकदाच आनंद साजरा करण्यासारखे काहीतरी घडले होते–नुकत्याच वयात आलेल्या तरुण महाराजांच्या वतीने काढलेल्या एका जाहीरनाम्यात त्याच्या राज्याच्या किंवा कुटुंबाच्या नियंत्रणाखालील सर्व हिंदू मंदिरे हिंदू समजल्या

जाणाऱ्या अस्पृश्यांसाठी खुली करण्यात येणार असल्याची घोषणा करण्यात आली होती. 'आमच्या हिंदू प्रजेपैकी कोणालाही जन्मामुळे, जाती-जमातींच्या कारणांवरून हिंदू धर्माचा आश्रय नाकारला जाणार नाही,' त्यात जाहीर केले होते.

१९२० च्या दशकाच्या मध्यावर गांधींची वायकोम चळवळीवरील देखरेख काहीशी संदिग्ध असेलही; पण १९३४ मध्ये अस्पृश्यताविरोधी मोहीम घेऊन ते वायकोमला गेले, तेव्हा मंदिरप्रवेश हे राष्ट्रीय ध्येय मानण्याबाबत मात्र त्यांची द्विधा मन:स्थिती नव्हती. सध्याच्या राजाच्या म्हणण्यानुसार गांधींनी ते दौऱ्यावर आलेले असताना, त्या वेळी सत्तेवर असणाऱ्या राजाला विचारले, "तुम्ही मंदिरे खुली करणार का?" त्या वेळी अवघ्या बारा वर्षांच्या असलेल्या आजच्या राजाला त्याच्या भावाने 'हो' असा शब्द दिल्याचे स्मरते. आजचा राजा हा जाहीरनामा प्रसिद्ध करणाऱ्या तेव्हाच्या राजाचा धाकटा भाऊ आहे.

वयाच्या नव्वदाव्या दशकाच्या उत्तरार्धात असलेला हा उत्साही, आपल्या छोट्या चणीच्या शरीराभोवती लुंगी गुंडाळलेला, त्रावणकोरचा वृद्ध राजा म्हणाला, आज त्याचे एकमात्र कर्तव्य एवढेच उरले आहे की, दररोज इतर सर्व भक्तांसाठी विष्णूचे मंदिर बंद झाल्यानंतर पिढ्यान्‌पिढ्या चालत आलेल्या परंपरेप्रमाणे बरोबर बारा मिनिटे एकटा त्या मंदिरात जातो. तेथे त्याच्या पूर्वजांप्रमाणेच तो देवाला खासगीत त्याच्या पूर्वाश्रमीच्या राज्यात काय काय चालले आहे, याची खबरबात देतो. दलित अजूनही स्वत:ला दलित का म्हणवतात हे त्याला समजत नाही, कारण अस्पृश्यता नष्ट झाल्यामुळे असा कोणता गट असण्याचे कारणच नाही, असे त्याला वाटते. मंदिरे खुली करण्याचा जाहीरनामा हा त्या राजवंशाने ऐकलेला अखेरचा जयजयकार होता. 'लोक मला महात्मा म्हणतात,' १९३७ मध्ये विजयी दौऱ्यावर आलेले गांधी तीन वर्षांपूर्वीच्या त्यांच्या अस्पृश्यताविरोधी लढ्याला स्मरून म्हणाले. "त्यांनी तुम्हाला महात्मा म्हणायला हवं." त्या जाहीरनाम्यानंतर गांधी आपल्या थोरल्या भावाला हे वाक्य म्हणाल्याचे आज या वृद्धाला आठवते.

भारतीय राष्ट्रीय काँग्रेसला अलविदा केल्यापासून अशी गर्दी गांधींनी पाहिली नव्हती. १९१५ मध्ये केलेल्या दक्षिण आफ्रिकेतील निरोपाच्या दौऱ्यानंतर अशा उत्सवी, आशादायक लाटांवर ते स्वार झाले नव्हते. तरीही या राज्याच्या नऊ दिवसांच्या दौऱ्यात ही गर्दी बहुतेक वेळा शांत असायची; जणूकाही महात्माजींसाठी आणि या विजयी क्षणासाठी, जो गांधींचाही होता आणि लोकांचाही! त्यांच्या मनात आदरभाव उमटत नव्हता. ज्या मंदिरांमध्ये त्यांना पूर्वी प्रवेशबंदी होती, त्या मंदिरांमध्ये ज्यांना ते हरिजन म्हणत, त्यांना घेऊन जाताना त्या लोकांचे रंगरूप पाहून गांधी चकित झाले. त्यांनी निरीक्षण नोंदविले, 'ते खरोखरच लक्षवेधक होते आणि अगदी स्वच्छ.' अस्पृश्यांना बघणे आणि ते समोर येणेही जेथे निषिद्ध मानले गेले

होते, अस्पृश्यतापालनाचे जे प्रमुख केंद्र होते तेथे हे स्वप्न साकार झाले होते, अशा पद्धतीने आणि अशा ठिकाणी की, जेथे कधी काळी असे घडेल याची कल्पना करणेही शक्य नव्हते. गांधींच्या दौऱ्यातील मुख्य टप्प्यांवर नव्याने उघडलेल्या मंदिरांमध्ये प्रार्थनासभा घेताना ते क्वचित ख्रिश्चन आणि मुस्लीम यांना संबोधत होते; परंतु एक हिंदू हिंदूशी बोलत असताना ते कट्टर धर्मनिरपेक्ष वाटत होते. त्यांनी उच्चवर्णीय हिंदू आणि हरिजन यांच्याबरोबर एकत्र प्रार्थना केल्या, जणूकाही आता हे दोन समाज त्यांना हवे होते त्याप्रमाणे एक झाले होते.

जवळजवळ प्रत्येक ठिकाणी गांधींनी लोकांना एक संस्कृत मंत्र सांगितला, तो पोथ्या-पुराणांपेक्षा समजायला सोपा आणि विश्वासार्ह असल्याचे त्यांचे म्हणणे होते. त्याचा अर्थ सांगताना गांधी म्हणाले की, यात अशा ईश्वराला शरण जाण्यास सांगितले आहे, जो या सृष्टीच्या अणुरेणूत वास करत आहे; तो मंत्र भौतिक सुखसाधने आणि संपत्ती यांची अभिलाषा धरण्यासाठी नव्हता. गांधी एक धर्मप्रचारक म्हणून, एक हिंदू म्हणून इतक्या उघडपणे कधीच समोर आले नव्हते. हा मंदिरांचा दौरा करताना आणि मंत्रोच्चारण करताना आपण बहुसंख्येने असलेल्या मुस्लीम समाजापासून, ज्याचा पूर्वी आपण कैवार घेतला होता त्यापासून दूर जात आहोत का आणि त्यामुळे हिंदूंचा राष्ट्रीय नेता अशी आपली प्रतिमा निर्माण करणे जिना आणि इतर मुस्लीम लीगच्या नेत्यांना सोपे जात असेल का, हे प्रश्न गांधींनी कधी स्वत:ला विचारले असतील, असे वाटत नाही.

फक्त त्रावणकोरमध्ये अनेक ठिकाणी धर्मप्रसारकाच्या भूमिकेच्या जोडीला गांधींनी अन्य ठिकाणांपेक्षा समाजसुधारकाची भूमिका जास्त ठळकपणे बजावली. यापैकी एका ठिकाणी सुधारकाचा वेष धारण केलेले गांधी एक महान आत्मा म्हणून उठून दिसले. पूर्वाश्रमीचे अस्पृश्य आणि काहीसे वरच्या जातीतील इझावांच्या प्रचंड मोठ्या सभेला उद्देशून गांधींनी विचारले की, ते केवळ इझावांसाठी मंदिर खुले झाले याचा आनंद का साजरा करत आहेत, त्यांच्यापेक्षा खालच्या जातीतील पुलाया आणि 'परिआ' यांच्यासाठी त्यांना आनंद झाला नाही का? ''मला हे सांगितलंच पाहिजे,'' ते म्हणाले, ''जर ही प्रचंड गर्दी पुलायांचं प्रतिनिधित्व करत नसेल, तर मला तुमच्यामध्ये स्थान नाही.'' लोकांमध्ये अस्वस्थ चुळबुळ सुरू झाली, कारण महाराजांचा जाहीरनामा काहीही म्हणत असला, तरी इझावांसाठी पुलाया अजूनही अस्पृश्यच होते. 'एक अस्पृश्य अचानक स्पृश्य झाला आहे,' अशा भावनेने आपण मंदिरात प्रवेश करत असल्याचे गांधींनी सांगितले. हीच भावना बाळगून जर ते सगळे वागले, तर 'तुम्ही ज्या उंचीवर आहात तिच्या तळाशी समजल्या जाणाऱ्या तुमच्या भावा-बहिणींना वर उचलल्याशिवाय तुमचे समाधान होणार नाही. खऱ्या आध्यात्मिक पुनर्निर्माणात आर्थिक उन्नयन आणि अज्ञान दूर करण्याचा समावेश असला पाहिजे.'

यासाठी फक्त 'लोकांशी त्वरित संपर्क' आणि 'योग्य प्रकारच्या स्वयंसेवी कार्यकर्त्यांचा ताफा' यांची गरज होती.

हा एक संस्मरणीय क्षण होता; पण 'योग्य प्रकारा'ची व्याख्या करताना गांधींना ज्या मानवतेची सेवा करायची होती, त्या सामान्य माणसांपासून त्यांचा संपर्क पुन्हा एकदा तुटला. ब्रह्मचर्य हा त्यांच्या कार्यक्रमाचा एक भाग असणार होता. ते स्वत: गेले पाव शतक लैंगिक जीवनापासून दूर होते; पण अलीकडे त्यांना स्वत:च्या मनातून असे विचार काढून टाकणे जड जात होते. १९३५ च्या अखेरीस मार्गरिट सँजर यांच्याशी झालेल्या भावना उद्दीपित करणाऱ्या संभाषणापासून हा विषय वारंवार 'हरिजन' साप्ताहिकात येऊ लागला होता, काही अंशी वाचक आपल्या आयुष्यातील लैंगिकतेचे महत्त्व सांगण्यासाठी लिहीत होते, तर काही वेळा गांधींच्या या आग्रही मतावर सवाल उठविण्यासाठी लिहीत होते की, विवाहोत्तर लैंगिक क्रिया ही केवळ प्रजननासाठी झाली पाहिजे, आनंदासाठी नाही किंवा 'लैंगिक शास्त्र' शिकविले गेले पाहिजे; पण ते केवळ 'लैंगिक भावनांच्या नियंत्रणाचे शास्त्र' म्हणून.

हा विषय सातत्याने पुढे येण्याचे मूलभूत कारण हे होते की, महात्माजी तो सोडून देऊ शकत नव्हते, हे तर स्पष्टच होते. त्यांच्या त्रावणकोर दौऱ्याच्या दोन आठवडे आधी त्यांनी विस्ताराने त्यांच्या अस्पृश्यताविरोधी चळवळीतील पोरबंदर या गांधींच्या जन्मगावाच्या समाजसेवा करणाऱ्या रामनारायण नावाच्या एका कार्यकर्त्याच्या धाडसी कृत्याबद्दल दोन वेळा लिहिले होते–गांधींच्या मते तो 'एक आदर्श हरिजन कार्यकर्ता' होता; पण त्यांना नंतर रामनारायणचे एकाच नाही, तर दोन स्त्रियांशी लैंगिक संबंध होते हे कळले. 'हरिजनांचा एक प्रगल्भ सेवक असलेला रामनारायण आणि कामुकतेचा गुलाम असणारा रामनारायण यांच्यात केवढा मोठा फरक होता!' एखाद्या गॉसिप कॉलम लिहिणाऱ्याच्या उत्साहाने महात्माजींनी नावांसकट हा लेख लिहिला. ते जी समाजसुधारणेची चळवळ उभारण्याचा प्रयत्न करत होते, तिला या गरमागरम विषयाने असा धडा शिकविला ज्याकडे ते दुर्लक्ष करू शकत नव्हते. ''ज्या कार्यकर्त्याने वासनेवर विजय मिळवलेला नाही, तो हरिजनांच्या प्रश्नावर, सामाजिक ऐक्यावर, खादी, गोरक्षण किंवा ग्राम पुनर्निर्माणावर आपलं संपूर्ण लक्ष केंद्रित करू शकत नाही,'' गांधींनी दु:खाने नाही तर बऱ्याच रागाने जाहीर केले.

सात लाख खेड्यांमध्ये गांधींचे अनेक उद्देश साध्य करण्यासाठी ते 'योग्य प्रकारच्या स्वयंसेवी कार्यकर्त्यांचा ताफा' शोधू शकतील की नाही, हा एकच प्रश्न नव्हता. काही वेळा ते स्वत: या ताफ्याचे नेतृत्व करण्यास पात्र आहेत का, असा प्रश्न ते स्वत:ला विचारत असत. अनेक वर्षांच्या निष्ठेने निभावलेल्या ब्रह्मचर्यानंतर वृद्धत्वाकडे झुकलेल्या या महात्म्याचा त्याच्या मनावर आणि विकारांवर त्याच्याच

भाषेत सांगायचे तर, 'स्वामित्व' मिळविण्याचा चाललेला संघर्ष मोठा मार्मिक होता–आपण सामान्यत: ज्या अफवा ऐकतो त्याचा हा विपर्यास होता म्हणून नव्हे किंवा इतर कितीतरी बाबतींत आदर्श असणाऱ्या या व्यक्तीच्या तुलनेत आपण केलेल्या आयुष्यातील निवडी किती परिपूर्ण होत्या, हे यामुळे आपल्याला कळू शकले म्हणूनही नव्हे. तो मार्मिक, कदाचित शोकजनकही होता, कारण गांधींनी अखेरीस स्वत:च्या मनाची खात्री पटविली की, त्यांचा स्वत:वर ताबा मिळविण्याचा आणि स्वातंत्र्य मिळविण्यासाठी भारताचा चाललेला संघर्ष यात केवळ समानताच नव्हती तर हेतुपूर्ण संबंध होता. ज्याप्रमाणे प्रत्येक खेड्याला वासनारहित समाजसेवकाची गरज होती, त्याप्रमाणे देशालाही अशा नेत्याची गरज होती, ज्याचे आचरण कितीही शुद्ध असले, तरी त्याने आपल्या मनातले भरकटलेले विचार कायमचे दूर सारले आहेत. जर त्या नेत्याला हे करण्यात अपयश येत असेल, तर अन्य गोष्टींतही तो अपयशी ठरू शकेल आणि त्यामुळे देशाचे नुकसान होईल.

गुजराती पार्श्वभूमी असलेले ब्रिटिश अभ्यासक, भिखू पारेख यांनी गांधींच्या कामभावनेविषयीची मूल्ये आणि झपाटलेपण यांचे अत्यंत काळजीपूर्वक आणि संवेदनशील विश्लेषण केले आहे, जे आपल्याला आवश्यक असलेला दृष्टिकोन प्रदान करतात. 'गांधींचे वैराग्य हे तुलनेने अल्प प्रमाणात असलेल्या हिंदू सांस्कृतिक परंपरेतील एका पैलूचे प्रतिनिधित्व करत होते,' ते लिहितात. शेवटी हिंदू देव विवाहित आहेत आणि विलासीपणासाठी प्रिय असलेल्या श्रीकृष्णाने तर कामवासनेला दैवी म्हटले आहे. पारेख म्हणतात, हिंदू या लैंगिक मीलनाला एक 'पवित्र कृत्य मानतात, ज्यात स्थल, काल, द्वैताला काही काळासाठी सीमा उरत नाहीत.' म्हणूनच गांधींना जी मंदिरे खुली करण्याची इच्छा होती, त्या मंदिरांवर, त्यांच्या गोपुरांवर कामुक शिल्पे कोरलेली आहेत.

स्वत:वर मिळविलेला ताबा हीच भारताच्या मुक्तीची गुरुकिल्ली असल्याची चमत्कारिक कल्पना केवळ गांधींच्या आयुष्यातील शेवटच्या दशकात त्यांच्या मनात आली नव्हती, तर त्यांच्या दैनंदिन आयुष्यात 'कमालीचा साधेपणा' असूनही अधूनमधून त्यांना ती छळत होती. पहाटे चार वाजता उठण्यापासून ते अठरा तासांनी झोपण्यासाठी डोळे मिटेपर्यंतचा त्यांचा मिनिटामिनिटाचा दैनंदिन कार्यक्रम ठरलेला होता. तो अशा नको असलेल्या विचारांना दूर ठेवण्यासाठीच. 'मी त्या शत्रूला दाबून ठेवू शकतो; पण त्याला पूर्णपणे नेस्तनाबूद करू शकत नाही,' आपली कामोत्तेजना मान्य करताना गांधींनी लिहिले.

१९३६ मध्ये मार्गरिट सँजर यांच्याशी झालेल्या भेटीनंतर सेगावला येण्यापूर्वीच्या काही महिन्यांमध्ये गांधींना आपल्या तोकड्या ब्रह्मचर्याबद्दल चिंता वाटू लागली होती. उच्च रक्तदाबाच्या त्रासातून बरे होत असताना आणि दंतवैद्याकडून सगळे दात

काढून घेण्यासाठी मुंबईत मुक्कामी असताना महात्माजींना 'अचानक लैंगिक समागमाची इच्छा झाली'. अनेक वर्षांपासून त्यांना कामुक स्वप्ने पडत; पण हे वेगळे होते : ते टक्क जागे होते. 'ब्रह्मचर्याचे पालन करणारी व्रती' म्हणून ज्या महिला सहकाऱ्याचा त्यांनी गौरव केला आहे, तिला त्यांनी त्यांच्या नेहमीच्या शांत निष्कपटपणे याबद्दल सगळे सांगितले.

त्या प्रसंगानंतर बऱ्याच महिन्यांनी गांधींनी तिला पत्रात लिहिले, 'मी कितीही प्रयत्न केले तरी ताठरता तशीच राहते. हा फारच विचित्र आणि लाजिरवाणा अनुभव होता.'

यापेक्षा कमी स्पष्ट शब्दांत ते 'हरिजन'मधून केव्हाच सार्वजनिकरीत्या बोलले होते. ईश्वराचे आभार मानून त्यांनी पुढे लिहिले, 'बरे झाले, माझ्या अति-प्रशंसित महात्मापणाने मला कधीही धोका दिला नाही.' एखाद्या लोकप्रिय माणसाने आपल्या प्रकरणाची कबुली द्यावी इतके मामुली किंवा दिखाऊ हे नव्हते. त्याच्या थेटपणात आणि अंतरंग उघड करण्याच्या बाबतीत ते सेंट ऑगस्टीनच्या 'कन्फेशन'मधील परिच्छेदासारखे, 'मी जी घृणास्पद कृत्ये केली आणि ज्या प्रकारे माझ्या शरीराने माझा आत्मा मलिन केला' याबद्दल खेद व्यक्त करणारे आहे. गांधींनी स्वत:होऊन जे उघड केले, ते करण्याची अपेक्षा कोणीही कोणाकडून करणार नाही. असे दिसते की, ते शांत बसू शकत नाहीत, ते सांगतच राहतात. इतरांना मर्यादित रुची असलेल्या सामान्य व्यक्तिगत अनुभवाला दिलेला हा अतिशयोक्तिपूर्ण प्रतिसाद आहे, असे आपल्याला वाटत असले, तरी गांधींसाठी ही गोष्ट विषाद निर्माण करणारी आणि आध्यात्मिक आणीबाणीकडे नेणारी होती.

बऱ्याच गोष्टी एकाच वेळी घडत होत्या. ते स्वत: वयाच्या साठीत ज्या इच्छांवर विजय मिळविण्यासाठी धडपडत होते, त्यावर विजय मिळविलेल्या आदर्श ग्रामसेवकांचा 'ताफा' उभारण्याचा प्रयत्न गांधी करत होते. त्यांनी निवडलेल्या सेगावात, जेथे त्यांचा संदेश स्वीकारला जात नव्हता तेथे, त्याच सेवकांमधील एक मानून स्वत:ला त्यांनी झोकून दिले होते. एका वर्षी त्यांनी भारताचे एक टोक असलेल्या त्रावणकोरचा दौरा केला, तर पुढच्या वर्षी आज पाकिस्तानमध्ये असलेल्या युद्धभूमीला, सीमावर्ती प्रदेशाला भेट दिली. एकीकडे प्रादेशिक निवडणुकांनंतर ब्रिटिशांच्या अटींवर खाती सांभाळायची का, यावर काँग्रेस नेतृत्वाबरोबर ते खल करत होते आणि या सगळ्याच्या शेवटी, एका मद्यपी थोरल्या मुलापासून एका कट्टर टीकाकार असलेल्या बापाने किती प्रमाणात अंतर राखावे किंवा त्याच्या किती जवळ जावे, हे ठरविण्याचा ते प्रयत्न करत होते. हरिलालच्या प्रिय पत्नीच्या अकाली निधनानंतर, तो करत असलेले वेश्यागमन ही गांधींच्या दृष्टीने त्याच्या अन्य अनेक समस्यांपैकी काही कमी महत्त्वाची समस्या नव्हती. सेगावला जाण्यापूर्वी चार

दिवस आधी महात्माजी हरिलालला नागपूरमध्ये भेटले. या अठ्ठेचाळीस वर्षांच्या मुलाने आपल्या पित्याकडे पैसे मागितले तेव्हा तो ते पैसे मद्याच्या नशेसाठी उडवेल या भीतीने गांधींनी दिले नाहीत. नंतर गांधी त्यांनी निवडलेल्या या खेड्यात त्यांचा उच्च रक्तदाब आणि त्यांच्या कामुक दु:स्वप्नाची चिंता यांचे ओझे घेऊन आल्यानंतर दोनच आठवड्यांत हरिलालने आपले नाव अब्दुल्ला असे बदलले आणि मुस्लीम धर्म स्वीकारला. शक्य तितकी जाहीर 'ईडिपल' (Oedipal) आव्हाने देत आणि एक मुस्लीम धर्मपरिवर्तक म्हणून सार्वजनिक व्यासपीठांवर हजेरी लावत, त्याने पाच महिन्यांनंतर पुन्हा हिंदू धर्मात प्रवेश केला.

त्याने पुन्हा धर्मांतर करण्याच्या आधी, एका अनावृत पत्रात गांधींनी लिहिले, 'माझ्या अनेक मुस्लीम मित्रांनो, तो पूर्वी जसा वाया गेलेला होता, तसाच आताही आहे. त्याचे नाव अब्दुल्ला आहे की हरिलाल, या गोष्टीने मला काही फरक पडत नाही; जर या दोन्ही नावांच्या अर्थाप्रमाणे तो ईश्वराचा खरा भक्त झाला; तर...'

पण अर्थातच, त्यांना फरक पडत होता. हरिलालने त्यांना निराश करणे चालूच ठेवले आणि किमान तीन अतिरिक्त कार्यकर्त्यांची मदत असूनसुद्धा सेगावही तेच करणार अशी चिन्हे दिसू लागली होती. तरीही गांधींनी आपल्या व्यग्र जीवनक्रमावर पुन्हा ताबा मिळविला असे वाटत असतानाच, १४ एप्रिल १९३८ रोजी पुन्हा ती गोष्ट घडली–आणखी एकदा उत्तेजना, आणखी एक स्वप्न. त्या वेळी ते मुंबईत मुहम्मद अली जिनांबरोबरच्या एका महत्त्वाच्या भेटीची तयारी करत होते; त्याआधी जिनांनी सेगावला येण्याची आमंत्रणे दोन वेळा टाळली होती. वरील प्रसंगामुळे, सत्तरीला पोहोचलेले महात्माजी केवळ अस्वस्थच झाले नाहीत, तर त्यांनी मीराबेनला नंतर लिहिल्याप्रमाणे, '१४ एप्रिलच्या त्या घाणेरड्या, मानहानिकारक, यातनामय अनुभवाने मला मुळापासून हादरवून टाकले आहे आणि एका काल्पनिक स्वर्गातून ईश्वराने मला खाली ढकलून दिले आहे, जेथे राहण्याचा माझ्या घाणेरडेपणामुळे मला कोणताही हक्क नाही, असे मला वाटत आहे.'

या स्थलांतरानंतर एक आठवड्याने त्यांनी वृत्तपत्रांमध्ये एक त्रासिक, कमी सुस्पष्ट वक्तव्य प्रसिद्ध केले. त्यात म्हटले होते, 'माझ्या वैयक्तिक आणि सार्वजनिक जीवनात मी प्रथमच आत्मविश्वास गमावला आहे असे वाटते... गेल्या पन्नास वर्षांत पहिल्यांदाच मला निराशेच्या गर्तेत सापडल्यासारखे वाटत आहे. या क्षणी मी स्वत:ला कोणत्याही प्रकारच्या वाटाघाटींसाठी किंवा तत्सम गोष्टींसाठी योग्य मानत नाही.'

या तुलनेने छोट्या असलेल्या कालचौकटीत आपण एका इतिहासाचे साक्षीदार आहोत की अनेक इतिहासांचे? नीट उलगडून पाहिले तरी याचे स्वाभाविक उत्तर मिळत नाही. चोहोबाजूंनी निराशा दाटून येत होती. गांधींना हे ओझे स्वत:च्या

खांद्यावर वाहून नेणे गरजेचे वाटले असावे. सामान्यपणे ते नेहमी त्यांच्या निराशा वेगवेगळ्या कप्प्यांमध्ये ठेवायचे–स्वत:विषयीची, हरिलालविषयीची, सेगावला धिम्या गतीने चाललेल्या रचनात्मक कार्याविषयीची, मुस्लीम आणि हिंदू यांच्यातील वाढत्या हिंसाचाराविषयीची, हरिजनांसाठी केल्या जाणाऱ्या कामांचा मनासारखा परिणाम न झाल्याविषयीची... त्यांची नित्यकर्मे ते प्रसन्नतेने करत होते. ते नेहमीप्रमाणेच कर्तव्यदक्ष होते, लेख लिहीत होते, पत्रव्यवहार करत होते, त्यांच्या विस्तृत कौटुंबिक वर्तुळाला, त्यांच्या अत्यंत निष्ठावान सहकाऱ्यांना आणि अभ्यागतांना नेहमीच्याच ठामपणे आणि विश्वासाने सल्ला देत होते. त्यांनी 'उदात्तीकरण' हा शब्द कधी वापरला नाही; पण ही संकल्पना त्यांना माहीत होती. ''जो माणूस काहीही न करता नुसता बसून राहतो तो त्याची तीव्र इच्छा नियंत्रित करू शकत नाही. शरीराला सतत कामात गुंतवून ठेवणं, हाच त्यावरचा उपाय आहे,'' ते एकदा म्हणाले होते. म्हणून ते त्यांच्या दिवसभराची कामे नीट बारकाईने आखत. तरीही जेव्हा ते आपल्या निराशेची कबुली देतात, तेव्हा त्या त्यांच्या भावनेचा उगम एका विशिष्ट कारणामुळे झाला आहे की अनेक, हे सांगणे काही वेळा अवघड असते, ते ज्या निराशेच्या गर्तेत आता प्रवेश करते झाले आहेत, तिच्या सीमा ओळखणे कठीण आहे. त्यांच्या सदोष ब्रह्मचर्याने ग्रामधोरणाला दुर्बल बनविले होते की खरी परिस्थिती नेमकी याच्या उलट होती?

१९३८ च्या सप्टेंबरमध्ये त्यांच्या निष्ठावान महादेव देसाईंना ते म्हणाले, ''शेवटी मी काय, एक बुडणारं जहाज आहे. अशा जहाज़ातून प्रवास करायला कुणाला आवडेल?''

गांधींच्या 'लाखो मूक बिचाऱ्यांच्या'प्रति असलेल्या दृढ बांधिलकीचे प्रतिनिधित्व सेगाव करत होते; पण येथील सहभागाची त्यांची कहाणी दु:खद होती. 'हिंद स्वराज'पासून त्यांनी उत्साहाने ज्या भारतीय खेड्यांच्या वास्तविकतेचे जे आदर्श रूप सुमारे तीन दशके आधी (म्हणजे दक्षिण आफ्रिका सोडण्यापूर्वी, आपल्या कल्पना टॉलस्टॉय फार्म स्थापून पारखून घेण्यापूर्वी) सादर केले होते, त्या वास्तविकतेला समजून घेण्याच्या बेतात आता आले होते. त्यांनी खेड्यांशी संबंध कधीच तोडले नाहीत; पण येथे एक वर्षाच्या आतच ते निराश झाले होते, हे स्पष्ट दिसत होते.

१९३६ च्या अखेरीस गांधींच्या त्रावणकोर दौऱ्याच्या आधी तेथील एक राजकारणी त्यांच्यावर तुटून पडला, कारण गांधींनी तेथील स्थानिक परिस्थितीवर दोषारोप केला होता. एक गुजराती असूनही, ज्या अहमदाबादमध्ये भारतात परत आल्यावर गांधींचे सोळा वर्षे वास्तव्य होते, तेथे मंदिरे खुली करणे त्यांना जमले नव्हते, अशी टीका त्या राजकारण्याने केली होती.

त्यावर गांधींनी त्यांच्या खास थेट शैलीत उत्तर दिले : 'केवळ अहमदाबादमध्येच नव्हे, तर वर्ध्यालासुद्धा स्थायिक झाल्यावर मला मंदिरे खुली करण्यात अपयश आलं आहे. माझ्या कीर्तीला कलंक लागेल अशी आणखी एक गोष्ट म्हणजे सेगावसारख्या लहान गावातली दोन उच्चवर्णीय हिंदूंची मंदिरे त्याच गावातल्या हरिजनांसाठी मी खुली करू शकलो नाही.'

सहा महिन्यांनी सेगावच्या ग्रामस्थांची कानउघाडणी करण्यासाठी त्यांनी सभा बोलाविली. त्यांच्या दोन तक्रारी होत्या. पहिली होती, गावकऱ्यांनी आश्रमापासून गावापर्यंतच्या रस्त्यासाठी आपण होऊन कामगार आणि दगड देण्याची तयारी दर्शविली होती, तो शब्द त्यांनी पाळला नाही; या रस्त्यामुळे वर्ध्याकडे जाणाऱ्या मोठ्या रस्त्याला आश्रम जोडला जाणार होता. दुसरी तक्रार जुनीच, म्हणजे सफाई व्यवस्थेबद्दल होती. गांधी आणि त्यांच्या सहकाऱ्यांनी मानवी मैल्याची विल्हेवाट लावणे बहुधा थांबविले होते. कदाचित यासाठी की, असे केल्याने ते गावकऱ्यांच्या दृष्टीने अस्पृश्य या वर्गात मोडत होते आणि गावाने त्यांचा स्वीकार करणे अधिकच कठीण होऊन बसले होते. ही एक धोरणात्मक माघार दिसत होती; त्यामुळे आश्रमाने प्रत्यक्षात गावासाठी एक भंगी नियुक्त केला होता. तरीही गावकरी सहकार्य करत नव्हते. ते गावातील गल्ल्यांमध्ये घाण करतच होते आणि मैला वाहून नेण्यासाठी त्यांच्या गाड्यांचा वापर करू द्यायला नकार देत होते.

महात्माजी म्हणाले, ''जे काही घडतं आहे, त्याने तुम्हाला काहीच फरक पडत नाही, असं मला समजलं आहे. तुमच्या सहकार्याशिवाय मी तुमचं गाव स्वच्छ, नीटनेटकं आणि सुगंधी करू शकत नाही. आम्ही एका भंग्याची नेमणूक केली आहे. आम्ही त्याला त्याच्या कामाचे पैसे देतो; पण तुमच्या गल्ल्या आणि रस्ते स्वच्छ ठेवणे तुमची जबाबदारी आहे... अशी बेपर्वाई आम्ही कुठेच पाहिली नाही.''

गुजरातमध्ये काही काळ घालवून गांधी नुकतेच परत आले होते. तेथून सेगावातील एका सहकार्यकर्त्याला त्यांनी पत्र लिहून गावात जास्त वेळ घालविण्यात त्यांना आलेल्या 'अपयशा'बद्दल त्यांनी दिलगिरी व्यक्त केली होती. त्यांना इतर काही कामे होती, असे त्यांनी लिहिले होते. अपयशाबद्दल लिहिताना ते म्हणाले की, 'याचा अर्थ असा नव्हे की, आपण काहीच करू शकलेलो नाही; पण आपण जे काही केले आहे ते काही फार मोठे नाही.' दुसऱ्या दिवशी त्यांनी पुन्हा एका सहसंबंधिताला लिहिले की, त्यांचे 'खरे काम' अजूनही सेगावलाच होते आणि दुसऱ्या एकाला लिहिले, 'माझे हृदय तेथे आहे.' ट्रान्सवालहून आपल्या दीर्घ गैरहजेरीचे स्पष्टीकरण फिनिक्स वसाहतवासीयांना देणाऱ्या, अनेक वर्षांपूर्वी लिहिलेल्या पत्रांची आठवण करून देणारी ही पत्रे आहेत.

गांधी सेगाव-सेवाग्रामला आल्यानंतर चार वर्षांनी १९४० मध्ये महादेव देसाई

यांनी परिस्थितीचा आढावा घेतला. ''गावकऱ्यांमध्ये आणि आमच्यामध्ये दरी आहे. आमच्यामध्ये अजूनही चांगला संपर्क प्रस्थापित होऊ शकलेला नाही... आम्ही त्यांच्या पातळीवर येऊन त्यांच्यातीलच एक होण्यात यशस्वी झालो नाही,'' त्यांनी मान्य केले.

तोपर्यंत विविध प्रकारच्या वास्तवतेचे चटके गांधींना बसले होते. खेड्यातील वास्तव हे त्यातील एक होते; पण मुस्लीम आणि हिंदूंमधील राजकीय प्रश्न अजून अनिर्णीत होते आणि दुसऱ्या एका महायुद्धात ब्रिटिश सत्तेच्या सहभागाची टांगती तलवारही होती. केंद्रस्थानी असलेल्या 'रचनात्मक कार्यक्रमा'वरची गांधींची श्रद्धा कधीच कमी झाली नाही. त्यांच्या मृत्यूपर्यंत ते त्यांच्या तत्त्वांची पाठराखण त्यांच्या लिखाणातून आणि भाषणातून करत राहिले. स्वराज्याचे 'स्तंभ' म्हणून जी उद्दिष्टे त्यांनी ठरविली होती, ती एकेक करून पडताळून झाली आहेत, हे ओळखणे त्यांना भाग पडले. ती होती, हिंदू-मुस्लीम ऐक्य, अस्पृश्यतेच्या विरोधातील संघर्ष आणि चरखा ज्याचे प्रतीक होता तो कुटिरोद्योग. यांपैकी प्रत्येक उद्दिष्ट म्हणजे त्यांनी मायभूमीला येताना बरोबर आणलेला आदर्श होता, जो मोठ्या प्रमाणात दुसऱ्या उपखंडातील त्यांच्या अनुभवांवर बेतलेला होता.

खूप आधी, म्हणजे १९२६ मध्येच हिंदू-मुस्लीम ऐक्याबाबत त्यांच्या मनात 'असहायते'ची भावना निर्माण झाली होती. अकरा वर्षांनंतर त्या शब्दाचा वापर त्यांनी जिनांना लिहिलेल्या चिठ्ठीत केला : 'मी पूर्णपणे असहाय झालो आहे. माझी ऐक्यावरची श्रद्धा पूर्वीइतकीच अढळ आहे; फक्त काळ्याकुट्ट अंधारात मला दिवसाचा प्रकाश कुठे दिसत नाही आणि अशा निराशेच्या काळोखात मी ईश्वराला प्रकाश देण्यासाठी साकडे घालतो आहे.'

१९३४ मध्ये दौरा संपल्यानंतर त्यांनी अस्पृश्यतेबद्दल लिहिले, 'दुर्दैवाने उच्चवर्णीय जाती त्यांच्या दुर्बल सहकाऱ्यांशी एकरूप होऊ शकल्या नाहीत... मला कोणतेही कारण द्यायचे नाही.'

ग्रामीण कार्यक्रमाच्या बाबतीत, सात लाख खेड्यांमध्ये आत्मत्याग करणाऱ्या सत्याग्रहींना पाठविण्याचा गांधींचा बेतही यशस्वी होऊ शकला नाही, याची कबुली त्यांना द्यावी लागली. सेवाग्रामला त्यांच्या निकटच्या वर्तुळात सामील झालेल्या डझनभर कार्यकर्त्यांबद्दलही त्यांच्या मनात संदेह हेता. याही बाबतीत ते 'असहाय' असल्याची भावना बोलून दाखवायचे. समर्पणाची कमी-जास्त भावना असलेल्या लोकांना तेथे येण्यापासून ते रोखू शकत नव्हते–मीराबेनच्या शब्दात, 'विविध प्रकारच्या विक्षिप्त लोकांची ती एक चमत्कारिक गुंफण होती.' त्यांचे निरीक्षण करताना महात्माजींनी स्वत: लिहिले, 'त्यातील बरेचसे तात्पुरते रहिवासी आहेत आणि माझ्या मृत्यूनंतर त्यातील कोणीही येथे राहणार नाही.' १९४० मध्ये त्यांनी

गांधी सेवा संघ या संस्थेला 'हरी-कारी' करायला लावले, कारण त्या संस्थेकडे नोकरी शोधायला येणारे आणि तात्पुरते काम करणारे तत्त्वहीन लोक आकर्षित होत होते. १९३४ मध्ये मोठ्या अपेक्षा ठेवून सुरू केलेल्या ऑल इंडिया व्हिलेज इंडस्ट्रीज असोसिएशनने 'पाहिजे तसे काम करून दाखविले नाही,' याची कबुली त्यांनी पाच वर्षांनी दिली.

"मी जे काही करतो, ते फक्त गरिबांसाठी," अखेरीस गांधी त्याच अढळ प्रामाणिकपणाने म्हणाले, "पण ते आज मी सेवाग्राममध्ये सिद्ध करून दाखवू शकत नाही." अगदी उशिरापर्यंत म्हणजे १९४५ पर्यंत ते अजूनही सेवाग्रामची स्वच्छता करण्यासाठी स्वयंसेवकांना तेथे बोलावून घेण्याच्या योजना आखत होते– दहा वर्षे प्रयत्न करूनही ग्रामस्थांनी हे काम स्वत: करावे यासाठीचे गांधींचे प्रयत्न निष्फळ ठरल्याचीच ती खूण होती.

आयुष्याच्या शेवटच्या दशकात अजूनही प्रयत्न न सोडलेल्या गांधींबद्दल वाईट वाटल्याशिवाय राहावत नाही–त्यांच्या कार्यक्रमांनी आणि त्यांना प्रिय असलेल्या मूल्यांनी मुळे धरली नाहीत, याची कबुली द्यावी लागणारे गांधी, एक दशकापूर्वीच ब्रिटिश साम्राज्याची ताकद महायुद्धामुळे कमजोर झाल्याने स्वराज्य येऊ घातले आहे याची चाहूल लागलेले; पण हे स्वराज्य म्हणजे स्वत:वर ताबा मिळविलेल्या एकत्रित असलेल्या लोकांचे 'मजबूत पुनरुत्थान' नव्हे, म्हणून खंतावणारे गांधी. "एखादी बाह्य घटना आपल्या हातात सत्ता देऊन जाऊ शकते. त्याला मी प्रजेचं स्वराज्य म्हणणार नाही," १९३७ मध्ये ते म्हणाले.

भारतातील लोकांना पटवून देऊन सामाजिक सुधारणा करता येतील याबाबत स्वत:च्या कल्पनांशी ते जितके प्रामाणिक होते, तितकेच वृद्धत्वाकडे झुकलेले आणि प्रचंड निराशेचा सामना करत असतानाही पुढे जाणारे गांधी स्वत:शी प्रामाणिक होते. पराजयाच्या भावनेला दूर सारून प्रत्येक वेळी विजय झाला, असे मानण्याच्या राजकारण्यांच्या नित्याच्या सवयीला ते कधी बळी पडले नाहीत. ढोंग कसे करायचे, आव कसा आणायचा हे माहीतच नसलेले, समाधानी नसलेले गांधी आजही भारतीयांच्या सामाजिक सदसद्विवेक बुद्धीचा ताबा घेऊन बसलेले आहेत.

"आपण (हवे तसे) परिणाम घडवून आणू शकत नाही. आपण फक्त प्रयत्न करू शकतो," ते म्हणाले. याच काही वर्षांत त्यांना हे मान्य करावे लागले की, जी चळवळ त्यांची प्रतिमा उंच धरून निघाली आहे, ती त्यांना सोबत न घेताच पुढे निघून चालली आहे, तेव्हा ते म्हणाले, "मी गांधींचा अनुयायी आहे असं कुणीही म्हणण्याची गरज नाही. मी माझ्या स्वत:चा अनुयायी असणंच पुरेसं आहे."

याच सुमारास त्यांचा पूर्वीचा लाडका अनुयायी हर्मन कालेनबाख याच्याशी

त्यांची पुनर्भेट झाली. मूळचा पूर्व प्रशियाचा असलेला जोहान्सबर्ग येथील हा लिटवाक वास्तुविशारद पहिल्या महायुद्धापासून ब्रिटिशांनी शत्रू म्हणून स्थानबद्ध करून ठेवला होता आणि त्याला भारतात येण्यास बंदी घालण्यात आली होती; अखेर मे १९३७ मध्ये तो मुंबईत दाखल झाला. कैद्यांचे हस्तांतर करताना त्याला जर्मनीत पाठविण्यात आले होते. युद्धविरामानंतर तेथे दिशाहीन झालेला कालेनबाख तेव्हा त्याचा गुजरातपर्यंतचा आणि गांधींपर्यंतचा प्रवास पूर्ण करू शकला नव्हता; तर त्याऐवजी तो पुन्हा जोहान्सबर्गला परत गेला होता आणि तेथे बांधकाम व्यवसाय सुरू करून तो आरामात आयुष्य घालवत होता; एक असा व्यवसाय, जो सोडून देण्यासाठी पूर्वी गांधींनी त्याचे मन वळविले होते.

वर्षे सरली; पण टॉलस्टॉय फार्मप्रमाणेच आपला ज्यू सहकारी आपल्या सोबत राहून भारतातील आश्रम चालवेल हे स्वप्न महात्माजींनी सोडून दिले नव्हते. युद्धसमाप्तीनंतर पुन्हा जेव्हा त्यांचा पत्रव्यवहार सुरू झाला तेव्हा ते एकमेकांसाठी लोअर हाउस आणि अप्पर हाउसच होते. 'तुला समोर पाहताना, आलिंगन देताना, माझ्याबरोबर प्रवासाला नेताना मला किती आनंद झाला असता!' भारताच्या राष्ट्रीय चळवळीचा सर्वमान्य नेता झालेल्या अप्पर हाउसने १९२१ मध्ये लिहिले होते. बारा वर्षांनंतर अस्पृश्यतेच्या विरोधातील त्यांच्या धर्मयुद्धाच्या दरम्यान दक्षिण भारतातून संपर्क साधताना ते तितकेच उत्कट होते. 'तू नेहमीच माझ्या मनश्चक्षूंसमोर असतोस,' त्यांनी लोअर हाउसला लिहिले. 'तू कधी येणार आहेस?' त्यांच्या आश्रमांच्या गराड्यातही आतल्या वर्तुळातील त्यांच्या निष्ठावान सहकाऱ्यांसोबत आणि अनुयायांसोबत असतानाही आणि त्यांच्या सभांना जमणाऱ्या अलोट गर्दीतही महात्मा गांधींना कसा एकटेपणा जाणवत होता, हेच या पत्रांमधून दिसत होते. नेमकी हीच गोष्ट सांगण्याचा प्रयत्न नंतर प्यारेलालजींनी दैनंदिनी लिहिताना केला होता, 'बापूंच्या आध्यात्मिक एकांतवासात काहीतरी भीतिदायक आहे.'

जोहान्सबर्गचा वास्तुविशारद आणि भारताचा नेता यांच्या पुनर्भेटीचा उल्लेख महादेव देसाई यांनी 'हरिजन'मध्ये केला होता. पुरेसे खादीचे कपडे घेण्यासाठी कालेनबाख मुंबईत थांबला होता; नंतर त्याने पश्चिम किनाऱ्याकडे जाणारी ट्रेन पकडली, जी गांधी सेगावपासून विश्रांती घेण्यासाठी गुजरातमधील ज्या गावात आले होते, त्या गावाच्या जवळ जाणारी होती. तो पहाटेच्या पूर्वी प्रात:काळच्या प्रार्थनेच्या वेळी तेथे पोहोचला. प्रार्थना संपल्यावर गांधींनी विचारले, "किती वर्षांनी?" कालेनबाखने त्यांना वाकून नमस्कार केला. "तेवीस," त्यांना मिठी मारताना तो म्हणाला. महादेव यांच्या म्हणण्यानुसार, 'एखाद्या लहान मुलाच्या आनंदाने,' गांधींनी कंदील वर उचलून खूप वर्षांनी भेटलेल्या आपल्या मित्राचा चेहरा निरखला, मग त्याचे केस कुरवाळत ते म्हणाले, "केस तर सगळे पांढरे झाले."

मग अप्पर हाउसने लोअर हाउसला विचारले की, त्याने प्रथम वर्गाने प्रवास केला की दुसऱ्या वर्गाने? तो त्याच्या पूर्वीच्या इहवादी पद्धतीने जगायला लागला होता का, याची ती परीक्षा होती. मित्राने उत्तर दिले, ''प्रवासी वर्गाने! मला हे माहीत होते की, तू मला पहिला प्रश्न हाच विचारशील.''

कालेनबाख धोतर नेसत होता, काही वेळा त्याच्या यजमानाप्रमाणेच उघड्या अंगाने वावरत होता, आकाशाखाली गांधींच्या शेजारी झोपत होता. जणूकाही मधली तेवीस वर्षे गायब झाली आहेत, त्याने त्याच्या भावाला लिहिले. ''तो आपल्यापैकीच एक वाटतो आहे,'' संतोष पावलेले गांधी म्हणाले. मात्र, आपला व्यवसाय बंद करून आश्रमात स्थायिक होण्याच्या आपल्या जुन्या कल्पनेचा विचार हा वास्तुविशारद गंभीरपणे करत होता, असे वाटत नव्हते. या त्याच्या भेटीचा हेतू आपल्या जुन्या मित्राला पुन्हा भेटण्यापेक्षा काहीतरी वेगळाच होता, हे स्पष्टच होते. तो कोणत्यातरी कामगिरीवर आला होता. पॅलेस्टाईनमधील झायोनिस्ट प्रश्नाबाबत बोलण्यासाठी त्याला या भारतीय नेत्याकडे पाठविण्यात आले होते.

हा आदेश पॅलेस्टाईनमधील ज्यू एजन्सीच्या राजनैतिक विभागाच्या प्रमुखाकडून आला होता. ब्रिटिश शासनाच्या अमलाखाली ही एजन्सी छोट्या पण वाढणाऱ्या ज्यू समाजातील वसाहत करून राहणाऱ्या लोकांसाठी प्रत्यक्ष सरकार म्हणूनच काम पाहत होती आणि हा राजनैतिक विभाग परराष्ट्र मंत्रालयासारखे काम करीत होता. त्याचे प्रमुख होते मोशे शेरटॉक, जे मोशे शॅरेट म्हणून इस्रायलचे डेव्हिड बेन-गुरियन यांच्यानंतरचे दुसरे पंतप्रधान झाले. शेरटॉक, 'जिवंत असलेल्यांपैकी सर्वांत महान हिंदूचा' शोध घेत असताना, त्यांना दक्षिण आफ्रिकेला भेट देऊन आलेल्या व्यक्तीकडून कालेनबाखचा ठावठिकाणा समजला. त्यांनी ताबडतोब कालेनबाखला एक लांबलचक पत्र लिहिले. 'असामान्य प्रकारची विलक्षण सेवा देण्यासाठी नियतीने निवडलेले फार थोडे लोक आहेत,' पत्रात म्हटले होते. 'मला असे सांगण्यात आले आहे आणि माझा विश्वास आहे की, सध्याच्या काळात तुम्ही तशी व्यक्ती आहात... तुम्ही झायोनिझमला मदत करण्यासाठी अगदी योग्य स्थितीत आहात. या क्षेत्रात जेथे ज्यू लोकांची संख्या इतकी कमी आहे की, जणू ते अस्तित्वातच नाहीत; तेथे तुमची गरज आहे.'

कालेनबाखने होकार कळविला. मुंबईत येण्याआधी दोन महिने तो लंडनला शेरटॉकना भेटला शिवाय, चेम विझमन यांना भेटला. ते झायोनिस्ट चळवळीचे प्रमुख होते आणि इस्रायलचे भावी पहिले राष्ट्राध्यक्ष. मग तो पॅलेस्टाईनला गेला, तेथे खास करून तो सामुदायिक शेती संस्कृतीने (किबुत्झिम) प्रभावित झाला. तेथील हाताने काम करण्याची पद्धत आणि साधी राहणी पाहून त्याला टॉलस्टॉय फार्मवर गांधींनी रुजविलेल्या याच मूल्यांची आठवण झाली. (१९४५ मध्ये

गांधी आणि कालेनबाख पुनर्भेट, जून १९३७.

जोहान्सबर्गमध्ये त्याचे निधन झाल्यावर त्याच्या अस्थी गॅलिलीच्या समुद्रातील किबुत्झ डेगानिया येथे विसर्जित करण्यात आल्या. हे ठिकाण इस्रायलमधील सर्वांत जुने किबुत्झ होते, येथील पहिल्या वसाहतवाल्यांवर टॉलस्टॉयचा विशेष प्रभाव होता.) प्रमुख झायोनिस्टांनी सांगितलेल्या कामगिरीचा उल्लेख लोअर हाउसने अप्पर हाउसकडे केला की नाही, याबाबत माहिती नाही; पण तो गुप्तपणे काम करत होता असे म्हणता येणार नाही, कारण ते दोघे जोहान्सबर्गला एकत्र राहत असल्याच्या दिवसांपासून कालेनबाख उघडपणे एक झायोनिस्ट म्हणून वावरत होता. हिब्रू आणि हिंदी भाषांचा आलटूनपालटून अभ्यास करत असताना तो पॅलेस्टाईनला स्थायिक व्हायचे की भारतात, यावर विचार करत होता.

आता १९३७ मध्ये जेव्हा ते एक महिनाभर एकत्र होते, तेव्हा पॅलेस्टाईनमधील अरब-ज्यू संघर्षात कोण बरोबर होते आणि कोण चूक, यावरील चर्चेत गांधींनी मोठ्या उत्सुकतेने भाग घेतला. या विषयावर १९२१ पासून खिलाफत चळवळ भरात होती त्या वेळेपासून गांधींचा ठाम पवित्रा होता. मूलतः त्यांचा पवित्रा असा

होता की, धार्मिक तत्त्वाच्या प्रश्नासाठी भारतीय हिंदूंनी त्यांच्या सत्तर दशलक्ष मुस्लीम बांधवांना पाठिंबा दिला पाहिजे. या वादाच्या झायोनिस्ट बाजूचा सहानुभूतिपूर्वक विचार करण्याची विनंती गांधींच्या मित्राने त्यांना केली. मग गांधींनी त्याला असा विचार करण्याचे वचन दिले. कालेनबाखने मग ज्यू एजन्सीकडून खास महात्माजींसाठी बनविलेला झायोनिझमच्या समर्थनार्थ गोळा केलेल्या ऐतिहासिक, आध्यात्मिक आणि राजकीय पुराव्यांचा एक निबंध मागविला. 'त्यावर पाठविणाऱ्याचे नाव लिहिलेले नाही,' गांधींनी शेरा मारला; पण त्यांना तो निबंध 'अत्यंत प्रभावी आणि फार आकर्षक वाटला.' इतका प्रभावी वाटला की, ते स्वतःच्या देखरेखीखाली आणि आता जोहान्सबर्गला परतलेल्या कालेनबाखच्या प्रमुख मध्यस्थीखाली अरब आणि ज्यू यांच्यात दिलजमाई घडवून आणण्याचा प्रयत्न करण्याबाबत विचार करू लागले. 'ही सन्माननीय तडजोड घडवून आणण्यात तू जर भूमिका बजावणार असशील, तर तुझी जागा भारतात असल्याचे मला दिसत आहे,' गांधींनी वास्तुविशारदाला लिहिले. आपण व्यक्तिगत कारणांसाठी हा दबाव आणत आहोत, असे त्याला वाटेल या चिंतेने गांधींनी पुढे लिहिले : 'मी हे जे काही म्हणत आहे त्याचा आपल्या घरगुती व्यवस्थेशी काही संबंध नाही.' गांधी नेहमीप्रमाणेच उत्साहात होते. त्यांच्या इच्छा सुस्पष्ट होत्या; पण त्यांच्या प्रयत्नांनाही त्यांनी बांध घातला होता. सहा महिन्यांनी त्यांनी जोहान्सबर्गला आपल्या मित्राला लिहिले, 'मी घाई करणार नाही; तुला जेव्हा वाटेल तेव्हा तू ये.'

कालेनबाख दक्षिण आफ्रिकेला परत गेल्यानंतर, त्याच्या मंजुरीसाठी पाठविलेल्या मसुद्यातील समस्येवर आपली मते पारखून घेण्याकडे गांधींनी आपला मोर्चा वळविला. ''माझ्या मते, शस्त्रांच्या मदतीने आपल्या आकांक्षा पूर्ण करण्याचा ज्यूंचा हेतू असेल, तर तो त्यांनी सोडून द्यावा आणि अरबांच्या सद्भावनेवर विश्वास ठेवावा. पॅलेस्टाईनमध्ये वस्ती करण्याच्या ज्यूंच्या स्वाभाविक इच्छेला कुणी आक्षेप घेण्याचं कारण नाही; पण ती पूर्ण होण्यासाठी त्यांनी अरबांचं मतपरिवर्तन होईपर्यंत थांबलं पाहिजे.'' मुळात ज्यूंनी आणि अरबांनीही सत्याग्रही व्हावे, असे गांधींना वाटत होते. काही प्रमाणात सहमत असलेल्या कालेनबाखने तो मसुदा चेम विझमन यांच्याकडे पाठविला. तो कधीच प्रसिद्ध झाला नाही.

पॅलेस्टाईनमध्ये मध्यस्थी करण्याचा त्यांचा प्रस्ताव ही केवळ सुरुवात होती. भारतात सुधार घडवून आणण्याच्या त्यांच्या प्रयत्नात ज्या वेळी अडथळे निर्माण व्हायचे, तेव्हा आंतरराष्ट्रीय समस्यांवर जाहीर भाष्य करण्याकडे त्यांचा कल वाढायचा. त्यांच्या जाहीर वक्तव्य करण्याच्या तत्परतेमागे मातृभूमीत अनुभवाला येणारी निराशा हे एकच कारण नव्हते. वेगाने विनाशाकडे निघालेल्या जगाला अहिंसेच्या सिद्धान्ताचा एक नियुक्त पालक म्हणून आपली मते ऐकविण्याची

जबाबदारी स्वत:वर असल्याचे गांधींना वाटत होते. सेगावजवळील त्यांच्या चंद्रमौळी झोपडीतून उपदेशपर वक्तव्यांची एक मालिकाच वाहू लागली. एकूणच, प्रखर नैतिक विचार, हताशपणे केलेली आवाहने आणि स्वत:चीच दिशाभूल करणारा साधेपणा यांच्याशी संबंधित मिश्र प्रकारची ही वक्तव्ये होती. नंतर केलेल्या पॅलेस्टाईनवरील एका वक्तव्याने त्यांनी ब्रह्मविद्या अभ्यासक मार्टिन ब्यूबर यांची दु:खद टीका ओढवून घेतली. ब्यूबर हे हिटलरचे एक शरणार्थी होते, जे अगदी सुरुवातीच्या ज्यू शांतता चळवळीतून पुढे आले होते.

ब्यूबर यांनी लिहिले की, गांधींची मते त्यांना 'आधीपासून माहीत होती आणि ती आदरणीयही होती; पण पॅलेस्टाईनबद्दल त्यांनी जे ऐकले ते 'त्यांच्या परिस्थितीला लागू होणार नव्हते.' त्यानंतर जर्मन ज्यूंविषयी गांधींनी केलेल्या वक्तव्याची ब्यूबर यांनी चिरफाड केली. नाझींच्या क्रौर्यावर गांधींनी सत्याग्रह हे उत्तर सुचविले होते. हिटलरच्या दहशतीखालील ज्यूंच्या अत्यंत वाईट परिस्थितीशी 'अचूक साधर्म्य' असलेली परिस्थिती गांधींना सापडली होती आणि ती म्हणजे, दक्षिण आफ्रिकेतील त्यांच्या वास्तव्याच्या काळातील भारतीयांची. ब्यूबर यांनी गांधींना सांगितले की, शरणागती पत्करायच्या आधी आपण नाझी राजवटीखाली राहिलो आहोत आणि ज्यूंनी केलेले अहिंसक प्रतिरोधाचे प्रयत्न पाहिले आहेत. त्या प्रतिरोधांचा परिणाम म्हणजे, 'निष्प्रभ, दुर्लक्षित हौतात्म्य, जे वाऱ्यावर उडून गेले.'

मार्च १९३९ मध्ये जेरुसलेमहून सेगावला पाठविले गेलेले ब्यूबर यांचे पत्र गांधींना कधीच मिळाले नाही, असे मानायला वाव आहे. काही असले, तरी तोपर्यंत महात्माजींनी सद्हेतूपूर्ण; पण निष्फळ लिखित संदेशांच्या निराशाजनक पाऊलखुणा उमटविल्या होत्या. त्यांनी झेक लोकांना येणाऱ्या वादळाला थोपविण्यासाठी सत्याग्रहाचा वापर करण्याविषयी लिहिले होते आणि हिटलर व त्याचे पाश्चिमात्य भक्ष्य, त्यात ब्रिटनही होते, यांच्यात मध्यस्थी करण्याचा प्रस्ताव व्हाइसरॉयकडे पाठविला होता. काही महिन्यांच्या आतच त्या पत्रांपैकी पहिले पत्र ते खुद्द हिटलरला पाठविणार होते. 'युद्धाचा मार्ग आवर्जून टाळून ज्याने खूप मोठे यश मिळविले, त्या माणसाचे आवाहन तुम्ही ऐकणार नाही का?' नम्रता आणि अहंकार यांचे मिश्रण करून आलंकारिक भाषेत निष्कपटपणे आणि निकराने त्यांनी विचारले. त्यांच्या पत्रव्यवहारावर देखरेख करणाऱ्या एका ब्रिटिशाने ते पत्र कुठेही जाणार नाही याची दक्षता घेतली. हिटलरला लिहिलेल्या त्या पत्राची सुरुवात 'माझ्या मित्रा,' अशी केली होती. या महात्म्याबद्दल आणि त्याच्या अहिंसेबद्दल आपल्याला काय वाटते हे हिटलरने केव्हाच सूचित केले होते. एका ब्रिटिश मंत्र्याला त्याने सल्ला दिला होता की, 'तुम्हाला फक्त या गांधींना गोळी घालायची आहे.'

अखेर, महायुद्ध सुरू झाल्यावर आणि त्यांचा शेवटचा तुरुंगवास सुरू झाल्यावर

गांधींनी शांतता प्रस्थापित करण्यासाठी आपल्या सेवा देऊ करणारे एक पत्र चर्चिलना पाठविले. 'गांधींसारखा ख्यातकीर्त माणूस इतके मूर्खपणाचे पत्र लिहील याची मी कल्पनाही करू शकत नाही,' ते पत्र वाचल्यावर नवीन व्हाइसरॉय लॉर्ड वॅव्हेल यांनी रोजनिशीत लिहिले.

या बहुतेक पत्रांतील विचार हे अवास्तववादी, आत्मसन्मानाचे दर्शन घडविणारे आणि संदिग्ध असले तरी गांधींनी चर्चिल यांच्या 'येणाऱ्या वादळाला' मुळात अचूक समजून घेतले होते. 'मानवतेच्या नावाखाली आणि मानवतेसाठी जर कधी एखाद्या संपूर्ण वंशाची कत्तल थांबविण्यासाठी जर्मनीविरुद्ध न्याय्य युद्ध झाले, तर ते नक्कीच समर्थनीय असेल; पण मी कोणत्याच युद्धावर विश्वास ठेवत नाही,' त्यांनी लिहिले.

या एके काळच्या सार्जंट मेजरने प्रत्यक्ष युद्ध न करता बोअर आणि झुलू युद्धांमध्ये सहभाग नोंदविला होता. याआधीच्या महायुद्धात अखेरीस 'प्रमुख सैन्यभरती करणारा एजंट' म्हणून काम करण्याचा प्रस्ताव त्याने व्हाइसरॉयला दिला होता, अगदी वयाच्या पन्नासाव्या वर्षी सैन्यात भरती होण्याची तयारी दाखविली होती. आता प्रथमच त्यांनी एक खराखुरा शांततावादी पवित्रा घेतला होता. याचा अर्थ केवळ भारताच्या संदर्भातच समजण्यासारखा होता. आता भेडसावणारा प्रश्न असा होता की, स्वातंत्र्य देण्याच्या वचनाच्या बदल्यात राष्ट्रीय चळवळीने युद्धाला पाठिंबा द्यावा का, दुसऱ्या शब्दांत–बहुतांश भारतीय राष्ट्रवादी जे समजू शकत होते त्या–मूलभूत प्रश्न हा होता की, ब्रिटिश साम्राज्याची भारतीय स्वातंत्र्याप्रति असलेली वचनबद्धता अनिश्चित असताना भारताला त्या साम्राज्याच्या स्वातंत्र्यासाठी लढण्यास सांगितले जाऊ शकत होते का? ज्यू-अरब संघर्षात सत्याग्रहाचा वापर करण्याविषयीची गांधींची आग्रही जाहीर वक्तव्ये आणि नाझी जर्मनीची दहशत यांचा अर्थ भारतीय संघर्षाच्या उपान्त्य टप्प्यासाठीची पूर्वपरीक्षणे असा लावता येऊ शकतो. जणूकाही गांधींना चळवळीचे नेतृत्व करण्यासाठी सेगावहून एकदा शेवटचे बोलाविले जाणार होते आणि त्या वेळी ब्रिटिशांप्रति त्यांच्या मनात अजूनही जी काही निष्ठा शिल्लक होती, ती बाजूला सारून त्यांना ते नेतृत्व स्वीकारावे लागणार होते याची त्यांना जाणीव झाली होती.

मात्र, सप्टेंबर १९३९ मध्ये नाझी सैन्य पोलंडमध्ये शिरल्यानंतर अखेरीस ब्रिटन जेव्हा युद्धात उतरला, तेव्हा गांधींनी व्हाइसरॉयकडे दिलेली पहिली प्रतिक्रिया काय होती तर, मी 'इंग्लिश मनाने' या युद्धाकडे बघत आहे. त्याआधीच्या दिवशी कोणत्याही भारतीयाला न विचारता या व्हाइसरॉयने, लॉर्ड लिन्लिथगो यांनी, भारताचा युद्धप्रवेश घोषित करून टाकला होता. सिमल्याला व्हाइसरीगल लॉज येथे बोलावून घेतलेल्या गांधींनी या धक्कादायक चुकीच्या विरोधात कोणताही निषेध

नोंदविला नाही; एक साधी तक्रारही केली नाही. ही चूक नित्याच्याच धृष्टतेतून आणि वाटाघाटींना सुनियोजितपणे नकार देण्याच्या सवयीतूनच केली गेली होती; त्यामुळे भारतीय राष्ट्रीय काँग्रेस आणि ब्रिटिश सरकार यांच्यात दीर्घकाळ चालणाऱ्या संघर्षाची ठिणगी पडली होती. शेवटी बहुधा अटळपणे; पण बऱ्याच विचारांती गांधींना या संघर्षाची व्यूहरचना ठरविण्यासाठी पुन्हा एकदा नेतृत्वाची झूल पांघरावी लागणार होती. युद्ध ऐनभरात असताना त्यांना ब्रिटिशांच्या विरोधात उभे राहावे लागणार होते. ज्याप्रमाणे दक्षिण आफ्रिकेत पाव शतकापूर्वी स्मट्स यांच्याशी आपले वैयक्तिक सलोख्याचे संबंध जुळले असल्याची कल्पना गांधींनी केली होती, तसेच येथेही लिन्लिथगो यांच्याशीही आपले प्रेमाचे सूर जुळल्याच्या भ्रमात गांधी राहिले; पण व्हाइसरॉयच्या घोषणेनंतर दुसऱ्या दिवशी सिमल्यात गांधींच्या स्वत:च्याच म्हणण्याप्रमाणे त्यांचा बांध फुटला. त्यांच्या डोळ्यांसमोर लंडनमधील हाउसेस ऑफ पार्लमेंट, वेस्टमिन्स्टर ॲबी आणि द हार्ट ऑफ लंडन यांच्या विनाशाची दृश्ये तरळू लागली. दुसऱ्या दिवशी त्यांनी लिहिले, ‘अशा गोष्टी घडू देण्याबाबत माझे ईश्वराशी कायमचे भांडण आहे. माझी अहिंसा षंढ ठरली आहे.’

सार्वत्रिक उलथापालथ

वयाचे सत्तरावे दशक संपत असताना, महात्मा गांधींना हे ओळखणे भाग पडले की, त्यांच्या अनुयायांपैकी बहुतेक अनुयायी, ज्या वेळी त्यांनी सांगितलेल्या स्वराज्याच्या चार स्तंभांना मजबूत करण्याची वेळ आली, तेव्हा त्यांच्या मागे गेले नाहीत. या खांबांपैकी सर्वांत शेवटचा आणि सर्वांत महत्त्वाचा स्तंभ होता अहिंसापालनाचा. अहिंसा हे गांधींसाठी एक मूलभूत धार्मिक मूल्य तर होतेच; पण अन्यायाचा कडवा प्रतिकार करण्याचे त्यांनी स्वत: शोधलेले तंत्रही होते. आता आणखी एका महायुद्धाच्या उद्रेकानंतर, त्यांना या गोष्टीची प्रखरपणे जाणीव झाली की, 'काही व्यक्तिगत अपवाद वगळता, काँग्रेसजनांचा अहिंसेवर विश्वास नाही.' त्यांच्या नशिबात 'एकट्यानेच मार्गक्रमण' करण्याचे लिहिले होते, कारण आता 'अहिंसेवर संपूर्ण विश्वास असलेला एकही सहभागीदार' गांधींबरोबर उरला नव्हता.

येथे महात्माजी कारुण्य निर्माण करण्याचा जाणूनबुजून प्रयत्न करतात, असे दिसते. ही त्यांची आवडती शैली आहे, एका एकाकी सत्यशोधकाची आणि तिला नैतिक आणि राजकीय दबावाची किनारही आहे; एक प्रकारचे इमोशनल ब्लॅकमेलिंग... त्यांच्या उच्च आदर्शांना आपलेसे न करू शकलेल्या त्यांच्या अत्यंत निकटच्या सहकाऱ्यांच्या मनात अपराधीपणाची भावना निर्माण करण्याची एक पद्धत. त्यांच्या मनातील वास्तव तसेच राजकारणातील त्यांची स्थिती यांचे दर्शन या स्वचित्रातून वाढत्या प्रमाणात दिसून येते. ते अजूनही त्यांना पुजणाऱ्या लोकांची गर्दी खेचत होते, त्यांचा प्रत्येक शब्द, प्रत्येक इच्छा झेलणारा गोतावळा त्यांच्या आवतीभोवती होता; पण असे काही अमूर्त, अंतत: महत्त्वाचे मार्ग होते ज्यावर चालताना गांधींना एकाकी वाटत होते. जर गांधी या प्रेषिताच्या म्हणण्याचा शब्दश: अर्थ येथे घ्यायचा झाला, तर त्यांनी जे स्वराज्याचे मंदिर त्यांच्या मनात कल्पिले होते, त्याचा शेवटचा स्तंभ खचल्यामुळे ते ढासळून पडले होते.

पण या प्रेषिताने त्याचा 'संपूर्ण विश्वास' घोषित केल्याने त्यांच्यातील राजकीय नेता या देशाच्या रंगमंचावरून नाहीसा झाला नव्हता. त्यांच्या आयुष्याच्या आणि कारकिर्दीच्या अखेरच्या दशकात गांधी जितके समजायला अवघड किंवा जटिल होते, तितके त्यापूर्वी कधीच नव्हते. स्वत:च्या संकल्पना, मूल्ये, स्वत:च घालून

पुन्हा दौऱ्यावर, १९४०.

दिलेले नियम यांचा चळवळीसाठी आवश्यक असलेल्या धोरणात्मक गरजांशी ताळमेळ साधण्याचा ते प्रयत्न करत होते. सत्ता दृष्टिपथात आल्यावर वाढणारा हा ताण होता. हुकूमशाहीच्या विरोधातील (साम्राज्यवादाच्या नव्हे, हे भारताने लगेच स्पष्ट केले.) युद्धात अहिंसेच्या वापराच्या–गांधींनी ज्याला 'अंग विच्छेद' म्हटले होते, त्या मुस्लिमांचे अधिक्य असलेल्या क्षेत्रांना भारतापासून वेगळे काढून पाकिस्तान निर्मितीच्या प्रश्नापर्यंत गांधी किमान दोन पक्षांची बाजू घेऊ शकत होते; त्यांच्या चळवळीपासून त्यांचा वैयक्तिक पवित्रा वेगळा ठेवू शकत होते आणि अखेरच्या क्षणी पुढे होऊन चळवळीला आपली निष्ठा अर्पण करत होते आणि मग, जवळजवळ नियमितपणे पाऊल मागे घेत होते. त्याही पूर्वी म्हणजे १९३९ मध्ये त्यांनी स्वत:मध्ये आणि त्यांच्या समर्थकांमध्ये असलेला फरक दाखवून दिला होता. 'त्या समर्थकांना त्यांच्या स्वत:शी आणि सध्या ते ज्या देशाचे प्रतिनिधी आहेत त्या देशाशी प्रामाणिक राहायचे आहे आणि मलाही माझ्या स्वत:शी प्रामाणिक राहायचे आहे.' देश आणि ज्याला ते दीर्घ काळापासून 'सत्य' म्हणायचे, हे दोघे विरुद्ध

दिशांना खेचत असल्याची कल्पना नवीन होती; त्यांच्या हृदयात चाललेल्या संघर्षाचे ते उगमस्थान होते.

फटकळ स्वभावाच्या शेवटून दुसऱ्या व्हाइसरॉय लॉर्ड वॅव्हेल यांच्या मते हे सगळे नाटक होते. महात्माजींशी पहिली भेट झाल्यानंतर त्यांनी लिहिले, 'गांधी हे इतरांचा द्वेष करणारे वृद्ध राजकारणी आहेत, त्यांचे हे सगळे दिखाऊ, वरवरचे बोलणे बाजूला सारले तर त्यांच्या हृदयात कोमल भावनांना मुळीच थारा नाही, याची मला खात्री आहे.' व्हाइसरॉयच्या या टीकेत काही तथ्य असते तर गांधींच्या कारकिर्दीच्या कळसबिंदूला एखाद्या विस्तारित तळटिपेपेक्षा जास्त महत्त्व मिळाले नसते; जणूकाही त्यांनी प्रयत्न करूनही स्वत: नियंत्रित करू न शकलेल्या घटनांच्या कोसळणाऱ्या प्रपाताला येऊन मिळणारी एखादी छोटी उपनदी, इतपतच त्याची नोंद इतिहासात झाली असती. त्याऐवजी गांधींच्या आयुष्याच्या अखेरच्या अंकाला एका नैतिक गाथेचा, वीरगाथेचा दर्जा प्राप्त झाला; सर्वार्थाने 'शोकांतिका' किंवा 'करुणकथा' म्हणता येईल, अशी त्यांची इतिश्री झाली. ज्या सार्वजनिक हिताच्या प्रश्नांशी ते झगडले, ते महत्त्वपूर्ण होतेच; पण इतक्या वर्षांनंतर या घटनांकडे मागे वळून पाहताना, ठळकपणे काय उठून दिसते, तर हा वृद्ध स्वत: जो राष्ट्रीय आणीबाणीच्या परिस्थितीत स्वत:च स्वत:वर लादलेल्या कडक परीक्षांमधून जात होता; आयुष्याच्या शेवटी जो घनघोर निराशेकडून अदम्य आशेच्या किरणाकडे वळला.

एखाद्याने आपले शरीर आणि प्राण अर्पण करण्याची तयारी दाखविणे–ज्याला गांधी 'आत्मक्लेश' म्हणायचे–याला जर एका खऱ्या सत्याग्रहीची, गांधींच्या अहिंसाधर्मपालनाच्या व्रताची खूण मानायचे असेल, तर महात्माजींच्या आयुष्यातील शेवटची काही वर्षे आणि महिने जे त्यांनी एकाकीपणे, अलिप्तपणे आणि बऱ्याच प्रमाणात प्रभावहीन घालविले, ते त्यांना समाधान देणारे आणि त्यांचे श्रेष्ठत्व सिद्ध करणारे होते, असेच म्हटले पाहिजे. जसे गांधी नेहमीच आपले कथन करायचे, याच पद्धतीने त्यांनी त्या वर्षांकडे पाहिले. आपण एखाद्या मारेकऱ्याच्या गोळीला बळी पडू, असा पूर्वाभास त्यांच्या व्यक्तिगत चिंतनात वारंवार डोकावत असे. ज्या काळात 'मनाची उदात्तता' आणि आदरभाव राज्य करत होते, त्या खिलाफत चळवळीच्या 'आनंददायी दिवसांत' त्यांनी शक्य ते सर्व काही केले असले, तरी आपला मारेकरी एखादा मुस्लीम असेल अशी कल्पना त्यांच्या मनात, ३० जानेवारी १९४८ रोजी दिल्लीतील एका बगिच्यात झालेल्या त्यांच्या हत्येपूर्वी पाच वर्षे आधी डोकावून गेली होती. "माझं आयुष्य पूर्णपणे त्यांच्या हाती आहे," ते म्हणाले. "त्यांना जेव्हा ते संपवण्याची इच्छा असेल, तेव्हा ते संपवण्यासाठी ते स्वतंत्र आहेत." कदाचित, त्यांच्या बरोबरीचे महात्मा स्वामी श्रद्धानंद यांची १९२६ मध्ये एका मुस्लीम अतिरेक्याने केलेली हत्या त्यांच्या मनात घर करून बसलेली असावी.

त्यांचे पूर्वानुमान थोडेसे चुकले. त्यात वर्तविलेली परिस्थिती बरोबर होती; पण त्या कटामागचा हेतू किंवा कट रचणाऱ्यांविषयीचा अंदाज चुकला होता. त्यांना लक्ष्य करणारे हिंदू अतिरेकी होते आणि गांधी मुस्लीमधार्जिणे असल्याचे त्यांचे मत होते.

त्याच वेळी या शोकान्त कथेला गांधींनी स्वत:च रचलेल्या, विनोदाची झालर असलेल्या उपकथानकापासून वेगळे करणे सोपे नाही; हे उपकथानक गांधींच्या सतत आत-बाहेर करण्याशी संबंधित होते–राष्ट्रीय चळवळीच्या नेतेपदावरून सातत्याने पायउतार होणे आणि अचानक पुन्हा नेतेपदी स्थानापन्न होणे. ज्या भारताचे मत विचारात घेण्याची तसदी न घेता त्या भारताच्या वतीने युद्धात सहभागी झाल्याची व्हाइसरॉयने घोषणा केल्यानंतरच्या महिन्यात आणि वर्षांमध्ये गांधींचे आत-बाहेर करणे हे एखाद्या जादूगाराने जादूचे प्रयोग करावेत, तसे होते.

सप्टेंबर १९३९ मध्ये व्हाइसरॉयच्या घोषणेचा त्वरित परिणाम म्हणून गांधींनी तयार केलेला ठरावाचा मसुदा काँग्रेसने नाकारला. वीस वर्षांत असे पहिल्यांदाच घडले होते. गांधींच्या दृष्टीने हा 'निर्णायक पराभव' होता. त्या अव्हेरलेल्या मसुद्यात ब्रिटिशांच्या युद्ध प्रयत्नांना सर्व प्रकारच्या अहिंसात्मक मार्गांनी पाठिंबा देण्याचे आश्वासन देण्यात आले होते. त्याऐवजी काँग्रेसने सौदेबाजीची भाषा वापरली, ब्रिटिशांनी भारतीयांना स्वातंत्र्याची हमी देण्याच्या अटीवर काँग्रेसने मदतीचे आश्वासन दिले. या सौद्याचे तात्पर्य गांधींनी सांगितलेल्या अहिंसेच्या मार्गांचे महत्त्व कमी करण्यात आले. त्यानंतर दहा महिन्यांनी, जून १९४० मध्ये 'काँग्रेस जो उपक्रम आणि कार्यक्रम राबविणार आहे, त्यासाठीच्या जबाबदारीतून त्यांना मुक्त करण्यात यावे,' ही गांधींची विनंती काँग्रेसने मान्य केली. 'त्यांच्या स्वत:च्या पद्धतीने त्यांच्या महान आदर्शांचा मागोवा घेण्यासाठी' त्यांना मुक्त करण्यात आले होते. तीन महिन्यांनंतर भारतीय स्वातंत्र्यासंबंधीचे आश्वासन जेव्हा व्हाइसरॉयने धुडकावून लावले, तेव्हा काँग्रेसने गांधींना परत बोलाविले. डिसेंबर १९४१ मध्ये बळाचा वापर करण्यावरून मतभेद झाल्याने गांधी पुन्हा बाहेर पडले. त्यानंतर केवळ दोनच आठवड्यांत ते त्यांच्या अटींवर परत आले; फक्त त्यांच्या अटींमध्ये आता काहीसा बदल होऊ लागला होता. अखेरीस त्यांनी नाखुशीनेच एक सवलत देऊ केली : भारताला जर महायुद्धादरम्यान स्वतंत्र घोषित केले गेले, तर त्याला सशस्त्र दलांची गरज आहे, असा निष्कर्ष निघेल, अशी कबुली गांधींनी दिली; मित्रराष्ट्रे भारतीय भूमीचा वापर बर्मामधील जपानी छावण्यांवर बॉम्ब फेकण्यासाठी आणि चीनवर क्षेपणास्त्रे टाकण्यासाठी करतील, यालाही त्यांनी संमती दिली. त्यांच्या आणि काँग्रेसच्या पवित्र्यातील हे बदल मोठ्या कष्टाने आणि बऱ्याच महिन्यांनी घडून आले होते; परंतु त्यांचा काही परिणाम झाला नाही. तरीही ब्रिटिश काँग्रेसच्या प्रस्तावाचा स्वीकार करत नव्हते. एक कट्टर साम्राज्यवादी असलेले विन्स्टन चर्चिल यांचे हे

वक्तव्य सुविदित आहे की, साम्राज्याचे विसर्जन करण्यासाठी मी पंतप्रधान झालो नाही. ब्रिटिश सत्तेची हकालपट्टी करण्यात किंवा अगदी तिला धक्का देण्यातही अपयश आल्यावर, गांधींनी आणि काँग्रेसने मिठाच्या सत्याग्रहानंतर गेल्या बारा वर्षांतील सर्वांत मोठ्या असहकार चळवळीची आणि अहिंसक प्रतिरोधाची तयारी करण्यास सुरुवात केली; ज्याद्वारे ब्रिटिशांना निर्वाणीचा इशारा देण्यात येणार होता : आम्हाला सार्वभौमत्व द्या; अन्यथा परिणाम भोगा. १९४२ मध्ये जपान आशिया खंड पादाक्रांत करण्याच्या बेतात असताना, हा आक्रमणाचा धोका गंभीरपणे घेणाऱ्या नेहरूंच्या अंदाजाच्या विरोधात जाऊन त्यांनी 'छोडो भारत!' ही युद्धघोषणा दिली.

तीन वर्षांपासून आत-बाहेर करता-करता गांधी सर्व उपलब्ध अहिंसक मार्गांनी युद्ध प्रयत्नांना पाठिंबा देण्यापासून हळूहळू सरकत सरकत भारत स्वतंत्र झाला नाही तर मोठ्या प्रमाणावर अहिंसक प्रतिरोधाची धमकी देण्यापर्यंत आले होते आणि हा भारत स्वतंत्र झाल्यावर मित्रराष्ट्रांशी 'समान उद्देशां'साठी हातमिळवणी करणार होता, ज्यासाठीचे मार्ग अहिंसक असतीलच हे सांगता येणार नव्हते. ८ ऑगस्ट १९४२ रोजी काँग्रेसने 'छोडो भारत' ठराव मंजूर केला, ज्यात असे आश्वासन दिले होते की, स्वतंत्र भारत 'त्याच्या दिमतीला असलेल्या सर्व सशस्त्र तसेच अहिंसक बळाचा वापर करून आक्रमण रोखेल.' सशस्त्र दलांबाबत गांधींच्या दृष्टिकोनात झालेला गुप्त बदल वरील शब्दसमूहातून दिसून येतो, तसेच नेहरू आणि इतर काँग्रेसजनांपासून वेगळे होण्याची इच्छाही दिसून येते. आता ते संपूर्ण आक्रमणासाठी आणि स्वत:ला पूर्णपणे झोकून देण्यासाठी सिद्ध झाले होते. होऊ घातलेली चळवळ, त्यांच्याच शब्दांत सांगायचे तर 'माझ्या आयुष्यातील सर्वांत मोठा संघर्ष' असणार होती. येथे आपल्याला ध्येयाने पूर्णपणे पछाडलेले, 'करा वा मरा' म्हणणारे गांधी दिसून येतात; एक जोशपूर्ण कमांडर, ज्याने १९१३ मध्ये कंत्राटी खाणकामगारांचे नेतृत्व केले होते, ज्याने नंतर 'एका वर्षात स्वराज्य' आणण्याचे आश्वासन दिले होते, जो मूठभर मीठ उचलण्यासाठी समुद्रकिनारी गेला होता; पण 'छोडो भारत' ठरावानंतर दुसऱ्या दिवशी सकाळी गांधींना पुन्हा मुंबईत अटक झाली आणि त्यांना पुण्याबाहेरील आगाखान पॅलेसमध्ये कैदेत ठेवण्यात आले. तेथे एकवीस महिने ते सर्व घडामोडींपासून दूर होते. अखेरीस त्यांच्या वाढलेल्या रक्तदाबामुळे घाबरून जाऊन ब्रिटिशांनी त्यांना सोडण्याचा निर्णय घेतला. कैदेत असताना गांधींचा मृत्यू झाला असता, तर होणाऱ्या उद्रेकाला, लोकक्षोभाला तोंड देण्याची त्यांची तयारी नव्हती.

गांधींना युगांडात हद्दपार करण्याची कल्पना चर्चिल यांच्या मंत्रिमंडळाने चर्चिली होती; पण अमेरिकन मित्रराष्ट्रांच्या आणि अर्थात भारतीय जनतेच्या पचनी ही बाब पडणार नाही हे ओळखून त्यांनी अखेर हा बेत रद्द केला. गांधींची अखेरची चळवळ

त्यांच्या अहिंसक तत्त्वांचे पालन करण्यात कमी पडली होती. 'ग्रामीण भागात सामूहिक हिंसा नियंत्रणापलीकडे गेली आहे,' गांधींच्या अटकेनंतर तीन आठवड्यांनी व्हाइसरॉयने चर्चिलना कळविले. वर्ष संपता-संपता पोलिसांबरोबर झालेल्या चकमकीत सुमारे एक हजार लोक मारले गेले होते; काँग्रेसला जेरबंद करताना ब्रिटिशांनी साठ हजार लोकांना अटक केली होती. चर्चिल यांच्या आग्रहावरून ब्रिटिशांनी अटकेत असूनही गांधींच्या हिंसाचारातील सहभागाच्या पुराव्याचा शोध घेण्यास सुरुवात केली. कदाचित त्यांनी व जपान्यांनी मिळून काही कटकारस्थान केल्याचा संशय सरकारला होता. तसा पुरावा त्यांना कधीच सापडला नाही; पण दंगे उसळण्याची शक्यता असल्याचे संकेत अटक होण्यापूर्वीच्या गांधींच्या शब्दांमधून मिळाले होते. एका अमेरिकन वार्ताहराला त्यांनी थंडपणे सांगितले होते की, भारतीय अहिंसा ही नेहमीच अपूर्ण होती, 'तिला संख्यात्मक आणि दर्जात्मक मर्यादा होत्या,'–म्हणजे आवश्यक तो आत्मत्याग करणाऱ्या प्रशिक्षित सत्याग्रहींचा अभाव होता–पण 'तिने लोकांमध्ये प्राण फुंकले, जे पूर्वी त्यांच्यात नव्हते.' गांधी येथे हिंसाचाराच्या धमक्या देत नव्हते अथवा समर्थन करत नव्हते; पण क्षणभरासाठी एका अलिप्त निरीक्षकाच्या, एका वास्तववाद्याच्या भूमिकेत शिरले होते, ते जणूकाही सुचवत होते की, या वेळी त्याची शक्यता पूर्णपणे नाकारता येणार नव्हती. हे गांधी १९१३ पूर्वीच्या त्या महात्मापूर्व गांधींसारखे वाटतात, ज्यांनी चळवळीवरचे आपले नियंत्रण जाऊ शकते, असा इशारा आफ्रिकन अधिकाऱ्यांना दिला होता.

गांधींमधील महात्म्याने त्यांच्या 'आतल्या आवाजा'ची दिशानिश्चिती करण्याचे उत्तरदायित्व दिलेली त्यांची नैतिक दृढता, त्यांच्या उतारवयात अचानक उघडलेल्या स्प्रिंगसारखी किंवा गुंडाळीसारखी काम करायची, असे दिसते; त्यामुळे दूरगामी परिणाम करणाऱ्या राजकीय निर्णयांपासून ते स्वतःला दूर ठेवायचे. त्यांचा शेवटचा कारावास ६ मे १९४४ रोजी संपला, तेव्हा हा साचा ठरून गेला होता; पण नेहरू आणि पटेल, काँग्रेसची संपूर्ण कार्यकारी समिती तुरुंगात असल्याने, त्यांच्याशी सल्लामसलत करण्याची गांधींची विनंती व्हाइसरॉयने अमान्य केली; त्यामुळे पुढच्या तेरा महिन्यांत, त्यांच्या सुटकेपर्यंत गांधींनाच राष्ट्रीय प्रश्नांवर हालचाल करणे भाग होते. त्या वेळी भारतीय राष्ट्रीय काँग्रेस आणि मुस्लीम लीग (विशेषतः स्वघोषित कैद-ए-आझम किंवा 'महान नेता' मुहम्मद अली जिना यांच्या नेतृत्वाखाली नव्याने उभी राहिलेली मुस्लीम लीग) यांच्यातील वाढणारी दरी सांधण्याचा प्रयत्न करणे ही त्यांच्यापुढील सगळ्यात महत्त्वाची कामगिरी होती.

हे तेच जिना होते ज्यांनी सुमारे तीन दशकांपूर्वी गांधींचे स्वागत करताना त्यांना राष्ट्रीय ऐक्यासाठी प्रयत्न करण्याची कळकळीची विनंती केली होती. एक असा

राष्ट्रवादी, ज्याच्याबद्दल गांधींचे पुरस्कर्ते आणि गुरू असलेल्या गोखल्यांनी पूर्वी 'हिंदू-मुस्लीम ऐक्याचा दूत' असे गौरवोद्गार काढले होते, ज्यांनी त्या गौरवाला जागताना १९१६ मध्ये काँग्रेस आणि मुस्लीम लीग यांच्यात समझोता घडवून आणला होता, ज्यामुळे एक मोठा अडसर दूर झाल्याचे मानले गेले होते. तेच चिकित्सक वकील असलेले जिना, ज्यांचा घटनात्मक पद्धतींवर असलेला विश्वास त्या वेळी गांधींच्या धार्मिक भावनांना (हिंदूंच्या, तसेच मुस्लिमांच्या) आवाहन करणाऱ्या सामूहिक चळवळीमुळे इतका डळमळीत झाला, ढासळला की, ते काँग्रेसमधून बाहेर पडले; एक राजकीय दलाल, जे तरीसुद्धा उशिरापर्यंत म्हणजे १९२८ पर्यंत स्वतंत्र भारताच्या संविधानिक जडणघडणीत दोन्ही चळवळींमध्ये समझोता घडवून आणण्याचा प्रयत्न करत होते आणि ज्यांनी १९३७ मध्ये प्रादेशिक स्तरांवरील नवीन काँग्रेस सरकारांबरोबर युती करण्याचा प्रस्ताव मांडला होता; पण त्यांचा प्रस्ताव नामंजूर करण्यात आला होता.

माणूस म्हणून हे जिना तेच होते; पण एक राष्ट्रवादी म्हणून नाही. इंग्लंडमध्ये चार वर्षे एकांतवासात घालवून परत आल्यावर जिनांनी गांधींचे अनुकरण करून छुप्या सदिच्छाच दिल्या. धर्माधिष्ठित सामूहिक चळवळ आता त्यांचे काहीही बिघडवू शकत नव्हती; अशी चळवळ म्हणजे राष्ट्रीय नेतृत्वाकडे जाण्याचा खात्रीशीर मार्ग होता, ही गोष्ट ते शिकले होते. आता त्यांचा युक्तिवाद असा होता की, भारत एक राष्ट्र म्हणून यापूर्वी कधीही नव्हते व यापुढेही कधी असणार नव्हते–फक्त हिंदू भारत (हिंदुस्थान) आणि मुस्लीम भारत (पाकिस्तान)–तर दोन समान देश असणार होते; जरी एक राष्ट्र दुसऱ्यापेक्षा दोनास एक या प्रमाणात असले, तरी काही हरकत नव्हती. (अस्पृश्यांना जर हिंदू म्हणून गणले, तर साधारण तिनास एक असे हे प्रमाण झाले असते.) जिनांचे तर्कशास्त्र असे होते की, जर मुस्लीम हे राष्ट्र असतील तर लोकसंख्येचे आकडे काहीही दाखवत असले, तरी ते अल्पसंख्याक नव्हते. कोणत्याही वाटाघाटी याच आधारावर झाल्या पाहिजेत, असा त्यांचा हट्ट होता. जिनांच्या पेहरावातील बदल हा गांधींसारखा टोकाचा नव्हता; पण त्यांच्या दिमाखदार, खास शिवून घेतलेल्या सुटाऐवजी ते आता काही वेळा लांब, पारंपरिक बंद गळ्याच्या शेरवानीत दिसू लागले आणि मेंढीच्या कातडीपासून बनविलेली कडा नसलेली टोपी वापरू लागले, जी मुस्लिमांमध्ये सुशिक्षित मौलाना घालायचे; त्यानंतर तिला 'जिना टोपी' असे म्हणू लागले. काँग्रेसजन वापरत असलेल्या व गांधी टोपी म्हणून ओळखल्या जाणाऱ्या पांढऱ्या खादीच्या टोपीच्या अगदी विरुद्ध ही जिना टोपी दिसायची. मोठ्या कौशल्याने आणि धूर्तपणाने, जिना गांधींचे प्रतिरूप म्हणून पुढे येण्यासाठी सिद्ध झाले होते.

या दोन गुजराती वकिलांमध्ये फार काही प्रेमाचे संबंध कधीच नव्हते; पण

जिनांना नेहमीच आदराने वागविणारे आणि नेहरूंनी व इतर काँग्रेस नेत्यांनी त्यांच्याकडे दुर्लक्ष केल्यावर नेहमीच स्नेहाचा हात पुढे करणारे गांधी आता आवर्जून त्यांचा उल्लेख 'कैद-ए-आझम' असा करू लागले होते. (१९४२ मध्ये, 'छोडो भारत' चळवळ सुरू होण्याआधी काही दिवस, गांधींनी असेही सुचविले होते की, ब्रिटिश जर काँग्रेसकडे सत्ता द्यायला तयार नसतील, तर जिनाही सरकार तयार करू शकतात.) जिना मात्र आवर्जून गांधींचा उल्लेख 'मि. गांधी' असा करायचे. त्यांना दिलेली 'महात्मा' ही उपाधी ते जाणीवपूर्वक टाळायचे; पण आता किमान एका प्रसंगी जिनांनी पुरेशा ऋजुतेने त्यांना 'महात्मा' असे संबोधले. त्यांच्या भेटीचा दिवस जवळ येत असताना, लाहोरमध्ये मुस्लीम लीगच्या सदस्यांना उद्देशून ते म्हणाले, "तुमच्या शुभेच्छा मला आणि महात्मा गांधींना द्या, जेणेकरून आम्ही काहीतरी तोडगा काढू शकू." ब्रिटिशांच्या मनात चिंतेची पाल चुकचुकण्यासाठी ही आदरसूचक वक्तव्ये पुरेशी होती. ऐन युद्धाच्या मध्यावर हे दोन नेते एकत्र येऊन साम्राज्यविरोधी आघाडी उघडतात की काय अशी भीती ब्रिटिशांना भेडसावत होती. हिंदू राष्ट्रवाद्यांची अवस्थाही काही वेगळी नव्हती. गांधी जिनांना भेटण्यासाठी मुंबईला जाणारी ट्रेन पकडत असताना, एका जमावाने त्यांची वाट अडविली. या दोघांची भेट होऊ नये

मलबार हिलच्या वाटाघाटींच्या सुरुवातीला जिनांबरोबर, सप्टेंबर १९४४.

हा वाट अडविण्यामागचा हेतू होता. आतासारखाच त्या वेळीही 'मातृभूमी'चा कोणताही तुकडा अलग करण्यास त्यांचा विरोध होता. त्या जमावात उठून दिसत होता तो अतिशय भावुक झालेला एक ब्राह्मण संपादक नथुराम गोडसे, जो काही वर्षांनंतर भारताच्या फाळणीपश्चात गांधींनी ज्याचे अनुमान लावले होते त्या बंदूकधाऱ्याच्या रूपात समोर येणार होता.

अठरा दिवस चाललेल्या चौदा सत्रांतील बोलण्यांच्या प्रदीर्घ फेऱ्यांपैकी पहिल्या फेरीसाठी ९ सप्टेंबर १९४४ रोजी जेव्हा मुंबईतील मलबार हिल या उच्चभ्रू वस्तीतील जिनांच्या माउंट प्लेझंट रोडवरील निवासस्थानातील अभ्यासिकेत अखेरीस दोघे एकमेकांच्या समोरासमोर आले, तेव्हा जिनांनी गांधींना आपली पात्रता काय आहे, असे विचारले. "मला वाटलं, तुम्ही एक हिंदू म्हणून इथे आला आहात; हिंदू काँग्रेसचा एक प्रतिनिधी म्हणून," या भेटीचा गांधींनी जो वृत्तान्त सांगितला त्यानुसार जिनांनी कुटिलतेने विचारले. हे प्रश्न आपल्या पाहुण्याला झोंबतील हे त्यांना पूर्णपणे माहीत होते. "नाही, मी इथे हिंदू म्हणूनही आलो नाही आणि काँग्रेसचा प्रतिनिधी म्हणूनही नाही. मी फक्त एक माणूस म्हणून आलो आहे," गांधी उत्तरले. जर असे असेल तर आणि तोडगा निघाला, तर 'फायदा कोणाचा होईल?' यजमानांना जाणून घ्यायचे होते.

हा प्रश्न बोचणारा असला, तरी तर्कसंगत होता. आपला धर्माप्रति असलेला उदार, निधर्मी दृष्टिकोन बाजूला ठेवून, शिवाय 'ऐक्या'चा दीर्घकाळापासून चाललेला प्रयत्न लक्षातही न घेता, गांधींनी या वाटाघाटींचा आधार म्हणून स्वतंत्र मुस्लीम राज्याच्या कल्पनेचा उघडपणे स्वीकार केला होता. आता चर्चेसाठी गांधी जे प्रस्ताव समोर ठेवत होते ते काँग्रेसने पूर्वीच गांधींच्याच संमतीने नाकारले होते. आता जर ते मागे फिरत असतील तर त्यांच्यामागे जायला कोण तयार होईल, हे जिनांना जाणून घ्यायचे होते. ते याबाबत खरोखर गंभीर होते का? गांधी ज्या पाकिस्तानला पाठिंबा द्यायला निघाले होते, तो पाकिस्तान भारतीय संघराज्यात काही प्रमाणात सार्वभौमत्व मिळविणार होता; हे संघराज्य तुलनेने काहीसे बंधमुक्त असणार होते, ज्यामध्ये संरक्षण आणि परराष्ट्र व्यवहार हे विषय भारतीय संघराज्याच्या अखत्यारीत राष्ट्रीय धोरणाचे विषय म्हणून राहणार होते. जर पाकिस्तान भारतातच ठेवले गेले, तर अजूनही 'हृदयांचे ऐक्य' होण्याची गांधींना आशा होती. तिसऱ्या आठवड्याच्या सुरुवातीला आपले म्हणणे लिखित स्वरूपात मांडताना गांधींनी एक पाऊल पुढे टाकले, मुस्लिमांचे अधिक्य असलेल्या प्रदेशांना विभाजनाचा हक्क देण्यास त्यांनी मान्यता दिली; त्यामुळे 'दोन स्वतंत्र सार्वभौम राज्यांमध्ये' 'विभाजन-करार' होण्याची शक्यता निर्माण झाली.

पण हे अजूनही जिनांसाठी पुरेसे नव्हते. त्यांच्या मनातील पाकिस्तान त्यांना

सुरुवातीपासूनच स्वायत्त हवा होता. हिंदूंचे वर्चस्व असलेल्या शासनाने त्याच्या सीमा ठरविण्यावर किंवा विभाजनाच्या शर्ती ठरविण्यावर तो विश्वास ठेवू शकत नव्हता; तो केवळ स्वत:च्या मर्जीने स्वतंत्र भारतात स्वत:चे स्थान निश्चित करणार होता. म्हणून, त्याचे विधिलिखित आणि सीमारेषा स्वातंत्र्य मिळण्याच्या आधी निश्चित व्हायला हव्या होत्या, नंतर नव्हे, जसा गांधींचा आग्रह होता. हे लवकरच स्पष्ट झाले की, ते दोघे दोन वेगळ्या पाकिस्तानबाबत आणि दोन वेगळ्या कल्पनांबाबत चर्चा करत होते आणि हे करत असताना या निर्णायक लढतीत जिनांची सौदेबाजी करण्याची शक्ती भारी ठरणार होती. थकविणाऱ्या पहिल्या सत्रानंतर गांधी म्हणाले, "मला माझ्या सोशीकपणाचं आश्चर्य वाटतं आहे." हे सत्र साडेतीन तास चालले होते.

तोकड्या केलेल्या हिंदुस्थानचा गांधी स्वीकार करतील, अशी भीती भावी खुनी नथुराम गोडसे आणि त्याच्या सहकारी कट्टर हिंदुत्ववाद्यांना वाटण्याचे काही कारण नव्हते. 'पाकिस्तानचा हा संपूर्ण प्रस्तावच हास्यास्पद आहे हे जिनांच्या तोंडून वदवून घेणे हा आपला हेतू होता,' असे बोलणी सुरू असतानाच गांधींनी खासगीत सांगितले. गांधींना त्यांचा अतिआत्मविश्वास नडला हेच या शब्दांवरून दिसून येते. कैद-ए-आझमना शेवटी याची खात्री पटली की, धूर्त गांधी आपल्याला बनवत आहेत. "मी मि. गांधींचं मन वळवण्यात अपयशी ठरलो," ते म्हणाले. 'मि.' हे संबोधन याची साक्ष देत होते की बोलणी फिसकटली होती.

जिनांचा असा दावा होता की, ब्रिटिश भारताच्या नव्वद दशलक्ष मुस्लिमांच्या वतीने फक्त मुस्लीम लीगच बोलू शकते आणि मुस्लीम लीगच्या वतीने केवळ ते स्वत: बोलू शकतात. गांधींचा दावा अधिक चातुर्यपूर्ण आणि उदारमतवादी असला, तरी कमी व्यापक नव्हता. त्यांनी जिनांना लिहिले, 'मी जरी फक्त माझे प्रतिनिधित्व करत असलो, तरी मी सगळ्या भारतवासीयांचे प्रतिनिधित्व करतो. कारण मी स्वत: त्यांचे दु:ख आणि मानहानी जाणतो; मग ते कोणत्याही जातीचे, धर्माचे, वर्गाचे लोक असोत.'

जिना त्या क्षणाच्या डावपेचांमध्ये इतके गुंतले होते की, त्यांच्या मनातील मनाजोगा पाकिस्तान–ज्याची कल्पना समोरच्याला पचनी पडणे अवघड जावे–मांडताना त्यांची स्वत:चीही दमछाक त्यांनी करून घेतली असावी. (त्यांनी असे करण्यामागे काही वेळा असाही युक्तिवाद केला जातो की, स्वतंत्र राज्यापेक्षा मुस्लिमांना भारतातच राष्ट्रीय स्तरावर कायमस्वरूपी सत्तेतील वाटा मिळावा हा त्यांचा अंत:स्थ हेतू होता.) समझोता करण्यात त्यांच्या स्वत:च्या दृष्टीने तरी प्रवीण असलेले गांधी कदाचित मुस्लीम अधिक्य असलेल्या प्रदेशांचा 'स्वनिर्णया'चा हक्क मान्य करायला आणि त्या अनुषंगाने येणारा विभाजनाचा हक्क मान्य करायला तयार

झाले असावेत; पण सत्तेचा मुख्य मुद्दा मान्य करण्यास मात्र ते का-कू करत होते. आंबेडकरांबरोबर वाटाघाटी करतानासुद्धा त्यांनी असाच आपल्या चळवळीचा–आणि स्वत:चाही–संपूर्ण भारताचे प्रतिनिधित्व करण्याचा दावा मागे घ्यायला नकार दिला होता. राजकीय निवाड्याच्या वेळी 'सत्य' हेच प्रमाण मानण्यात एक मोठी अडचण होती : त्यात लवचीकता नव्हती. कैद-ए-आझम किंवा महात्माजी आपापले निर्णय घेण्यास स्वतंत्र नव्हते. कोणत्याही विचार करण्यायोग्य पाकिस्तानचा कधीही भाग न होऊ शकणाऱ्या मुस्लीम अल्पसंख्याक प्रदेशातील लोकांच्या उंचावलेल्या अपेक्षांचा भंग होऊ न देण्याची खबरदारी जिनांना घ्यायची होती. हिंदू दहशतवादाच्या येऊ घातलेल्या संकटाकडे दुर्लक्ष करणे गांधींना परवडण्यासारखे नव्हते. दोघांनाही एकमेकांवरील विश्वासाची गरज होती आणि आता जिनांनी भारतीय राष्ट्रवादाचा त्याग केल्यानंतर ही गोष्ट अशक्यप्रायच होती.

"मी जिनांशी कसल्याही प्रकारचा समझोता करू शकलो नाही, कारण ते एक माथेफिरू आहेत," गांधींनी लुइस फिशरना सांगितले. दुसऱ्याच क्षणी ते म्हणाले, "जिना शूर आणि निष्ठावान आहेत." हे विधान मोहात पाडणारे आहे, त्यातून जवळजवळ असा अर्थ ध्वनित होतो की, गांधींनी उच्चपदाचे आमिष दाखवूनही जिनांवर कोणताही परिणाम झाला नाही.

गांधींवर अवलंबून राहण्यात काही फायदा नाही हे समजल्यानंतरही जिनांनी आपला स्वाभिमान सोडला नाही आणि वाटाघाटींमध्ये कोणताही ठाम निष्कर्ष निघू दिला नाही. काँग्रेसच्या हातून इतर कोणापेक्षाही ब्रिटिश अधिक चांगल्या प्रकारे घटनात्मक समझोता खेचून काढून शकतील, या आशेपोटी ते आता उतरणीला लागलेल्या ब्रिटिश सत्तेकडे डोळे लावून बसले. अखेरीस, आपल्या अनुयायांना अहिंसेसारखे छान छान असे शब्द, आपण कशा प्रकारे बोलणी केली, काय पणाला लावले हे न सांगता भीतिदायक वाटणाऱ्या संदिग्धपणे, गोष्टी वेगाने घडाव्यात म्हणून त्यांनी 'थेट कृती' करण्याची हाक दिली. थेट कृती म्हणजे असंविधानिक मार्गांनी सामुदायिक संघर्ष होय, असे त्यांच्या अनुयायांनी स्पष्ट केले.

स्वातंत्र्य मिळवायचे असेल तर फाळणीला आणि पाकिस्तानच्या निर्मितीला सामोरे जावे लागणार हे आता काँग्रेसला कळून चुकले होते; त्यामुळे काँग्रेसने ब्रिटिशांचा अंतरिम सरकारचा प्रस्ताव जराशा नाखुशीनेच स्वीकारला; त्याशिवाय घटनात्मक प्रक्रिया सुरू करण्याचा प्रस्तावही स्वीकारला, ज्यासाठी मुस्लीम लीगशी करार करण्याची पूर्वअट होती. दोन वर्षांपूर्वी स्वतंत्र मुस्लीम राज्याबाबत जिनांशी वाटाघाटी करणाऱ्या गांधींनी पाकिस्तानची निर्मितिप्रक्रिया थांबावी म्हणून अचानक पवित्रा बदलून अंतरिम सरकारच्या प्रस्तावावर बहिष्कार टाकण्याचा प्रस्ताव समोर आणला; पण त्यांचा पवित्रा हेतुत: संदिग्धतेने नटलेला होता, जणूकाही त्यांना हे

माहीत होते की, ज्या चळवळीवर त्यांचा ताबा राहिला नव्हता, तिच्यापुढे हा पवित्रा टिकणार नाही. तो एक 'निराधार शंका,' 'अंत:प्रेरणा,' 'सहजप्रेरणा' यावर आधारलेला होता, असे त्यांचे म्हणणे होते.

जर त्यांनी आपले म्हणणे ठामपणे आणि जाहीरपणे मांडले असते, तर त्यांच्याशिवाय पुढे जाणे काँग्रेसला जड गेले असते; पण असे करायची इच्छा त्यांना राहिली नव्हती आणि त्यांच्या पवित्र्यामुळे पुढे काय घडले असते, हेही त्यांना स्पष्टपणे दिसत नव्हते. त्याऐवजी २३ जून १९४६ रोजी, म्हणजे ज्या दिवशी अनेक टप्पे असलेल्या गुंतागुंतीच्या ब्रिटिशांच्या योजनेवर निर्णय घेण्याची वेळ आली, तेव्हा त्यांनी त्यात भाग न घेण्याची परवानगी मागितली. "बापूंना इथे आणखी थांबवून ठेवण्याचे काही कारण आहे का?" कार्यकारी समितीच्या सभेचे अध्यक्षपद भूषविणाऱ्या मौलाना आझाद या राष्ट्रवादी मुस्लीम नेत्याने प्रश्न केला. 'सगळे गप्प होते. सगळ्यांना कळून चुकले होते.' गांधींच्या निष्ठावान सचिवांचा, महादेव देसाई यांचा मुलगा नारायण देसाई यांनी गुजराती भाषेत प्रामाणिकपणे लिहिलेल्या महात्माजींच्या चरित्रात म्हटले आहे. प्यारेलाल यांच्या आवृत्तीत गांधींना गिळावा लागलेला कडू घोट नेमका टिपला आहे. 'त्या निर्णयाच्या क्षणी, त्यांना बापूंचा काही उपयोग नव्हता,' त्यांनी लिहिले. काही दिवसांनंतर गांधींनी लुइस फिशरना सांगितले, "भारत आता माझ्याबरोबर नाही हे मला माहीत आहे. 'अहिंसेचं शहाणपण मी पुरेशा भारतीयांना पटवून देऊ शकलो नाही."

काँग्रेस ब्रिटिशांची योजना नाकारेल अशी जिनांची अपेक्षा होती. कदाचित मग व्हाइसरॉय अंतरिम सरकार स्थापण्यासाठी मुस्लीम लीगकडे, पर्यायाने त्यांच्या स्वत:कडे वळतील अशी आशा त्यांना वाटत होती. त्यांच्या निराशेचा परिणाम म्हणून 'थेट कृती'कडे बघावे लागेल. गांधींच्या असहकार धोरणाचे ते हिशेबीपणे केलेले, जाणूनबुजून संदिग्ध ठेवलेले रूपांतर होते. त्या धोरणापासून एक पिढी आधी ते मागे हटले होते. ब्रिटिश योजनेवर काँग्रेसने घेतलेल्या निर्णयाला जेमतेम एक महिना होत असताना, जिनांची ही चळवळ सुरू झाली; त्या दिवशी त्यांना अपरिहार्यपणे विचारण्यात आले की, ती हिंसक असणार होती का? गांधींप्रमाणे मुळीच नसलेले त्यांचे उत्तर सामुदायिक हिंसाचाराच्या इशाऱ्यापेक्षाही अधिक एखाद्या भयपटातील पार्श्वसंगीतासारखे भासले. काहीही असले तरी ते अंगावर शहारा आणणारे होते. "मी नैतिकतेची चर्चा करणार नाही," ते म्हणाले.

१६ ऑगस्ट १९४६ हा दिवस त्यांनी 'प्रत्यक्ष कृती दिन' म्हणून ठरविला होता. त्यानंतर चार दिवस जे घडले ते भयानक कलकत्ता हत्याकांड म्हणून ओळखले जाते. २० ऑगस्टपर्यंत बंगालच्या या राजधानीत सुमारे तीन हजार

लोकांना मारले, भोसकले, कापले किंवा जाळले गेले. सरकारमध्ये मुस्लीम लीगचे वर्चस्व असणारा हा एकमेव प्रदेश होता. रस्त्यांवर प्रेतांचा खच पडला होता, गिधाडे आणि कुत्र्यांनी त्यांची चिरफाड चालविली होती. मुस्लिमांनी प्रथम आक्रमण सुरू केल्यानंतर हिंदूही काही कमी संघटित किंवा कमी हिंसक नव्हते. दोन्ही बाजूंचे जथे आधीच तलवारी, सुरे, लाठ्या, गॅसोलीन आणि अन्य ज्वलनशील पदार्थ घेऊन जय्यत तयारीनिशी आले होते; पण कलकत्त्यात बहुसंख्य हिंदू राहत होते, तर मुस्लिमांची संख्या एकूण लोकसंख्येच्या केवळ २० टक्के होती; आणि शेवटी संख्याच नजरेत भरली : हिंदूंपेक्षा मुस्लीमच अधिक मारले गेले. नवी दिल्लीत, गांधींचे मूळ शिष्य असलेल्या वल्लभभाई पटेल यांनी या घटनांबाबत समाधान व्यक्त केले. 'तलवारीला तलवारीनेच उत्तर दिले जाईल,' या वृद्ध, जुन्या गांधीवाद्याने नंतर बजावले; पण त्या वेळी ही कहाणी कट्टर हिंदूवाद्यांनी अशा प्रकारे समजून घेतली नाही किंवा सांगितली नाही. त्यांच्या समाजाने या हल्ल्यांचे आघात सर्वांत जास्त झेलल्याची त्यांची खात्री झाली होती. अतीव वेदना भोगलेल्या दोन्ही बाजूंच्या मनात आपलाच बळी गेल्याची भावना होती.

ऐक्य, अहिंसा आणि शांतीच्या भारतातील या प्रेषितासाठी, या घटना–ज्या पुढील दीड वर्षातील सामूहिक उलथापालथ, खून, सक्तीचे स्थलांतर, मोठ्या प्रमाणावर मालमत्तेचे नुकसान, व्यापक वांशिक शुद्धीकरणाचे संकेत, तीव्र नैराश्याला आमंत्रण देणाऱ्या होत्या–त्यांच्या संपूर्ण आयुष्यावर प्रश्नचिन्ह लावण्यासाठी पुरेशा होत्या किंवा निराशेच्या खोल गर्तेत सापडलेल्या गांधींना तसे वाटले; पण ते जितके हादरले त्याच्यापेक्षा अधिक दृढतेने ते त्यांच्या हृदयाच्या जवळ असलेल्या मूल्याशी, अहिंसेशी, चिकटून राहिले; जे मूल्य बहुतांश भारताने केव्हाच पायदळी तुडविले होते आणि म्हणून आता कोणती भूमिका घ्यावी, कोणता 'एकाकी मार्ग' पत्करावा, यावर बरेच विचारमंथन केल्यावर त्यांनी वयाच्या अठ्ठ्याहत्तराव्या वर्षाच्या सुरुवातीला पूर्व बंगालमधील मुस्लिमांचे अधिक्य असलेल्या दलदलीच्या प्रदेशातील जिल्ह्याकडे, जो आता बांगलादेशात आहे, जाण्याचा निर्णय घेतला. राजकीय घडामोडींचे केंद्र असलेल्या दिल्लीपासून जितके लांब जाता येईल तितके लांब जाण्याचा निर्णय घेतलेले गांधी पूर्वेकडे हजार मैलांपेक्षाही दूर असलेल्या त्या ठिकाणाकडे निघाले. त्या वेळीही तेथील मुल्लांच्या अतिरेकीपणासाठी ओळखला जाणारा तो जिल्हा होता नौखाली. तेथे अगदी कमी टेलिफोन लाइन्स होत्या आणि दिल्लीपेक्षा तो मध्य बर्मातील (ब्रह्मदेशातील) मंडालेच्या जास्त जवळ होता. राजधानीतून बघितले असता गांधी खरोखरच दक्षिणपूर्व आशियात गेल्यासारखे वाटत होते.

नौखाली हे इष्टस्थळ मुक्कामाचे ठिकाण म्हणून अगदी योग्य होते. कारण

नुकताच तेथे धर्मांध माथेफिरूंनी हैदोस घातला होता : कलकत्त्याच्या रक्तपाताचा बदला म्हणून बहुतकरून मुस्लिमांनीच भीषण हिंसाचार केला होता. या ठिकाणी हिंदूंचा शिरच्छेद करण्यात आला होता, त्यांना जिवंत जाळण्यात आले होते, त्यांच्या महिलांवर बलात्कार झाले होते, जबरदस्तीने इस्लाम धर्म स्वीकारण्यास भाग पाडण्यात आले होते, त्यांना गोमांस खावे लागले होते आणि किमान दोन किंवा त्यापेक्षा जास्त स्त्रियांचा बळजबरीने मुस्लीम पुरुषांशी विवाह लावून देण्यात आला होता. करापा नावाच्या एका खेड्यातील एका हिंदू जमीनदार कुटुंबाच्या एकाच घरातील एकवीस पुरुष, स्त्रिया आणि मुले यांची कत्तल करण्यात आली होती. कलकत्त्यातील वृत्तपत्रांनी मृतांचा आकडा पाच हजार असा छापला होता, तो अतिरंजित असल्याचे नंतर उघड झाले. खरा आकडा दोनशे किंवा तीनशे होता; तोसुद्धा खूप जास्त होता.

गांधी जर पूर्व बंगालमधील त्या अशांत प्रदेशात गेले, तर आपल्यापुढे आणि मुस्लीम लीगपुढे आणखी समस्या उभ्या राहतील, अशी चिंता त्या वेळच्या अविभाजित बंगालचे मुख्यमंत्री, ऑक्सफर्ड येथून शिकून आलेले, सौम्य मुस्लीम राजकारणी शाहीद सुऱ्हावर्दी यांना वाटली. म्हणून त्यांनी गांधी नेहमी उतरत असलेल्या कलकत्त्याच्या सीमेवरील सोदेपूर येथील एका छोट्या एकमजली खादी केंद्र व आश्रमात ३१ ऑक्टोबर रोजी जाऊन त्यांना नौखालीला जाण्यापासून परावृत्त करण्याचा प्रयत्न केला. १९५० च्या दशकात पाकिस्तानचे पंतप्रधान म्हणून पुन्हा क्षितिजावर आलेले सुऱ्हावर्दी हिंदूंमध्ये तसेच मुस्लिमांमध्ये त्यांच्या संधिसाधूपणासाठी प्रख्यात होते. हिंदूंमधील कारस्थानी सैद्धान्तिकांची अशी खात्री होती की, भयंकर अशा कलकत्ता हत्याकांडाचे सूत्रधार सुऱ्हावर्दीच होते; पण त्यांनी खिलाफत चळवळीपासून आपण गांधींचे मानसपुत्र मानत असल्याचा दावा केला आणि सुऱ्हावर्दीबाबत काही भ्रामक कल्पना असलेल्या त्या वृद्धाच्या मनात त्या काळापासून असलेली ममत्वाची भावना काही प्रमाणात अजून शाबूत होती. "शाहीद साहेब, तुम्हाला सगळे लोक गुंडांचा म्होरक्या म्हणतात, कुणीही तुमच्याबद्दल चांगलं बोलत नाही," गांधींनी त्यांना डिवचले. लोडाला टेकून मुख्यमंत्र्यांनी पलटवार केला, "महात्माजी, लोक तुमच्याबद्दलही काहीबाही बोलत नाहीत का?"

'द हिंदू' वर्तमानपत्राचे निवृत्त वार्ताहर आणि सोदेपूर आश्रमाच्या संस्थापकांचा मुलगा असलेले वरुण दास गुप्ता यांनी ही भेट तरुणपणी पाहिली होती. त्यांना असे आठवते की, मुख्यमंत्री तिरकसपणे बोलत होते. गांधींनी नौखालीला जाण्याचा विचार सोडून द्यावा यासाठी सुऱ्हावर्दींनी शक्य तेवढे प्रयत्न केले. त्यांनी त्यासाठी जो युक्तिवाद केला तो गांधींना पुढच्या काही महिन्यांत सातत्याने ऐकावा लागला : बिहारमध्ये त्यांचा जास्त उपयोग झाला असता; कलकत्त्याला येताना ते या

प्रामुख्याने हिंदूंचे वास्तव्य असलेल्या उत्तर भारतातील प्रदेशातूनच आले होते. सहा दिवसांपूर्वी तेथील लोकांनी 'नौखाली दिवस' पाळण्याचे जाहीर केले होते आणि त्या दिवशी व त्यानंतरही त्यांनी सूड म्हणून कत्तली करणे सुरूच ठेवले होते. मुस्लिमांना जबरदस्तीने धर्मांतर करायला लावणे आणि त्यांची घरे बेचिराख करणे हेही सुरू होते. नौखालीमधील हत्याकांड अजून थांबले नव्हते आणि बिहारमधील कत्तलींची व्याप्ती वाढतच होती. पूर्व बंगालपेक्षा मेलेल्यांची संख्या तेथे कितीतरी जास्त होती. ही दंगल शांत होईपर्यंत तेथे आठ किंवा नऊ हजार जीव गेले होते.

त्या वृद्ध 'हिंदू'च्या वार्ताहरानुसार, गांधींनी सुऱ्हावर्दींचे म्हणणे शांतपणे ऐकून घेतले. मुख्यमंत्री ठामपणे आपला युक्तिवाद पुढे रेटत होते; पण महात्माजींवर त्याचा काही परिणाम झाला नाही; त्यांचे डोळे आता पूर्व बंगाल आणि नौखालीकडे लागले होते. आणीबाणीची परिस्थिती असलेल्या प्रदेशाला एखाद्या राजकारण्यासारखी धावती भेट देण्याच्या पलीकडे गांधींची प्रेरणा आणि आकांक्षा गेली होती. ते नौखालीलाच आपला मुक्काम ठोकणार होते आणि स्थायिक होणार होते, अशी प्रतिज्ञा नंतर त्यांनी केली. ते तोपर्यंत तेथे राहणार होते जोपर्यंत उर्वरित भारतासाठी तो जिल्हा दिलजमाईचे एक उत्तम उदाहरण सादर करत नाही. या त्यांच्या प्रतिज्ञेमागे विशिष्ट प्रकारचे, खास गांधी शैलीतील हिशेबीपणा आणि खोल अर्धव्यक्त भावनांचे मिश्रण होते. काही कारणाने त्यांनी तेथे राहण्यावरच भर देण्याचे ठरविले होते. बिहारमधील हिंदूंचे मन वळविण्याऐवजी त्यांना नौखालीत मुस्लिमांच्या मध्ये एक हिंदू शांतपणे राहू शकतो हे जगाला दाखवून देण्याची इच्छा होती. नौखाली हे त्यांना स्वत:साठी आणि त्यांच्या सिद्धान्तासाठी बिहारपेक्षा अधिक आव्हानात्मक वाटत होते. कारण ते मुस्लीम लीगचे क्षेत्र होते आणि म्हणून ते फाळणीत वेगळे होण्याची शक्यता होती. त्यांनी सहजपणे स्वत:ची समजूत घातली की, अर्धवेळ उपवास करून ते लांबूनच बिहारच्या हिंदूंची मने वळवू शकतील. त्या उपवासादरम्यान त्यांनी शेळीचे दूध बंद केले आणि आधीच कमी प्रमाणात खात असलेल्या, उकडून मऊ केलेल्या भाज्याही अत्यल्प प्रमाणात घ्यायला सुरुवात केली. जर हत्याकांड थांबले नाही, तर पूर्णवेळ उपवास करण्याचा आपला मनसुबाही त्यांनी जाहीर केला. हा निर्वाणीचा इशारा मिळाल्यावर बिहारमधील नवीन काँग्रेस सरकारने त्यांना कायदा व सुव्यवस्था राखण्याची हमी दिली. मुस्लिमांचे वर्चस्व असलेल्या नौखालीपासून दूर जाणे म्हणजे तो प्रांत देऊन टाकण्यासारखे होईल, असे त्यांचे मत होते. अशा प्रकारे, शांततेसाठी आणि अविभाजित भारतासाठी ते स्वत:ला ओलीस ठेवायला सिद्ध झाले होते.

सुऱ्हावर्दींनी मग त्यांचा मुद्दा जास्त पुढे रेटला नाही. त्यांनी उदारपणे, खिलाडूवृत्तीने महात्माजी आणि त्यांच्याबरोबरच्या लोकांना त्यांच्या मुक्कामाच्या ठिकाणापासून

जवळ असलेल्या स्टेशनपर्यंत पोहोचविण्यासाठी एका खास ट्रेनची व्यवस्था केली, त्यांच्याबरोबर आपल्या सरकारमधील तीन सहकारीही दिले. आता फक्त पंधरा महिन्यांचे आयुष्य उरलेल्या गांधींनी नौखालीजवळ त्यातील सुमारे चार महिने घालविले. ते म्हणाले की, आपल्याला एक बंगाली म्हणून नौखालीवासी होण्याची व तेथे बरीच वर्षे राहण्याची इच्छा आहे; कदाचित तेथेच मारले जाण्याचीही तयारी त्यांनी स्वत:च्या मनाशी केली होती. ''नौखाली कदाचित माझा शेवटचा अंक असेल,'' ते म्हणाले. नाट्यमय सादरीकरणाचा उपजत गुण असलेले गांधी दिवसेंदिवस जास्तीतजास्त जोखीम उचलत होते. ''जर नौखाली हातातून गेले, तर भारतही हातातून जाईल,'' त्यांनी अखेर जाहीर केले. त्यांना यातून काय सुचवायचे होते? भारतीय द्वीपकल्पाच्या अगदी काठाला असणाऱ्या त्रिभुज प्रदेशातील त्या छोट्याशा आणि बिनमहत्त्वाच्या, दरिद्री आणि जगाच्या नजरेआड असणाऱ्या जागेत असे काय होते की त्यावर गांधींची नजर खिळून राहिली होती?

त्याची गांधींनी दिलेली उत्तरे अनेक असली, तरी ती लगेचच पटतील अशी नव्हती. प्यारेलाल आपल्याला सांगतात की, गांधींच्या मनात नौखाली रुतून बसले होते ते हिंदूंना भोगाव्या लागलेल्या भीषण परिस्थितीमुळे–विशेषत: 'संतप्त स्त्रीत्वाच्या घोर आकांता'मुळे : बलात्कार, जबरदस्तीचे धर्मांतर, त्यानंतर काही वेळा तलवारीच्या धाकाने मुस्लीम दंगेखोरांना हिंदू स्त्रिया भेट म्हणून देण्याचे प्रकार यांच्या वृत्तांमुळे. गांधींच्या नंतरच्या भाषणांवरून असे दिसते की, गांधींच्या या कार्याचा मूळ उद्देश हिंदू कुटुंबांचे त्यांच्या बायका-मुलींना परत घेण्याविषयी मन वळविण्याचा होता, ज्या त्यांच्यापासून हिरावून घेतल्या होत्या. त्यांना कलंकित म्हणून दूर सारण्याऐवजी जवळ करावे हे समजावून सांगण्याच्या हेतूने गांधी तेथे गेले होते. त्याशिवाय, चारास एक या प्रमाणात पूर्व बंगालमध्ये असलेल्या हिंदूंनी आपापल्या गावातच राहावे किंवा हजारोंच्या संख्येने निर्वासित छावण्यांमध्ये जाऊन बसलेल्या हिंदूंनी आपली बेचिराख झालेली घरे पुन्हा उभारावीत, यासाठी त्यांचे मन वळविण्याचा प्रयत्नही गांधी करणार होते; पण आंतरधर्मीय शांतता, सलोखा हे त्यांचे उद्दिष्ट असल्यामुळे त्या भागातील मुस्लिमांनाही कोणता न कोणता संदेश देणे आवश्यक होते. पूर्व बंगालच्या मुस्लिमांसाठी कलकत्त्याच्या घटनांचा सूड उगविणे, हे केवळ निमित्त ठरले होते किंवा त्याला एक बहाणाही म्हणता येईल. या बहाण्याने हिंदू जमीनदारांची आणि सावकारांची उचलबांगडी करण्याचा त्यांचा डाव होता, जेणेकरून त्यांचे शोषण करणारा, एकांगी असलेल्या शेतजमिनींच्या मालकीचा क्रम उलटा करता येईल. सामाजिक संख्याशास्त्रानुसार अल्पसंख्याक हिंदूंच्या ताब्यात ८० टक्के जमीन होती. काहीही करून गांधींना 'संतप्त स्त्रीत्वाच्या घोर आकांताचा' समतोल मिळकतीच्या न्याय्य वाटपासाठी चाललेल्या आक्रोशाशी साधायचा होता.

नौखालीत, नोव्हेंबर १९४६.

हे उत्पन्न नौखालीमधील मासे, भात, ताग, नारळ, विड्याची पाने आणि पपई यांच्या भरघोस उत्पादनांपासून मिळत होते.

७ नोव्हेंबर १९४६ रोजी झालेल्या पहिल्या मोठ्या प्रार्थनासभेमध्ये हा पंचा नेसलेला वृद्ध हिंदू चौमुहानी नावाच्या गावात सुमारे पंधरा हजार मुस्लीम श्रोत्यांना तोंड देत उभा होता. आपण अभ्यासलेला इस्लाम हा शांततेचा धर्म आहे, असा गांधींच्या बोलण्याचा विषय होता. त्याआधी त्यांनी प्रतिज्ञा केली होती की, जोपर्यंत मुस्लिमांमधून एक 'एकाकी हिंदू मुलगी' सुरक्षितपणे चालत जाऊ शकत नाही, तोपर्यंत आपण पूर्व बंगाल सोडून ज़ाणार नाही. "हिंदू अल्पसंख्याकांमधील स्त्रियांना मुस्लीम बहुसंख्याकांनी हे सांगायची गरज आहे की, जोपर्यंत ते तिथे आहेत,

तोपर्यंत त्यांच्याकडे कुणीही वाकडी नजर करून बघू शकणार नाही,'' असे गांधींनी आता सांगितले. एक आठवड्याच्या आतच त्यांच्यासोबत असलेल्या मुस्लीम लीगच्या दोन सदस्यांनी तेथून काढता पाय घेतला. त्यांच्यावर मुस्लीम वृत्तपत्रांनी ते 'मि. गांधींच्या मागे-पुढे नाचत असल्याची' टीका केली होती.

लवकरच गांधींना हे मान्य करणे भाग पडले की, त्यांच्या संध्याकाळच्या प्रार्थनासभांपासून मुस्लीम दूर राहू लागले होते आणि प्रत्येक खेड्यात नवीन हल्ले रोखण्यासाठी जीवन समर्पित करायला तयार असणारा एक आदरणीय मुस्लीम व एक समविचारी हिंदू यांच्या 'शांतता समित्या' नेमण्याची जी योजना होती, ती केवळ कागदावरच राहिली होती. आता ते पाकिस्तानचा उल्लेख आपण त्याचे शत्रू नाही हे सांगण्यासाठीच करू लागले. याचना करणाऱ्या त्या महात्म्याने आलंकारिक शब्दांत हेही सुचविले की, जर संपूर्ण बंगालमधील सगळे हिंदू निघून गेले तरी नवीन तयार झालेल्या पाकिस्तानात उरलेला एकमेव हिंदू ते स्वत: असतील. "भारताच्या नशिबात फाळणी लिहिलीच असेल, तर मी तिला रोखू शकत नाही,'' ते म्हणाले. "पण पूर्व बंगालमधील प्रत्येक हिंदू निघून गेला तरी मी तिथल्या मुस्लिमांमध्येच राहीन... आणि ते जे काही देतील त्यावर दिवस काढेन.'' काही रात्रींनंतर गांधी जिनांचे एक वक्तव्य वाचत बसले होते, ज्यात मुस्लिमांना इशारा देण्यात आला होता की, जर धार्मिक हिंसाचार थांबविला नाही, तर ते पाकिस्तानवरील त्यांचा हक्क गमावून बसतील. पाकिस्तानात मुस्लिमांपेक्षाही हिंदू सुरक्षित असतील, असा शब्द कैद-ए-आझम यांनी दिला.

जिनांचे हे हलकेफुलके आश्वासन म्हणजे गांधींच्या मनात हळूहळू फुलत असलेल्या पण अलीकडे वारंवार निराशेकडे झुकत चाललेल्या धार्मिक आशेचे प्रतिवर्तन होते. नौखालीच्या हिंदूंचे त्यांच्या गावाकडे येण्याविषयी मन वळवून आणि स्वत: तेथे शांततेने राहून गांधींना भारतीय उपखंडातील सगळ्या मुस्लिमांना व हिंदूंना अजूनही हे सिद्ध करून दाखवायचे होते की, कोणत्या आकाराच्या वा प्रकाराच्या पाकिस्तानची काहीही गरज नव्हती. महात्माजींचे आदर्शवादी स्वप्न स्वत:च्या शब्दांत लिहिताना प्यारेलालजींनी म्हटले, 'जर नौखालीत हिंदू मुस्लिमांच्या शेजारी राहू शकतात, तर हे दोन्ही समाज उर्वरित भारतातही एकत्र राहू शकतात आणि त्यामुळे मातृभूमीचे विभाजन करण्याची गरज उरत नाही. नौखालीतील आव्हानाच्या उत्तरावर अशा प्रकारे भारताचे भाग्य अवलंबून होते.' स्वत:ला उपखंडाच्या परिघाबाहेर नेऊन ठेवताना, गांधींनी आता नौखालीला त्या उपखंडाच्या भाग्यलिखिताच्या केंद्रस्थानी आणून ठेवले.

जाणीवपूर्वक किंवा अजाणता, गांधी त्यांच्या जुन्याच अंत:प्रेरणेच्या मागे जात होते, ती म्हणजे, स्वत:च्याच आत जाऊन एकट्यानेच स्वत:चा शोध घेणे. अशाच प्रेरणेने सेगावसारख्या दुर्गम खेड्यात एकट्यानेच जाऊन राहण्याचा निर्णय त्यांनी

श्रीरामपूरमध्ये.

एक दशकापूर्वी घेतला होता. त्यांच्या सहकाऱ्यांना हरविणाऱ्या जातीय अडथळ्यांमधून व निर्बंधांमधून मार्ग काढण्याच्या आशेने ते तेथे गेले होते. हीच प्रेरणा दक्षिण आफ्रिकेतील वास्तव्यात त्यांना सामूहिक जीवनाचा प्रयोग करून पाहण्यासाठी अल्पकाळ का होईना पण टॉलस्टॉय फार्मच्या स्थापनेकडे घेऊन गेली होती. अशाच प्रकारच्या शोधात ते आता नौखालीतील एका दुर्गम खेड्यात येऊन पोहोचले होते; तेथे त्यांच्या गोतावळ्याशिवाय एका मुस्लीम लीग कुटुंबात राहण्याची प्रतिज्ञा त्यांनी केली होती. हे आपले 'स्वप्न' असल्याचे त्यांचे म्हणणे होते. जर त्यांना ठेवून घेण्यास इच्छुक मुस्लीम यजमान तेथे भेटले नसते, तर ते एकटे राहणार होते. म्हणून ते श्रीरामपूर नावाच्या अगदी लहान गावाकडे जायला निघाले. हे गाव नौखालीत झालेल्या सर्वांत भयंकर हिंसाचाराच्या ठिकाणापासून फार लांब नव्हते. त्यांच्याबरोबर फक्त एक दुभाष्या आणि स्टेनोग्राफर होता. या दुभाष्याला बंगाली शिक्षकाचेही काम करावे लागणार होते, तसेच एका अंगमर्दकाचेही.

स्टेनोग्राफर गांधींचा पत्रव्यवहार सांभाळत होता आणि त्यांच्या मागे-मागे जाणाऱ्या पत्रकारांना देण्यासाठी सायंकाळच्या प्रार्थनासभांमध्ये केलेल्या भाषणांच्या नोंदी काढत होता. वृत्तपत्रांना कुशलतेने हाताळण्यात हुशार असलेल्या गांधींनी पत्रकारांना आग्रहपूर्वक सांगितले होते की, माझ्या तोंडातून बाहेर पडलेला शब्दन्‌शब्द न टिपता, माझ्या स्वत:च्या देखरेखीखाली संपादित केलेल्या भाषणाची प्रतच वृत्तपत्रात छापली गेली पाहिजे. गांधींच्या संरक्षणार्थ सुऱ्हावर्दींनी दिलेल्या सशस्त्र पोलिसांच्या तुकडीप्रमाणेच या पत्रकारांनाही गांधींपासून अंतर राखण्याचे आदेश देण्यात आले होते, जेणेकरून गांधींना एकट्यानेच कामगिरीवर जाण्याचे समाधान मिळावे आणि त्यात कोणत्याही प्रकारची तडजोड करावी लागू नये.

मागे सोडून जात असलेल्या आपल्या सहकाऱ्यांसाठी गांधींनी एक वक्तव्य तयार केले. 'मी अतिशयोक्ती आणि खोटेपणा यांच्या गर्तेत सापडलो आहे. मला सत्याचा शोध लावता आलेला नाही. जुनी मैत्री तुटली आहे. ज्या सत्य आणि अहिंसेची मी शपथ घेतो आणि माझ्या माहितीप्रमाणे ज्यांच्यामुळे मी साठ वर्षे जगू शकलो, ते मी त्यांच्यात बघत असलेले गुण सिद्ध करण्यात कमी पडले आहेत.' अशा दु:खी मन:स्थितीत ते श्रीरामपूरला पोहोचले. तेथे सहा आठवडे ते एका छोट्या, लाकडी चौकट, पत्र्यांची भिंत असलेल्या आणि ताडाच्या झावळ्या एकमेकींना जोडून छत बनविलेल्या खोपटात राहणार होते. तेथे अंत:प्रेरणेची वाट बघत, त्यांच्या मनात निर्माण होणाऱ्या काळ्याकुट्ट विचारांना आणि अशुभाच्या पूर्वसूचनांना खाली दाबण्याचा आटोकाट प्रयत्न करत राहणार होते.

त्या जिल्ह्यात राहणाऱ्या म्हाताऱ्या माणसांच्या मनात आजही, त्या दिवसांच्या गांधींच्या आठवणी ताज्या आहेत. सार्वजनिक ठिकाणी दिसणारे त्यांच्या आठवणीतले गांधी चैतन्यपूर्ण, मृदुभाषी आणि हसरे होते. त्यांची नियमितपणे तेलमालीश केलेली त्वचा चमकत असायची. मोरंजीबाला नंदी नावाची एक हिंदू स्त्री, जी १०५ वर्षांची असल्याचे तिचा मुलगा सांगत होता; आज त्रेसष्ट वर्षांनंतरही त्याच ठिकाणी राहत होती, जेथे गांधी निर्वासितांसाठी कपडे वाटताना आले असल्याची आठवण तिच्या मनात ठळकपणे रुतली होती. ते ज्या ठिकाणी उभे होते ती जागाही तिने दाखविली. त्या जागेपासून सुमारे २० यार्डांवर ती बसली होती, विधवेप्रमाणे पांढऱ्या साडीतील ती वृद्धा आता एखाद्या गोल चेंडूसारखी दिसत होती; त्या साडीतून फक्त तिचे खोल गेलेले गाल आणि हालचाल करणारी हडकुळी बोटे दिसत होती. "त्यांचा चेहरा दु:खी नव्हता," ती म्हणाली. मी अशाच प्रकारच्या भेटींची वर्णने ऐंशी ते शंभर वय असलेल्या अर्ध्या डझन लोकांकडून ऐकली; पण श्रीरामपूरला आल्यानंतर चारच दिवसांनी गांधींच्या नवीन दुभाष्याने, बंगालीचा शिक्षक असणाऱ्या कलकत्त्याच्या बुद्धिमान निर्मल कुमार बोसने त्यांना हिंदीत स्वत:शीच पुटपुटताना ऐकले, "क्या

करूँ, क्या करूँ?'' महात्माजी स्वत:लाच विचारत होते.

आज जरी गांधी मधल्या दशकांमध्ये लोकसंख्या तिपटीने वाढलेल्या श्रीरामपूरला गेले, तरी ते ती जागा बरोबर ओळखतील. जेथे लोक प्रत्यक्ष राहतात आणि एकमेकांत मिसळतात, जेथे आजही ताडाच्या झावळ्यांमधून आणि सुपारी, पपई, आंबा अशी नगदी पिके देणाऱ्या झाडांच्या पानांमधून प्रखर सूर्यप्रकाश झिरपत असतो. ही झाडे दाटीवाटीने लावलेली आहेत, सावलीसाठी नाही, तर पैशांसाठी. त्या झाडांमधून खाली उतरणारा सूर्यप्रकाश हिरवट रंग घेऊन येतो जो डोळ्यांना आल्हाददायक वाटतो; याउलट गावातील धुळीने भरलेल्या मुख्य रस्त्यावरची प्रखर सूर्यकिरणे डोळे दिपवतात. झाडांच्या सावलीतून, धूळभरल्या रस्त्यावरून वाटसरू जेव्हा भाताच्या डुलणाऱ्या हिरव्यागार शेतांच्या बांधावर येतो तेव्हा तर सूर्य प्रखर तेजाने तळपत असतो. भाताच्या पिकाच्या वाढीच्या काळात क्षितिजापर्यंत पसरलेला हिरवागार गालिचा सुगीनंतर खुरटा आणि मातकट रंगाचा दिसू लागतो.

गांधी जेव्हा दिवसातून दोन वेळा फेरफटका मारत, तेव्हा सुगीचा काळ नुकताच सुरू झालेला होता; ते तेथून निघून गेले तेव्हा तो संपला होता. रस्त्यावरील चौकाचौकांत चहाच्या टपऱ्यांभोवती जमलेले पुरुष लुंगी नेसलेले दिसतात, उत्तर भारतात हे दृश्य क्वचितच आढळते. जेव्हा गरमी असते आणि बांगलादेशात ती बहुतेक वेळा असतेच- तेव्हा ते शर्ट घालण्याचे कष्ट घेत नाहीत. या भागात मोटारी येत नाहीत–रिक्षासुद्धा तुरळक दिसतात–पण बसेस आणि ट्रक्स खेड्याच्या सीमेपर्यंत येतात; गांधींच्या काळात मात्र त्याही येत नसत. त्या वेळी बहुतेक वाहतूक कालव्यांमधून चालायची. आता ते कालवे सदाहरित पाणथळ वनस्पतींनी बुजले आहेत आणि काही ठिकाणी सिमेंटच्या पायाभरणीवर इमारती उभ्या राहिल्या आहेत.

'येथे क्वचितच कुठले चाक फिरते... येथे मोटारीयोग्य रस्ते नाहीत. भारताचे प्रतीक असलेली बैलगाडी येथे नाही,' नौखालीला गांधींच्या मागे गेलेल्या, नंतर एक मुत्सद्दी बनलेल्या तरुण अमेरिकन पत्रकाराने फिलिप्स टॅलबॉटने लिहिले. 'येथील संस्कृती उभयचर (जमिनीवर आणि पाण्यात राहणारी) आहे.'

वरवर पाहता, हे गाव कालातीत वाटते, त्याला काही इतिहास असेल असे वाटत नाही, शांत झालेले वाटते; पण गांधींचे नाव उच्चारले किंवा सहा दशकांपेक्षाही जास्त काळापूर्वी, जेव्हा आताचा बांगलादेश अजूनही भारत होता, तेव्हा नौखालीला कुप्रसिद्ध करणाऱ्या हत्याकांडांचा उल्लेख केला की, त्या वेळी लहान असलेले कुणीतरी पुढे येते आणि त्या वेळच्या खाणाखुणा किंवा आता त्या खाणाखुणा नष्ट झाल्या असलेल्या जागा म्हणू या, दाखविते. गांधी राहत असलेली साधीसुधी झोपडी आता तेथे नाही, ती कधीच नाहीशी झाली आहे; तसेच महात्माजी तेथे येण्यापूर्वी जाळण्यात आलेल्या हिंदू जमीनदाराच्या प्रचंड घराचे भग्नावशेषही

पाहायला मिळत नाहीत; पण पांढऱ्या झालेल्या केसांचा कोणताही ग्रामस्थ ते घर आणि झोपडी कुठे उभी होती, हे दाखवू शकतो. एका वडाच्या झाडाखालील एक छोटे हिंदू मंदिर त्या वेळी उद्ध्वस्त करण्यात आले होते आणि महात्माजी एकदा चालताना तेथे थांबून खेदाने मान हलवत उभे होते, ते वडाचे झाडही दाखविण्यात येते. त्या मंदिराची पुनर्स्थापना करण्यात आली आहे आणि त्या गावातील मूठभर हिंदू तेथे रोगराई होऊ नये म्हणून प्रार्थना करत असतात. गावातील जवळच असलेल्या मशिदीतील एक वृद्ध सेवक नव्वदीचा, अब्दुल रशीद पटवारी हा गांधी एका सकाळी फिरत असताना तेथे आल्याची आठवण सांगतो.

ही कहाणी सगळ्यांना माहीत आहे; पण एका अर्थी ती इतिहासपूर्व आहे, कारण आजच्या बांगलादेशाला जो इतिहास माहीत आहे किंवा शिकविला जातो, तो साधारणपणे १९७१ मध्ये पाकिस्तानपासून देश 'मुक्त' झाला, तेव्हापासून सुरू होतो. पूर्व पाकिस्तानचे चोवीस वर्षांचे अल्पकालीन अस्तित्व जर कधी काळी आठवले गेलेच तर ते पंजाबमधील, म्हणजेच उपखंडाच्या दुसऱ्या टोकाकडील, मुस्लिमांनी केलेल्या दडपशाहीमुळे, जुलमी कारभारामुळे आठवले जाते. बंगाल्यांसाठी कधीच हीरो नसलेले जिना विस्मरणात गेले आहेत; पण शांतता प्रस्थापित करायला आलेला एक हिंदू संत म्हणून गांधींबद्दल आजही काहीशा आदराने बोलले जाते. चढलेले आवाज खाली येतात. त्यांच्या वेळचे तपशील पुरेसे माहीत नसलेल्यांच्या नजरेतही त्यांचे नाव घेतल्यावर एक पूज्यभाव तरळतो.

अशा क्षणभंगुर भावनांनासुद्धा मोल असते; पण महात्माजींच्या कार्याला आलेल्या अपयशाचे पुरावे श्रीरामपूरलाही जागोजागी मिळतात. १९४६ मध्ये पूर्व बंगालमध्ये हिंदूंची संख्या एकपंचमांश होती, ती आता श्रीरामपूरमध्ये एकवीसांश झाली आहे, ५०० जीवांपेक्षा ती अधिक नाही. उर्वरित भारतीय उपखंडाला ज्याची दखल घेणे भाग पडले, त्या दमदार, चमकदार अहिंसेचे उदाहरण घालून देऊन गांधी प्रयत्नपूर्वक टाळत असलेल्या, फार पूर्वी झालेल्या फाळणीबद्दल क्वचितच कुणी शोक करताना दिसते. ते स्वप्न आता विसरले गेले आहे. आता केवळ शांतीची कल्पना आणि गांधींनी काहीतरी चांगले केले असल्याची भावना तेथे रेंगाळताना दिसते. नौखालीत पाकिस्तानची कोणतीही स्मारके नाहीत; पण आश्चर्य म्हणजे, श्रीरामपूरपासून फार तर पंधरा किलोमीटरच्या आत जोयाग शहराजवळ एक लहानसे गांधी संग्रहालय आहे, त्या ठिकाणी त्यांनी एक रात्र घालविली होती. हे संग्रहालय गांधींच्या त्या जिल्ह्यातील वास्तव्याने प्रेरित होऊन स्थापन झालेल्या गांधी आश्रम ट्रस्ट या अपुरे आर्थिक पाठबळ असलेल्या एका समाजसेवी संस्थेचा एक भाग आहे. त्याचे उच्चाधिकारी हिंदू आहेत; पण ८० टक्के लाभार्थी मुस्लीम आहेत. तेथे आजही बंगाली स्त्रियांना हाताने सूत कातायला आणि कापड विणायला शिकविले जाते.

त्यांनी हाताने बनविलेल्या वस्तूंच्या विक्रीतून लवकरच थोड्याफार प्रमाणात नफा मिळायला सुरुवात होईल आणि अशा प्रकारे गांधींचे स्वप्न पूर्ण होईल, अशी आशा त्या संस्थेला आहे. जोयाग ग्राम समितीच्या अध्यक्षाशी चांगले संबंध ठेवणे हा तेथील लोकांच्या दैनंदिन जीवनाचा एक भाग आहे. हा अध्यक्ष एक कट्टर मुस्लीम आहे, त्याचे नाव आहे अब्दू वहाब. तो मक्केला जाऊन आला आहे आणि दहशतवादी समजल्या जाणाऱ्या जमात-इ-इस्लाम या धार्मिक पक्षाच्या तिकिटावर निवडून आला होता. ''या समाजाला आणि जगाला गांधींची गरज आहे,'' जमातच्या सदस्याने मला सांगितले. ''या चळवळीतील काही लोक गांधी आश्रम ट्रस्टशी संबंध ठेवल्याबद्दल मला दोष देतात, कारण गांधी हिंदू होते. समजदारपणाअभावी लोक असे वागतात,'' गोड हसून तो म्हणाला.

जवळच्याच गावात मी एका म्हाताऱ्या हिंदूजवळ आणि त्याहीपेक्षा जुन्या मुस्लीम माणसाजवळ बसून शहाळ्यातील गोड पाणी प्यायलो. नौखाली भारताऐवजी पाकिस्तानचा भाग झाले आणि नंतर पाकिस्तानऐवजी बांगलादेशाचा भाग झाले, तेव्हापासून ते दोघे शेजारी आहेत. ते एकमेकांशेजारी बसले होते. ती त्यांची सवय होती की माझ्यासाठी ते तसे बसले होते, हे सांगता येत नाही. ''त्यांनी येथे शांती आणली,'' तो हिंदू आदराने म्हणाला. ''दु:खाची गोष्ट म्हणजे त्यांचं कुणी ऐकलं नाही, कुणी त्यांच्या मार्गाने गेलं नाही,'' तो मुस्लीम म्हणाला. त्या देशाने आजवर पाहिलेल्या नेतृत्वाच्या दर्जावर मारलेला तो शेरा होता, असा मी अर्थ घेतला. त्या क्षणी इतिहास एकाच वेळी पुढेही गेला आणि थबकूनही राहिला, असे मला वाटले. त्या वेळचे हत्याकांड एखाद्या नैसर्गिक आपत्तीसारखे, एखाद्या प्रचंड चक्रीवादळासारखे आज आठवले जाते. गांधींच्या त्या काळाला आज पावित्र्याचे आणि भावुकतेचे कोंदण लाभले आहे–अर्थात कसे प्रश्न विचारले जातात यावर ते अवलंबून आहे– जणूकाही गांधींच्या कार्याने त्याचे ध्येय पूर्ण केले होते, जणूकाही तेव्हापासून थांबलेल्या धार्मिक हिंसाचाराचे सगळे श्रेय गांधींच्या तेथे असलेल्या प्रभावाला जाते.

पण महात्माजींचा अनुभव वेगळा होता. ते श्रीरामपूरला राहायला जाण्यापूर्वीच तेथील बहुतेक हिंदूंनी पळ काढला होता. सुमारे दोनशे हिंदू कुटुंबांपैकी फक्त तीन कुटुंबे तेथे शिल्लक राहिली होती, असे नारायण देसाई यांनी नमूद केले. तेथील वास्तव्याच्या पहिल्या आठवड्यात गांधींनी मोठ्या अभिमानाने एका पत्रात लिहिले, 'संपूर्ण गावात एकच हिंदू कुटुंब आहे, बाकीचे सगळे मुस्लीम आहेत.' त्यांना हवा असलेला आसरा द्यायला कोणीही मुस्लीम लीग कुटुंब पुढे आले नाही; त्यामुळे ते त्यांच्या छोट्याशा खोपटातच राहिले. फिरायला बाहेर पडलेले असताना ते काही वेळा आजारी मुस्लीम मुलांची विचारपूस करण्यास जायचे, ज्यांचे पालक गांधींचे

आहारविषयक आणि चिखलाचे पोटीस बांधण्यासंबंधीचे निसर्गोपचाराचे सल्ले ऐकून घ्यायला तयार असायचे. क्वचित प्रसंगी, ते स्थानिक धार्मिक किंवा राजकीय मुस्लीम नेत्यांशी चर्चा करण्यासाठी गाव सोडून जायचे. मग ते नेते नियमितपणे त्यांना बिहारच्या स्थितीची माहिती द्यायचे आणि गांधींनी आता येथून जावे असे आडूनआडून सुचवत राहायचे.

दंगलीने पोळलेल्या आसपासच्या भागातील गावांमध्ये त्यांनी आपले काही कार्यकर्ते पाठविले होते, त्यांची ते नियमितपणे भेट घ्यायचे. त्यांनी स्थानिक अधिकाऱ्यांकडून सहकार्य मिळत नसल्याची तक्रार केल्यावर त्यांच्यासाठी गांधी नवीन सूचना द्यायचे. त्याचबरोबर सुऱ्हावर्दींनाही आवाहन करणारी पत्रे जायची; ते न चुकता गांधींना बिहार जळत असताना त्यांचे बंगालमधील कार्य कसे निष्फळ आहे, हे वारंवार दाखवून द्यायचे. बिहारमध्ये शांतता प्रस्थापित झाल्याची खात्री तेथील काँग्रेस नेत्यांनी दिल्यावर गांधींनी शेळीचे दूध पिणे सुरू केले आणि हळूहळू आपला आहारही वाढविला. (त्यांचे वजन बोस यांच्या म्हणण्याप्रमाणे १०६.५ पौंडापर्यंत घटले होते.) सुऱ्हावर्दींच्या सांगण्यापेक्षा त्यांची स्वत:ची बिहारविषयीची माहिती अधिक विश्वासार्ह असल्याचे गांधींचे ठाम म्हणणे होते; पण आपण फार प्रगती करू शकलो नाही, याची गांधींना कोणी आठवण करून देण्याची गरज नव्हती. त्यांनी केवळ आजूबाजूला नजर टाकण्याची गरज होती. गांधींनी कितीही खात्री किंवा आश्वासने दिली, तरी अगदी थोडे हिंदू त्यांच्या जळालेल्या घरांकडे परत येत होते आणि मुस्लीम कायम अंतर राखूनच वागत होते, त्यांच्या प्रार्थनासभांवर आणि बाजारातील काही मोजक्या उरल्यासुरल्या हिंदू दुकानदारांवर त्यांनी बहिष्कार घातला होता.

श्रीरामपूरच्या वास्तव्याच्या काळात त्यांनी जाहीर केले, ''या कामगिरीसाठी मी अपात्र असल्याचे प्रत्येक पावलागणिक सिद्ध होत आहे.'' पुन्हा एकदा भारतातील धार्मिक संघर्षाच्या समस्येचा संबंध त्यांच्या स्वत:मधील कमतरतेशी आहे असे त्यांना वाटत होते. त्यांच्या कोणत्यातरी 'दोषा'मुळे चमत्कार घडवून आणण्यात अपयश येत असल्याचा त्यांचा ग्रह झाला होता. अखेरीस, त्यांनी अगदी हेच सांगितले. ''मला वाटतं की, माझ्यात काहीतरी गंभीर दोष आहे आणि त्यामुळेच असं घडत आहे. माझ्याभोवती काळाकुट्ट अंधार आहे. ईश्वर मला या अंधारातून कधी बाहेर काढेल आणि प्रकाश दाखवेल?''

हे उद्बोधन वेगाने व्हावे यासाठी हताश झालेल्या, घायकुतीला आलेल्या गांधींनी दोन प्रतिज्ञा केल्या. ११ डिसेंबर रोजी, म्हणजे श्रीरामपूरला आल्यानंतर तीन आठवड्यांनी त्यांनी शांतीची तेजस्वी आभा सगळ्यांना दिसेपर्यंत एकाच ठिकाणी राहण्याची त्यांची प्रतिज्ञा मोडली. त्याऐवजी नौखाली जिल्ह्याचा पायी दौरा करून

आपल्या कामाची व्याप्ती वाढविण्याची घोषणा त्यांनी केली; रोज रात्री नवीन गावात मुक्काम करण्याचे त्यांनी ठरविले. जणूकाही या आव्हानासाठी स्वत:ला तयार करायचे म्हणून त्यांनी स्वत:शीच आपला व्यक्तिगत 'यज्ञ' म्हणजे त्यांचा आत्मत्याग अधिक तीव्र करण्याची शपथ घेतली. आपल्या 'अपात्रते'च्या मुळाशी असलेला दोष शोधून काढण्यासाठी चाळीस वर्षांपासून केलेल्या ब्रह्मचर्य पालनाची आणखी कडक परीक्षा घेणे, ही आताच्या त्यांच्या आयुष्याच्या टप्प्याची गरज आहे, असे त्यांनी स्वत:लाच पटविले.

म्हणून, जिल्ह्यातील काढणीला आलेल्या शेतांमधून आणि खिळखिळ्या झालेल्या बांबूच्या पुलांवरून चालत जाण्याची घोषणा संध्याकाळच्या प्रार्थनासभेत करण्यापूर्वी त्यांनी त्यांच्या एका पुतण्याला, जयसुखलाल गांधींना एक तार पाठविली. तीन वर्षांपूर्वी जेव्हा गांधींच्या पत्नी कस्तुरबा स्थानबद्धतेत असताना हृदयविकाराने निधन पावल्या, तेव्हा त्यांची सेवा करण्यासाठी जयसुखलाल गांधींची तरुण मुलगी मनू तेथे गेली होती. आता निरागस, लाजरीबुजरी आणि विशेष देखणी नसलेली सतरावर्षीय मनू गांधींची आवडती पत्र-मित्र झाली होती. त्यांनी तिचे मन वळवून तिला आपल्या गोतावळ्यात सामील करून घेतले होते आणि आपण हे तिच्या भल्यासाठीच करत आहोत असे सतत ठामपणे ते सांगत राहिले. तिच्या वडिलांना पाठविलेल्या तारेतील शब्दरचना चमत्कारिक होती. त्यात म्हटले होते : 'तू आणि मनू तुमच्या जबाबदारीवर मनूला माझ्याबरोबर पाठवायला खरोखर मनापासून तयार असाल, तर तू तिला येथे घेऊन येऊ शकतोस.'

गांधींच्या तारेवरून असे वाटते की, त्या वडील-मुलीची इच्छाच ते पूर्ण करत होते. खरेतर ही कल्पना गांधींनीच त्यांच्या मनात बिंबविली होती आणि दीर्घकाळ चाललेल्या पत्रव्यवहाराद्वारे त्यांचे मन वळविले होते. 'मनूची जागा येथे माझ्याजवळ आहे, अन्यत्र कुठेही नाही,' त्यांनी लिहिले होते. लवकरच हे स्पष्ट झाले की, नौखालीच्या गांधींनी या नातेवाईक मुलीला आपली व्यक्तिगत सेविका म्हणून नियुक्त करायचे ठरविले होते. त्या व्यक्तीचे काम असणार होते : त्यांच्या दैनंदिन कार्यक्रमांची रूपरेषा सांभाळणे, त्यांना जे हवे, नेमके तेच खायला देणे, ते औंसांमध्ये अचूक मोजून द्यायचे (आठ औंस उकडलेल्या भाज्या, आठ औंस कच्च्या भाज्या, दोन औंस पालेभाज्या, सोळा औंस बकरीचे दूध उकळून चार औंस करणे), ते ठरल्या वेळी द्यायचे. इतकेच नव्हे, तर त्या व्यक्तीला रोज त्यांना मसाज करावा लागणार होता आणि स्नान घालावे लागणार होते. हे दोन्ही कार्यक्रम दीड तासापेक्षा जास्त वेळ चालायचे. एक औंस मोहरीचे तेल आणि एक औंस लिंबाचा रस एकत्र करून हा मसाज करावा लागायचा आणि तो रोज 'एका ठरावीक पद्धतीनेच करावा लागायचा,' असे निर्मल बोस यांनी नंतर आठवणी लिहिताना म्हटले त्यानुसार :

‘प्रथम शरीराचा एक भाग, नंतर दुसरा... रोज याच क्रमाने.’

ही तर केवळ सुरुवात होती. नंतर असे कळून आले की, महात्माजींच्या आत्मशुद्धीकरणासाठी त्यांना आवश्यक वाटणारी ब्रह्मचर्याची परीक्षा घेताना त्यात स्त्री जोडीदाराची भूमिका मनू गांधीने निभवावी अशी अपेक्षा होती. १९३० च्या दशकाच्या उत्तरार्धात, त्यांच्या बिछान्याच्या शेजारी वळकटी पसरवून महिला सेविका त्यांच्याजवळ झोपायच्या. गांधींना काही वेळा कंप भरायचा किंवा ते थरथरायचे; त्या वेळी हा त्रास संपेपर्यंत त्या सेविकांना त्यांना मिठी मारावी लागायची. आता मनूने ही कामगिरी पार पाडावी अशी त्यांची योजना होती. जर हा वृद्ध गृहस्थ आणि ती तरुण स्त्री, कमीतकमी वस्त्रांमध्ये किंवा विवस्त्रावस्थेत असले तर अधिक चांगले, ते एकमेकांच्या निकट राहिले आणि दोघांना किंचितही लैंगिक उत्तेजना जाणवली नाही तर निर्दोष ब्रह्मचर्य गाठले जाणार होते. गांधींनी नंतर एका पत्रात लिहिले की, निर्दोष ब्रह्मचाऱ्यामध्ये ‘अशी क्षमता असली पाहिजे की, दोघेही विवस्त्रावस्थेत एकमेकांशेजारी झोपले असताना, मग ते कितीही सुंदर असले, तरी कोणत्याही प्रकारची कामवासना त्याच्या मनाला स्पर्शून जाता कामा नये.’ असा माणूस मग क्रोध आणि द्वेष यांपासून मुक्त असतो.

कामवासनेचा अभाव हे ते स्वप्न होते, जे गाठण्यासाठी गांधी प्रयत्न करत होते. त्यांनी मनूला सांगितले की, त्यांचे मनूशी संबंध एका आईचे मुलाशी असतात, तसे होते आणि यातील कोणतीही गोष्ट गुप्तपणे चालणार नव्हती. त्यांच्या गोतावळ्यातील इतर मंडळीही त्याच व्हरांड्यात किंवा खोलीत झोपू शकणार होती.

येथे हे महत्त्वाचे आहे की, अचूक, निर्मळ ब्रह्मचर्यापासून आध्यात्मिक शक्ती मिळविण्यावर गांधींची तेवढी श्रद्धा नव्हती, जेवढी नौखालीतील त्यांच्या एकाकी कामगिरीशी आत्मशुद्धीकरणाचा संबंध जोडण्यावर होती. त्यांची खरी प्रेरणा कशात होती? अपयशाच्या भेडसावणाऱ्या भावनेत, ज्यासाठी त्यांचे ब्रह्मचर्य घासूनपुसून घेतल्यावर ती भावना धुतली जाणार होती की मानवी संपर्काच्या त्यांना वाटणाऱ्या गरजेत होती? (अगदी मानवी जवळीक नाही, ती तर त्यांनी केव्हाच त्यागली होती.) या प्रश्नाचे कोणतेही स्वाभाविक उत्तर नाही. याचे एकच स्पष्टीकरण असू शकते, ते म्हणजे हा संघर्ष अगदी त्यांच्या आत-आत, गाभ्यात चालला होता आणि तो श्रीरामपूरला असताना जितका मनस्ताप देणारा होता, तितका त्यापूर्वी कधीच नव्हता. गांधींच्या तिथल्या आयुष्याच्या दोन ठळक घटकांकडे–त्यांचे कार्य आणि त्यांची आध्यात्मिक साधना–नेहमी दोन वेगळे घटक म्हणून पाहिले जाते; पण येथे पुन्हा या दोन्ही गोष्टी एकापाठोपाठ घडत होत्या, एकमेकींना टक्कर देत होत्या, गांधींच्या मनात तर एका बिंदूला त्या एकमेकींशी जोडल्या जाऊन एकरूप

होत होत्या.

त्यांनी मनूला बोलावून घेण्याच्या घटनेचा परिणाम त्यांच्या निकटच्या वर्तुळात लगेचच झाला, त्या लोकांसाठी ती अचानक येऊन कोसळलेली भावनिक आपत्ती होती. हे सगळे श्रीरामपूरच्या मुस्लिमांच्या नजरेआड चालले होते; पण लवकरच ते लोकांच्या नजरेत येणार होते. स्पष्टच बोलायचे तर, या सगळ्याची सुरुवात स्वत: गांधींच्या मनापासूनच झाली, त्यांचा सिद्धान्त आणि कार्य अपयशी ठरत असल्याची भावना त्यांच्या मनात ठाण मांडून बसली होती. मनूला बोलावणे धाडल्यावर थोड्याच दिवसांनी आपल्या एका मित्राकडे त्यांनी बोलून दाखविले, ''मी बंगालहून पराभूत होऊन जाऊ इच्छित नाही. त्यापेक्षा मी एखाद्या मारेकऱ्याकडून मरण पत्करेन; पण मला तो स्वीकारण्याची इच्छा तर जाऊच दे, त्याच्या सावलीलाही उभं राहावंसं वाटत नाही.''

मनूच्या आगमनासाठी जागा मोकळी करावी म्हणून त्यांनी त्यांच्या अत्यंत निकटच्या सहकाऱ्यांना विशेषकरून त्यांचे सचिव प्यारेलाल आणि प्यारेलाल यांची बहीण डॉ. सुशीला नायर यांना इतर खेड्यांमध्ये काम करण्यासाठी पाठविण्याचे ठरविले. ज्या कामांसाठी मनू येणार होती, ती कामे पूर्वी सुशीला करत होती. १९३८ मध्ये गांधींनी हर्मन कालेनबाखची भाची हॅना लझार या तरुण ज्यू स्त्रीला मसाज करण्यासाठी बोलावून घेतले होते. तिच्या मामाला जोहान्सबर्गला त्यांनी पत्रात लिहिले होते, 'अर्थातच ती तिची कला जाणते; पण ती अचानक सुशीलाच्या मालीशची बरोबरी करू शकणार नाही, कारण सुशीला एक हुशार डॉक्टर आहे आणि माझ्यासाठी तिने खास मसाज करण्याचे शिक्षण घेतले आहे.' या ठिकाणी गांधींचे बोलणे एका तपस्व्यासारखे–जे ते खरोखरीच होते–न वाटता जनानखाना बाळगणाऱ्या आणि दोन स्त्रियांमधील फरक दाखवून देणाऱ्या एखाद्या पाशासारखे वाटते.

आता या पत्रानंतर सुमारे आठ वर्षांनी आणि मनूला बोलावणे पाठविल्यावर फक्त सहा दिवसांनी गांधींनी सुशीलाला सांगितले की, यापुढे तिला खेड्यात जाऊन काम करावे लागणार आहे–दुसऱ्या शब्दांत, त्यांच्या पायी दौऱ्यात तिचा समावेश केला जाणार नव्हता कारण त्यांच्या वैयक्तिक गरजांची पूर्तता मनू करणार होती. खोलीच्या बाहेर उभ्या असलेल्या निर्मल बोसने 'मुख्य खोलीतून एक वेदनाजनक किंकाळी ऐकली... (त्यापाठोपाठ) कुणालातरी दोन थपडा मारल्याचे आवाज आले. ती किंकाळी नंतर हुंदक्यांमध्ये परिवर्तित झाली.' बोस जेव्हा दाराशी गेला, तेव्हा गांधी आणि सुशीला दोघेही 'अश्रूंनी न्हाऊन निघाले होते.' किंकाळी आणि हुंदके महात्माजींचे होते, असे त्याला जाणवले. तीन दिवसांनी गांधींना बहुधा शेवटचेच स्नान घालताना बोसने धैर्य एकवटून विचारले की, त्यांनी सुशीलाला मारले होते

का? 'गांधीजींच्या चेहऱ्यावर उदास हसू उमटले,' बोसने लिहून ठेवले आहे, ते म्हणाले, ''नाही, मी तिला मारलं नाही. मी माझ्या कपाळावर मारून घेतलं.'' त्याच रात्री, म्हणजे २० डिसेंबर १९४६ रोजी, प्रथमच मनू त्यांच्या बिछान्याशेजारी असताना गांधींनी त्यांचा तथाकथित यज्ञ किंवा आत्मत्याग सुरू केला, ज्याला काही वेळा ते 'प्रयोग' म्हणायचे.

त्या दिवशी मनूला लिहिलेल्या चिठ्ठीत त्यांनी सांगितले, 'तुझ्या शब्दांना चिकटून राहा. माझ्यापासून एकही विचार लपवू नकोस... तुझ्या मनावर हे पक्के बिंबव की, मी जे काही सांगेन किंवा विचारेन ते केवळ तुझ्या भल्यासाठीच असेल.'

दहा दिवसांतच गांधींचा परशुराम नावाचा दक्षिण भारतीय तरुण स्टेनोग्राफर गांधींच्या या रात्रीच्या प्रयोगाच्या निषेधार्थ काम सोडून निघून गेला, त्याला तो प्रयोग दिसल्याशिवाय राहिला नाही. या प्रयोगामागील आध्यात्मिक हेतूचे गांधींकडे स्पष्टीकरण मागण्याऐवजी त्याने त्यांच्याकडे राजकीय तक्रार नोंदविली की, या प्रयोगाची बातमी बाहेर फुटणे अटळ आहे आणि त्यामुळे जनमत त्यांच्या विरोधात जाईल. त्याच्या युक्तिवादाचा महात्माजींवर कोणताही परिणाम झाला नाही. त्याचे राजीनाम्याचे दहा पानी पत्र वाचल्यावर त्या तरुण माणसाला गांधींनी उत्तरादाखल लिहिले, 'तुझ्या स्पष्ट बोलण्याचे आणि धाडसाचे मला कौतुक वाटते. तुला माझ्यात आणि माझ्या आसपास ज्या चुकीच्या गोष्टी दिसल्या त्या प्रसिद्ध करायला तू स्वतंत्र आहेस.' नंतर, आपल्या या नव्या प्रयोगाविषयी गांधींनी प्रार्थनासभेत खुलेपणाने जी माहिती दिली, तिचे उदात्तीकरण करण्याचा किंवा सारवासारवी करण्याचा बोसने बंगाली भाषांतरात जो प्रयत्न केला होता, त्याबद्दल गांधींनी त्याची कानउघाडणी केली.

प्यारेलालसुद्धा या भावनिक वादळात ओढले गेले आणि ते केवळ सुशीलाच्या, त्यांच्या बहिणीच्या बाजूचे होते म्हणून नाही. त्यांना स्वतःला मनू आवडायची. मनूची जर 'त्यांना बघण्याचीसुद्धा इच्छा नसेल,' तर आपल्या सचिवाला दूर ठेवण्याचे आश्वासन गांधींनी दिले. आपल्या मदतनिसाच्या स्वच्छ चारित्र्याची ग्वाही त्यांनी दिली. 'प्यारेलालची नजर स्वच्छ आहे आणि तो स्वतःला कुणावरही लादणार नाही.' मनू नौखालीला येण्याच्या एक आठवडा आधी त्यांनी मनूच्या वडिलांना लिहिले होते. मग गांधींनी प्यारेलालना अंतर राखून वागण्याची विनंती करणारे पत्र लिहिले. 'मला असे दिसते आहे की, मनू तुला पत्नी म्हणून लाभणार नाही,' त्या आदरणीय व्यक्तिमत्त्वाने लिहिले, जे रोज रात्री तिच्याशेजारी झोपत होते. या जगामध्ये गुंतागुंत झाल्याशिवाय आत्मशुद्धी होऊ शकत नाही, हे केव्हाच स्पष्ट झाले होते.

गांधींचा बंगाली दुभाष्या म्हणून काम करत असलेल्या कलकत्त्याच्या बुद्धिवंत निर्मल बोसचा, गांधींच्या मनूवरील अवलंबित्वाबाबतचा दृष्टिकोन सुरुवातीला टीकात्मक

नव्हता; पण जेव्हा राष्ट्रीय आणि व्यक्तिगत पातळीवरील आणीबाणीच्या काळात गांधींच्या गोतावळ्यात जी खळबळ उडाली, तिचा बंदोबस्त करताना गांधी ज्या चलाखीने मार्ग काढत होते, ते बघितल्यावर हळूहळू त्याची निष्ठा डळमळीत झाली. प्यारेलाल आणि त्यांच्या बहिणीच्या भावनांची चिंता करता-करता मूळ उद्देशावरून गांधींचे लक्ष विचलित होत होते, असे त्याला वाटले. बोसने त्याच्या रोजनिशीत लिहिले, 'दीर्घकाळापासून ब्रह्मचर्याचे पालन केल्यामुळे गांधींना सामान्य माणसाच्या जीवनात प्रेम व कामभावना याबद्दल येणाऱ्या समस्या समजून घेता येत नाहीत.' म्हणून, संभाषणाद्वारे आणि मोठमोठी पत्रे लिहून आपल्या मालकाला अर्धजागृत मन, न्यूरॉसिस आणि दमन या मनोविश्लेषक संकल्पना समजावून देण्याची जबाबदारी पुढचे तीन महिने बोसने उचलली. बोसच्या एका पत्रातील फ्रॉइडच्या उल्लेखाने गांधी स्तिमित झाले. त्यांनी हॅवलॉक एलिस आणि बर्ट्रांड रसेल यांचे कामवासनेवरील लेखन वाचले होते; पण फ्रॉइडचे वाचले नव्हते. त्यांनी उत्तरात लिहिले की, ते हे नाव केवळ दुसऱ्यांदा ऐकत होते. नेहमीच कुतूहल असणाऱ्या महात्माजींनी विचारले, ''फ्रॉइडचं तत्त्वज्ञान काय आहे? मी त्याचं कोणतंच लिखाण वाचलेलं नाही.''

महात्माजींना लिहिलेल्या पत्रांपेक्षा बोसच्या रोजनिशीत आणि मित्राला लिहिलेल्या एका पत्रात त्याने आपला मूळ मुद्दा अधिक स्पष्टपणे मांडला आहे. तो असा होता की, गांधींनी स्वत:साठी केलेल्या प्रयोगांमध्ये त्यांच्याबरोबर झोपणाऱ्यांचा एक साधन म्हणून वापर केला आणि अशा प्रकारे 'त्या लोकांच्या व्यक्तिमत्त्वावर ओरखडा उमटू देण्याचा धोका पत्करला, ज्यांची नैतिक विचारांची पातळी गांधींच्या बरोबरीची नव्हती... आणि ज्यांच्यासाठी गांधींच्या प्रयोगात भाग घेणे ही आध्यात्मिक गरजही नव्हती.' बोसच्या मते मनू एक अपवाद असू शकते; पण त्याला याची खात्री नव्हती. फार उघडपणे न लिहिताही गांधींना त्याचा मुद्दा कळला. त्यांनी उत्तर दिले, ''माझ्यासोबत विवस्त्र झोपणाऱ्या स्त्रिया किंवा मुलींच्याप्रति माझ्या मनात कोणत्याही वासना किंवा कामुक भावना नाहीत, याची तुला खात्री असावी, अशी मी आशा करतो.'' या एकाच उत्तरामुळे बोसच्या अंतर्मनातील फ्रॉइडचीही खात्री पटली की गांधी निष्पाप आहेत.

आपल्या मोकळेपणाने गांधींमध्ये आणि आपल्यात एक प्रकारचे अंतर निर्माण झाले आहे, असे वाटून बोसला आपण गांधींच्या अधिक उपयोगी पडू का, याबद्दल शंका येऊ लागली. अखेरीस, त्याने त्यांना कामाच्या जबाबदारीतून मुक्त करण्याची विनंती केली. निरोपाच्या पत्रात त्याने लिहिले की, गांधींनी एकवटलेल्या वैयक्तिक ताकदीचा स्तर गाठण्यास सुरुवात केली असल्याच्या खुणा त्याला दिसू लागल्या आहेत, ज्यासाठी ते इतके महिने प्रयत्न करत होते : 'आपल्या राष्ट्रीय जीवनात आजवर कोणीही गाठू न शकलेल्या उंचीवर तुम्ही जाऊन पोहोचलात, त्या वेळी

तुमच्या ताकदीचे तेज परत आलेले मला दिसले.'

गांधींनी आपल्या पुतणनातीला, मनूला आपल्या घरात आणि बिछान्यात स्थानापन्न केल्याला एक आठवडा झाल्यावर नवी दिल्लीतील संविधानात्मक समस्येची निकड आणि दबाव दुर्गम अशा श्रीरामपूरपर्यंत येऊन पोहोचले. अडीच दिवसांच्या भेटीवर आलेल्या नेहरूंनी ते आपल्यासोबत आणले होते. नेहरू आता 'अंतरिम सरकार'चे प्रमुख होते; ते सरकार अजूनही व्हाइसरॉयच्या अखत्यारीत होते. नेहरूंबरोबर त्यांचे काँग्रेस अध्यक्षपदाचे उत्तराधिकारी जे.बी. कृपलानीही आले होते, जे तीन दशकांपासून गांधींचे अनुयायी होते. अलीकडेच एका रात्री काँग्रेस अध्यक्षांची पत्नी सुचेता ही गांधी आणि मनू यांच्याशेजारी झोपली असल्यामुळे गांधींना त्यांच्या पाहुण्यांना त्यांनी नव्याने सुरू केलेल्या या यज्ञाबाबत माहिती देण्याची गरज वाटली नाही. एका वृत्तानुसार, श्रीरामपूरमधील त्यांच्या पहिल्या रात्री नेहरू स्वत: गांधी व मनू झोपलेल्या खोलीच्या दाराशी गेले आणि आत डोकावल्यावर, गुपचूप माघारी वळले. त्यांनी आपल्या भुवया उंचावल्या किंवा मान हलविली का, याविषयी या अर्धवट वृत्तात काहीही लिहिलेले नाही.

पुढच्या काही महिन्यांत या दोघांना पत्रे लिहून गांधींनी त्यांच्या चाललेल्या या शोधाविषयी कळविले. त्यापैकी कोणालाच गांधींवर टीका करायची नव्हती. कृपलानींनी उत्तर दिले, "मला तुमच्यात जोपर्यंत वेडेपणाची आणि अनैतिकतेची चिन्हं दिसत नाहीत, तोपर्यंत मी तुमच्याबद्दल गैरसमज करून घेणार नाही आणि मला अशी कोणतीच चिन्हं दिसत नाहीत." नेहरू त्यांच्याहीपेक्षा कमी बोलणारे निघाले. "मला याविषयी फारशी माहिती नाही आणि मला खासगी आणि वैयक्तिक बाबींबद्दल बोलायला आवडत नाही," त्यांनी आपल्या पूजनीय मार्गदर्शकाला लिहिले, जो त्यांना आदरणीय होता; पण वारंवार गोंधळात टाकणारा आणि कधी-कधी त्रासदायकही होता.

गांधींनी १९२८ मध्ये प्रथम नेहरूंची काँग्रेसचा नेता म्हणून निवड केली आणि दोघांच्या दृष्टिकोनात ठळक भिन्नता होती हे मान्य करूनही ज्या वेळी त्यांनी स्वत: काँग्रेस सदस्यत्वाचा त्याग केला त्या वेळेपासून, म्हणजे १९३४ पासून त्यांना उघडपणे 'माझा वारस आणि उत्तराधिकारी' असे संबोधायला सुरुवात केली.

पाच वर्षांनी ते म्हणाले, "माझी जागा घेण्याची क्षमता फक्त जवाहरलालमध्येच आहे." नेहरू त्यांचे कितीही लाडके असले, तरी गांधींचे हे व्यावहारिक राजकीय मत नेहरूंची सिद्ध झालेली लोकप्रियता आणि संकटसमयी महात्माजींच्या दृष्टिकोनाचा स्वीकार करण्याची वृत्ती या दोन स्वाभाविक तथ्यांवर आधारलेले होते.

गांधीवादी मूल्यांच्या कसोटीला हा त्यांचा वारस कधीच पूर्णपणे उतरणार नाही, हे गांधींना पूर्णपणे माहीत होते. त्यांना हेही ठाऊक होते की, हा गांधीवादी

असण्यापेक्षा अधिक फेबियन असलेला तरुण कदाचित गांधींनी नेहमीच पुरस्कार केलेल्या ग्रामीण स्तरावरील पुनर्रचना कार्यक्रमांपेक्षा राज्यांचे नियोजन आणि राष्ट्रीयीकृत उद्योग यांना प्राधान्य देईल आणि याचीही खात्री होती की, भविष्यातील भारत देशात आधुनिक सैन्यव्यवस्थेची गरज भासू शकेल याबद्दल या वारसाच्या मनात यत्किंचितही शंका नसेल; परंतु कशाला अधिक महत्त्व द्यायचे, यासंबंधीच्या या बाबी असल्याचे सांगून गांधींनी हे सगळे विरोधाभास बाजूला सारले. १९३८ मध्ये गांधींनी टिप्पणी केली, ''त्याच्या मनात सर्वप्रथम येणारा विचार तो बोलून दाखवतो.'' हे म्हणणे जेवढे नेहरूंना लागू होते तेवढेच त्यांना स्वत:लाही लागू पडत होते, ''पण तो नेहमी मला जे हवं तेच करतो. मी गेल्यावर तो मी सध्या जे करत आहे, तेच करेल; त्या वेळी मग तो माझीच भाषा बोलेल.''

काही दिवसांनी ते जेव्हा नेहरूंविषयी बोलले, तेव्हा बहुधा ते सत्याच्या अधिक जवळ होते, ''त्याने मला त्याच्या प्रेमाच्या बंधनात जखडलं आहे.''

पण आता–नौखालीचे गांधी संपर्काच्या बाहेर असताना आणि वेगाने त्यांच्या हातात येत असताना–नेहरू गरजेपोटी किंवा स्वेच्छेने, स्वत:ची भाषा बोलू लागले होते आणि गांधींचे कमी ऐकायला लागले होते. श्रीरामपूरला येण्यामागील त्यांचा प्रकट उद्देश, पुढच्या आठवड्यात ते पक्षासमोर ठेवत असलेल्या एका ठरावाची गांधींना माहिती देणे हा होता; त्यानंतर त्यावर ते प्रक्रिया सुरू करणार होते, ज्यामुळे फाळणी आणि पाकिस्तानची निर्मिती होणार होती. शिवाय, नेहरूंच्या म्हणण्यानुसार ते गांधींना नौखालीला मागे टाकून दिल्लीला परतण्याची विनंती करायला आले होते, जेणेकरून गांधी सल्लामसलतीसाठी सहजपणे उपलब्ध होतील आणि गांधींनी पक्षाच्या नव्या धोरणांपासून फटकून वागू नये या गोष्टीचीही खासगीत गळ घालायला आले होते, हेही अध्याहृतच होते.

राष्ट्रीय प्रश्न हाती घेण्याची महात्माजींची इच्छा चाळवली गेली होती; पण परत जायला ते तयार झाले नाहीत. नौखालीत अजून काम करणे बाकी असल्याचे त्यांचे म्हणणे होते. त्यांच्या म्हणण्यानुसार, त्यांच्या मृत्यूपर्यंत हे काम अपूर्णच राहणार होते. त्यापेक्षाही त्यांच्या मनात त्यांच्या भूतपूर्व अनुयायांवर प्रभाव टाकण्याची त्यांची क्षमता संपुष्टात आली आहे ही भावना तीव्र झाली होती. तसे त्यांनी अलीकडेच तक्रारीच्या सुरात उद्योगपती जी.डी. बिर्ला यांना पाठवलेल्या चिठ्ठीत व्यक्त केले होते. 'माझ्या म्हणण्याला कार्यकारी समितीत काही वजन उरलेले नाही... ज्या प्रकारे गोष्टी घडत आहेत, ते मला रुचत नाही आणि मी उघडपणे काही बोलूही शकत नाही.''

मात्र, नेहरूंना 'आदेश' देऊन परत पाठविताना हे गैरसमज आड आले नाहीत. श्रीरामपूरला नेहरूंच्या मुक्कामातील शेवटच्या रात्री उशिरा तयार केला गेलेला

त्यांची 'आधाराची काठी' असलेल्या मनूबरोबर.

मसुदा एकाच वेळी अनेक दिशांना निर्देश करत होता. प्रथमत: त्यात असे म्हटले होते की, काँग्रेसने ब्रिटिशांची योजना नाकारावी हे गांधींचे म्हणणे रास्त होते; काँग्रेसने त्यांचा सल्ला ऐकला नाही; त्यामुळे आता तिला ती योजना स्वीकारणे भाग पडले म्हणून कोणत्याही प्रांताला सामील होण्यास भाग न पाडता 'सर्वांना स्वीकारार्ह आणि निरुपद्रवी ठरेल असे त्यांच्या पाकिस्तानचे सूत्र' जिनांना बहाल करण्यासाठी त्यांच्याशी काँग्रेसला समन्वय साधावा लागेल.

'स्वीकारार्ह आणि निरुपद्रवी' हे शब्द बरेच काही सूचित करणारे होते. नेहरूंच्या असाधारणपणे क्लिष्ट असलेल्या ठरावाच्याच दिशेने हा मसुदा कमी-जास्त प्रमाणात निर्देश करत होता. नेहरूंच्या मसुद्यात काँग्रेसने ब्रिटिशांच्या कडवट उपायाचा केलेला प्राथमिक स्वीकार तांत्रिक बाबींच्या, अपवादांच्या आणि हरकतींच्या पांघरुणाखाली दाबून टाकलेला होता. गर्भितार्थाने गांधींचे 'आदेश' आणि नेहरूंचा ठराव स्वातंत्र्यासाठी लवकरात लवकर तोडगा काढण्याकडेच निर्देश करत होते. हा तोडगा जास्तीतजास्त फायदेशीर अटींवर आणि मुस्लीम लीगला शक्य तेवढ्या

कमी सवलती देऊन निघावा, अशीच त्यामागील प्रेरणा होती. स्वाभाविकपणे गांधींच्या 'स्वीकारार्ह आणि निरुपद्रवी' या शब्दांचा अर्थ, तो काँग्रेससाठी व त्यांच्या स्वत:साठी तसा असावा हा होता; जिना आणि त्यांच्या समर्थकांसाठी नाही. तो प्रत्यक्षात कसा येणार होता हे त्यांनी सांगितले नाही. एका स्तरावर दोन वर्षांपूर्वी जिनांबरोबर त्यांची बोलणी फिसकटली तेव्हाच्या त्यांच्या पवित्र्यापासून गांधी मागे हटले नव्हते. दुसऱ्या स्तरावर त्यांनी हे दाखवून दिले होते की, सत्तांतराला विलंब होईल असे काहीही ते करणार नव्हते, मग ती सत्ता एकाच्या हाती जाणार असो वा दोघांच्या.

पुढच्याच आठवड्यात नेहरूंचा ठराव अखिल भारतीय काँग्रेस समितीने एकमताने नव्हे, तर ९९ विरुद्ध ५२ मतांनी संमत केला. एका सदस्याने गांधींचा सल्ला काय होता, असे विचारले असता कृपलानींनी फटकळपणे सांगितले की, 'ते आता या टप्प्यावर गैरलागू आहे.' गांधींनी नेहरूंना दिलेले संदिग्ध 'आदेश' सांगण्याचे कष्ट त्यांनी घेतले नाहीत आणि असे दिसत होते की, नेहरूंचा पूर्व बंगालला जाण्याचा उद्देश काही प्रमाणात, गांधींनी दुसरी बाजू घेऊ नये याची खात्री करण्याचा होता. काँग्रेस नेतृत्वासोबत अलीकडेच झालेल्या मतभेदांवर पांघरूण घालण्यातच गांधींनी धन्यता मानली होती. 'या जुन्या, अनुभवी देशसेवकाचा वरचेवर सल्ला घेत जावा, असेच मी सुचवेन,' नेहरूंना प्रेमाने निरोप देताना गांधींनी चिठ्ठीत लिहिले होते.

त्यानंतर दोनच दिवसांनी, म्हणजे नवीन वर्षाच्या दुसऱ्याच दिवशी त्यांनी श्रीरामपूरला मांडलेला आपला डाव आवरता घेतला आणि एका हातात बांबूची काठी घेऊन आणि एक हात मनूच्या खांद्यावर ठेवून ते नौखालीच्या आपल्या पायी दौऱ्यावर निघाले. ते अनवाणी होते आणि पुढचे दोन महिने आपले प्रत्येक पाऊल ते चप्पल न घालताच टाकणार होते. सकाळी या यात्रेकरूची पावले थंडीमुळे बधिर झालेली असायची; किमान एका प्रसंगी तरी त्यातून रक्त आले होते. रोज रात्री त्यांच्या पायांना तेल लावून मालीश केले जायचे आणि ते दाबून दिले जायचे. खूप मासे असलेल्या दारिकानाथ तलावाच्या भोवती असलेल्या रस्त्याच्या कडेला त्या सकाळी श्रीरामपूरचे मुस्लीम ग्रामस्थ येऊन उभे राहिले होते. सुमारे शंभर लोक त्यांच्या पावलावर पाऊल ठेवून मागे चालत होते. त्यांच्यामागे आठ सशस्त्र पोलिसांची तुकडी आणि कमीतकमी तेवढेच पत्रकार चालत होते. दुसऱ्या दिवशी कलकत्त्याच्या भारतीयाच्या मालकीच्या, काँग्रेसधार्जिण्या, इंग्रजी भाषक दैनिकातील, 'अमृत बझार पत्रिका'मधील पहिल्या पानावर या पदयात्रेची दखल घेतली गेली :

'गांधीजींची 'महायात्रा' सुरू.'

त्यांनी निवडलेल्या 'वारसदारा'बरोबर, १९४६.

'भाताच्या शेतांमधून आणि हिरव्यागार उपवनांमधून
ऐतिहासिक पदयात्रेला प्रारंभ.',
'गांधीजी चमत्कार करण्याची शक्यता.'

फक्त एक दिवसाचा अपवाद वगळता या वृत्तपत्राने पुढचे सहा आठवडे या पदयात्रेला पहिल्या पानावर स्थान दिले. त्यात गांधींच्या सायंकालीन प्रार्थनासभांचा आणि त्यातील भाषणांचा अधिकृत वृत्तान्त दिला जायचा. एक अद्भुत अशा टेलिव्हिजनचा शोध लागायला काही दशके बाकी असल्यामुळे या पदयात्रेची इतरत्र 'ब्रेकिंग न्यूज' झाली नाही; त्यामुळे या पदयात्रेतील एकाकीपणा आणि उतार-चढाव बंगालच्या सीमा ओलांडून इतर प्रांतांपर्यंत पोहोचले नाहीत. पहिल्या काही दिवसांनंतर गर्दी कमीकमी होत गेली, मुस्लिमांची गैरहजेरी पुन्हा प्रकर्षाने जाणवू लागली. या वेळी मुस्लीम लीगमधीलच काही घटक बहिष्काराचे आवाहन करत असल्याबद्दल शंका उरली नाही. दुसऱ्या महिन्यात गांधींनी बिहारवर आपले लक्ष केंद्रित करावे, अशी विनंती करणारी हँडबिले सर्वत्र दिसू लागली. त्यांना भेटलेल्या अनेक मुस्लीम

अधिकाऱ्यांनी बोलून दाखविलेला विचारच त्यात जाहीरपणे मांडलेला होता. एका पत्रकात म्हटले होते, 'बिहारची आठवण ठेवा. आम्ही तुम्हाला खूप वेळा बजावले आहे. परत जा. नाहीतर तुम्हाला पश्चात्ताप करावा लागेल.' गांधींनी बघावे म्हणूनच हे लिहिले गेले होते : 'ढोंग करणे सोडा आणि पाकिस्तानचा स्वीकार करा.'

कधी-कधी सकाळी गांधींच्या अनुयायांना ते चालत जाणार असलेल्या रस्त्यावर मानवी विष्ठा पसरवून किंवा ढीग करून ठेवलेली दिसायची. अताकोरा गावाकडे जात असताना त्या वृद्ध माणसाने खाली वाकून वाळलेल्या पानांच्या साहाय्याने ती उचलण्याचा प्रयत्न केला. ते पाहून मनू गांगरली आणि आपण मला लाजवत आहात, अशी तिने प्रतिक्रिया दिली. त्यावर सत्त्याहत्तर वर्षांच्या असलेल्या त्या महात्म्याने उत्तर दिले, "त्यात मला किती आनंद मिळतो, ते तुला माहीत नाही."

सत्तावन्न दिवसांमध्ये त्यांनी नौखालीमधील आणि शेजारच्या तिप्पेरा जिल्ह्यातील सत्तेचाळीस गावांना भेट दिली, अनवाणी ११६ मैल पालथे घातले; त्यांच्या स्वत:च्या उदारमतवादीपणाच्या आणि साधेपणाच्या व्यक्तिगत आविष्काराद्वारे मुस्लिमांच्या हृदयाला स्पर्श करण्यासाठी त्यांची ही सगळी धडपड होती. त्यांनी त्या दौऱ्याला 'तीर्थयात्रा' असे नाव दिले. काही वेळा, हिंदू-मुस्लिमांनी एकमेकांची जी कत्तल केली त्यासाठीचे किंवा ती थांबविण्यात त्यांना आलेल्या अपयशाचे हे 'प्रायश्चित्त' आहे, असे ते म्हणायचे. रस्त्याने जाताना प्रत्येक मुस्लिमाला ते अभिवादन करायचे, बहुतेक ठिकाणी त्यांना प्रतिसाद मिळायचा नाही. त्या संपूर्ण दिवसांमध्ये आणि आठवड्यांमध्ये त्या सगळ्या गावांत फक्त तीन वेळा त्यांना मुस्लीम घरांमध्ये राहण्याचे आमंत्रण मिळाले. गांधींच्या अनुयायांनी बांबूच्या भिंती असलेली, रोज काढून घेता येणारी एक नीटनेटकी झोपडी आधीच तयार करून घेतली होती; रोज रात्री दुसऱ्या गावात ती पुन्हा उभारली जायची. ती 'आलिशान' असल्याची गांधींची तक्रार होती. हा घडीचा निवारा वाहून नेण्यासाठी सात हमालांची गरज भासते हे कळल्यावर त्यात झोपायला त्यांनी नकार दिला. तिचा दवाखाना म्हणून उपयोग करण्याचा आग्रह त्यांनी धरला. मुस्लीम त्यांच्या प्रार्थनासभांपासून दूर राहिले तर त्यांच्या घरांमध्ये आणि झोपड्यांमध्ये जाऊन ते त्यांचे मन वळविण्याचा प्रयत्न करायचे. मुस्लीम स्त्रियांची एकांतात भेट घेण्यासाठी मनूला धाडले जायचे. काही वेळा महात्माजींची भेट घेण्यासाठी मुस्लीम स्त्रियांचे मन वळविण्यात तिला यश यायचे, काही वेळा तिच्या तोंडावर दारे बंद व्हायची. तरुण मुस्लीम लीग सदस्य जेव्हा त्यांना प्रश्न विचारून त्रास देण्यासाठी त्यांच्या प्रार्थनासभांना यायचे, तेव्हा त्यांच्या बोचऱ्या प्रश्नांना ते शांतपणे, तर्काला धरून उत्तरे द्यायचे.

"बिहारमध्ये तुमच्या अहिंसेने काय केले?" पनियाला नावाच्या गावात त्यांना मुद्दाम लक्ष्य करून विचारले गेले. "तिचा काहीच उपयोग झाला नाही. ती फार

वाईट रीतीने हरली,'' गांधी उत्तरले.

दुसऱ्याने विचारले, ''धार्मिक दंग्यांमागे तुमच्या मते काय कारण असू शकते?''

''दोन्ही समुदायांचा मूर्खपणा,'' महात्माजी उत्तरले.

नऊ आठवड्यांमध्ये दोनदा हिंसाचारात मरण पावलेल्या मानवी शरीरांचे अवशेष त्यांना दिसतील अशा पद्धतीने त्यांच्यासमोर आले. पहिल्यांदा ११ नोव्हेंबर रोजी एका भटक्या कुत्र्याने एका हिंदू कुटुंबातील सदस्यांच्या अवशेषांकडे नेले आणि ११ जानेवारी रोजी ते एका तलावाजवळून (डोबा) गेले, जो कारपारामधील सर्वांत प्रथम झालेल्या आणि सर्वांत भीषण हत्याकांडातील हिंदूंच्या प्रेतांना ठेवण्यासाठी शेवटी समतल करून घेण्यात आला होता.

महात्माजी झपझप पावले टाकत पुढे निघाले. ''जे मेले आहेत, त्यांच्याबद्दल विचार करत बसण्यात अर्थ नाही,'' ते म्हणाले. त्यांचे उद्दिष्ट दुःखी-कष्टी हिंदूंचे सांत्वन करण्यापेक्षा त्यांना कणखर बनविणे; शिवाय त्या मुस्लिमांच्या हृदयाला स्पर्श करणे हे होते, ज्यांनी त्या हत्याकांडाकडे कानाडोळा केला होता किंवा ज्यांची

नौखालीत बळी गेलेल्यांचे अवशेष महात्माजींसमोर सादर झाले, जानेवारी १९४७.

त्यांच्या 'मोबाईल' झोपडीत, नोव्हेंबर १९४६.

त्याला मूकसंमती होती. ज्यांचा आपल्यावर विश्वास नाही, त्यांच्यात राहून आणि वावरून त्यांचा चांगला हेतू, सद्भावना त्यांना दाखवून देणे, एवढेच ते करू शकत होते, असे गांधींचे म्हणणे होते. म्हणून प्रत्येक दिवशी सकाळी ते पुढे जात राहिले, त्यांचे स्वागत कसे होत आहे, याची पर्वा त्यांनी केली नाही. त्यांचे अनुयायी त्यांच्यामागे धार्मिक गाणी म्हणत जायचे, त्यात नेहमी टागोरांच्या बंगाली कवितेचा 'एकला चलो रे'चा समावेश असायचा. काही वेळा त्यांचे स्वागत व्हायचे, काही वेळा लोकांची गर्दी व्हायची. चौथ्या आठवड्यात मुरियम नावाच्या खेड्यात, हबीबुल्ला बतारी या एका सहृदय मौलानांनी मुस्लिमांतर्फे हार्दिक स्वागत समारंभाचे आयोजन केले होते. त्यांनी, प्यारेलाल यांच्या नोंदीनुसार (जर ती स्वीकारार्ह वाटली तर) स्वत:ची ओळख करून देताना म्हटले, "आमच्या हिंदू बांधवांचे रक्त सांडून आमच्या समाजाने स्वत:ला कलंक लावून घेतला आहे. तो कलंक धुऊन आम्हाला

मुक्त करण्यासाठी महात्माजी इथे आले आहेत.'' गांधींसाठी हा त्यांच्यासमोरील आणि देशासमोरील शक्यतांचा पुरावाच होता; पण असे प्रसंग रोज घडायचे नाहीत. त्यानंतर चार दिवसांनी, पंचगावला तेथील स्थानिक मुस्लीम लीगच्या प्रमुखाने गांधींना त्यांच्या प्रार्थनासभा बंद करण्याची विनंती केली, कारण त्यामुळे मुस्लिमांचा अपमान होतो, असे त्याचे म्हणणे होते आणि त्याहीपेक्षा त्यांचा नौखाली दौराच त्यांनी थांबवावा, अशी मागणी केली.

प्रार्थनासभांच्या वेळी ते समोरील श्रोत्यांचा अंदाज घ्यायचे आणि मग आयुष्यभराच्या अनुभवांच्या साठ्यातून नित्याचे विषय आणि संदेश बाहेर काढायचे. आपण आणि आपल्यासोबत आलेले गावातील कार्यकर्ते निवाडा करायला आलो नसून सेवा द्यायला आलो आहोत, हा मुद्दा मांडायचा ते प्रयत्न करत असतील, तर ते साफसफाईत आणि जिल्ह्याच्या पिण्याच्या पाण्याच्या स्वच्छतेत सुधारणा करण्यासाठी काय काय करता येईल या अनुषंगाने सल्ला द्यायला सुरुवात करायचे. उदरनिर्वाहाच्या साधनांच्या कमतरतेबाबत बोलायला सुरुवात केली की, ते हस्तकलांबद्दल आणि त्या गावाच्या उद्धारात किती महत्त्वाची भूमिका बजावू शकतात, याबद्दल सांगू लागायचे. जमीनमालकीच्या चिंताजनक, अतिमहत्त्वाच्या प्रश्नावर बोलताना ते म्हणायचे की, सगळी जमीन ईश्वराच्या आणि जे प्रत्यक्ष तिथे काम करतात, त्यांच्या मालकीची आहे; जमीनदाराच्या मालकीच्या पिकांमधील त्याचा हिस्सा कापला गेला तर ते न्याय्यच असेल; पण हे सगळे हिंसाचाराविना पूर्ण झाले पाहिजे.

जे मूल्य त्यांनी आग्रहपूर्वक उराशी धरले होते, ते होते निर्भयपणा. शांतता प्रस्थापित करण्यासाठी हिंदू आणि मुस्लिमांनी मरण्याची तयारी ठेवली पाहिजे, असे ते म्हणायचे. हाच संदेश त्यांनी त्याआधीच्या दशकात नाझींना तोंड देणाऱ्या झेक व युरोपातील ज्यूंना दिला होता. एक निधड्या छातीचा सत्याग्रही एका जुलूमशहाचे 'हृदय वितळवू शकतो' अशी ती कल्पना होती. आपल्या तीर्थयात्रेच्या माध्यमातून जे उदाहरण ते घालू पाहत होते, ते दुबळे करणाऱ्या सुऱ्हावर्दींच्या पोलीस गार्ड्सना काढून टाकण्यात यावे, असे ते वारंवार सांगत होते. (हे रक्षक कधीच परत गेले नाहीत. महात्माजी पूर्व बंगालमधून जिवंत बाहेर पडतील ही सरकारची जबाबदारी असल्याचे सुऱ्हावर्दींचे म्हणणे होते.) त्यापूर्वी गांधी हौतात्म्याबद्दल बोलले होते : 'माझ्या आणि माझ्या सहकाऱ्यांचा त्याग किमान आत्मसन्मानाने मृत्यूला कवटाळण्याची कला (हिंदू स्त्रियांना) शिकवेल. कदाचित ती जुलमींचेही डोळे उघडेल.' ज्या ठिकाणी हल्ला होण्याची शक्यता आहे, त्या गावांमध्ये हिंदूंनी परत यावे अशी अपेक्षा गांधी कशी करू शकतात, असे एका निर्वासिताने विचारल्यावर, त्यांनी उत्तर दिले : 'तुमच्या भागातल्या पाचशे कुटुंबांपैकी प्रत्येक कुटुंब मृत्युमुखी पडलं तरी मला पर्वा नाही.' नौखालीला येण्यापूर्वी त्यांनी त्यांच्याआधी तेथे पोहोचण्याची

योजना आखणाऱ्या कार्यकर्त्यांच्या त्रयीला अशाच प्रकारे उत्तर दिले होते : 'उद्या जर मला कळलं की, तुम्ही तिघेही मारले गेला आहात तर माझ्या डोळ्यांत अश्रू नाही तर आनंद दाटेल.'

या महिन्यांमध्ये वारंवार गांधी अशी अतिशयोक्तिपूर्ण भाषा बोलायचे. काही वेळा ती माथेफिरूपणाच्या जवळ जायची, जसे असण्याबद्दल गांधींवर काही वेळा आरोप केले जायचे. ही आलंकारिक शैली असावी, तिचा शब्दश: अर्थ घ्यायला नको, हे आपण गृहीत धरू शकतो; पण शांततेसाठी, एखाद्या युद्धभूमीवर दाखवितात तसे कडवेपणाने आणि नि:स्वार्थीपणे धाडस दाखविले पाहिजे या त्यांच्या हट्टापासून आणि तसे धाडस इतरांना शिकविण्याच्या निश्चयापासून मनूचीही सुटका झाली नाही.

पदयात्रेच्या तिसऱ्या आठवड्यात नारायणपूर नावाच्या खेड्यात पोहोचल्यावर गांधींना पाण्यात पाय बुडविण्यापूर्वी ते ज्या दगडाने पाय घासत असत तो सापडेना. त्यांनी तो शेवटी एका विणकराच्या झोपडीत वापरला होता, जेथे त्यांचे गारठलेले पाय शेकण्यासाठी ते थांबले होते. मनूकडून तो दगड तेथेच राहिला होता, हे स्पष्ट झाले. ही 'खूप मोठी' चूक होती, गांधी कठोरपणे म्हणाले. त्यांनी तिला मागे फिरून तो शोधायला सांगितले. याचा अर्थ, तिला दाट जंगलातून जाणाऱ्या वाटेने मागे जायला लागणार होते, ज्या भागात तरुण स्त्रियांवर हल्ले होत होते. आपण दोन स्वयंसेवक सोबत नेऊ शकतो का, असे मनूने विचारल्यावर गांधींनी नकार दिला. तिला एकटेच जावे लागणार होते. त्या विणकराच्या पत्नीने तो दगड बाहेर फेकून दिला होता, महात्माजींच्या दृष्टीने तो इतका मूल्यवान होता हे तिला माहीत नव्हते. जेव्हा अखेरीस मनूने तो शोधून काढला आणि ती परत आली, तेव्हा प्यारेलाल आपल्याला सांगतात, ती रडायला लागली; त्यावर तिला गांधींचे कुत्सित हसणे ऐकावे लागले. त्यांच्यासाठी, तिची दुपारची सत्त्वपरीक्षा म्हणजे त्यांच्या परस्परांच्या 'परीक्षे'चा एक भाग होता.

"जर एखादा बदमाश तुला उचलून घेऊन गेला असता आणि तू मृत्यूला निर्भयपणे सामोरी गेली असतीस, तर माझं हृदय आनंदाने नाचलं असतं; पण तू जर मध्येच परत आली असतीस किंवा संकटापासून पळून गेली असतीस, तर मी अपमानित आणि दु:खी झालो असतो," ते तिला म्हणाले.

बेदखल केल्या गेलेल्या उच्चवर्णीय हिंदूंच्या बाबतीत त्यांची भाषा यापेक्षा अधिक सौम्य नव्हती. त्यांना स्पष्टपणे असे वाटत होते की, त्यांच्या आताच्या दुर्दैवी अवस्थेला त्यांचे विशेषाधिकार आणि त्यांचे दुर्गुण काही प्रमाणात जबाबदार होते. जे स्वत: श्रम करत नाहीत; पण दुसऱ्यांच्या कष्टांवर जगतात ते चोर असतात, ते म्हणाले. नौखालीच्या निर्वासितांशी बोलताना ते अस्पृश्यतेच्या दुष्ट प्रथेबद्दल किती

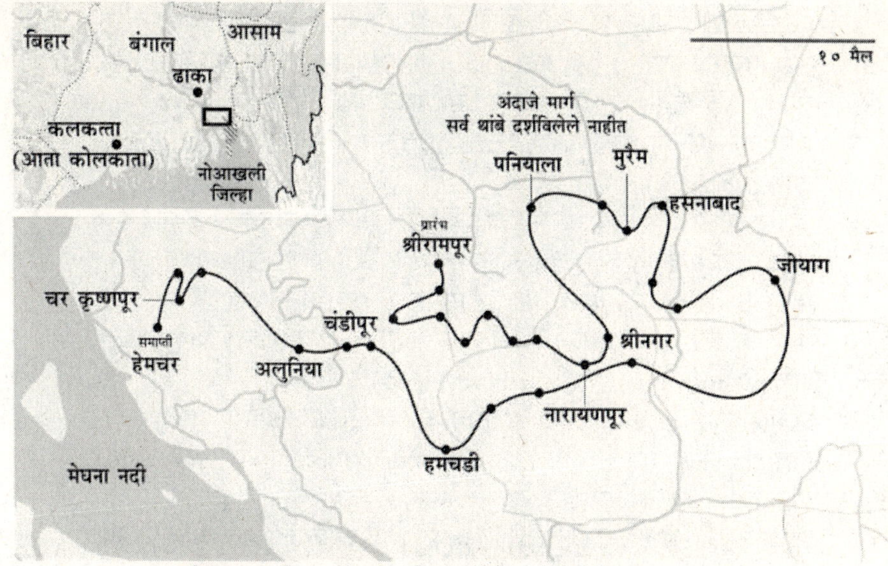

५७ दिवसः मुस्लीम बहुसंख्यांक नोआखलीतील गांधीजींची पदयात्रा- साल १९४७

वेळा बोलायचे, हे बघून आश्चर्य वाटते. त्यांनी त्या लोकांकडून हरिजन फंडासाठी निधीही गोळा केला. मुस्लिमांशी झालेल्या संघर्षात ज्यांची घरे जळून गेली आहेत अशा उच्चवर्णीय हिंदूंशी ते बोलत होते ही बाब ध्यानात घेता, त्यांचे वागणे प्रथमदर्शनी उचित वाटत नाही; ती एका म्हाताऱ्या माणसाची निरर्थक बडबड वाटते; पण 'उच्च आणि नीच' जातींशी संबंधित कोणत्याही प्रकारच्या दडपशाहीचे रूपक म्हणून अस्पृश्यता गांधींच्या मनात फार पूर्वीपासून रुजली होती. जर उच्चवर्णीय हिंदू मुस्लिमांबरोबर एकत्र भोजन करायला किंवा आंतरधर्मीय विवाह करायला नकार देत असतील, तर ते एक प्रकारची अस्पृश्यताच पाळत आहेत, असे म्हणण्याचीही गांधींची तयारी होती. त्यांच्या मनात कुठेतरी हा विचार दबा धरून बसला असावा की, अनेक मुस्लीम हे धर्मांतर केलेले अस्पृश्यच होते. प्यारेलालजींनी नंतर लिहिले, 'ते नेहमी आम्हाला सांगायचे की, हिंदू-मुस्लीम समस्येचे मूळ अस्पृश्यतेत आहे.'

खूप वर्षे मोजूनमापून शब्द वापरल्यावर आता असे दिसते की, गांधींनी सामाजिक समतेच्या प्रश्नावर सांकेतिक भाषेत बोलणे किंवा शब्द जपून वापरणे थांबविले होते. दरबानपासून सुरू झालेला हा प्रदीर्घ बौद्धिक आणि राजकीय प्रवास आता संपत आला होता. दरबानला असताना, भारतीय अस्पृश्यांना जसे वागवितात, तसेच गोरे भारतीयांना वागवितात हा विचार सर्वप्रथम त्यांच्या मनात आला होता.

मुस्लीम आणि प्रामुख्याने हिंदू असलेल्या काँग्रेसमधील दरी कशी बुजली जाईल, असे विचारले असता त्यांनी उत्तर दिले : 'अस्पृश्यांना समानता प्रदान केल्यावर.' त्यांच्या बोलण्यातून जी गोष्ट कोड्यासारखी वाटते तीच गोष्ट आंबेडकर सतत सांगत आले होते–की, हिंदू समाजाला झालेल्या रोगाचे मूळ उच्चवर्णीय हिंदूंच्या आचरणात दडलेले आहे.

नौखाली पदयात्रेच्या दुसऱ्या दिवशी गांधींनी चंडीपूरला एका हिंदू महिलांच्या समुदायाला संबोधित केले. जसे त्यांनी एकदा भूकंप म्हणजे अस्पृश्यतापालन केले म्हणून ईश्वराच्या कोपाचे फळ आहे, असे म्हटले होते, तसेच आता नौखालीवरील संकट हे अशाच अपराधाची शिक्षा आहे, असे ते म्हणाले. त्यांच्या भाषणाच्या अधिकृत सारांशाप्रमाणे, जो खात्रीने त्यांनी स्वतःच लिहिला होता. "जर त्यांनी अजूनही अस्पृश्यांना परकं मानलं, तर त्यांच्यावर अजून दुःखाचा डोंगर कोसळेल. एका हरिजनाला रोज आपल्यासोबत भोजनाला बोलवावं," असे त्यांनी श्रोत्यांना सांगितले. "जर ते असे करू शकत नसतील, तर त्यांनी जेवणापूर्वी एखाद्या हरिजनाला बोलवावं आणि त्याला पिण्याच्या पाण्याला किंवा अन्नाला स्पर्श करायला सांगावं... जर त्यांनी त्यांच्या पापांचं प्रायश्चित्त केलं नाही... तर अधिक संकटं आणि अधिक गंभीर संकटं त्यांच्यावर कोसळतील."

पुढच्या आठवड्यात त्यांनी दोन वेळा हिंदूंना अस्पृश्यासारखी वागणूक देऊ नये, अशी मुस्लिमांना विनंती केली. त्यानंतर एक महिन्याने नौखालीतच त्यांनी जातिविहीन समाजाचे आवाहन केले. कमलापूरला त्यांना विचारण्यात आले की, आंतरजातीय विवाहांना ते मान्यता देत असतील तर आंतरधर्मीय विवाहांबाबत त्यांचे काय मत आहे? बोस याने केलेल्या नोंदीनुसार गांधी उत्तरले, "आपलं नेहमीच हे मत राहिलेलं नाही (पण), आपण आता या निष्कर्षाला आलो आहोत की, आंतरधर्मीय विवाह कुठेही झाले तरी त्यांचं स्वागतच केलं पाहिजे." अर्थात ते वासनेपोटी केलेले नसावेत, हे सुचविण्यास त्यांनी मागे-पुढे पाहिले नाही.

जसजशी पदयात्रा पुढे जात होती, तसतसे मुस्लीम अधिकाधिक अंतर ठेवायला लागले होते. जे प्रार्थनासभांना यायचे, ते विशेष उदासीन असायचे. फिलिप्स टॅलबॉटने वर्णन केल्याप्रमाणे ते 'शांतपणे प्रार्थनेनंतरचे भाषण ऐकायचे आणि निघून जायचे.' आपण विरोधाचे सूक्ष्म रूपांतर 'अलिप्त शांतते'त झाल्याचे बघत आहोत की काय असा विचार त्या अमेरिकन तरुणाच्या मनात येऊन गेला. तो जर गांधींबरोबर आणखी काही आठवडे राहिला असता तर ही धूसर आशा त्याने सोडून दिली असती. दिवसेंदिवस मुस्लिमांचा बहिष्कार अधिकाधिक तीव्र होत चालला होता. केवळ गांधींच्या सभांवरच नाही, तर हिंदू जमीनदारांवर, मासळी विक्रेत्यांवर

आणि व्यापाऱ्यांवरसुद्धा–महात्माजींना खास हिंदूंच्या समजल्या जाणाऱ्या विषयांवर हिंदूंशी बोलावे लागत होते. २२ फेब्रुवारीला ते चार कृष्णपूरला पोहोचले, हे त्रिभुज प्रदेशातील एक छोटेसे बेट होते. तेथे त्यांच्या श्रोत्यांमध्ये मोठ्या संख्येने अस्पृश्यांचा भरणा होता; ज्यांना बंगालीत 'नामशूद्र' म्हणायचे. अगदी गरिबातील गरीब मुस्लीम शेतकरी असलेल्या या लोकांनी दंग्यांमध्ये अतिश्रीमंत हिंदू जमीनदारांएवढाच त्रास सोसला होता. तेथे एका 'अत्यंत कमी उंचीचे छप्पर असलेल्या, जळालेल्या घरातून काढून आणलेल्या पत्र्यांनी बनविलेल्या एका निवाऱ्यात' गांधी राहिले. त्यांचे पदयात्रेतील अखेरचे ठिकाण असलेल्या हेमचरला गांधींनी नामशूद्रांना स्वत:च प्रयत्न करून स्वत:ची उन्नती साधावी लागेल, असे सांगितले. त्याची सुरुवात म्हणून त्यांना बालविवाह आणि व्यभिचार सोडून द्यावा लागेल; म्हणजे 'तथाकथित उच्चवर्णीयांना अस्पृश्यांबाबत केलेल्या त्यांच्या पापांची लाज वाटेल.'

आपल्या पदयात्रेच्या पुढच्या टप्प्याची आखणी त्यांनी कधीच केली होती; पण या ठिकाणी अखेरीस त्यांना दोन आघाड्यांवरील वाढत्या टीकेकडे लक्ष द्यावेच लागले. एक, त्यांच्या स्वत:च्या छावणीतून होणारी आणि दुसरी, मुस्लीम लीगच्या सदस्यांकडून होणारी. जाहीरपणे सांगितले जात नसले, तरी त्यांच्या ब्रह्मचर्याच्या प्रयोगावरून त्यांच्या स्वत:च्या वर्तुळात मोठी खळबळ माजली होती : त्यांच्या रात्रीच्या प्रयोगापेक्षाही जास्त खळबळ त्यांनी त्याचे उघडपणे समर्थन करण्याची तयारी दाखविली, जसे त्यांनी फेब्रुवारीच्या पहिल्या तीन दिवसांमध्ये केले होते, त्यामुळे उडाली होती. चार महिन्यांपासून प्रामुख्याने हिंदूंचे वर्चस्व असलेल्या बिहारला जायला गांधी ठाम नकार देत होते, त्यावरून मुस्लीम लीगचे सदस्य सतत बोलत होते; कारण त्या ठिकाणी मुस्लिमांचे बळी गेले होते. वरवर पाहता, या दोन प्रश्नांचा एकमेकांशी काही संबंध नव्हता; पण त्याच वेळी गांधींच्या मनात हे दोन्ही विषय प्रामुख्याने यावेत हा केवळ योगायोग नव्हता, कारण त्यांच्या मनात ते दोन्ही प्रश्न कायम एकमेकांशी जोडलेलेच होते.

हेमचरला गांधींनी सहा दिवस ए.व्ही. ठक्कर, म्हणजेच ठक्करबाप्पा यांच्याबरोबर घालविले. हे आणखी एक वृद्ध गुजराती गृहस्थ होते जे गांधींबरोबर अस्पृश्यतेच्या प्रश्नावर काम करणारे त्यांचे अत्यंत घनिष्ठ आणि आदरणीय सहकारी होते. ठक्कर रोज रात्री गांधींच्या झोपतानाच्या सवयींचे निरीक्षण करत होते; त्यावरून त्या दोघांमध्ये चर्चा झडली. हा यज्ञ महात्माजींसाठी आध्यात्मिकदृष्ट्या फार महत्त्वाचा आहे, यासाठी ठक्करबाप्पांचे मन वळविण्यात आले; पण नंतर त्यांनी मनूला एक पत्र लिहिले. त्यात तिने हा प्रयोग गांधींच्या आणि चळवळीच्या भल्यासाठी सोडावा, अशी कळकळीची विनंती करण्यात आली होती. हे पत्र 'दयनीय' असल्याची टिप्पणी गांधींनी नंतर केली. या सगळ्यात रस असलेल्या प्यारेलाल यांच्या

म्हणण्यानुसार मनूने नंतर गांधींना 'सध्यापुरती ठक्करबाप्पांची विनंती ऐकायला हरकत नसल्याचे' सांगितले. क्रोधित झालेल्या गांधींनी कठोरपणे मनूच्या 'असमंजसपणाला' दोष दिला, असे आपल्याला गांधींचा चरित्रकार सांगतो, जो तिचा निराश झालेला प्रेमी होता. काहीही मान्य न करता गांधींनी मनूला, तिला हवे ते करण्याची अनुमती दिली. यज्ञ कायमचा नसला तरी काही काळासाठी थांबला होता आणि त्याचबरोबर नौखालीची पदयात्रासुद्धा.

गांधींनी अचानकच थांबण्याचा निर्णय घेतला. आपण नौखालीत अनेक वर्षे घालविण्यास तयार आहोत आणि 'गरज पडली तर मी येथेच मरेन' असे गांधी म्हणाले होते; पण दोन महिन्यांनी २ मार्च १९४७ रोजी प्रथमच त्यांनी पायात वहाणा चढविल्या आणि बिहारच्या दिशेने परतीचा प्रवास सुरू केला.

सुमारे चार महिने ते भारतभरातील मुस्लिमांनी, हिंदूंनी केलेल्या हिंसाचाराला शांत करण्यात त्यांचा चांगला हेतू दाखविण्याची केलेली आवाहने फेटाळून लावत होते. तेथे न जाण्यामागची त्यांची कारणे ओढूनताणून आणल्यासारखी वाटत होती. बंगालपेक्षाही बिहारमधील हिंसाचार जास्त भयंकर होता हे त्यांना फार पूर्वीच माहीत होते. बिहारमधील कत्तल बघून नेहरू व्यथित झाले होते आणि तेथील हिंदूंच्या जथ्यांवर बॉम्ब टाकण्याची धमकी दिली होती, त्याला आता चार महिने होऊन गेले होते. मार्च महिना उजाडला होता.

आता अचानक एका राष्ट्रवादी मुस्लिमाने पाठविलेल्या पत्राने गांधी हेलावून गेले. त्यात म्हटले होते की, पूर्व बंगालमधील हिंसाचाराकडे मुस्लीम लीगने जितके दुर्लक्ष केले तितकेच काँग्रेसनेही बिहारमध्ये केले.

नौखालीमधील कार्य पूर्ण करण्यासाठी परत येण्याचे आश्वासन गांधींनी दिले. त्यांच्याकडे उरलेल्या महिन्यांमध्ये ज्या अनेक गोष्टी करायच्या त्यांनी ठरविल्या होत्या त्यात नौखालीला परत येणे वरच्या क्रमांकावर होते. अर्थात, ही यादी कधीही न संपणारी होती; पण फाळणी अगदी हाकेच्या अंतरावर असताना आणि उत्तर भारतात हिंदू-मुस्लिमांमधील दंगे साथीच्या रोगाप्रमाणे पसरत चाललेले असताना– खरेतर वणव्यासारखे असे म्हणणेच अधिक योग्य होईल, कारण त्यात काही ठिकाणी जाळपोळ झाली आणि काही ठिकाणे त्यातून सुटली–गांधींच्या वेदनाशामक उपस्थितीला सर्वत्र मागणी होती. त्यांना स्वत:ला प्रत्येक वेळी नौखालीला बाजूला सारावे लागले.

दौऱ्याच्या मध्यावर, एक असे पूर्वलक्षण अनुभवाला आले जे नंतर प्राणघातक ठरले, असे म्हणावे लागेल. गांधींना शेळीचे दूध मिळाले नाही, म्हणून त्याऐवजी त्यांनी नारळाचे दूध घेतले. त्यानंतर संध्याकाळी त्या थकलेल्या वृद्धाला तीव्र स्वरूपाचा डायरिया झाला, खूप घाम फुटला आणि शेवटी मूर्च्छा आली. तो दिवस

होता ३० जानेवारी १९४७. शुद्धीवर आल्यानंतर गांधी मनूला म्हणाले की, आपण एखाद्या रोगाने मेलो असतो तर ते ढोंगी आहेत असे सिद्ध झाले असते, असे मनूने तिच्या आठवणींमध्ये लिहिले आहे. नंतर ते तिला म्हणाले, "पण माझ्या ओठांवर रामनाम असताना मी मेलो तर मी खरा ब्रह्मचारी, खरा महात्मा ठरेन." बरोबर एक वर्षाने, म्हणजे ३० जानेवारी १९४८ रोजी, जेव्हा ते तिच्याजवळ खाली पडले, तेव्हा एखादी भविष्यवाणी खरी ठरावी तसे ते शब्द तिला आठवले, असे तिने तिच्या पुस्तकात लिहिले आहे.

कोणत्याही निधर्मी वा व्यावहारिक जगातील मोजमापाच्या दृष्टिकोनातून गांधींच्या नौखालीतील वास्तव्याकडे बघितले, तर त्यातून कोणताही राजकीय किंवा सामाजिक फायदा झालेला दिसत नाही. जी फूट रोखण्याचा त्यांनी आटोकाट प्रयत्न केला, ती शेवटी पडलीच. पाकिस्तानचा जन्म झाला. जून १९४८ पर्यंत दहा लाखांपेक्षा अधिक हिंदू निर्वासितांनी नवीन आंतरराष्ट्रीय सीमा पार करून भारताच्या कडेच्या पश्चिम बंगाल राज्यात प्रवेश केला होता. पुढच्या तीन वर्षांत ही संख्या दुप्पट झाली, १९७० पर्यंत पूर्व बंगालमधून भारतात स्थायिक झालेल्या निर्वासितांची संख्या ५० लाखांपेक्षा जास्त झाली. जोया चॅटर्जी या अभ्यासकानुसार, 'अगदी सुरुवातीच्या स्थलांतरितांमध्ये विवाहित हिंदू स्त्रियांना अनिवार्य असलेल्या शंखाच्या बांगड्या बनविणारे कारागीर होते, उच्चभ्रू हिंदू वापरत असलेली तलम रेशमी व सुती वस्त्रे विकणारे विणकर होते, हिंदूंच्या सण-उत्सवांमध्ये पुजल्या जाणाऱ्या मातीच्या मूर्ती बनविणारे कलाकार होते, हिंदूंच्या जन्म, लग्न आणि मृत्यू या वेळी पाळल्या जाणाऱ्या परंपरा, विधी पार पाडणारे पुरोहित आणि ज्योतिषी होते.' त्यांना रोजगार देणाऱ्या कुलीन वर्गाच्या आणि शहरी बाबूंच्या मागे ते भारतात पळून आले होते. गांधींनी ज्या सामाजिक उतरंडीच्या पुनर्रचनेसाठी आपले प्राण पणाला लावण्याची तयारी दाखविली होती, तिचा–त्यांच्याच शब्दांत सांगायचे तर–'अंगविच्छेद' झाला होता. तरीही त्यांनी अंदाज व्यक्त केल्याप्रमाणे फाळणीने फार प्रश्न सुटले नाहीत. फाळणीमुळे जमिनीचे, लाभाचे आणि राजकीय अधिकारांचे विभाजन झाले; पण बंगालच्या दोन्ही बाजूंच्या बहुसंख्याकांना अल्पसंख्याकांबरोबर राहावे लागले. आताच्या बांगलादेशाला लष्करशाहीने इस्लामिक रिपब्लिक म्हणून जाहीर केले असले, तरी त्यात बारा दशलक्ष हिंदू राहत होते.

आणि कसे ते माहीत नाही; पण गांधींना तेथे अजूनही प्रेरणेचे संभाव्य उगमस्थान म्हणून मान आहे. त्यांनी नौखाली सोडल्यानंतर अनेक वर्षांनी मी या इस्लामिक रिपब्लिकच्या राजधानीला, ढाक्याला गेलो होतो. तेथे गांधींची १४० वी जयंती साजरी करण्यासाठी बुद्धिवंतांची आणि समाजसुधारकांची संस्मरणीय सभा

भरली होती. कायदामंत्र्यांनी दीप प्रज्वलन केले. कुराणातील काही ओळी म्हटल्या गेल्या, त्यानंतर भगवद्गीतेतील श्लोकांचे पठण झाले मग बौद्ध आणि ख्रिश्चन धर्मांच्या प्रार्थना म्हटल्या गेल्या. गांधींच्या प्रार्थनासभांसारखेच या सभेचे स्वरूप जाणीवपूर्वक सर्वसमावेशक ठेवले गेले होते. पाच मुस्लीम आणि तीन हिंदू वक्ते बोलले–धार्मिक उग्रवादाविरोधात आणि ऐक्याच्या बाजूने, कायदे, नियम, स्वच्छ राजकारण, ग्रामीण विकास, सामाजिक समता यांच्याविषयी बोलले–ब्रिटिश सत्तेच्या आणि गांधींच्या काळाबद्दल नाही, तर आजच्या परिपूर्ण बांगलादेशाबद्दल. अर्धा डझन टी.व्ही. पत्रकारांनी त्यांचे बोलणे संध्याकाळच्या बातम्यांमध्ये प्रसारित करण्यासाठी नोंदवून घेतले. श्रोत्यांच्या चेहऱ्यांवरून कॅमेरे फिरत होते, एखादा वर उचललेला चेहरा, प्रेरित झालेला चेहरा म्हणून टिपत होते. मानवी हक्कांची पुरस्कर्ती म्हणून ओळख करून देण्यात आलेली एक महिला म्हणाली, "असा हाडामांसाचा माणूस आपल्या उपखंडात जन्माला आला आणि आपण सगळे त्याचे वारस आहोत, ही खरी गोष्ट आहे. मला आज प्रत्येक क्षणी त्यांची गरज भासते." सभेची समाप्ती गांधींच्या आवडत्या भजनाने झाली; हिंदू व मुस्लीम विद्यार्थ्यांची समान संख्या असलेल्या छोट्या समूहाने ते अतिशय गोड आवाजात म्हटले; त्यांना श्रोत्यांमधील बऱ्याच लोकांनी साथ दिली.

मी म्हणालो तसे, कोणत्याही धार्मिक मोजमापानुसार गांधींच्या १९४६ आणि १९४७ मध्ये, त्यांच्या आयुष्याच्या शेवटच्या टप्प्यात नौखालीतील चार महिन्यांच्या वास्तव्याने कोणता राजकीय किंवा सामाजिक लाभ झाला हे सांगणे कठीण आहे. पण २००९ मध्ये तसे प्रत्यक्षात घडले आहे.

करा वा मरा

गांधी ज्या-ज्या ठिकाणी गेले, तेथून त्यांना दुसरीकडे जाण्याची विनंती करण्यात आली. पूर्व बंगालच्या नौखाली जिल्ह्यात जेथे हिंदूंची कत्तल झाली होती, तेथील मुस्लिमांनी त्यांना बिहारला जाऊन रक्ताने हात माखलेल्या हिंदूंचा सामना करण्यास ते तयार असल्याचे दाखवून द्यायला सांगितले. जेव्हा एकदाचे ते बिहारला जाऊन पोहोचले, तेव्हा हिंदू राष्ट्रवाद्यांनी त्यांना पंजाबकडे वळविण्याचा प्रयत्न केला, जेथे निर्माण होऊ घातलेल्या पाकिस्तानला जोडल्या जाणाऱ्या आणि भारतापासून कापून काढल्या जाणाऱ्या मुस्लिमांचे अधिक्य असलेल्या प्रांतातून हिंदू आणि शिखांना दहशतीच्या वातावरणात हाकलून दिले जात होते. अखेरीस फाळणीला आणि स्वातंत्र्याची पहाट उगवायला दोनच आठवडे शिल्लक राहिलेले असताना अतिश्रमाने थकलेले आणि वैतागलेले महात्माजी पंजाबात गेले आणि ६ ऑगस्ट १९४७ रोजी लाहोरमध्ये बोलताना नेहमीच्याच खुलेपणाने त्यांनी आपल्या प्रतिज्ञांपैकी एक अत्यंत आश्चर्यकारक प्रतिज्ञा केली. नौखालीत 'करा वा मरा' म्हटल्यानंतर, मग बिहारलाही अशीच प्रतिज्ञा केल्यानंतर, यापुढे कायम 'राष्ट्रपिता' म्हणून संबोधण्यात येणाऱ्या मानवाने आता असे वचन दिले : 'आता मी माझं उर्वरित आयुष्य पाकिस्तानात घालवणार आहे.'

त्यांनी स्पष्ट केले की, आपण पंजाबला येण्यासाठी तळमळत होतो; पण आता भारतीय उपखंड पार करून त्यांना जलदगतीने नौखाली गाठायचे होते, कारण त्यांनी १५ ऑगस्ट रोजी भारताचा स्वातंत्र्य दिन तेथे साजरा करण्याचे ठरविले होते. याचाच अर्थ, स्वतंत्र भारताच्या जन्मदिनी सकाळी ते पाकिस्तानमध्ये डोळे उघडू इच्छित होते. "मला मरण आलं तरी मी तिथे जाणारच," ते म्हणाले. "पण मी नौखालीतून मोकळा झालो की पंजाबला येईन."

मोठ्या शूरपणे हिंदू प्रदेशातून मुस्लीम प्रदेशाकडे धावपळ करताना येणाऱ्या 'अंगविच्छेदाचा' विचार करून स्वाभाविकपणे त्यांचे डोके गरगरायला लागले होते. हिंदी महासागराच्या दुसऱ्या तटावर दरबान आणि जोहान्सबर्गला एकसंध भारताचे जे स्वप्न त्यांनी उराशी बाळगले होते, त्या स्वप्नाला धरून ठेवण्याचा एकच मार्ग त्यांना दिसत होता, तो म्हणजे, यापुढे आपल्याला दोन मातृभूमी असल्याचे जाहीर करणे. कदाचित, पुढे त्या पुन्हा एकत्र येतीलही; पण सध्यातरी ते सगळीकडे असू

शकत नव्हते. नेमका हाच मुद्दा १५ जून रोजी काँग्रेस अध्यक्ष कृपलानी यांनी खेदाने मांडला होता, हा तो दिवस होता, ज्या दिवशी गांधींच्या चळवळीने अखेरीस त्यांच्या अबोल हरकतीकडे दुर्लक्ष करून विभाजनाच्या योजनेवर पसंतीची मोहोर उमटविली होती. आपण तीस वर्षांपासून महात्माजींचे अनुयायी होतो; पण त्यापेक्षा आपण पुढे जाऊ शकलो नाही, कृपलानी म्हणाले. त्यांना अजूनही असे वाटत होते की, 'प्रचंड निर्भय असलेले गांधी बरोबरच आहेत आणि माझा पवित्रा (फाळणीच्या बाजूने असणारा) सदोष आहे.' पण गांधींचे बिहारमधील धाडसी, धीरोदात्त प्रयत्न पंजाबला कसे वाचवू शकणार होते, हे आपल्या आकलनापलीकडचे असल्याचे कृपलानींचे म्हणणे होते. 'आज ते स्वत:च अंधारात चाचपडत आहेत. ते जरी स्पष्टपणाने धोरणे आखत असले, तरी दुर्दैवाने ती मुख्यत: आम्हालाच आणि आमच्यासारख्या इतरांनाच प्रत्यक्षात आणावी लागतात आणि आमच्यासारखे इतर लोक गांधींप्रमाणे विचार करू शकत नाहीत.'

या म्हणण्यात सर्व काही आले; पण गांधी थांबले नाहीत. पंजाबला परत येण्याची आणि उर्वरित आयुष्य पाकिस्तानमध्ये घालविण्याची त्यांची प्रतिज्ञा दोनच दिवसांनंतर पाटण्यात विरघळून गेली, जेव्हा नौखालीत काही आठवडे घालवून त्यांनी बिहारला येण्याचे वचन दिले. प्रत्यक्षात त्यातील कोणतेच आश्वासन पूर्ण करता येणार नव्हते. गांधींकडे आता त्यांच्या आयुष्यातील शेवटचे सहा महिने उरले होते. ते नौखालीला कधीच पोहोचणार नव्हते, बिहार किंवा पंजाबला कधीच परतणार नव्हते, स्वतंत्र पाकिस्तानमध्ये कधीच पाय ठेवणार नव्हते. या शेवटच्या महिन्यांमध्ये त्यांची नजर संपूर्ण उपखंडावर होती; पण त्यांचे कार्यक्षेत्र दोनच शहरांपुरते मर्यादित राहिले. आधी कलकत्त्याला आणि मग दिल्लीत शेवटची 'आमरण उपोषणे' करून ते जवळजवळ एकहाती हिंसेचे उधाण परतवून लावण्यात यशस्वी झाले. यापूर्वी कधीच ते इतके साहसी, इतका चमत्कार घडविणारे नव्हते; पण पंजाबात कृपलानींचा चिंताजनक अंदाज खरा ठरला. तेथे सामुदायिक कत्तलींनी कळस गाठला. त्या प्रांताच्या आता भारतात असलेल्या पूर्व भागात हिंदू आणि शिखांनी मुस्लिमांची कत्तल केली आणि आता पाकिस्तानमध्ये असलेल्या पश्चिम भागात मुस्लिमांनी शीख व हिंदूंची कत्तल केली; त्यांच्या बायकांना पळवून नेले, मंदिरे फोडली. एका ठिकाणी शांतता प्रस्थापित केली की तिची लागण होऊन दुसऱ्या ठिकाणचा हिंसेचा आगडोंब विझेल हा गांधींचा सिद्धान्त तोपर्यंत खरा ठरणार नव्हता जोपर्यंत थकल्याभागल्या उपखंडासमोर त्यांच्या मृत्यूचे वास्तव येऊन उभे ठाकणार नव्हते; पण तोपर्यंत हजारो, लाखोंची कत्तल झाली होती, लाखो लोक स्थलांतरित झाले होते.

एक समाजवादी नेते राममनोहर लोहिया यांनी नंतर लिहिले, 'हिंदू-मुस्लिमांचे दंगे थांबावेत म्हणून देशाचे विभाजन झाले होते. फाळणीने ते घडविले जे टाळण्यासाठी

ती प्रत्यक्षात झाली होती आणि इतक्या मोठ्या प्रमाणात घडविले की, माणसाच्या बुद्धीची किंवा प्रामाणिकपणाची कीव यावी, हतबलता आणि निराशा दाटून यावी.'

महात्माजींकडे त्यांच्या उपस्थितीशिवाय, त्यांच्या उदाहरणाशिवाय अन्य कोणतेही औषध नव्हते. ते जेथे कुठे जात असत तेथे शोषित आणि दुर्बल अल्पसंख्याकांचे धैर्य वाढविणे आणि त्यांना लुबाडणाऱ्या बहुसंख्याकांची कानउघाडणी करणे आणि मन वळविणे, हेच त्यांचे धोरण होते; त्यामुळे त्यांच्या मनात करुणा नाही तरी थोडेफार शहाणपण निर्माण होईल यासाठी त्यांची ही धडपड असायची. जर ते पाकिस्तानमध्ये जाण्यासाठी जिवंत राहिले असते, तर त्यांनी संरक्षणाचे हे पांघरूण हिंदू अल्पसंख्याकांवर घातले असते. त्यांचे शेवटचे महिने भारतात गेल्यामुळे त्यांच्या नैतिक ढालीचे संरक्षण मिळावे म्हणून मुस्लीम अल्पसंख्याकांनी आक्रोश केला; त्यामुळे पाकिस्तानमधून बेदखल केले गेलेले क्रुद्ध हिंदू, शीख निर्वासित आणि सर्वसाधारण हिंदू उग्रवादी यांच्या नजरेत परिस्थितीने त्यांना मुस्लीमधार्जिणे बनविले. त्यांच्या संपूर्ण आयुष्याने त्यांना जी भूमिका निभावण्यासाठी तयार केले होते, ती निभावताना गांधींनी आता स्वत:च्या मृत्यूचा आदेश लिहायला घेतला; ज्याच्या सावटाखाली आपण असल्याचे त्यांना दीर्घकाळापासून जाणवत होते.

ब्रिटिशांची हकालपट्टी करून नवीन राज्य स्थापन करण्यात गुंतलेल्यांच्या नजरेत महात्माजींच्या एकामागून एक चाललेल्या तीर्थयात्रांना फारसे महत्त्व नव्हते. अस्वस्थ असलेले नेहरू म्हणाले की, 'ते भारताच्या शरीरावर आज इथे तर उद्या तिथे असे मलम लावत फिरत आहेत.' काँग्रेसच्या अखेरच्या अनुमतीसाठी जेव्हा फाळणीची योजना मांडण्यात आली, तेव्हा गांधी मध्येच हस्तक्षेप करतील याची नेहरूंना इतकी भीती वाटत होती की, त्यांनी आपला उजवा हात, कृष्ण मेनन यांना शेवटचे व्हाइसरॉय लॉर्ड माउंटबॅटन यांची मदत मागायला पाठविले. गांधींची मानसिक अवस्था अत्यंत भावुक आणि लहरी झालेली आहे, असा इशारा मेनन यांनी जूनच्या पहिल्या आठवड्यात दिला.

गांधींच्या पुढच्या प्रार्थनासभेत ते जाहीर भाषण करण्याआधीच त्यांची भेट घेण्याची खबरदारी व्हाइसरॉयने घेतली. लाल रंगाच्या विविध छटांच्या वालुकाश्मात बांधलेल्या ३४० खोल्यांच्या व्हाइसरीगल लॉजमध्ये भेटीला येण्याचे आग्रहाचे निमंत्रण गांधींना पाठविण्यात आले–या ठिकाणी हॉस्पिटल सुरू करण्याचा प्रस्ताव महात्माजींनी नुकताच मांडला होता–तेथे भारताची पहिली महाराणी सम्राज्ञी व्हिक्टोरिया हिचे नातू असलेले लॉर्ड माउंटबॅटन हे उत्कृष्ट व्याख्यान देण्याच्या तयारीत होते. लॉर्ड माउंटबॅटन यांनी विनम्रपणे आपले सगळे कसब वापरून आपल्या पाहुण्याचे मन वळविण्याचा प्रयत्न केला की, ही योजना म्हणजे गांधींच्या अनाग्रह आणि

आत्मनिर्धार या संकल्पनांचे उत्कृष्ट मिश्रण होती, तिच्याद्वारे गांधींना दीर्घकाळापासून जी गोष्ट घडायला हवी होती ती घडणार होती, ती म्हणजे ब्रिटिशांचे लवकरात लवकर येथून निघून जाणे. खरेतर ही योजना 'माउंटबॅटन प्लॅन' या नावाने ओळखली न जाता 'गांधी प्लॅन' या नावाने ओळखली जायला हवी, असे ते म्हणाले. हे बोलणे आपला अहंकार सुखावण्यासाठी चालले आहे, ही गोष्ट गांधी चांगलेच जाणून होते; पण त्यामुळे त्यांना जाणवत असलेला ताण कमी झाला. त्या संध्याकाळी प्रार्थनासभेत त्यांनी सांगितले की, व्हाइसरॉय काँग्रेसइतकेच फाळणीच्या विरोधात होते. हिंदू आणि मुस्लिमांचे एकमत न झाल्यामुळे व्हाइसरॉयसमोर 'पर्याय उरला नाही.' हे बोलणे हिरवा कंदील दाखविण्याइतके स्पष्ट नसले, तरी 'सावधगिरी बाळगून पुढे जा' हे सांगण्याची ही त्यांची पद्धत होती.

आपल्या सहकाऱ्यांशी सल्लामसलत न करता गांधी नियमितपणे व्हाइसरॉय आणि ब्रिटिश साम्राज्यातील इतर अधिकाऱ्यांशी बोलणी करायचे, त्याचेच प्रतिबिंब नेहरूंनी गांधींशी बोलण्यासाठी ४ जून रोजी माउंटबॅटन यांचा वापर केला त्या घटनेत पडले असावे. त्याआधी नुकतेच, म्हणजे १ एप्रिल रोजी नवीनच आलेल्या माउंटबॅटन यांना त्यांच्या दुसऱ्याच भेटीत गांधींनी एक कल्पना मांडून 'धक्का' दिला होता. मुहम्मद अली जिनांना अंतरिम सरकारचा प्रमुख बनवून पाकिस्तानवरून त्यांचे लक्ष हटवायचे आणि फाळणी टाळायची ही त्यांची कल्पना होती. या योजनेप्रमाणे, फक्त मुस्लीम लीगचे सदस्य सरकारमध्ये समाविष्ट करण्याचे स्वातंत्र्य त्यांना देण्यात येणार होते. त्याचा स्वाभाविक परिणाम म्हणून काँग्रेस विस्कळीत झाली असती या गोष्टीची चिंता गांधींना वाटत नव्हती, देशाच्या ऐक्यासाठी चुकवावी लागणारी ही त्यांच्या दृष्टीने एक लहानशी किंमत होती; शिवाय दोन दशकांपासून गांधी जी गोष्ट करण्यासाठी कळकळीने सांगत होते, ती दुर्लक्षित राहिलेली गोष्ट म्हणजे चळवळीचा पाया पक्का करण्याची, चळवळीची पुनर्बांधणी करण्याची ही चांगली संधी होती. माउंटबॅटन यांनी नंतर लिहिलेल्या संस्मरणांनुसार, ही योजना गांधींनी नव्हे, तर व्हाइसरॉयने स्वत: नेहरू व अन्य काँग्रेस नेत्यांना सांगावी, असे गांधींनी त्यांच्या प्रस्तावात म्हटले होते. साहजिकच माउंटबॅटन यांनी गांधींचा दूत किंवा मुखपत्र म्हणून काम करण्यास नकार दिला. त्यांनी आणि नेहरूंनी मिळून योजना तयार करेपर्यंत त्यांना त्यांच्या सल्लागारांनी असे सांगितले होते की, गांधींनी 'पूर्वीही असा पतंग' उडविलेला होता; जिनांनी ही कल्पना कधीही गंभीरपणे विचारात घेतली नाही. नेहरूंची प्रतिक्रिया उघडपणे विरोधात जाणारी होती. नेहरूंचे आपल्या अन्य सहकाऱ्यांपेक्षा व्हाइसरॉयशी अधिक घनिष्ठ संबंध तयार झालेले असल्यामुळे, त्यांनी व्हाइसरॉयना सांगितले की, 'गांधी चार महिन्यांपासून लांब आहेत आणि त्यांचा इथल्या घडामोडींशी वेगाने संपर्क तुटत चालला आहे.'

गांधींनी नऊ मुद्दे असलेला योजनेचा मसुदा तयार केला होता. गेल्या पन्नास

वर्षांत तीन खंडांत जाऊन गांधींनी ब्रिटिश साम्राज्याच्या अधिकाऱ्यांसमोर मांडलेल्या असंख्य याचिका, राजनैतिक टिपणे आणि स्मरणपत्रे यांपैकी ही शेवटची कागदपत्रे होती. त्यानंतर त्यांना माउंटबॅटन यांच्याजवळ एक गोष्ट कबूल करावी लागली, जी त्यांना आधीच माहीत होती : त्यांच्या कल्पनेला काँग्रेसमधील वरिष्ठांकडून शून्य प्रतिसाद मिळाला होता. 'म्हणून मला तुम्ही यापुढे विचारात घेऊ नये, असे माझे सांगणे आहे,' त्यांनी हताशपणे लिहिले. याचाच अर्थ त्यांचा सल्ला घ्यावा इतकाही त्यांचा प्रभाव आता राहिला नव्हता.

व्हाइसरॉयने जेव्हा गांधींची धाडसी सूचना प्रथम ऐकली, तेव्हा त्यांनी त्यावर जिना काय म्हणतील, असे विचारले. ''मी ही योजना मांडली आहे, असं जर तुम्ही त्यांना सांगितलं, तर ते म्हणतील, चलाख गांधी,'' गांधींनी अंदाज व्यक्त केला. जिना जे म्हणाले त्याला हे उत्तर फारच जवळचे होते. गांधी स्वत: व्हाइसरॉयना जे म्हणाले त्यावरून ते खोटे ठरत नाही; अर्थात त्यासाठी आपल्याला प्रत्यक्ष घटनेनंतर दोन दशकांनी माउंटबॅटन यांनी लिहिलेल्या वृत्तान्ताकडे, गैरसमजातून निर्माण झालेला अर्थाचा अनर्थ या दृष्टीने न बघता, तो थोडाफार अचूक म्हणून ग्राह्य धरावा लागेल. 'जिना फार काही करू शकणार नाहीत,' असे गांधी म्हणाल्याचे माउंटबॅटन यांनी लिहिले आहे, 'कारण प्रत्यक्षात केंद्रात आदेशांचे पालन करून जबरदस्तीने कोणी बहुमत प्राप्त करू शकत नाही आणि त्यांना वाटत असेल त्यापेक्षा त्यांच्या हातात शक्ती कमी असणार आहे.' गांधींच्या 'चलाख' योजनेतील मेख हीच होती की, त्यांच्या कल्पनेप्रमाणे जिनांचे सरकार काँग्रेसचे बहुमत असलेल्या विधिमंडळाला जबाबदार असणार होते, जी त्यावर अंकुश ठेवू शकणार होती आणि अखेरीस पायउतार होण्यास भाग पाडू शकणार होती.

माउंटबॅटनना निरोपाचे पत्र लिहून गांधी बिहारला परतले. त्यांच्या आधीच्या भेटीमध्ये त्यांनी तेथे फक्त तीन आठवडे घालविले होते. ते बिहारला भयंकर रक्तपातानंतर चार महिन्यांनी म्हणजे बरेच उशिरा आले होते; पण त्यांना हिंदूंमध्ये, ज्यात बहुसंख्य काँग्रेसजन होते, पश्चात्तापाच्या खुणा फारशा दिसल्या नाहीत. त्यांनी पश्चात्ताप, पापक्षालन आणि ऐक्य या विषयांवर प्रबोधन सुरू करेपर्यंत वातावरण असेच होते. त्यांना सांगण्यात आले की, हल्लेखोर नेहमी 'महात्मा गांधी की जय!' अशा घोषणा द्यायचे.

''या जयजयकाराचा मला तिटकारा आहे,'' ते म्हणाले. ''मी जेव्हा विचार करतो की, या जयजयकाराबरोबर हिंदूंनी निष्पाप स्त्री-पुरुषांची कत्तल केली, त्या वेळी मला ते शब्द झोंबतात, अशाच प्रकारे 'अल्लाह-ओ-अकबर!' अशा घोषणा देत मुस्लिमांनी हिंदूंना मारलं.''

या दुसऱ्या टप्प्यात त्यांना बिहारमध्ये दोन आठवडे थांबता आले, त्यानंतर

त्यांना राजधानीत बोलावून घेण्यात आले. त्यांचा नैतिक अधिकार इतका उच्चकोटीचा कदाचित केव्हाच नव्हता; पण त्यांच्या राजकीय वनवासाकडे दुर्लक्ष करून चालणार नव्हते; त्यामुळे त्यांना असे वाटू लागले होते की, एक नेता म्हणून त्यांची कारकीर्द संपण्याच्या मार्गावर होती आणि असे काही त्यांना पहिल्यांदाच वाटत नव्हते. तरी अजूनही हा विचार त्यांनी सहजपणे स्वीकारला नव्हता. ते स्वत:ला 'बंदुकीची निकामी गोळी' आणि 'पिछाडीला पडलेला खेळाडू' म्हणायचे. ते स्वत: एक प्रकारच्या विभाजित दृष्टिकोनाने ग्रासले होते आणि ही स्थिती नित्याचीच झाली होती. एका स्तरावर ते निश्चयी होते, सगळ्यांच्या विरुद्ध एकटे उभे राहायला तयार होते आणि दुसरीकडे त्यांना असे वाटत होते की, आता आपल्या स्वत:च्या वाटेने जाणाऱ्या कॉंग्रेस नेत्यांना देशाच्या गरजांची कदाचित अधिक चांगली जाण आहे. बिहारला जाताना ट्रेनमध्ये त्यांनी आपल्या एकेकाळच्या शिष्याला, वल्लभभाई पटेलांना पत्रात लिहिले, 'हे अगदी शक्य आहे की, लाखो लोकांसाठी काम करताना तुम्ही जे पाहू शकता ते कदाचित मी पाहू शकत नसेन. मी तुमच्या जागी असतो तर मीही कदाचित तुमच्यासारखाच वागलो, बोललो असतो.' त्यांनी कबूल केले. वल्लभभाई पटेल नेहरूंबरोबर अशा प्रकारे जोडले गेले होते, जसे एका म्यानात दोन तलवारी. संदर्भासह याकडे पाहिले तर ही खरीखुरी रास्त शंका वाटते, दुसऱ्याला खूश करण्यासाठी शिष्टाचार म्हणून बोलून दाखविलेले विचार वाटत नाहीत. भारत यापुढे गांधीवादी विचारसरणीनुसार चालू शकतो का, असा प्रश्न गांधींनी या ठिकाणी उपस्थित केला आहे.

आपल्या मोहिमांच्या परिणामकारकतेवर जणूकाही समारोपाचे विवेचन करतानाही गांधींचा विभाजित दृष्टिकोन दिसून येतो. ज्या अहिंसक प्रतिरोधाची प्रेरणा देण्याचा त्यांचा मानस होता तो सशक्त, शिस्तबद्ध होता, जखमी होण्याची जोखीम पत्करण्याइतका धैर्यशील होता, अगदी मृत्यूचाही सामना करण्याचे धाडस त्यांच्यात होते; याला त्यांनी 'बलवानांची अहिंसा' असे म्हटले होते. आता त्यावर गांधींचे म्हणणे होते की, भारतीय बहुसंख्याकांमध्ये जी जागृत झाली ती केवळ 'दुर्बलांची अहिंसा' होती.

स्वातंत्र्य मिळाल्यावर काही दिवसांतच एका अमेरिकन प्राध्यापकाशी बोलताना त्यांनी आपल्या कारकिर्दीवर एक दृष्टिक्षेप टाकला आणि म्हणाले की, आपले आयुष्य एका 'भ्रमा'वर आधारलेले होते. ते त्या वेळी कडवटपणे बोलत नव्हते. आता त्यांना जो भ्रमनिरास वाटत होता, त्यातही थोडा दिलासा शोधण्याचा प्रयत्न ते करू शकत होते. या संभाषणाचा जो अधिकृत सारांश त्यांनी तयार केला त्यानुसार, 'त्यांना हे जाणवले की, जर त्यांचे स्वप्न या भ्रमाने आच्छादलेले नसते, तर भारत आज ज्या टप्प्यापर्यंत पोहोचला आहे, तेथे कधीच पोहोचू शकला नसता.' ते जणूकाही म्हणत होते, त्यांनी जर कोणाला धोका दिला असेल, तर तो स्वत:ला दिला होता. त्याबद्दल

आपल्याला खेद वाटत नाही, ते काहीशा अभिमानाने म्हणाले.

नौखालीला परतण्याचे दीर्घकाळापासून दिलेले आश्वासन पाळण्यासाठी जेव्हा गांधी ट्रेनमध्ये चढले, तेव्हा मॉन्सून सुरू झाला होता. पाकिस्तान आणि भारत दोन्हींच्या स्वातंत्र्यदिनी नौखालीला पोहोचण्याची त्यांना आशा होती. परत नौखालीला जाणे हा फाळणीच्या कोणत्याही जबाबदारीपासून काँग्रेसच्या नेतृत्वावर टीका न करता स्वत:ला दूर ठेवण्याचा एक मार्ग होता. हिंदू-मुस्लीम 'ऐक्या'च्याप्रति आपण अजून तितकेच समर्पित आहोत, हे दाखविण्याचाही तो एक मार्ग होता; अर्थात हे ऐक्य आता शेवटच्या घटका मोजत होते. या नव्या दौऱ्याला सुरुवात करण्यासाठी ट्रेनमध्ये चढण्यापूर्वी त्यांनी पटेलांना पत्रातून लिहिले होते, 'येथे जे काही चालले आहे, ते मला रुचत नाही... (आणि) मी त्याच्याशी कोणत्याही प्रकारे संबंधित होतो असे कुणीही म्हणायला नको आहे.' या वेळी ते १९११ पर्यंत संपूर्ण उपखंडाची, ब्रिटिश साम्राज्याची राजधानी असलेल्या, अपमानित झालेल्या, खचलेल्या कलकत्त्याच्या पुढे जाऊ शकले नाहीत. १९११ नंतर ब्रिटिशांनी राजधानी दिल्लीला हलविण्याचे जाहीर केले, त्यानंतर हे शहर अविभाजित बंगालची राजधानी होती. आता फाळणीनंतर ती पश्चिम बंगाल नावाच्या छोट्या हिंदू-बहुसंख्याक राज्याची राजधानी होणार होती.

मुस्लीम लीगचे सरकार आपला बाडबिस्तरा उचलून ढाक्याला स्थलांतरित झाले होते, जी आता पूर्व पाकिस्तानची राजधानी होणार होती. आपल्याबरोबर त्या सरकारने नागरी सेवा आणि पोलीस दलातील वरच्या फळीतील मुस्लिमांना नेले होते; त्यामुळे ही दोन्ही क्षेत्रे अचानक आपोआपच हिंदूंच्या वर्चस्वाखाली आली होती. उरलेल्या चिंताक्रांत मुस्लिमांनी भिंतीवर हा मजकूर लिहिलेला पाहिला– मागील वर्षीच्या भीषण कलकत्ता हत्याकांडाचा सूड. ज्याप्रमाणे दहा महिन्यांपूर्वी मुस्लीम लीगचे मुख्यमंत्री सुऱ्हावर्दी सोदेपूर आश्रमात गांधींनी त्यांच्या प्रवासाची योजना बदलावी म्हणून त्यांचे मन वळवायला गेले होते, त्याचप्रमाणे आणखी एक मुस्लीम लीगचे शिष्टमंडळ त्यांच्या आगमनाच्या दिवशी तेथे त्यांची वाट बघत उभे होते. ९ ऑगस्ट रोजी तेथे पोहोचणाऱ्या गांधींना पूर्वीपेक्षाही अधिक कळकळीने ते विनंती करण्यासाठी आले होते. त्यांच्या म्हणण्यानुसार, काँग्रेस सरकारच्या दहशतीच्या छायेखाली वावरणाऱ्या त्यांच्या समुदायाच्या रक्षणार्थ गांधींनी कलकत्त्यालाच राहावे, अशी गळ त्यांनी घातली.

गांधी आल्यानंतर दुसऱ्या दिवशी कलकत्त्याचे माजी महापौर आणि आता शिष्टमंडळाचे नेते असलेले मोहम्मद उस्मान त्यांना म्हणाले, "आमचा तुमच्यावर हिंदूंइतकाच हक्क आहे." उस्मान त्याच मुस्लीम लीगचे सदस्य होते जिने हे संकट ओढवून घेण्यात मोठी भूमिका बजावली होती, जी अर्ध्या वर्षापूर्वी गांधींच्या पूर्व बंगालमधील कार्याविरुद्ध ओरड करत होती; पण आता गांधी प्रत्यक्षात बिहारला

जाऊन आल्यानंतर आणि हिंदूंनी त्यांच्या सहधर्मीयांना दिलेल्या वागणुकीला पाशवी आणि क्रूर म्हणून तिचा धिक्कार केल्यानंतर आणि आता फाळणीमुळे दुबळ्या झालेल्या त्यांना यापुढे या राज्यात कायमस्वरूपी अल्पसंख्याक म्हणून राहण्याची वेळ आल्यानंतर बंगाली मुस्लिमांना महात्माजी आता नव्या रूपात दिसू लागले : एक संभाव्य तारणहार. ''तुम्ही स्वत:च म्हणाला होतात की तुम्ही जितके हिंदूंचे आहात तितकेच मुस्लिमांचेही आहात,'' याचना करणारा तो माजी महापौर म्हणाला.

गांधींनी दोन अटींवर आपले नौखालीला परतणे पुढे ढकलण्यास संमती दिली. एक म्हणजे, मुस्लिमांनी नौखालीत शांततेची आणि अल्पसंख्याक हिंदूंच्या रक्षणाची हमी द्यावी; जे काम ते स्वत: करणार होते. जर तेथे कोणताही उद्रेक झाला तर उपवासाद्वारे गांधींचे प्राण त्यांना गमवावे लागतील, त्यांनी तंबी दिली आणि दुसरी म्हणजे, गांधींच्या आगमनाची बातमी कळल्यावर कराचीहून धावत कलकत्त्याला पोहोचलेल्या सुऱ्हावर्दींनी दोघांच्या शांतता समितीत गांधींबरोबर ब्रिटिश पायउतार झाल्यावर कलकत्त्यात सुव्यवस्था राखण्यासाठी सामील व्हावे.

सुऱ्हावर्दी मुस्लीम लीगचे एक असे राजकारणी होते, ज्यांचे राजकीय भवितव्य पाकिस्तानच्या जन्मानंतर रसातळाला गेले होते. ज्या एकत्र बंगालचे शासन त्यांनी सांभाळले होते त्याचे अस्तित्व आता संपल्यात जमा होते; ते आता पाकिस्तानातही सत्ता ग्रहण करू शकत नव्हते आणि भारतातही; त्याला काही प्रमाणात कारणीभूत ठरली ती, बंगाल अविभाजित ठेवण्यासाठी अखेरच्या क्षणी त्यांनी केलेली अवास्तविक आणि अभागी धडपड; मग तिसरे स्वतंत्र राज्य म्हणून बंगाल वेगळे झाले असते तरी त्यांना ते मान्य होते. या अपयशामुळे या बंगाली नसलेल्या उर्दू भाषक मुख्यमंत्र्यांना कुणीही अनुयायी उरला नाही. ते एकाकी, कुठेही थारा नसलेले आणि अंधारे भविष्य असलेले अभिनेते ठरले. महात्माजींच्या निराश मन:स्थितीत ते एक सहानुभूतिदर्शक पात्र म्हणून शोभून दिसले किंवा एक निराश, पीडित साथीदार असेही म्हणता येईल.

हिंदू-मुस्लिमांना एकत्रित आणणाऱ्या एकसंध बंगालची कल्पना गांधींना जिनांच्या द्विराष्ट्रवादाचे निराकरण म्हणून भावली होती–इतकी की, मे महिन्यामध्ये चळवळ काही काळ संकुचित झाली असताना या वयस्कर, बंगाली नसलेल्या, बंगाली भाषेच्या नवख्या विद्यार्थ्याने मुख्यालयाचा वॉरंट ऑफिसर म्हणून रुजू होण्याचा प्रस्ताव मांडला होता. वृद्धत्वाकडे झुकलेल्या महात्माजींनी त्या वेळी सुऱ्हावर्दींना लिहिले होते, 'हिंदू आणि मुस्लीम भावाभावांप्रमाणे राहायला सुरुवात करतील तोपर्यंत मी तुमचा अवैतनिक खासगी सचिव म्हणून काम करायला आणि तुमच्या आश्रयाने राहायला अगदी इच्छुक आहे.'

सुऱ्हावर्दींनी अशा प्रकारे प्रतिसाद दिल्याचे कळते, ''काय हा वेडेपणाचा

प्रस्ताव! त्याचा गर्भितार्थ समजून घेण्यासाठी मला दहा वेळा विचार करावा लागेल.'' प्रत्यक्षात, पाव शतकापूर्वी खिलाफतीचे नेते मुहम्मद अलींबरोबर केलेल्या भागीदारीला पुन्हा उजळा देण्याचा प्रस्ताव गांधी मांडत होते. धार्मिक दरी बुजविण्याच्या या ताज्या योजनेने ते इतके झपाटले होते की, आता तीन महिन्यांनंतर स्वातंत्र्याच्या पूर्वसंध्येला त्या भागीदारीला त्यांनी पुन्हा उजळा दिला. कलकत्त्याच्या अस्वस्थ भागात, जेथे मुस्लीम रहिवाशांना असुरक्षित वाटत होते, तेथे सुऱ्हावर्दींसह एका छताखाली, कोणतेही सैनिकी वा पोलीस संरक्षण घेतल्याशिवाय राहण्याचे धाडस करायला ते निघाले होते. त्या मुस्लीम लीग नेत्याने यावर विचार करण्यासाठी एक रात्र खर्ची घातली, मग संमती दिली; अगदी बिनशर्त! १३ ऑगस्ट रोजी, स्वातंत्र्य मिळायला दोन दिवसांपेक्षाही कमी काळ बाकी असताना ते दोघे एका जुन्या-पुराण्या, जीर्ण झालेल्या रिकाम्या खोलीत राहायला गेले. हे घर गजबजलेल्या बेलियाघाट भागात होते, तेथे मुस्लिमांच्या वस्तीत घरे एकमेकांना खेटून उभी होती, त्यांच्या मानाने बरी परिस्थिती असलेले हिंदू तुलनेने मोठ्या घरांमध्ये राहत होते. त्याच्याबरोबर आता पूर्व बंगालमधून आलेले निर्वासित गर्दी करून राहत होते. शेजारचे घर केव्हाच आगीच्या भक्ष्यस्थानी पडले होते. हिंदूंचे जथे मुस्लिमांच्या निवासस्थानांवर स्टेनगन आणि घरीच बनविलेले बॉम्ब (ग्रेनेड) घेऊन हल्ला करत होते आणि त्यातील रहिवाशांना पळता भुई थोडी करत होते.

काळे झेंडे दाखवून आणि धिक्काराच्या घोषणांनी गांधींचे स्वागत झाले. त्या ठिकाणी सुमारे दोनशे हिंदूंचा जथा जमा झाला होता, त्यातील काहींनी गांधींना जी खोली देण्यात आली होती तिच्या खिडकीतून इमारतीत घुसण्याचा प्रयत्न चालवला होता. जुनी तावदाने बंद करण्याच्या प्रयत्नाला दगडांच्या वर्षावाने उत्तर दिले जात होते. ते तरुण हिंदू थोडे शांत झाल्यावर त्यांनी हे जाणून घेण्याची मागणी केली की, गांधींना मुस्लिमांविषयी इतकी चिंता का वाटत होती?

एक तासापेक्षा जास्त काळ चाललेल्या असभ्य भाषेतील चर्चांना गांधींनी तोंड दिले. त्यातील एका हिंदू तरुणाने त्यांच्यावर तोंडसुख घेतले, ''आम्हाला तुमची अहिंसा नको आणि प्रवचनंही नकोत.'' गांधींनी त्यांना सांगितले की, आपण दमदाटी सहन करणार नाही आणि बळाचा वापर करणाऱ्यांसमोर नमणार नाही; मदतीला कुणाला बोलाविणारही नाही. मग त्यांनी त्या लोकांच्या 'ते हिंदूंचे शत्रू आहेत' या आरोपाचे उत्तर दिले. ''धर्माने, कर्माने आणि नावाने हिंदू असल्यामुळे मी माझ्याच धर्माचा, समाजाचा शत्रू कसा असेन, हे तुम्हाला समजत नाही का?'' त्यांनी कठोरपणे प्रतिप्रश्न केला. आता मात्र त्या तरुणांकडे काहीच उत्तर नव्हते. मग त्यातील काहीजण त्यांचे संरक्षण करण्यासाठी आपणहोऊन पुढे आले.

हतबुद्ध झालेले वल्लभभाई पटेल त्यांच्यापेक्षा थोडे अधिक समजूतदार निघाले.

ते आता गृहमंत्रालयाचा कारभार सांभाळत होते; आता एक भारतीय अधिकारी म्हणून शांतता प्रस्थापित करण्याची डोंगराएवढी जबाबदारी त्यांची होती. त्यांनी दिल्लीहून लिहिले, 'तर मग आता तुम्ही कलकत्त्यात अडकला आहात... गँगस्टर्स आणि मवाल्यांच्या अड्ड्यात आणि सोबतीला कोण आहे, काय विचारता! ही एक महाभयंकर जोखीम आहे.'

'हैदरी मंजिल' या नावाने ओळखल्या जाणाऱ्या त्या जीर्ण-शीर्ण घरात त्यातील पाहुण्यांसाठी आणि त्यांना रोज भेटायला येणाऱ्या शेकडो अभ्यागतांसाठी एकच शौचालय होते आणि एकच बाज होती, ती झोपण्यासाठी वापरायला त्या वृद्धाने नकार दिला आणि जमिनीवरच झोपणे पसंत केले होते. महात्माजी राहायला येण्याआधी घाईघाईने त्या जागेची स्वच्छता करण्यासाठी वापरलेल्या अमोनियाचा वास वातावरणात भरून राहिला होता. त्या घराची भव्यता तेथील एकेकाळच्या वैभवाची साक्ष देत होती. सुमारे तीस फूट उंच असलेले छत, भव्य खिडक्या-दारे, त्यांची तावदाने आणि काचा मात्र बरेचदा फुटलेल्या. भारताच्या स्वातंत्र्यानंतरच्या धामधुमीच्या तीन आठवड्यांमध्ये दिल्लीतील स्वातंत्र्य दिनानिमित्त चाललेल्या सोहळ्यांपासून स्वत:ला दूर ठेवत गांधींनी या घराला आपले मुख्यालय बनविले. आज, भिंतींच्या कडेकडेने संगमरवरी फरशीचे तुकडे लावलेल्या, चमकदार दिव्यांनी आणि नेहमीप्रमाणे छायाचित्रांनी सजलेल्या त्या घराचे आता संग्रहालय झाले आहे. गांधींचे आणखी एक तीर्थस्थान. १९४७ मध्ये तेथे उसळलेल्या आणि नंतर शांत केल्या गेलेल्या भीती व भावनांचे अगदी धूसर प्रतिबिंब आज त्या घरात जाणवते.

१५ ऑगस्ट रोजी दिवसभर आपण उपवास करू आणि चरखा चालवू, असे ते म्हणत आले होते. 'बीबीसी'ने त्यांना स्वातंत्र्य दिनानिमित्त विशेष संदेश देण्याची विनंती केली तेव्हा गांधींनी उत्तर दिले : "मला इंग्रजी बोलता येतं हे आता त्यांनी विसरायला हवं." जेव्हा ऑल इंडिया रेडिओने अशीच विनंती केली, तेव्हा ते म्हणाले, "मी कोरडा झालो आहे. माझे शब्द आटले आहेत." त्या दिवशी फक्त तीन तासांची झोप घेऊन पहाटे दोन वाजताच ते उठले. इतक्या पहाटे बेलियाघाट शांत होता; पण स्वातंत्र्य मिळाले म्हणून अभिनंदन करण्यासाठी बहुसंख्य मुस्लीम असलेला एक छोटा समूह बाहेर त्यांची वाट बघत होता. उजाडल्यावर गर्दी वाढू लागली. आश्चर्य म्हणजे त्यात दोन्ही धर्मांचे लोक होते; काही दिवसांपूर्वी आक्रमक आणि बचावात्मक पवित्रा घेणारे हिंदू आणि मुस्लीम आता एकत्र आनंद साजरा करत होते. त्या काळातील वृत्तांनुसार ते एकमेकांना आलिंगन देऊन, 'भाऊ' म्हणून संबोधत होते. हा हर्षोन्माद दोन आठवडे चालला. आणखी एका कलकत्ता हत्याकांडाऐवजी आता तेथे कलकत्त्याच्या चमत्काराची चर्चा होती; ज्याचे श्रेय अनेकांनी गांधींच्या तेथील उपस्थितीला आणि त्यांनी घालून

दिलेल्या उदाहरणाला दिले.

सुऱ्हावर्दी गाडी चालवायला बसले असताना त्यांच्याशेजारी बसून सलग दोन रात्री गांधी शहरात सैर करून आले, नागरिकांचा जल्लोष डोळे भरून पाहिला, त्यांचा आनंद मनात साठवून घेतला. सुरुवातीला ते या आनंदात सामील व्हायला तयार नव्हते, अगदी मुस्लिमांनी त्यांच्या गाडीला गराडा घालून 'जय हिंद!'च्या घोषणा दिल्या तरीही पंधरा आणि सोळा तारखांना झालेल्या प्रार्थनासभांमध्ये, आनंद साजरा करणाऱ्या काही उपद्रवी लोकांनी गव्हर्न्मेंट हाउस या व्हाइसरॉयच्या पूर्वीच्या निवासस्थानी (आता स्वातंत्र्य दिनापासून राज्यपालांचे निवासस्थान असलेल्या) जाऊन घातलेल्या धुडगुसाबद्दल संताप व्यक्त केला. व्हाइट हाउसमध्ये जाऊन ॲन्ड्र्यू जॅक्सनच्या अधिष्ठापनेचा आनंद धुडगूस घालून साजरा करणाऱ्या लोकांप्रमाणेच येथेही लोकांनी चांदीची उपकरणे चोरली, मूल्यवान चित्रे खराब केली आणि उपखंडाच्या दुसऱ्या टोकाला असलेल्या लाहोरहून दंग्यांच्या बातम्या आल्यानंतर, स्वातंत्र्य दिन अशा प्रकारे रक्ताने डागाळला गेला म्हणून गांधींनी तीव्र शोक व्यक्त केला. कलकत्त्याचा चमत्कार असाच टिकून राहणार का, याविषयीची शंका त्यांच्या मनात ठाण मांडून बसली होती. 'हा फक्त क्षणिक उत्साह असला तर?' त्यांनी पटेलांना लिहिले.

थकवा आणि आशा यांच्यादरम्यान ते क्षणाक्षणाला हेलकावत होते. त्यांचे आणि सुऱ्हावर्दींचे भाषण ऐकायला जसजशी मिश्र गर्दी फुगत चालली होती– किमान दोन प्रसंगी ती पाच लाखांपेक्षाही जास्त असल्याची वृत्ते होती–तसतशी गांधींना खिलाफत चळवळीच्या वेळी आलेल्या अशा जनसमूहाच्या भरतीची आठवण आली, जिने त्यांना राष्ट्रीय नेतेपदी विराजमान केले होते. 'बंधुभावातून मिळणारा आनंद तासातासाला वाढत आहे, असेच म्हणावे लागेल,' गांधींनी लिहिले.

त्या वर्षात आधी, गांधींना नौखालीतून बाहेर काढण्यास प्रयत्नशील असलेले शाहीद सुऱ्हावर्दी आता महात्माजींच्या तेजोवलयात न्हाऊन निघत होते. स्नेहभावाच्या सरोवरात आश्चर्यकारकरीत्या बुडी मारल्यानंतर कलकत्त्याने जो आनंद आणि सुटकेचा नि:श्वास अनुभवला होता त्यासाठी महात्माजींना ते सलाम करत होते. "हे सगळे त्या अल्लाच्या अपार कृपेने आणि आमच्या प्रिय बापूंनी केलेल्या सत्कर्मामुळे घडत आहे," तो मुस्लीम लीगचा नेता म्हणाला. आता स्वतंत्र भारताचे गव्हर्नर जनरल असलेल्या माउंटबॅटन यांनी नमूद केले की, पंजाबमधील हिंसाचार काबूत आणण्यासाठी ब्रिटिश अधिकाऱ्यांच्या देखरेखीखाली 'सीमारक्षक दल' पाठविण्यात आले होते. त्यांनी लिहिले, 'पंजाबात आमचे ५५ हजार सैनिक आहेत आणि तेथे मोठ्या प्रमाणावर दंगे सुरू आहेत. बंगालमध्ये आमच्या दलात एकच माणूस आहे आणि तेथे अजिबात दंगे सुरू नाहीत... मी त्या एकसदस्यीय सीमारक्षक दलाला

आणि त्याचे सेकंड-इन-कमांड मि. सुऱ्हावर्दींना सलाम करतो.'

माउंटबॅटन यांचे पत्र गांधींना ३० ऑगस्ट रोजी मिळाले. मग गांधींनी त्यांचे नौखालीचे प्रस्थान १ सप्टेंबर रोजी करण्याचे ठरविले; पण हा दिवस शांततेत उगवला नाही. जी त्यांची कलकत्त्यामधील शेवटची संध्याकाळ ठरणार होती, त्या संध्याकाळी हैदरी मॅन्शन या त्यांच्या बेलियाघाटमधील कमांड पोस्टवर पुन्हा एकदा माथेफिरू तरुण हिंदूंनी हल्ला केला; सुऱ्हावर्दींबरोबर आपल्याला काही हिशेब चुकते करायचे आहेत, असे त्यांचे म्हणणे होते. सुदैवाने, ते माजी मुख्यमंत्री गांधींच्या नौखाली दौऱ्यासाठी सामानाची बांधाबांध करायला घरी गेले होते; ते स्वत:ही त्या दौऱ्यात सामील होणार होते. गांधींनी सांगितलेल्या आठवणींनुसार, त्या घुसखोरांनी एका बँडेजमध्ये गुंडाळलेल्या हिंदू माणसाला आपल्यासोबत आणले होते, त्याला एका मुस्लिमाने भोसकले होते किंवा असा त्यांचा दावा होता. त्याला जवळून बघितले असता त्याला कोणीही अजिबात भोसकले नसल्याचे दिसून आले. गांधी रात्रीचे नुकतेच झोपले होते. सुरुवातीला ते म्हणाले की, आपण डोळे मिटून स्वस्थ पडलो होतो. मग, ओरडल्याचे आणि काच फुटल्याचे आवाज ऐकून, हा वृद्ध मनुष्य उठून शेजारच्या स्वागत कक्षात गेला आणि आक्रमकांसमोर उभा राहिला. तो त्यांच्या मौनाचा दिवस होता. आठवड्यातील एक दिवस ते मौनव्रत पाळायचे; पण प्रक्षोभक परिस्थिती बघून, त्यांनी ते मोडायचे ठरविले.

"हे काय चाललं आहे?" त्यांनी विचारले. "मला मारा, मी सांगतो मला मारा. तुम्ही मला का मारत नाही?"

ते हिंदीत बोलत होते. त्याचे बंगालीत भाषांतर केल्यावरही काहीच परिणाम झाला नाही. महात्माजींच्या शेजारी उभ्या असलेल्या मुस्लिमाला सुऱ्हावर्दी समजून त्याच्यावर विटेचा तुकडा भिरकावण्यात आला. "१५ ऑगस्ट रोजी प्रस्थापित झालेल्या शांततेचं खरं रूप हे असं आहे?" उद्विग्न झालेल्या पण नीडर असलेल्या गांधींनी विचारले, "हा मी तुमच्यासमोर मारून घेण्यासाठी उभा आहे."

पुन्हा एकदा भाषांतर करण्यासाठी मध्ये वेळ गेला. हळूहळू त्यांचे शब्द हल्लेखोरांच्या डोक्यात शिरले; पण दुसऱ्या दिवशी शहरात हिंसाचाराचा उद्रेक झाल्याच्या वृत्तानंतर त्यांनी स्वत: लिहिले, 'कलकत्त्याचा फुगा (भ्रमाचा भोपळा) फुटला आहे, असे दिसते... ज्याला चमत्कार मानले जात होते ते एक नऊ दिवसांचे अल्पजीवी आश्चर्य ठरले.' काही तासांतच, पुन्हा एकदा नौखालीचा दौरा पुढे ढकलून त्यांनी तेथेच थांबण्याचे आणि उपवास करण्याचे ठरविले. ते त्यांचे 'जालीम शस्त्र' किंवा काही वेळा त्यांचे 'अमोघ शस्त्र' होते, ते म्हणाले. कदाचित, या वेळी ते पंजाब, तसेच कलकत्त्यामधील हृदयांना स्पर्श करणार होते. त्यांनी पटेलांना लिहिले, 'मी जर लोकांना शांत करण्याची शक्तीही गमावली असेल, तर माझ्यासाठी

आता काय करायचे बाकी उरले आहे?'

हैदरी मॅन्शनवर हल्ला झाल्यानंतर एक दिवसाने कलकत्त्यात पेटलेल्या दंगलीत सुमारे पन्नास लोक मारले गेले आणि शंभर जखमी झाले, असे वृत्त होते. सैन्याला पाचारण करण्यात आले; पण त्यांचे बळ ही स्थिती हाताळण्यासाठी पुरेसे नव्हते. सेनेतील काही तुकड्यांना उत्तर भारतातील आणि पंजाबातील आणीबाणीची परिस्थिती हाताळायला पाठविले गेले होते; त्यामुळे स्थानिक सैन्यदल दुबळे झाले होते. गांधींनी २ सप्टेंबर रोजी उपोषणाला सुरुवात केली, तेव्हा हे शहर पुन्हा गेल्या वर्षी झालेल्या 'भीषण हत्याकांडा'च्या दिशेने चालले होते, असे वाटायला लागले होते.

दोन दिवसांनंतर पुन्हा सगळे शांत झाले. या वेळी ही शांतता कायम राहील याची ग्वाही महात्माजींना देण्यासाठी तातडीने निघालेले शांतता मोर्चे बेलियाघाटकडे जाऊ लागले. उग्रवादी हिंदू आणि कुख्यात गुंड येऊन गांधींच्या पायाशी निदान काही शस्त्रे ठेवून गेले. हजारो लोकांनी, कोणीही न सांगता सहानुभूतिदर्शक उपवास केले, त्यात पोलीस दलातील कर्मचारीही होते. हल्ले होणाऱ्या मुस्लिमांचे संरक्षण करण्यासाठी जे दोन हिंदू गांधीवादी शांतता कार्यकर्ते म्हणून कार्यरत होते, ते स्वतःच मारले गेले; अशा प्रकारे स्वतःच्या जीवनाचा त्याग करून त्यांनी गांधींची सत्याग्रहाची कठोर व्याख्या पूर्ण केली. सगळे वृत्तान्त एकाच निष्कर्षाकडे बोट दाखवत होते, ते म्हणजे, या शहराला एकाच भावनेने पछाडले होते की, ज्या संत माणसाने स्वातंत्र्यसंग्रामाचे नेतृत्व केले, त्याला शहराच्या भरवस्तीत, भारतीय स्वातंत्र्याची पहाट होत असताना मरू देणे ही गोष्ट किती लज्जास्पद आहे आणि विचारांच्या पलीकडची आहे.

तिसऱ्या दिवशी संध्याकाळी अक्षरशः संपूर्ण धार्मिक आणि राजकीय क्षेत्रातील प्रतिनिधींची एक विलक्षण सभा गांधींच्या खोलीत दाटीवाटीने भरली आणि त्या सगळ्यांनी गांधींना उपवास सोडण्याची गळ घातली. त्यात काँग्रेस आणि मुस्लीम लीगचे नेते होते, शिखांचे नेते होते, जे पंजाबातील हत्याकांडाच्या वृत्तांनी पेटून उठले होते, उग्रवादी हिंदू महासभेचे नेते होते आणि त्याचबरोबर माजी मुख्यमंत्री शाहीद सुऱ्हावर्दीही होते, जे या सगळ्या कार्यक्रमाचे सूत्रसंचालन करून 'भीषण कलकत्ता हत्याकांडा'च्या वेळी त्यांना आलेले अपयश जाहीरपणे धुऊन काढत होते. समझोता करण्यापूर्वी आपल्या बनियात्वाला जागून गांधींनी काही अटी मांडल्या.

त्यांचे समाधान होण्यासाठी शिष्टमंडळाने दोन अटी मान्य करणे गरजेचे होते. प्रथम, त्यांना एका खुल्या प्रतिज्ञापत्रावर सह्या कराव्या लागणार होत्या, ज्यात असे नमूद केलेले असेल की, कलकत्त्यात कधीही धार्मिक हिंसाचार होणार नाही, ही अट सोपी होती. दुसरी, या प्रतिज्ञापत्रात असे आश्वासन द्यावे लागणार होते की, जर पुन्हा हिंसेचा उद्रेक झाला, तर या शिष्टमंडळापैकी प्रत्येकजण शांतता प्रस्थापित

करण्यासाठी आपापला प्राण देईल. सगळे नेते दुसऱ्या एका खोलीत गेले आणि गांधींनी मागणी केल्याप्रमाणे प्रतिज्ञापत्र तयार करून घेऊन आले. सुऱ्हावर्दींनी गांधींच्या हाती मोसंबीचा रस दिला तेव्हा चौदा वर्षांपूर्वी येरवडा तुरुंगात उपवास सोडताना टागोरांचे जे गीत गायले गेले होते, तेच पुन्हा येथे गायले गेले : 'जेव्हा माझे हृदय कठोर आणि तृषार्त असेल, तेव्हा माझ्यावर तुझ्या कृपेची वृष्टी कर.'

कलकत्त्यात आनंदाला उधाण आले. आता पश्चिम बंगालचे राज्यपाल असलेले गांधींचे जुने सहकारी राजगोपालाचारी म्हणाले, "आजवर गांधींनी साध्य केलेली कोणतीच गोष्ट 'अगदी स्वातंत्र्यसुद्धा' खरोखरच इतकी अद्भुत नव्हती, जितका कलकत्त्यातील दुष्ट प्रवृत्तींवर मिळवलेला हा विजय आहे." गांधींचे स्वत:चे त्यांनी बजावलेल्या भूमिकेविषयीचे मत पुरेसे विनम्रपणाचे आहे; पण काळजीपूर्वक वाचले असता त्यातून त्यांचा हा दृढ होत जाणारा विश्वास दिसून येतो की, शांततादूत म्हणून त्यांची नियुक्ती केली गेली होती. पुन्हा हिंसाचार उसळण्याआधी किंवा उपवासाआधी त्यांनी जेव्हा कलकत्त्याच्या चमत्काराबाबत प्रथमच ऐकले, तेव्हा लिहिले : 'ही अचानक झालेली उलथापालथ एका माणसाचे किंवा दोघांचे काम नाही. आपण सगळे ईश्वराच्या हातातील खेळणी आहोत. तो त्याच्या सुरांवर आपल्याला नाचवितो.'

त्यानंतर तीन दिवसांनी, ७ सप्टेंबर रोजी ते ट्रेनने दिल्लीला जायला निघाले. एक पथिक, एक शोधक, एक निरंतर यात्रिक म्हणून त्यांच्या दीर्घ आयुष्यातील हा अखेरचा टप्पा ठरणार होता; नौखालीला परतण्याची किंवा पंजाबमधील रक्तपात झालेल्या पाकिस्तानमधील भागाचा दौरा करण्याची त्यांची प्रतिज्ञा अपूर्णच राहणार होती. दिल्लीतील धार्मिक हिंसाचाराच्या उद्रेकाने त्यांना तेथेच बांधून ठेवले. खरेतर त्या वेळी हे शहर दोन शहरांमध्ये विभागलेले होते : भूतपूर्व मुघल राजधानीचे शहर जुनी दिल्ली, जेथे मुघल सत्ता पुनर्स्थापित करण्यासाठी याआधीच्या शतकात ब्रिटिशांविरुद्ध बंड करताना हिंदू, तसेच मुस्लीम सैन्य एकत्र लढले होते आणि नवी दिल्ली, विदेशी राजघराण्याची गर्वोन्नत राजधानी, या राजघराण्याची उपखंडावरील पकड ढिली होत असताना तिचे बांधकाम पूर्ण झाले. आज विसाव्या शतकातील ब्राझीलिया किंवा इस्लामाबाद यांच्या तुलनेत १९४७ मध्ये ते शहर नवे होते. वॉशिंग्टन जेवढे न्यू यॉर्कच्या जवळ आहे, तेवढे दिल्ली लाहोरच्या जवळ आहे. आता अचानक ती जणूकाही दोन वेगळी विश्वे झाली, कारण जबरदस्त आघात झालेले हिंदू निर्वासित त्यांच्या हिरावून घेतल्या गेलेल्या कुटुंबांच्या आणि घरांच्या, त्यांनी बघितलेल्या हाहाकाराच्या दर्दभऱ्या कहाण्या सांगत सीमेपलीकडून भारतात येऊ लागले. १३ महिन्यांपूर्वी 'भीषण कलकत्ता हत्याकांडा'ने जी ठिणगी पडली होती ती सुडाची आग आणि मानवाच्या मूलभूत गरजा एकत्र येऊन ही अटळ

प्रतिक्रिया उमटली : पंजाबातील त्यांच्या घरांमधून हाकलून देण्यात आलेल्या हिंदूंनी आता स्थानिक अतिरेक्यांशी हातमिळवणी करत दिल्लीतील मुस्लिमांना त्यांच्या घरातून हाकलून लावण्यास सुरुवात केली.

हा भारतीय स्वातंत्र्याचा केवळ पहिला महिना होता. प्रत्येक चार घरांपैकी एका घरामध्ये निर्वासित दिसू लागले. ९ सप्टेंबरच्या सकाळी गांधी दिल्लीला पोहोचेपर्यंत मशिदींवर हल्ले झाले होते, अनेक दिवसांपासून अनियंत्रितपणे चाललेली लूटमार आणि कत्तल आता कुठे शांत होत होती. अजूनही रस्त्यांवरून प्रेते उचलण्याचे काम सुरू होते आणि लष्कराने संचारबंदी जारी केली होती. त्यांनी घडविलेल्या चमत्काराच्या वातावरणातून नुकतेच बाहेर पडलेले गांधी, नक्कीच हादरले होते, हेलावले होते; पण शांत दिसत होते. त्यांनी आपला नित्यक्रम सुरू केला, जो त्यांनी सातत्याने गेले काही महिने नौखालीला, बिहारमध्ये आणि कलकत्त्याला चालविला होता : संपूर्ण शांतता प्रस्थापित होईपर्यंत राजधानीत थांबणे, 'करा वा मरा' या तत्त्वाचे पालन करणे एवढेच त्यांच्या हातात होते. या वेळी त्यांची ही घोषणा एखाद्या फ्यूजसारखी जळून जाणार होती.

राजधानी इतक्या असुरक्षिततेच्या आणि भीतीच्या वातावरणाखाली दबलेली होती की, पटेलांनी गांधींना स्पष्ट शब्दांत सांगितले, दोन वर्षांपासून दिल्लीत आल्यावर गांधी जाणूनबुजून ज्या सर्वांत निम्नस्तरातील अस्पृश्यांच्या, भंग्यांच्या, सफाई कामगारांच्या वस्तीत राहत असत, तेथे ते या वेळी राहू शकत नव्हते. गांधींच्या स्वत:च्या मनात, त्यांना भेटायला येणाऱ्या भारतीय आणि विदेशी लोकांनी भंगी वस्तीत येणे हा अस्पृश्यतेच्या विरोधातील लढ्याचाच एक भाग होता; ज्याचा संबंध ते नेहमी दक्षिण आफ्रिकेतील त्यांच्या अनुभवांशी जोडायचे.

गांधींना काहीही कल्पना न देता, भंगी कॉलनीचे काही प्रमाणात एखाद्या रंगमंचावर नेपथ्य उभारावे, तसे रूपांतर गांधींचे एक प्रमुख अर्थसाहाय्यक उद्योगपती जी.डी. बिर्ला यांच्या नोकरांनी केले होते. मि. गांधी हे मि. पोटेम्किनना भेटले. एक अमेरिकन छायाचित्रकार-पत्रकार मार्गारेट बुर्क-व्हाइट यांनी, एका दयनीय अवस्थेत असलेल्या वस्तीचे कसे रूपांतर केले याचे वर्णन लिहिले आहे. त्या वस्तीतील अर्ध्या लोकांना बाहेर काढण्यात आले होते, तेथे राहण्याची इच्छा असलेल्या पाहुण्यांसाठी छोटी, नीटनेटकी मातीची घरे ओळीने बांधली होती. त्यात हवा खेळती राहण्यासाठी दारे-खिडक्या केल्या होत्या. मोठ्या केलेल्या रस्त्यांना कडेने विटा लावल्या होत्या, त्यापलीकडे ठरावीक अंतरावर ही घरे ओळीने उभी होती. धूळ उडू नये म्हणून या रस्त्यांवर रोज पाणी शिंपडले जात होते. बुर्क-व्हाइट यांच्या वृत्तानुसार, तेथे वीज, विजेचे पंखे, फोन बसविणे हा बिर्लांच्या कामाचाच एक भाग होता. एका नव्यानेच रंगविलेल्या मंदिराशेजारी इतर घरांपेक्षा जरासे मोठे पण साधेच घर गांधींसाठी बनविण्यात आले होते, तेथे ते काँग्रेस नेत्यांबरोबर आणि ब्रिटिश मंत्र्यांबरोबर भेटीगाठी

घ्यायचे. आता भारतातील सर्वांत देखणी, कमीतकमी दुर्गंध येणारी झोपडपट्टी झालेल्या त्या वस्तीतून दिमाखदार व्हाइसरीगल लॉजमध्ये परिषदांसाठी गांधी जायचे, तेव्हा बिर्लांच्या 'पांढऱ्याशुभ्र पॅकार्ड' मोटारीतून शोफर त्यांना तेथे घेऊन जायचा.

पण आता भंगी कॉलनी आणि तिचा परिसर निर्वासितांनी ओसंडून वाहत होता. त्यातील अनेकांना गांधींमुळे त्यांच्यावर ही वेळ आली आहे, असे वाटत होते; त्यामुळे बिर्ला हाउस, या बिर्लांच्या भव्य, उंच छत असलेल्या हवेलीत राहणेच गांधींसाठी दूरदर्शीपणाचे होते. ही हवेली नवी दिल्लीतील एका प्रशस्त, दुतर्फा झाडे असलेल्या नवीन रस्त्यावर होती. तिच्याभोवती एक मोठा, निगा राखलेला बगिचा होता. या ऐशआरामाच्या वातावरणात त्यांच्या कठोर नीतिनियमांचे पालन करणे गांधींच्या सवयीचे होते. त्यांनी भंगी कॉलनीत जाण्याचा निर्णय घेण्याआधी दोन दशकांतील दिल्लीत असतानाचा बहुतेक काळ येथेच घालविला होता. दिल्लीत आल्यानंतर एक आठवड्याने, १६ सप्टेंबर रोजी ते भंगी कॉलनीशेजारी, जवळच्याच यमुनेच्या काठावर कवायत करणाऱ्या काही उजव्या कट्टर गटांना भेटण्यासाठी गेले होते. राष्ट्रीय स्वयंसेवक संघाला किंवा 'आरएसएस'ला हिंसाचाराबद्दल मोठ्या प्रमाणावर जबाबदार धरण्यात आले होते. नंतर गांधींची हत्या झाल्यावर, हिंदू उग्रवाद्यांचा बीमोड करण्यासाठी त्यावर बंदी घातली गेली; पण या भेटीत त्यांना दोष देण्याऐवजी गांधींनी दोघांमध्ये समान विचारधारा शोधण्याचा प्रयत्न केला. एक राष्ट्रभक्त दुसऱ्या राष्ट्रभक्तांशी सामाजिक शांततेसाठी बोलत असल्याचा गांधींचा पवित्रा होता. 'आरएसएस'बरोबर झालेल्या या भेटीनंतर–जिच्यामुळे 'आरएसएस'च्या दैनंदिन संस्मरणांमध्ये महान हिंदू हस्तींच्या प्रभावळीत अलीकडच्या काळात गांधींचेही नाव जोडले गेले–प्रार्थनासभेचे आयोजन करण्यात आले होते; पण गुंडगिरी करणाऱ्या काही हिंदूंनी घोषणाबाजी करून प्रार्थना करणे अशक्य करून टाकले. 'गांधी मुर्दाबाद!' कुराणातील ओळी म्हणण्याचा प्रयत्न केल्यावर ते ओरडू लागले. त्यानंतर पुढच्या साडेचार महिन्यांमध्ये गांधींच्या प्रार्थनासभा सुरक्षित समजल्या जाणाऱ्या, चार भिंतींच्या आड असलेल्या बिर्लांच्या बगिच्यात घेतल्या जाऊ लागल्या, जेथे मर्यादित लोकांना आत जाता येत होते आणि साध्या वेषातील माणसे त्यांच्यावर लक्ष ठेवू शकत होती. आज ही हवेली आणि बगिचा 'गांधी स्मृती' या नावाने महात्माजींचे बलिदान स्थळ म्हणून जतन केले आहे.

भंगी कॉलनीतही आज गांधी स्मृतिस्थळ आहे. भंगी आज स्वत:साठी हे अप्रतिष्ठित नाव वापरत नाहीत, ते स्वत:ला बाल्मीकी समजतात. (रोमनमध्ये ते वाल्मीकी असे लिहिले जाते.) रामायण लिहिणाऱ्या वाल्मीकी ऋषींचे आपण वंशज असल्याचे त्यांचे म्हणणे आहे. त्यांची ते पूजा करतात. पुनर्निर्माण केलेल्या गांधी हाउसशेजारच्या मंदिरातील त्या पवित्र मूर्तीकडे पाहून तरी तसेच वाटते. मंदिरात

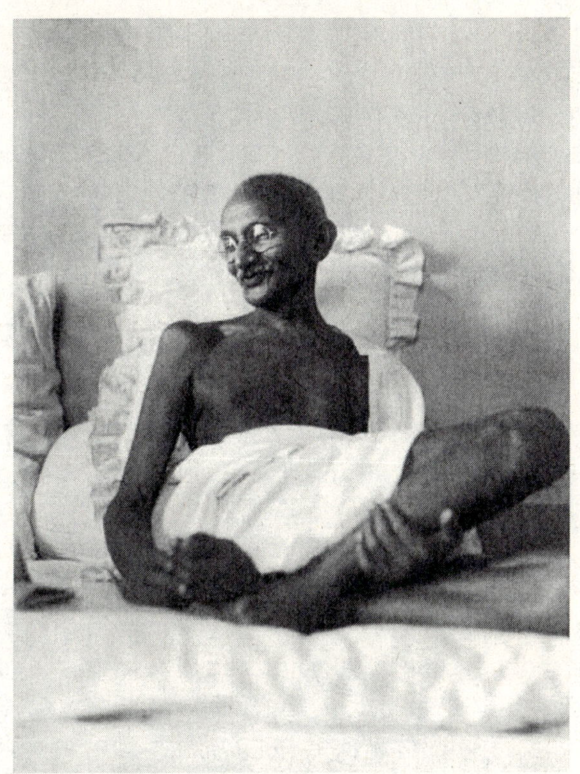

बिर्ला हाउसमध्ये झालर लावलेल्या उशीला रेलून, १९४२.

जाण्यासाठी अभ्यागतांना पादत्राणे बाहेर काढून जावे लागते. गांधी हाउसमध्ये प्रवेश करण्यासाठी किंवा बिर्ला हाउसच्या बगिच्यात जेथे ते पडले, त्या ठिकाणी जाण्यासाठीही हेच करावे लागते. कदाचित, गांधींनी स्पष्ट शब्दांत इच्छा व्यक्त करूनही त्यांना मानवाच्या वरचा दर्जा देण्याचा हा प्रयत्न असावा. बिर्ला हाउस हे आज पर्यटकांच्या आकर्षणाचे केंद्र बनले आहे. पूर्वीच्या भंगी कॉलनीला पर्यटक क्वचितच भेट देतात, फक्त निवडणुकीच्या काळात काँग्रेसमधील राजकारणी तेथे जातात; पण रोज नियमितपणे गांधींच्या तैलचित्राला ताज्या फुलांचा हार घातला जातो. असेच भारतातील काही मोजक्या दलित वस्त्यांमध्येही केले जाते. दरम्यान, या कॉलनीत शासनाने बांधून दिलेल्या क्रीम आणि मरून रंगांच्या काँक्रीटच्या इमारतींमध्ये येथील वाल्मीकी (बाल्मीकी) आता राहायला आले आहेत; या चारमजली इमारतींमधील प्रत्येक घराला छोट्या सुंदर बाल्कन्या आहेत.

गांधी जेव्हा तेथे राहिले होते, तेव्हा हा भाग शहराबाहेर होता; आज तेथील

रहिवाशांना दिल्लीच्या नवीन मेट्रोचे एक स्थानक अगदी जवळच उपलब्ध झालेले आहे. त्यांच्यातील बरेचजण अजूनही सफाई कामगार आहेत, नवी दिल्ली म्युनिसिपल कॉर्पोरेशन देत असलेल्या बेरोजगार भत्त्यापेक्षा ते थोडी जास्त कमाई करतात; पण या अनधिकृतपणे अलग असलेल्या वस्तीत फक्त पूर्वाश्रमीचे भंगी, आताचे वाल्मीकी (बाल्मीकी) राहतात. याबाबत इतकेच म्हणता येईल की, त्यांची परिस्थिती सुधारली असली, तरी गांधी त्यांच्यासोबत राहिल्याला सहा दशके उलटून गेल्यानंतरही त्यांचा दर्जा भारतीय पद्धतीप्रमाणे हिमनदीच्या गतीने सुधारतो आहे.

भंगी कॉलनीतून गांधींचे स्थलांतर झाले तरी आपल्या आयुष्याच्या अखेरच्या साडेचार महिन्यांत गांधी अस्पृश्यतेच्या विरोधात प्रचार करतच राहिले; या वेळी मात्र या विषयाचा क्रमांक दुसरा होता. पहिल्या क्रमांकावरील विषय हिंदू-मुस्लीम संबंधांचा होता; हिंदूंनी मुस्लिमांविरुद्धचा वैरभाव सोडून देण्याची गरज असल्याचे प्रतिपादन गांधी सातत्याने करत होते. ''क्रोध हा एक प्रकारचा वेडेपणाच आहे,'' त्यांनी सांगितले आणि 'आपले हात आवरते घेण्याची' कळकळीची विनंती केली. हिंदू आणि मुस्लीम निर्वासित छावण्यांचा दौरा केल्यानंतर गांधींच्या मनामध्ये १९०१ मध्ये कलकत्त्याला, १९१५ मध्ये हरिद्वारला जागृत झालेली घृणा या वेळी पुन्हा जागृत झाली, कारण या छावण्यांमध्ये चराचे संडास खोदलेले नव्हते आणि मानवी विष्ठेची असह्य दुर्गंधी सुटली होती; फरक इतकाच होता की, हे १९४७ साल होते आणि भारत स्वतंत्र झाला होता. ''अधिकारी अशी घाण आणि दुर्गंधी कशी आणि का सहन करतात?'' त्यांनी विचारणा केली. निर्वासितांनी स्वत: ही घाण साफ केली पाहिजे, असा त्यांनी (अधिकाऱ्यांनी) आग्रह धरायला हवा होता. ''आपण या निर्वासितांना सांगितलं पाहिजे, आम्ही त्यांना अन्न-पाणी देऊ पण सफाई कामगार देणार नाही,'' गांधी म्हणाले. ''मी फार कठोर हृदयाचा माणूस आहे.''

रोज रात्री रेडिओवरून पंधरा मिनिटे प्रसारित केल्या जाणाऱ्या त्यांच्या प्रार्थनासभा हा अजूनही धुमसणाऱ्या राजधानीच्या दैनंदिन कार्यक्रमाचा एक भाग झाला होता. आता एक पिढी उलटून गेल्यानंतर या प्रसारणांचा त्या काळी काय प्रभाव पडला होता, हे समजणे अवघड आहे. बिर्लांच्या बगिच्यात प्रार्थनासभेला प्रचंड गर्दी होत नव्हती. तेथे येणाऱ्या शेकडो लोकांची संख्या कलकत्त्याला काही आठवड्यांपूर्वी जमणाऱ्या हिंदू-मुस्लिमांच्या प्रचंड गर्दीच्या तुलनेने कमीच होती. भारताच्या पंतप्रधानपदी विराजमान झालेले जवाहरलाल नेहरू रोज संध्याकाळी गांधींबरोबर बसायचे. गांधींची ही खोली आकाराने फार मोठी नव्हती, ती दगडी अंगणाच्या पलीकडे तळमजल्यावर होती; सकाळच्या स्नानानंतर गांधी त्या अंगणात ऊन खात बसायचे, त्यांच्या डोक्यावर नौखालीला मिळालेली रुंद कडा असलेली शेतकरी घालतात तशी गवती

काड्यांची हॅट असायची. नित्यनेमाने होणाऱ्या नेहरूंच्या फेरीमुळे काही तातडीच्या समस्यांवर गांधींचा सल्ला घेतला जात होता, असा एक सर्वसाधारण समज पसरला होता. मात्र, त्यांनी किती सल्ला दिला आणि तो किती ऐकला गेला, हे स्पष्ट होऊ शकले नाही.

"ते सगळे माझे आहेतही आणि नाहीतही," आता सत्तेत असलेल्या आपल्या जुन्या सहकाऱ्यांबाबत ते म्हणाले. ते सहकारी काश्मीरमध्ये सैन्य पाठवत होते, या उपायाला गांधी मान्यता देऊ शकत नव्हते; पण आक्षेपही घेणार नव्हते. त्या खोलीत एक चरखा, लिहिण्याचे छोटे डेस्क आणि दिवसा गुंडाळून ठेवली जाणारी एक पातळ सतरंजी एवढेच त्यांच्या मालकीचे सामान होते. आता एका संग्रहालयात काचेच्या पेटीत त्यांनी तेथे वापरलेल्या छोट्या वस्तू ठेवलेल्या आहेत, ज्या त्यांच्या साधेपणाने लक्ष वेधून घेतात : तारेची फ्रेम असलेला चश्मा आणि त्याचे घर, धातूचा काटा आणि चमचा, लाकडी काटा आणि चमचा, एक सुरी, एक पॉकेट वॉच आणि चालताना हातात घेण्याची काठी.

ते त्यांच्या ध्येयांना चिकटून राहिले–शांतता प्रस्थापित करण्याबाबत बोलत राहिले आणि हिंदी राष्ट्रभाषा बनली पाहिजे हे सांगत राहिले आणि अगदी कंपोस्ट खत हाताळण्याची सर्वोत्तम पद्धत कोणती हेही सांगत राहिले–आणि आपल्या दैनंदिन कार्यक्रमांमध्येही त्यांनी काही बदल केला नाही. प्रार्थनेसाठी पहाट होण्यापूर्वीच ते उठायचे, मग त्यांचे फिरणे, जेवण, अंघोळ, एनिमा आणि मालीश. नेहमीप्रमाणे, भेटायला येणाऱ्या माणसांची रीघ सुरू होण्यापूर्वी ते त्यांचा पत्रव्यवहार पूर्ण करायचे. भेटायला येणाऱ्यांमध्ये हिंदू असायचे, मुस्लीम असायचे, जे त्यांना दिल्लीच्या स्थितीची खबरबात ऐकवायचे, अजून कुठे कुठे हिंसेच्या भयावह सावल्या रेंगाळत आहेत, हे सांगायचे. या बातम्या क्वचितच उत्साहवर्धक असायच्या. मुस्लीम अजूनही पळ काढत होते आणि गांधींनी विनवण्या करूनही अगदी थोडे हिंदू त्यांना परत बोलावण्यास इच्छुक होते; त्यामुळे मुस्लिमांच्या मनात आपण यांना हवे आहोत ही भावना जागी होणे तर दूरच; पण सुरक्षिततेचीही भावना जागृत होत नव्हती. श्रीरामपूरपासून त्यांच्या मनात भरून राहिलेली विषादाची छाया या अनिश्चित परिस्थितीमुळे आणखी गडद झाली होती. "आजकाल माझं कोण ऐकतो?" दिल्लीतील वास्तव्याच्या तिसऱ्या आठवड्यात ते म्हणाले, "माझा आवाज एकाकी पडला आहे... मी इथे आलो आहे आणि काहीतरी करतो आहे; पण आता मी निरुपयोगी झालो आहे, असं मला वाटतं."

२ ऑक्टोबर १९४७ रोजी, त्यांच्या अखेरच्या वाढदिवशी, अठ्ठ्याहत्तर वर्षांचे झालेले गांधी म्हणाले की, आता आणखी एक वाढदिवस पाहण्याची आपली इच्छा नाही. ते म्हणाले, "मी भारतात आल्यापासून, धार्मिक एकोपा हे मी माझं कार्य

मानलं होतं... आज आपण एकमेकांचे शत्रू आहोत, असं वाटत आहे. आपण ठामपणे असं म्हणतो की, प्रामाणिक मुस्लीम असूच शकत नाही. मुस्लीम हा आपल्या दृष्टीने एक अपात्र, निरर्थक माणूस आहे. अशा परिस्थितीत मला भारतात कुठे जागा आहे आणि मी इथे असण्याचा उपयोग काय?'' दोष स्वत:ला द्यायचा, हिंदूंना द्यायचा की दिल्लीला, हे त्यांना समजत नव्हते. एका क्षणी ते म्हणतात की, दिल्लीचे नागरिक वेडे झाले असावेत; दुसऱ्याच क्षणी ते मोठ्याने म्हणतात, ''मी असं कोणतं पाप केलं म्हणून (ईश्वराने) मला ही सगळी भयानक परिस्थिती बघायला जिवंत ठेवलं आहे?''

जसजसे आठवडे गेले, तसतशी त्यांची मन:स्थिती अधिकाधिक उदास होत गेली; तरी निदान दिल्लीतील हिंसाचाराची पातळी खाली गेली होती. गांधींनी कलकत्त्याला असलेल्या राजगोपालाचारींना लिहिले, 'वरवर पाहता गोष्टी चांगल्या दिसत आहेत; पण त्याच्या आत जे दडले आहे, ते निराश करणारे आहे.' दोन आठवड्यांनी एका प्रार्थनासभेत त्यांना सांगण्यात आले की, एकट्या दिल्लीत १३७ मशिदी फोडण्यात आल्या आणि त्यातील काहींच्या जागी मंदिरे बांधण्यात आली. हा पूर्णपणे अधर्म आहे, त्यांनी सुनावले. पाकिस्तानात हिंदू मंदिरे मशिदींमध्ये परिवर्तित केली म्हणून येथे असे करणे क्षमेस पात्र नाही. यानंतर तीन आठवड्यांनीही ते वेदनेने होरपळतच होते. ''भारतात हिंदूंनी केलेली दुष्कृत्ये हिंदूंनीच छतावर बसून ओरडून सांगायला हवीत तरच पाकिस्तानातल्या मुस्लिमांच्या दुष्कृत्यांना आळा बसेल किंवा ती थांबतील.'' त्यांच्यामध्ये असलेल्या या शक्तिशाली रडणाऱ्या प्रेषितामुळे लज्जित झाल्याची कोणतीही खूण बेदखल हिंदू निर्वासितांमध्ये आणि हिंदू उग्रवाद्यांमध्ये दिसत नव्हती. याउलट, त्यातील काही गांधींनी पूर्वी पाहिल्याप्रमाणे त्यांच्याविरुद्ध पेटून उठले होते.

भारत स्वतंत्र आणि मुक्त होऊन आता सुमारे चार महिने झाले होते. मात्र, त्या स्वातंत्र्याला आकार देणारा आघाडीचा नेता अस्वस्थ आणि निराश होता. १९४८च्या सुरुवातीला तो असा विचार करत होता की, त्याने दिलेल्या दिल्लीतील 'करा वा मरा' या घोषणेचा पहिला भाग तर तो पूर्ण करू शकलेला नाही, तर मग आता दुसरा भाग करून पाहण्याची वेळ आली आहे. १३ जानेवारी रोजी त्यांचा सतरावा आणि अखेरचा उपवास सुरू करण्यासाठी कोणतेही एक संकट कारणीभूत ठरले नव्हते. त्या दिवसापर्यंत त्यांना अनेक असे जोरदार संकेत मिळत होते की, दिवसेंदिवस गोष्टी बिघडतच चालल्या आहेत. प्रथम, भारताच्या आग्नेयेला असलेल्या आंध्र प्रांतात नव्याने सुरू झालेल्या काँग्रेस चळवळीत सर्व स्तरांवर अनियंत्रित भ्रष्टाचार चालला असल्याच्या तपशीलवार बातम्या त्यांना मिळाल्या होत्या. त्यानंतर काही राष्ट्रवादी मुस्लिमांनी ब्रिटनमध्ये स्थलांतरित होण्यासाठी त्यांची मदत मागितली कारण, त्यांना भारतात किंवा पाकिस्तानात सुरक्षित जागा मिळणे शक्य नाही हे

आता स्पष्ट झाले होते. त्यांनी केलेल्या संघर्षानंतर आता त्यांना कुठे जावे लागत आहे पाहा, अशा शब्दांत गांधींनी त्यावर आपले मत व्यक्त केले. अखेरीस, गांधींच्या सल्ल्याने जिनांशी अनौपचारिक मध्यस्थी साधू पाहणाऱ्या सुऱ्हावर्दींनी जाण्यापूर्वी आपण स्वत:ला भारतीयच समजतो, असे गांधींना सांगितले होते, आता ते म्हणू लागले, दिल्लीत कारमधून फिरतानाही त्यांना सुरक्षित वाटत नव्हते.

सुऱ्हावर्दी गांधींच्या हातातील कठपुतळी बनत चालले आहेत, असे जिनांनी त्यांना सांगितले. परत येताना सुऱ्हावर्दींनी त्यांच्याबरोबर पाकिस्तानच्या वतीने एक विनंती आणली. करारानुसार नवीन भारत सरकार ब्रिटिश भारताच्या मालमत्तेतील पाकिस्तानचा वाटा देणे लागत होते; तो अडवून ठेवलेला वाटा मोकळा करण्यासाठी मध्यस्थी करण्याची विनंती सुऱ्हावर्दींनी गांधींना केली. त्या काळाच्या मानाने ही रक्कम प्रचंड होती (सुमारे पाचशे दशलक्ष रुपये, त्या वेळच्या विनिमय दराप्रमाणे १४५ दशलक्ष डॉलर्स). दिवसेंदिवस असंतुष्ट, चिडचिडे होत चाललेले गांधींचे अनुयायी पटेल मुस्लिमांच्या प्रश्नांबाबत क्वचितच गांधींच्या बाजूने असायचे. काश्मीरचा प्रश्न, तसेच अन्य काही प्रश्न जोपर्यंत सोडविले जात नाहीत तोपर्यंत ही रक्कम आपल्याकडेच ठेवली जावी आणि जर हे प्रश्न सुटले नाहीत, तर ही रक्कम शस्त्रास्त्रे व दारूगोळा घेण्यासाठी वापरली जावी, असा युक्तिवाद पटेलांनी केला. आता गव्हर्नर जनरल असलेल्या माउंटबॅटन यांनी हा प्रश्न गांधींच्या विचारार्थ आणला होता; त्यामुळे पटेल क्रोधित झाले आणि मंत्रिमंडळाच्या निर्णयाविरुद्ध गटबाजी करण्याचा अधिकार या इंग्लिश माणसाला नाही, असे त्यांनी फटकारले. माजी व्हाइसरॉय आणि माजी मुख्यमंत्री या दोघांनाही, आपण ज्या प्रश्नाच्या आगीत तेल ओतले आहे, त्या मालमत्तेच्या प्रश्नात गांधींनी केलेला हस्तक्षेप घातक ठरणार असल्याची सुतरामही कल्पना आली नसावी.

१२ जानेवारीच्या प्रार्थनासभेत आपल्या उपवासाची घोषणा करताना गांधींनी मुस्लिमांच्या असुरक्षिततेचा आणि काँग्रेसच्या भ्रष्टाचाराचा उल्लेख केला; पण पाकिस्तानला देण्याची रक्कम रोखल्याचा उल्लेख केला नाही. "काही काळापासून माझी असहायता मला खाते आहे," ते म्हणाले. "मी उपवास सुरू केल्यावर ती लवकरच संपेल... विविध धर्मांनी आपापसात मैत्रीपूर्ण संबंध प्रस्थापित केले आहेत, कोणत्याही दबावाखाली नाही तर स्वेच्छेने, याची मला खात्री पटली की, मी उपवास सोडेन." पण उपवासाच्या दुसऱ्याच दिवशी मंत्रिमंडळ बिर्ला हाउसमध्ये गोळा झाले. वृद्ध नेता झोपलेल्या बाजेजवळ ते उभे राहिले आणि रोखलेल्या मालमत्तेच्या प्रश्नावर पुनर्विचार करू लागले. आपल्या नेत्याच्या उपवासाचे लक्ष्य आपण आहोत या क्षणिक समजामुळे व्यथित झालेल्या पटेलांनी गांधींकडे कडवट शब्दांत तक्रार मांडली आणि उपवासाच्या तिसऱ्या दिवशी महात्माजी अशक्त झालेले दिसत

असतानाही ते तडक मुंबईला निघून गेले. ''गांधीजी माझं ऐकायला तयार नाहीत. जगासमोर सगळ्या हिंदूंच्या नावांना काळे फासण्याचा निश्चय त्यांनी केला आहे,'' पटेल असे म्हणाल्याचे सांगतात.

त्यांचा उपवास हा मुस्लिमांच्या वतीने आणि हिंदूंच्या विरोधात आहे, असा आरोप केला गेल्यावर गांधींनी त्वरित हे कबूल केले की, हे खरे आहे. उपवासाच्या पहिल्या संध्याकाळी प्रार्थनासभेनंतर त्यांनी आपल्या भाषणाचे जे अधिकृत वृत्त दिले, त्यानुसार 'त्यांच्या संपूर्ण आयुष्यात ते अल्पसंख्याकांच्या आणि गरजूंच्या बाजूने उभे राहिले, जसे प्रत्येकानेच राहिले पाहिजे.'

या घटनांचे वेळापत्रक येथे महत्त्वाचे आहे, कारण त्या घटनांच्या वेळांची गुंफण शेवटी निर्णायक ठरली आणि तिने हिंदू उग्रवाद्यांच्या कटातील सैल असलेले पेच कसण्यात मदत केली. एकूण सहा वर्षांच्या कालावधीसाठी ब्रिटिशांनी गांधींना पुण्याजवळ तीन वेळा तुरुंगवासात ठेवले, त्या वेळी हा कट पूर्ण दक्षता न घेतल्यामुळे, आवेशात येऊन घडविल्यामुळे फसला होता. आता ब्रिटिश निघून गेल्यानंतर हिंदुस्थानचे शत्रू म्हणून गांधींचे चित्र रंगविणे सोपे झाले होते. गांधींच्या मारेकऱ्याने दिलेल्या कबुलीजबाबानुसार, १२ तारखेला गांधींनी केलेल्या उपवासाच्या घोषणेने पहिली ठिणगी पडली, त्याच रात्री त्याने आणि त्याच्या सहकाऱ्याने कट रचायला सुरुवात केली आणि तीन दिवसांनंतर मंत्रिमंडळाने जेव्हा रोखून धरलेली रक्कम पाकिस्तानला न देण्याचा आपला निर्णय फिरविला आणि त्याचे स्पष्टीकरण देताना 'गांधींच्या मनातील हेतू पूर्ण करण्यासाठी उपलब्ध त्या सर्व मार्गांचा अवलंब करण्याच्या इच्छेने' हे केले गेले, असे जाहीर करण्यात आले, त्याच वेळी कट रचणाऱ्यांनी गांधींच्या मृत्यूवर गुप्तपणे शिक्कामोर्तब केले. पटेलांच्या दिल्लीतील अनुपस्थितीमुळे गृहमंत्रालयाला खंबीर नेतृत्व उरले नव्हते. ''उपवास सोडण्यासाठी गांधींनी घातलेली प्रत्येक अट ही मुस्लिमांच्या बाजूची आणि हिंदूंच्या विरुद्ध होती,'' नथुराम गोडसेने खटल्याच्या सुनावणीच्या वेळी सांगितले. जे केले ते देशकार्यासाठी आवश्यक होते, असे म्हणणाऱ्या गोडसेला अखेर फाशीची शिक्षा ठोठावण्यात आली. ज्या मशिदींवर हल्ले झाले, ज्या फोडल्या गेल्या आणि त्यांच्या जागी हिंदू मंदिरे उभी राहिली, त्या सर्व मशिदी मुस्लिमांच्या ताब्यात देण्यात याव्यात, अशी एक अट गांधींनी घातली होती.

मालमत्ता देण्याबाबत मारेकऱ्याचे म्हणणे होते : 'लोकांच्या सरकारचा निर्णय गांधीजींच्या उपवासात सूर मिसळण्यासाठी बदलण्यात आला. मला हे कळून चुकले की, गांधीजींच्या पाकिस्तानप्रेमापुढे जनमताला काडीचीही किंमत उरलेली नाही.' बळी गेलेल्याचे खरेखुरे सद्‌गुण हे त्या समस्येचा अविभाज्य भाग होते, त्या अडथळ्याचे अंगभूत घटक होते, ज्याचे तो प्रतिनिधित्व करत होता. आपल्या कृत्याचे पूर्वव्यापी समर्थन करताना मारेकऱ्याने सांगितले, ''आयुष्यातला अत्यंत

कठोर काटेकोरपणा, अथक काम आणि उच्च प्रतीचे चारित्र्य यामुळे गांधीजी दुर्जेय आणि अत्यंत प्रबळ बनले होते.'' इतर देशांप्रमाणेच भारताला स्वत:चे हित साधायचे असेल तर काहीतरी करणे आवश्यक होते; त्यामुळे गोडसेने सांगितले की, 'राजकारणाच्या पटावरून गांधीजींना दूर करण्याचा निर्णय' त्याने घेतला.

उपवासाच्या पाचव्या आणि उपांत्य दिवसापर्यंत चार महिन्यांपूर्वी कलकत्त्याला निघाल्या होत्या तशा हिंदू-मुस्लिमांच्या प्रचंड शांतता मिरवणुका दिल्लीत निघाल्या नाहीत; पण त्यानंतर, शांतता हवी असणाऱ्या सुमारे एक लाख लोकांची गर्दी मैलभर पसरली. त्याआधी काही दिवस शिखांची एक छोटीशी मिरवणूक पाकिस्तानातील पंजाबमध्ये झालेल्या शिखांच्या हत्याकांडाचा निषेध करण्यासाठी निघाली होती. बिर्ला हाउसजवळून जाताना त्यातून 'खून का बदला खून से!' आणि 'गांधी मुर्दाबाद!' अशा घोषणा दिल्या गेल्या.

अंधाऱ्या खोलीत झोपण्याचा प्रयत्न करणाऱ्या महात्माजींनी विचारले, ''ते काय ओरडत आहेत?''

''ते 'गांधी मुर्दाबाद!'ओरडत आहेत,'' त्यांना सांगण्यात आले.

गर्दीचा अनुभव असलेल्या गांधींनी विचारले, ''ते किती लोक आहेत?''

''फार नाहीत,'' असे उत्तर आल्यावर त्यांनी आपली प्रार्थना पुढे सुरू ठेवली.

पूर्वीप्रमाणेच, हिंदू आणि मुस्लीम नेत्यांनी त्यांना खूश आणि संतुष्ट करण्याचे तातडीचे प्रयत्न सुरू केले; त्यांना गांधींनी उभ्या केलेल्या नाट्यातील आपापल्या भूमिका माहीत होत्या. पुन्हा एकदा दिलजमाईची अट पूर्ण झाली आहे हे दाखविण्यासाठी त्यांना एकत्र येऊन त्यांची खात्री पटवायची होती. पाकिस्तानमधून बंधुत्वाच्या भावनेने ओथंबलेल्या तारांचा ओघ सुरू झाला. दिल्लीमध्ये १३० सदस्यांची एक मध्यवर्ती शांतता समिती स्थापन झाली. तिने गांधींच्या मागण्यांशी सहमती दर्शविणारे एक घोषणापत्र तयार केले. त्या मागण्यांमध्ये अन्नधान्य बाजाराशी संबंधित एक प्रमुख मागणी होती, जेथे हिंदू व्यापाऱ्यांनी आणि दुकानदारांनी मुस्लिमांवर बहिष्कार घातला होता. आता हिंदूंनी घाईघाईने त्यांच्यावर खाद्यपदार्थांचा आणि देवाणघेवाणीचा वर्षाव सुरू केला. पुन्हा एकदा नेहमीप्रमाणे सौदा करून आणि घोषणापत्रावरील सह्यांचे काळजीपूर्वक निरीक्षण करून, कोणत्याही प्रकारच्या हरकती नसल्याची खात्री करून घेऊन गांधी स्वत:चे मन वळवून घ्यायला राजी झाले; अखेर सहाव्या दिवशी, १८ जानेवारीला उपवास सोडायला ते तयार झाले. या वेळी त्यांच्याभोवती नेहमीप्रमाणेच राजकीय आणि धार्मिक नेत्यांची मोठी प्रभावळ जमा झाली होती. त्यात पाकिस्तानच्या राजदूतांबरोबर पंतप्रधान नेहरूही होते. नेहरूंनी त्यांना हळू आवाजात सांगितले की, तेही सहानुभूती म्हणून दोन दिवसांपासून उपवास करत

होते; अखेर गांधींनी उपवास सोडण्यास तयार असल्याचा इशारा केला.

या वेळी गांधींना मोसंबीचा रस देण्याचा मान राष्ट्रवादी मुस्लीम मौलाना आझाद यांना मिळाला होता, त्या रसात एक औंस ग्लुकोज मिसळले होते. आता दिल्ली शांत झाल्याची आणि ही शांतता वरवरची नसल्याची गांधींची खात्री पटवून देण्यात आली होती. अजून कोणीही 'दिल्लीच्या चमत्कारा'ची घोषणा केली नव्हती. घटना इतक्या वेगाने घडत होत्या की कोणापाशी वेळच नव्हता.

एका आठवड्यानंतर प्रथमच अशक्तपणातून सावरणारे गांधी २० जानेवारीच्या संध्याकाळी, प्रार्थनासभेला संबोधित करत असताना जोरदार धमाक्याच्या आवाजाने आणि त्याच्या प्रतिध्वनीने गोंधळ उडाला. त्या संध्याकाळी गांधींवर होणारा हल्ला लक्षात येऊ नये म्हणून हा बॉम्ब फोडण्यात आला होता; पण त्या वेळी बागेत सात कटकर्ते उपस्थित असतानाही हल्ल्याचा प्रयत्न झाला नाही, त्यात नथुराम गोडसेही होता. गांधींनी आपले बोलणे सुरूच ठेवले, त्याच वेळी बॉम्ब पेटविण्यासाठी ज्याला तयार केले गेले होते त्या वीसवर्षीय हिंदू निर्वासित युवकाला पकडून कठोर चौकशीसाठी नेण्यात येत होते.

"ऐका! ऐका! सगळे ऐका!" उपवासाने क्षीण झालेल्या आवाजात महात्माजी ओरडले. "काहीही झालेलं नाही." काही महिन्यांपासून ते स्वत:च्या खुनाचे भविष्य वर्तवत होते. मात्र, त्या संध्याकाळी त्यांना वाटले की, तो धमाका पोलीस किंवा सैन्याच्या प्रशिक्षणासंबंधी असावा.

कट करणाऱ्यांच्या हेतूविषयीच्या शंका दूर करायला तपासकर्त्यांना फार प्रयास पडले नाहीत. दुसऱ्या दिवशी सकाळपर्यंत त्यांच्या हाती जी माहिती आली त्यावरून त्यांना बॉम्बस्फोट करणाऱ्याच्या साथीदारांचा माग काढणे आणि त्यांना ताब्यात घेणे सहज शक्य होते. त्यांना हेही समजले होते की, कट करणाऱ्यांमध्ये एकजण पुण्यातील 'हिंदू राष्ट्र' या उग्रवादी मराठी वर्तमानपत्राचा संपादक होता, त्या नावातूनच त्याचा हेतू स्पष्ट होत होता. तो गोडसे होता. तपासकर्त्यांकडे त्यांच्याकडील माहितीचा संबंध या माणसाशी जोडण्यासाठी आणि त्याला ताब्यात घेण्यासाठी दहा दिवस होते. असे तातडीने का केले गेले नाही हा तेव्हापासून तर्कवितर्कांचा आणि पुनर्तपासणीचा विषय झाला. (मी १९६६ मध्ये नवी दिल्लीत आलो तेव्हाही न्यायालयीन समिती तपासाचे काम करतच होती. १९६९ मध्ये, एकवीस वर्षांनी म्हणजे खूपच उशिरा, तिने आपला अंतिम अहवाल सादर केला.)

भारतीय स्वातंत्र्यानंतरच्या त्या पहिल्याच जानेवारी महिन्यातील त्या दहा दिवसांमध्ये कट करणाऱ्यांचा वेंधळेपणा आणि गोंधळ यांची पोलिसांच्या अविश्वसनीय अकार्यक्षमतेशी आणि उदासीनतेशी स्पर्धा चालली होती. गांधींनी एखाद्या दैववाद्याप्रमाणे त्यांच्यावर त्यांचा जीव वाचल्याबद्दल होणारा अभिनंदनाचा वर्षाव फेटाळून लावला.

"ईश्वराला गरज असेपर्यंत तो मला जिवंत ठेवेल आणि गरज संपली की, तो माझं जीवन संपवेल," ते म्हणाले. "मी त्याचा सेवक आहे. मी कशाला चिंता करू?"

रोज रात्री प्रार्थनासभेला येणाऱ्या सगळ्या नागरिकांची तपासणी करण्याचा पोलिसांचा प्रस्ताव त्यांनी या मनोवस्थेत फेटाळून लावला. या त्यांच्या हरकतीमुळे त्यांचा जीव वाचल्याबद्दल झालेल्या अभिनंदनाला त्यांनी अकाली ठरविले. गांधींसाठी हा तत्त्वाचा प्रश्न होता; त्यांच्या अहिंसेची परीक्षा होती. "या देशाच्या राज्यकर्त्यांची माझ्या अहिंसेवर श्रद्धा नाही; हे पोलीस संरक्षण माझा जीव वाचवेल हाच फक्त त्यांना विश्वास आहे... कदाचित मी एकटाच अहिंसेवर विश्वास ठेवतो," ते म्हणाले.

तपासणी करणे ही हिंसक कृती आहे, असे त्यांचे मत होते असे नाही. जगाशी संबंध जोडण्याचा व्यावहारिक मार्ग, असा अहिंसेबाबत संदेश त्यामुळे बाहेर जाईल, या शंकेने ते त्यापासून मागे हटले. एक प्रकारच्या मूल्यांचा प्रचार करतानाच दुसऱ्या प्रकारच्या मूल्यांना ते स्वत:चे संरक्षण कसे करू देणार होते? नौखालीत, कलकत्त्यात आणि बिहारमध्ये त्यांनी साध्यासुध्या सामान्य लोकांना, पीडित अल्पसंख्याकांना (जर त्यामुळे हिंसेची लाट परतविता येणार असेल तर) त्यांचे घर सोडून पळून न जाता मृत्यूचा शौर्याने सामना करण्याचे आवाहन केले होते. आता हाच नियम स्वत:ला लागू करताना त्यांनी स्वत:च्याच हाताने बिर्ला हाउसच्या सुरक्षाव्यवस्थेला मोठे खिंडार पाडून घेतले. ३० जानेवारीला बगिच्यात आलेल्या नथुराम गोडसेला कोणीच ओळखले नाही; खरेतर एक हिंदू जहाल मतवादी म्हणून पुणे पोलिसांना तो चांगलाच माहीत होता. त्याच्याकडे एक मोठे काळे बेरेटा पिस्तूल होते, हेही कोणाच्या लक्षात आले नाही.

गांधींनी, संभाव्य मृत्यूचा शेवटच्या दिवसांमध्ये इतक्या वेळा अंदाज बांधला होता की, जणूकाही तेही या कटात सामील आहेत असे वाटावे! बगिच्यात झालेल्या विफल बॉम्बस्फोटानंतरच्या दहा दिवसांमध्ये, गांधींच्या संभाषणात, पत्रव्यवहारात आणि प्रार्थनासभांमधील भाषणांमध्ये त्यांच्या मृत्यूचा तब्बल चौदा वेळा उल्लेख आला. "मला कुणी अगदी समोरून गोळ्या घातल्या आणि मी त्या गोळ्यांचा हसतमुखाने सामना केला, त्याच वेळी माझ्या हृदयात रामनामाचा जप केला तर मी खरोखर अभिनंदनास पात्र असेन," ते पहिल्या दिवशी म्हणाले. "मी अशा सुदैवाची वाट बघत आहे," दुसऱ्या दिवशी ते म्हणाले. "मी मारेकऱ्याच्या गोळ्यांचा सामना तुझ्या मांडीवर डोकं ठेवलेलं असताना करावा आणि त्या वेळी चेहऱ्यावर हसू असावं आणि मुखाने रामनामाचा जप सुरू असावा, अशी माझी इच्छा आहे," तिसऱ्या दिवशी त्यांनी आपली पुतणनात आणि बिछान्यातील सोबती मनू गांधीला सांगितले. २९ जानेवारीच्या संध्याकाळपर्यंत हे बोलणे अधूनमधून असेच सुरू राहिले. त्यांच्या आयुष्यातील चोवीस तासांपेक्षाही कमी वेळ शिल्लक राहिलेला असताना त्यांनी पुन्हा मनूला सांगितले : 'गेल्या आठवड्यात झाला तसा पुन्हा

स्फोट झाला तर किंवा कुणी मला गोळ्या मारल्या आणि एक सुसकाराही न टाकता आणि माझ्या ओठांवर रामनाम असताना उघड्या छातीवर मी त्या झेलल्या, तर मग मी खरा महात्मा आहे, असं तू म्हणावंस.''

त्यांच्या जिवाला असलेला धोका त्यांना दिसलाच नाही, असा आरोप गांधींवर करता येणार नाही. त्यांना तो क्षितिजावर दिसत होता, कोणत्याही क्षणी तो क्षण समोर उभा येऊन ठाकेल असे त्यांना वाटत होते. दरम्यान, त्यांची दररोजची सूतकताई आणि नित्यकर्मे सुरूच होती. नौखालीला जाण्याचा बेत त्यांच्या मनात अजूनही पक्का होता आणि त्यासाठी ते आजही बंगालीचे धडे गिरवत होते. त्यांच्या भाषणांमधून जुने विषय पुन:पुन्हा डोकावत होते. २८ जानेवारीच्या प्रार्थनासभेत त्यांनी दक्षिण आफ्रिकेतील भारतीयांच्या अहिंसक प्रतिरोधाच्या आठवणींना उजळा दिला; त्याच दिवशी स्नानाच्या वेळी या विषयावरील काही लेख त्यांना वाचून दाखविण्यात आले होते. त्या देशातील काळ्या लोकांना दिली जाणारी भेदभावाची वागणूक ही भारतात अस्पृश्यांना दिल्या जाणाऱ्या वागणुकीसारखीच आहे, ते म्हणाले.

''मी हे माझ्या स्वत:च्या डोळ्यांनी पाहिलं आहे,'' ते म्हणाले. ''हेच कारण आहे, ज्यासाठी आपले तिथले देशबांधव त्यांच्या न्याय्य हक्कांसाठी लढत आहेत.'' त्यांनी रंगविलेल्या चित्रात हिंदू आणि मुस्लीम तिथल्या गोऱ्या दडपशाहीच्या विरोधात एकत्रितपणे लढत होते. दक्षिण आफ्रिकेतील भारतीयांना ते 'ऐक्या'चे उदाहरण म्हणून भारत आणि पाकिस्तानसमोर पेश करत होते, असे वाटत होते; १९१५ मध्ये ते जेव्हा परत आले होते, तेव्हा त्यांनी हेच केले होते. ''मी दक्षिण आफ्रिकेत वीस वर्षं राहिलो आहे,'' आता ते सांगत होते. ''त्यामुळे मी त्याला भारताप्रमाणेच माझा देश मानतो.''

पुढच्याच संध्याकाळी, त्यांच्या शेवटच्या प्रार्थनासभेतील भाषणात ते पुन्हा भूतकाळात शिरले. या वेळी त्यांचा विषय होता, दक्षिण भारतीयांची आत्मनिर्भरता. नुकत्याच मद्रासला, आताच्या तामिळनाडूत जाणवलेल्या अन्नधान्याच्या तुटवड्यासंबंधी ते बोलत होते. हा विषय त्यांना तीन दशकांपेक्षाही जास्त काळ मागे घेऊन गेला जेव्हा त्यांनी १९१३ मध्ये कंत्राटी तमिळ कामगारांना घेऊन ट्रान्सवालमध्ये पदयात्रा काढली होती. एखाद्या सामुदायिक चळवळीचे नेतृत्व करण्यासाठीचा तो त्यांचा पहिला मोठा सराव होता. तेथे त्यांना रोज फक्त ब्रेड आणि साखर असा सीमित खुराक मिळायचा, त्यांनी आठवण सांगितली; पण ते जंगलातून खाण्यायोग्य पदार्थ शोधून काढायचे. म्हणून, अगदी गरिबातील गरीब भारतीयांचे ते आज उदाहरण आहेत. ''प्रामाणिकपणे काम करण्यातच आपली मुक्ती आणि आपल्या गरजांची तुष्टी दडलेली आहे,'' त्यांनी समारोप केला. गोऱ्या वर्चस्वाखालील १९१३ च्या दक्षिण आफ्रिकेतील ट्रान्सवालपासून ते १९४८ मध्ये स्वतंत्र भारताच्या राजधानीपर्यंतच्या

आपल्या आयुष्याचा आढावा घेतल्यानंतर वर उल्लेख केलेला गुण हेच आपले मूलभूत मूल्य आहे यावर त्यांनी शिक्कामोर्तब केले.

त्या सभेनंतर लगेचच गांधींनी ते तयार करत असलेल्या भारतीय राष्ट्रीय काँग्रेसच्या भविष्याबाबतच्या स्मरणपत्रावर आपले लक्ष केंद्रित केले; जी काँग्रेस त्यांनी चौदा वर्षांपूर्वीच सोडली होती. नेहरूंच्या नेतृत्वाखाली, काँग्रेस आता भारताचे सरकार बनली होती. 'प्रामाणिकपणे काम करणे' ही या स्मरणपत्राची मध्यवर्ती संकल्पना होती. राजकीय स्वातंत्र्य मिळाल्यावर आता काँग्रेसचा 'उपयोग संपला आहे.' गांधींनी युक्तिवाद केला. तिने सत्तात्याग केला पाहिजे आणि स्वत:चे रूपांतर एका लोकसेवक संघात केले पाहिजे, ज्यामध्ये गांधींनी पूर्वी ज्या संघटनांसाठी घटना व नियम आखून दिले होते, त्या सगळ्या संघटनांना सामील करून घेता येईल : सूतकताई आणि ग्रामोद्योग संघटना, गोरक्षण संघ, पूर्वाश्रमीच्या अस्पृश्यांचा उद्धार करण्यासाठी स्थापलेला हरिजन सेवक संघ.

आपल्या आयुष्याच्या अखेरच्या संध्याकाळी, गांधी पुन्हा खेड्यांच्या पुनरुत्थानाचे स्वप्न बघत होते. 'शहरांपासून वेगळ्या असलेल्या सात लाख खेड्यांच्या संदर्भात भारताला अजून सामाजिक, नैतिक आणि आर्थिक स्वातंत्र्य मिळवायचे आहे,' त्यांनी लिहिले.

त्यांचे स्वप्न पुढे चालूच राहिले. प्रत्येक खेड्याला त्याचा स्वत:चा ग्राम-कार्यकर्ता असेल, जो नि:स्वार्थी, निर्व्यसनी असेल; जो स्वत:चे सूत कातेल, स्वत:ची खादी स्वत: विणेल आणि 'स्वत:ला आणि त्याच्या कुटुंबाला कोणत्याही आकारातील व प्रकारातील' अस्पृश्यतेपासून दूर ठेवेल.

सकाळी त्यांनी मसुद्याचे काम पूर्ण केले आणि तो आपल्या निष्ठावान सचिवाकडे, प्यारेलाल यांच्याकडे पक्का आराखडा तयार करण्यासाठी दिला. नंतर प्यारेलालजींनी तो महात्मा गांधींची 'अंतिम इच्छा आणि आदेश' म्हणून प्रसिद्ध केला. भारतीय राष्ट्रीय काँग्रेसच्या कोणत्याही अधिवेशनातील विषयपत्रिकेवर हा मसुदा गंभीर चर्चेसाठी कधी आला नाही.

मात्र, त्यांच्या आयुष्यातील अखेरच्या तासात गांधी त्यांनी नेतृत्व केलेल्या चळवळीच्या विसर्जनाबाबत विचार करत होते. आता, त्यांच्या राजकीय आयुष्यात नियमितपणे जसे घडत आले होते त्याप्रमाणे व्यावहारिक राजकारण्याने त्यांच्यातील द्रष्ट्याकडून सूत्रे हाती घेतली. आपण नेहरूंचा आणि अगदी खुद्द महात्माजींचा विश्वास गमावला असल्याची भावना उराशी बाळगून असलेल्या वल्लभभाई पटेलांची समजूत काढायला ते बिर्ला हाउसमध्ये बसले. एक मध्यस्थ म्हणून पक्षीय राजकारणावर चर्चा करण्याची ही त्यांची अखेरची वेळ होती. तक्रार करणाऱ्या, दुखावल्या गेलेल्या त्या मंत्र्याची समजूत काढताना, नेहरूंच्या बाजूने नेता म्हणून खंबीरपणे उभे

राहण्याचे महत्त्व गांधींनी त्यांना पटवून दिले. दोन जुन्या सहकाऱ्यांमधील या नाजूक वाटाघाटी, गांधी अगदी काटेकोरपणे पाळत असलेल्या प्रार्थनासभेच्या वेळेपेक्षा दहा मिनिटे अधिक चालल्या. सभेला जाताना नेहमीपेक्षाही जलदगतीने चालताना या वृद्धाने आपल्या आहारात करावयाचा बदल मनू आणि दुसरी पुतणनात आभा गांधी यांना सांगितल्यावर आपल्याला सभेला उपस्थित राहण्यासाठी उशीर करू दिला म्हणून त्या दोघींवर थोडे रागावलेही. त्यांना गमतीने ते 'चालताना आधारासाठी लागणाऱ्या काठ्या' (वॉकिंग स्टिक्स) असे म्हणायचे. ''प्रार्थनेला एक मिनिटही उशीर झालेला मला चालत नाही,'' ते कुरकुरले.

नंतर, जेव्हा बिर्ला हाउसचे स्मारकात रूपांतर करण्याचे ठरले, तेव्हा डिझायनर्सनी १७५ पावले सिमेंटमध्ये तयार करून घेतली, त्या संध्याकाळी गांधींनी टाकलेल्या जोशपूर्ण पावलांचे ते प्रतीक होते. 'सत्याग्रह' ऑपेरातील गांधींना टाकायला लावलेल्या हळू पावलांच्या हे किती विरुद्ध होते. प्रार्थनेचे मैदान गाठण्यासाठी चार पावले टाकायची उरलेली असतानाच ही पदचिन्हे संपून जातात. ही त्या ठिकाणी संपतात जेथे नथुराम गोडसे पुढे आला; त्याचे दोन्ही हात नमस्कारासाठी जोडतात तसे जोडलेले होते. गोडसेने स्वत: दिलेल्या जबाबानुसार, ते काळे बेरेटा पिस्तूल त्याच्या दोन्ही हातांच्या तळव्यांमध्ये लपविलेले होते; पण या हत्येची स्रोतपुस्तिका तयार करणाऱ्या तुषार गांधींच्या म्हणण्यानुसार, त्यांनी स्वत: जेव्हा ते हत्यार हाताळून पाहिले तेव्हा ते इतके मोठे होते की, अशा पद्धतीने हातात लपविणे अशक्य होते. म्हणून, ते पिस्तूल गोडसेच्या खाकी बुश जाकिटाच्या आत लपविले होते, असे त्यांनी लिहिले. 'कोणत्याही प्रकारे एखादी व्यक्ती हे पिस्तूल जोडलेल्या तळव्यांमध्ये लपवू शकत नाही. ते खूप मोठे आणि जड आहे,' त्यांनी लिहिले.

जे कुठूनही आले असले, तरी मनूला ते दिसले नाही. गांधी आणि आदरभावाने हात जोडलेल्या त्या माणसाच्या मध्ये आलेल्या मनूला आधी तो मनुष्य गांधींचे खाली वाकून पाय धरणार आहे, असे वाटले; मग तिला अचानक धक्का देऊन खाली पाडले गेले. ती खाली पडलेली जपमाळ, वही आणि पिंकदाणी उचलण्यासाठी धडपडत असतानाच गोळ्यांचे तीन आवाज आले. मग तिने ते ऐकले, जे ऐकण्याची अपेक्षा ठेवण्याचे प्रशिक्षण तिला अनेक आठवड्यांपासून दिले जात होते : 'हे रा...म! हे रा...' तिने लिहिले, 'गोळ्यांच्या आवाजाने माझे कान बधिर झाले होते.' पण तिने असेही म्हटले की, गांधी आपले महात्मापण ज्या प्रार्थनेने सिद्ध होईल असे म्हणायचे, ती प्रार्थना तिने स्पष्टपणे ऐकली.

खुनी गोडसे आणि त्याच्या जवळच असलेला साथीदार विष्णू करकरे या दोघांच्या जबाबानुसार त्यांना त्यांच्या लक्ष्याच्या तोंडून एक वेदनामय किंकाळी ऐकू आली, ''आह!'' अशी काहीतरी. प्यारेलालजींनी साक्षीदारांशी बोलून मनूच्या म्हणण्याला

दुजोरा दिला. त्यांच्या म्हणण्यानुसार गांधींचे शेवटचे शब्द 'राम, राम' असेच होते. गांधींच्या अगदी मागे चालत असलेल्या गुरबचनसिंग या व्यावसायिकानेही असा दावा केला की, त्याने दबक्या आवाजातील प्रार्थना ऐकली. अगदी समोरून दोन गोळ्या पोटात आणि एक छातीत लागलेला अठ्ठ्याहत्तर वर्षांचा वृद्ध माणूस खाली पडताना प्रार्थनेचे चार किंवा पाच शब्द उच्चारू शकतो का? या न्याय चिकित्साशास्त्रामधील प्रश्नाचे उत्तर आता सहा दशकांनंतर देणे सोपे नाही. जर गांधी असे करू शकले असतील, तर तो एक चमत्कारच मानावा लागेल. अशा प्रकारचे चमत्कार संतांच्या बाबतीत घडत आलेले आहेत. याआधारे, या गोष्टीची नोंद घेतली जाऊ शकते की, गांधींच्या अनेक चरित्रकारांपैकी पुष्कळांनी या संतचरित्रात्मक नोंदीवर त्यांच्या आयुष्याची अखेर करण्यात समाधान मानलेले आहे. ईश्वराचे नाव ओठांवर असतानाच मरण यावे ही गांधींची इच्छा पूर्ण झाली या विश्वासाला क्वचितच आव्हान दिले गेले; अपवाद फक्त हिंदू राष्ट्रवाद्यांचा, ज्यांनी गांधीहत्येचे समर्थन जरी केले नसले तरी तिला तर्कसंगत ठरविण्याचा प्रयत्न केला. त्या अर्थाने, आपल्या महात्मापणाची शेवटची परीक्षा म्हणून हत्येची भविष्यवाणी उच्चारून ती बळी गेलेली व्यक्ती आपल्या कथनाचे नियंत्रण करण्यात यशस्वी ठरली.

पवित्र स्मृती जपण्यासाठी काही बघ्यांनी रक्त सांडलेली माती उकरून आपल्याबरोबर नेली. मनूबेन गांधींनी त्यांची कापलेली नखे जपून ठेवली. गांधींच्या अस्थी भारतात विविध ठिकाणी विखुरल्या गेल्या. ही प्रक्रिया सुरूच राहिली. १९९६ मध्ये तुषार गांधींनी काही अस्थी स्टेट बँक ऑफ इंडियाच्या तिजोरीतून काढल्या आणि त्यांचे गंगा-यमुनेच्या संगमात विसर्जन केले. अगदी अलीकडे २०१० मध्ये या आधुनिक संताच्या अस्थी दक्षिण आफ्रिकेच्या किनाऱ्यावर विखुरण्यात आल्या; एक शतकापूर्वी गांधी ज्या दरबानच्या बंदरात प्रथम उतरले तेथे या अस्थींचे विसर्जन करण्यात आले.

त्यांच्या अंत्यसंस्काराच्या ठिकाणी जाणाऱ्या मार्गावर अंदाजे १० ते २० लाख लोक उभे होते. सर्वत्र पश्चात्तापाची आणि दु:खाची छाया पसरली होती. सर्व इतिहासकारांमध्ये सर्वसाधारणपणे एकवाक्यता आढळते की, दीड वर्षापासून भारतीय उपखंडात धुमसत असलेला हिंस्र तिरस्कार या हत्येमुळे विझला किंवा निदान काही काळासाठी सुप्तावस्थेत गेला. एका भारतीय अभ्यासकाने युक्तिवाद केला आहे की, या 'जनतेच्या डोळ्यांदेखत झालेल्या बलिदानामुळे आणि नव्याने जन्माला येणाऱ्या एका राजकीय समुदायाच्या विशिष्ट संकल्पनेला मान्यता देण्यास त्या अलौकिक नेत्याने विरोध केल्यामुळे' देशात एक कायमस्वरूपी चांगला बदल झाला आहे. ऐक्याच्या या आघाडीच्या उद्गात्याच्या हत्येमुळे मुस्लिमांना नवीन भारतात जागा नाही, ही संकल्पना सगळ्या धर्मांच्या समुदायांमध्ये अवैध ठरविली गेली. त्यानंतर हिंदू-मुस्लिमांमधील तेढ आणि हिंसाचार स्थानिक स्वरूपापुरता मर्यादित राहिला; पण सुमारे अर्धशतकभर

फाळणीच्या काळात झाला तसा त्याचा उद्रेक झाला नाही. मात्र, २००२ मध्ये गांधींच्या मूळ राज्यात, गुजरातमध्ये मुस्लिमांच्या झालेल्या सामुदायिक हत्याकांडात तीन महिन्यांत सुमारे दोन हजार मुस्लिमांचा बळी गेला आणि सुमारे दोन लाख मुस्लिमांना त्यांच्या घरातून हाकलून लावण्यात आले. या हत्यांना एका उजव्या हिंदू पक्षाची मूकसंमती होती किंवा प्रोत्साहन होते, असे म्हटले तरी चालेल. हा पक्ष गांधींच्या हत्येनंतर, त्या हत्येच्या कटात सामील असल्याचा संशय असल्याने बंदी घातलेल्या एका जहालमतवादी चळवळीतून जन्माला आला होता. या पक्षाने तेव्हापासून (२००२) गुजरात राज्याच्या राजधानीत आपली सत्ता प्रस्थापित केलेली आहे. याच्या राजधानीचे नाव गुजरातच्या लाडक्या सुपुत्राच्या नावावरून गांधीनगर असे ठेवले आहे, ज्याने या पक्षाचा जो उग्रवाद किंवा जहालमतवाद आहे, त्याचा कायम धिक्कार केला; त्या पक्षाची राष्ट्रीय ओळख प्रस्थापित करणाऱ्या सिद्धान्तात, म्हणजे 'हिंदुत्वा'त तो व्यक्त झालेला आहे. हे नेहमीच दिसून आले आहे की, तो गांधींच्या सिद्धान्तांच्या अगदी विरुद्ध आहे. धार्मिक हिंसेविरुद्धच्या लढ्याच्या शेवटच्या काही आठवड्यांत त्यांनी त्या गोष्टीचा वारंवार पुनरुच्चार केला, जी त्यांनी अर्धशतकापूर्वी दक्षिण आफ्रिकेत सांगायला सुरुवात केली होती : एका समाजातील सदस्यांनी एकमेकांकडे हिंदू किंवा मुस्लीम म्हणून न बघता केवळ भारतीय म्हणून बघितले पाहिजे; त्यांचा धर्म ही त्यांची वैयक्तिक बाब आहे, सार्वजनिक नाही.

आपल्या शेवटच्या उपोषणाआधी गांधी म्हणाले, "आपण हिंदू आहोत किंवा मुस्लीम किंवा शीख किंवा पारशी, हे आपण विसरायला हवं. भारतातील सगळे व्यवहार सुरळीतपणे पार पाडायचे असतील तर आपण फक्त भारतीयच असलं पाहिजे. आपण आपल्या घरात देवाला कोणत्या नावाने संबोधतो, याचा इथे काहीही संबंध नाही. देशकार्याच्या दृष्टीने, सगळ्या धर्मांचे भारतीय एकच आहेत... आपण भारतीय आहोत आणि आपण हिंदू, मुस्लीम, पारशी, शीख आणि इतर सर्वांचं रक्षण करण्यासाठी आयुष्य वेचलं पाहिजे." गांधीनगरमध्ये जरी हा दृष्टिकोन काही अंशी झाकोळला गेला असला, तरी भारतात तो आजही जिवंत आहे.

एक राष्ट्रपिता म्हणून बोलायचे झाले, तर विरोधाभास भरपूर आहेत यात काही आश्चर्य नाही. त्यांची सुरुवात गांधींच्या हत्येनंतर लगेचच झाली. त्या वेळी ब्रिटिश जनरलच्या हाताखाली असलेल्या सैन्याने त्यांच्या अंत्यसंस्कारांची सर्व व्यवस्था आपल्या ताब्यात घ्यावी, असा निर्णय घेण्यात आला. अशा प्रकारे त्या युगातील अहिंसेच्या दूताला अंत्यसंस्कारांच्या ठिकाणी सैन्यदलातील शस्त्रवाहक वाहनावरून नेण्यात आले, दोनशे गणवेशधारी सैनिक ते वाहन ओढत होते; त्यांच्यापुढे सशस्त्र कार होत्या, घोड्यांवर स्वार असलेले भालाधारी सैनिक होते आणि पोलिसांची एक तुकडी होती. हवाईदलाच्या विमानांनी त्यांचे पंख झुकविले होते आणि अंत्ययात्रेत सामील झालेल्यांवर ती गुलाबाच्या पाकळ्यांची वृष्टी करत होती. नंतर, गंगेत

अस्थिविसर्जन करण्यासाठी नौदलाची बोट वापरण्यात आली; ती जेथे यमुनेला जाऊन मिळते तेथे अस्थिविसर्जन करण्यात आले. जर त्यांचे जीवन हा एक संदेश होता (पाच महिन्यांपूर्वी कलकत्त्याहून निघताना अगदी प्राथमिक बंगालीत गांधींनी जसे लिहिले होते), तर त्यांच्या मृत्यूनेही असा संदेश दिला होता की, भारतीय शासनव्यवस्थेला तिच्या तातडीच्या गरजांशी जुळवून घेता येईल असा त्या जीवनसंदेशाचा अर्थ लावण्याचा परवाना आता मिळाला होता.

चंदनाच्या चितेवर त्यांना अग्नी दिल्यानंतर काही आठवड्यांनी त्यांचे राजकीय आणि आध्यात्मिक वारसदार सेवाग्रामला एकत्र आले. हा त्यांचा शेवटचा आश्रम होता, तेथे झालेल्या सभेत यापुढे गांधींशिवाय कार्याची दिशा कशी ठरवायची याबाबत चर्चा झाली. सुरक्षादलांनी आणखी एखादी हत्या होण्याच्या भीतीने पंतप्रधान नेहरूंच्या रक्षणासाठी आश्रमाभोवती काटेरी तारांचे कुंपण घातले. गणवेशधारी पोलीस सावधान स्थितीत बंदुका घेऊन पहारा देत उभे राहिले. गांधींचे आध्यात्मिक वारस मानल्या जाणाऱ्या विनोबा भावेंनी नोंद केली की, ते गांधींच्या राजकीय वारसदाराला म्हणजेच जवाहरलाल नेहरूंना प्रथमच भेटत होते. यातून हे दिसून आले की, गांधी आपल्या आश्रमातील उपक्रम आणि राजकीय उपक्रम किती वेगळे ठेवायचे, जणू जगाची दोन टोकेच!

यमुनातीरी अंत्यसंस्कार, ३१ जानेवारी १९४८.

नेहरूंनीही हे मान्य केले. त्यांच्या भाषणातून जे हृदयस्पर्शी होते आणि बरेच काही उलगडून सांगणारे होते, त्यांनी हे कबूल केले की, त्यांना हिंदुस्थानी भाषा समजणे काही वेळा कठीण जायचे. हिंदुस्थानी हे हिंदी व ऊर्दू भाषांचे मिश्रण होते जिचा प्रसार गांधी सामान्य माणसाची भाषा म्हणून करायचे. नेहरूंनी पुढे सांगितले की, त्यांना तशाही हिंदी आणि ऊर्दू भाषा येत नव्हत्या. त्यांनी हेही सांगून टाकले की, गांधींना प्रिय असलेल्या 'रचनात्मक' कार्यक्रमांकडे लक्ष देण्याची तसदीही त्यांनी घेतली नाही, त्याबाबत त्यांना 'तपशीलवार माहिती अजिबातच नव्हती' आणि गांधींनी राष्ट्रीय काँग्रेसला राजकारणाबाहेर काढण्याचा जो प्रस्ताव मांडला होता, तोही त्यांच्या आकलनापलीकडचा होता, कारण काँग्रेसवर आता राज्यकारभार चालविण्याची जबाबदारी होती. ''काँग्रेसला आता सरकार चालवायचं आहे. सरकारला विरोध करायचा नाही,'' पंतप्रधानांनी ठासून सांगितले. ''त्यामुळे राजकारणात राहूनच तिला आता नवीन पद्धतीने कारभार चालवायचा आहे.''

काहीशा असहायपणे पण अजिबात खेद व्यक्त न करता, पंतप्रधानांनी मग इतर मुद्द्यांना हात घातला, जे गांधींच्या नव्याने सत्ता हाती आलेल्या राजकीय वारसदारांमध्ये आणि ते ज्या व्यक्तीला बापू म्हणायचे त्या व्यक्तीमध्ये मतभेदांना कारण ठरले : उदा. आधुनिक सैन्याची गरज किंवा जलद औद्योगिकीकरण. हो, ते म्हणाले की, हे मतभेद मूलभूत नव्हते तर वरवरचे होते. ते सगळे अजूनही गांधींच्या कल्पनांना समर्पित होते, बांधील होते. म्हणजे बहुधा राष्ट्राला एकत्र बांधून ठेवण्याच्या आणि गरिबी दूर करण्याच्या व्यापक उद्दिष्टांना, असा त्यांचा म्हणण्याचा अर्थ असावा. ''त्या कल्पना बापूंच्या हाती जितक्या प्रभावी वाटत होत्या, तितक्या त्या आमच्या हाती वाटत नाहीत, यावर आम्हाला विचार करायला हवा,'' ते म्हणाले.

गांधींचे अनुयायी आपापल्या वेगवेगळ्या दिशांना गेले, आपापले कार्यक्रम पार पाडत राहिले. त्यातील काही आजही गांधींच्या मार्गावर चालत आहेत, गांधीवादी उपक्रम राबवत आहेत; भारताच्या विशाल भूप्रदेशावर आपापल्या उद्योगांची छोटी छोटी बेटे बनवून जिकडेतिकडे विखुरलेले आहेत. वर्ध्याला मी डॉ. यू.एन. जाजूंना भेटलो, ते कस्तुरबा गांधी हॉस्पिटलशी संलग्न असलेल्या महात्मा गांधी इन्स्टिट्यूट ऑफ मेडिकल सायन्सेसमध्ये मेडिसिन विषयाचे प्राध्यापक आहेत. ते आपल्या विद्यार्थ्यांना प्रशिक्षण सुरू करताना पंधरा दिवस जवळच्या खेड्यांमध्ये पाठवितात. त्या ठिकाणी संस्थेने आरोग्य विमा योजना सुरू केल्या आहेत आणि प्रत्येक घरासाठी स्वच्छ शौचालये बांधली आहेत; त्याचबरोबर पाइपाद्वारे स्वच्छ पाणीही पुरविले आहे; त्यामुळे बालमृत्युदरात आणि अर्भक मृत्युदरात कमालीची घट झाली आहे. प्रत्येक घरात जाऊन आरोग्याचे प्रश्न जाणून घेणे विद्यार्थ्यांकडून अपेक्षित आहे, त्यात गरिबातील गरीब घराचा समावेश करणेही बंधनकारक आहे. विद्यार्थ्यांच्या

पाच वर्षांच्या प्रशिक्षण कार्यक्रमादरम्यान किमान दर महिन्याला त्यांनी त्या त्या गावात परत जाणेही अनिवार्य आहे. औषधोपचार आधुनिक आहेत, ध्येय गांधींच्या काळातील आहे. आतापर्यंत तीस गावांमध्ये हे काम पूर्ण झाले आहे. डॉ. जाजू आपल्या कपड्यांसाठी स्वत: सूत कातताता.

अहमदाबादमध्ये, मी संपूर्ण एक दिवस सेल्फ एम्प्लॉइड विमेन्स असोसिएशन किंवा 'सेवा' (SEWA) बरोबर घालविला. गांधीवादी म्हणता येईल अशी ही बहुधा देशातील सर्वांत मोठी चळवळ आहे. ती गरिबांपर्यंत, अशिक्षित स्त्रियांपर्यंत–त्यातील बऱ्याचशा दलित, बऱ्याचशा मुस्लीम आहेत–ज्यांच्यावर परंपरेने चाकरी, मोलमजुरी करण्याचे काम आयुष्यभरासाठी लादले गेले आहे, अशा स्त्रियांपर्यंत प्राथमिक आरोग्य सुविधा, सुइणी, बँकिंग सेवा आणि प्रशिक्षण आणून पोहोचविते. या चळवळीच्या संस्थापिका इला भट यांनी मला सांगितले की, त्यांनी महिला 'हेड लोडर्स'- डोक्यावर सामान घेऊन बाजाराला जाणाऱ्या स्त्रियांना संघटित करायला चार दशकांपूर्वी सुरुवात केली तेव्हापेक्षा आज त्यांना गांधींचे महत्त्व अधिक पटू लागले आहे. "ते एक मानदंड आहेत," त्या म्हणाल्या.

गांधी आज डॉ. जाजू, इला भट आणि इतरांमध्ये जिवंत आहेत, पण या सगळ्यांना आपल्या भारतातील गुंडगिरीने आणि भ्रष्टाचाराने बरबटलेल्या सत्तेच्या राजकारणाच्या बाहेर काठाकाठाने आपला मार्ग शोधावा लागत आहे. गांधींनंतर कोणतीही राष्ट्रीय चळवळ तग धरू शकली नाही; या परिणामाची काही वेळा त्यांना पूर्वकल्पना आली असावी असे दिसते. 'कुणीही मी गांधींचा अनुयायी आहे, असे म्हणू नये,' ते म्हणायचे. परिवर्तनशील आणि अपार उद्धरणीय असलेले गांधी सातत्यपूर्ण प्रयत्नांचे, सामाजिक नैतिकमूल्यांचे आणि प्रतिरोधाच्या पद्धतीचे उदाहरण बनून राहिले. एक असे उदाहरण जे आज भारतीयांचीच सत्ता असलेल्या, ते गेले त्या वेळच्या लोकसंख्येच्या तिप्पट लोकसंख्या झालेल्या भारतामध्ये सहजपणे लागू करता येत नाही.

त्यांच्या अनेक चिरस्थायी उपदेशांपैकी प्रख्यात असलेला एक उपदेश छापील नमुन्याच्या स्वरूपात अहमदाबादमधील त्यांच्या पहिल्या आश्रमात विक्रीसाठी उपलब्ध आहे; भरतकाम करण्यासाठी नसला तरी फ्रेममध्ये लावण्यासारखा आहे. गांधीजींचा ताईत म्हणून तो काही रुपयांमध्ये शालेय मुलांसाठी आणि पर्यटकांसाठी विक्रीला ठेवण्यात आला आहे.

'जेव्हा जेव्हा तुमच्या मनात संदेह निर्माण होईल किंवा जेव्हा तुमचा अहंकार जागा होईल, तेव्हा पुढील परीक्षा देऊन बघा,' या तारीख नसलेल्या, इंग्रजीमध्ये टाइप केलेल्या, स्वातंत्र्यापूर्वी किंवा नंतर बहुधा प्यारेलालजींनी वा त्यांच्याही आधीचे चरित्रकार डी.जी. तेंडुलकर यांनी प्रसिद्ध केलेल्या या अवतरणात गांधींनी स्वत:ला किंवा मनूला गळ घातली आहे, ज्यावर त्यांच्या हिंदी आणि बंगालीतून स्वाक्षऱ्या

आहेत. 'तुम्ही बघितलेल्या सर्वांत गरीब आणि दुर्बल माणसाचा चेहरा आठवा आणि स्वत:ला विचारा की, तुम्ही जे पाऊल उचलण्याच्या विचारात आहात ते त्याच्या उपयोगी पडणार आहे का? त्याला त्यातून काही फायदा मिळणार आहे का? त्याच्या स्वत:च्या आयुष्यावरचे आणि नशिबावरचे नियंत्रण ते परत मिळवून देऊ शकेल का? दुसऱ्या शब्दांत सांगायचे तर, लाखो भुकेल्या आणि आध्यात्मिक बाबतीत उपाशी असणाऱ्या लोकांना ते स्वराज्याकडे घेऊन जाऊ शकणार आहे का? मग तुम्हाला तुमचा संदेह आणि तुमचा अहंकार विरघळून जाताना दिसेल.'

संदेह आणि अहंकार गळून पडण्यास मदत करणे हे आहार, ध्यानधारणा आणि प्रार्थना यांचा समावेश असलेल्या भारतीय धार्मिक शाखांचे पारंपरिक उद्दिष्ट आहे. वैशिष्ट्यपूर्ण गांधीवादी असलेल्या सामाजिक आणि राजकीय कृतींच्या द्वारा ते उद्दिष्ट संदेह व अहंकाराला दूर करत आहे. एक नेता आणि आदर्श म्हणून गांधी त्यांची ही 'परीक्षा' बहुतांशी उत्तीर्ण झाले आहेत; पण लाखो भुकेले आणि आध्यात्मिक दृष्टीने उपाशी असलेले लोक मागे राहिले आहेत.

राष्ट्रउभारणीचा प्रयत्न करताना हिंदू आणि मुस्लीम, उच्चवर्गीय आणि अस्पृश्य यांचे स्वार्थ बऱ्याचदा एकमेकांना भिडले, हे गांधी सहजपणे मान्य करू शकले नाहीत. गांधींच्या अखेरच्या दिवसांपर्यंत ते संदेह आणि अहंकार यांच्याशी झगडले; पण त्यांनी लाखोंचे दु:ख, त्यांचे आपापसातील ताणतणाव आपले मानले, असे आधुनिक काळातील कोणाही नेत्याने आजवर केलेले नाही आणि म्हणून आज मागे वळून पाहताना, (स्वातंत्र्यलढ्याचा फार पूर्वीच विस्कटलेला शेवट झाला म्हणून असेल कदाचित पण) एक राष्ट्रीय नेता म्हणून त्यांनी मिळविलेल्या यशापेक्षा एक सामाजिक द्रष्टा आणि सुधारक म्हणून त्यांनी केलेले दोषपूर्ण प्रयत्नही हृदयाला अधिक भिडतात.

आज भारतात, 'गांधीवादी' हा शब्द अटळपणे सामाजिक भान या अर्थी वापरला जातो; त्यांनी घालून दिलेल्या–धैर्य, चिकाटी, गरिबांविषयीची कळकळ, नि:स्वार्थीपणा या उदाहरणात अजूनही प्रेरणा देण्याची शक्ती आहे; त्यांच्या अहिंसेच्या आणि प्रतिरोधाच्या तंत्रापेक्षा, सिद्धान्तांपेक्षाही जास्त; सूतकताई, आहार आणि कामजीवन अशा विषयांवरील त्यांच्या विविध मतप्रणालींपेक्षा आणि घोषणांपेक्षाही नक्कीच जास्त! लोक ती प्रेरणा घेतील असं वारंवार घडेलच हे सांगता येणार नाही; पण कोणाला ती घ्यायची असेल, मनावर बिंबवायची असेल, तर ती अजून जागृत आहे आणि जेव्हा ती बिंबविली जाईल तेव्हा तिच्या परिणामांना 'गांधीवादी'च म्हटले जाईल, जरी त्या माणसाला, त्या महान आत्म्याला तो शब्द कधी आवडला नाही किंवा त्याने तो स्वीकारलाही नाही तरी!

■

घटनाक्रम

१८६९ : अरबी समुद्रालगत असलेल्या आताच्या गुजरात राज्यातील काठियावाड प्रदेशातील पोरबंदर या एका छोट्याशा संस्थानात २ ऑक्टोबर रोजी जन्म.

१८७६ : कुटुंबाचे राजकोटला स्थलांतर, शालेय शिक्षणाची सुरुवात.

१८८३ : वयाच्या तेराव्या वर्षी कस्तुर माकनजी हिच्याशी विवाह. वाङ्‌निश्चय झाल्यावर सात वर्षांनी.

१८८५ : वडील करमचंद गांधी, काबा यांचे निधन.

१८८८ : थोरल्या मुलाचा, हरिलालचा जन्म. इनर टेम्पल येथे कायद्याचे शिक्षण घेण्यासाठी इंग्लंडकडे प्रयाण.

१८९१ : अभ्यासक्रम पूर्ण करून मुंबईला परत.

१८९२ : दुसऱ्या मुलाचा, मणिलालचा जन्म. बॉम्बे बारमध्ये प्रवेश.

१८९३ : दक्षिण आफ्रिकेसाठी प्रस्थान. दरबानला आगमन.

१८९४ : नाताळ इंडियन काँग्रेसचे सरचिटणीसपद, दरबानला वकिली कार्यालय उघडले. टॉलस्टॉयचे पुस्तक 'किंग्डम ऑफ गॉड इज विदिन यू' वाचले.

१८९६ : भारतात परत; कुटुंबीयांना दरबानला आणले.

१८९७ : तिसऱ्या मुलाचा, रामदासचा जन्म.

१८९९ : अँग्लो-बोअर युद्धात भारतीय रुग्णसेवा पथकाचे नेतृत्व.

१९०० : चौथ्या मुलाचा, देवदासचा जन्म.

१९०१ : भारतात स्थायिक होण्याच्या हेतूने कुटुंबाला घेऊन भारतात परत. कलकत्त्यातील भारतीय राष्ट्रीय काँग्रेसच्या अधिवेशनाला उपस्थिती.

१९०२ : दक्षिण आफ्रिकेतील भेदभाव करणाऱ्या कायद्याविरोधी लढ्याचे नेतृत्व करण्यासाठी आमंत्रण, कुटुंबासह पुन्हा आफ्रिकेला प्रस्थान.

१९०३ : जोहान्सबर्ग येथे वकिली कार्यालयाची स्थापना, 'इंडियन ओपिनियन' हे साप्ताहिक प्रकाशित करण्याची सुरुवात.

१९०४ : 'फिनिक्स सेटलमेंट' नावाची एक ग्रामीण वसाहत दरबानच्या उत्तरेला स्थापन केली, रस्किनच्या 'अनटू धिस लास्ट'पासून प्रेरणा घेतली.

१९०६ : झुलूंचे बंड मोडून काढण्यास मदत, भारतीय रुग्णवाहक पथकाची उभारणी. ब्रह्मचर्याची शपथ. जोहान्सबर्गमध्ये ट्रान्सवालमधील भारतीयांच्या सभेत भाषण, एशियाटिक रजिस्ट्रेशन बिलाला विरोध करण्याची प्रतिज्ञा.

दाद मागण्यासाठी लंडनला प्रयाण.

१९०७ : पहिली 'निष्क्रिय प्रतिरोध' मोहीम सुरू. डिसेंबरमध्ये अटक, खटला, ट्रान्सवाल सोडून जाण्याचे आदेश.

१९०८ : 'निष्क्रिय प्रतिरोध' हे नाव बदलून नवीन 'सत्याग्रह' हे नाव दिले. दोन महिन्यांची सजा, तीन आठवड्यांनी सुटका. नोंदणी-बहिष्काराचा पवित्रा बदलल्यामुळे पठाणांकडून हल्ला. नोंदणी-प्रमाणपत्रांच्या होळीला प्रोत्साहन. व्होल्क्सरस्ट येथे अटक, दोन महिने सश्रम कारावासाची शिक्षा.

१९०९ : मोहीम सुरू असतानाच नोंदणी कागदपत्रे न देता आल्यामुळे पुन्हा अटक. दाद मागण्यासाठी पुन्हा लंडनला प्रयाण. दक्षिण आफ्रिकेला परत येताना प्रवासात 'हिंद स्वराज'चे लेखन.

१९१० : टॉलस्टॉय यांच्याशी पत्रव्यवहार, टॉलस्टॉय फार्मची स्थापना, मूळचा पूर्व प्रशियाचा ज्यू वास्तुविशारद हर्मन कालेनबाख याच्याबरोबर आणखी एक वसाहत स्थापन केली.

१९११ : जनरल स्मट्स यांनी आणखी क्लेशकारक तरतुदी शिथिल करण्याचे वचन दिल्यावर भेदभाव करणाऱ्या कायद्याच्या विरोधातील चळवळ स्थगित.

१९१३ : टॉलस्टॉय फार्म सोडले, सत्याग्रह पुन्हा सुरू. कायदेभंग करण्यासाठी दोन हजार २२१ मोर्चेकऱ्यांबरोबर नाताळमधील खाणीचे गाव न्यूकॅसल येथून कंत्राटी खाण कामगारांच्या मोर्चाचे नेतृत्व करताना ट्रान्सवालमध्ये प्रवेश. तीन दिवसांत तीन वेळा अटक, अखेरीस नऊ महिन्यांच्या सश्रम कारावासाची शिक्षा. कंत्राटी भारतीय कामगारांचा संप ऊसमळ्यांमध्ये आणि शहरांमध्ये पसरला. सहा आठवड्यांपेक्षाही कमी कारावास भोगल्यावर सुटका.

१९१४ : स्मट्स यांच्याशी पुन्हा दिलजमाई, सत्याग्रह स्थगित. दक्षिण आफ्रिका सोडून इंग्लंडला प्रयाण, पहिले महायुद्ध सुरू होता होता इंग्लंडमध्ये आगमन.

१९१५ : ४ जानेवारीला मुंबईत आगमन, अहमदाबादला आश्रमाची स्थापना.

१९१६ : भारताचा दौरा, तिसऱ्या वर्गाने प्रवास.

१९१७ : बिहारच्या चंपारण भागात नीळ कामगारांच्या वतीने चळवळ.

१९१८ : अहमदाबादच्या गिरणी कामगारांच्या चळवळीचे नेतृत्व. गुजरातच्या खेडा जिल्ह्यात शेतकऱ्यांवर लादल्या जाणाऱ्या कराच्या विरोधात सत्याग्रह. युरोपात सैन्यातील सेवेसाठी भारतीयांची भरती करण्याचा अयशस्वी प्रयत्न.

१९१९ : जुलमी कायद्याच्या विरोधात संपाच्या रूपाने पहिला राष्ट्रीय सत्याग्रह.

अमृतसरला ब्रिटिशांच्या नेतृत्वाखालील तुकड्यांनी केलेल्या हत्याकांडापूर्वी चार दिवस पंजाबमध्ये आदेश मोडून प्रवेश केल्याबद्दल अटक. हिंसाचाराचा उद्रेक झाल्यानंतर मोहीम स्थगित.

१९२० : त्यांचा 'असहकारा'चा कार्यक्रम भारतीय राष्ट्रीय काँग्रेसने स्वीकारला. अहिंसक मार्गाने स्वशासन किंवा स्वराज्य मिळविण्याचे उद्दिष्ट जाहीर. काँग्रेसचा, तसेच ऑटोमन खलिफाच्या पुनर्स्थापनेसाठी प्रयत्न करणाऱ्या मुस्लीम चळवळीचा नेता म्हणून उदय.

१९२१ : पंजाबचे हत्याकांड आणि खिलाफत यासाठी सामूहिक सत्याग्रहाची सुरुवात, एका वर्षात स्वराज्य मिळविण्याचे आश्वासन. चरख्यासाठी मोहीम आणि विदेशी कापडावर बहिष्काराचे आवाहन.

१९२२ : चौरीचौरा येथील हिंसाचारामुळे मोहीम स्थगित, 'प्रायश्चित्त' घेण्यासाठी पाच दिवसांचे उपोषण. आरोप, सहा वर्षे कारावासाची शिक्षा.

१९२४ : अपेंडिसायटिसमुळे तुरुंगातून दोन वर्षांनी सुटका. हिंदू-मुस्लीम ऐक्यासाठी एकवीस दिवसांचा उपवास.

१९२६ : 'यंग इंडिया' आणि 'नवजीवन'मधून 'आत्मकथा' (Autobiography) मालिकारूपाने प्रकाशित. आश्रमात मुक्काम. राजकारणापासून अलिप्त.

१९२८ : राजकारणात पुन्हा प्रवेश. एका वर्षात स्वशासनाला मान्यता मिळाली नाही, तर स्वातंत्र्य जाहीर करण्याच्या आवाहनाला पाठिंबा.

१९२९ : 'संपूर्ण स्वातंत्र्या'च्या ठरावाचा मसुदा काँग्रेससाठी तयार केला.

१९३० : अरबी समुद्राच्या काठावर असलेल्या दांडी येथे अहमदाबादहून मिठाच्या सत्याग्रहासाठी पदयात्रा काढून राष्ट्रव्यापी चळवळीची सुरुवात. राष्ट्रव्यापी हरताळ पाळला गेल्यामुळे खटला न चालवताच कारावास.

१९३१ : आठ महिन्यांनी सुटका. व्हाइसरॉय लॉर्ड आयर्विन यांच्याशी वाटाघाटी. भारताच्या संविधानात्मक भविष्याची आखणी करण्यासाठी इंग्लंडला गोलमेज परिषदेसाठी रवाना, भारताबाहेरील हा शेवटचा दौरा. अस्पृश्यांना, मुस्लिमांना विशेष मताधिकार देण्यावर मतैक्य झाले नाही. रोम येथे मुसोलिनीशी भेट.

१९३२ : सत्याग्रह चळवळ पुन्हा सुरू करण्याच्या आवाहनामुळे, मुंबईला आल्यावर काही काळातच अटक. येरवडा तुरुंगात आमरण उपोषणास सुरुवात केल्यामुळे ब्रिटिशांना आणि अस्पृश्यांचे नेते बी. आर. आंबेडकर यांना अस्पृश्यांच्या प्रतिनिधींसाठी स्वतंत्र मतदारसंघांची योजना मागे घ्यावी लागली. भेदभाव पाळणे ताबडतोब बंद करण्याचे आवाहन. काही काळासाठी भारताने त्या आवाहनाचा स्वीकार केल्याचे चित्र.

१९३३ : अजूनही येरवड्यालाच. अस्पृश्यांना देण्यात येणाऱ्या वागणुकीच्या विरोधात पुन्हा एकवीस दिवसांचा उपवास.

१९३४ : अस्पृश्यतेच्या विरोधात भारताचा झंझावाती दौरा. कट्टर हिंदूंना मंदिरे खुली करण्याचे आवाहन. एका बॉम्बहल्ल्याचे लक्ष्य, पहिला प्राणघातक हल्ला आणि सनातनी हिंदूंची निदर्शने. काँग्रेसचा राजीनामा, ग्रामीण विकासाला वाहून घेण्याचे उद्दिष्ट. विशेषत: अस्पृश्यांसाठी, ज्यांचे नामकरण 'हरिजन' असे केले.

१९३६ : वर्ध्याजवळ सेवाग्राम या देशाच्या मध्यवर्ती ठिकाणी असलेल्या दरिद्री खेड्यात वास्तव्य. नवीन आश्रमाची स्थापना.

१९३९ : हिटलरला पत्र लिहिले, जे त्याला कधीच मिळाले नाही.

१९४२ : 'छोडो भारत' चळवळीस प्रारंभ, युद्धाला पाठिंबा देण्याच्या बदल्यात स्वशासनाची मागणी. पुण्याजवळील आगाखान पॅलेस येथे कारावास.

१९४४ : आगाखान पॅलेसमध्ये स्थानबद्धतेत असताना पत्नी कस्तुरबा यांचे निधन. त्यानंतर दहा आठवड्यांनी उच्च रक्तदाबाचा त्रास झाल्यामुळे गांधीजींची प्रकृतीच्या कारणास्तव सुटका. मुस्लीम लीगचे नेते मुहम्मद अली जिना यांच्याशी बोलणी सुरू. अठरा दिवसांनंतर बोलणी फिसकटली.

१९४६ : संविधानासंबंधी झालेल्या चर्चेत सहभाग. त्यांना पुण्याला घेऊन जाणाऱ्या ट्रेनला घातपात करण्याचा प्रयत्न. हिंदू व मुस्लीम यांनी बंगालमध्ये परस्परांच्या केलेल्या कत्तलीला प्रतिसाद देताना सुसंवाद प्रस्थापित करण्यासाठी मुस्लिमाधिक्य असलेल्या नौखालीला धाव. फाळणी रोखली. तेथे चार महिने वास्तव्य, आठ आठवडे प्रत्येक खेड्याला भेट देण्यासाठी अनवाणी पदयात्रा.

१९४७ : हजारो मुस्लिमांची कत्तल झालेल्या बिहारमधील दंगलग्रस्त भागांना भेट. फाळणीच्या विरोधात वक्तव्य, पण फाळणीच्या बाजूने काँग्रेसने केलेल्या ठरावाला विरोध नाही. स्वातंत्र्योत्सवाकडे पाठ फिरविली, हिंसाचार थांबावा म्हणून कलकत्त्यामध्ये उपवास.

१९४८ : मुस्लिमांची हकालपट्टी आणि हत्या यांच्या विरोधात दिल्लीत उपवास. हिंसाचाराला उतार; पण उपवास सोडल्यानंतर दोन दिवसांनी बिर्ला हाउसच्या बागेत बॉम्ब फेकला गेला, जेथे गांधींचे वास्तव्य होते आणि ते जेथे सायंकालीन प्रार्थनासभा घेत असत. त्यानंतर दहा दिवसांनी, ३० जानेवारी रोजी प्रार्थनासभेसाठी घाईघाईने जात असता एका हिंदू उग्रवाद्याच्या गोळ्यांमुळे मृत्यू.

❖